ਬਰਤਾਨਵੀ
ਪੰਜਾਬੀ ਕਲਮਾਂ

ਏਸੇ ਕਲਮ ਤੋਂ :

- ਅੱਗ *(ਕਵਿਤਾ)*
- ਮੋਏ ਪੱਤਰ *(ਕਹਾਣੀ ਸੰਗ੍ਰਹਿ)*
- ਗੋਰਾ ਰੰਗ ਕਾਲੀ ਸੋਚ *(ਕਹਾਣੀ ਸੰਗ੍ਰਹਿ)*
- ਲੇਖਕ ਦਾ ਚਿੰਤਨ *(ਨਿਬੰਧ-ਆਲੋਚਨਾ)*
- ਗੁਆਚੇ ਪਲਾਂ ਦੀ ਤਲਾਸ਼ *(ਨਿਬੰਧ)*
- ਅੱਖੀਆਂ ਕੂੜ ਮਾਰਦੀਆਂ *(ਅਨੁਵਾਦ/ਸੰਪਾਦਨਾ ਉਰਦੂ ਕਹਾਣੀਆਂ)*
- ਬਰਤਾਨਵੀ ਲੇਖਕਾਵਾਂ ਦੀਆਂ ਉਰਦੂ ਕਹਾਣੀਆਂ *(ਅਨੁਵਾਦ/ਸੰਪਾਦਨਾ)*
- ਬਰਤਾਨਵੀ ਪੰਜਾਬੀ ਕਲਮਾਂ *(ਆਲੋਚਨਾ)*

ਬਰਤਾਨਵੀ
ਪੰਜਾਬੀ ਕਲਮਾਂ
(ਸਮੀਖਿਆ)

ਡਾ. ਗੁਰਦਿਆਲ ਸਿੰਘ ਰਾਏ

ਪ੍ਰਕਾਸ਼ਕ :
ਸਿੱਖ ਸਾਹਿਤ ਅਤੇ ਸਭਿਆਚਾਰ ਸਟਾਲ ਯੂ.ਕੇ.

BARTANVI PUNJABI KALMAAN
by:
Dr. GURDIAL SINGH RAI

Published by:
SIKH LITERARY & CULTURAL STALL
44, CHAPMAN STREET,
WEST BROMWICH,
WEST MIDLANDS,
B70 8PS
UNITED KINGDOM
TEL : 0121-580 2228

ISBN 1-900860-05-8

© ਸਬ ਹੱਕ ਲੇਖਕ ਦੇ ਰਾਖਵੇਂ ਹਨ।

ਪਹਿਲੀ ਵਾਰ : 1999

ਸਰਵਰਕ :
ਸੁਖਵੰਤ ਸਿੰਘ

ਪ੍ਰਕਾਸ਼ਕ :
ਸਿੱਖ ਸਾਹਿਤ ਅਤੇ ਸਭਿਆਚਾਰ ਸਟਾਲ, ਯੂ.ਕੇ.

ਟਾਈਪਸੈੱਟਰ :
ਕੇ.ਜੀ. ਗ੍ਰਾਫਿਕਸ, 98, ਸਿਟੀ ਸੈਂਟਰ, ਅੰਮ੍ਰਿਤਸਰ

ਛਾਪਕ :
ਪ੍ਰਿੰਟਵੈੱਲ, 146. ਇੰਡ. ਫ਼ੋਕਲ ਪ੍ਰਆਇੰਟ, ਅੰਮ੍ਰਿਤਸਰ

ਮੁੱਲ : 150-00 ਰੁਪਏ (ਭਾਰਤ), 6 ਪੌਂਡ (ਯੂ.ਕੇ.)

ਤਤਕਰਾ

ਦੋ ਸ਼ਬਦ —ਲੇਖਕ 7
ਬਰਤਾਨਵੀ ਪੰਜਾਬੀ ਕਲਮਾਂ ਦਾ ਸਵਾਗਤ —ਪ੍ਰੋ. ਪਿਆਰਾ ਸਿੰਘ ਭੋਗਲ 8

(ੳ)

1. ਲੇਖਕ ਦੀ ਸਿਰਜਣਾ ਤੇ ਸਾਧਨਾ 11
2. ਪਾਠਕ ਕਿਉਂ ਪੜ੍ਹਦੇ ਨੇ ? 21
3. ਲੇਖਕ ਅਤੇ ਲਿਖਤ—1 26
4. ਲੇਖਕ ਅਤੇ ਲਿਖਤ—2 31

(ਅ)

5. 'ਓਜ਼ੋਨ ਦੀ ਅੱਖ' ਦਾ ਨੂਰ 37
6. ਰੰਧਾਵੇ ਦੀ 'ਜਿੰਦ ਪ੍ਰਦੇਸਣ' 51
7. ਸਾਗਰ ਵਿਚਲੇ ਰੇਗਿਸਤਾਨ 65
8. ਭੁਪਿੰਦਰ ਪੁਰੇਵਾਲ ਦੀ 'ਬੰਸਰੀ' 76
9. ਮੈਂ ਕਿਤੇ ਹੋਰ ਸੀ : ਵਰਿੰਦਰ ਪਰਿਹਾਰ 86
10. ਤੁਪਕਾ ਤੁਪਕਾ ਸਾਗਰ : ਜਸਵਿੰਦਰ ਮਾਨ 92
11. 'ਰਮਜ਼ਾਂ' ਦੇ ਰੂ-ਬ-ਰੂ 101
12. ਕਿਦਾਰ ਦੀਆਂ 'ਯਾਦਾਂ ਦਾ ਮਾਰੂਥਲ' 110
13. ਹੱਸਦੇ ਹੰਝੂ 117

(ੲ)

14. 'ਸ਼ੇਰ ਜੰਗ ਜਾਂਗਲੀ' ਮਰਿਆ ਨਹੀਂ 126
15. ਡਾ. ਪ੍ਰੀਤਮ ਸਿੰਘ ਕੈਂਥ ਦੀ ਸਾਹਿਤਕ ਦੇਣ 130
16. ਡਾ. ਗੁਰਨਾਮ ਸਿੰਘ ਗਿੱਲ ਦੀਆਂ ਕਹਾਣੀਆਂ : ਇਕ ਆਲੋਚਨਾਤਮਿਕ ਸਰਵੇਖਣ 146
17. ਅਮਰ ਚਾਨਣ : ਗਿ: ਮੱਖਣ ਸਿੰਘ ਮ੍ਰਿਗਿੰਦ 164

ਦੋ ਸ਼ਬਦ

ਆਪ ਦੇ ਸਾਹਮਣੇ ਪੇਸ਼ ਪੁਸਤਕ *ਬਰਤਾਨਵੀ ਪੰਜਾਬੀ ਕਲਮਾਂ* ਤਿੰਨ ਭਾਗਾਂ ਵਿਚ ਹੈ। ਇਸ ਵਿਚ ਕੁੱਲ 17 ਰਚਨਾਵਾਂ ਹਨ। ਪਹਿਲੀਆਂ ਚਾਰ ਰਚਨਾਵਾਂ ਲਿਖਣ ਪ੍ਰਕਿਰਿਆ ਸਬੰਧੀ ਕੁਝ ਇਕ ਨੁਕਤਿਆਂ ਨੂੰ ਬਹੁਤ ਹੀ ਸਰਲੀਕਰਣ ਕਰਦਿਆਂ ਪੇਸ਼ ਕੀਤੀਆਂ ਗਈਆਂ ਹਨ। ਦੂਜੇ ਭਾਗ ਵਿਚ ਨੌਂ ਕਵੀਆਂ ਅਤੇ ਤੀਜੇ ਭਾਗ ਵਿਚ ਚਾਰ ਵਾਰਤਕ ਲਿਖਾਰੀਆਂ (ਕਹਾਣੀ/ਨਿਬੰਧ) ਦੀਆਂ ਪੁਸਤਕਾਂ ਦੇ ਪਠਨ ਨੂੰ ਆਧਾਰ ਬਣਾ ਕੇ ਉਹਨਾਂ ਦੀ ਰਚਨਾ ਸਬੰਧੀ ਵਿਚਾਰ ਪੇਸ਼ ਕੀਤੇ ਗਏ ਹਨ।

ਬਰਤਾਨੀਆ ਵਿਚ ਪੰਜਾਬੀ ਦੇ ਬਹੁਤ ਸਾਰੇ ਸਮਰੱਥ ਲੇਖਕ ਹਨ। ਇਕ ਅੰਦਾਜ਼ੇ ਅਨੁਸਾਰ ਲਗਪਗ ਡੇਢ ਕੁ ਸੌ ਲੇਖਕ ਸਮੇਂ ਸਮੇਂ ਸਿਰ ਆਪਣੀਆਂ ਲਿਖਤਾਂ ਰਾਹੀਂ ਆਪਣੀ ਕਲਮ ਦੇ ਜੌਹਰ ਵਿਖਾਲਦੇ ਰਹਿੰਦੇ ਹਨ। ਇਹਨਾਂ ਵਿਚੋਂ ਸੱਠ ਕੁ ਦੇ ਲਗਪਗ ਅਜਿਹੇ ਲੇਖਕ ਵੀ ਹਨ, ਜਿਹਨਾਂ ਦੀਆਂ ਰਚਨਾਵਾਂ ਪਰਚਿਆਂ ਦਾ ਸ਼ਿੰਗਾਰ ਵੀ ਬਣਦੀਆਂ ਰਹਿੰਦੀਆਂ ਹਨ ਅਤੇ ਉਹਨਾਂ ਦੀਆਂ ਕਈ ਕਈ ਪੁਸਤਕਾਂ ਵੀ ਪ੍ਰਕਾਸ਼ਿਤ ਹੋ ਚੁੱਕੀਆਂ ਹਨ। ਉਹ ਪੂਰੀ ਲਗਨ, ਮਿਹਨਤ ਅਤੇ ਵਚਨ-ਬੱਧਤਾ ਨਾਲ ਲਗਾਤਾਰ ਉੱਚ-ਪੱਧਰ ਦੀ ਸਿਰਜਣਾ ਕਰਦੇ ਆ ਰਹੇ ਹਨ।

ਕਿਸੇ ਇਕ ਵਿਅਕਤੀ ਲਈ ਸਾਰਿਆਂ ਹੀ ਲੇਖਕਾਂ ਸਬੰਧੀ ਵੱਖ ਵੱਖ ਲੇਖ ਲਿਖਣੇ, ਵਿਚਾਰ ਪੇਸ਼ ਕਰਨੇ ਅਤੇ ਇਕ ਵੱਡਾ ਗ੍ਰੰਥ ਤਿਆਰ ਕਰ ਕੇ ਪ੍ਰਕਾਸ਼ਨਾ ਕਰਨੀ ਬਹੁਤ ਹੀ ਔਖਾ ਅਤੇ ਢੇਰ ਸਮਾਂ ਮੰਗਦਾ ਕਾਰਜ ਹੈ। ਇਸ ਕਾਰਨ ਚਾਹੁੰਦਿਆਂ ਹੋਇਆਂ ਵੀ ਹੱਥਲੀ ਪੁਸਤਕ ਵਿਚ ਕੇਵਲ ਤੇਰਾਂ ਲੇਖਕ ਹੀ ਲਏ ਗਏ ਹਨ। ਇਹਨਾਂ ਲੇਖਕਾਂ ਦੀ ਚੋਣ ਦਾ ਇਹ ਅਰਥ ਨਹੀਂ ਕਿ ਕੇਵਲ ਇਹ ਹੀ ਸਮਰੱਥ ਅਤੇ ਬਾਕੀ ਦੂਜਿਆਂ ਤੋਂ ਉੱਤਮ ਲੇਖਕ ਹਨ। ਹੋਰ ਵੀ ਬਹੁਤ ਹਨ, ਸਮਰੱਥ ਅਤੇ ਚੰਗੇ। ਉਹਨਾਂ 'ਤੇ ਵੀ ਕੰਮ ਹੋਣਾ ਜ਼ਰੂਰੀ ਹੈ ਅਤੇ ਹੋ ਵੀ ਰਿਹਾ ਹੈ।

ਬਸ, ਇੰਨਾ ਹੀ ਲਿਖਦਿਆਂ ਇਹ ਪੁਸਤਕ ਆਪ ਦੇ ਗੋਚਰੇ ਹਾਜ਼ਰ ਹੈ। ਤੁਹਾਡੇ ਹੁੰਗਾਰੇ ਦੀ ਉਡੀਕ ਰਹੇਗੀ।

—**ਗੁਰਦਿਆਲ ਸਿੰਘ ਰਾਏ** (ਡਾ.)

67 Denewood Avenue,
Handsworthwood,
Birmingham, B20 2AF
United Kingdom (U.K.)
Tel : 0121-507 0120

ਬਰਤਾਨਵੀ ਪੰਜਾਬੀ ਕਲਮਾਂ ਦਾ ਸਵਾਗਤ

ਮਨੁੱਖ ਦੀਆਂ ਲੋੜਾਂ ਸਰੀਰਕ ਵੀ ਹਨ, ਸਭਿਆਚਾਰਕ ਵੀ। ਉਹ ਆਪਣੀਆਂ ਤੇ ਪਰਿਵਾਰ ਦੀਆਂ ਸਰੀਰਕ ਲੋੜਾਂ ਪੂਰੀਆਂ ਕਰਦਾ ਹੋਇਆ ਸਭਿਆਚਾਰਕ ਖ਼ੁਰਾਕ ਦੀ ਵੀ ਲੋੜ ਮਹਿਸੂਸ ਕਰਦਾ ਹੈ। ਇਸੇ ਕਰਕੇ ਸਾਹਿਤ ਪੜ੍ਹਦਾ ਤੇ ਲਿਖਦਾ ਹੈ। ਬਰਤਾਨੀਆ ਵੱਸੇ ਪੰਜਾਬੀ ਲੋਕ ਗਏ ਤਾਂ ਸਨ ਸਿਰਫ਼ ਰੋਜ਼ੀ-ਰੋਟੀ ਕਮਾਉਣ ਲਈ, ਪਰ ਰੋਜ਼ੀ-ਰੋਟੀ ਕਮਾਉਂਦਿਆਂ ਉਹਨਾਂ ਨੇ ਗੁਰਦੁਆਰੇ, ਮੰਦਰ ਤੇ ਮਸੀਤਾਂ ਸਥਾਪਤ ਕੀਤੀਆਂ, ਆਪਣੇ ਅਖ਼ਬਾਰ ਕੱਢੇ, ਸਾਹਿਤ ਪੜ੍ਹਨ ਤੇ ਲਿਖਣ ਦੀ ਲੋੜ ਮਹਿਸੂਸ ਕੀਤੀ। ਹੱਥਲੀ ਪੁਸਤਕ *ਬਰਤਾਨਵੀ ਪੰਜਾਬੀ ਕਲਮਾਂ* ਬਰਤਾਨੀਆ ਵਿਚ ਲਿਖੇ ਜਾ ਰਹੇ ਤੇ ਪੜ੍ਹੇ ਜਾ ਰਹੇ ਪੰਜਾਬੀ ਸਾਹਿਤ ਦੀ ਤਾਜ਼ਾ ਮਿਸਾਲ ਹੈ। ਇਹ ਪੁਸਤਕ ਡਾ. ਗੁਰਦਿਆਲ ਸਿੰਘ ਰਾਏ ਨੇ ਲਿਖੀ ਹੈ। ਉਹ ਬਰਤਾਨੀਆ-ਨਿਵਾਸੀ ਲੇਖਕ ਤੇ ਆਲੋਚਕ ਹੈ। ਉਹ *ਅੱਗ* (ਕਵਿਤਾ), *ਮੋਏ ਪੱਤਰ* (ਕਹਾਣੀ ਸੰਗ੍ਰਹਿ), *ਗੋਰਾ ਰੰਗ ਕਾਲੀ ਸੋਚ* (ਕਹਾਣੀ ਸੰਗ੍ਰਹਿ), *ਗੁਆਚੇ ਪਲਾਂ ਦੀ ਤਲਾਸ਼* (ਨਿਬੰਧ ਸੰਗ੍ਰਹਿ) ਅਤੇ *ਲੇਖਕ ਦਾ ਚਿੰਤਨ* (ਆਲੋਚਨਾ) ਪੁਸਤਕਾਂ ਪਹਿਲਾਂ ਲਿਖ ਚੁੱਕਾ ਹੈ। ਨਵੀਂ ਪੁਸਤਕ *ਬਰਤਾਨਵੀ ਪੰਜਾਬੀ ਕਲਮਾਂ* ਬਰਤਾਨੀਆ-ਨਿਵਾਸੀ ਲੇਖਕਾਂ ਦੀਆਂ ਪੁਸਤਕਾਂ ਦੀ ਆਲੋਚਨਾਤਮਕ ਪ੍ਰਸੰਸਾ ਕਰਨ ਲਈ ਲਿਖੀ ਗਈ ਹੈ। ਇਸ ਵਿਚ ਨਰੰਜਨ ਸਿੰਘ ਨੂਰ, ਬਲਿਹਾਰ ਸਿੰਘ ਰੰਧਾਵਾ, ਗੁਰਨਾਮ ਸਿੰਘ ਗਿੱਲ, ਗਿ: ਮੱਖਣ ਸਿੰਘ ਮ੍ਰਿਗਿੰਦ, ਡਾ. ਪ੍ਰੀਤਮ ਸਿੰਘ ਕੈਂਬੋ, ਸ਼ੇਰ ਜੰਗ ਜਾਂਗਲੀ, ਭੁਪਿੰਦਰ ਪੁਰੇਵਾਲ, ਜਸਵਿੰਦਰ ਮਾਨ, ਦਲਜੀਤ ਸਿੰਘ ਉੱਪਲ, ਕਿਦਾਰ ਨਾਥ ਕਿਦਾਰ ਅਤੇ ਤੇਜਾ ਸਿੰਘ ਤੇਜ ਬਾਰੇ ਆਲੋਚਨਾਤਮਕ ਨਿਬੰਧ ਸ਼ਾਮਲ ਕੀਤੇ ਗਏ ਹਨ।

ਡਾ. ਰਾਏ ਨੇ ਬਹੁਤ ਵਾਰ ਕਿਸੇ ਲੇਖਕ ਦੀ ਇਕ ਹੀ ਪੁਸਤਕ ਵਿਚਾਰ-ਅਧੀਨ ਲਿਆਉਣ ਦੀ ਜੁਗਤ ਵਰਤੀ ਹੈ। ਅਰਥ-ਸ਼ਾਸਤਰ ਵਿਚ ਕਿਸੇ ਸਮੱਸਿਆ ਉੱਤੇ ਝਾਤੀ ਪਾਉਣ ਦੀਆਂ ਦੋ ਵਿਧੀਆਂ ਹਨ—ਮਾਈਕਰੋ-ਇਕਨਾਮਿਕਸ ਅਤੇ ਮੈਕਰੋ-ਇਕਨਾਮਿਕਸ। ਪਹਿਲੀ

ਵਿਧੀ ਵਿਚ ਸਮੱਸਿਆ ਦੀ ਇਕ ਮਿਸਾਲ ਲੈ ਕੇ ਉਸ ਰਾਹੀਂ ਵਿਆਪਕ ਨਤੀਜੇ ਕੱਢੇ ਜਾਂਦੇ ਹਨ। ਦੂਜੀ ਵਿਧੀ ਵਿਚ ਵਿਸ਼ਾਲ ਵਰਤਾਰਾ ਧਿਆਨ-ਅਧੀਨ ਲਿਆਂਦਾ ਜਾਂਦਾ ਹੈ। ਡਾ. ਰਾਏ ਨੇ *ਬਰਤਾਨਵੀ ਪੰਜਾਬੀ ਕਲਮਾਂ* ਪੁਸਤਕ ਵਿਚ ਸ਼ਾਮਲ ਨਿਬੰਧਾਂ ਵਿਚ ਦੋਵੇਂ ਜੁਗਤਾਂ ਵਰਤੀਆਂ ਹਨ। ਨਰੰਜਨ ਸਿੰਘ ਨੂਰ ਨੇ ਇਕ ਮਹਾਂ-ਕਾਵਿ ਅਤੇ ਕਈ ਕਾਵਿ-ਸੰਗ੍ਰਹਿ ਰਚੇ ਹਨ। ਡਾ. ਗੁਰਦਿਆਲ ਸਿੰਘ ਰਾਏ ਨੇ ਆਪਣੇ ਨਿਬੰਧ ਵਿਚ ਨੂਰ ਦੇ ਇਕ ਗ਼ਜ਼ਲ-ਸੰਗ੍ਰਹਿ *ਓਜ਼ੋਨ ਦੀ ਅੱਖ* ਉੱਤੇ ਹੀ ਟਿੱਪਣੀ ਕੀਤੀ ਹੈ। ਇਉਂ ਹੀ ਡਾ. ਗੁਰਨਾਮ ਸਿੰਘ ਗਿੱਲ ਇੰਗਲੈਂਡ ਵਿਚ ਰਹਿੰਦਾ ਜਾਣਿਆ-ਪਛਾਣਿਆ ਕਵੀ ਤੇ ਕਹਾਣੀਕਾਰ ਹੈ। ਡਾ. ਰਾਏ ਨੇ ਉਸ ਬਾਰੇ ਦੋ ਆਲੋਚਨਾਤਮਕ ਨਿਬੰਧ ਰਚੇ ਹਨ। ਪਹਿਲਾ 'ਸਾਗਰ ਵਿਚਲੇ ਰੇਗਿਸਤਾਨ' ਬਾਰੇ, ਦੂਜਾ 'ਡਾ. ਗੁਰਨਾਮ ਸਿੰਘ ਗਿੱਲ ਦੀਆਂ ਕਹਾਣੀਆਂ' ਬਾਰੇ। ਦੂਜਾ ਨਿਬੰਧ ਗਿੱਲ ਦੀਆਂ ਕਹਾਣੀਆਂ ਦੀਆਂ ਤਿੰਨ ਪੁਸਤਕਾਂ ਉੱਤੇ ਸਾਂਝੀ ਝਾਤੀ ਪਾਉਂਦਾ ਹੈ। ਡਾ. ਪ੍ਰੀਤਮ ਸਿੰਘ ਕੈਂਬੋ ਇੰਗਲੈਂਡ ਵਿਚ ਰਹਿ ਕੇ ਕਹਾਣੀ ਵੀ ਲਿਖਦਾ ਰਿਹਾ ਹੈ। ਅੰਗਰੇਜ਼ੀ ਰਾਜ ਵਿਚ ਜ਼ਬਤ ਕੀਤੀ ਪੰਜਾਬੀ ਕਵਿਤਾ ਬਾਰੇ ਇਕ ਖੋਜ-ਗ੍ਰੰਥ ਵੀ ਲਿਖਿਆ, ਜਿਸ ਕੰਮ ਬਦਲੇ ਉਸ ਨੂੰ ਪੀ-ਐਚ.ਡੀ. ਦੀ ਡਿਗਰੀ ਮਿਲੀ। ਉਸ ਨੇ ਇੰਗਲੈਂਡ-ਨਿਵਾਸੀ ਪੰਜਾਬੀ ਸਾਹਿਤਕਾਰਾਂ ਬਾਰੇ ਫੁਟਕਲ ਆਲੋਚਨਾਤਮਕ ਨਿਬੰਧ ਵੀ ਲਿਖੇ। ਡਾ. ਰਾਏ ਨੇ ਆਪਣੇ ਨਿਬੰਧ ਵਿਚ ਡਾ. ਕੈਂਬੋ ਦੀ ਸਮੁੱਚੀ ਦੇਣ ਉੱਤੇ ਝਾਤੀ ਮਾਰੀ ਹੈ। ਇਉਂ ਹੀ 'ਸ਼ੇਰ ਜੰਗ ਜਾਂਗਲੀ ਮਰਿਆ ਨਹੀਂ' ਨਿੱਕੇ ਜਿਹੇ ਨਿਬੰਧ ਵਿਚ ਉਸ ਦੀ ਸਾਰੀ ਲਿਖਤ ਨਾਲ ਜਾਣ-ਪਛਾਣ ਕਰਾਈ ਹੈ। ਗਿ: ਮੱਖਣ ਸਿੰਘ ਮ੍ਰਿਗਿੰਦ ਇੰਗਲੈਂਡ ਵਿਚ ਵੱਸਦੇ ਬਜ਼ੁਰਗ ਵਿਦਵਾਨ ਹਨ। ਕਵਿਤਾ ਤੇ ਵਾਰਤਕ ਦੋਵੇਂ ਲਿਖਦੇ ਰਹੇ ਹਨ। ਪਰ ਡਾ. ਰਾਏ ਨੇ ਉਹਨਾਂ ਦੀ ਇਕ ਪੁਸਤਕ *ਅਮਰ ਚਾਨਣ* ਦਾ ਪ੍ਰੀਚੈ ਹੀ ਦਿੱਤਾ ਹੈ। ਬਲਿਹਾਰ ਸਿੰਘ ਰੰਧਾਵਾ ਦੀਆਂ ਕਈ ਰਚਨਾਵਾਂ ਛਪੀਆਂ ਹਨ। ਪਰ ਰਾਏ ਦਾ ਨਿਬੰਧ *ਜਿੰਦ ਪ੍ਰਦੇਸਣ* ਉੱਤੇ ਧਿਆਨ ਕੇਂਦਰਤ ਕਰਦਾ ਹੈ। ਵਰਿੰਦਰ ਪਰਿਹਾਰ, ਭੁਪਿੰਦਰ ਪੁਰੇਵਾਲ, ਜਸਵਿੰਦਰ ਮਾਨ ਅਤੇ ਦਲਜੀਤ ਸਿੰਘ ਉੱਪਲ ਦੀ ਵੀ ਇਕ ਇਕ ਪੁਸਤਕ *ਮੈਂ ਕਿਤੇ ਹੋਰ ਸੀ*, *ਬੰਸਰੀ*, *ਤੁਪਕਾ ਤੁਪਕਾ ਸਾਗਰ* ਅਤੇ *ਰਮਜ਼ਾਂ* ਉੱਤੇ ਵੇਰਵੇ-ਭਰੇ ਨਿਬੰਧ ਲਿਖੇ ਗਏ ਹਨ।

ਡਾ. ਗੁਰਦਿਆਲ ਸਿੰਘ ਰਾਏ ਕਰੜਾ ਆਲੋਚਕ ਨਹੀਂ ਹੈ। ਉਸ ਨੇ ਕਿਸੇ ਵੀ ਲੇਖਕ ਦੀ ਸਾਹਿਤਕ ਦੇਣ ਨੂੰ ਹਲਕੀ ਪੱਧਰ ਦੀ ਰਚਨਾ ਨਹੀਂ ਆਖਿਆ। ਉਹ ਉਦਾਰ-ਚਿੱਤ ਹੈ। ਉਹ ਅਕਸਰ ਨਿਬੰਧਾਂ ਦੇ ਆਰੰਭ ਵਿਚ ਹੀ ਕਹਿ ਦਿੰਦਾ ਹੈ ਕਿ ਮੈਂ ਪੁਸਤਕ ਦਾ 'ਆਨੰਦ

ਮਾਣਦਿਆਂ' ਜੋ ਮਹਿਸੂਸ ਕੀਤਾ ਤੇ ਸੋਚਿਆ, ਉਹ ਪਾਠਕਾਂ ਦੀ ਨਜ਼ਰ ਕਰ ਰਿਹਾ ਹਾਂ। ਸੁਭਾਵਕ ਹੀ ਸਾਰੀ ਪੁਸਤਕ ਪ੍ਰਸੰਸਾਮਈ ਹੈ।

ਤਾਂ ਵੀ ਡਾਕਟਰ ਗੁਰਦਿਆਲ ਸਿੰਘ ਰਾਏ ਦਾ ਇਹ ਯਤਨ ਸਲਾਹੁਣਯੋਗ ਹੈ। ਡਾਕਟਰ ਰਾਏ ਦੇ ਲਿਖਣ ਅਨੁਸਾਰ ਲਗਪਗ ਡੇਢ ਸੌ ਪੰਜਾਬੀ ਸਾਹਿਤਕਾਰ ਅਤੇ ਵਿਦਵਾਨ, ਬਰਤਾਨੀਆ ਵਿਚ ਰਹਿੰਦਿਆਂ, ਲਿਖਣ ਦਾ ਕਾਰਜ ਕਰ ਰਹੇ ਹਨ। ਇਹਨਾਂ ਵਿਚ ਸੱਠ ਲੇਖਕਾਂ ਦੀਆਂ ਕਈ ਕਈ ਪੁਸਤਕਾਂ ਪ੍ਰਕਾਸ਼ਤ ਹੋ ਚੁੱਕੀਆਂ ਹਨ ਤੇ ਉਹ ਕਾਫ਼ੀ ਬਾਕਾਇਦਗੀ ਨਾਲ ਲਿਖ ਰਹੇ ਹਨ। ਇਹਨਾਂ ਸਾਰੇ ਲੇਖਕਾਂ ਦੀ ਰਚਨਾ ਦਾ ਆਲੋਚਨਾਤਮਕ ਪ੍ਰੀਚੈ ਅਤੇ ਅਧਿਐਨ ਕੀਤਾ ਜਾਣਾ ਜ਼ਰੂਰੀ ਹੈ। ਭਾਰਤ ਵਿਚ ਵੀ ਕੁਝ ਵਿਦਵਾਨ ਪਰਵਾਸੀ-ਪੰਜਾਬੀ ਸਾਹਿਤ ਉੱਤੇ ਧਿਆਨ ਕੇਂਦਰਤ ਕਰ ਰਹੇ ਹਨ। ਬਰਤਾਨੀਆ ਵਿਚ ਵੀ ਇਹਨਾਂ ਦਾ ਨੋਟਿਸ ਲਿਆ ਜਾਣਾ ਚਾਹੀਦਾ ਹੈ। ਡਾ. ਰਾਏ ਨੇ ਬਰਤਾਨੀਆ ਵਿਚ ਹੁੰਦੀਆਂ ਰਹੀਆਂ ਗੋਸ਼ਟੀਆਂ ਵਿਚ ਸਮੇਂ ਸਮੇਂ ਪਰਚੇ ਪੜ੍ਹੇ ਜਾਂ ਉਥੋਂ ਦੇ ਪਰਚਿਆਂ ਵਿਚ ਨਿਬੰਧ ਲਿਖੇ। ਉਹ ਲਿਖਤਾਂ ਇਸ ਪੁਸਤਕ ਵਿਚ ਸੰਗ੍ਰਹਿਤ ਕਰ ਦਿੱਤੀਆਂ ਗਈਆਂ ਹਨ। ਸਿਰਫ਼ ਇਕ ਹੀ ਘਾਟ ਹੈ, ਉਹਨਾਂ ਨੇ ਮੁਲਾਂਕਣ ਵੱਲ ਘੱਟ ਧਿਆਨ ਦਿੱਤਾ ਹੈ। ਆਲੋਚਨਾਤਮਕ ਨਿਬੰਧ ਜ਼ਰੂਰੀ ਨਹੀਂ ਨਿੰਦਿਆਵਾਦੀ ਹੋਵੇ, ਉਹ ਪ੍ਰਸੰਸਾਤਮਕ ਵੀ ਹੋ ਸਕਦਾ ਹੈ। ਪਰ ਉਹ ਹਰ ਲੇਖਕ ਅਤੇ ਹਰ ਲਿਖਤ ਵਿਚੋਂ ਬਿਹਤਰੀਨ ਅੰਸ਼ ਟਟੋਲ ਕੇ ਵੀ ਪੇਸ਼ ਕਰੇ। ਉਹ ਕਿਸੇ ਪੁਸਤਕ ਦਾ ਇਉਂ ਜ਼ਿਕਰ ਕਰੇ ਕਿ ਪਾਠਕ ਨੂੰ ਪਤਾ ਲੱਗ ਜਾਏ ਕਿ ਲੇਖਕ ਕਿਥੇ ਕਿਥੇ ਬਹੁਤ ਵਧੀਆ ਗੱਲ ਕਰ ਗਿਆ ਹੈ। ਡਾ. ਗੁਰਨਾਮ ਸਿੰਘ ਗਿੱਲ ਦੇ ਹੇਠ ਲਿਖੇ ਸ਼ਿਅਰ ਵਾਂਗ ਜਿਥੇ ਡਾ. ਰਾਏ ਨੇ ਕਿਸੇ ਰਚਨਾ ਦੇ ਸਾਗਰ ਵਿਚੋਂ ਮਾਣਕ-ਮੋਤੀ ਲੱਭ ਲਏ ਹਨ, ਉਥੇ ਉਸ ਦਾ ਨਿਬੰਧ ਬਹੁਤ ਆਨੰਦ ਦਿੰਦਾ ਹੈ।

ਜ਼ਿੰਦਗੀ ਹੈ ਇਹ ਦੋਸਤੋ, ਨਿਹਮਤ ਦੇ ਵਾਂਗਰਾਂ।
ਚਾਰ ਦਿਨ ਮਿਲਦੀ ਹੈ, ਜੋ ਮੁਹਲਤ ਦੇ ਵਾਂਗਰਾਂ।

406, ਮੋਤਾ ਸਿੰਘ ਨਗਰ,
ਜਲੰਧਰ
13.1.99

—ਪਿਆਰਾ ਸਿੰਘ ਭੋਗਲ

ਲੇਖਕ ਦੀ ਸਿਰਜਣਾ ਤੇ ਸਾਧਨਾ

ਸਿਰਜਣਾ ਦੇ ਸ਼ਾਬਦਿਕ ਅਰਥ ਹਨ : ਉਤਪੰਨ ਕਰਨਾ, ਹੋਂਦ ਵਿਚ ਲਿਆਉਣਾ, ਉਪਜਾਉਣਾ ਅਤੇ ਰਚਨਾ ਕਰਨੀ। ਸਾਧਨਾ ਦਾ ਅਰਥ ਹੈ : ਉਪਾਸਨਾ, ਅਰਾਧਨਾ, ਅਭਿਆਸ ਅਤੇ ਸੰਪੰਨ ਕਰਨਾ। 'ਸਿਰਜਣਾ ਤੇ ਸਾਧਨਾ' ਦਾ ਅਰਥ ਹੱਥਲੇ ਮੰਤਵ ਲਈ ਰਚਨਾ ਲਈ ਗਹਿਰ-ਗੰਭੀਰ ਅਭਿਆਸ, ਉਪਾਸਨਾ ਜਾਂ ਅਰਾਧਨਾ ਆਦਿ ਲਿਆ ਗਿਆ ਹੈ। ਵਿਸ਼ਾ ਗੰਭੀਰ ਹੈ ਪਰ ਜਾਣ ਬੁੱਝ ਕੇ ਅਕਾਦਮਿਕ ਤੇ ਤਕਨੀਕੀ ਸ਼ਬਦਾਵਲੀ ਦੀ ਵਰਤੋਂ ਕਰਨ ਤੋਂ ਸੰਕੋਚ ਕਰਦਿਆਂ ਨਿਭਾਅ ਅਤੇ ਪਹੁੰਚ ਗ਼ੈਰ-ਰਸਮੀ ਵਰਤੀ ਗਈ ਹੈ। ਵਿਚਾਰ ਦੇ ਵਿਹੜੇ ਵਿਚ ਸਿਰਜਣਾ ਤੇ ਸਾਧਨਾ ਨੂੰ ਇਕ ਤਿਕੋਨ ਦੇ ਰੂਪ ਵਿਚ ਪੇਸ਼ ਕਰਦਿਆਂ ਲੇਖਕ ਦੀ ਤੀਬਰ ਇੱਛਾ ਹੀ ਇਹ ਹੈ ਕਿ ਵਿਦਵਾਨ ਕਲਮਾਂ ਦੇ ਇਕੱਠ ਵਿਚੋਂ ਲੇਖਕ ਅਤੇ ਲੇਖਕ ਬਣਨ ਦੀ ਅਭਿਲਾਸ਼ਾ ਰੱਖਣ ਵਾਲਿਆਂ ਨੂੰ ਸੁਝਾਊ ਬਹਿਸ ਰਾਹੀਂ ਕੁਝ ਕੁਝ ਵਿਚਾਰ ਕੀਤੀ ਜਾ ਸਕੇ ਅਤੇ ਸੇਧ-ਸੰਕੇਤ ਮਿਲ ਸਕਣ। ਸਾਹਿਤ ਅਤੇ ਸਾਹਿਤਕ ਵਿਚਾਰ ਕਦੇ ਵੀ 'ਦੋ ਦੂਣੀ ਚਾਰ' ਦੇ ਹਿਸਾਬ ਨਾਲ ਸਹੀ ਹੋ ਕੇ ਨਹੀਂ ਚੱਲਦੀ। ਗੱਲ ਪੂਰੀ ਨਹੀਂ ਕੀਤੀ ਗਈ ਅਤੇ ਕਦੇ ਵੀ, ਕੋਈ ਵੀ ਪੂਰੀ ਨਹੀਂ ਕਰ ਸਕਦਾ ਅਤੇ ਨਾ ਹੀ ਕਦੇ ਵੀ, ਕਿਸੇ ਨੂੰ ਇਹ ਦਾਅਵਾ ਹੀ ਕਰਨਾ ਚਾਹੀਦਾ ਹੈ ਕਿ ਉਸ ਨੇ ਗੱਲ ਪੂਰੀ ਅਤੇ ਪੱਥਰ 'ਤੇ ਲਕੀਰ ਵਾਂਗ ਸਹੀ ਕਰ ਦਿੱਤੀ ਹੈ। ਗੱਲ ਨੂੰ ਅਗਾਂਹ ਤੋਰਨ ਦਾ ਯਤਨ ਕਰਨਾ ਬਣਦਾ ਹੈ। ਵਿਚਾਰਾਂ ਦੇ ਆਦਾਨ ਪ੍ਰਦਾਨ ਲਈ ਕੁਝ ਕਿੰਤੂ, ਕੁਝ ਪਰੰਤੂ ਉਠਾਏ ਜਾਣੇ ਬੇਹੱਦ ਜ਼ਰੂਰੀ ਹਨ, ਲੋੜੀਂਦੇ ਹਨ। ਹੱਥਲੀ, ਹਲਕੀ ਲਿਖਤ ਦਾ ਦਰਅਸਲ ਮਕਸਦ ਹੀ ਇਹ ਹੈ ਕਿ ਦਿਲ-ਦਿਮਾਗ਼ ਨੂੰ ਜ਼ਰਾ ਕੁ ਹਰਕਤ ਦਿੱਤੀ ਜਾਵੇ।

ਸਿਰਜਣਾ ਦਾ ਸੰਕਲਪ ਬਿਲਕੁਲ ਹੀ ਨਵਾਂ-ਨਕੋਰ ਨਹੀਂ। ਆਦਿ ਕਾਲ ਤੋਂ ਹੀ, ਆਦਿ ਕਾਲ ਦਾ ਮਨੁੱਖ ਸਿਰਜਣਾ ਕਰਦਾ ਆ ਰਿਹਾ ਹੈ ਅਤੇ ਇਸੇ ਸਿਰਜਣਾ ਦੇ ਵਿਕਸਤ ਰੂਪ ਅਤੇ ਢੰਗ ਹੀ ਅੱਜ ਦੇ ਮਨੁੱਖ ਦੀ ਨਿਸ਼ਾਨਦੇਹੀ ਵੀ ਕਰਦੇ ਆ ਰਹੇ ਹਨ। ਸਿਰਜਣਾ ਦਾ ਇਤਿਹਾਸਕ ਰੂਪ ਭਾਵੇਂ ਕੋਈ ਵੀ ਹੋਵੇ, ਸਦਾ ਹੀ ਘੱਟ ਜਾਂ ਵੱਧ ਸਲਾਹੁਣ ਜਾਂ ਮਾਣਨ ਯੋਗ ਹੁੰਦਾ ਹੈ। ਅੱਜ ਦੇ ਸਮਾਜ ਵਿਚ ਸਿਖਰਾਂ ਛੋਹ ਰਹੀ 'ਸ਼ਾਬਦਿਕ ਸਿਰਜਣ ਕਲਾ' ਦੀ ਬਹੁਤ ਵੱਡੀ ਥਾਂ ਹੈ। ਮਾਧਿਅਮ ਜਾਂ ਵਸੀਲਿਆਂ ਵਿਚ ਤਬਦੀਲੀਆਂ ਆਉਣ ਦੇ ਬਾਵਜੂਦ 'ਸ਼ਬਦਾਂ' ਦਾ ਆਪਣਾ ਇਕ ਵਿਸ਼ੇਸ਼ ਮਹੱਤਵ ਹੈ। ਸ਼ਾਬਦਿਕ-ਕਲਾ-ਸਿਰਜਣਾ ਮੂਲ ਰੂਪ ਵਿਚ ਗਿਆਨ ਸਿਰਜਣਾ ਹੀ ਹੁੰਦੀ ਹੈ। ਸਾਨੂੰ ਹਰ ਸਿਰਜਣਾ, ਭਾਵ ਰਚਨਾ ਤੋਂ ਕੁਝ ਨਾ ਕੁਝ ਗਿਆਨ ਪ੍ਰਾਪਤੀ ਦੀ ਲਾਲਸਾ-ਜਗਿਆਸਾ ਹੁੰਦੀ ਹੈ ਪਰ ਇਸ ਦੇ ਨਾਲ ਹੀ ਹਰ ਸਿਰਜਣਾ ਤੋਂ ਆਨੰਦ ਮਾਣ ਸਕਣ ਦਾ ਚਾਅ-ਮੋਹ ਵੀ ਹੁੰਦਾ ਹੈ। ਇਹੋ ਹੀ ਕਾਰਨ

ਹੈ ਕਿ ਹਰ ਇਕ ਸਿਰਜਣਾ ਜਾਂ ਰਚਨਾ ਵਿਚ ਗਿਆਨ ਨੂੰ ਆਨੰਦ ਦੀ ਪੁੱਠ ਦਿੱਤੀ ਗਈ ਹੁੰਦੀ ਹੈ। ਗਿਆਨ ਅਤੇ ਆਨੰਦ ਦਾ ਸੁੰਦਰ-ਚਤੁਰ ਸੁਮੇਲ ਬੜੀ ਸਾਧਨਾ ਦੀ ਮੰਗ ਕਰਦਾ ਹੈ। ਇੰਞ ਅਸੀਂ ਸੁਤੇ-ਸਿਧ ਹੀ ਸਿਰਜਣਾ ਵਿਚੋਂ ਸਾਧਨਾ ਅਤੇ ਸਾਧਨਾ ਵਿਚੋਂ ਸਿਰਜਣਾ ਦੀਆਂ ਝਲਕੀਆਂ ਲੱਭਣ ਦੀ ਕੋਸ਼ਿਸ਼ ਕਰਦੇ ਹਾਂ।

ਸ਼ਾਬਦਿਕ ਸਿਰਜਣਾ ਕਰਨਾ, ਭਾਵ ਲਿਖਣਾ, ਕੀ ਔਖਾ ਹੈ ? ਕਲਮ ਚੁੱਕੀ ਅਤੇ ਕੋਰੇ ਕਾਗ਼ਜ਼ ਉੱਤੇ ਲਿਖਣਾ ਸ਼ੁਰੂ ਕਰ ਦਿੱਤਾ। ਪਰ, ਦਰਅਸਲ ਅਸੀਂ ਸਭ ਜਾਣਦੇ ਹਾਂ ਕਿ ਲਿਖਣਾ ਜਾਂ ਸ਼ਾਬਦਿਕ ਸਿਰਜਣਾ ਕਰਨੀ ਇੰਨਾ ਆਸਾਨ ਕਾਰਜ ਨਹੀਂ। ਸਿਰਜਣਾ ਕਰਨੀ ਬਹੁਤ ਹੀ ਔਖਾ ਅਤੇ ਤਰੱਦਦ ਦਾ ਕੰਮ ਹੈ। ਸਿਰਜਣਾ ਸਾਧਨਾ ਦੀ ਮੰਗ ਤਾਂ ਕਰਦੀ ਹੀ ਹੈ ਪਰ ਨਾਲ ਹੀ ਬੜੀ ਗੰਭੀਰਤਾ ਦੀ ਮੰਗ ਵੀ ਕਰਦੀ ਹੈ। ਇਥੋਂ ਤਕ ਕਿ ਜੇਕਰ ਹਾਸ-ਰਸ ਅਤੇ ਵਿਅੰਗ ਦੇ ਲੇਖਕ ਵੀ ਆਪਣੀ ਸਿਰਜਣ ਸ਼ਕਤੀ ਨੂੰ ਗੰਭੀਰਤਾ ਨਾਲ ਨਾ ਵਰਤਣ ਤਾਂ ਉਹਨਾਂ ਦਾ ਹਾਸ-ਰਸ ਜਾਂ ਵਿਅੰਗ, ਕੇਵਲ ਸਾਧਾਰਨ ਮਜ਼ਾਕ ਬਣ ਕੇ ਰਹਿ ਜਾਵੇ। ਸਿਰਜਣਾ, ਲਿਖਤ ਅਭਿਆਸ ਮੰਗਦੀ ਹੈ, ਬੜੀ ਹੀ ਜੁਗਤ ਅਤੇ ਸਾਧਨਾ ਨਾਲ ਭਰਪੂਰ, ਗੰਭੀਰ, ਲੰਮਾ ਅਤੇ ਅਕਾਅ ਦੇਣ ਵਾਲਾ ਅਭਿਆਸ।

ਸਿਰਜਣਾ ਵਿਚ ਜਿਥੇ ਅਭਿਆਸ ਦਾ ਰੋਲ ਹੈ, ਉਥੇ ਲੇਖਕ ਦੀ ਪ੍ਰਤਿਭਾ ਨੂੰ ਵੀ ਅੱਖੋਂ ਉਹਲੇ ਨਹੀਂ ਕੀਤਾ ਜਾ ਸਕਦਾ। ਪਰ ਇਕੱਲੀ ਪ੍ਰਤਿਭਾ ਨਾਕਾਫ਼ੀ ਹੈ ਕਿਉਂਕਿ ਪ੍ਰਤਿਭਾ ਦੇ ਨਾਲ ਨਾਲ਼ ਜੀਵਨ ਦੇ ਅਨਗਿਣਤ ਵਰ੍ਹਿਆਂ ਵਿਚ ਪ੍ਰਾਪਤ ਅਨੁਭਵ ਦੀ ਪਿੱਠ-ਭੂਮੀ ਵਿਚ ਲਗਾਤਾਰ ਕ੍ਰਮ-ਵਾਰ ਕੀਤਾ ਗਿਆ ਅਭਿਆਸ, 'ਚੰਗੀ ਸਿਰਜਣਾ' ਲਈ ਦਰਕਾਰੀ ਹੈ। ਕਿੰਤੂ-ਪਰੰਤੂ ਕੀਤੇ ਜਾ ਸਕਦੇ ਹਨ ਕਿ ਹੁਣ ਲੇਖਕ, ਸਿਰਜਣਾ ਤੋਂ ਇਕ ਹੋਰ ਕਦਮ ਅੱਗੇ ਜਾ ਕੇ 'ਚੰਗੀ ਸਿਰਜਣਾ' ਦੀ ਗੱਲ ਕਰ ਕੇ, ਵਿਸ਼ੇ ਨੂੰ ਗੰਧਲਾ ਕਰ ਰਿਹਾ ਹੈ। ਨਹੀਂ, ਐਸੀ ਕੋਈ ਗੱਲ ਨਹੀਂ। ਸਿਰਜਣਾ ਲਈ ਅਭਿਆਸ ਜਾਂ ਸਾਧਨਾ ਬੇਹੱਦ ਲੋੜੀਂਦੀ ਹੈ। ਲਗਾਤਾਰ ਕੀਤਾ ਗਿਆ ਅਕਾਅ ਦੇਣ ਵਾਲਾ ਅਭਿਆਸ, ਸਿਰਜਣਾ ਵਿਚ ਸਰਲਤਾ, ਸਹਿਜਤਾ, ਰਵਾਨੀ, ਵਿਸ਼ੇ ਦੀ ਪਕੜ, ਵਿਚਾਰ ਅਤੇ ਦ੍ਰਿਸ਼ਟੀ ਦੀ ਤਿੱਖੀ ਚੋਭ ਦਰਸਾਉਣ ਲਈ, ਬੜਾ ਹੀ ਜ਼ਰੂਰੀ ਹੈ। ਜਿਵੇਂ ਯੋਗਾ, ਕਸਰਤ, ਸੰਗੀਤ, ਨਾਚ, ਚਿੱਤਰਕਾਰੀ ਜਾਂ ਅਦਾਕਾਰੀ ਵਿਚ ਆਪਣੀ ਪ੍ਰਤਿਭਾ ਦੀ ਲੋਅ ਸਮੇਤ, ਇਕ ਕੁਦਰਤੀ ਕ੍ਰਮ ਅਨੁਸਾਰ ਪੂਰੀ ਲਗਨ ਨਾਲ ਸੇਧ-ਬੱਧ ਸਾਧਨਾ ਕਰਨੀ ਲੋੜੀਂਦੀ ਹੈ, ਠੀਕ ਤਿਵੇਂ ਹੀ, ਇਕ ਸਿਰਜਣਾ ਕਰਨ ਵਾਲੇ ਲੇਖਕ ਪਾਸੋਂ, ਲਿਖਣ ਸਬੰਧੀ ਵਚਨ-ਬੱਧਤਾ ਅਤੇ ਕਰੜੀ ਸਾਧਨਾ, ਭਾਵ ਤਪੱਸਿਆ ਦੀ ਆਸ ਕੀਤੀ ਜਾਂਦੀ ਹੈ। ਸਾਧਨਾ ਜਾਂ ਤਪੱਸਿਆ ਕਿਸੇ ਨਿਯਮ ਵਿਚ ਹੀ ਹੋਇਆ ਕਰਦੀ ਹੈ। ਲਗਾਤਾਰ ਅਭਿਆਸ, ਇਕ ਲੇਖਕ ਪਾਸੋਂ, ਹੁਣ ਨਾਲੋਂ ਹੋਰ ਚੰਗੀ, ਹੋਰ ਨਰੋਈ, ਹੋਰ ਸਪਸ਼ਟ, ਹੋਰ ਸੁਲਝੀ ਹੋਈ, ਹੋਰ ਸੁੰਦਰ, ਸਦ-ਰਹਿਣੀ ਅਤੇ ਸਦ-ਬਹਾਰ ਰਚਨਾ ਦੀ ਆਸ ਰੱਖਦਾ ਹੈ।

ਜਗਤ ਪ੍ਰਸਿੱਧ ਬੰਗਾਲੀ ਲੇਖਕ ਟੈਗੋਰ, ਲੇਖਕ ਨੂੰ ਪ੍ਰੇਰਨਾ ਦਿੰਦਿਆਂ ਕੁਝ ਇਸ ਤਰ੍ਹਾਂ ਕਹਿੰਦਾ ਹੈ, "ਲਿਖਦਿਆਂ ਇਹ ਸੋਚੋ ਕਿ ਤੁਹਾਡਾ ਪਾਠਕ ਬੜਾ ਹੀ ਵਿਦਵਾਨ ਬੰਦਾ ਹੈ ਜੋ ਸਿਰਜਣਾਤਮਿਕ ਸਾਹਿਤ ਦੇ ਗੁਣਾਂ-ਔਗੁਣਾਂ ਨੂੰ ਪਰਖ ਸਕਦਾ ਹੈ।"

ਇਸ ਲਈ, ਇਕ ਲੇਖਕ ਲਈ ਇਹ ਜ਼ਰੂਰੀ ਬਣਦਾ ਹੈ ਕਿ ਉਹ ਸਸਤੀ ਵਾਹ ਵਾਹ ਪ੍ਰਾਪਤ ਕਰਨ ਜਾਂ ਬੱਲੇ-ਬੱਲੇ ਕਰਵਾਉਣ ਲਈ ਆਪਣੀ ਸਿਰਜਣਾ ਦੀ ਜ਼ੱਖਣਾ ਨਾ ਪੁੱਟੇ ਅਤੇ ਕਿਸੇ ਵੀ ਕੀਮਤ 'ਤੇ ਆਪਣੀ ਸਿਰਜਣਾ ਦੀ ਪੱਧਰ ਨੂੰ ਡਿੱਗਣ ਨਾ ਦੇਵੇ। ਲੇਖਕ ਨਾ ਤਾਂ ਖ਼ੁਦ ਹੀ ਡਿੱਗੇ ਅਤੇ ਨਾ ਹੀ ਆਪਣੇ ਪਾਠਕ ਨੂੰ ਹੀ ਡਿੱਗਣ ਦੇਵੇ। ਲੇਖਕ ਦਾ ਤਾਂ ਉਦੇਸ਼ ਹੀ ਇਹ ਹੋਣਾ ਚਾਹੀਦਾ ਹੈ ਕਿ ਉਸ ਨੇ ਆਪਣੇ ਪਾਠਕ ਨੂੰ ਆਪਣੇ ਨਾਲ, ਆਪਣੀ ਸਿਰਜਣਾ ਦੀ ਪੱਧਰ ਤਕ ਲੈ ਕੇ ਜਾਣਾ ਹੈ। ਲੇਖਕ ਨੂੰ ਆਪਣੀ ਸ਼ਾਬਦਿਕ ਸਿਰਜਣਾ ਕਰਨ ਲਈ ਇਸੇ ਧਰਤੀ ਤੋਂ ਹੀ ਮੌਲਿਕ ਹੱਡ-ਮਾਸ ਮਿਸ਼ਰਤ ਮਿੱਟੀ ਲੈਣੀ ਪਵੇਗੀ ਪਰ ਉਸ ਦਾ ਇਹ ਕਰਤਵ ਬਣਦਾ ਹੈ ਕਿ ਉਸ ਨੇ ਇਸ ਮੌਲਿਕ ਮਿੱਟੀ ਦੀ, ਮਿੱਟੀ ਦੇ ਰੂਪ ਵਿਚ ਨਹੀਂ ਸਗੋਂ ਆਪਣੇ ਡੂੰਘੇ, ਸੱਚੇ ਸੁੱਚੇ ਅਤੇ ਸਥਿਰ ਭਾਵਾਂ ਦੀ ਦਾਸੀ ਕਲਪਨਾ ਰਾਹੀਂ ਅਨੁਭਵ ਕੀਤੇ ਅਹਿਸਾਸ ਨੂੰ ਬੌਧਿਕਤਾ ਬਖ਼ਸ਼ਦਿਆਂ ਮੌਲਿਕ ਸਿਰਜਣਾ ਕਰਨੀ ਹੈ। ਰੂਪ ਦੇ ਸਾਧਨਾਂ ਨਾਲ ਭਾਵਾਂ, ਵਿਚਾਰਾਂ, ਕਲਪਨਾ ਅਤੇ ਬੌਧਿਕਤਾ ਨੂੰ ਅਰਥ ਦਿੱਤੇ ਜਾਂਦੇ ਹਨ। ਇਹੋ ਹੀ, ਸਾਧਨਾ ਜੁਗਤ, ਸਿਰਜਣਾ ਹੈ।

ਮਨਿੰਦਰ ਸ਼ੌਕ ਨੇ *ਗੁਲ-ਚਮਨ* ਦੇ ਫ਼ਰਵਰੀ 1987 ਦੇ ਅੰਕ ਵਿਚ 'ਜਦ ਪੈਰਾਂ ਦੇ ਨਿਸ਼ਾਨ ਪੱਥਰ ਬਣਦੇ ਹਨ' ਦੇ ਸਿਰਲੇਖ ਹੇਠ ਇਕ ਛੋਟੀ ਜਿਹੀ ਰਚਨਾ ਰਾਹੀਂ, ਪਰੰਪਰਾਗਤ ਪਰਿਭਾਸ਼ਾਵਾਂ ਦੇ ਚੱਕਰ ਤ਼ੋਂ ਮੁਕਤ ਹੋ ਕੇ, ਇਕ ਸੁੰਦਰ ਅਤੇ ਸਦ-ਰਹਿਣੀ ਰਚਨਾ, ਲਿਖਤ ਜਾਂ ਸਿਰਜਣਾ ਦੀ ਪਰਿਭਾਸ਼ਾ ਬੜੇ ਹੀ ਕਲਾਮਈ ਢੰਗ ਨਾਲ ਪੇਸ਼ ਕੀਤੀ ਹੈ। ਉਹ ਲਿਖਦਾ ਹੈ :

> ਪਾਣੀ ਦੇ ਸੀਨੇ 'ਤੇ ਪਈ ਲਕੀਰ ਵਾਂਗ ਬਿਖਰ ਜਾਣ ਵਾਲੇ ਹਰਫ਼ਾਂ ਨੂੰ ਰਚਨਾ ਨਹੀਂ ਕਹਿੰਦੇ ਤੇ ਨਾ ਹੀ ਰੇਤ ਦੇ ਕਿਣਕਿਆਂ ਨਾਲ ਉਸਾਰੀ ਹੋਈ ਦੀਵਾਰ ਵਾਂਗ ਕਿਰਚਾਂ ਕਿਰਚਾਂ ਹੋਣ ਵਾਲੇ ਹਰਫ਼ਾਂ ਨੂੰ ਹੀ ਰਚਨਾ ਕਹਿੰਦੇ ਹਨ। ਸਗੋਂ ਰਚਨਾ ਤਾਂ ਪੱਥਰ ਦੇ ਸੀਨੇ 'ਤੇ ਖੁਦੇ ਹਰਫ਼ਾਂ ਵਾਂਗ ਹੀ ਪਾਠਕ ਦੇ ਦਿਲ ਉੱਤੇ ਆਪਣੀ ਸਦੀਵੀ ਛਾਪ ਲਾਉਣ ਵਾਲੀ ਇਬਾਰਤ ਨੂੰ ਆਖਦੇ ਹਨ। ਰਚਨਾ ਉਹ ਨਹੀਂ ਹੁੰਦੀ, ਜੋ ਆਪਣੇ ਪਾਠਕਾਂ ਨੂੰ ਰਾਹ ਵਿਚ ਭਟਕਦਾ ਹੋਇਆ ਛੱਡ ਜਾਵੇ, ਸਗੋਂ ਰਚਨਾ ਤਾਂ ਉਹ ਹੁੰਦੀ ਹੈ ਜਿਸ ਦੇ ਪਹਿਲੇ ਹਰਫ਼ ਤੋਂ ਲੈ ਕੇ ਆਖ਼ਰੀ ਹਰਫ਼ ਤਕ ਉਸ ਦਾ ਪਾਠਕ ਆਪਣੇ ਕਦਮਾਂ ਨੂੰ ਮੰਜ਼ਿਲ ਵੱਲ ਵਧਦਾ ਹੋਇਆ ਮਹਿਸੂਸ ਕਰੇ।

ਸੱਚ ਜਾਣਨਾ, ਅਜਿਹੀ ਰਚਨਾ ਰਚਣੀ ਜਾਂ ਸ਼ਾਬਦਿਕ ਸਿਰਜਣਾ ਕਰਨੀ ਸਹਿਜ ਨਹੀਂ। ਅਜਿਹੀ ਸਿਰਜਣਾ ਲਈ ਬੜੀ ਸਾਧਨਾ ਦੀ ਲੋੜ ਹੈ। ਕਿਉਂਕਿ ਰਚਨਾ ਕੇਵਲ ਮੁਕੰਮਲ ਰਚਨਾ ਹੀ ਹੁੰਦੀ ਹੈ। ਇਸ ਵਿਚ ਕੋਈ ਵੀ ਟੁੱਟ-ਭੱਜ, ਕੱਜ ਜਾਂ ਤਰੇੜ ਦੀ ਗੁੰਜਾਇਸ਼ ਨਹੀਂ ਹੁੰਦੀ। ਲਿਖਣਾ ਤੁਰ ਰਹੇ, ਭੱਜੇ ਜਾ ਰਹੇ ਸਮੇਂ ਨੂੰ ਪਕੜਨਾ ਹੁੰਦਾ ਹੈ। ਚੱਲਦੇ ਹੋਏ ਸਮੇਂ ਨੂੰ ਸ਼ਬਦਾਂ ਦੀ ਪਕੜ ਵਿਚ ਲਿਆਉਣਾ ਕੋਈ ਖਾਲਾ ਜੀ ਦਾ ਵਾੜਾ ਤਾਂ ਨਹੀਂ। ਸਧੀ ਹੋਈ ਰੱਕਾਸਾ ਆਪਣੀ ਕਲਾ ਦੇ ਪ੍ਰਦਰਸ਼ਨ ਪੂਰੇ ਆਤਮ-ਵਿਸ਼ਵਾਸ ਨਾਲ ਕਰਦੀ ਹੈ। ਰੱਕਾਸਾ ਦੇ ਸੁਲਝੇ ਹੋਏ ਨਾਚ ਵਾਂਗ ਹੀ ਇਕ ਲੇਖਕ, ਦੌੜਦੇ ਜਾ ਰਹੇ ਸਮੇਂ

ਨੂੰ ਆਪਣੀ ਪਕੜ ਵਿਚ ਲਿਆ ਕੇ ਪਾਠਕਾਂ ਦੇ ਰੂਬਰੂ ਹੁੰਦਾ ਹੈ। ਇਸੇ ਕਾਰਨ ਹੀ ਲੇਖਕ ਦੀ ਸਿਰਜਣਾ, ਲੇਖਕ ਲਈ ਸਿਰਜਣਾ ਕਰਦੇ ਸਮੇਂ ਫੁੱਲਾਂ ਦੀ ਸੇਜ ਨਹੀਂ ਬਣਦੀ, ਸਗੋਂ ਕੰਡਿਆਲੀ ਥੋਹਰ ਦੇ ਜ਼ਹਿਰ 'ਚ ਭਿੱਜੇ ਕੰਡਿਆਂ ਦੀ ਤਿੱਖੀ ਨੋਕ ਨਾਲ ਜ਼ਖ਼ਮਾਂ ਨੂੰ ਕੁਰੇਦਣ ਵਾਲੀ ਟੀਸ ਹੋ ਨਿੱਬੜਦੀ ਹੈ।

ਤਾਂ ਫਿਰ, ਸਹਿਜੇ ਹੀ ਇਕ ਪ੍ਰਸ਼ਨ ਉਠਾਇਆ ਜਾ ਸਕਦਾ ਹੈ ਕਿ ਅਜਿਹੀ ਸਿਰਜਣਾ ਕਰਨ ਦੇ ਯੋਗ ਹੋਣ ਲਈ ਕੀ ਕੀ ਲੋੜੀਂਦਾ ਹੈ ? ਪ੍ਰਤਿਭਾ ? ਵਿਚਾਰ ? ਦ੍ਰਿਸ਼ਟੀਕੋਣ ? ਭਾਵ ? ਬੌਧਿਕਤਾ ? ਰੋਚਕਤਾ ? ਪ੍ਰੇਰਨਾ ? ਸ਼ੈਲੀ ? ਸਾਧਨਾ ?

ਸਾਰੇ ਹੀ ਲੇਖਕਾਂ ਲਈ—ਸਥਾਪਤ ਵਿਦਵਾਨ ਲੇਖਕਾਂ ਤੋਂ ਖਿਮਾ ਮੰਗਦਿਆਂ—ਸਭ ਤੋਂ ਪਹਿਲਾਂ ਇਹ ਜ਼ਰੂਰੀ ਹੈ ਕਿ ਉਹ 'ਗ਼ਲਤੀਆਂ ਦੁਆਰਾ ਸਿਖ ਕੇ' ਇਹ ਪਤਾ ਲਗਾਉਣ ਕਿ ਲਿਖਤ ਦੀ ਕਿਹੜੀ ਵਿਧਾ ਉਹਨਾਂ ਦੇ ਵਿਚਾਰਾਂ ਦੀ ਅਭਿਵਿਅਕਤੀ ਲਈ ਯੋਗ ਅਤੇ ਦਰੁੱਸਤ ਹੈ। ਇਸ ਪਿੱਛੋਂ, ਇਸ ਮਿੱਥੀ ਗਈ ਵਿਧੀ/ਵਿਧਾ ਨੂੰ ਪੂਰਨ ਰੂਪ ਵਿਚ ਸਿਖਿਆ ਜਾਵੇ। ਸ਼ਾਇਦ 'ਸਿਖਿਆ ਜਾਵੇ' ਚੁਭਵਾਂ ਅਰਥ ਦਿੰਦਾ ਪ੍ਰਤੀਤ ਹੋਵੇ। ਪਰ ਲੇਖਕ ਤਾਂ ਸਾਰੀ ਉਮਰ ਹੀ ਸਿੱਖਦਾ ਰਹਿੰਦਾ ਹੈ। ਲੇਖਕ, 'ਸਿੱਖਿਆ' ਨੂੰ ਸਿਰਜਣਾ ਲਈ ਬੇਹੱਦ ਜ਼ਰੂਰੀ ਸਮਝਦਾ ਹੈ। ਸਿੱਖਿਆ ਦੀ ਗੱਲ ਕਰਦਿਆਂ ਅਕਾਦਮਿਕ ਯੋਗਤਾ ਦੀ ਗੱਲ ਨਹੀਂ ਕੀਤੀ ਜਾ ਰਹੀ। ਸਬਰ ਨਾਲ ਗੱਲ ਜ਼ਰੂਰ ਹੀ ਸੁਣ ਲੈਣੀ ਅਤੇ ਆਪਣੀ ਲੋੜ ਅਨੁਸਾਰ ਇਸ ਵਿਚ ਵਾਧ-ਘਾਟ ਵੀ ਕਰਨ ਦੀ ਖੁੱਲ੍ਹ ਹੈ।

ਐਵੇਲੀਨ ਔਗ (Evelyn Waugh) ਲਿਖਦੀ ਹੈ : To write for love as well as money you must reach a high standard for your own satisfacton and not just in order to sell your work.

ਲਿਖਣ ਦੇ ਸ਼ੌਕ ਲਈ ਜਾਂ ਲਿਖਤਾਂ ਨਾਲ ਪਿਆਰ ਕਾਰਨ ਲਿਖਣਾ ਅਤੇ ਇਸ ਦੇ ਨਾਲ ਹੀ ਪੈਸਿਆਂ ਲਈ ਵੀ ਲਿਖਣਾ ਹੋਵੇ ਤਾਂ ਫਿਰ ਲੇਖਕ ਨੂੰ ਆਪਣੀ ਨਿੱਜ-ਤਸੱਲੀ ਲਈ ਆਪਣੇ ਕਾਰਜ ਵਿਚ ਸਿਖਰਤਾ ਦੀ ਪੱਧਰ ਲਿਆਉਣੀ ਪਵੇਗੀ। ਲਿਖਣ ਦੇ ਕਾਰਜ ਨੂੰ ਸਾਧਾਰਨ ਤੌਰ 'ਤੇ ਨਹੀਂ, ਇਕ ਵਿਸ਼ੇਸ਼ ਰੂਪ ਵਿਚ ਲੈਣਾ ਪਵੇਗਾ।

ਸਿਰਜਣਾ ਦੀ ਉਪਰੋਕਤ ਚੋਟੀ ਤਕ ਪੁੱਜਣ ਲਈ, ਲਗਨ ਭਰੀ ਮਿਹਨਤ ਅਤੇ ਦ੍ਰਿੜ੍ਹ ਇਰਾਦੇ ਦੀ ਲੋੜ ਹੈ। ਕਿਸੇ ਵੀ ਨਵੇਂ ਉੱਠ ਰਹੇ ਜਾਂ ਪੁਰਾਣੇ ਲੇਖਕ ਦੀ ਸਿਰਜਣਾ ਸਬੰਧੀ ਅਗਾਂਹ ਦਰਜ ਤਿੰਨ ਪੜਾਅ ਤਾਂ ਨਿਸਚਿਤ ਹੀ ਆਉਂਦੇ ਹਨ :

1. **ਪਹਿਲਾ ਪੜਾਅ :** ਕੁਝ ਲੇਖਕ, ਅਗਿਆਨਤਾ ਦਾ ਭਰਮ ਪਾਲਦੇ (ਅਤੇ ਪੰਜਾਬੀ ਵਿਚ ਤਾਂ ਬਹੁਤ ਹਨ) ਬਿਨਾਂ ਕਿਸੇ ਆਕਾਰ, ਅਗਵਾਈ ਜਾਂ ਸੇਧ ਦੇ ਆਪਣੇ ਮਨ ਨੂੰ ਰਿਝਾਉਣ ਹਿਤ ਜਾਂ ਆਪਣੀ ਹਉਮੈ ਨੂੰ ਪੱਠੇ ਪਾਉਣ ਲਈ ਲਿਖਣਾ ਆਰੰਭ ਕਰਦੇ ਹਨ ਅਤੇ ਲਿਖਦੇ ਰਹਿੰਦੇ ਹਨ।
2. **ਦੂਜਾ ਪੜਾਅ :** ਕੁਝ ਲੇਖਕ, ਕਿਸੇ ਸਥਾਪਤ ਲੇਖਕ ਜਾਂ ਲੇਖਕ ਸਮੂਹ ਨਾਲ ਜੁੜਦੇ ਹਨ ਤਾਂ ਉਹਨਾਂ ਨੂੰ ਪਤਾ ਲੱਗਦਾ ਹੈ ਕਿ ਉਹਨਾਂ ਦੀ ਲਿਖਤ ਤਾਂ ਗ਼ਲਤੀਆਂ ਨਾਲ ਭਰੀ ਪਈ ਹੈ। ਅਜਿਹੀ ਹਾਲਤ ਵਿਚ ਅਕਸਰ ਕਈ ਤਾਂ

ਘਬਰਾ ਕੇ ਪਿੱਛਲ-ਖੁਰੀ ਤੁਰਨ ਲਈ ਮਜਬੂਰ ਹੁੰਦੇ ਹਨ। ਇਸ ਪੜਾਅ 'ਤੇ ਉਹਨਾਂ ਲੇਖਕਾਂ ਨੂੰ ਆਪਣੀ ਲਿਖਤ ਦੀਆਂ ਗ਼ਲਤੀਆਂ ਦੀ ਸੋਝੀ ਤਾਂ ਹੋ ਜਾਂਦੀ ਹੈ ਪਰ ਉਹਨਾਂ ਨੂੰ ਇਹ ਨਹੀਂ ਸੁੱਝਦਾ ਕਿ ਉਹ ਆਪਣੀਆਂ ਗ਼ਲਤੀਆਂ ਦੀਆਂ ਦਰੁੱਸਤੀਆਂ ਕਿਵੇਂ ਕਰਨ। ਅਭਿਆਸ ਜਾਰੀ ਕਿਵੇਂ ਰੱਖਣ। ਬੱਸ, ਜਿਵੇਂ ਉਹਨਾਂ ਦਾ ਮਨ ਸ਼ਾਅਦੀ ਭਰਦਾ ਹੈ, ਉਹ ਕਰਦੇ ਜਾਂਦੇ ਹਨ।

3. **ਤੀਜਾ ਪੜਾਅ :** ਇਸ ਪੜਾਅ 'ਤੇ ਪੁੱਜ ਜਾਣ ਵਾਲੇ ਲੇਖਕਾਂ ਨੂੰ ਆਪਣੀਆਂ ਗ਼ਲਤੀਆਂ ਦੀ ਸੋਝੀ ਵੀ ਹੋ ਜਾਂਦੀ ਹੈ ਅਤੇ ਉਹ ਜਾਗ ਚੁੱਕਣ ਕਾਰਨ ਸਮਝ ਪਾ ਜਾਂਦੇ ਹਨ ਕਿ ਉਹਨਾਂ ਨੇ ਆਪਣੀਆਂ ਗ਼ਲਤੀਆਂ ਨੂੰ ਕਿਵੇਂ ਤੇ ਕਿਉਂ ਦਰੁੱਸਤ ਕਰਨਾ ਹੈ।

ਬਹੁਤੇ ਪਾਠਕਾਂ ਨੂੰ, ਇਕ ਲੇਖਕ ਦਾ ਜੀਵਨ ਰਸ਼ਕ ਵਾਲਾ ਲੱਗਦਾ ਹੈ। ਪਰ ਬਹੁਤ ਹੀ ਘੱਟ ਪਾਠਕ ਇਹ ਜਾਣਦੇ ਹਨ ਕਿ ਇਕ ਲੇਖਕ ਨੂੰ ਆਪਣੀ ਲਿਖਤ ਦੀ ਸਿਰਜਣਾ ਦਾ ਲਗਪਗ ਸਾਰਾ ਹੀ ਜੀਵਨ ਇਕੱਲਿਆਂ ਹੀ ਗੁਜ਼ਾਰਨਾ ਪੈਂਦਾ ਹੈ।

ਲੇਖਕ ਨੇ ਇਹ ਨਹੀਂ ਕਿਹਾ ਕਿ ਲੇਖਕ ਲੋਕਾਂ ਵਿਚ ਹੀ ਰਹਿ ਕੇ, ਲੋਕਾਂ ਸਬੰਧੀ ਜਾਨਣ-ਬੁੱਝਣ ਪਿੱਛੋਂ, ਲੋਕਾਂ ਲਈ ਨਹੀਂ ਲਿਖਦਾ। ਕਹਿਣ ਦਾ ਭਾਵ ਇਹ ਹੈ ਕਿ ਲੇਖਕ ਜਨ-ਸਮੂਹ ਵਿਚ ਰਹਿੰਦਿਆਂ ਹੋਇਆਂ ਵੀ ਸਦਾ ਹੀ, ਲਿਖਣ-ਜੀਵਨ ਦੀ ਸਾਰੀ ਉਮਰ ਹੀ, ਇਕੱਲਾ ਹੀ ਹੁੰਦਾ ਹੈ। ਲੇਖਕ ਜੀਵਨ ਦੇ ਅਨੁਭਵ ਤੋਂ ਬਿਨਾਂ ਸਦ-ਰਹਿਣੀ ਰਚਨਾ ਤਾਂ ਕਰ ਹੀ ਨਹੀਂ ਸਕਦਾ। ਇਹ ਗੱਲ ਵੀ ਗ਼ਲਤ ਹੈ ਕਿ ਇਕ ਲੇਖਕ, ਇਕ ਲੇਖਕ ਹੋਣ ਦੇ ਨਾਤੇ, ਕਿਸੇ ਦੂਜੇ ਨਾਲੋਂ ਜ਼ਿਆਦਾ ਬੁੱਧੀਮਾਨ ਹੁੰਦਿਆਂ, ਉਸ ਤੋਂ ਕਿਸੇ ਵੱਖਰੀ ਮਿੱਟੀ ਦਾ ਬਣਿਆ ਹੋਇਆ ਹੁੰਦਾ ਹੈ। ਅਜਿਹਾ ਕਦਾਚਿਤ ਨਹੀਂ ਹੁੰਦਾ। ਜਿਹੜਾ ਲੇਖਕ, ਨਵਾਂ ਜਾਂ ਪੁਰਾਣਾ, ਇਸ ਕਿਸਮ ਦੇ ਦਾਅਵੇ ਕਰਨ ਦੀ ਹਿਮਾਕਤ ਕਰਦਾ ਹੈ ਜਾਂ ਕਰ ਸਕਦਾ ਹੈ, ਉਹ ਕੰਨੜ ਲੇਖਕ 'ਕੇ. ਸ਼ਿਵਰਾਮ ਕਾਰੰਤ' ਅਨੁਸਾਰ 'ਦੰਭੀ' ਹੈ, ਹੁੰਦਾ ਹੈ, ਹੋ ਸਕਦਾ ਹੈ। ਯਕੀਨ ਕਰਨਾ, ਅਜਿਹਾ ਦੰਭੀ ਲੇਖਕ ਛੇਤੀ ਹੀ ਨਸ਼ਰ ਹੋ ਜਾਵੇਗਾ।

ਸੰਸਾਰ ਵਿਚ ਅਜਿਹਾ ਕਿਹੜਾ ਮਨੁੱਖ ਹੈ ਜਿਸ ਪਾਸ ਸਮੱਸਿਆਵਾਂ ਨਹੀਂ ਹੁੰਦੀਆਂ ? ਸੰਸਾਰ ਦੇ ਸਾਰੇ ਹੀ ਮਨੁੱਖਾਂ ਦੀਆਂ ਆਪਣੀਆਂ ਆਪਣੀਆਂ ਸੀਮਾਗਤ ਸਮੱਸਿਆਵਾਂ ਲਗਪਗ ਇਕੋ ਜਿਹੀਆਂ ਹੀ ਹੁੰਦੀਆਂ ਹਨ। ਮਨੁੱਖੀ ਦੁੱਖ-ਦਰਦ, ਹਾਸਾ-ਮਖ਼ੌਲ, ਜੀਵਨ ਦੀਆਂ ਹਭੀਆਂ-ਨਭੀਆਂ ਜਿਵੇਂ ਇਕ ਲੇਖਕ ਦੀਆਂ ਹੁੰਦੀਆਂ ਹਨ ਤਿਵੇਂ ਹੀ ਕਿਸੇ ਦੂਜੇ ਲੇਖਕ ਜਾਂ ਪਾਠਕ ਦੀਆਂ ਵੀ ਹੁੰਦੀਆਂ ਹਨ। ਇਸ ਲਈ ਇਕ ਲੇਖਕ ਲਈ ਇਹ ਜ਼ਰੂਰੀ ਬਣਦਾ ਹੈ ਕਿ ਉਹ ਆਪਣੀ ਲੇਖਣੀ ਦਾ ਆਧਾਰ ਉਹਨਾਂ ਪ੍ਰਤੀਤੀਆਂ ਨੂੰ ਬਣਾਵੇ, ਜਿਹੜੀਆਂ ਖਰੀਆਂ ਅਤੇ ਸੱਚੀਆਂ ਹੋਣ। ਅਜਿਹੀਆਂ ਸੱਚੀਆਂ, ਸੁੱਚੀਆਂ ਅਤੇ ਖਰੀਆਂ ਪ੍ਰਤੀਤੀਆਂ ਰਾਹੀਂ ਉਪਜੀ ਸਿਰਜਣਾ ਜੀਵਨ ਨੂੰ ਸਮਝਣ ਵਿਚ ਸਹਾਈ ਹੁੰਦੀ ਹੈ। ਹੁਣ ਸਹਿਜੇ ਹੀ ਗੱਲ, ਅਜਿਹੀਆਂ ਪ੍ਰਤੀਤੀਆਂ ਨੂੰ ਆਪਣੇ ਵਿਚਾਰਾਂ ਦੀ ਪੁੱਠ ਦੇ ਕੇ ਪ੍ਰਗਟ ਕਰਨ ਦੀ ਹੈ।

ਤਾਂ ਫਿਰ ਵਿਚਾਰ ਕੀ ਹਨ ? ਲਿਖਣਾ ਕੋਈ ਬਨਾਵਟੀ ਕਾਰਜ ਨਹੀਂ ਹੁੰਦਾ, ਮੌਲਿਕ

ਹੁੰਦਾ ਹੈ। ਲਿਖਣਾ ਆਰੰਭ ਕਰਨ ਤੋਂ ਪਹਿਲਾਂ ਕਿਸੇ ਵੀ ਲਿਖਾਰੀ ਲਈ, ਵਿਚਾਰਸ਼ੀਲ ਹੋਣਾ ਜ਼ਰੂਰੀ ਹੈ। ਪਰ ਅਕਸਰ, ਮਸ਼ੀਨੀ ਰੁਝੇਵਾਂ, ਰੋਟੀ-ਟੁੱਕ ਦਾ ਝੰਜਟ ਅਤੇ ਮਨੁੱਖੀ ਜੀਵਨ ਦੀਆਂ ਘਟਦੀਆਂ-ਵਧਦੀਆਂ ਲੋੜਾਂ-ਥੋੜਾਂ, ਮਨੁੱਖ ਨੂੰ ਇੰਨੀ ਬੁਰੀ ਤਰ੍ਹਾਂ ਘੇਰੀ ਰੱਖਦੀਆਂ ਹਨ ਕਿ ਉਸ ਪਾਸ ਮਨੁੱਖ ਦੇ ਸਹਿਜ ਸੁਭਾ ਨੂੰ ਸਮਝਣ, ਪਹਿਚਾਨਣ ਅਤੇ ਵਿਕਸਤ ਕਰਨ ਲਈ 'ਵਿਚਾਰ' ਕਰਨ ਦਾ ਸਮਾਂ ਹੀ ਨਹੀਂ ਮਿਲਦਾ। ਪਰ ਇਸ ਗੱਲ ਦਾ ਧਿਆਨ ਰੱਖਣ ਦੀ ਲੋੜ ਹੈ ਕਿ ਪਰਿਸਥਿਤੀਆਂ ਦੀ ਅਨੁਕੂਲਤਾ ਅਤੇ ਸਾਡੇ ਯਤਨਾਂ ਦੇ ਬਲ-ਬੂਤੇ 'ਤੇ ਹੀ ਵਿਚਾਰਾਂ ਨੂੰ ਵਧਾਇਆ ਜਾਂ ਬਚਾਇਆ ਜਾ ਸਕਦਾ ਹੈ ਅਤੇ ਫਿਰ ਅਜਿਹੇ ਵਿਚਾਰ ਹੀ ਹੁੰਦੇ ਹਨ ਜਿਹੜੇ ਕਿ ਲਿੱਪੀਬੱਧ ਹੋਣ ਲਈ ਵਿਆਕੁਲ ਹੋ ਉੱਠਦੇ ਹਨ। ਇਸ ਪਿੱਛੋਂ ਜਦ ਕਿ ਇਕ ਵਾਰ ਸਿਰਜਣਾ ਕਰਨ ਦੀ ਆਦਤ ਪੈ/ਪੱਕ ਜਾਵੇ ਤਾਂ ਫਿਰ ਇਹ ਮਨੁੱਖ ਦਾ, ਲੇਖਕ ਦਾ ਸੁਭਾਅ ਹੀ ਬਣ ਜਾਂਦਾ ਹੈ।

ਇਥੇ ਇਹ ਗੱਲ ਵੀ ਸਪਸ਼ਟ ਕਰਨੀ ਬਣਦੀ ਹੈ ਕਿ ਬਰਾਬਰ ਦੀਆਂ ਪਰਿਸਥਿਤੀਆਂ ਦੇਣ 'ਤੇ ਵੀ ਹਰ ਇਕ ਬੰਦਾ ਜਾਂ ਲੇਖਕ ਇਕੋ ਹੀ ਤਰ੍ਹਾਂ ਨਾਲ ਆਪਣੇ ਵਿਚਾਰਾਂ ਦਾ ਵਿਕਾਸ ਨਹੀਂ ਕਰੇਗਾ। ਵਿਚਾਰ ਉਸ ਨੂੰ ਅੱਗੇ ਨਾਲੋਂ ਹੋਰ ਚੰਗੀ ਸੂਝ-ਬੂਝ ਦੇਣੀ ਤਾਂ ਆਰੰਭ ਕਰਨਗੇ ਪਰ ਹਰ ਇਕ ਦਾ ਮਾਰਗ ਉਸ ਦਾ ਆਪਣਾ ਅਤੇ ਇਕ ਦੂਜੇ ਨਾਲੋਂ ਵੱਖਰਾ ਹੋਵੇਗਾ। ਇਹ ਵਖਰੇਵਾਂ ਹੋਣਾ ਕੁਦਰਤੀ ਤਾਂ ਹੈ ਹੀ ਪਰ ਜ਼ਰੂਰੀ ਵੀ ਹੈ।

ਅਸੀਂ ਕੀ ਹਾਂ ? ਸਾਡੇ ਵਿਚਾਰ ਕੀ ਹਨ ? ਜਦੋਂ ਸਾਡੇ (ਲੇਖਕਾਂ) ਸਬੰਧੀ ਦੂਜੇ ਬੰਦੇ ਫ਼ੈਸਲੇ ਦਿੰਦੇ ਰਹਿੰਦੇ ਹਨ ਤਦ ਤਕ ਅਸੀਂ ਆਪਣੀਆਂ ਸੰਭਾਵਨਾਵਾਂ ਅਤੇ ਆਪਣੀਆਂ ਗਹਿਰ ਗੰਭੀਰ ਸ਼ਕਤੀਆਂ ਨੂੰ ਜਾਣ ਨਹੀਂ ਪਾਂਦੇ। ਪਰ ਜਿਸ ਦਿਨ ਸਾਡੇ ਸੁਤੰਤਰ ਵਿਵਹਾਰ ਤੋਂ ਦੂਜੇ ਪ੍ਰਭਾਵਤ ਹੋਣ ਲੱਗ ਜਾਣ ਤਾਂ ਉਸ ਦਿਨ ਇਕ ਲੇਖਕ, ਇਕ ਸਿਰਜਣਹਾਰ, ਕਲਾਕਾਰ ਬਣ ਜਾਂਦਾ ਹੈ। ਸਿਰਜਣਾ ਕਰ ਸਕਣ ਦੀ ਅਜਿਹੀ ਚੋਟੀ 'ਤੇ ਪੁੱਜਣ ਤੇ ਫਿਰ ਉਹਨਾਂ ਨੂੰ ਇਹ ਯਤਨ ਨਹੀਂ ਕਰਨਾ ਪਵੇਗਾ ਕਿ ਉਹ ਕਦੋਂ ਇਨਸਾਫ਼ ਦੇ ਹੱਕ ਵਿਚ ਲਿਖਣ ਅਤੇ ਕਦੋਂ ਬੇਇਨਸਾਫ਼ੀ ਦੇ ਵਿਰੋਧ ਵਿਚ। ਸਾਡੇ ਵਿਚਾਰ ਹੀ ਸਾਡੇ ਪਾਸੋਂ ਸਹਿਜ ਸੁਭਾ ਹੀ ਲੋੜੀਂਦੀ ਸਹੀ ਕਿਰਿਆ ਕਰਵਾਈ ਜਾਣਗੇ।

ਪਰ ਇਕ ਦਿੱਕਤ ਹੈ। ਦਿੱਕਤ ਇਹ ਹੈ ਕਿ ਸਾਡੇ ਵਿਚਾਰ ਸਦਾ ਹੀ ਇਕ ਸਾਰ ਨਹੀਂ ਰਹਿਣਗੇ। ਰਹਿਣੇ ਚਾਹੀਦੇ ਵੀ ਨਹੀਂ। ਵਿਚਾਰ ਤਾਂ ਲਗਾਤਾਰ, ਪੈਰ ਪੈਰ 'ਤੇ ਬਦਲਦੇ ਰਹਿਣਗੇ। ਵਿਚਾਰ ਜੇਕਰ ਨਿਰੰਤਰ ਬਦਲਦੇ ਰਹਿਣਗੇ ਤਾਂ ਹੀ ਲੇਖਕ, ਆਪਣੇ ਸਮਾਜ ਨੂੰ ਕੋਈ ਨਵੀਂ ਰਚਨਾ ਦੇ ਸਕਣਗੇ।

ਕਈ ਵਾਰ ਇੰਞ ਹੀ ਅਜਿਹੇ ਪ੍ਰਸ਼ਨ ਉੱਠਦੇ ਹਨ ਕਿ ਕੀ ਲੇਖਕ ਨੂੰ ਆਪਣੇ ਵਿਚਾਰਾਂ ਉੱਤੇ ਪਹਿਰਾ ਦੇਣਾ ਚਾਹੀਦਾ ਹੈ ਜਾਂ ਨਹੀਂ ? ਵਿਚਾਰਨ ਯੋਗ ਹੈ ਕਿ ਜੇਕਰ ਗ੍ਰਹਿਣ ਕੀਤੇ ਵਿਚਾਰ ਸਾਡੀ ਆਪਣੀ ਕਾਰਜ-ਪ੍ਰਣਾਲੀ ਨੂੰ ਹੀ ਪ੍ਰਭਾਵਤ ਨਹੀਂ ਕਰਦੇ ਤਾਂ ਫਿਰ ਲੇਖਕ ਦੀ ਰਚਨਾ ਵਿਚ ਪ੍ਰਗਟਾਏ ਵਿਚਾਰਾਂ ਦਾ ਕੀ ਹਸ਼ਰ ਹੋਵੇਗਾ ? ਦਰਅਸਲ, ਜੇਕਰ ਸਾਡੇ ਵਿਚਾਰ ਕੇਵਲ ਵਿਖਾਵਾ ਕਰਨ ਲਈ ਹੀ ਨਹੀਂ ਹਨ ਤਾਂ ਅਜਿਹੇ ਠੋਸ ਵਿਚਾਰ, ਸਾਨੂੰ ਵੀ ਸਾਡੀ ਕਹਿਣੀ ਅਤੇ ਕਰਨੀ ਸਮੇਤ ਬਦਲਣ ਵਿਚ ਸਹਾਈ ਹੋਣਗੇ। ਆਪਣੇ ਇਹਨਾਂ ਵਿਚਾਰਾਂ ਆਸਰੇ ਹੀ, ਇਕ ਲੇਖਕ ਆਪਣਾ ਮਖੌਟਾ, ਬਨਾਵਟ ਤੋਂ ਸੱਖਣਾ ਕਰ ਕੇ, ਇਕ

ਸਾਊ, ਸੁੰਦਰ ਤੇ ਸਿਰਜਣਾਤਮਿਕ ਢੰਗ ਨਾਲ ਪੇਸ਼ ਕਰਨ ਵਿਚ ਸਫਲ ਹੋ ਸਕੇਗਾ। ਜਦੋਂ ਸਾਡੇ ਵਿਚਾਰਾਂ ਦੀ ਸਾਰਥਕਤਾ ਅਤੇ ਵਰਤੋਂ ਕਾਰਨ ਸਾਡਾ ਵਿਵਹਾਰ ਬਦਲੇਗਾ, ਉਸੇ ਪਲ ਹੀ ਸਾਨੂੰ ਵਿਸ਼ਵਾਸ ਬੱਝ ਜਾਵੇਗਾ ਕਿ ਹੁਣ ਅਸੀਂ ਆਪਣੀ ਗੱਲ ਬਹੁਤ ਹੀ ਦ੍ਰਿੜ੍ਹਤਾ-ਪੂਰਵਕ ਦੂਜਿਆਂ ਦੇ ਧਿਆਨ ਗੋਚਰੇ ਲਿਆ ਸਕਦੇ ਹਾਂ।

ਮੁੱਖ ਰੂਪ ਵਿਚ ਵਿਚਾਰ ਅਤੇ ਉਸ ਦੀ ਪ੍ਰੇਰਨਾ, ਸਾਨੂੰ ਅਭਿਵਿਅਕਤੀ ਲਈ, ਸਿਰਜਣਾ ਲਈ ਉਕਸਾਂਦੇ ਹਨ, ਪ੍ਰੇਰਦੇ ਹਨ। ਸਿਰਜਣ ਕਲਾ ਦੇ ਕਈ ਰੂਪ ਹਨ। ਸਿਰਜਣਾ ਦੇ ਬਾਹਰਮੁਖੀ ਅਤੇ ਅੰਤਰਮੁਖੀ, ਸਾਰੇ ਹੀ ਰੂਪ ਕੁਝ ਕਹਿਣ ਲਈ, ਪ੍ਰਗਟ ਕਰਨ ਲਈ ਮਾਧਿਅਮ ਹਨ। ਸ਼ਾਬਦਿਕ ਸਾਹਿਤ, ਚਿੱਤਰਕਲਾ, ਨਿਰਤਕਲਾ ਆਦਿ ਇਸ ਸੱਚਾਈ ਦੀ ਸ਼ਾਅਦੀ ਭਰਦੇ ਹਨ ਕਿ ਇਕ ਸਿਰਜਕ-ਸਾਧਕ ਆਪਣੇ ਆਪ ਨੂੰ ਚੰਗੀ ਤਰ੍ਹਾਂ ਜਾਣਨ ਮਗਰੋਂ ਹੀ ਆਪਣੇ ਆਪ ਨੂੰ ਪ੍ਰਗਟ ਕਰਨਾ ਲੋੜਦਾ ਹੈ। ਇਕ ਲੇਖਕ, ਜਿੰਨੀ ਗੰਭੀਰਤਾ, ਖੁਲ੍ਹਦਿਲੀ ਅਤੇ ਈਮਾਨਦਾਰੀ ਨਾਲ ਆਪਣੇ ਆਪ ਨੂੰ ਮਿਲਦਾ ਹੈ, ਉਤਨੀ ਹੀ ਸਾਰਥਕ ਸਫਲਤਾ ਨਾਲ ਉਹ ਆਪਣੀ ਸਿਰਜਣਾ ਵਿਚ ਆਪਣੇ ਆਪ ਨੂੰ ਪ੍ਰਗਟਾਉਣ ਵਿਚ ਸਫਲ ਹੁੰਦਾ ਹੈ।

ਸਿਰਜਣਾ ਲਈ ਵਿਚਾਰਾਂ ਦੀ ਮਹਾਨਤਾ ਅਤੇ ਲੋੜ ਸਬੰਧੀ ਇਕ ਹੋਰ ਢੰਗ ਨਾਲ ਵੀ ਵਿਚਾਰ ਕਰ ਸਕਦੇ ਹਾਂ। ਕਿਤੇ ਪੜ੍ਹਿਆ ਸੀ : 'ਵਿਚਾਰ ਹੀ ਤੁਹਾਡੇ ਚੰਗੇ ਸਾਥੀ ਨੇ।' ਅਸਲ ਵਿਚ ਆਮ ਕਰ ਕੇ ਮਨੁੱਖ ਅਤੇ ਵਿਸ਼ੇਸ਼ ਕਰਕੇ ਲਿਖਾਰੀ, ਤਾਣ ਲਾ ਕੇ ਵੀ, ਕਦੇ ਵੀ ਪੂਰਨ ਰੂਪ ਵਿਚ ਆਪਣੇ ਵਿਚਾਰਾਂ ਦੇ ਘੇਰੇ ਤੋਂ ਬਾਹਰ ਨਹੀਂ ਨਿਕਲ ਪਾਉਂਦਾ। ਕਦੇ ਨਿਕਲ ਨਹੀਂ ਸਕਦਾ। ਇਸ ਦਾ ਕਾਰਨ ਇਹ ਹੈ ਕਿ ਜਦੋਂ ਵੀ ਕਿਸੇ ਮਨੁੱਖ ਦਾ ਕਿਸੇ ਵਿਸ਼ੇ ਉੱਤੇ ਧਿਆਨ ਲੱਗ ਜਾਂਦਾ ਹੈ ਤਾਂ ਉਹ ਵਿਸ਼ਾ ਮਨੁੱਖ ਨੂੰ ਘੁੱਟ ਕੇ ਜੱਫਾ ਮਾਰ ਲੈਂਦਾ ਹੈ। ਮਨੁੱਖ ਦਾ ਧਿਆਨ ਤਦ ਹੀ ਲੱਗਦਾ ਹੈ ਜਦ ਉਹ ਉਸ ਵਿਸ਼ੇ ਸਬੰਧੀ ਸੋਚਦਾ ਹੈ।

ਤੁਸੀਂ ਜੇਕਰ ਇਹ ਸਤਰਾਂ ਪੜ੍ਹ ਸੁਣ ਰਹੇ ਹੋ ਤਾਂ ਕੀ ਤੁਸੀਂ ਦੱਸੋਗੇ ਕਿ ਇਸ ਸਮੇਂ ਤੁਸੀਂ ਕਿਸ ਤਰ੍ਹਾਂ ਦੇ ਵਿਚਾਰਾਂ ਅਧੀਨ ਹੋ ? ਕੀ ਤੁਹਾਨੂੰ ਲੇਖਕ ਉੱਤੇ ਗ਼ੁੱਸਾ ਆ ਰਿਹਾ ਹੈ ? ਜਾਂ ਕੀ ਲੇਖਕ ਦੀ ਮੰਦ-ਕੁੰਦ ਬੁੱਧੀ ਉੱਤੇ ਤਰਸ ਆ ਰਿਹਾ ਹੈ ? ਇਹ ਸਭ ਪੜ੍ਹ ਕੇ ਕੀ ਤੁਸੀਂ ਘਿਰਣਾ ਵਿਚ ਘਿਰ ਗਏ ਹੋ ਕਿ ਆਸ਼ਾ ਜਾਂ ਨਿਰਾਸ਼ਾ ਵਿਚ ? ਕੀ ਤੁਸੀਂ ਨਿਰ-ਉਤਸ਼ਾਹੀ ਹੋ ਕੇ ਦਇਆ ਦਾ ਪਾਤਰ ਬਣਨਾ ਚਾਹ ਰਹੇ ਹੋ ? ਜਾਂ ਕੀ ਤੁਸੀਂ ਕਿਸੇ ਨੂੰ ਗਾਲ੍ਹਾਂ ਕੱਢਣ ਸਬੰਧੀ ਸੋਚ ਰਹੇ ਹੋ ? ਤੁਸੀਂ ਪ੍ਰਸੰਨ ਹੋ ਕਿ ਦੁਖੀ.....?

ਇਸ ਤਰ੍ਹਾਂ ਦੇ ਹੋਰ ਵੀ ਬੇਅੰਤ ਪ੍ਰਸ਼ਨ ਕੀਤੇ ਜਾ ਸਕਦੇ ਹਨ। ਪਰ.....ਪਰ ਘਬਰਾਉਣਾ ਨਹੀਂ। ਇਹਨਾਂ ਸਤਰਾਂ ਦਾ ਲੇਖਕ ਆਪ ਦੀ ਕਿਸੇ ਪ੍ਰਕਾਰ ਦੀ ਪ੍ਰੀਖਿਆ ਨਹੀਂ ਲੈ ਰਿਹਾ। ਲੇਖਕ ਤਾਂ ਦਰਅਸਲ, ਇਹ ਸਪਸ਼ਟ ਕਰਨਾ ਚਾਹੁੰਦਾ ਹੈ ਕਿ ਤੁਸੀਂ ਕਿਹੋ ਜਿਹੇ ਵਿਚਾਰਾਂ ਨੂੰ ਧਾਰਨ ਕਰਨਾ ਹੈ, ਇਸ ਦਾ ਨਿਰਣਾ ਮੈਂ ਜਾਂ ਕਿਸੇ ਹੋਰ ਨੇ ਨਹੀਂ ਕਰਨਾ। ਯਕੀਨ ਕਰਨਾ, ਆਪਣੇ ਆਪਣੇ ਵਿਚਾਰਾਂ ਲਈ ਅਸੀਂ, ਤੁਸੀਂ, ਆਪ ਖ਼ੁਦ ਹੀ ਜ਼ਿੰਮੇਵਾਰ ਹਾਂ। ਅਸੀਂ ਕਿਸ ਤਰ੍ਹਾਂ ਦੇ ਵਿਚਾਰਾਂ ਨੂੰ ਆਪਣਾ ਸਾਥੀ ਬਣਾਉਣਾ ਹੈ, ਇਹ ਫ਼ੈਸਲਾ ਸਾਡੇ ਸਭਨਾਂ ਦਾ, ਆਪਣਾ ਨਿੱਜੀ ਫ਼ੈਸਲਾ ਹੈ। ਪਰ ਇਕ ਗੱਲ ਇਹ ਹੈ ਕਿ ਜੇਕਰ ਕੋਈ

ਰਚਨਾਕਾਰ ਸਾਨੂੰ-ਤੁਹਾਨੂੰ ਉਸ ਵਿਸ਼ੇ 'ਤੇ ਸੋਚਣ ਲਈ ਮਜਬੂਰ ਹੀ ਨਹੀਂ ਕਰ ਸਕਦਾ, ਜਿਸ ਵਿਸ਼ੇ 'ਤੇ ਅਸੀਂ-ਤੁਸੀਂ ਸੋਚਣਾ ਹੀ ਨਹੀਂ ਚਾਹੁੰਦੇ ਤਾਂ ਤੁਹਾਨੂੰ-ਸਾਨੂੰ ਕੋਈ ਵੀ ਵਿਚਾਰ ਸੋਚਣ ਲਈ ਅਗਵਾਈ ਕਿਵੇਂ ਦੇ ਸਕਦੇ ਹਨ ?

ਹਾਂ, ਕੋਈ ਬਹਿਕਾ ਕੇ ਸਾਥੋਂ ਅਜਿਹਾ ਕਹਾ ਸਕਦਾ ਹੈ, ਜੋ ਸਾਨੂੰ ਨਹੀਂ ਕਹਿਣਾ ਚਾਹੀਦਾ। ਕੋਈ ਸਾਨੂੰ ਭੁਚਲਾ ਕੇ ਜਾਂ ਵਰਗਲਾ ਕੇ, ਸਾਥੋਂ ਅਜਿਹਾ ਕਾਰਜ ਵੀ ਕਰਵਾ ਸਕਦਾ ਹੈ ਜਿਹੜਾ ਸਾਨੂੰ ਕਰਨਾ ਨਹੀਂ ਚਾਹੀਦਾ। ਪਰ ਨਿਸ਼ਚੈ ਹੀ ਕੋਈ ਸਾਨੂੰ ਅਜਿਹਾ ਸੋਚਣ ਲਈ ਮਜਬੂਰ ਨਹੀਂ ਕਰ ਸਕਦਾ, ਜੋ ਅਸੀਂ ਸੋਚਣਾ ਨਹੀਂ ਚਾਹੁੰਦੇ। ਹੁਣ ਵਿਚਾਰਾਂ ਦੀ ਗੱਲ ਸਹਿਜੇ ਹੀ 'ਦ੍ਰਿਸ਼ਟੀਕੋਣ' ਦੇ ਵਿਹੜੇ ਆਣ ਵੜੀ ਹੈ। ਮੁਨਸ਼ੀ ਪ੍ਰੇਮ ਚੰਦ ਨੇ ਸਿਰਜਣਾ ਸਬੰਧੀ, ਸਾਡੇ ਸੋਚਣ ਲਈ ਕਈ ਨੁਕਤੇ ਪੇਸ਼ ਕੀਤੇ ਹਨ। ਉਹ ਕੁਝ ਅਜਿਹਾ ਕਹਿੰਦਾ ਹੈ :

> ਜਦੋਂ ਤਕ ਸਾਹਿਤ ਦਾ ਕੰਮ ਸਿਰਫ਼ ਮਨ ਬਹਿਲਾਵੇ ਦਾ ਸਾਮਾਨ ਜੁਟਾਉਣਾ, ਸਿਰਫ਼ ਲੋਰੀਆਂ ਗਾ ਗਾ ਕੇ ਸੁਆਉਣਾ, ਸਿਰਫ਼ ਹੰਝੂ ਵਹਾ ਵਹਾ ਕੇ ਦਿਲ ਹਲਕਾ ਕਰਨਾ ਸੀ, ਉਦੋਂ ਉਸ ਲਈ ਕਰਮ ਦੀ ਲੋੜ ਨਹੀਂ ਸੀ। ਉਹ ਇਕ ਅਜਿਹਾ ਦੀਵਾਨਾ ਸੀ, ਜਿਸ ਦਾ ਗ਼ਮ ਦੂਜੇ ਖਾਂਦੇ ਸਨ। ਪਰ ਅਸੀਂ ਸਾਹਿਤ ਨੂੰ ਸਿਰਫ਼ ਮਨੋਰੰਜਨ ਅਤੇ ਵਿਲਾਸਤ ਦੀ ਚੀਜ਼ ਨਹੀਂ ਸਮਝਦੇ। ਸਾਡੀ ਕਸੌਟੀ 'ਤੇ ਸਿਰਫ਼ ਉਹੋ ਹੀ ਸਾਹਿਤ ਖਰਾ ਉਤਰੇਗਾ, ਜਿਸ ਵਿਚ ਉੱਚਾ ਚਿੰਤਨ ਹੋਵੇ, ਆਜ਼ਾਦੀ ਦਾ ਭਾਵ ਹੋਵੇ, ਸੁੰਦਰਤਾ ਦਾ ਸਾਰ ਹੋਵੇ, ਸਿਰਜਣਾ ਦੀ ਆਤਮਾ ਹੋਵੇ, ਜ਼ਿੰਦਗੀ ਦੀਆਂ ਸਚਿਆਈਆਂ ਦਾ ਪ੍ਰਕਾਸ਼ ਹੋਵੇ.....ਜੋ ਸਾਡੇ ਵਿਚ ਗਤੀ, ਸੰਘਰਸ਼ ਅਤੇ ਬੇਚੈਨੀ ਪੈਦਾ ਕਰੇ, ਸੁਆਏ ਨਾ, ਕਿਉਂਕਿ ਹੁਣ ਹੋਰ ਜ਼ਿਆਦਾ ਸੌਣਾ ਮੌਤ ਦਾ ਲੱਛਣ ਹੈ।

ਦਰਅਸਲ ਸਾਹਿਤ ਸਿਰਜਣਾ ਦਾ ਕੇਂਦਰ ਸਾਹਿਤਕਾਰ ਦਾ ਅਨੁਭਵ ਹੁੰਦਾ ਹੈ। ਸਿਰਜਣਾ ਲਈ ਇਕ ਜ਼ਰੂਰੀ ਲੋੜ ਇਹ ਹੈ ਕਿ ਲੇਖਕ ਪਾਸ ਅਨੁਭਵਾਂ ਦੀ ਘਾਟ ਨਾ ਹੋਵੇ। ਇਕ ਲੇਖਕ ਦਾ ਅਨੁਭਵ ਬਹੁਤ ਵਿਸ਼ਾਲ ਹੋਣਾ ਚਾਹੀਦਾ ਹੈ। ਜ਼ਿੰਦਗੀ ਦੇ ਅਨੁਭਵ ਬਹੁਤੀ ਵਾਰ ਖ਼ੁਦ ਹੰਢਾ ਕੇ ਪ੍ਰਾਪਤ ਹੁੰਦੇ ਹਨ ਅਤੇ ਕਈ ਵਾਰੀ ਦੂਜਿਆਂ ਦੇ ਹੰਢਾਏ ਅਨੁਭਵਾਂ ਨੂੰ ਪੜ੍ਹ ਕੇ ਵੀ ਜਾਣਿਆ ਜਾ ਸਕਦਾ ਹੈ। ਆਪੂੰ ਪ੍ਰਾਪਤ ਕੀਤੇ ਅਨੁਭਵਾਂ ਦਾ ਸਦਕਾ ਇਕ ਲੇਖਕ ਵਿਚ ਸਮਾਜਕ ਜ਼ਿੰਮੇਵਾਰੀ ਆਉਂਦੀ ਹੈ। ਪ਼ਰ ਕਹਾਣੀਕਾਰ ਕ੍ਰਿਸ਼ਨ ਚੰਦਰ ਦੀ ਆਖੀ ਇਕ ਗੱਲ ਵੀ ਸਾਡਾ ਧਿਆਨ ਮੰਗਦੀ ਹੈ। ਉਹ ਕਹਿੰਦਾ ਹੈ : "ਖ਼ੁਦ ਆਪਣੇ ਅਨੁਭਵ ਹਾਸਲ ਕਰਨ ਲਈ ਜ਼ਰੂਰੀ ਹੈ ਕਿ ਤੁਸੀਂ ਆਪਣੇ ਹੱਥ ਅੱਗ ਵਿਚ ਪਾਉ ਪਰੰਤੂ ਤੁਹਾਡੇ (ਲਿਖਣ ਵਾਲੇ) ਲਈ ਇਹ ਵੀ ਜ਼ਰੂਰੀ ਹੈ ਕਿ ਤੁਹਾਡੇ ਹੱਥਾਂ ਉੱਤੇ ਛਾਲੇ ਨਾ ਪੈ ਜਾਣ।"

ਨਿਰਸੰਦੇਹ, ਲੇਖਕ ਆਪਣੇ ਸਮਾਜ ਦੀ ਉਪਜ ਹੋਣ ਦੇ ਨਾਤੇ ਭਾਵੇਂ ਉਸ ਸਮਾਜ ਦੇ ਜੀਵਨ, ਰਸਮ-ਰਿਵਾਜ, ਰਹਿਣੀ-ਬਹਿਣੀ, ਉੱਥਲ-ਪੁੱਥਲ, ਸਮਾਜਕ ਬਦਚਲਣੀਆਂ ਦਾ ਹੂ-ਬ-ਹੂ ਵਰਨਣ ਕਰਦਿਆਂ, ਭੈੜੀਆਂ ਰਸਮਾਂ ਤੇ ਰਿਵਾਜਾਂ ਵਿਰੁੱਧ ਬਗ਼ਾਵਤ ਕਰਦਾ

ਹੈ ਪਰ ਇਸ ਦੇ ਨਾਲ ਹੀ ਉਹ ਆਪਣੇ ਸਮਾਜ ਨੂੰ ਇਕ ਨਰੋਆ ਕਦਮ ਪੁੱਟਣ ਦੀ ਜਾਚ ਵੀ ਦੱਸਦਾ ਹੈ।

ਲੇਖਕ ਆਪਣੀ ਸਿਰਜਣਾ ਵਿਚ ਈਮਾਨਦਾਰੀ ਨਾਲ ਪ੍ਰਗਟ ਹੋ ਕੇ ਆਪਣੇ ਅੰਤਹਕਰਣ ਦੀ ਗੱਲ ਕਰਦਾ ਹੈ। ਪਰ ਲੇਖਕ ਦਾ ਕੰਮ ਸਰੀਰਕ ਹਮਲਾ ਕਰਨਾ ਨਹੀਂ, ਸਗੋਂ ਹੋਏ ਹਮਲੇ ਵਿਰੁੱਧ, ਮਨੁੱਖ ਨੂੰ ਸੁਚੇਤ ਕਰਨਾ ਹੈ, ਜਾਂਗ੍ਰਿਤ ਕਰਨਾ ਹੈ, ਸੂਝਵਾਨ ਬਣਾਉਣਾ ਹੈ, ਮਜ਼ਬੂਤ ਕਰਨਾ ਹੈ, ਜ਼ੁਲਮ ਵਿਰੁੱਧ ਖੜੋਣ ਅਤੇ ਜੂਝਣ ਲਈ ਪ੍ਰੇਰਨਾ ਹੈ। ਬੇਇਨਸਾਫ਼ੀ ਵਿਰੁੱਧ ਬਗ਼ਾਵਤ ਲਈ ਤਿਆਰ ਕਰਨਾ ਹੈ।

ਲੇਖਕ ਆਪਣੀ ਸਿਰਜਣਾ ਵਿਚ, ਇਕ ਨਿਸ਼ਚਿਤ ਹੱਦ ਤਕ ਹੀ ਅੱਗੇ ਵਧ ਸਕਦਾ ਹੈ। ਕਿਸੇ ਵੀ ਕੀਮਤ 'ਤੇ ਲੇਖਕ ਨੂੰ ਆਪਣੀ ਵਿਅਕਤੀਗਤ ਚੇਤਨਾ ਨੂੰ ਨਹੀਂ ਗਵਾਉਣਾ ਚਾਹੀਦਾ। ਕਹਾਣੀਕਾਰ ਕ੍ਰਿਸ਼ਨ ਚੰਦਰ ਦੀ ਇਕ ਟਿੱਪਣੀ ਉਸ ਦੇ ਆਪਣੇ ਹੀ ਸ਼ਬਦਾਂ ਵਿਚ ਲੇਖਕ ਦੇ ਮੁੱਦੇ ਨੂੰ ਹੋਰ ਸਪਸ਼ਟ ਕਰੇਗੀ। ਉਹ ਕਹਿੰਦਾ ਹੈ, "ਮੇਰੇ ਖ਼ਿਆਲ ਵਿਚ ਲੇਖਕ ਦੀ ਸਮਾਜਕ ਜ਼ਿੰਮੇਵਾਰੀ ਸਿਰਫ਼ ਸਿਧਾਂਤਕ ਹੋਣੀ ਚਾਹੀਦੀ ਹੈ, ਸੰਗਠਨਾਤਮਕ ਨਹੀਂ।"

ਵਿਚਾਰ ਆਪੋ ਆਪਣੇ। ਸਭ ਆਪਣੇ ਵਿਚਾਰਾਂ ਲਈ ਸੁਤੰਤਰ ਹਨ। ਪਰ 'ਸੰਗਠਨਾਤਮਕ' ਦਾ ਕੀ ਭਾਵ ਹੋਇਆ ? ਇਕ ਉਦਾਹਰਣ ਰਾਹੀਂ ਨਿਤਾਰਾ ਕੀਤਾ ਹੈ :

> ਜਿਵੇਂ ਇਕ ਲੇਖਕ ਜਨਸੰਘ ਵਿਚ ਹੈ ਅਤੇ ਜਦੋਂ ਜਨਸੰਘੀ ਇਕ ਮੁਸਲਮਾਨ ਨੂੰ ਅੱਗ ਨਾਲ ਤਪੀ ਹੋਈ ਬਲਦੀ ਭੱਠੀ ਵਿਚ ਸੁੱਟਦੇ ਹਨ ਤਾਂ ਲੇਖਕ ਕਿਵੇਂ ਸਹਿ ਸਕਦਾ ਹੈ ? ਲੇਖਕ ਦਾ ਨਿੱਜੀ ਵਿਵੇਕ ਹੋਣਾ ਚਾਹੀਦਾ ਹੈ। ਜੇਕਰ ਉਹ ਕਿਸੇ ਸੰਗਠਨ ਨਾਲ ਬੱਝਿਆ ਹੋਇਆ ਹੈ ਤਾਂ ਉਸ ਦੀ ਸੁਤੰਤਰ ਸੱਤਾ ਨਹੀਂ ਰਹਿ ਸਕਦੀ। ਇਸ ਲਈ ਮੈਂ ਕਹਿੰਦਾ ਹਾਂ ਕਿ ਲੇਖਕ ਸਿਧਾਂਤਕ ਆਧਾਰ ਤਾਂ ਰੱਖੇ, ਪਰ ਪਾਰਟੀਆਂ ਨਾਲ ਬੱਝਣ ਤੋਂ ਬਾਅਦ ਉਹ ਗ਼ਲਤ ਕੰਮ ਕਰ ਸਕਦਾ ਹੈ ਜਾਂ ਕਰਨ ਲਈ ਮਜਬੂਰ ਕੀਤਾ ਜਾ ਸਕਦਾ ਹੈ।

ਲੇਖਕ ਉੱਤੇ, ਲੇਖਕ ਦੀ ਸਿਰਜਣਾ ਦੀ ਮੰਗ ਅਨੁਸਾਰ ਬੜਾ ਵੱਡਾ ਦਾਇਤਵ ਹੈ। ਲੇਖਕ ਦੀ ਸਮਝਦਾਰੀ ਅਤੇ ਚਿੰਤਨ ਦਾ ਦਾਇਰਾ ਆਮ ਸਾਧਾਰਨ ਮਨੁੱਖ/ਪਾਠਕ ਤੋਂ ਬਹੁਤ ਹੀ ਵੱਖਰਾ, ਡੂੰਘਾ ਅਤੇ ਗਹਿਰ-ਗੰਭੀਰ ਹੁੰਦਾ ਹੈ, ਹੋਣਾ ਚਾਹੀਦਾ ਵੀ ਹੈ। ਲੇਖਕ ਲਈ ਘੋਖ-ਪਰਖ ਕੇ ਸਮਝਣਾ ਵੀ ਜ਼ਰੂਰੀ ਹੈ ਪਰ ਉਸ ਲਈ ਇਹ ਜ਼ਰੂਰੀ ਨਹੀਂ ਕਿ ਉਹ ਇਸ ਦੀ ਪ੍ਰਾਪਤੀ ਲਈ ਆਪ ਖ਼ੁਦ ਹੀ ਮੋਹਰਾ ਬਣੇ।

ਲੇਖਕ ਜਿਸ ਤਰ੍ਹਾਂ ਦੇ ਵੀ ਸਮਾਜ ਵਿਚ ਪੈਦਾ ਹੋਇਆ ਹੈ, ਉਸ ਤੋਂ ਨਿਰਲੇਪ ਹੋ ਕੇ ਵਿਚਾਰ ਨਹੀਂ ਕਰ ਸਕਦਾ। ਉਹ ਆਪਣੇ ਮਨ ਦੇ ਸੁਪਨਿਆਂ ਤੋਂ ਤੰਗ ਹੋਇਆ ਸ਼ਾਬਦਿਕ ਸਿਰਜਣਾ ਰਾਹੀਂ, ਇਸ ਸੁਪਨਮਈ ਅਵਸਥਾ ਤੋਂ ਛੁਟਕਾਰਾ ਪਾਉਂਦਿਆਂ, ਚੈਨ ਪ੍ਰਾਪਤ ਕਰਨ ਦੀ ਕੋਸ਼ਿਸ਼ ਕਰਦਾ ਹੈ। ਇੰਞ ਇਕ ਲੇਖਕ ਆਪਣੇ ਆਪ ਵਿਚੋਂ ਨਿਕਲ ਕੇ ਆਪਣੇ ਆਪ ਤੋਂ ਅੱਗੇ ਜਾਣ ਦਾ ਸਫ਼ਰ ਤੈਅ ਕਰਦਾ ਹੈ।

ਕਰੜੀ ਸਾਧਨਾ ਕਰ ਕੇ ਉਪਜੀ ਸਿਰਜਣਾ ਵਿਚੋਂ ਹੀ ਲੇਖਕ ਦਾ ਅਨੁਸ਼ਾਸਨ

ਝਲਕਦਾ ਹੈ ਅਤੇ ਉਸ ਦੀ ਪ੍ਰਤਿਭਾ ਵਿਚੋਂ ਮੁੜ੍ਹਕੇ ਨਾਲ ਨ੍ਹਾਤੇ ਹੋਣ ਦੀ ਖ਼ੁਸ਼ਬੂ ਮਿਲਦੀ ਹੈ। ਉਸ ਦਾ ਕਿਰਦਾਰ ਰੌਸ਼ਨ ਹੋਇਆ ਦਿੱਸਦਾ ਹੈ। ਇਸ ਆਦਰਸ਼ਮਈ ਸਿਰਜਣਾ ਦੇ ਸਾਧਕ ਦਾ ਵਰਣਨ ਬਹੁ-ਪੱਖੀ ਅਤੇ ਪ੍ਰਤੀਬੱਧ ਲੇਖਕ/ਚਿੰਤਕ ਜਸਵੰਤ ਸਿੰਘ ਵਿਰਦੀ ਸੋਹਣੇ ਸ਼ਬਦਾਂ ਵਿਚ ਕਰਦਾ ਹੈ: "ਸਾਹਿਤ ਵੀ ਲੇਖਕ ਪਾਸੋਂ ਪੂਰੀ ਸਿਦਕਦਿਲੀ ਅਤੇ ਸਮਰਪਣ ਦੀ ਭਾਵਨਾ ਮੰਗਦਾ ਹੈ। ਜਿਹੜੇ ਲੇਖਕ ਇਸ ਕੁਰਬਾਨੀ ਤੋਂ ਤ੍ਰਹਿ ਜਾਂਦੇ ਹਨ, ਉਹ ਖ਼ਾਮੋਸ਼ ਹੋ ਜਾਂਦੇ ਹਨ ਜਾਂ ਸਾਹਿਤ ਦੀ ਰਾਜਨੀਤੀ ਦੇ ਸੰਚਾਲਕ ਬਣ ਜਾਂਦੇ ਹਨ, ਪਰ ਜਿਹੜੇ ਸਾਹਿਤ ਵਾਸਤੇ ਜੀਵਨ ਦੀ ਕੁਰਬਾਨੀ ਦੇ ਸਕਦੇ ਹਨ, ਉਹ ਸੰਪੂਰਨ ਲੇਖਕ ਬਣ ਜਾਂਦੇ ਹਨ।"

ਹਾਂ, ਤੇ ਮੈਂ ਕਹਿ ਰਿਹਾ ਸੀ, ਲਿਖਣਾ ਇਕ ਕਲਾ ਹੈ, ਪੀਣ ਯੋਗ ਅੰਮ੍ਰਿਤ ਹੈ। ਇਕ ਸੁਚੱਜਾ ਪਰ ਕੰਡਿਆਲਾ ਰਸਤਾ ਹੈ। ਇਸ ਰਸਤੇ 'ਤੇ ਕੇਵਲ ਇਕ ਪੈਰ ਧਰ ਕੇ ਵੀ ਵਾਪਸ ਮੁੜਿਆ ਜਾ ਸਕਦਾ ਹੈ, ਦੋ ਚਾਰ ਕਦਮ ਤੁਰ ਕੇ ਵੀ ਰੁਕਿਆ ਜਾ ਸਕਦਾ ਹੈ ਅਤੇ ਇਹ ਸੰਭਾਵਨਾ ਵੀ ਹੈ ਕਿ ਸਾਧਨਾ-ਰੱਤ ਹੋ ਕੇ ਪਿਛਾਂਹ ਮੁੜ ਕੇ ਕਦੇ ਤੱਕਿਆ ਹੀ ਨਾ ਜਾਵੇ। ਇਹਨਾਂ ਸਾਰੀਆਂ ਸੰਭਾਵਨਾਵਾਂ ਦਾ ਰੂਪ, ਸਮੂਹ ਲੇਖਕ ਵਰਗ ਦੇ ਵਿਚਾਰਾਂ ਨਾਲ ਹੀ ਨਿੱਖਰ ਸਕਦਾ ਹੈ।

ਪਾਠਕ ਕਿਉਂ ਪੜ੍ਹਦੇ ਨੇ ?

ਕਿਸੇ ਵੀ ਬੋਲੀ ਵਿਚ ਛਪਣ ਵਾਲੇ ਦੈਨਿਕ, ਹਫ਼ਤਾਵਾਰ, ਪੰਦਰਾਂ-ਰੋਜ਼ਾ, ਮਾਸਿਕ ਜਾਂ ਤ੍ਰੈ-ਮਾਸਿਕ ਪਰਚਿਆਂ ਦੇ ਪਾਠਕ, ਇਹਨਾਂ ਪਰਚਿਆਂ ਵਿਚੋਂ ਕਿਹੋ ਜਿਹੀ ਸਾਮੱਗਰੀ ਪੜ੍ਹਨਾ ਪਸੰਦ ਕਰਦੇ ਹਨ ਅਤੇ ਕਿਉਂ ? ਪਾਠਕ ਕਿਹੋ ਜਿਹੀਆਂ ਪੁਸਤਕਾਂ ਪੜ੍ਹਨਾ ਪਸੰਦ ਕਰਦੇ ਹਨ ਅਤੇ ਕਿਉਂ ? ਪਾਠਕ ਪੜ੍ਹਦੇ ਹੀ ਕਿਉਂ ਨੇ ? ਇਹਨਾਂ ਸਾਰਿਆਂ ਪ੍ਰਸ਼ਨਾਂ ਦਾ ਨਿਰਭਰ ਇਸ ਗੱਲ 'ਤੇ ਹੈ ਕਿ ਪਾਠਕ ਦੀ ਰੁਚੀ ਕੀ ਹੈ। ਉਸ ਦੀ ਪੜ੍ਹਨ-ਲੋੜ ਕੀ ਹੈ। ਉਸ ਦੀ ਮੰਗ ਕੀ ਹੈ। ਇਹ ਕਿਹਾ ਜਾ ਸਕਦਾ ਹੈ ਕਿ ਲੇਖਕ ਕਿਸੇ ਨਾ ਕਿਸੇ ਮੰਤਵ ਨੂੰ ਮੁੱਖ ਰੱਖ ਕੇ ਹੀ ਲਿਖਦੇ ਹਨ। ਤਾਂ ਫਿਰ ਨਿਰਸੰਦੇਹ ਪਾਠਕ ਵੀ ਆਪਣੀ ਪਾਠ-ਸਾਮੱਗਰੀ ਵਿਚੋਂ ਕੁਝ ਵਿਸ਼ੇਸ਼ ਗੱਲਾਂ ਲੱਭਣ ਦਾ ਯਤਨ ਕਰਦੇ ਹਨ ਅਤੇ ਉਹਨਾਂ ਦੀਆਂ ਮੰਗਾਂ ਦਾ ਵਿਸ਼ੇਸ਼ ਸਥਾਨ ਹੈ। ਉਂਝ ਕਿਸੇ ਵੀ ਲੇਖਕ ਦੀ ਸਫਲਤਾ ਇਸ ਗੱਲ ਵਿਚ ਨਹੀਂ ਕਿ ਉਹ ਗਿਣਨਾਤਮਿਕ ਤੌਰ 'ਤੇ ਕਿੰਨਾ ਕੁ ਛਪਦਾ ਹੈ, ਸਗੋਂ ਲੇਖਕ ਦੀ ਸਫਲਤਾ ਤਾਂ ਇਸ ਗੱਲ 'ਤੇ ਨਿਰਭਰ ਕਰਦੀ ਹੈ ਕਿ ਉਸ ਨੂੰ ਵੱਧ ਤੋਂ ਵੱਧ ਕਿੰਨੇ ਕੁ ਪਾਠਕ ਪੜ੍ਹਦੇ ਹਨ। ਤਾਂ ਫਿਰ ਮੁੜ ਕੇ ਉਹੀ ਪ੍ਰਸ਼ਨ ਉਠਾਂਦੇ ਹਾਂ ਕਿ ਪਾਠਕ ਪੜ੍ਹਦੇ ਕਿਉਂ ਨੇ ?

ਪਾਠਕ ਕਿਉਂ ਪੜ੍ਹਦੇ ਹਨ ? ਇਸ ਪ੍ਰਸ਼ਨ ਦਾ ਜਵਾਬ ਆਪਣੀ ਆਪਣੀ ਸਮਝ ਤੇ ਸੂਝ ਅਨੁਸਾਰ ਵੱਖ ਵੱਖ ਢੰਗ ਨਾਲ ਦਿੱਤਾ ਜਾ ਸਕਦਾ ਹੈ। ਬਹੁਤ ਹੀ ਸਾਧਾਰਨ ਤੇ ਸਰਲ ਰੂਪ ਵਿਚ ਆਮ-ਕਰਣ ਕਰਦਿਆਂ ਅਸੀਂ ਇਹ ਕਹਿ ਸਕਦੇ ਹਾਂ,ਪਾਠਕ ਮਨੋਰੰਜਨ ਜਾਂ ਜੀਅ ਪਰਚਾਵੇ ਲਈ ਪੜ੍ਹਦੇ ਹਨ, ਪਾਠਕ ਜਾਣਕਾਰੀ ਦੀ ਪ੍ਰਾਪਤੀ ਜਾਂ ਗਿਆਨ ਵਿਚ ਵਾਧਾ ਕਰਨ ਲਈ ਪੜ੍ਹਦੇ ਹਨ, ਪਾਠਕ ਆਪਣੇ ਨਿੱਤ-ਦਿਨ ਦੇ ਲਾਭ-ਹਿਤ ਉਪਯੋਗ ਵਿਚ ਲਿਆਉਣ ਲਈ ਪੜ੍ਹਦੇ ਹਨ, ਭਾਵੁਕਤਾ ਵਸ ਮਰਮ-ਸਪਰਸ਼ਤਾ ਦਾ ਅਨੁਭਵ ਕਰਨ ਲਈ ਅਤੇ ਸਾਹਿਤਕ/ਕਰਤਾਰੀ ਕਿਰਤਾਂ ਦਾ ਆਨੰਦ ਮਾਣਨ ਲਈ ਪੜ੍ਹਦੇ ਹਨ ਅਤੇ ਅਕਾਦਮਿਕ ਲੋੜਾਂ ਦੀ ਪੂਰਤੀ ਲਈ ਜਿਵੇਂ ਸਕੂਲਾਂ, ਕਾਲਜਾਂ ਜਾਂ ਯੂਨੀਵਰਸਿਟੀ ਦੀ ਪੜ੍ਹਾਈ ਲਈ ਪੜ੍ਹਦੇ ਹਨ।

ਹਰ ਪਾਠਕ ਦੀ ਆਪਣੀ ਆਪਣੀ ਲੋੜ ਹੁੰਦੀ ਹੈ ਪਰ ਸਮੁੱਚੇ ਤੌਰ 'ਤੇ ਇੰਝ ਆਖਿਆ ਜਾ ਸਕਦਾ ਹੈ ਕਿ ਪਾਠਕ ਨੂੰ ਮੁੱਖ ਰੂਪ ਵਿਚ ਅਜਿਹੀ ਰਚਨਾ ਦੀ ਭਾਲ ਰਹਿੰਦੀ ਹੈ ਜਿਹੜੀ ਰਚਨਾ ਉਸ ਦੇ ਪ੍ਰਤੀ ਦਿਨ ਦੇ ਕਾਰਜ ਲਈ ਲਾਭਦਾਇਕ ਹੁੰਦਿਆਂ ਉਸ ਦੇ ਗਿਆਨ ਵਿਚ ਵਾਧਾ ਕਰੇ ਅਤੇ ਨਾਲ ਹੀ ਭਾਵੁਕਤਾ ਨੂੰ ਟੁੰਬਦਿਆਂ ਸਿਰਜਣਾ ਅਤੇ ਸਿਰਜਣਹਾਰੇ ਨਾਲ ਸਾਂਝ ਪੈਦਾ ਕਰੇ। ਪਰ ਇਕ ਗੱਲ ਤਾਂ ਸਪਸ਼ਟ ਹੈ ਕਿ ਪਾਠਕ, ਲੇਖਕ

ਪਾਸੋਂ ਆਪਣੀ ਦਿਲਚਸਪੀ ਜਾਂ ਮਨੋਰੰਜਨ ਜਾਂ ਜੀ-ਪ੍ਰਚਾਵੇ ਲਈ ਆਸਵੰਦ ਹੁੰਦਾ ਹੈ। ਅਖ਼ਬਾਰਾਂ, ਰਸਾਲੇ ਜਾਂ ਪੁਸਤਕਾਂ ਪੜ੍ਹ ਕੇ ਜੇਕਰ ਪਾਠਕ ਨੂੰ ਇਹ ਕਹਿਣਾ ਪਵੇ, ਐਵੇਂ ਸਮਾਂ ਹੀ ਬਰਬਾਦ ਕੀਤਾ; ਲੇਖ/ਰਚਨਾਵਾਂ ਨਿਰਜਿੰਦ ਹਨ, ਪੱਥਰ ਜਿਹੇ, ਗੰਭੀਰਤਾ ਦਾ ਪ੍ਰਗਟਾਵਾ ਕਰਦੇ ਨੀਰਸ ਸ਼ਬਦ, ਤਾਂ ਸਮਝੋ ਲਿਖਤ ਅਸਫਲ ਰਹਿ ਗਈ।

ਇਸ ਦਾ ਅਰਥ ਕੁਝ ਇੰਝ ਲੈਣ ਦਾ ਹੀਆ ਕੀਤਾ ਜਾ ਸਕਦਾ ਹੈ ਕਿ ਅਸੀਂ ਸਭ ਮਨੁੱਖ ਹਾਂ। ਮਨੁੱਖ ਅਕੇਵਿਆਂ, ਰੁਝੇਵਿਆਂ ਅਤੇ ਥਕੇਵਿਆਂ ਦੀ ਲਪੇਟ ਵਿਚ ਨਿਰਜਿੰਦ ਜਿਹਾ ਹੋ ਰਿਹਾ ਹੈ। (ਗੱਲ ਬਹੁ-ਗਿਣਤੀ ਦੇ ਪਾਠਕਾਂ ਦੀ ਕੀਤੀ ਜਾ ਰਹੀ ਹੈ। ਉਂਝ ਪੰਜਾਬੀ ਦੇ ਪਾਠਕ ਹੀ ਕਿੰਨੇ ਕੁ ਹਨ ?) ਇਸ ਲਈ ਜਦੋਂ ਵੀ ਕੋਈ ਪਰਚਾ ਫਰੋਲਦੇ ਹਾਂ, ਪੜ੍ਹਦੇ ਹਾਂ, ਪੰਨੇ ਉਲੱਦਦੇ ਹਾਂ ਤਾਂ ਸਾਨੂੰ ਸਹਿਜ ਸੁਭਾਇਕੇ ਅਜਿਹੀ ਰਚਨਾ ਹੀ ਆਪਣੇ ਵੱਲ ਖਿੱਚਣ ਵਿਚ ਸਫਲ ਹੁੰਦੀ ਹੈ ਜਿਹੜੀ ਆਪਣੇ ਆਪ ਵਿਚ ਹਰ ਤਰ੍ਹਾਂ ਨਾਲ ਮੁਕੰਮਲ ਹੋਣ ਦੇ ਨਾਲ ਨਾਲ ਦਿਲਚਸਪ ਵੀ ਹੋਵੇ। ਕਈ ਵਾਰ ਇਹ ਪ੍ਰਸ਼ਨ ਉੱਠ ਸਕਦਾ ਹੈ ਕਿ ਸਾਰੀਆਂ ਹੀ ਰਚਨਾਵਾਂ ਨੂੰ ਦਿਲਚਸਪ ਨਹੀਂ ਬਣਾਇਆ ਜਾ ਸਕਦਾ ਜਾਂ ਸਾਰੇ ਹੀ ਲੇਖਕ ਇਸ ਦਾਇਰੇ ਵਿਚ ਨਹੀਂ ਲਿਆਂਦੇ ਜਾ ਸਕਦੇ। ਨਿਰਸੰਦੇਹ ਇਹ ਗੱਲ ਵੀ ਦਰੁਸਤ ਹੋ ਸਕਦੀ ਹੈ। ਪਰ ਇਕ ਕਿੰਤੂ ਕਰਨ ਦੀ ਖੁੱਲ੍ਹ ਲੈਣਾ ਚਾਹਾਂਗਾ ਕਿ ਸਦਾ ਹੀ, ਗੰਭੀਰਤਾ ਨਾਲ ਹੀ, ਰਚਨਾ ਕਿਉਂ ਕੀਤੀ ਜਾਵੇ ? ਜਿਹਨਾਂ ਕਿਰਤਾਂ ਵਿਚ ਮਨੋਰੰਜਨ ਦੇਣ ਦਾ ਮੰਤਵ ਨਾ ਵੀ ਹੋਵੇ, ਜਿਵੇਂ ਕਿ ਪ੍ਰੇਰਨਾਦਾਇਕ, ਗਿਆਨ-ਵਾਧੇ ਵਾਲੀਆਂ ਰਚਨਾਵਾਂ ਆਦਿ ਵਿਚ ਹੁੰਦਾ ਹੈ। ਕੀ ਇਹਨਾਂ ਕਿਰਤਾਂ ਨੂੰ ਦਿਲਚਸਪ ਨਹੀਂ ਬਣਾਇਆ ਜਾ ਸਕਦਾ ? ਇਹਨਾਂ ਨੂੰ ਮਨੋਰੰਜਨ ਦੀ ਪੁੱਠ ਨਹੀਂ ਦਿੱਤੀ ਜਾ ਸਕਦੀ ਕਿ ਪਾਠਕ ਪੜ੍ਹ ਸਕਣ, ਮਾਣ ਸਕਣ ? ਲੇਖਕ ਨੂੰ ਸਦਾ ਹੀ ਸਾਵਧਾਨੀ ਵਰਤਣੀ ਪਵੇਗੀ, ਜੇਕਰ ਉਸ ਨੇ ਪਾਠਕ ਦੀ ਦਰਗਾਹ ਵਿਚ ਕਬੂਲ ਹੋਣਾ ਹੈ ਤਾਂ। ਰਚਨਾ ਕਰਨ ਦਾ ਵਿਧਾਨ, ਵਿਧੀ ਦੀ ਸੀਮਾ ਵਿਚ ਰਹਿੰਦਿਆਂ ਅਜਿਹੀ ਕੋਈ ਬੰਦਸ਼ ਤਾਂ ਨਹੀਂ ਲਗਾਉਂਦਾ ਕਿ ਕੋਈ ਸਿਰਜਕ/ਲੇਖਕ ਆਪਣੀ ਲਿਖਤ ਦੀ ਸ਼ੈਲੀ ਅਜਿਹੀ ਨਾ ਵਰਤ ਸਕੇ ਜਿਸ ਨਾਲ ਪਾਠਕ ਦੇ ਸੁਹਜ ਸੁਆਦ ਦੀ ਤ੍ਰਿਪਤੀ ਆਨੰਦਮਈ ਢੰਗ ਨਾਲ ਨਾ ਹੋ ਸਕੇ। ਕੀ ਕੋਈ ਅਜਿਹੀ ਬੰਦਸ਼ ਹੈ ?

ਤਾਂ ਫਿਰ ਕੀ ਕੀਤਾ ਜਾ ਸਕਦਾ ਹੈ ? ਆਪਣੀ ਰਚਨਾ ਨੂੰ ਆਨੰਦਮਈ ਅਤੇ ਮੰਗਲਮਈ ਬਣਾ ਕੇ, ਪਾਠਕਾਂ ਦੀ ਰੁਚੀ ਕਾਇਮ ਰੱਖਣ ਲਈ, ਆਪਣੀਆਂ ਕਿਰਤਾਂ ਵਿਚ ਅਜਿਹੇ ਨਵੇਂ ਤੱਥ-ਵੇਰਵੇ ਦਿੱਤੇ ਜਾ ਸਕਦੇ ਹਨ ਜਿਹਨਾਂ ਸਬੰਧੀ ਜਾਂ ਤਾਂ ਬਿਲਕੁਲ ਹੀ ਨਾ ਅਤੇ ਜਾਂ ਫਿਰ ਬਹੁਤ ਹੀ ਥੋੜ੍ਹਾ ਲਿਖਿਆ ਗਿਆ ਹੋਵੇ। ਆਪਣੀ ਗੱਲ ਨੂੰ, ਆਪਣੇ ਦ੍ਰਿਸ਼ਟੀਕੋਣ ਨੂੰ ਨਵੇਂ ਢੰਗ ਨਾਲ ਪੇਸ਼ ਕੀਤਿਆਂ ਵੀ ਵਿਸ਼ੇ ਵਿਚ ਜਾਨ ਪੈ ਜਾਇਆ ਕਰਦੀ ਹੈ। ਵਿਸ਼ੇ ਵਿਚ ਜਾਨ ਪਾਉਣ ਦਾ ਅਰਥ ਹੈ ਕਿ ਲੇਖਕ ਵੱਲੋਂ ਚੁਣਿਆ ਵਿਸ਼ਾ ਭਾਵੇਂ ਮੌਲਿਕ ਅਤੇ ਅਛੂਤਾ ਨਾ ਵੀ ਹੋਵੇ ਤਾਂ ਵੀ ਇਸ ਨੂੰ ਕਿਸੇ ਐਸੇ ਨਵੇਂ ਤੇ ਅਨੋਖੇ ਦ੍ਰਿਸ਼ਟੀਕੋਣ ਨਾਲ ਪੇਸ਼ ਕੀਤਾ ਜਾਵੇ ਕਿ ਪਾਠਕ ਦੀ ਉਤਸੁਕਤਾ ਕਾਇਮ ਰੱਖਦਿਆਂ ਜੀ-ਪ੍ਰਚਾਵੇ ਦਾ ਸਾਧਨ ਵੀ ਬਣੇ ਅਤੇ ਪਾਠਕ ਦੇ ਦਿਲ-ਦਿਮਾਗ਼ ਦੇ ਬੰਦ ਖਿੜਕ-ਦਰਵਾਜ਼ੇ ਵੀ ਖੁੱਲ੍ਹ ਸਕਣ। ਕਈ ਵਾਰ ਸਾਧਾਰਨ ਗੱਲ ਨੂੰ ਵੀ ਨਵੇਂ ਢੰਗ

ਨਾਲ ਲਿਖ ਕੇ ਰੋਚਕਤਾ ਪੈਦਾ ਕੀਤੀ ਜਾ ਸਕਦੀ ਹੈ। ਇਕ ਉਦਾਹਰਣ ਪੇਸ਼ ਕਰ ਰਿਹਾ ਹਾਂ:

> ਅੱਜ 22 ਜੁਲਾਈ 1998 ਹੈ ਅਤੇ ਸ਼ਾਮ ਦੇ ਛੇ ਵਜੇ ਹਨ। ਮੈਂ ਇਹ ਸਤਰਾਂ, ਭਾਵ ਹੱਥਲਾ ਇਹ ਲੇਖ ਵਾਲਸਾਲ (ਬਰਮਿੰਘਮ, ਯੂ.ਕੇ.) ਵਿਖੇ, ਵੈੱਸਟ ਮਿਡਲੈਂਡਜ਼ ਕਾਲਜ ਦੀ ਲਾਇਬਰੇਰੀ ਦੇ ਕਿਊਬੀਕਲ ਨੰਬਰ 3 ਵਿਚ ਬੈਠ ਕੇ ਆਪਣੇ ਲੈਪ-ਟੌਪ (ਕੰਪਿਊਟਰ) ਉੱਤੇ ਲਿਖ ਰਿਹਾ ਹਾਂ। (ਤੁਸੀਂ ਕਹੋਗੇ ਤਾਂ ਫਿਰ ਅਸੀਂ ਕੀ ਕਰੀਏ ?)

ਲਿਖਣਾ ਜਾਰੀ ਹੈ: "ਜੇਕਰ ਮੈਂ ਇਸ ਕਾਲਜ ਦੇ ਪੁਸਤਕਾਲੇ ਵਿਚ ਪਈਆਂ ਪੁਸਤਕਾਂ ਦੀ ਗਿਣਤੀ ਆਪ ਨੂੰ ਦੱਸਣੀ ਚਾਹਾਂ ਤਾਂ ਬੜੀ ਸੁਗਮਤਾ ਨਾਲ ਲਾਇਬਰੇਰੀਅਨ ਨੂੰ ਪੁੱਛ ਕੇ ਦੱਸ ਸਕਦਾ ਹਾਂ। ਗਿਣਤੀ ਹੈ, ਸ਼ਾਇਦ ਇਕ ਲੱਖ ਪੁਸਤਕਾਂ। ਜਾਣਕਾਰੀ ਆਪ ਨੂੰ ਪੁੱਜ ਗਈ। ਕਿੱਸਾ ਖ਼ਤਮ। ਪਰ ਜੇਕਰ ਇਹ ਜਾਣਕਾਰੀ ਮੈਂ ਹੋਰ ਢੰਗ ਨਾਲ ਪੇਸ਼ ਕਰਾਂ ਤਾਂ ਕੀ ਹੋਵੇਗਾ ? ਪੁਸਤਕਾਂ ਦੀ ਗਿਣਤੀ ਦਾ ਪਤਾ ਹੈ। ਪੁਸਤਕ ਦੀ ਲੰਬਾਈ ਅਤੇ ਮੋਟਾਈ ਦੀ ਔਸਤ ਨੂੰ ਜੇਕਰ ਪੁਸਤਕਾਂ ਦੀ ਗਿਣਤੀ ਨਾਲ ਗੁਣਾ ਕਰ ਕੇ ਇਸੇ ਹੀ ਤੱਥ ਨੂੰ ਇੰਝ ਦਿੱਤਾ ਜਾਵੇ ਤਾਂ ਸ਼ਾਇਦ ਗੱਲ ਵਿਚ ਕੁਝ ਕੁ ਰੋਚਕਤਾ ਆ ਜਾਵੇ। ਹੁਣ ਮੈਂ ਆਖਦਾ ਹਾਂ: ਵਾਲਸਾਲ ਵਿਖੇ, ਵੈੱਸਟ ਮਿਡਲੈਂਡਜ਼ ਕਾਲਜ ਦੀ ਲਾਇਬਰੇਰੀ ਵਿਚ ਇਤਨੀਆਂ ਪੁਸਤਕਾਂ ਹਨ ਕਿ ਜੇਕਰ ਇਹਨਾਂ ਪੁਸਤਕਾਂ ਨੂੰ ਇਕ ਦੂਜੀ ਦੇ ਅੱਗੇ ਅੱਗੇ ਰੱਖਦਿਆਂ ਅੱਗੇ ਅੱਗੇ ਤੁਰਿਆ ਜਾਵੇ ਤਾਂ ਇਹ ਪੁਸਤਕਾਂ ਬਰਮਿੰਘਮ ਤੋਂ ਲੰਡਨ ਤਕ ਵਿਛ ਜਾਣਗੀਆਂ। ਭਾਵ ਇਹਨਾਂ ਦੀ ਲੰਬਾਈ ਇਕ ਸੌ ਚਾਲੀ ਮੀਲ ਅਤੇ ਪੁਸਤਕਾਂ ਦੀ ਗਿਣਤੀ ਇਕ ਲੱਖ।" ਹੋ ਸਕਦਾ ਹੈ ਕਿ ਇਹ ਬਿਉਰਾ ਵੀ ਤੁਹਾਨੂੰ ਦਿਲਚਸਪ ਨਾ ਲੱਗਿਆ ਹੋਵੇ।

ਇਕ ਹੋਰ ਗੱਲ। ਰਚਨਾ ਵਿਚ ਸਿਧਾਂਤ ਜਾਂ ਵਿਆਖਿਆ ਪੜ੍ਹ ਪੜ੍ਹ ਕੇ ਆਮ ਪਾਠਕ ਅੱਕ ਜਾਂਦੇ ਹਨ। ਸਿਧਾਂਤ ਅਤੇ ਵਿਆਖਿਆ ਦੀ ਆਪਣੀ ਥਾਂ ਹੈ। ਸਿਧਾਂਤ ਜਾਂ ਵਿਆਖਿਆ ਅਕਾਦਮਿਕ ਪਾਠਕਾਂ, ਚਿੰਤਕਾਂ ਜਾਂ ਖੋਜੀਆਂ ਲਈ ਲੋੜੀਂਦੀਆਂ ਅਤੇ ਲਾਭਦਾਇਕ ਸਿੱਧ ਹੋ ਸਕਦੀਆਂ ਹਨ ਪਰ ਆਮ ਪਾਠਕ ਖਿੱਝ ਜਾਂਦਾ ਹੈ। ਆਮ ਪਾਠਕ ਨੂੰ ਸਿਧਾਂਤ ਦੀ ਥਾਂ ਘਟਨਾਵਾਂ ਜ਼ਿਆਦਾ ਭਾਉਣਗੀਆਂ। ਲੇਖਾਂ ਵਿਚ ਵੀ ਇਕ ਦੋ ਥਾਵਾਂ 'ਤੇ ਵਾਰਤਾਲਾਪ ਦਿੱਤਿਆਂ ਰੋਚਕਤਾ ਪੈਦਾ ਕੀਤੀ ਜਾ ਸਕਦੀ ਹੈ।

ਪਾਠਕ, ਗਿਆਨ ਵਿਚ ਵਾਧੇ ਲਈ ਵੀ ਪੜ੍ਹਦੇ ਹਨ। ਦਰਅਸਲ, ਗਿਆਨ ਦੀ ਪ੍ਰਾਪਤੀ ਤਾਂ ਹਰ ਇਕ ਰਚਨਾ ਵਿਚ ਥੋੜ੍ਹੀ ਬਹੁਤ ਹੁੰਦੀ ਹੀ ਹੈ। ਪਰ ਗਿਆਨ ਵਿਚ ਵਾਧੇ ਲਈ, ਉਚੇਚ ਕਰ ਕੇ ਲਿਖੇ ਲੇਖਾਂ ਵਿਚ ਦਿਲਚਸਪੀ ਦੀ ਤਾਂ ਘਾਟ ਹੁੰਦੀ ਹੀ ਹੈ ਪਰ ਅਜਿਹੇ ਲੇਖ ਅਕਸਰ ਅਕਾਊ ਵੀ ਹੁੰਦੇ ਹਨ। ਗਿਆਨ ਵਧਾਊ ਲੇਖ ਕਈ ਵਾਰ ਇਕ ਤੋਂ ਵੱਧ ਵਾਰ ਪੜ੍ਹਨ 'ਤੇ ਵੀ ਸਮਝ ਨਹੀਂ ਪੈਂਦੇ। ਦਾਰਸ਼ਨਿਕ ਅਤੇ ਧਾਰਮਿਕ ਗੁੰਝਲਾਂ ਖੋਲ੍ਹਦੇ ਲੇਖ, ਵਿਸ਼ੇ ਦੀ ਵਿਸ਼ਾਲਤਾ ਅਤੇ ਗੰਭੀਰਤਾ ਕਾਰਨ ਗੂੜ੍ਹ ਅਤੇ ਜਟਿਲ ਸ਼ਬਦਾਵਲੀ ਦੀ ਮੰਗ ਕਰਦੇ ਹਨ। ਅਜਿਹੀਆਂ ਰਚਨਾਵਾਂ ਨੂੰ ਅਕਾਦਮਿਕ ਰਚਨਾਵਾਂ ਵੀ ਕਿਹਾ ਜਾ

ਸਕਦਾ ਹੈ ਜਾਂ ਗੰਭੀਰ ਪਾਠਕਾਂ ਲਈ ਰਚੀਆਂ ਰਚਨਾਵਾਂ ਵੀ। ਉਂਝ ਤਾਂ ਅਜਿਹੀਆਂ ਰਚਨਾਵਾਂ ਨੂੰ ਵੀ ਦਿਲਚਸਪ ਅਤੇ ਮਨੋਰੰਜਕ ਬਣਾਇਆ ਜਾ ਸਕਦਾ ਹੈ ਪਰ ਨਿਰਸੰਦੇਹ ਅਜਿਹਾ ਕਰਨ ਲਈ ਲੇਖਕ ਨੂੰ ਬਹੁਤ ਸਾਧਨਾ ਕਰਨੀ ਪੈਂਦੀ ਹੈ।

ਮਨੋਰੰਜਨ ਅਤੇ ਗਿਆਨ ਪ੍ਰਾਪਤੀ ਦੇ ਨਾਲ ਨਾਲ, ਪਾਠਕ ਇਹ ਵੀ ਚਾਹੇਗਾ ਕਿ ਪੜ੍ਹਿਆ ਜਾਣ ਵਾਲਾ ਲੇਖ ਕਿਸੇ ਨਾ ਕਿਸੇ ਤਰ੍ਹਾਂ ਉਪਯੋਗੀ, ਭਾਵ ਲਾਭਦਾਇਕ ਵੀ ਹੋਵੇ। ਪਾਠਕ, ਲਿਖਤਾਂ ਤੋਂ ਕਈ ਤਰ੍ਹਾਂ ਦੇ ਲਾਭ ਪ੍ਰਾਪਤ ਕਰਨਾ ਲੋੜਦਾ ਹੈ। ਸ਼ਾਇਦ ਉਹ ਚਾਹੇਗਾ, ਉਸ ਨੂੰ ਸੁੱਖ ਅਤੇ ਸ਼ਾਂਤੀ ਕਿਵੇਂ ਪ੍ਰਾਪਤ ਹੋਵੇ; ਚੰਗੀ ਸਿਹਤ ਦੀ ਪ੍ਰਾਪਤੀ ਲਈ ਉਹ ਕੀ ਕਰੇ; ਅਮੀਰ ਬਣਨ ਜਾਂ ਧਨ ਪ੍ਰਾਪਤੀ ਲਈ ਉਹ ਕਿਹੜੇ ਕਿੱਤੇ ਅਪਨਾਵੇ; ਪ੍ਰਸੰਸਾ ਅਤੇ ਜੱਸ ਖੱਟਣ ਲਈ ਉਹ ਕੀ ਕਰੇ ਅਤੇ ਕੀ ਨਾ ਕਰੇ ਅਤੇ ਇੰਝ ਹੀ, ਸੱਜ-ਸਜਾਵਟ, ਸੁੰਦਰਤਾ ਅਤੇ ਆਰਾਮ ਪ੍ਰਾਪਤੀ ਲਈ ਉਸ ਨੂੰ ਕਿਹੜੇ ਸਾਧਨ ਅਪਨਾਉਣੇ ਚਾਹੀਦੇ ਹਨ। ਪਾਠਕ ਦੀ ਅਜਿਹੀ ਲੋੜ ਵਿਚ ਹੋਰ ਵੀ ਬਹੁਤ ਸਾਰੇ ਵਾਅਦੇ ਕੀਤੇ ਜਾ ਸਕਦੇ ਹਨ। ਉਸ ਦੀ ਆਰਥਿਕਤਾ ਨਾਲ ਜੁੜੇ ਮਸਲੇ, ਮਾਪਿਆਂ ਤੋਂ ਦੂਰ ਹੁੰਦੀ ਸੰਤਾਨ ਕਾਰਨ ਪਰਿਵਾਰਕ ਔਕੜਾਂ ਅਤੇ ਪੀੜ੍ਹੀ ਪਾੜੇ ਦੀਆਂ ਸਮੱਸਿਆਵਾਂ ਸਬੰਧੀ ਵੀ ਗੱਲ ਹੋ ਸਕਦੀ ਹੈ। ਪਾਠਕ ਦੀ ਉਮਰ, ਵਿਦਿਅਕ ਯੋਗਤਾ, ਕਿੱਤਿਆਂ ਅਤੇ ਰੁਝੇਵਿਆਂ ਦੇ ਅਨੁਭਵ ਅਤੇ ਰਾਜਸੀ ਚੇਤਨਾ ਆਦਿ ਦੀਆਂ ਲੋੜਾਂ ਦੀ ਤ੍ਰਿਪਤੀ ਲਈ ਵੀ ਲਿਖਤਾਂ ਦੀ ਮੰਗ ਹੋ ਸਕਦੀ ਹੈ। ਲੇਖਕ ਨੂੰ ਆਪਣੇ ਪਾਠਕਾਂ ਦੀਆਂ ਸਭ ਰੁਚੀਆਂ ਦਾ ਧਿਆਨ ਹੋਣਾ ਲੋੜੀਂਦਾ ਹੈ। ਕਈ ਕਿੰਤੂ ਕਰ ਸਕਦੇ ਹਨ ਕਿ ਅਜਿਹੇ ਵਿਸ਼ਿਆਂ ਦੀ ਸਾਹਿਤਕ ਕੀਮਤ ਕੀ ਹੈ? ਬਹੁਤ ਕੁਝ ਨਾ ਕਹਿੰਦਿਆਂ ਸਿਰਫ਼ ਇਹ ਕਹਿਣਾ ਚਾਹੁੰਦਾ ਹਾਂ ਕਿ ਸਿਰਜਕ ਦਾ ਕੰਮ ਜਾਂ ਮੰਤਵ, ਸਿਰਜਣਾ ਰਾਹੀਂ ਪਾਠਕ ਦਾ ਕੁਝ ਸੰਵਾਰਨਾ ਹੀ ਹੁੰਦਾ ਹੈ। ਜਿਹੜਾ ਸਿਰਜਕ ਇਸ ਵਿਚ ਸਫਲ ਹੈ, ਉਹੀ ਪਾਠਕਾਂ ਵਿਚ ਜਿਊਂਦਾ ਹੈ ਅਰਥਾਤ ਸਾਹਿਤ ਵਿਚ ਵੀ।

ਪਾਠਕ ਅਜਿਹੀਆਂ ਰਚਨਾਵਾਂ ਵੀ ਪੜ੍ਹਨੀਆਂ ਪਸੰਦ ਕਰਦੇ ਹਨ ਜਿਹੜੀਆਂ ਰਚਨਾਵਾਂ ਉਹਨਾਂ ਦੇ ਅਹਿਸਾਸਾਂ ਨੂੰ ਟੁੰਬਦੀਆਂ ਹੋਣ। ਉਹਨਾਂ ਦੇ ਮਨੋਭਾਵਾਂ ਨੂੰ ਛੋਹਣ। ਇਥੇ ਗੱਲ ਕੇਵਲ ਲਲਿਤ ਨਿਬੰਧਾਂ ਦੀ ਹੀ ਨਹੀਂ ਸਗੋਂ ਅਜਿਹੀ ਰਚਨਾ ਵੀ ਇਸ ਵਿਚ ਸ਼ਾਮਲ ਹੈ ਜਿਹੜੀ ਪ੍ਰੇਮ, ਡਰ, ਹਿੰਸਾ, ਵਾਸਨਾ, ਕ੍ਰੋਧ, ਦਇਆ, ਸਾਹਸ ਅਤੇ ਹਾਸ-ਰਸ ਆਦਿ ਦੀ ਭਾਵਨਾ ਜਗਾਉਂਦੀ ਹੈ। ਮਨੁੱਖੀ ਭਾਵਾਂ ਜਾਂ ਵਿਚਾਰਾਂ ਦੀ ਹਲਚਲ ਨੂੰ ਸਮੁੱਚੇ ਸਮਾਜ ਦੇ ਪਿਛੋਕੜ ਵਿਚ ਰੱਖ ਕੇ ਪ੍ਰਗਟਾਉਣਾ ਹੀ ਚੰਗੀ ਰਚਨਾ ਦੀ ਨਿਸ਼ਾਨੀ ਹੈ। ਪਾਠਕ ਇਸ ਨੂੰ ਪਸੰਦ ਕਰਦਾ ਹੈ ਕਿਉਂਕਿ ਉਸ ਨੂੰ ਅਜਿਹੀ ਕਿਰਤ ਵਿਚੋਂ ਆਪਣਾ ਝਾਉਲਾ ਪੈਂਦਾ ਹੈ, ਆਪਣਾ ਪਰਛਾਵਾਂ ਦਿੱਸਦਾ ਹੈ ਅਤੇ ਮਨੁੱਖ ਪੜ੍ਹੀਆਂ ਜਾਣ ਵਾਲੀਆਂ ਰਚਨਾਵਾਂ ਵਿਚ ਇਕ ਤਰ੍ਹਾਂ ਨਾਲ ਆਪਣਾ ਆਪ ਹੀ ਤਾਂ ਵੇਖਣਾ ਚਾਹ ਰਿਹਾ ਹੁੰਦਾ ਹੈ।

ਅੰਤ ਵਿਚ ਇਹ ਗੱਲ ਵੀ ਕਹਿਣੀ ਕੁਥਾਂ ਨਹੀਂ ਕਿ ਪਾਠਕ ਲਈ ਇਹ ਕੋਈ ਬਹੁਤੀ ਮਹੱਤਤਾ ਵਾਲੀ ਗੱਲ ਨਹੀਂ ਕਿ ਕੋਈ ਲੇਖਕ ਕਿੰਨਾ ਕੁ ਵੱਡਾ ਵਿਦਵਾਨ ਹੈ ਜਾਂ ਉਸ ਪਾਸ ਕਿੰਨੀਆਂ ਕੁ ਅਕਾਦਮਿਕ ਡਿਗਰੀਆਂ ਹਨ। ਇਹ ਵੀ ਕੋਈ ਬਹੁਤੀ ਹੈਂਕੜ

ਵਾਲੀ ਗੱਲ ਨਹੀਂ ਕਿ ਕਿਸੇ ਲੇਖਕ ਨੇ ਕਿੰਨੇ ਕੁ ਗ੍ਰੰਥਾਂ ਦਾ ਪਾਠ ਕੀਤਾ ਹੋਇਆ ਹੈ। ਸਗੋਂ ਪਾਠਕ ਤਾਂ ਲੇਖਕ ਦੀ ਲਿਖਤ ਦਾ ਸ਼ੈਦਾਈ ਹੋਣਾ ਲੋੜਦਾ ਹੈ ਅਤੇ ਇਹ ਗੱਲ ਤਦੋਂ ਹੀ ਸੰਭਵ ਹੋ ਸਕਦੀ ਹੈ ਜੇਕਰ ਇਕ ਲੇਖਕ ਆਪਣੀ ਲਿਖਤ ਵਿਚ ਦਿਲਚਸਪੀ ਦੇ ਸਾਧਨ ਪੈਦਾ ਕਰਦਿਆਂ, ਸਹਿਜ ਨਾਲ ਗਿਆਨ ਵੰਡਦਿਆਂ, ਉਪਯੋਗੀ ਸਾਮੱਗਰੀ ਪਾਠਕਾਂ ਤਕ ਪਹੁੰਚਾਂਦਿਆਂ, ਪਾਠਕ ਦੇ ਜਜ਼ਬਿਆਂ ਨੂੰ ਵੀ ਹਲੂਣ ਜਾਵੇ। ਅਜਿਹਾ ਸਹਿਜ ਨਹੀਂ। ਇਸ ਲਈ ਲੇਖਕ ਨੂੰ ਬੜੀ ਯੋਗਤਾ ਦਰਕਾਰੀ ਹੈ। ਲੇਖਕ ਦੀ ਲਿਖਣ ਯੋਗਤਾ ਹੀ, ਲੇਖਕ ਦੀ ਲਿਖਤ ਨੂੰ ਉਸ ਦੇ ਪਾਠਕਾਂ ਲਈ ਆਨੰਦਮਈ ਬਣਾਉਂਦੀ ਹੈ। ਲੇਖਕ ਦੀ ਯੋਗਤਾ ਦੇ ਵਿਸ਼ੇਸ਼ ਅਰਥ ਹਨ। ਲੇਖਕ ਦੀ ਵਿਸ਼ੇਸ਼ ਯੋਗਤਾ ਕਾਰਨ ਹੀ ਪਾਠਕ ਲੇਖਕ ਦੀ ਲਿਖਤ ਨੂੰ ਪੜ੍ਹਦੇ ਹਨ।

ਲੇਖਕ ਅਤੇ ਲਿਖਤ—1

'ਲੇਖਕ' ਇਕ ਬਹੁ-ਅਰਥ ਰੱਖਦਾ ਸ਼ਬਦ ਹੈ। ਪੰਜਾਬ ਯੂਨੀਵਰਸਿਟੀ ਦੇ ਸ਼ਬਦ-ਕੋਸ਼ ਦੇ ਪੰਨਾ 1029 ਅਨੁਸਾਰ, ਲੇਖਕ ਸ਼ਬਦ ਨਾਂਵ ਹੈ ਅਤੇ ਇਸ ਦਾ ਅਰਥ ਹੈ—ਕਿਸੇ ਵੀ ਲਿਖਤ ਦਾ ਕਰਤਾ, ਕਿਤਾਬ ਦਾ ਰਚਣਹਾਰ, ਗ੍ਰੰਥਕਾਰ, ਮੁਨਸ਼ੀ ਜਾਂ ਕਲਰਕ। 'ਲੇਖਣੀ' ਦਾ ਅਰਥ ਹੈ—ਕਲਮ ਦਾ ਸਟਾਈਲ, ਲਿਖਣ ਦਾ ਸਾਧਨ। ਇਸ ਤੋਂ ਅੱਗੇ ਵਿਸਥਾਰਿਤ ਅਰਥਾਂ ਲਈ ਹੋਰ ਵਿਚਾਰ ਕਰਨੀ ਬਣਦੀ ਹੈ। ਪਰ ਹੱਥਲੇ ਮੰਤਵ ਲਈ ਅਸੀਂ 'ਲੇਖਕ' ਸ਼ਬਦ ਦਾ ਅਰਥ ਕਿਸੇ ਵੀ ਲਿਖਤ ਦਾ ਕਰਤਾ, ਕਿਤਾਬ ਦਾ ਰਚਣਹਾਰ ਅਤੇ ਗ੍ਰੰਥਕਾਰ ਹੀ ਲਵਾਂਗੇ ਭਾਵੇਂ ਕਿ ਇਤਿਹਾਸ, ਭੂਗੋਲ, ਸਮਾਜ ਵਿਗਿਆਨ, ਅਰਥ-ਸ਼ਾਸਤਰ, ਰਾਜਨੀਤੀ ਆਦਿ ਵਿਸ਼ਿਆਂ ਦੇ ਲੇਖਕ ਵੀ ਇਹਨਾਂ ਅਰਥਾਂ ਅਧੀਨ ਹੀ ਆਉਂਦੇ ਹਨ। ਫਿਰ ਵੀ ਅਸੀਂ ਆਪਣੀ ਵਿਚਾਰ ਦਾ ਸਰੋਕਾਰ ਸਿਰਜਣਾਤਮਿਕ ਜਾਂ ਸਾਹਿਤਕ ਲਿਖਤਾਂ ਦੇ ਲੇਖਕਾਂ ਤਕ ਹੀ ਸੀਮਤ ਰੱਖਾਂਗੇ। ਉਂਝ ਅਸੀਂ ਇਸ ਗੱਲੋਂ ਸੁਚੇਤ ਹਾਂ ਕਿ ਸਿਰਜਣਾਤਮਿਕ ਲੇਖਕ ਵੀ ਆਪਣੇ 'ਸਬਕੌਨਸ਼ਿਸ਼' ਵਿਚ ਆਪਣੇ ਆਲੇ-ਦੁਆਲੇ ਦੇ ਹਰ ਇਕ ਵਿਸ਼ੇ ਨੂੰ ਕਿਸੇ ਨਾ ਕਿਸੇ ਰੂਪ ਵਿਚ ਸਮੋਈ ਰੱਖਦੇ ਹਨ ਅਤੇ ਆਪਣੀਆਂ ਲਿਖਤਾਂ ਵਿਚ ਸਹਿਜ-ਸੁਭਾ ਵਰਣਨ ਵੀ ਕਰਦੇ ਰਹਿੰਦੇ ਹਨ।

ਲੇਖਕ, ਲਿਖਣ ਕਾਰਣ ਹੀ ਲੇਖਕ ਹੁੰਦਾ ਹੈ। ਲਿਖਣਾ, ਲੇਖਕ ਦਾ ਇਕ ਜ਼ਰੂਰੀ ਕਰਮ ਹੈ। ਲਿਖਣਾ ਕੀ ਹੈ ? ਸਭ ਤੋਂ ਪਹਿਲੀ ਗੱਲ, ਲਿਖਣਾ ਇਕ ਮਕਾਨਕੀ/ਮਸ਼ੀਨੀ (ਮਕੈਨੀਕਲ) ਕਲਾ ਹੈ। ਦੂਜੀ ਗੱਲ, ਮਕਾਨਕੀ ਲਿਖਣਾ (ਅੱਖਰਾਂ ਦੀ ਬਣਤਰ ਅਤੇ ਸ਼ਬਦ/ਵਾਕ ਲਿਖਣੇ ਆਉਣ ਉਪਰੰਤ) ਇਸ ਲਿਖਣ ਵਿਚ ਵਿਚਾਰ ਸਮਾਉਂਦੇ ਹਨ। ਵਿਚਾਰਾਂ ਦੀ ਪੇਸ਼ਕਾਰੀ ਲਿਖਣ ਕਲਾ ਦਾ ਇਕ ਅੰਗ ਹੈ। ਇੰਝ ਲਿਖਣਾ, 'ਮਕੈਨੀਕਲ' ਅਤੇ ਵਿਚਾਰਾਂ ਨੂੰ ਵਿਅਕਤ ਕਰਨ ਦੀ ਕਲਾ ਹੈ। ਮਕਾਨਕੀ ਲਿਖਣਾ ਜਾਂ ਲਿਖਣਾ ਸਿੱਖਣਾ ਵੀ ਕਠਿਨ ਕਾਰਜ ਹੈ ਪਰ ਮੁੱਢਲਾ ਲਿਖਣਾ ਸਿੱਖਣ ਉਪਰੰਤ ਵਿਚਾਰਾਂ ਦੀ ਸਾਂਝ ਪਾਉਣ ਅਤੇ ਲਿਖਤ ਨੂੰ ਸਿਰਜਣਾ ਦਾ ਰੂਪ ਦੇਣਾ ਹੋਰ ਵੀ ਕਠਿਨ ਕਾਰਜ ਹੈ।

ਲਿਖਣ ਦੇ ਨਾਲ ਨਾਲ ਹੀ ਪੜ੍ਹਨ ਦਾ ਵੀ ਆਪਣਾ ਸਥਾਨ ਹੈ। ਉਂਝ ਤਾਂ ਲਿਖਣ ਦੇ ਨਾਲ ਨਾਲ ਹੀ ਪੜ੍ਹਨ ਦਾ ਕਾਰਜ ਵੀ ਚੱਲਦਾ ਹੀ ਰਹਿੰਦਾ ਹੈ ਪਰ ਲਿਖਣ ਦਾ ਕਾਰਜ, ਪੜ੍ਹਨ ਨਾਲੋਂ ਵੀ ਔਖਾ ਅਤੇ ਅਕਾਅ ਦੇਣ ਵਾਲਾ ਹੁੰਦਾ ਹੈ। ਲਿਖਣਾ ਅਤੇ ਪੜ੍ਹਨਾ ਇਕ ਦੂਜੇ ਦੇ ਪੂਰਕ ਹੀ ਹਨ। ਇਸ ਲਈ ਜੇਕਰ ਕੋਈ ਲੇਖਕ, ਪੜ੍ਹਨ ਦੇ ਨਾਲ ਨਾਲ ਲਿਖਣ ਦੀ ਪ੍ਰਕਿਰਿਆ ਨੂੰ ਵੀ ਸੁਚੱਜਤਾ ਨਾਲ ਸੰਪੰਨ ਕਰੇ ਤਾਂ ਉਸ ਲੇਖਕ ਦਾ ਲਿਖਣਾ

ਸੁਆਦਲਾ, ਲਾਭਦਾਇਕ ਅਤੇ ਸਾਰਥਕ ਬਣਦਿਆਂ ਸਥਿਰ ਰਹਿਣਾ ਹੋ ਜਾਂਦਾ ਹੈ। ਉਂਝ ਲੇਖਕ ਦੀ ਇਹ ਥਾਂ ਸਹਿਜੇ ਹੀ ਨਹੀਂ ਬਣਦੀ। ਪਰ ਜੇਕਰ ਇਕ ਲੇਖਕ 'ਮਕੈਨੀਕਲ' ਤੌਰ 'ਤੇ ਕਲਮ ਫੜ ਕੇ ਆਪਣੀ ਮਾਨਸਿਕਤਾ ਨੂੰ ਲਿਖਣ ਲਈ ਤਿਆਰ ਕਰ ਲਵੇ ਤਾਂ ਸਮਝ ਲਿਆ ਜਾਣਾ ਚਾਹੀਦਾ ਹੈ ਕਿ 'ਲੇਖਕ ਦੀ ਰਚਨਾ' ਦੇ ਕਾਰਜ ਨੂੰ ਰਸਤਾ ਮਿਲ ਗਿਆ।

ਇਥੇ ਇਹ ਗੱਲ ਕਹਿਣੀ ਕੁਥਾਂਹ ਨਹੀਂ ਹੋਵੇਗੀ ਕਿ 'ਮਕੈਨੀਕਲ' ਲਿਖਣਾ ਆਉਣ ਉਪਰੰਤ, ਜਿਵੇਂ ਕਿ ਵਿਚਾਰ ਕੀਤੀ ਹੈ ਕਿ ਲਿਖਣਾ ਉਂਝ ਹੀ ਔਖਾ ਅਤੇ ਤਰੱਦਦ ਦਾ ਕੰਮ ਹੈ ਪਰ ਕਿਸੇ ਵੀ ਸ੍ਵੈ-ਸਿਰਜੇ ਜਾਂ ਉਪਲੱਬਧ ਬੰਧਨ ਤੋਂ ਬਿਨਾਂ, ਸੁਤੰਤਰਤਾ ਨਾਲ ਜੋ ਵੀ ਮਨ ਵਿਚ ਆਏ ਅਤੇ ਚੰਗਾ ਲੱਗੇ, ਅਜਿਹਾ ਲਿਖਣਾ ਬਹੁਤ ਹੀ ਕਠਿਨ ਅਤੇ ਗੰਭੀਰ ਕਾਰਜ ਹੈ। ਸਾਡੇ ਮੂੰਹ ਆਏ ਬੋਲਾਂ ਉੱਤੇ ਲੱਗੇ ਨਿਯੰਤਰਣ ਵਾਂਗ ਹੀ ਲੇਖਕ ਦੀ ਲਿਖਤ ਉੱਤੇ ਵੀ ਕਈ ਤਰ੍ਹਾਂ ਦੀਆਂ ਰੋਕਾਂ-ਟੋਕਾਂ ਜਾਂ ਨਿਯੰਤਰਣ ਹੁੰਦੇ ਹਨ। ਇਥੋਂ ਤਕ ਕਿ ਨਿੱਜੀ ਅਤੇ ਆਪਣੇ ਸਾਕ-ਸਬੰਧੀਆਂ ਵਿਚਕਾਰ ਵਿਚਾਰ-ਵਟਾਂਦਰੇ (ਪੱਤਰ ਆਦਿ) ਲਈ ਵਰਤੀਆਂ ਜਾਂਦੀਆਂ ਲਿਖਤਾਂ ਵੀ ਅਕਸਰ ਬਹੁਤ ਧਿਆਨ ਮੰਗਦੀਆਂ ਹਨ ਅਤੇ ਲੇਖਕ 'ਜੋ ਮਨ ਆਵੇ' ਨਹੀਂ ਲਿਖਦਾ, ਭਾਵੇਂ ਕਿ ਉਸ ਉੱਤੇ ਕੋਈ ਰੋਕ ਵੀ ਨਾ ਲਗਾਈ ਗਈ ਹੋਵੇ। ਪਰ ਹੱਥਲੇ ਮੰਤਵ ਲਈ ਸਾਡਾ ਧਿਆਨ ਅਜਿਹੀਆਂ ਲਿਖਤਾਂ ਸਬੰਧੀ ਬਣਦਾ ਹੈ ਜਿਹਨਾਂ ਦੀ ਪ੍ਰਕਾਸ਼ਨਾ ਕਾਰਨ 'ਲੇਖਕ' ਆਪਣੀ ਲਿਖਤ ਲਈ ਉੱਤਰਦਾਈ ਹੁੰਦਾ ਹੈ।

ਅਸਲ ਵਿਚ ਇਸ ਗੱਲ ਨੂੰ ਚੰਗੀ ਤਰ੍ਹਾਂ ਲੜ ਬੰਨ੍ਹ ਲੈਣਾ ਚਾਹੀਦਾ ਹੈ ਕਿ ਜਦੋਂ ਤਕ ਇਕ ਲੇਖਕ ਨੇ ਕਲਮ ਨਾਲ ਕੁਝ ਨਹੀਂ ਲਿਖਿਆ, ਸਾਰੀ ਵਿਚਾਰ ਅਤੇ ਲਿਖਤ ਦੀ ਰੂਪ-ਰੇਖਾ ਉਸ ਦੇ ਦਿਲ-ਦਿਮਾਗ਼ ਅੰਦਰ ਸਿਮਟੀ ਪਈ ਰਹੇਗੀ ਪਰ ਜਦੋਂ ਅਤੇ ਜਿਉਂ ਹੀ ਲੇਖਕ ਨੇ ਕਲਮ ਦਾ ਪ੍ਰਯੋਗ ਕਰ ਲਿਆ ਤਾਂ ਲੇਖਕ ਪਾਸ 'ਲਿਖਤ ਦੀ ਪੂਰਤੀ' ਦੀ ਤਸੱਲੀ ਤੋਂ ਬਿਨਾਂ ਕੁਝ ਵੀ ਬਾਕੀ ਨਹੀਂ ਬਚਦਾ ਅਤੇ ਇਸ ਤੋਂ ਵੀ ਅੱਗੇ ਜੇਕਰ ਲਿਖਣ ਉਪਰੰਤ ਲੇਖਕ ਨੂੰ ਤਸੱਲੀ ਨਾ ਹੋਈ ਅਤੇ ਬਦਕਿਸਮਤੀ ਨਾਲ ਲੇਖਕ ਦੀ ਲਿਖਤ ਛਪ ਗਈ ਤਾਂ ਫਿਰ ਲੇਖਕ ਵੱਲੋਂ ਲਿਖੇ ਗਏ ਹਰ ਇਕ ਅੱਖਰ-ਸ਼ਬਦ ਲਈ ਕੇਵਲ 'ਲੇਖਕ' ਹੀ ਜ਼ਿੰਮੇਵਾਰ ਹੁੰਦਾ ਹੈ, ਹੋਰ ਕੋਈ ਨਹੀਂ। ਪਾਠਕਾਂ ਦੀ ਕਚਹਿਰੀ ਵਿਚ ਫਿਰ ਲੇਖਕ ਦੀ ਕੋਈ ਵੀ ਵਕਾਲਤ ਨਹੀਂ ਕਰ ਸਕਦਾ।

ਇਸ ਲਈ 'ਗੱਲ' ਬਿਲਕੁਲ ਸੱਚ ਅਤੇ ਸਪਸ਼ਟ ਹੈ। ਜਿਤਨਾ ਚਿਰ ਗੱਲ ਤੁਹਾਡੇ-ਸਾਡੇ ਬੁੱਲ੍ਹਾਂ ਦੇ ਦਰਾਂ ਅੰਦਰ ਬੰਦ ਹੈ, ਗੱਲ ਸਾਡੀ ਹੈ, ਤੁਹਾਡੀ ਹੈ। ਪਰ ਜਦੋਂ ਅਤੇ ਜਿਵੇਂ ਹੀ ਬੁੱਲ੍ਹ ਖੁੱਲ੍ਹੇ, ਜੀਭ ਹਿੱਲੀ, ਗੱਲ ਮੂੰਹੋਂ ਤੀਰ ਵਾਂਗ ਨਿਕਲ ਗਈ ਤਾਂ ਗੱਲ ਸਾਡੀ ਜਾਂ ਤੁਹਾਡੀ ਨਾ ਰਹੀ। ਠੀਕ ਇਵੇਂ ਹੀ ਜਿਸ ਪਲ ਕਲਮ ਰੂਪੀ ਜੀਭ ਹਿੱਲੀ ਅਤੇ ਕਲਮ ਨੇ ਕਾਗ਼ਜ਼ ਉੱਤੇ ਗੱਲ ਉਗਲੀ ਤਾਂ ਇਹ ਗੱਲ (ਲਿਖਤ) ਲੇਖਕ ਦੀ ਨਾ ਬਣ ਕੇ ਪਾਠਕ ਦੀ ਬਣ ਜਾਂਦੀ ਹੈ ਅਤੇ ਫਿਰ ਯਤਨ ਕਰਨ 'ਤੇ ਵੀ ਕਹੀ ਹੋਈ ਗੱਲ ਵਾਪਸ ਲੈਣੀ ਕਠਿਨ ਹੋ ਜਾਂਦੀ ਹੈ ਅਤੇ ਕਈ ਵਾਰ ਲੇਖਕ ਲਈ ਆਤਮਘਾਤੀ ਵੀ ਸਾਬਤ

ਹੁੰਦੀ ਹੈ। ਨਿਸਚੈ ਹੀ ਲੇਖਕ ਅਤੇ ਉਸ ਦੀ ਲਿਖਤ ਉੱਤੇ ਬੜੀ ਵੱਡੀ ਜ਼ਿੰਮੇਵਾਰੀ ਆਉਂਦੀ ਹੈ। ਪਰ ਲੇਖਕ ਲਿਖਦਾ ਹੈ ਅਤੇ ਲਿਖਣਾ ਚਾਹੁੰਦਾ ਹੈ।

ਹਰ ਇਕ ਲੇਖਕ, ਲਿਖਣ ਉਪਰੰਤ ਛਪਣਾ ਲੋੜਦਾ ਹੈ ਅਤੇ ਛਪਦਾ ਵੀ ਹੈ। ਲੇਖਕ ਇਸ ਲਈ ਲਿਖਦਾ ਹੈ ਕਿ ਉਸ ਪਾਸ ਲਿਖਣ ਲਈ, ਕਹਿਣ ਲਈ ਕੁਝ ਨਾ ਕੁਝ ਹੁੰਦਾ ਹੈ। ਉਸ ਦੀ ਛਾਤੀ ਵਿਚ ਤਪਦਿਕ ਦੇ ਕੀਟਾਣੂੰਆਂ ਵਾਂਗ ਕੋਈ 'ਕਹਿਣ ਜੋਗੀ ਗੱਲ' ਕੁਰਬਲ ਕੁਰਬਲ ਕਰਦੀ ਤੰਗ ਕਰ ਰਹੀ ਹੁੰਦੀ ਹੈ। ਲੇਖਕ ਦਾ ਮਨ-ਦਿਮਾਗ਼ ਅਸ਼ਾਂਤ ਹੁੰਦਾ ਹੈ। ਅਜਿਹੀ ਹਾਲਤ ਵਿਚ ਜੇਕਰ ਉਹ ਚਾਹੇ ਤਾਂ ਇਸ ਸਾਰੀ ਉੱਥਲ-ਪੁੱਥਲ ਨੂੰ ਝੱਟ-ਪੱਟ ਹੀ ਕਾਗ਼ਜ਼ ਉੱਤੇ ਉਤਾਰ ਸਕਦਾ ਹੈ। ਪਰ ਜੇਕਰ ਉਹ ਕੇਵਲ ਪੱਤਰਕਾਰ ਨਹੀਂ ਅਤੇ ਇਕ ਲੇਖਕ ਹੈ ਤਾਂ ਉਹ ਅਜਿਹਾ ਨਹੀਂ ਕਰੇਗਾ। ਉਸ ਨੂੰ ਆਪਣੇ ਦ੍ਰਿਸ਼ਟੀਕੋਣ, ਸਮਾਜ ਪ੍ਰਤੀ ਆਪਣੇ ਕਰਤੱਵ ਕਾਰਨ ਅਤੇ ਕਲਮ ਪ੍ਰਤੀ ਆਪਣੀ ਈਮਾਨਦਾਰੀ ਨੂੰ ਮੁੱਖ ਰੱਖਦਿਆਂ ਕੁਝ ਬੰਧਨਾਂ ਵਿਚ ਰਹਿੰਦਿਆਂ, ਆਪਣੀ ਲਿਖਤ ਵਿਚ ਕਾਂਟ-ਛਾਂਟ, ਸੋਧ-ਸੁਧਾਈ, ਵਾਧੇ-ਘਾਟੇ ਕਰਨੇ ਪੈ ਸਕਦੇ ਹਨ। ਇਸ ਤੋਂ ਵੀ ਵੱਧ ਜੇਕਰ ਉਸ ਨੇ ਛਪਣਾ ਹੈ ਤਾਂ ਉਸ ਨੂੰ ਛਪਣ ਹਿੱਤ ਚੁਣੇ ਗਏ ਪਰਚਿਆਂ ਦੀਆਂ ਲੋੜਾਂ ਦਾ ਜਾਇਜ਼ਾ ਲੈ ਕੇ, ਨਿਯਮਾਂ-ਉਪਨਿਯਮਾਂ ਦੀ ਪਾਲਨਾ ਕਰਦਿਆਂ, ਕੁਝ ਬੰਧਨਾਂ ਵਿਚ ਬੱਝਦਿਆਂ ਆਪਣੀ ਲਿਖਤ ਨੂੰ ਕੱਟਣਾ, ਵਧਾਉਣਾ ਅਤੇ ਸੰਵਾਰਨਾ ਪਵੇਗਾ। ਕਈ ਵਾਰੀ ਇਹ ਕਾਂਟ-ਛਾਂਟ ਨਾ ਕੇਵਲ ਬਾਹਰੀ ਤੌਰ 'ਤੇ ਲਿਖੇ ਗਏ ਪਹਿਰਿਆਂ, ਵਾਕਾਂ ਜਾਂ ਸ਼ਬਦਾਂ ਦੀ ਹੀ ਹੋਵੇਗੀ ਸਗੋਂ ਕਈ ਵਾਰੀ ਲੇਖਕ ਦੇ ਵਿਚਾਰਾਂ ਦੀ ਦਿੱਖ ਨੂੰ ਵੀ ਵਧਣਾ-ਘਟਣਾ ਪਵੇਗਾ। ਉਂਝ ਇਸ ਦਾ ਅਰਥ ਹਰਗਿਜ਼ ਇਹ ਨਹੀਂ ਕਿ ਲੇਖਕ ਆਪਣੇ ਦਿਲ-ਦਿਮਾਗ ਦੀ ਈਮਾਨਦਾਰੀ ਤੋਂ ਮੁਨਕਰ ਹੋ ਕੇ ਆਪਣਾ ਸਹੀ ਮੰਤਵ ਲੁਕਾ ਕੇ ਝੂਠ ਬੋਲੇ। ਇਸ ਦੇ ਉਲਟ, ਸਗੋਂ ਉਹ ਅਜਿਹੇ ਯੋਗ ਸ਼ਬਦਾਂ ਦੀ ਚੋਣ ਕਰੇਗਾ ਜਿਹਨਾਂ ਰਾਹੀਂ ਉਹ ਬੇਬਾਕੀ ਨਾਲ ਆਪਣੀ ਛਾਤੀ ਠੋਕ ਕੇ ਆਪਣੀ ਵਿਚਾਰਧਾਰਾ ਪਾਠਕਾਂ ਦੇ ਰੂਬਰੂ ਪੇਸ਼ ਕਰ ਸਕੇ। ਇਹ ਸੰਭਾਵਨਾ ਵੀ ਹੋ ਸਕਦੀ ਹੈ ਕਿ ਛਾਪਣ ਵਾਲੇ ਪਰਚੇ ਦੀਆਂ ਨੀਯਤ ਹੱਦਾਂ-ਮੱਦਾਂ ਕਾਰਨ ਹਾਲਾਂ ਵੀ ਲੇਖਕ ਦੀ ਲਿਖਤ ਨਾ ਛਪ ਸਕੇ ਅਤੇ ਉਸ ਨੂੰ ਆਪਣੀ ਲਿਖਤ ਵਿਚ ਹੋਰ ਕਾਂਟ-ਛਾਂਟ ਕਰਨ ਲਈ ਮਜਬੂਰ ਹੋਣਾ ਪਵੇ। ਪੁਸਤਕ ਰੂਪ ਵਿਚ ਵੀ ਆਉਣ ਵਾਲੀ ਲਿਖਤ ਵਿਚ ਲੇਖਕ ਨੂੰ ਪਾਠਕਾਂ ਦੀ ਮਨੋ-ਦਸ਼ਾ ਅਤੇ ਮਨੋ-ਦਿਸ਼ਾ ਦਾ ਗਿਆਨ ਹੋਣਾ ਲੋੜੀਂਦਾ ਹੈ। ਇੰਝ ਲੇਖਕ ਉੱਤੇ ਕਈ ਬੰਧਨ ਹਨ।

ਲੇਖਕ ਦੀ ਲਿਖਤ ਉੱਤੇ ਲੱਗਦੇ ਬੰਧਨਾਂ ਵਿਚ 'ਕਲਾ ਕਲਾ ਲਈ' ਅਤੇ 'ਕਲਾ ਸਮਾਜ ਲਈ' ਦੇ ਬੰਧਨ ਵੀ ਆਉਂਦੇ ਹਨ। ਇਥੇ ਬਹੁਤੇ ਵਿਸਥਾਰ ਦੀ ਗੁੰਜਾਇਸ਼ ਨਹੀਂ। ਕੇਵਲ ਇਹ ਕਹਿਣਾ ਚਾਹਾਂਗਾ ਕਿ 'ਲੇਖਕ' ਦੀ 'ਲਿਖਤ ਕਲਾ' ਨੇ ਕੇਵਲ 'ਕਲਾ' ਦਾ ਹੀ ਰੂਪ ਨਹੀਂ ਧਾਰਨ ਕਰਨਾ ਸਗੋਂ ਅਜਿਹੀ 'ਕਲਾ' ਦਾ ਰੂਪ ਧਾਰਨ ਕਰਨਾ ਹੈ ਜਿਹੜੀ ਸਮਾਜ ਲਈ ਹਿੱਤਕਾਰੀ ਹੋਵੇ। ਇਹ ਠੀਕ ਹੈ ਅਤੇ ਇਸ ਗੱਲ ਨਾਲ ਸਹਿਮਤ ਹੋਇਆ ਜਾ ਸਕਦਾ ਹੈ ਕਿ 'ਲੇਖਕ' ਆਪਣੇ ਨਿੱਜ ਦੇ ਆਨੰਦ ਅਤੇ ਸੰਤੁਸ਼ਟੀ ਲਈ ਲਿਖਦਾ ਹੈ ਅਤੇ ਪੜ੍ਹਦਾ ਹੈ। ਪਰ ਚੰਗੀ ਲਿਖਤ ਦਾ ਮੰਤਵ ਨਿੱਜ ਦੀ ਸੰਤੁਸ਼ਟੀ ਜਾਂ ਆਨੰਦ ਤੋਂ ਅੱਗੇ ਜਾਂਦਿਆਂ ਲੋਕਾਂ ਨਾਲ ਵੀ ਸਬੰਧਿਤ ਹੈ। ਲੇਖਕ ਉੱਤੇ ਇਹ ਬੰਧਨ, ਲੇਖਕ ਵੱਲੋਂ

ਆਪਣੇ ਆਪ ਉੱਤੇ ਲਗਾਈਆਂ ਗਈਆਂ ਨਿਰਧਾਰਤ ਕੀਮਤਾਂ ਦਾ ਹੈ। ਲੇਖਕ ਲਈ ਇਹ ਗੱਲ ਧਿਆਨ ਰੱਖਣ ਵਾਲੀ ਹੈ ਕਿ 'ਲਿਖਣ ਕਲਾ' ਕੋਈ 'ਆਚਾਰ' ਨਹੀਂ ਹੈ। ਇਸ ਲਈ ਲਿਖਣ ਕਲਾ ਵਿਚ ਸਦਾਚਾਰ ਲੱਭਣ ਦੀ ਕੋਸ਼ਿਸ਼ ਕਰਨੀ ਠੀਕ ਉਵੇਂ ਹੀ ਹੈ ਜਿਵੇਂ ਕੋਈ ਹਿਸਾਬ ਵਿਚ ਸਦਾਚਾਰ ਲੱਭਣ ਦੀ ਕੋਸ਼ਿਸ਼ ਕਰੇ। ਇਸ ਤੱਥ ਉੱਤੇ ਕਈ ਕਿੰਤੂ-ਪਰੰਤੂ ਉਠਾਏ ਜਾ ਸਕਣ ਦੀ ਗੁੰਜਾਇਸ਼ ਹੈ। ਹਰਗਿਜ਼ ਇਹ ਅਰਥ ਨਹੀਂ ਕਿ ਲੇਖਕ ਸਦਾਚਾਰੀ ਨਹੀਂ ਹੁੰਦਾ ਜਾਂ ਉਸ ਨੂੰ ਸਦਾਚਾਰੀ ਨਹੀਂ ਹੋਣਾ ਚਾਹੀਦਾ। ਇਸ ਦਾ ਇਹ ਅਰਥ ਵੀ ਨਹੀਂ ਕਿ ਲੇਖਕ ਨੇ ਸਦਾਚਾਰ ਲਈ ਨਹੀਂ ਲਿਖਣਾ। 'ਲੇਖਕ' ਨੂੰ ਆਪਣੀ ਕਲਮ ਪ੍ਰਤੀ ਈਮਾਨਦਾਰੀ ਵਰਤਦਿਆਂ ਆਪਣੇ ਪਾਠਕਾਂ ਦੀ ਕਚਹਿਰੀ ਵਿਚ ਆਪਣਾ ਸਹੀ ਰੂਪ ਲੈ ਕੇ ਹੀ ਆਉਣਾ ਚਾਹੀਦਾ ਹੈ।

ਇਥੇ ਇਕ ਉਦਾਹਰਣ ਦੇ ਕੇ ਵਿਚਾਰ ਨੂੰ ਅੱਗੇ ਵਧਾਉਣ ਦਾ ਯਤਨ ਹੈ। ਭਾਰਤ ਵਿਚ ਵੱਸਦੇ ਲੋਕੀਂ ਆਮ ਕਰਕੇ ਅਤੇ ਵਿਦੇਸ਼ਾਂ ਵਿਚ ਵੱਸਦੇ ਪਰਵਾਸੀ ਵਿਸ਼ੇਸ਼ ਕਰਕੇ ਵਿਆਹ-ਸ਼ਾਦੀਆਂ ਦੇ ਮੌਕਿਆਂ ਉੱਤੇ ਜਾਂ ਦੀਵਾਲੀ ਆਦਿ ਤਿਉਹਾਰਾਂ ਦੇ ਮੌਕਿਆਂ ਉੱਤੇ ਆਤਿਸ਼ਬਾਜ਼ੀ ਚਲਾਉਂਦੇ ਹਨ, ਪਟਾਕੇ ਵਜਾਉਂਦੇ ਹਨ ਅਤੇ ਫੁੱਲਝੜੀਆਂ ਖਿੜਾਉਂਦੇ ਹਨ। ਵਧਾਈ ਦੇ ਕਾਰਡ ਵੰਡੇ ਜਾਂਦੇ ਹਨ। ਵਿਆਹ ਦੇ ਮੌਕਿਆਂ 'ਤੇ ਹੁਣ ਤਾਂ ਵਿਲਾਇਤ ਵਿਚ ਵੀ ਬੈਂਡ-ਵਾਜੇ ਵਜਾਏ ਜਾਂਦੇ ਹਨ। ਕਾਰਾਂ ਦੇ ਹੁੰਦਿਆਂ ਸੁੰਦਿਆਂ ਲਾੜਿਆਂ ਨੂੰ ਘੋੜੀਆਂ ਉੱਤੇ ਚੜ੍ਹਾਇਆ ਜਾਂਦਾ ਹੈ ਅਤੇ ਫਿਰ ਵੱਡੇ ਵੱਡੇ ਹੋਟਲਾਂ/ਹਾਲਾਂ ਵਿਚ ਪ੍ਰੀਤੀ ਭੋਜਨ ਦਿੱਤੇ ਜਾਂਦੇ ਹਨ। ਇਸ ਦੇ ਨਾਲ ਹੀ ਭਾਂਤ ਭਾਂਤ ਦੇ ਡਿਸਕੋ-ਡਾਂਸ ਅਤੇ ਭੰਗੜਾ ਪਾਰਟੀਆਂ ਦਾ ਪ੍ਰਬੰਧ ਕੀਤਾ ਜਾਂਦਾ ਹੈ। ਮੁਰਗੇ ਭੁੰਨੇ ਜਾਂਦੇ ਹਨ ਅਤੇ ਸ਼ਰਾਬਾਂ ਉੱਡਦੀਆਂ ਹਨ। ਮਜ਼ੇਦਾਰ ਗੱਲ ਇਹ ਹੈ ਕਿ ਇਹ ਸਭ ਕਰਦਿਆਂ ਕੀ ਭਾਰਤ ਅਤੇ ਕੀ ਬਰਤਾਨੀਆ ਜਾਂ ਦੂਜੇ ਹੋਰ ਦੇਸ਼ਾਂ ਵਿਚ ਵੱਸਦੇ ਭਾਰਤੀ ਮੂਲ ਦੇ ਵਾਸੀ 'ਇਕ ਖ਼ਾਸ ਕਿਸਮ ਦਾ ਆਨੰਦ ਜਾਂ ਸੰਤੁਸ਼ਟੀ' ਪ੍ਰਾਪਤ ਕਰਦੇ ਹਨ। ਇਹ ਸੰਤੁਸ਼ਟੀ ਅਤੇ ਆਨੰਦ ਪ੍ਰਾਪਤ ਕਰਦਿਆਂ ਲੋਕੀਂ ਹਜ਼ਾਰਾਂ-ਲੱਖਾਂ ਰੁਪਏ (ਪੌਂਡ ਅਤੇ ਡਾਲਰ) ਕੁਝ ਘੰਟਿਆਂ ਵਿਚ ਹੀ ਬਰਬਾਦ ਕਰ ਦਿੰਦੇ ਹਨ। ਹੱਡ ਤੋੜਵੀਂ ਮਿਹਨਤ ਨਾਲ ਜਾਂ ਵਿਉਪਾਰ ਰਾਹੀਂ ਕਮਾਇਆ ਪੈਸਾ ਪਲ ਦੋ ਪਲ ਦੀ ਵਾਹ ਵਾਹ ਵਿਚ ਸੁਆਹ ਹੋ ਜਾਂਦਾ ਹੈ। ਇਤਨਾ ਪੈਸਾ ਬਰਬਾਦ ਕਰਦਿਆਂ ਲੋਕੀਂ ਆਨੰਦ ਲੈਂਦੇ ਹਨ ਪਰ ਕਿਸੇ ਦਾ ਹੌਸਲਾ ਨਹੀਂ ਪੈਂਦਾ ਕਿ ਕੋਈ ਕਿਸੇ ਨੂੰ ਮੂਰਖ ਕਹਿ ਸਕਣ ਦੀ ਹਿੰਮਤ ਕਰ ਸਕੇ ਅਤੇ ਆਖੇ ਕਿ ਇਹ ਪੈਸਾ ਕਿਸੇ ਲੋੜਵੰਦ ਲਈ ਵਰਤਿਆ ਜਾਵੇ ਤਾਂ ਕਿੰਨਾ ਚੰਗਾ ਹੋਵੇ। ਕਈ ਵਾਰ ਅਸੀਂ ਖ਼ੁਦ ਹੀ ਅਜਿਹੀ ਮੂਰਖਤਾ ਵਿਚ ਸ਼ਾਮਲ ਹੋ ਕੇ ਆਨੰਦ ਮਾਣਦੇ ਹਾਂ। ਭਲਾ ਕਿਉਂ ?

ਅਜਿਹੀ ਮੂਰਖਤਾ ਵਿਚ ਅਸੀਂ ਖ਼ੁਦ ਵੀ ਅਤੇ ਦੂਜੇ ਲੋਕੀਂ ਵੀ ਇਸ ਲਈ ਸ਼ਾਮਲ ਹੁੰਦੇ ਹਾਂ ਕਿ ਆਨੰਦ ਦਾ, ਸੰਤੁਸ਼ਟੀ ਦਾ ਵੀ ਆਪਣਾ ਇਕ ਨਿਵੇਕਲਾ ਮਹੱਤਵ ਹੈ। ਇੰਝ ਹੀ ਲੇਖਕ ਦੀ 'ਲਿਖਤ' ਵਿਚੋਂ ਵੀ ਆਨੰਦ ਮਿਲ ਸਕਦਾ ਹੈ ਅਤੇ ਮਿਲਣਾ ਵੀ ਚਾਹੀਦਾ ਹੈ। ਕੋਈ ਵੀ ਲਿਖਤ ਜੇਕਰ ਆਪਣੀ ਹੋਂਦ ਕਾਰਨ ਸਾਡੇ ਮਨ ਨੂੰ ਭਾਅ ਜਾਵੇ ਜਾਂ ਆਨੰਦਿਤ ਕਰ ਜਾਵੇ ਤਾਂ ਭਾਵੇਂ ਉਹ 'ਲਿਖਤ' ਉਪਰ ਦਰਜ ਬਰਬਾਦੀ ਦੇ ਸਾਧਨਾਂ ਵਾਂਗ ਜੀਵਨ ਨੂੰ ਪਤਿਤ ਕਰਨ ਦੀ ਸਮਰੱਥਾ ਵੀ ਰੱਖੇ, ਤਾਂ ਵੀ ਉਸ ਦਾ ਆਪਣਾ ਮਹੱਤਵ

ਹੈ। ਪਰ ਇਹ ਗੱਲ ਸੁਭਾਵਿਕਤਾ ਦੀ ਹੈ, ਲਗਾਤਾਰ ਨਿਯਮਬੱਧ ਲਿਖਤ ਦੀ ਨਹੀਂ। ਲੇਖਕ ਸਦਾ ਹੀ ਇਕ ਬੰਧਨ ਵਿਚ ਹੈ। ਲੇਖਕ ਨੂੰ ਸਦਾ ਹੀ ਇਸ ਬੰਧਨ ਵਿਚ ਰਹਿਣਾ ਚਾਹੀਦਾ ਹੈ ਕਿ ਉਸ ਦੀ ਲਿਖਤ ਨੇ ਸੁਭਾਵਿਕ ਹੁੰਦਿਆਂ ਹੋਇਆਂ ਵੀ ਲੋਕ ਕਲਿਆਣਕਾਰੀ ਹੋ ਕੇ ਆਪਣਾ ਸਦਾ-ਬਹਾਰ ਸਾਰਥਕ ਪ੍ਰਭਾਵ ਛੱਡਣਾ ਹੈ। ਇਕ ਹੋਰ ਤਰ੍ਹਾਂ ਵੀ ਵਿਚਾਰ ਕਰਨੀ ਬਣਦੀ ਹੈ।

ਅੱਜ ਕੱਲ ਕੇਵਲ ਭਾਰਤ ਵਿਚ ਹੀ ਨਹੀਂ ਸਗੋਂ ਸੰਸਾਰ ਦੇ ਹਰ ਇਕ ਦੇਸ਼ ਵਿਚ ਹੀ ਅਪਰਾਧਾਂ ਵਿਚ ਵਾਧਾ ਹੋ ਰਿਹਾ ਹੈ। ਅੱਜ ਚੋਰੀ, ਡਕੈਤੀ, ਕਤਲ, ਬਲਾਤਕਾਰ, ਜੂਆ, ਵੇਸਵਾ-ਗਮਨੀ, ਇਸਤਰੀਆਂ ਉੱਤੇ ਜ਼ੁਲਮ, ਹਾਈਜੈਕਿੰਗ, ਵੱਖਵਾਦ, ਅੱਤਵਾਦ, ਨਸ਼ਿਆਂ ਦੀ ਦੁਰਵਰਤੋਂ ਅਤੇ ਧਰਮ ਦੇ ਨਾਂ ਉੱਤੇ ਠੱਗੀਆਂ-ਵਾਧੇ ਆਦਿ ਕੁਰੀਤੀਆਂ ਦਾ ਬੋਲ-ਬਾਲਾ ਹੈ। ਇਕ ਲੇਖਕ ਟੀ.ਵੀ., ਰੇਡੀਓ, ਅਖ਼ਬਾਰਾਂ ਆਦਿ ਰਾਹੀਂ ਪ੍ਰਾਪਤ ਉਪਰੋਕਤ ਦਿੱਤੀ ਜਾਣਕਾਰੀ ਦੇ ਪ੍ਰਭਾਵ ਤੋਂ ਕਿਵੇਂ ਵਾਂਝਿਆਂ ਰਹਿ ਸਕਦਾ ਹੈ ? ਅਰਥਾਤ ਲੇਖਕ ਵਿਚ ਸੰਵੇਦਨਾ ਹੈ। ਇਸ ਲਈ ਇਕ ਲੇਖਕ ਆਪਣੀਆਂ ਲਿਖਤਾਂ ਵਿਚ ਇਹਨਾਂ ਸਭ ਭੈੜੀਆਂ ਹਰਕਤਾਂ ਦਾ ਵਰਣਨ ਤਾਂ ਕਰੇਗਾ ਪਰ ਉਹ ਕਿਸੇ ਹੀਲੇ ਵੀ ਇਹਨਾਂ ਦੀ ਪੁਸ਼ਟੀ ਨਹੀਂ ਕਰੇਗਾ। ਨਾਂਹ-ਵਾਚਕ ਅਤੇ ਢਾਹੂ ਗੱਲਾਂ ਲਈ ਉਹ ਕਦੇ ਵੀ ਹਾਮੀ ਨਹੀਂ ਭਰੇਗਾ। ਲੇਖਕ ਤਾਂ ਵਾਹ ਲੱਗਦੇ ਇਹਨਾਂ ਦੀ ਨਿੰਦਾ ਹੀ ਕਰੇਗਾ ਪਰ ਕਲਾਮਈ ਢੰਗ ਨਾਲ ਅਤੇ ਕਲਾ ਰਾਹੀਂ ਸੁਭਾਇਕੇ ਹੀ ਕੋਈ ਸੁਝਾ ਵੀ ਸ਼ਾਇਦ ਦੇ ਜਾਵੇਗਾ। ਪਰ ਇਕ ਲੇਖਕ, ਲੇਖਕ ਹੋਣ ਦੇ ਨਾਤੇ ਇਹਨਾਂ ਵਿਰੁੱਧ ਲੜਨ ਦੀ ਹਿਮਾਕਤ ਕਰਦਾ ਸ਼ੋਭਾ ਨਹੀਂ ਦੇਵੇਗਾ। ਹਾਂ, ਲੇਖਕ ਲਈ ਤਾਂ ਆਪਣਾ ਸੁਨੇਹਾ ਲੋੜੀਂਦੀ ਤਾਕਤ—ਭਾਵੇਂ ਉਹ ਲੋਕ ਤਾਕਤ ਹੋਵੇ ਅਤੇ ਭਾਵੇਂ ਸੱਤਾ—ਤਕ ਪੁਚਾ ਦੇਣਾ ਬਣਦਾ ਹੈ। ਇਹ ਬੰਧਨ ਉਸ ਦੀ ਕਲਮ ਦੀ ਬੰਧੇਜ ਦਾ ਹੈ। ਇਸ ਦੇ ਉਲਟ, ਜੇਕਰ ਉਹ ਆਪਣੀ ਲਿਖਤ ਵਿਚ ਈਮਾਨਦਾਰੀ ਨਾਲ ਉਪਰੋਕਤ ਅਤੇ ਅਜਿਹੇ ਹੋਰ ਮਸਲਿਆਂ ਵੱਲ ਸੰਕੇਤ ਨਹੀਂ ਕਰਦਾ ਤਾਂ ਸਹੀ ਅਰਥਾਂ ਵਿਚ ਉਹ ਦੋਸ਼ੀ ਹੈ।

ਇਸ ਲਈ, ਲੇਖਕ ਲਈ ਜ਼ਰੂਰੀ ਹੈ ਕਿ ਉਹ ਲਿਖੇ ਉਹੀ ਜੋ ਉਸ ਦੀ ਆਤਮਾ ਪ੍ਰਵਾਨ ਕਰੇ ਪਰ ਲਿਖੇ ਸੋਚ ਸਮਝ ਨਾਲ ਅਤੇ ਪਾਠਕ ਦੇ ਆਨੰਦ ਅਤੇ ਹਿੱਤ ਨੂੰ ਸਦਾ ਸਾਹਮਣੇ ਰੱਖਦਿਆਂ ਹੀ। ਕੋਈ ਵੀ ਲੇਖਕ, ਲੋਕਾਂ ਦੇ ਸਮੂਹਕ ਹਿੱਤਾਂ ਤੋਂ ਬਾਹਰੀ ਗੱਲ ਕਰ ਕੇ ਬਹੁਤੀ ਦੇਰ ਲੇਖਕ ਨਹੀਂ ਰਹਿ ਸੰਕਦਾ। ਅਜਿਹੇ ਲੇਖਕ ਦਾ ਇਕ ਦਿਨ ਨੰਗੇ ਹੋਣਾ ਨਿਸ਼ਚਿਤ ਹੈ।

ਲੇਖਕ ਅਤੇ ਲਿਖਤ—2

ਹੱਥਲੀ ਲਿਖਤ ਦਾ ਮਕਸਦ, ਲੇਖਕ ਜਾਂ ਲੇਖਕ ਦੀ ਲਿਖਤ ਸਬੰਧੀ ਕੋਈ ਹੋਰ ਨਵੀਂ ਪਰਿਭਾਸ਼ਾ ਲੱਭਣ-ਘੜਨ ਦਾ ਨਹੀਂ ਹੈ ਸਗੋਂ ਲੇਖਕ ਦੀਆਂ ਹਾਂ-ਪੱਖੀ ਰੁੱਚੀਆਂ ਦੀ ਸੰਭਾਵਨਾ ਬਾਰੇ ਸੰਕੇਤ ਦੇ ਕੇ 'ਲੇਖਕ ਅਤੇ ਲਿਖਤ' ਸਬੰਧੀ ਵਿਚਾਰ ਨੂੰ ਕੁਝ ਹੋਰ ਅਗਾਂਹ ਤੋਰਨ ਦਾ ਯਤਨ ਕਰਨਾ ਹੈ। ਬਹੁਮੁੱਲੇ ਸਮੇਂ ਦੀ ਸਹੀ ਢੰਗ ਨਾਲ ਵਰਤੋਂ ਨਾ ਕਰ ਸਕਣ ਦੀ ਸਜ਼ਾ ਤਾਂ ਅਕਸਰ ਲੇਖਕ ਨੂੰ ਭੁਗਤਣੀ ਹੀ ਪੈਂਦੀ ਹੈ ਪਰ ਇਸ ਦੇ ਨਾਲ ਹੀ ਨਾਲ ਜੇਕਰ ਇਕ ਲੇਖਕ ਆਪਣੇ ਦਿਲ ਅਤੇ ਦਿਮਾਗ਼ ਦੀ ਗੱਲ ਪੂਰੀ ਖੁੱਲ੍ਹਦਿਲੀ ਨਾਲ ਨਾ ਕਰ ਸਕੇ ਤਾਂ ਉਸ ਦੀ ਮਾਰ ਲਈ ਵੀ 'ਲੇਖਕ ਅਤੇ ਲਿਖਤ' ਨੂੰ ਹੀ ਤਿਆਰ ਰਹਿਣਾ ਪੈਂਦਾ ਹੈ। ਇਸੇ ਹੀ ਸੰਦਰਭ ਵਿਚ 'ਲੇਖਕ ਅਤੇ ਲਿਖਤ' ਨੂੰ ਇਕ ਹੋਰ ਢੰਗ ਨਾਲ ਵਿਚਾਰਨਾ ਬਣਦਾ ਹੈ।

ਪਹਿਲਾਂ ਵੀ ਆਖਿਆ ਗਿਆ ਹੈ ਅਤੇ ਹੁਣ ਫਿਰ ਇਸ ਦੀ ਪੁਸ਼ਟੀ ਕਰਨੀ ਬਣਦੀ ਹੈ ਕਿ ਲੇਖਕ ਲਿਖਦਾ ਹੈ, ਇਸ ਲਈ ਹੀ ਲੇਖਕ ਹੁੰਦਾ ਹੈ। ਲੇਖਕ ਕਿਉਂਕਿ ਲਿਖਦਾ ਹੈ ਇਸ ਲਈ ਇਹ ਅੰਦਾਜ਼ਾ ਲਗਾਉਣਾ ਵੀ ਗ਼ਲਤ ਨਹੀਂ ਹੋਵੇਗਾ ਕਿ ਲੇਖਕ ਨੂੰ 'ਲਿਖਣ' ਨਾਲ ਪਿਆਰ ਹੈ। ਇਸ ਪਿਆਰ ਕਾਰਨ ਹੀ ਉਹ ਲਿਖਦਾ ਹੈ। ਲੇਖਕ ਨੂੰ ਆਪਣੀ ਲੇਖਣੀ ਉੱਤੇ ਭਰੋਸਾ ਹੁੰਦਾ ਹੈ ਕਿ ਉਸ ਨੇ ਲਿਖਣਾ ਹੀ ਹੈ ਅਤੇ ਇਸ ਡੂੰਘੇ ਭਰੋਸੇ ਕਾਰਨ ਉਹ ਲਿਖਦਾ ਹੈ। ਪਰ ਹਰ ਉਹ ਬੰਦਾ ਜਿਹੜਾ ਕਿ ਕੁਝ ਲਿਖਦਾ ਹੈ, ਲਿਖ ਸਕਦਾ ਹੈ, ਅਤੇ ਜਿਸ ਦਾ ਲਿਖਿਆ ਦਿਲਚਸਪੀ ਵਾਲਾ ਨਾ ਹੋਵੇ, 'ਲੇਖਕ' ਜਾਂ 'ਲਿਖਤ' ਦੀ ਕਿਸੇ ਵੀ ਬੱਝੀ ਜਾਣ ਵਾਲੀ ਪਰਿਭਾਸ਼ਾ ਅਧੀਨ ਨਹੀਂ ਆ ਸਕਦਾ। ਉਂਝ ਹਾਂ, ਜੇਕਰ ਦੂਜੇ ਵਿਅਕਤੀ ਤੁਹਾਨੂੰ ਲਿਖਣ ਲਈ ਪ੍ਰੇਰਦਿਆਂ ਤੁਹਾਥੋਂ ਉਹੀ ਕੁਝ ਲਿਖਵਾਂਦੇ ਨੇ ਜੋ ਕਿ ਉਹ ਚਾਹੁੰਦੇ ਹਨ ਤਾਂ ਇਹ ਕਾਰਜ-ਖੇਤਰ, ਇਕ ਲੇਖਕ ਜਾਂ ਇਕ ਲੇਖਕ ਬਣਨ ਦੇ ਚਾਹਵਾਨ ਨੂੰ 'ਲਿਖਣ ਦੀ ਸਥਿਤੀ' ਦੇ ਨੇੜੇ ਲੈ ਜਾਂਦਾ ਹੈ। ਹੁਣ ਇਸ ਮਗਰੋਂ ਜੇਕਰ 'ਲੇਖਕ' ਨੇ ਆਪਣਾ ਧਿਆਨ ਅਤੇ ਸੋਚ ਆਪਣੀਆਂ ਦਿਲਚਸਪੀਆਂ ਵੱਲ ਲਗਾ ਲਈ ਹੈ ਤਾਂ ਸਮਝ ਲਿਆ ਜਾਣਾ ਚਾਹੀਦਾ ਹੈ ਕਿ ਲਿਖਣ ਦੀ ਸਮੱਸਿਆ ਨੂੰ ਹੱਲ ਕਰਨ ਸਬੰਧੀ ਵਿਚਾਰ ਬਣ ਗਈ ਹੈ। ਇਸ ਮਗਰੋਂ ਨਿਸਚੈ ਹੀ 'ਲਿਖਣ' ਸਬੰਧੀ ਅਗਲੇ ਕਦਮ ਵੀ ਪੁੱਟੇ ਹੀ ਜਾਣਗੇ।

ਐਨੋਟਮੀ ਆਫ਼ ਐਨ ਇਲਨਿਸ ਅਤੇ *ਹੀਲਿੰਗ ਹਾਰਟ* ਦੇ ਕਰਤਾ 'ਨਾਰਮਨ ਕਜ਼ਨਿਜ਼' ਨੇ ਮਨੁੱਖੀ ਨਸਲ ਨੂੰ 'ਹਾਂ-ਪੱਖੀ' ਅਤੇ 'ਨਾਂਹ-ਪੱਖੀ' ਲੋਕਾਂ ਵਿਚ ਵੰਡਿਆ ਹੈ।

ਲੇਖਕ ਵੀ ਮਨੁੱਖ ਹੋਣ ਦੇ ਨਾਤੇ ਇਸ ਵੰਡ ਦੀ ਮਾਰ ਹੇਠ ਆਉਂਦੇ ਹਨ। ਲੇਖਕ ਵੀ ਹਾਂ-ਪੱਖੀ ਅਤੇ ਨਾਂਹ-ਪੱਖੀ ਹੁੰਦੇ ਹਨ, ਹੋ ਸਕਦੇ ਹਨ। ਹਾਂ-ਪੱਖੀ ਲੋਕੀਂ ਚਮਤਕਾਰੀ ਕਾਰਜ ਕਰਦੇ ਹਨ ਅਤੇ ਉਹਨਾਂ ਵਿਚ ਜੀਵਨ ਨੂੰ, ਜੀਵਨ ਦੀ ਸਿਖਰ ਤਕ ਜਿਊਣ ਦੀ ਸਿੱਕ, ਲਾਲਸਾ ਅਤੇ ਸ਼ਕਤੀ ਹੁੰਦੀ ਹੈ। ਨਾਂਹ-ਪੱਖੀ ਲੋਕ ਜੀਵਨ ਨੂੰ ਠੇਡੇ ਖਾਂਦਿਆਂ ਹੀ ਬਿਤਾਉਂਦੇ ਹਨ ਅਤੇ ਉਹ ਰੱਜ ਕੇ ਪਿਛਾਂਹ-ਖਿੱਚੂ ਤੇ ਬੇਤਰਤੀਬੇ ਹੁੰਦੇ ਹਨ। ਅਜਿਹੇ ਨਾਂਹ-ਪੱਖੀ ਲੇਖਕ ਸਬੰਧੀ ਕਿਆਸ ਵੀ ਨਹੀਂ ਕੀਤਾ ਜਾ ਸਕਦਾ।

'ਕੈਨਿਥ ਐਟਚਿਟੀ' ਨੇ ਮਨੁੱਖੀ ਨਸਲ ਦੀ ਇਕ ਹੋਰ ਢੰਗ ਨਾਲ ਵੰਡ ਕੀਤੀ ਹੈ। ਉਸ ਨੇ ਮਨੁੱਖੀ ਨਸਲ ਨੂੰ 'ਸਾਰਥਕ ਉਤਪਾਦਕ' ਅਤੇ 'ਨਿਰਾਰਥਕ ਉਤਪਾਦਕ' ਦੇ ਰੂਪ ਵਿਚ ਵੰਡਿਆ ਹੈ। ਇਕ ਉਹ ਜੋ ਸਾਰਥਕ ਕਾਰਜ ਕਰ ਸਕਣ ਦੀ ਸ਼ਕਤੀ ਅਤੇ ਯੋਗਤਾ ਰੱਖਦੇ ਹਨ ਅਤੇ ਦੂਜੇ ਉਹ ਜਿਹੜੇ ਬਹੁਤਾ ਸਮਾਂ ਜਾਂ ਸਾਰਾ ਸਮਾਂ ਨਿਰਾਰਥਕ ਕੰਮਾਂ ਵਿਚ ਹੀ ਲੰਘਾ ਦਿੰਦੇ ਹਨ। ਹੁਣ ਜੇਕਰ 'ਨਸਲ' ਸਬੰਧੀ ਕੀਤੀਆਂ ਗਈਆਂ ਦੋਹਾਂ ਹੀ ਵੰਡਾਂ ਨੂੰ ਜੋੜ ਲਿਆ ਜਾਵੇ ਤਾਂ ਅਸੀਂ ਕਹਿ ਸਕਦੇ ਹਾਂ—ਹਾਂ-ਪੱਖੀ ਸਾਰਥਕ ਉਤਪਾਦਕ ਅਤੇ ਨਾਂਹ-ਪੱਖੀ ਸਾਰਥਕ ਉਤਪਾਦਕ। ਜਾਂ ਇੰਝ ਵੀ ਕਹਿ ਸਕਦੇ ਹਾਂ ਕਿ ਇਕ ਉਹ ਜਿਹੜੇ ਕਾਰਜ ਕਰ ਸਕਦੇ ਹਨ ਅਤੇ ਦੂਜੇ ਉਹ ਜਿਹੜੇ ਕੇਵਲ ਕਾਰਜ ਕਰਨ, ਕਰ ਸਕਣ ਜਾਂ ਨਾ ਕਰ ਸਕਣ ਦੀਆਂ ਗੱਲਾਂ ਹੀ ਕਰਦੇ ਰਹਿੰਦੇ ਹਨ।

ਸਾਰਥਕ ਕਾਰਜ ਕਰ ਸਕਣ ਦੀ ਯੋਗਤਾ ਅਤੇ ਸ਼ਕਤੀ ਰੱਖਦੇ, ਹਾਂ-ਪੱਖੀ ਲੋਕੀਂ ਆਪਣੇ ਹਿੱਸੇ ਆਏ ਸਮੇਂ ਨਾਲ ਪਿਆਰ ਕਰਦੇ ਹਨ। ਉਹ 'ਸਮੇਂ' ਪਾਸੋਂ ਦੂਜਿਆਂ ਦੇ ਮੁਕਾਬਲੇ ਜ਼ਿਆਦਾ ਪ੍ਰਾਪਤ ਕਰਦੇ ਹਨ। ਉਹਨਾਂ ਨੂੰ ਸਮਝ ਪੈ ਚੁੱਕੀ ਹੁੰਦੀ ਹੈ ਕਿ ਨਿਰਾਰਥਕ ਕਾਰਜ ਕਰਨ ਵਾਲੇ ਨਾਂਹ-ਪੱਖੀ ਲੋਕਾਂ ਦੇ ਮੁਕਾਬਲੇ ਸਮੇਂ ਦੀ ਠੀਕ ਵਰਤੋਂ ਕਿਵੇਂ ਕਰਨੀ ਹੈ। ਇਸ ਤੋਂ ਵੀ ਵੱਧ ਉਹ ਇਹ ਵੀ ਜਾਣਦੇ ਹਨ ਕਿ ਸਮੇਂ ਨੂੰ ਨਿਰਾਰਥਕ ਤੌਰ 'ਤੇ ਲੰਘਾਉਣਾ ਪੈਣ 'ਤੇ ਵੀ, ਬਾਕੀ ਬਚਦੇ ਸਮੇਂ ਵਿਚ ਕਿਵੇਂ ਕਰਤਾਰੀ ਅਤੇ ਸਿਰਜਣਾਤਮਿਕ ਕਾਰਜਾਂ ਨੂੰ ਨੇਪਰੇ ਚਾੜ੍ਹਨਾ ਹੈ।

ਇਥੇ ਇਕ ਉਦਾਹਰਣ ਦੇ ਕੇ ਸਾਰਥਕ ਤੇ ਨਿਰਾਰਥਕ ਨੂੰ ਸਪਸ਼ਟ ਕਰਨ ਦਾ ਇਕ ਹੋਰ ਯਤਨ ਹੈ। ਅਮਰੀਕਾ ਵਿਚ ਜੌਹਨ ਪੀ. ਬੌਡੀ ਹੈਰਿੰਗਟਨ ਨਾਂ ਦਾ ਇਕ ਸੁਪ੍ਰਸਿੱਧ ਐਂਥਰੋਪੌਲੋਜਿਸਟ ਹੋਇਆ ਹੈ। ਜਦੋਂ ਉਸ ਦੀ ਮੌਤ ਹੋਈ, ਉਸ ਸਮੇਂ ਤਕ ਉਸ ਵੱਲੋਂ ਲਏ ਗਏ ਵਿਵਰਣ, ਦਰਜਨਾਂ ਖੋਤਿਆਂ ਉੱਤੇ ਲੱਦੇ ਜਾਣ ਜੋਗੇ ਸਨ। ਉਸ ਦੇ ਖਰੜੇ ਰੱਖਣ ਅਤੇ ਸੰਭਾਲਣ ਨੂੰ ਥਾਂ ਨਹੀਂ ਸੀ ਲੱਭ ਰਹੀ। ਉਸ ਦੇ ਲਏ ਗਏ ਬਿਉਰਿਆਂ ਅਤੇ ਖਰੜਿਆਂ ਨਾਲ ਵਾਸ਼ਿੰਗਟਨ ਡੀ.ਸੀ. ਦੇ ਸਮਿਥਸੋਨੀਅਨ ਇੰਸਟੀਚਿਊਟ ਦੀ ਬੇਸਮੈਂਟ ਭਰ ਗਈ। ਇਹੋ ਹੀ ਨਹੀਂ, ਉਸ ਦੇ ਬਾਕੀ ਬਚਦੇ ਖਰੜਿਆਂ ਨੂੰ ਸੰਭਾਲਣ ਲਈ ਕਈ ਹੋਰ ਵੇਅਰ-ਹਾਊਸ ਕਿਰਾਏ ਉੱਤੇ ਲੈਣੇ ਪਏ। ਹੈਰਿੰਗਟਨ ਦੀ ਜੀਵਨ ਲਿਖਣ ਵਾਲੀ ਲੇਖਿਕਾ ਕੈਰੋਬਿਥ ਲੇਅਰਡ ਨੇ, ਹੈਰਿੰਗਟਨ ਨੂੰ ਆਪਣੇ ਸਮੇਂ ਦਾ ਸਭ ਤੋਂ ਵੱਡਾ ਸਮਾਂ ਗੁਆਊ ਆਖਿਆ ਹੈ। ਤੁਸੀਂ ਸ਼ਾਇਦ ਜਾਣ ਹੀ ਲਿਆ ਹੋਵੇਗਾ ਕਿ ਕਿਉਂ?

ਯੋਜਨਾ-ਬੱਧ ਜੀਵਨ ਵਾਂਗ ਹੀ ਯੋਜਨਾ-ਬੱਧ ਕਾਰਜ ਕੁਸ਼ਲਤਾ ਅਤੇ ਯੋਜਨਾ-ਬੱਧ 'ਲੇਖਣੀ' ਦਾ ਮਹੱਤਵ ਹੈ। ਨਹੀਂ ਤਾਂ ਐਵੇਂ ਹਵਾ ਵਿਚ ਸੋਟੇ ਹੀ ਮਾਰਨ ਵਾਲੀ ਗੱਲ

ਹੈ। ਅਰਸਤੂ ਨੇ ਤਾਂ ਇਕ ਕਦਮ ਹੋਰ ਅੱਗੇ ਪੁੱਟਦਿਆਂ ਕਿਹਾ ਸੀ ਕਿ ਮਨੁੱਖੀ ਵਰਤਾਰਾ ਹੀ ਜੀਵਨ ਦੀ ਵਿਉਂਤਬੰਦੀ ਹੈ ਪਰ ਹੈਰਾਨੀ ਅਤੇ ਦੁਖ ਦੀ ਗੱਲ ਹੈ ਕਿ ਕਿਵੇਂ ਬਹੁਤ ਥੋੜੇ ਲੋਕੀਂ ਹੀ 'ਯੋਜਨਾ-ਬੱਧ' ਜੀਵਨ ਨੂੰ ਗੰਭੀਰਤਾ ਅਤੇ ਸਾਰਥਕਤਾ ਨਾਲ ਲੈਂਦੇ ਹਨ।

ਬਿਨਾਂ ਸ਼ੱਕ, ਅਜਿਹੇ ਲੋਕ, ਜਿਹੜੇ ਕਿ ਸੱਥ ਵਿਚ ਵਿਛੀਆਂ ਦਰੀਆਂ ਦੇ ਕੋਣਿਆਂ ਹੇਠ ਹੀ ਗੁਆਚ ਨਹੀਂ ਜਾਂਦੇ, ਸਮੇਂ ਨੂੰ ਸਾਰਥਕ ਕਾਰਜ ਲਈ ਵਰਤਦਿਆਂ ਜੇਕਰ ਸੰਸਾਰ ਦਾ ਹਰ ਕੋਣਾ ਨਹੀਂ ਤਾਂ ਘੱਟੋ ਘੱਟ ਆਪਣੇ ਹਿੱਸੇ ਆਇਆ ਕੋਣਾ ਤਾਂ ਜ਼ਰੂਰ ਹੀ ਉਜਲਾ ਬਣਾ ਦਿੰਦੇ ਹਨ, ਚਮਕਾ ਦਿੰਦੇ ਹਨ। ਯੂਨਾਨੀਆਂ ਨੇ ਵੀ ਪਲਾਨਿੰਗ ਦੀ ਮਹੱਤਤਾ ਨੂੰ ਸਮਝਦਿਆਂ ਜੀਵਨ ਨੂੰ ਸੱਤ ਸੱਤ ਵਰ੍ਹਿਆਂ ਦੇ ਖੰਡਾਂ ਵਿਚ ਵੰਡ ਲਿਆ ਤਾਂ ਜੋ ਫ਼ੈਸਲੇ ਲਏ ਜਾ ਸਕਣ ਕਿ ਇਸ ਸਮੇਂ ਵਿਚ ਕੀ ਕੀ ਜਾਂ ਕੀ ਕੁਝ ਕਰਨਾ ਅਤੇ ਪ੍ਰਾਪਤ ਕਰਨ ਲਈ ਯਤਨ ਕਰਨਾ ਹੈ। ਪਰ ਕਈ ਆਂਹਦੇ ਸੁਣਦੇ ਹਾਂ ਕਿ ਯੋਜਨਾ-ਬੱਧ ਜੀਣ ਲਈ ਸਮਾਂ ਹੀ ਕਿਥੇ ਹੈ ?

ਅਤੇ ਆਉ ਵੇਖੀਏ, ਲੇਖਕ ਦੇ ਵਿਹਲੇ ਸਮੇਂ ਨੂੰ। ਸਮਾਂ ਤਾਂ ਸਭ ਪਾਸ ਅਤੇ ਸਭ ਲਈ ਇਕੋ ਜਿਹਾ ਹੀ ਹੁੰਦਾ ਹੈ। ਇਹ ਨਹੀਂ ਕਿ ਸਾਡੇ ਲਈ ਸਮਾਂ ਘੱਟ ਹੈ ਅਤੇ ਕਿਸੇ ਦੂਸਰੇ ਪਾਸ ਸਮਾਂ ਵੱਧ। ਸਾਡੇ ਪਾਸ, ਹਾਂ ਸਾਡੇ ਪਾਸ ਸਮੇਂ ਦੀ ਘਾਟ ਨਹੀਂ ਸਗੋਂ ਜੇਕਰ ਘਾਟ ਹੈ ਤਾਂ ਯੋਜਨਾ-ਬੱਧ ਵਿਉਂਤਬੰਦੀ ਦੀ। ਇਤਾਲਵੀਆਂ ਦਾ ਵਿਚਾਰ ਹੈ ਕਿ ਮਨੁੱਖ ਪਾਸ ਜੀਵਨ ਨਾਲੋਂ ਵੀ ਵੱਧ ਸਮਾਂ ਹੈ। ਉਹਨਾਂ ਦਾ ਵਿਚਾਰ ਹੈ ਕਿ ਹਰ ਇਕ ਪਾਸ, ਹਰ ਕਾਰਜ ਕਰਨ ਲਈ ਸਮਾਂ ਮਿਲ ਸਕਦਾ ਹੈ ਬਸ਼ਰਤੇ ਕਿ ਮਨੁੱਖ ਠੀਕ ਢੰਗ ਨਾਲ ਸਮੇਂ ਦੀ ਵੰਡ ਕਰ ਸਕੇ ਤਾਂ।

ਇਸ ਲਈ ਲੇਖਕ ਜਾਂ ਲੇਖਕ ਬਣਨ ਦੀ ਇੱਛਾ ਰੱਖਣ ਵਾਲਿਆਂ ਨੂੰ ਅੱਜ ਹੀ ਆਪਣੇ ਲਿਖਣ-ਜੀਵਨ ਦਾ ਨੀਂਹ-ਪੱਥਰ ਰੱਖ ਦੇਣਾ ਚਾਹੀਦਾ ਹੈ। ਤੁਹਾਡੀ ਤਸੱਲੀ, ਲਿਖਣ ਸਬੰਧੀ ਸੋਚ ਨਾਲ ਹੀ ਸਮਾਪਤ ਨਹੀਂ ਹੋਣੀ ਚਾਹੀਦੀ ਸਗੋਂ 'ਲਿਖਣ' ਦੇ ਕਾਰਜ ਨਾਲ ਹੋਣੀ ਚਾਹੀਦੀ ਹੈ। ਬਣੀਆਂ, ਸਥਾਪਤ, ਰਚਿਤ ਲਿਖਤਾਂ-ਵਸਤਾਂ ਸਬੰਧੀ ਹੀ ਨਾ ਸੋਚੀ ਜਾਵੋ, ਸਗੋਂ ਬਣਾਉਣ, ਸਥਾਪਤ ਕਰਨ ਅਤੇ ਰਚਣ ਸਬੰਧੀ ਵੀ ਸੋਚ ਹੋਵੇ।

ਇਹ ਦਰੁਸਤ ਅਤੇ ਸਮਝ ਆ ਸਕਣ ਵਾਲੀ ਗੱਲ ਹੈ ਕਿ ਕਿਸੇ ਵੀ ਯੋਜਨਾ ਜਾਂ ਵਿਉਂਤਬੰਦੀ ਦਾ ਆਰੰਭ ਸਦਾ ਹੀ ਇਕ ਸੁਪਨੇ ਨਾਲ ਹੁੰਦਾ ਹੈ। ਲੇਖਕ ਦੀ ਲਿਖਤ ਦਾ ਆਰੰਭ ਵੀ ਇਕ ਸੁਪਨਾ ਹੀ ਹੁੰਦਾ ਹੈ। ਪਰ ਜ਼ਰੂਰੀ ਗੱਲ ਇਹ ਹੈ ਕਿ ਇਹ ਸੁਪਨਾ ਬਹੁਤ ਹੀ ਤੰਦਰੁਸਤ, ਤਕੜਾ, ਗੰਭੀਰ ਅਤੇ ਸੁੰਦਰਤਾ ਰਲਿਆ ਹੋਣਾ ਚਾਹੀਦਾ ਹੈ। ਅਜਿਹਾ ਸਮਰੱਥ ਸੁਪਨਾ, ਫਿਰ ਲੇਖਕ ਦੇ ਸਿਰ ਵਿਚ, ਇਕ ਬੱਚੇ ਦੇ ਜਨਮ-ਬੀਜ ਵਾਂਗ ਪਲਣਾ ਆਰੰਭ ਹੁੰਦਾ ਹੈ। ਅਤੇ ਫਿਰ ਇਸ ਸੁਪਨੇ ਦਾ ਪਲੇਠਾ ਜਨਮ ਕਾਗ਼ਜ਼ ਉੱਤੇ ਇਕ ਖ਼ਾਕੇ ਦੇ ਰੂਪ ਵਿਚ ਆਉਂਦਾ ਹੈ। ਇਸ ਨੂੰ ਪਹਿਲਾ ਖਰੜਾ ਵੀ ਕਿਹਾ ਜਾ ਸਕਦਾ ਹੈ। ਇਸ ਉਪਰੰਤ ਇਸ 'ਉਪਜ' ਨੂੰ ਦੂਰੋਂ ਖੜੋ ਕੇ ਦੇਖਣ ਦੀ ਲੋੜ ਪੈਂਦੀ ਹੈ। ਇਸ ਮਗਰੋਂ ਫਿਰ ਦੁਹਰਾਉ, ਕਾਂਟ-ਛਾਂਟ ਅਤੇ ਸੋਧ-ਸੁਧਾਈ ਦੀ ਵਾਰੀ ਆਉਂਦੀ ਹੈ।

ਦਰਅਸਲ, ਮਨੁੱਖੀ ਜੀਵਨ ਦੀ ਸਹੀ ਤਰਜਮਾਨੀ ਆਸਾਨ ਕੰਮ ਨਹੀਂ। ਮਨੁੱਖ

ਦੀ ਸਿਰਜਣਾ ਵਿਚ ਸੋਚ ਦੀ ਥਾਂ ਹੈ। ਪਰ ਸਿਰਜਣਾਤਮਕ ਕਲਾ ਦੀਆਂ ਸਿਖਰਾਂ ਛੋਹਣ ਲਈ, ਲੇਖਕ ਨੂੰ ਆਪਣਾ ਆਪਾ ਪਹਿਚਾਨਣ ਮਗਰੋਂ ਸੱਚ ਨੂੰ ਬੜੀ ਮਜ਼ਬੂਤੀ ਨਾਲ ਪਕੜਨਾ ਪੈਂਦਾ ਹੈ। ਇਕ ਲੇਖਕ ਬਣਨ ਦੇ ਇੱਛੁਕ ਨੇ ਆਪਣੇ ਆਪ ਦਾ ਕਿਹੋ ਜਿਹਾ ਖ਼ਾਕਾ ਬਣਾ ਕੇ ਰੱਖਿਆ ਹੋਇਆ ਹੈ, ਉਸ ਨੂੰ ਬਾਹਰ ਆਉਣ ਦੇਣ ਦੀ ਲੋੜ ਹੈ। ਅਜਿਹੇ 'ਆਪੇ ਦੇ ਖ਼ਾਕੇ' ਨੂੰ ਆਪਣੇ ਨਿੱਜ ਦੇ 'ਲੁਕਵੇਂ ਪੁੱਛ ਪੜਤਾਲ ਦੇ ਕੇਂਦਰ' ਵਿਚ ਤੱਕੋ, ਵਿਚਾਰੋ, ਪਰਖੋ, ਘੋਖੋ ਅਤੇ ਪਰੀਖਿਆ ਲੈ ਕੇ ਆਪਣੇ ਆਪ ਨੂੰ ਪੁੱਛੋ ਕਿ ਕੀ ਤੁਹਾਡੀ ਪਹੁੰਚ ਯੋਗ ਹੈ ? ਕੀ ਇਹ ਯਥਾਰਥ ਦੇ ਨੇੜੇ ਹੈ ? ਅਜਿਹੇ ਟੀਚੇ ਜਾਂ ਨਿਸ਼ਾਨੇ ਜਿਹੜੇ ਪਹੁੰਚ ਤੋਂ ਬਹੁਤ ਹੀ ਉੱਚੇ ਹੋਣ, ਲਾਹੇਵੰਦ ਨਹੀਂ ਹੁੰਦੇ। ਇਸ ਦੇ ਉਲਟ, ਅਜਿਹੇ ਟੀਚੇ ਜਿਹੜੇ ਬਹੁਤ ਹੀ ਹੇਠਲੇ ਦਰਜੇ ਦੇ ਹੋਣ, ਉਹਨਾਂ ਸਬੰਧੀ ਤਾਂ ਵਿਚਾਰ ਕਰਨੀ ਹੀ ਗ਼ਲਤ ਹੋਵੇਗੀ। ਫਿਰ ਜਦੋਂ ਤੁਸੀਂ ਆਪਣੇ ਦਿਮਾਗ਼ ਵਿਚ ਇਸ ਦੇ ਆਕਾਰ ਜਾਂ ਰੂਪ ਉੱਤੇ ਟਿਕਟਿਕੀ ਲਗਾ ਰੱਖੀ ਹੋਵੇ ਤਾਂ ਆਪਣੇ ਆਪ ਨੂੰ ਪੁੱਛੋ ਕਿ ਇਸ ਸੁਪਨਮਈ ਆਕਾਰ ਨੂੰ ਸੱਚ ਬਨਾਉਣ ਲਈ ਕਿਹੜੇ ਕਿਹੜੇ ਕਦਮ ਚੁੱਕਣੇ ਜ਼ਰੂਰੀ ਹਨ। ਬੱਚਾ ਮਨੁੱਖ ਬਣਨ ਲਈ ਜਿਵੇਂ ਸਿੱਖਦਾ ਹੈ, ਤੁਸੀਂ ਵੀ ਇਸ ਦੀ ਸਫਲਤਾ ਲਈ ਸਾਰੇ ਹੀ ਪੁੱਟੇ ਜਾਣ ਵਾਲੇ ਕਦਮਾਂ ਸਬੰਧੀ ਸਿਖਣ ਲਈ ਤਿਆਰ ਹੋਵੋ। ਨਕਲ ਕਰ ਕੇ ਸਿੱਖੋ, ਸ੍ਵੈ-ਵਿਦਿਆ ਪ੍ਰਾਪਤ ਕਰੋ, ਸਕੂਲ, ਕਾਲਜ, ਟੈਕਨੀਕਲ ਕਾਲਜ, ਯੂਨੀਵਰਸਿਟੀ, ਲਾਇਬਰੇਰੀ ਜਾ ਕੇ ਪੜ੍ਹੋ, ਗੁੜ੍ਹੋ। ਇਹ ਵਿਦਿਆ/ਸਿਖਿਆ ਕੇਵਲ ਅਕਾਦਮਿਕ ਹੀ ਹੋਵੇ, ਇੰਝ ਨਹੀਂ ਹੈ। ਅਕਾਦਮਿਕ ਵਿਦਿਆ ਹਾਸਲ ਹੋ ਸਕੇ ਤਾਂ ਚੰਗੀ ਗੱਲ ਹੈ। ਪਰ ਗਿਆਨ ਪ੍ਰਾਪਤੀ ਲਈ ਸਭ ਦਰਵਾਜ਼ੇ ਖੁੱਲ੍ਹੇ ਹਨ। ਜਿਥੋਂ ਵੀ, ਜਿਵੇਂ ਵੀ ਲੇਖਕ ਦਾ ਦਿਮਾਗ਼ ਗਿਆਨ ਦਾ ਭੰਡਾਰਾ ਹਾਸਲ ਕਰ ਸਕੇ, ਕਰਦਾ ਰਹੇ।

'ਲੇਖਕ ਦੀ ਲਿਖਤ' ਦੀ ਸਫਲਤਾ ਲਈ ਹੀ ਨਹੀਂ ਸਗੋਂ ਜੀਵਨ ਦੀ ਹਰ ਸਫਲਤਾ ਦੀ ਗਾਰੰਟੀ ਦਾ ਨਿਰਭਰ ਕ੍ਰਮਵਾਰ ਅਗਾਂਹ ਦਰਜ ਕੁਝ ਗੱਲਾਂ ਉੱਤੇ ਵੀ ਹੈ :

1. ਉੱਦਮ, ਯਤਨ, ਅਣਥੱਕ ਮਿਹਨਤ ਅਤੇ ਦ੍ਰਿੜ੍ਹਤਾ ਦੀ ਰੁਚੀ ਦਾ ਹੋਣਾ ਬੇਹੱਦ ਜ਼ਰੂਰੀ ਹੈ।
2. ਇਸ ਪਿੱਛੋਂ ਵਾਰੀ ਆਉਂਦੀ ਹੈ ਤੁਹਾਡੇ ਸੰਬੰਧਾਂ ਦੀ, ਮੇਲ ਜੋਲ ਦੀ, ਸੰਪਰਕ ਦੀ। ਤੁਸੀਂ ਕੀ ਹੋ ਜਾਂ ਕੀ ਕਰਨ ਦੇ ਯੋਗ ਹੋ, ਤੋਂ ਬਾਅਦ ਤੁਹਾਡੇ ਸੰਪਰਕ ਕਿਹੋ ਜਿਹੇ ਹਨ, ਬਹੁਤ ਮਹੱਤਤਾ ਰੱਖਦੇ ਹਨ।
3. ਕੀ ਲੇਖਕ ਨੂੰ ਲਿਖਣ ਦੀ ਚਾਹ ਹੈ ? ਕੀ ਉਸ ਨੂੰ ਲਿਖਣ ਵਿਚ ਪ੍ਰਸੰਨਤਾ ਮਿਲਦੀ ਹੈ ?
4. ਪ੍ਰਤਿਭਾ, ਯੋਗਤਾ, ਨਿਪੁੰਨਤਾ, ਲਿਆਕਤ ਚੌਥੇ ਥਾਂ ਦੀ ਗੱਲ ਹੈ।

ਸੰਸਾਰ ਭਰ ਦੇ ਲੇਖਕ ਇਸ ਗੱਲੇ ਸਹਿਮਤ ਹਨ ਕਿ ਉਪਰ ਦਿੱਤੀਆਂ ਚਾਰੇ ਗੱਲਾਂ ਇਕ ਲੇਖਕ ਅਤੇ ਉਸ ਦੀ ਲਿਖਤ ਦੀ ਸਫਲਤਾ ਲਈ ਬੇਹੱਦ ਜ਼ਰੂਰੀ ਹਨ। ਲੇਖਕ ਦੀ ਸਫਲਤਾ ਦਾ ਨਿਰਭਰ ਉਸ ਦੇ ਉੱਦਮ, ਭਾਵ ਲਿਖਣ ਵਿਚ ਹੈ, ਲਿਖ ਕੇ ਛਪਣ ਲਈ ਭੇਜਣ ਵਿਚ ਹੈ ਅਤੇ ਲਿਖਣਾ ਜਾਰੀ ਰੱਖਣ ਵਿਚ ਹੈ ਕਿ ਉਸ ਦੀ ਲਿਖਤ ਨੂੰ ਪ੍ਰਵਾਨਗੀ

ਮਿਲੇ। ਜੇਕਰ ਲੇਖਕ ਦੀ ਲਿਖਤ ਨੂੰ ਪਹਿਲਾਂ ਪਹਿਲ ਪ੍ਰਵਾਨਗੀ ਨਾ ਮਿਲੇ ਤਾਂ ਅਪ੍ਰਵਾਨਗੀ ਤੋਂ ਬਿਲਕੁਲ ਹੀ ਘਬਰਾਉਣ ਦੀ ਲੋੜ ਨਹੀਂ (ਮੰਦੇ ਭਾਗੀਂ ਪੰਜਾਬੀ ਵਿਚ ਤਾਂ ਜੋ ਮਰਜ਼ੀ ਲਿਖੀ ਜਾਵੇ, ਸਭ ਪ੍ਰਵਾਨ ਹੀ ਪ੍ਰਵਾਨ ਹੈ)। ਪੂਰਾ ਧਿਆਨ ਲਗਾ ਕੇ ਲਿਖਣਾ ਅਤੇ ਲਿਖ ਕੇ ਭੇਜਦੇ ਰਹਿਣਾ ਚਾਹੀਦਾ ਹੈ। ਲਿਖ ਲਿਖ ਕੇ ਲੇਖਕ ਲਈ ਇਹ ਪਤਾ ਲਗਾ ਸਕਣ ਦੀ ਯੋਗਤਾ ਪੈਦਾ ਕਰ ਲੈਣੀ ਜ਼ਰੂਰੀ ਹੈ ਕਿ ਉਹ ਹਠੀਲੀ, ਦੰਭੀ, ਬੇ-ਅਸੂਲੀ ਅਤੇ ਵਿਘਨ ਪਾਉਣ ਵਾਲੀ ਲਿਖਤ ਅਤੇ ਸਿਰਜਣਾਤਮਿਕ (ਕਰਤਾਰੀ) ਲਿਖਤ ਦੇ ਅੰਤਰ ਨੂੰ ਸਮਝ ਸਕੇ। ਲੇਖਕ ਨੂੰ ਚਾਹੀਦਾ ਹੈ ਕਿ ਉਹ ਇਕ ਵਾਰ ਫ਼ੈਸਲਾ ਲੈ ਲਵੇ ਕਿ ਉਸ ਨੇ ਕਿਹੋ ਜਿਹਾ ਲਿਖਣਾ ਹੈ ਅਤੇ ਇਸ ਮਗਰੋਂ ਫਿਰ ਦਲੇਰੀ ਨਾਲ ਲਿਖਦੇ ਜਾਣ ਦੀ ਲੋੜ ਹੈ। ਅਜਿਹਾ ਫ਼ੈਸਲਾ ਲੈ ਚੁੱਕੇ ਲੇਖਕ ਦੀ ਲਿਖਤ, ਕੇਵਲ ਸ੍ਵੈ-ਵਿਸ਼ਵਾਸ ਅਤੇ ਅਨੁਸ਼ਾਸਨ ਜਾਂ ਨਿਯਮ-ਪਾਲਣਾ ਦੀ ਘਾਟ ਕਾਰਨ ਹੀ ਅਸਫਲ ਹੋਣ ਦੀ ਸੰਭਾਵਨਾ ਰੱਖੇਗੀ ਨਹੀਂ ਤਾਂ ਸਦਾ ਹੀ ਸਫਲਤਾ ਦੀਆਂ ਪੌੜੀਆਂ ਹੀ ਚੜ੍ਹਦੀ ਜਾਵੇਗੀ।

ਪਾਠਕਾਂ ਨੇ ਦੇਖਿਆ ਹੋਵੇਗਾ ਕਿ ਪ੍ਰਤਿਭਾ ਨੂੰ ਚੌਥੀ ਥਾਂ 'ਤੇ ਰੱਖਿਆ ਗਿਆ ਹੈ। ਦਰਅਸਲ ਇਹ ਗੱਲ ਨਹੀਂ ਕਿ ਲੇਖਕ ਜਾਂ ਉਸ ਦੀ ਲਿਖਤ ਵਿਚ ਪ੍ਰਤਿਭਾ ਦਾ ਕੋਈ ਦਖ਼ਲ ਨਹੀਂ ਹੁੰਦਾ। ਪ੍ਰਤਿਭਾ ਦੀ ਥਾਂ ਹੈ ਪਰ ਇਹ ਇੰਨੀ ਦਰਕਾਰੀ ਨਹੀਂ ਜਿੰਨੀ ਕਿ ਅਨੁਸ਼ਾਸਨ ਅਤੇ ਨਿਯਮ-ਬੱਧ ਲਿਖਣ ਦੀ ਜੁਗਤ ਦੀ ਪਾਲਣਾ ਕਰਨੀ। ਅਨੁਸ਼ਾਸਨ ਲਈ, ਸ੍ਵੈ-ਵਿਸ਼ਵਾਸ ਤੋਂ ਵੀ ਵੱਧ ਦ੍ਰਿੜ੍ਹਤਾ ਦੀ ਲੋੜ ਹੈ। ਲੇਖਕ ਦੇ ਸੁਪਨੇ ਦੀ ਪੂਰਤੀ ਦਾ ਦਾਰੋਮਦਾਰ ਉਸ ਦੇ ਦ੍ਰਿੜ੍ਹਤਾ ਨਾਲ ਕੀਤੇ ਗਏ ਅਣਥੱਕ ਯਤਨਾਂ ਸਦਕਾ ਉਪਜੀ ਲਿਖਤ ਉੱਤੇ ਹੀ ਹੈ।

ਅਕਸਰ ਕਈ ਚਿੰਤਕ, ਪ੍ਰਤਿਭਾ, ਪ੍ਰੇਰਨਾ ਜਾਂ ਪ੍ਰੋਤਸਾਹਨ ਨੂੰ ਸਰਸਵਤੀ ਦੇ ਵਰਦਾਨ ਨਾਲ ਵੀ ਜੋੜਦੇ ਹਨ। ਸੱਚ ਜਾਣਨਾ, ਲੇਖਕ ਲਈ ਕਿਸੇ ਸਰਸਵਤੀ ਦੇਵੀ ਦੀ ਲੋੜ ਨਹੀਂ। ਸਗੋਂ ਸਰਸਵਤੀ ਦਾ ਪਿੱਛਾ ਛੱਡ ਕੇ, ਲੇਖਕ ਜੀ! ਅਨੁਸ਼ਾਸਨ ਦੀ ਪਕੜ-ਜਕੜ ਹੇਠ ਆਉ। ਅਨੁਸ਼ਾਸਨ ਨਾਲ ਹੀ ਉਤਪਾਦਿਕਤਾ ਹੁੰਦੀ ਹੈ। ਉਪਜ ਹੁੰਦੀ ਹੈ। ਜੇਕਰ ਸਰਸਵਤੀ ਦੇ ਵਰਦਾਨ ਦੀ ਹੀ ਉਡੀਕ ਕੀਤੀ ਜਾਂਦੀ ਰਹੀ ਤਾਂ ਇਹ ਲਿਖਤ ਤੁਹਾਡੀ ਨਹੀਂ ਹੋਵੇਗੀ, ਸਰਸਵਤੀ ਦੇਵੀ ਦੀ ਹੋਵੇਗੀ। ਪਰ ਜੇਕਰ ਲੇਖਕ, ਆਪਣੇ ਵੱਲੋਂ ਬਣਾਈ ਅਤੇ ਨਿਰਧਾਰਿਤ ਕੀਤੀ ਗਈ ਸਮੇਂ ਦੀ ਵੰਡ ਪ੍ਰਣਾਲੀ ਅਨੁਸਾਰ ਲਿਖਣਾ ਆਰੰਭੇਗਾ ਤਾਂ ਪਹਿਲਾਂ ਤਾਂ ਸਰਸਵਤੀ ਲੇਖਕ ਨੂੰ ਅੱਖਾਂ ਕੱਢ ਕੇ ਦਿਖਾਵੇਗੀ ਅਤੇ ਫਿਰ ਉਹ ਆਪਣੇ ਆਪ ਹੀ ਤੁਹਾਡੀ ਲਗਨ ਨੂੰ ਦੇਖਦਿਆਂ ਤੁਹਾਡੇ ਲਿਖਣ ਟੇਬਲ ਉੱਤੇ ਬੈਠੀ ਤੁਹਾਡੇ ਸਾਹਮਣੇ ਮੁਸਕਾਏਗੀ।

'ਲੇਖਕ ਦੀ ਲਿਖਤ' ਭਾਵ ਲਿਖੇ ਹੋਏ ਸ਼ਬਦਾਂ ਨੂੰ ਕਿਸੇ ਉਤਪਾਦਕ ਵਸਤੂਆਂ ਦਾ ਦਰਜਾ ਦੇਣਾ ਸ਼ਾਇਦ ਪਾਠਕਾਂ ਨੂੰ ਜਚਿਆ ਨਾ ਹੋਵੇ। ਪਰ ਸਹੀ ਅਰਥਾਂ ਵਿਚ ਲੇਖਕ ਦਾ ਉਤਪਾਦਨ ਹੈ ਉਸ ਦੀ ਲਿਖਤ। ਥੋੜ੍ਹਾ ਜਾਂ ਬਹੁਤ, ਪਾਠਕ ਲੇਖਕ ਦੇ ਉਤਪਾਦਨ ਦਾ ਮੁੱਲ ਪਾਉਂਦੇ ਹਨ। ਪਾਉਂਦੇ ਹਨ ਜਾਂ ਨਹੀਂ ਪਰ ਲੇਖਕ ਦੀ ਲਿਖਤ ਛਪਣ ਉਪਰੰਤ ਲੇਖਕ ਅਜਿਹਾ ਕਿਆਸ ਤਾਂ ਸਕਦਾ ਹੈ। ਬੱਸ ਲੇਖਕ ਦੇ ਹੱਥ ਇਕ ਤਸੱਲੀ ਹੀ ਆਉਂਦੀ ਹੈ, ਹੋਰ ਕੁਝ ਨਹੀਂ।

ਹੱਥਲੀ ਵਿਚਾਰ ਨੂੰ ਹੋਰ ਅਗਾਂਹ ਤੋਰਨ ਦੀ ਲਾਲਸਾ ਵਿਚ ਕੁਝ ਟਿੱਪਣੀਆਂ ਹਾਜ਼ਰ ਹਨ। ਵਿਚਾਰ ਕਰ ਦੇਖਣਾ :

- ਗੋਗੋਲ ਆਖਦਾ ਹੈ—ਲੇਖਕ ਨੂੰ ਆਪਣੀ ਕਲਮ ਦੀ ਉਸੇ ਤਰ੍ਹਾਂ ਹੀ ਲਗਾਤਾਰ ਵਰਤੋਂ ਕਰਨੀ ਚਾਹੀਦੀ ਹੈ ਜਿਵੇਂ ਚਿੱਤਰਕਾਰ ਆਪਣੇ ਬੁਰਸ਼ ਦੀ ਕਰਦਾ ਹੈ। ਉਸ ਨੂੰ ਰੋਜ਼ ਹੀ ਕੁਝ ਨਾ ਕੁਝ ਲਿਖਣਾ ਚਾਹੀਦਾ ਹੈ। ਹੱਥ ਨੂੰ, ਹੱਥ ਵਿਚ ਫੜੀ ਕਲਮ ਨੂੰ, ਵਿਚਾਰਾਂ ਦੀ ਪੂਰੀ ਅਧੀਨਗੀ ਵਿਚ ਕੰਮ ਕਰਨਾ ਸਿੱਖਣਾ ਚਾਹੀਦਾ ਹੈ।
- ਕਹਾਣੀਕਾਰ ਰਾਮ ਸਰੂਪ ਅਣਖੀ ਕੂਕਦਾ ਹੈ—ਸਾਹਿਤ ਰਚਨਾ ਕੋਈ ਸ਼ੁਗ਼ਲ ਨਹੀਂ ਤੇ ਨਾ ਹੀ ਕੋਈ ਮਜਬੂਰੀ ਹੈ।
- ਪ੍ਰੋ. ਹਮਦਰਦਵੀਰ ਨੌਸ਼ਹਿਰਵੀ ਕਹਿੰਦਾ ਹੈ—ਲਿਖਣਾ ਕੋਈ ਮਨੋਰੰਜਨ ਨਹੀਂ, ਕੋਈ ਤਫ਼ਰੀਹ ਨਹੀਂ। ਲਿਖਣਾ ਇਕ ਸਾਧਨਾ ਹੈ.....ਇਕ ਕਿਰਤ ਹੈ।

ਇਕ ਹੋਰ ਵਿਦਵਾਨ ਅਨੁਸਾਰ ਇਸ ਵਿਚ 99 ਪ੍ਰਤੀਸ਼ਤ ਪ੍ਰਤਿਭਾ ਹੁੰਦੀ ਹੈ ਅਤੇ 99 ਪ੍ਰਤੀਸ਼ਤ ਮਿਹਨਤ।

ਤੁਸੀਂ ਦੱਸੋ, ਤੁਸੀਂ ਕੀ ਕਰਨਾ ਹੈ ? ਪ੍ਰਤਿਭਾ ਦੀ ਭਾਲ ਕਰਨੀ ਹੈ ਕਿ ਮਿਹਨਤ?

'ਓਜ਼ੋਨ ਦੀ ਅੱਖ' ਦਾ ਨੂਰ

"ਮਹਿਬੂਬ-ਪ੍ਰਸਤੀ, ਵਫ਼ਾ/ਬੇਵਫ਼ਾਈ, ਜ਼ੁਲਫ਼ ਤੇ ਜਾਮ" ਵਰਗੇ ਸ਼ਬਦ, ਸ਼ਬਦ ਸਮੂਹ ਅਤੇ ਸ਼ਬਦ-ਗੁਟਾਂ ਦੁਆਰਾ ਪ੍ਰਗਟਾਏ ਜਾਣ ਵਾਲੇ ਸੰਕਲਪਾਂ ਨੂੰ ਨਵੇਂ ਅਰਥ ਅਤੇ ਬਿੰਬ ਪ੍ਰਦਾਨ ਕਰਦਿਆਂ, ਆਪਣੇ ਅਨੋਖੇ ਅੰਦਾਜ਼ ਵਿਚ ਪੇਸ਼ ਹੁੰਦਿਆਂ, ਆਪਣਾ ਇਕ ਵੱਖਰਾ ਹੀ ਸਥਾਨ ਨਿਸਚਿਤ ਕਰਨ ਵਾਲਾ, ਬਰਤਾਨੀਆ ਦੇ ਨਾਮਵਰ ਪੰਜਾਬੀ ਸ਼ਾਇਰਾਂ ਵਿਚੋਂ 'ਨਾਕਸ ਤੋਂ ਨੂਰ' ਹੋਇਆ ਸਿਰ-ਕੱਢ ਸ਼ਾਇਰ, ਚਿੰਤਕ-ਕਵੀ—ਗ਼ਜ਼ਲਗੋ ਨਰੰਜਨ ਸਿੰਘ ਨੂਰ ਕਿਸੇ ਵੀ ਰਸਮੀ ਜਾਣ-ਪਹਿਚਾਣ ਦਾ ਮੁਥਾਜ ਨਹੀਂ। 'ਕਰਮ ਅਤੇ ਕਲਮ' ਦਾ ਸੁਮੇਲ ਅਤੇ ਸਮ-ਤੋਲ ਰੱਖਦਿਆਂ ਉਹ ਕਥਨੀ ਅਤੇ ਕਰਨੀ ਦੀ ਅਜਿਹੀ ਸੰਧੀ-ਸਮਾਸ ਹੈ ਜਿਸ ਦੀ ਕਲਮ ਨਾਲ ਉਭਰੇ ਨਕਸ਼ ਪਾਠਕ ਦੇ ਮਨ ਵਿਚ ਲੁਪਤ-ਗੁਪਤ ਭਾਵਾਂ ਦੀ ਤਰਜਮਾਨੀ ਦਾ ਰੰਗ ਉਭਾਰ ਦਿੰਦੇ ਹਨ।

ਗ਼ਜ਼ਲਗੋ ਨਰੰਜਨ ਸਿੰਘ ਨੂਰ ਜਾਣਦਾ ਹੈ ਕਿ ਉਸ ਨੇ ਕੀ ਕਹਿਣਾ ਹੈ ਅਤੇ ਇਹ ਵੀ ਕਿ ਉਸ ਨੇ ਆਪਣੇ ਅਹਿਸਾਸਾਂ ਦੀ ਸ਼ਿੱਦਤ ਦਾ ਪ੍ਰਗਟਾਅ ਕਿੰਝ, ਕਿਸ ਅੰਦਾਜ਼ ਵਿਚ ਅਤੇ ਕਿਹੋ ਜਿਹੇ ਸ਼ਬਦ/ਸ਼ਬਦ ਸਮੂਹ ਨਾਲ ਕਰਨਾ ਹੈ। ਹੱਥਲੇ ਯਤਨ ਵਿਚ ਲੇਖਕ, ਨੂਰ ਦੇ ਗ਼ਜ਼ਲ ਸੰਗ੍ਰਹਿ *ਓਜ਼ੋਨ ਦੀ ਅੱਖ* ਵਿਚ ਦਰਜ ਕੁਝ ਗ਼ਜ਼ਲਾਂ ਅਤੇ ਗ਼ਜ਼ਲਾਂ ਦੇ ਸ਼ਿਅਰਾਂ ਦੇ ਅਧਿਐਨ ਰਾਹੀਂ, ਗ਼ਜ਼ਲਾਂ ਦੇ ਸੰਦਰਭ-ਗਤ ਉਸ ਦੀ ਕਵਿਤਾ ਨੂੰ ਜਾਣਨ ਅਤੇ ਮਾਣਨ ਦਾ ਯਤਨ ਕਰਦਿਆਂ ਉਸ ਦੀਆਂ ਗ਼ਜ਼ਲਾਂ ਦੇ ਵਿਸ਼ੇ-ਮੰਤਵ ਉੱਤੇ ਇਕ ਪੰਛੀ ਝਾਤ ਪਾਉਣ ਦੀ ਕੋਸ਼ਿਸ਼ ਕਰੇਗਾ। ਸੌਖ ਲਈ, ਲੇਖਕ, ਆਪਣੀ ਵਿਚਾਰ ਦੀ ਸੀਮਾ ਨਿਰਧਾਰਤ ਕਰਦਿਆਂ ਅਗਾਂਹ ਦਰਜ ਅਨੁਸਾਰ ਨੂਰ ਦੀਆਂ ਗ਼ਜ਼ਲਾਂ ਦਾ ਸੰਖੇਪ ਜਿਹਾ ਆਨੰਦਮਈ ਅਧਿਐਨ ਕਰੇਗਾ: (1) ਪੰਜਾਬੀ ਗ਼ਜ਼ਲ ਦਾ ਵਰਤਮਾਨ ਰੂਪ ਤੇ ਘੇਰੇ, (2) ਗ਼ਜ਼ਲ ਸੰਗ੍ਰਹਿ ਦਾ ਨਾਂ—*ਓਜ਼ੋਨ ਦੀ ਅੱਖ,* (3) ਨੂਰ ਦੀਆਂ ਗ਼ਜ਼ਲਾਂ ਦੇ ਸ਼ਿਅਰਾਂ ਅਨੁਸਾਰ ਗ਼ਜ਼ਲ ਦੀ ਪਰਿਭਾਸ਼ਾ ਅਤੇ (4) ਗ਼ਜ਼ਲਾਂ ਦਾ ਵਿਸ਼ਾ ਵਸਤੂ ਅਤੇ ਨਿਭਾਅ।

'ਗ਼ਜ਼ਲ' ਨੇ ਫ਼ਾਰਸੀ ਵੱਲੋਂ ਉਰਦੂ ਵੱਲ ਸਫ਼ਰ ਕੀਤਾ ਤੇ ਉਰਦੂ ਤੋਂ ਹੀ ਹਿੰਦੁਸਤਾਨ ਅਤੇ ਪਾਕਿਸਤਾਨ (ਪਹਿਲਾਂ ਦੇ ਭਾਰਤੀ ਭਾਗ) ਦੀਆਂ ਇਲਾਕਾਈ ਜ਼ਬਾਨਾਂ ਦਾ ਇਕ ਜ਼ਰੂਰੀ ਅੰਗ ਬਣ ਗਈ। ਗ਼ਜ਼ਲ, ਮਹਿਬੂਬ ਨਾਲ ਗੱਲਾਂ ਕਰਦੀ, ਮਹਿਬੂਬ ਦੀ ਸੁੰਦਰਤਾ ਦਾ ਬਿਆਨ ਵਧਾ ਚੜ੍ਹਾ ਕੇ ਕਰਦੀ, ਹਿਜਰ ਤੇ ਵਿਸਾਲ ਦਾ ਜ਼ਿਕਰ ਛੇੜਦੀ, ਮਹਿਬੂਬ ਦੀਆਂ ਵਧੀਕੀਆਂ ਅਤੇ ਬੇ-ਵਫ਼ਾਈਆਂ ਦਾ ਰੋਣਾ ਰੋਂਦੀ, ਹਿਰਨੋਟੇ ਵੱਲੋਂ ਸ਼ਿਕਾਰੀ ਤੋਂ ਜਾਨ ਬਚਾਉਣ ਲਈ ਕੂਕ ਮਾਰਨ ਤਕ ਅੱਪੜਦਿਆਂ ਇਸੇ ਰੰਗ ਵਿਚ ਹੀ ਉਰਦੂ ਅਤੇ

ਇਲਾਕਾਈ ਬੋਲੀਆਂ ਵਿਚ ਵੀ ਆ ਗਈ। ਪਰ ਸਮੇਂ ਦੇ ਨਾਲ ਨਾਲ ਹੀ 'ਗ਼ਜ਼ਲ' ਦੇ ਆਸ਼ਕਾਨਾ, ਰਿੰਦਾਨਾ ਅਤੇ ਸੂਫ਼ੀਆਨਾ ਤਿੰਨਾਂ ਹੀ ਪ੍ਰਵਾਨਿਤ ਰੰਗਾਂ ਦੇ ਘੇਰੇ ਵਿਚ ਸੰਸਾਰ ਦੇ ਸਾਰੇ ਹੀ ਦੁਖ-ਦਰਦ ਵੀ ਆ ਪਹੁੰਚੇ। ਨਵੇਂ ਦੌਰ ਦੇ ਕਵੀਆਂ/ਸ਼ਾਇਰਾਂ ਨੇ ਗ਼ਜ਼ਲ ਨੂੰ ਪੂਰੀ ਤਰ੍ਹਾਂ ਆਪਣੇ ਪਰਿਵੇਸ਼ ਦੀ ਤਸਵੀਰ ਅਤੇ ਵੇਲੇ ਦਾ ਇਤਿਹਾਸ ਬਣਾ ਕੇ ਪੇਸ਼ ਕੀਤਾ। ਜਦੀਦ ਗ਼ਜ਼ਲ ਨੇ ਜਿਥੇ ਨਿੱਜ ਵੱਲੋਂ ਕਾਇਨਾਤ ਵੱਲ ਸਫ਼ਰ ਕੀਤਾ, ਉਸ ਦੇ ਨਾਲ ਹੀ ਨਵੀਆਂ ਸੋਚਾਂ, ਨਵੇਂ ਤਜਰਬੇ, ਨਵੇਂ ਲਹਿਜੇ, ਨਵੇਂ ਸ਼ਬਦ, ਨਵੇਂ ਵਿਚਾਰ ਅਤੇ ਨਵੀਆਂ ਤਲਖ਼ੀਆਂ ਨੂੰ ਵੀ ਹਿੱਕੇ ਲਾਇਆ। ਇਸ ਦੇ ਨਾਲ ਹੀ ਵੀਹਵੀਂ ਸਦੀ ਦੇ ਦੂਜੇ-ਤੀਜੇ ਦਹਾਕੇ ਤੋਂ ਹੀ ਚਿੰਨ੍ਹਾਤਮਕ ਕਵਿਤਾ (Symbolic Poetry) ਨੇ ਵੀ ਪੈਰ ਪਸਾਰਨੇ ਆਰੰਭੇ ਅਤੇ ਫਿਰ ਹੌਲੀ ਹੌਲੀ ਨਵੇਂ ਅਹਿਸਾਸ, ਵਰਤਮਾਨ ਸੰਵੇਦਨਾ, ਚੇਤਨਾ ਅਤੇ ਵਿਵੇਕ ਵੀ ਗ਼ਜ਼ਲ ਦਾ ਸ਼ਿੰਗਾਰ ਬਣਦੇ ਗਏ। ਇੰਝ ਹੀ ਪੰਜਾਬੀ ਗ਼ਜ਼ਲ ਨੇ ਵੀ ਸਾਰਿਆਂ ਜਜ਼ਬਿਆਂ ਦੇ ਨਵੇਂ ਪ੍ਰਗਟਾਅ ਢੰਗ ਨੂੰ ਆਪਣੇ ਅੰਦਰ ਸਮੇਟਦਿਆਂ ਰਵਾਇਤਾਂ ਨਾਲੋਂ ਰਿਸ਼ਤਾ ਤੋੜਨ ਦਾ ਹੀਆ ਕੀਤਾ ਹੈ। ਅੱਜ ਦੀ ਗ਼ਜ਼ਲ ਨੇ ਆਮ ਕਰਕੇ ਅਤੇ ਪੰਜਾਬੀ ਗ਼ਜ਼ਲ ਨੇ ਵਿਸ਼ੇਸ਼ ਕਰਕੇ ਸੰਸਾਰ ਦੇ ਸਾਰੇ ਹੀ ਜ਼ਾਤੀ ਅਤੇ ਸਮੂਹਕ ਮਸਲਿਆਂ ਨੂੰ ਆਪਣੇ ਬਿਆਨ ਦਾ ਵਿਸ਼ਾ ਬਣਾਇਆ ਹੈ। ਜ਼ਿੰਦਗੀ ਦੇ ਸਾਰੇ ਹੀ ਸਥਾਈ ਅਹਿਸਾਸਾਂ ਜਾਂ ਜਜ਼ਬਿਆਂ ਜਿਵੇਂ ਕਿ ਦੁੱਖ-ਦਰਦ, ਤੜਪ, ਕੁਰਲਾਹਟ, ਵਿਆਕੁਲਤਾ, ਦੁਬਿਧਾ, ਈਰਖਾ, ਮੁਸਕ੍ਰਾਹਟ, ਨਫ਼ਰਤ, ਜਲਨ, ਲਗਾਉ-ਜੁਦਾਈ, ਸ਼ਾਂਤੀ, ਬਲੀਦਾਨ, ਉਦਾਰਤਾ, ਕੁਰਬਾਨੀ, ਆਸ਼ਾ-ਨਿਰਾਸ਼ਾ ਆਦਿ ਨੂੰ ਗ਼ਜ਼ਲ ਨੇ ਅਭਿਵਿਅਕਤ ਕੀਤਾ ਹੈ। ਅੱਜ ਦੀ ਗ਼ਜ਼ਲ ਦਾ ਘੇਰਾ ਬਹੁਤ ਵਿਸ਼ਾਲ ਹੋ ਗਿਆ ਹੈ। ਵਿਸ਼ੇ-ਵਸਤੂ ਦੇ ਪੱਖੋਂ, ਉਰਦੂ ਵਾਂਗ ਹੀ ਪੰਜਾਬੀ ਗ਼ਜ਼ਲ ਵੀ, ਸੰਸਾਰ ਵਿਚ ਅਮਨ ਦੀ ਕਾਇਮੀ ਅਤੇ ਗ਼ਰੀਬੀ ਦੂਰ ਕਰਨ ਲਈ ਬੇਇਨਸਾਫ਼ੀ, ਸਰਮਾਏਦਾਰੀ, ਜ਼ਾਤ ਪਾਤ, ਰੰਗ ਨਸਲ, ਨਸਲਵਾਦੀ ਰੁਚੀਆਂ ਵਿਰੁੱਧ ਇਕਮੁੱਠ ਹੋ ਕੇ ਟਾਕਰਾ ਕਰਨ ਦੀ ਪ੍ਰੇਰਨਾ ਦਿੰਦੀ ਹੈ ਅਤੇ ਸਮਾਜ ਦੇ ਗੰਭੀਰ ਮਸਲਿਆਂ ਦੇ ਖ਼ਿਲਾਫ਼ ਆਵਾਜ਼ ਉਠਾਉਣ ਲਈ ਕਲਾਮਈ ਢੰਗ ਨਾਲ ਉਕਸਾਉਂਦੀ ਹੋਈ ਧਾਰਮਿਕ ਜਨੂੰਨ ਅਤੇ ਰਾਜਨੀਤਕ ਚਾਲਬਾਜ਼ੀਆਂ ਤੋਂ ਸੁਚੇਤ ਕਰਦੀ ਹੈ।

ਓਜ਼ੋਨ ਦੀ ਅੱਖ ਵਿਚ ਨੂਰ ਨੇ ਆਪਣੀਆਂ 76 ਗ਼ਜ਼ਲਾਂ ਦਿੱਤੀਆਂ ਹਨ। ਨੂਰ ਨੇ ਸੰਗ੍ਰਹਿ ਦੀ ਆਦਿਕਾ ਦੇ ਪੰਨਾ 12 ਉੱਤੇ 'ਓਜ਼ੋਨ' ਸਬੰਧੀ ਲਿਖਿਆ ਹੈ—"ਓਜ਼ੋਨ ਆਕਾਸ਼ ਵਿਚ, ਸਾਡੀ ਧਰਤੀ ਦੀ ਢਾਲ ਹੈ, ਜਿਹੜੀ ਸੂਰਜ 'ਚੋਂ ਆਉਂਦੇ ਜ਼ਹਿਰੀਲੇ ਮਾਦੇ ਤੋਂ ਧਰਤੀ ਉਪਰਲੇ ਜੀਵਨ ਤੇ ਬਨਸਪਤੀ ਨੂੰ ਬਚਾਉਂਦੀ ਹੈ। ਮਨੁੱਖ ਵੱਲੋਂ ਵਰਤੀਂਦੀਆਂ ਜ਼ਹਿਰੀਲੀਆਂ ਗੈਸਾਂ (ਜਿਵੇਂ ਜੀ.ਐਸ. ਗੈਸ ਆਦਿ) ਪ੍ਰਮਾਣੂ ਹਥਿਆਰਾਂ ਦੇ ਤਜਰਬਿਆਂ ਅਤੇ ਜੰਗਲਾਂ ਦੇ ਅੰਧਾ-ਧੁੰਦ ਖ਼ਾਤਮੇ ਆਦਿ ਕਾਰਨ ਓਜ਼ੋਨ ਵਿਚ ਮਘੋਰੇ ਹੋ ਗਏ ਦੱਸੇ ਗਏ ਹਨ।"

ਓਜ਼ੋਨ ਵਿਚ ਇਹਨਾਂ ਹੋਇਆਂ ਮਘੋਰਿਆਂ ਕਾਰਨ ਸਮੁੱਚੀ ਕਾਇਨਾਤ ਦੀ ਹੋਂਦ ਖ਼ਤਰੇ ਵਿਚ ਪੈ ਗਈ ਹੈ। ਸਿੱਟੇ ਵਜੋਂ ਮਨੁੱਖ ਅਤੇ ਮਨੁੱਖੀ ਜੀਵਨ, ਸਾਰੇ ਹੀ ਜੀਵ-ਜੰਤੂਆਂ ਅਤੇ ਉਹਨਾਂ ਦੀ ਹੋਂਦ ਲਈ ਲੋੜੀਂਦੀ ਬਨਸਪਤੀ ਜ਼ਹਿਰੀਲੀ ਹੋ ਰਹੀ ਹੈ। ਇਸ ਖ਼ਤਰੇ ਦੀ ਗੰਭਰੀਤਾ, ਸੰਭਾਵਨਾ ਅਤੇ ਸਿੱਟਿਆਂ ਦੇ ਨਤੀਜਿਆਂ ਨੂੰ ਸਾਹਮਣੇ ਰੱਖਦਿਆਂ, ਓਜ਼ੋਨ

ਦੀ ਭੈ-ਭੀਤ ਅੱਖ ਮਨੁੱਖ ਅਤੇ ਮਨੁੱਖਤਾ ਦੀ ਹੋਂਦ ਨੂੰ ਬਰਕਰਾਰ ਰੱਖਣ ਲਈ ਯਤਨਸ਼ੀਲ ਕਰਮੀਆਂ ਵੱਲ ਲੱਗੀ ਹੋਈ ਹੈ। *ਓਜ਼ੋਨ ਦੀ ਅੱਖ* ਅਨੁਭਵ ਕਰਦੀ ਹੈ ਕਿ ਸ਼ਾਇਦ ਮਨੁੱਖਤਾ ਅਤੇ ਕਾਇਨਾਤ ਨੂੰ ਸੁਰੱਖਿਅਤ ਰੱਖਣ ਦੇ ਯਤਨ ਵਿਚ ਰੁੱਝੇ ਹੋਏ ਚੇਤਨ ਮਨੁੱਖ, ਮਨੁੱਖ ਸਮੂਹ (ਸਮਾਜ) ਅਤੇ ਦੇਸ਼ਾਂ ਦੇ ਯਤਨ, ਧਰਤੀ ਲਈ ਇਸ ਲੋੜੀਂਦੀ ਘਾਲ ਨੂੰ ਸਦਾ ਸਦਾ ਲਈ ਕਾਇਮ ਰੱਖਣ ਵਿਚ ਸਫਲ ਹੋ ਜਾਣ। ਨੂਰ ਦੀ ਕਵਿਤਾ ਅਤੇ ਗ਼ਜ਼ਲਾਂ ਦੇ ਵਿਸ਼ੇ ਸਿੱਧੇ ਅਤੇ ਸੰਕੇਤਾਤਮਕ ਢੰਗ ਨਾਲ ਸਮੁੱਚੇ ਬ੍ਰਹਿਮੰਡ ਨਾਲ ਬੀਤਣ ਵਾਲੀ ਹੋਣੀ ਨੂੰ ਰੋਕਣ ਦੇ ਯਤਨ ਕਰਦੇ ਅਤੇ ਢੰਗ ਹੀ ਭਾਲਦੇ ਹਨ। ਨੂਰ ਆਪਣੀ ਕੋਮਲ ਭਾਵੀ ਗ਼ਜ਼ਲ (ਕਵਿਤਾ) ਰਾਹੀਂ ਸਮੁੱਚੇ ਮਨੁੱਖਾਂ ਦੀ ਚੇਤਨਾ ਨੂੰ ਟੁੰਬਣ ਲਈ ਆਪਣੇ ਹਿੱਸੇ ਆਉਂਦਾ ਯਤਨ, ਬਹੁਤ ਹੀ ਤਨਦੇਹੀ ਅਤੇ ਖ਼ੂਬੀ ਨਾਲ ਕਰਦਾ ਹੈ। ਉਹ *ਓਜ਼ੋਨ ਦੀ ਅੱਖ* ਵਿਚ ਦਰਜ ਛੇਵੀਂ ਅਤੇ ਸਤਵੀਂ ਗ਼ਜ਼ਲ ਵਿਚ ਮਨੁੱਖ ਨੂੰ ਸਾਵਧਾਨ ਕਰਦਿਆਂ ਚੇਤੰਨ ਕਰਦਾ ਹੈ:

ਪੌਣ ਪਾਣੀ ਜੇ ਕਤਲ ਹੁੰਦੇ ਰਹੇ,
ਕੁਖ ਆਕਾਸ਼-ਗੰਗਾ ਦੀ ਸੁੱਕ ਜਾਏਗੀ,
ਆਸ ਦੀ ਅੱਖ ਜੇ ਬੇ-ਨਜ਼ਰ ਹੋ ਗਈ,
ਕਿਹੜੇ ਆਕਾਸ਼ ਦੇ ਸਿਰ 'ਤੇ ਧਰਤੀ ਰਹੂ।

ਲੇਖਕ, ਚਾਨਣ ਗੋਬਿੰਦਪੁਰੀ ਦੇ ਕਥਨ ਨਾਲ ਸਹਿਮਤ ਹੈ ਕਿ "ਗ਼ਜ਼ਲ ਕਵਿਤਾ ਦਾ ਸਭ ਤੋਂ ਉੱਨਤ, ਸੁਆਦਲਾ ਤੇ ਪ੍ਰਭਾਵਸ਼ਾਲੀ ਰੂਪ ਹੈ।" ਪਰ ਗ਼ਜ਼ਲ ਦੇ ਸ਼ਿਅਰ ਲਈ ਜ਼ਰੂਰੀ ਹੈ ਕਿ ਉਹ ਕਿਸੇ ਇਕ ਖ਼ਾਸ ਬੱਝੇ ਹੋਏ ਛੰਦ ਵਿਚ ਹੋਵੇ, ਉਸ ਵਿਚ ਦਰਸਾਇਆ ਖ਼ਿਆਲ ਅਸਲੀਅਤ ਨਾਲ ਸੰਬੰਧ ਰੱਖਦਾ ਹੋਵੇ ਅਤੇ ਉਸ ਵਿਚ ਤਾਸੀਰ ਹੋਵੇ। ਇਸ ਤੋਂ ਵੱਧ ਅਸੀਂ ਗ਼ਜ਼ਲ ਦੀਆਂ ਕੋਈ ਹੋਰ ਰਵਾਇਤੀ ਅਤੇ ਪ੍ਰਵਾਣਤ ਪਰਿਭਾਸ਼ਾਵਾਂ ਦੇਣ ਦਾ ਇਰਾਦਾ ਨਹੀਂ ਰੱਖਦੇ ਪਰ ਫਿਰ ਵੀ ਚਾਹਾਂਗੇ ਕਿ ਗ਼ਜ਼ਲਗੋ ਨੂਰ ਨੇ ਆਪਣੇ ਹੀ ਅੰਦਾਜ਼ ਵਿਚ ਸ਼ਿਅਰਾਂ ਦੇ ਰੂਪ ਵਿਚ ਗ਼ਜ਼ਲ ਸਬੰਧੀ ਜਿਹੜੀਆਂ ਨਵੀਆਂ ਪਰਿਭਾਸ਼ਾਵਾਂ ਦੇਣ ਦਾ ਯਤਨ ਕੀਤਾ ਹੈ, ਉਹਨਾਂ ਦਾ ਪ੍ਰਗਟਾਅ ਕਰੀਏ। *ਓਜ਼ੋਨ ਦੀ ਅੱਖ* ਦੀ ਪਹਿਲੀ ਗ਼ਜ਼ਲ ਦੇ ਮਤਲੇ ਵਿਚ ਹੀ ਉਹ ਗ਼ਜ਼ਲ ਦੀ ਪਰਿਭਾਸ਼ਾ ਦਿੰਦਾ ਹੈ:

ਫਾਇਲਾਤੁਨ ਨੂੰ ਨਹੀਂ ਫੁਰਦੀ ਗ਼ਜ਼ਲ।
ਚੇਤਨਾ ਦਾ ਤੋਲ ਹੈ ਅਸਲੀ ਗ਼ਜ਼ਲ।

ਪਰਿਭਾਸ਼ਾ ਦੇ ਨਾਲ ਹੀ ਉਹ ਗ਼ਜ਼ਲ ਦੇ ਵਿਸ਼ੇ ਸਬੰਧੀ ਵੀ ਸੂਚਿਤ ਕਰ ਦਿੰਦਾ ਹੈ: ਚੇਤਨਾ ਅਤੇ ਚੇਤਨਾ ਦਾ ਵਿਕਾਸ। 'ਨੂਰ' ਗ਼ਜ਼ਲ ਦੇ ਰੂਪਕ ਪੱਖ ਦੀ ਮਹੱਤਤਾ ਨੂੰ ਸਮਝਦਿਆਂ ਇਹ ਮੰਨ ਕੇ ਤੁਰਦਾ ਹੈ ਕਿ "ਸਫਲ ਗ਼ਜ਼ਲ ਲਿਖਣ ਲਈ ਕਵੀ ਨੂੰ ਗ਼ਜ਼ਲ ਦੀ ਪਰੰਪਰਾ ਤੇ ਤਕਨੀਕ ਤੋਂ ਜਾਣੂ ਹੋਣਾ ਜ਼ਰੂਰੀ ਹੈ।" ਗ਼ਜ਼ਲ ਦੇ ਰੂਪ-ਵਿਧਾਨ ਨੂੰ ਸਮਝਣ ਦੀ ਲੋੜ ਉੱਤੇ ਜ਼ੋਰ ਦਿੰਦਿਆਂ 'ਨੂਰ' ਇਸੇ ਹੀ ਗ਼ਜ਼ਲ ਦੇ 'ਮਕਤਾ' ਵਿਚ ਸਪਸ਼ਟ ਕਰਦਾ ਹੈ:

ਰੂਹ ਭਾਲੇ ਜਿਵੇਂ ਜੁੱਸੇ ਦਾ ਲਿਬਾਸ,
ਫਾਇਲਾਤੁਨ ਪਹਿਨਦੀ ਸੁਹਣੀ ਗ਼ਜ਼ਲ। *(ਪੰਨਾ 14)*

ਅਤੇ ਇੰਝ ਹੀ ਫਿਰ ਗ਼ਜ਼ਲ ਨੰਬਰ ਦੋ (ਪੰਨਾ 15) ਦੇ ਮਕਤਾ ਵਿਚ 'ਨੂਰ' ਰੂਪ-ਵਿਧਾਨ ਨੂੰ ਗ਼ਜ਼ਲ ਕਲਾ ਦੇ ਜੋਗੀਆਂ ਦਾ ਜੋਗ ਦੱਸਦਾ ਹੈ:

ਫਾਇਲਾਤੁਨ ਤਾਂ ਕਲਾ ਦੇ ਜੋਗੀਆਂ ਦਾ ਜੋਗ ਹੈ,
'ਨੂਰ' ਦੀ ਮੰਜ਼ਿਲ ਇਦ੍ਹੇ 'ਚੋਂ ਮੁਸਕਰਾਣੀ ਹੈ ਅਜੇ।

ਪਰ ਉਹ ਇਹ ਵੀ ਜ਼ਰੂਰੀ ਸਮਝਦਾ ਹੈ ਕਿ 'ਗ਼ਜ਼ਲ' ਵਿਚ ਅਸਲ ਵਜ਼ਨ ਚੇਤਨਾ ਦਾ ਹੀ ਹੋਣਾ ਚਾਹੀਦਾ ਹੈ।

'ਨੂਰ' ਲਈ ਗ਼ਜ਼ਲ ਵਿਚ 'ਜ਼ਿੰਦਗੀ, ਰੂਹ, ਮਮਤਾ, ਬਿਰਹੜਾ' ਦੀ ਬਹੁਤ ਉੱਚੀ ਸੁੱਚੀ ਥਾਂ ਹੈ। ਪਰ ਉਹ ਇਕ ਚੇਤਨ ਸ਼ਾਇਰ ਹੋਣ ਦੇ ਨਾਤੇ ਜਾਣਦਾ ਹੈ ਕਿ "ਜ਼ੁਲਫ਼ ਅਤੇ ਜਾਮ" ਤੋਂ ਅੱਗੇ ਵੀ ਬਹੁਤ ਕੁਝ ਕਹਿਣ ਲਈ ਹੈ। ਇਸ ਲਈ ਉਹ ਗ਼ਜ਼ਲ ਦੀ ਪਰਿਭਾਸ਼ਾ ਨੂੰ ਹੋਰ ਵਿਕਸਤ ਕਰਦਿਆਂ ਕਹਿੰਦਾ ਹੈ:

ਇਹਦਿਆਂ ਨਕਸ਼ਾਂ 'ਚ ਕਿਹੜਾ ਰੰਗ ਨਹੀਂ,
ਜ਼ਿੰਦਗੀ ਵਰਗੀ ਨਹੀਂ ਕੋਈ ਗ਼ਜ਼ਲ।
ਵੇਖਿਆ ਤੈਨੂੰ, ਤੇਰੀ ਧੜਕਣ ਸੁਣੀ,
ਰੂਪ ਤੇਰਾ ਗੀਤ, ਰੂਹ ਤੇਰੀ ਗ਼ਜ਼ਲ।

ਅਤੇ ਫਿਰ:

ਗੀਤ ਪਹਿਲੇ ਮੇਲ ਦਾ ਅਹਿਸਾਸ ਹੈ;
ਬਿਰਹੜੇ ਦੀ ਪੀੜ ਹੈ ਪਹਿਲੀ ਗ਼ਜ਼ਲ।

ਅਤੇ ਜਦੋਂ ਫਿਰ ਗ਼ਜ਼ਲ ਕਹਿ ਹੋ ਜਾਵੇ ਅਤੇ ਜਦੋਂ ਗ਼ਜ਼ਲ ਸਾਗਰ ਦਾ ਰੂਪ ਧਾਰਨ ਕਰ ਜਾਵੇ ਤਾਂ ਕੀ ਦਾ ਕੀ ਬਣ ਜਾਂਦਾ ਹੈ। ਜ਼ਿੰਦਗੀ ਵਿਚ ਕੋਈ ਰੋਕ ਨਹੀਂ ਆਉਂਦੀ। ਠਹਿਰਾ ਨਹੀਂ ਆਉਂਦਾ। ਫਿਰ 'ਹਿਜਰ ਦੀ ਭੱਠੀ ਵਿਚ ਮਾਰੂਥਲ' ਬਣਿਆਂ ਲਈ ਗ਼ਜ਼ਲ ਸਾਗਰ ਬਣ ਕੇ ਠਾਰਦੀ ਹੈ। ਗ਼ਜ਼ਲ ਆਪਣੀ ਸ਼ਕਤੀ ਦਾ ਪ੍ਰਗਟਾਅ ਇੰਝ ਕਰਦੀ ਹੈ:

ਹਿਜਰ ਦੀ ਭੱਠੀ 'ਚ ਮਾਰੂਥਲ ਬਣੇ,
ਬਣ ਗਏ ਸਾਗਰ ਜਦੋਂ ਕੋਈ ਗ਼ਜ਼ਲ।
ਜ਼ਿੰਦਗੀ ਵਿਚ ਕੋਈ ਸਕਤਾ ਨਾ ਰਹੇ,
ਸਿਰ ਜੇ ਸੁਣ ਸਕੇ ਕਿਤੇ ਦਿਲ ਦੀ ਗ਼ਜ਼ਲ।
ਆਸ ਦੀ ਓਜ਼ੋਨ ਤੋਂ ਅੰਬਰ ਬਣੇ,
ਬਣੇ ਚੰਨ, ਤਾਰੇ, ਜਦੋਂ ਮਹਿਕੀ ਗ਼ਜ਼ਲ।
ਕਰਮ ਦੀ ਅੰਗੜਾਈ 'ਚੋਂ ਨਿੰਮਦੀ ਕਲਾ,
ਕਲਾ ਦੀ ਮੁਸਕਾਨ 'ਚੋਂ ਝਰਦੀ ਗ਼ਜ਼ਲ। *(ਪੰਨਾ 14)*

ਨੂਰ ਅਹਿਸਾਸਾਂ ਦਾ ਕਵੀ ਹੈ। ਉਸ ਦੀ ਕਵਿਤਾ (ਸਮੇਤ ਗ਼ਜ਼ਲਾਂ ਦੇ) ਦੇ ਵਿਸ਼ੇ ਵਸਤੂ ਦਾ ਘੇਰਾ ਬਹੁਤ ਵੱਡਾ ਹੈ। ਉਹ ਕਰਮ ਵਿਚ ਵਿਸ਼ਵਾਸ ਰੱਖਦਾ ਹੈ ਅਤੇ ਉਸ ਦਾ ਇਹ ਦਾਅਵਾ ਮੰਨਣ ਯੋਗ ਹੈ ਕਿ ਕਰਮ ਦੀ ਅੰਗੜਾਈ ਜਦੋਂ ਕਲਾ ਬਣਦੀ ਹੈ ਤਾਂ ਇਹ ਗ਼ਜ਼ਲ ਦੀ ਮੁਸਕਾਨ ਹੋ ਨਿਬੜਦੀ ਹੈ। ਮਨੁੱਖੀ ਜੀਵਨ, ਜੀਵਨ ਲਈ ਕੀਤੀ ਜਾ ਰਹੀ ਜੱਦੋ-ਜਹਿਦ, ਮਨੁੱਖ ਦੇ ਮਨੋਭਾਵ ਅਤੇ ਉਹਨਾਂ ਦੇ ਪ੍ਰਗਟਾਅ, ਮਨੁੱਖ ਦੀਆਂ ਲੋੜਾਂ-ਥੋੜਾਂ ਅਤੇ ਸੱਧਰਾਂ ਦੇ ਅੱਗੇ ਆਉਣ ਵਾਲੀਆਂ ਰੁਕਾਵਟਾਂ ਅਤੇ ਨਕਾਰਾਤਮਕ ਪਹੁੰਚ ਕਾਰਨ ਵੀ ਓਜ਼ੋਨ ਵਿਚ ਪਏ ਮਘੋਰੇ ਸਮੁੱਚੀ ਮਨੁੱਖੀ ਹੋਂਦ ਲਈ ਖ਼ਤਰਨਾਕ ਹਨ। ਇਸ ਲਈ ਓਜ਼ੋਨ ਦੀ ਰਖਵਾਲੀ ਲਈ ਜ਼ਰੂਰੀ ਹੈ ਕਿ ਮਨੁੱਖੀ ਜੀਵਨ ਲਈ ਸਕਾਰਾਤਮਕ ਪਹੁੰਚ ਅਪਣਾਈ ਜਾਵੇ। ਨੂਰ ਆਪਣੀਆਂ ਗ਼ਜ਼ਲਾਂ ਦੇ ਵਿਸ਼ੇ-ਵਸਤੂ ਦੁਆਰਾ ਮਨੁੱਖ ਨੂੰ ਇਸ ਕਰਤਵ ਸਬੰਧੀ ਜਾਗਰੂਕ ਕਰਦਾ ਹੈ।

ਇਸ ਦੇ ਨਾਲ ਹੀ ਮਨੁੱਖ ਆਪਣੇ ਪਰਿਵੇਸ਼ ਨਾਲ ਹਰ ਹਾਲਤ ਵਿਚ ਜੁੜਿਆ ਰਹਿੰਦਾ ਹੈ। ਮਨੁੱਖ ਆਪਣਾ ਵਤਨ ਛੱਡ ਕੇ ਜਿਸ ਮਰਜ਼ੀ ਦੇਸ਼ ਵਿਚ ਜਾ ਵੱਸੇ ਪਰ ਉਸ ਨੂੰ ਆਪਣੀ ਜੰਮਣ ਧਰਤੀ ਨਾਲ ਕੁਝ ਨਾ ਕੁਝ ਲਗਾਵ ਸਦਾ ਹੀ ਰਹਿੰਦਾ ਹੈ। ਆਵਾਸ ਧਾਰਨ ਕਾਰਨ, ਪਰਦੇਸ ਦੀਆਂ ਅਨੇਕਾਂ ਹੀ ਸਮੱਸਿਆਵਾਂ ਨਾਲ ਜੂਝਣ ਦੇ ਨਾਲ ਹੀ ਨਾਲ ਪੰਜਾਬੀ ਆਵਾਸੀ ਆਮ ਕਰ ਕੇ ਅਤੇ ਸੰਵੇਦਨਸ਼ੀਲ ਕਵੀ-ਲੇਖਕ ਵਿਸ਼ੇਸ਼ ਕਰਕੇ ਪੰਜਾਬ ਵਿਚ ਵਾਪਰੀਆਂ ਹੋਣੀਆਂ ਦੇ ਸੰਤਾਪ ਤੋਂ ਬਚ ਨਾ ਸਕਿਆ। ਪੰਜਾਬ ਵਿਚ ਵਾਪਰੇ ਦੁਖਾਂਤ ਦਾ ਅਸਰ ਨਾ ਕੇਵਲ ਪੰਜਾਬ/ਭਾਰਤ ਵਿਚ ਰਚੇ ਜਾ ਰਹੇ ਪੰਜਾਬੀ ਸਾਹਿਤ ਉੱਤੇ ਪਿਆ ਸਗੋਂ ਇਸ ਨੇ ਬਰਤਾਨੀਆ ਵਿਚ ਰਚੇ ਜਾਂਦੇ ਪੰਜਾਬੀ ਸਾਹਿਤ ਨੂੰ ਵੀ ਆਪਣੀ ਲਪੇਟ ਵਿਚ ਲੈ ਲਿਆ। ਪੰਜਾਬ ਵਿਚ ਵਰਤੇ ਭਾਣਿਆਂ ਨੇ ਬਰਤਾਨੀਆ ਬੈਠੇ ਪੰਜਾਬੀ ਸਾਹਿਤਕਾਰਾਂ ਨੂੰ ਵੀ ਝੰਜੋੜ ਕੇ ਰੱਖ ਦਿੱਤਾ। ਪੰਜਾਬ ਦੀ ਤ੍ਰਾਸਦੀ ਤੋਂ ਦੁਖੀ ਹੋ ਕੇ ਨੂਰ ਦੀ ਕਲਮ ਨੇ, ਉਸ ਦੀ ਪੱਛੀ ਹੋਈ ਅੰਦਰਲੀ ਧੁਰ ਆਤਮਾ ਨੂੰ ਵੀ ਸਾਕਾਰ ਕਰ ਦਿੱਤਾ। ਉਹ ਕੂਕ ਉਠਿਆ :

> ਸੁਣਦਾ ਕੌਣ ਪੰਜਾਬ ਦੀ ਹੂਕ ਤੱਤੀ,
> ਕਬਰਾਂ ਪਾਉਂਦੀਆਂ ਬਾਤਾਂ ਸੁਆਸ ਦੀਆਂ।
> ਤੇਰੇ ਸਬਰ ਦੇ ਸਾਗਰਾਂ ਸੁੱਕ ਜਾਣਾ,
> ਅੱਖਾਂ ਵੇਖ ਕੇ ਮੇਰੀ ਪਿਆਸ ਦੀਆਂ। *(ਗ਼ਜ਼ਲ ਨੰਬਰ 3, ਪੰਨਾ 16)*

'ਸੁਰਸਤੀ' ਰੇਗਿਸਤਾਨ (ਮਾਰੂਥਲ) ਦੀ ਤੱਤੀ-ਭੁੰਨਵੀਂ ਰੇਤ ਵਿਚ ਭੁੱਜ ਕੇ, ਪਾਣੀ ਮੰਗਦੀ, ਪਾਣੀ ਲਈ ਤਰਸਦੀ, ਸਹਿਕਦੀ, ਸ਼ਰਮੋ-ਸ਼ਰਮੀ ਹੋ ਗਈ। ਸਤਲੁਜ ਤੇ ਬਿਆਸ ਦੀਆਂ ਗਿੱਲੀਆਂ ਅੱਖਾਂ, ਜਿਹਲਮ, ਰਾਵੀ ਤੇ ਝਨਾਂ ਨੂੰ ਯਾਦ ਕਰ ਰਹੀਆਂ ਹਨ। ਆਤੰਕਵਾਦ ਨੇ ਪੰਜਾਬ ਦਾ ਸਾਹ ਹੀ ਸੂਤ ਲਿਆ। ਨੂਰ ਨੇ ਆਪਣੇ ਦਿਲ ਦੇ ਦਰਦ ਨੂੰ ਬੜੇ ਹੀ ਮਰ੍ਹਮ-ਮਈ ਅੰਦਾਜ਼ ਵਿਚ ਪ੍ਰਗਟ ਕੀਤਾ ਹੈ :

> ਸੂਤੇ ਸਾਹ ਪੰਜਾਬ ਦੇ ਦਹਿਸ਼ਤਾਂ ਨੇ,
> ਅੱਜ ਦਾ ਚਾਅ ਮੋਇਆ, ਕੱਲ ਦੀ ਆਸ ਮੋਈ,

ਪੁਲਿਸ ਰਾਜ ਦੀ ਜਦੋਂ ਤਸਵੀਰ ਵੇਖੇ,
ਅੱਖਾਂ ਅੱਡੀਆਂ ਰਹਿਣ ਇਤਿਹਾਸ ਦੀਆਂ।

ਨੂਹ-ਨਦੀ, ਤੂਫ਼ਾਨ, ਭੁਚਾਲ ਆਏ,
ਨੀਤੀ, ਭਾਸ਼ਾ, ਜਨੂੰਨ ਦੀ ਛੁਰੀ ਲੈ ਕੇ,
ਚੋਂਦਾ ਰਿਹਾ ਪੰਜਾਬ ਦਾ ਖ਼ੂਨ ਤਿਪ ਤਿਪ,
ਏਥੇ ਵਰਤੀਆਂ ਨਿੱਤ ਤ੍ਰਾਸਦੀਆਂ। *(ਗ਼ਜ਼ਲ ਨੰਬਰ 3, ਪੰਨਾ 17)*

ਪੰਜਾਬ ਦਾ ਘਰ ਘਰ, ਵਿਰਲਾਪ ਦੀ ਲਪੇਟ ਵਿਚ ਤ੍ਰਾਹ ਤ੍ਰਾਹ ਕਰਦਾ ਹੈ। ਅਜਿਹੇ ਸਮੇਂ ਵਿਚ ਸੱਜਣਾਂ ਦਾ ਮੇਲ ਵੀ ਨਾਦਰ ਦੇ ਮੇਲ ਵਰਗਾ ਹੀ ਹੋ ਨਿੱਬੜਦਾ ਹੈ। ਲੋਕਾਂ ਦੇ ਮਨਾਂ ਅੰਦਰ ਜ਼ਹਿਰ ਉਡੇਲ ਦਿੱਤਾ ਗਿਆ ਹੈ। 'ਮਾਂ ਦੀ ਕੁੱਖ' ਦਾ ਨਿਰਾਦਰ ਕਰਦਿਆਂ ਉਸ ਵਿਚ 'ਕਹਿਰ ਦਾ ਅੱਕ' (ਅੱਕ ਦਾ ਦੁੱਧ) ਚੋ ਦਿੱਤਾ ਗਿਆ ਹੈ। ਨੂਰ ਦੀ ਅੱਠਵੀਂ ਗ਼ਜ਼ਲ ਦੇ ਸ਼ਿਅਰ ਕਾਬਲੇ ਜ਼ਿਕਰ ਅਤੇ ਧਿਆਨ ਮੰਗਦੇ ਹਨ। ਸ਼ਿਅਰਾਂ ਦਾ ਆਨੰਦ ਅਤੇ ਆਨੰਦ ਰਾਹੀਂ ਇਕ ਟੀਸ ਦਾ ਅਨੁਭਵ ਕਰਨ ਤੋਂ ਪਹਿਲਾਂ ਇਸ ਗ਼ਜ਼ਲ ਦਾ ਮਤਲਾ ਅਤੇ 'ਹੁਸਨੇ ਮਤਲੇ' ਵੇਖਣ ਯੋਗ ਹਨ :

ਮਤਲਾ :

ਫੁਲ ਮੰਗੇ ਸੀ ਤੇ ਸਾਨੂੰ ਰਾਂਗਲੇ ਪੱਥਰ ਮਿਲੇ।
ਕਹਿਰ ਹੈ ਕਾਅਬੇ 'ਚ ਸਾਨੂੰ ਅਤਿ ਦੇ ਕਾਫ਼ਰ ਮਿਲੇ।

ਹੁਸਨੇ ਮਤਲਾ (1):

ਹੱਸਦੀਆਂ ਕਬਰਾਂ ਅਤੇ ਵਿਰਲਾਪ ਕਰਦੇ ਘਰ ਮਿਲੇ।
ਤੂੰ ਮਿਲੇਂ ਮੈਨੂੰ ਜਿਵੇਂ ਪੰਜਾਬ ਨੂੰ ਨਾਦਰ ਮਿਲੇ।

ਕਿਆ ਬਾਤ ਹੈ :

ਤੂੰ ਮਿਲੇਂ ਮੈਨੂੰ ਜਿਵੇਂ ਪੰਜਾਬ ਨੂੰ ਨਾਦਰ ਮਿਲੇ।

ਹੁਸਨੇ ਮਤਲਾ (3):

ਅੱਜ ਰਿੰਦਾਂ ਨੂੰ ਮਨਾਂ ਦੀ ਜ਼ਹਿਰ ਦੇ ਸਾਗਰ ਮਿਲੇ।
ਦੁਸ਼ਮਨਾਂ ਦੀ ਲੋੜ ਨਹੀਂ ਜਦੋਂ ਦੇ ਮਿੱਤਰ ਮਿਲੇ।

ਪੰਜਾਬ ਜਿਸ ਅੱਗ ਦੀ ਲਪੇਟ ਵਿਚ ਘਿਰਿਆ ਰਿਹਾ, ਉਸ ਵਿਚ ਸਭ ਵਰਤਾਰੇ ਸਿਖਰ ਦੇ ਹੀ ਮਿਲੇ :

ਮਾਂ ਦੀ ਕੁੱਖ ਅੰਦਰ ਕਹਿਰ ਦਾ ਅੱਕ ਚੋ ਦਿੱਤਾ ਗਿਆ,
ਚਿਤਾ ਦੀ ਡੋਲੀ 'ਚ ਅੱਜ ਕੱਲ ਲਾਡਲੀ ਨੂੰ ਵਰ ਮਿਲੇ।
ਕੀ ਮਿਲੇ, ਕਾਹਦੇ ਮਿਲੇ, ਬਿਰਹਾ ਮਣਸ ਕੇ ਟੁਰ ਗਏ,
ਜਿਸ ਤਰ੍ਹਾਂ ਸੁਪਨੇ 'ਚ ਮਾਰੂਥਲਾਂ ਨੂੰ ਸਾਗਰ ਮਿਲੇ।
ਕੋਈ ਹਸਰਤ ਨਾ ਰਹੀ ਉਹ ਇੰਝ ਮਿਲੇ ਸਾਨੂੰ ਜਿਵੇਂ,
ਸਿਰ ਨੂੰ ਸਰਵਾਹੀ ਮਿਲੇ ਤੇ ਦਿਲੇ ਨੂੰ ਖ਼ੰਜਰ ਮਿਲੇ।

ਅਤੇ :

ਬੋਲ ਬਾਲਾ ਹੋ ਗਿਆ ਹੈ ਡਾਲਰੀ ਤਹਿਜ਼ੀਬ ਦਾ,
ਅੱਜ ਖੱਫ਼ਣ ਦੀ ਜਗ੍ਹਾ ਨੰਗੇਜ ਦੀ ਚਾਦਰ ਮਿਲੇ।

'ਨੂਰ' ਅਮਰ ਪੰਜਾਬ ਦੇ ਵਾਸੀਆਂ, ਵਾਰਸਾਂ ਅਤੇ ਰਹਿਬਰਾਂ ਨੂੰ ਸੰਬੋਧਨ ਹੋ ਕੇ ਕਲਮ ਦੀ ਅਥਾਹ ਸ਼ਕਤੀ ਦਾ ਅਹਿਸਾਸ ਦਿਲਾਉਂਦਾ ਹੈ। ਉਹ ਕਲਮਕਾਰਾਂ ਨੂੰ ਪੁੱਛਣ ਦਾ ਹੀਆ ਕਰਦਾ ਹੈ ਕਿ ਕਲਮ ਦੀ ਜੀਭ ਕਦੋਂ ਤਕ ਗੁੰਗੀ ਰਹਿ ਕੇ ਪੰਜਾਬ ਦੇ ਦੁਖਾਂਤ ਤੋਂ ਮੂੰਹ ਮੋੜੀ ਰਹੇਗੀ? ਉਹ ਕਹਿੰਦਾ ਹੈ ਕਿ ਅੱਜ ਇਕੱਲਿਆਂ ਰਾਮ, ਨਾਨਕ, ਰਵੀਦਾਸ ਨੂੰ ਹੀ ਨਹੀਂ ਵੰਡਿਆ ਗਿਆ ਸਗੋਂ ਅਰਦਾਸ ਅਤੇ ਆਸ ਦੀਆਂ ਵੀ ਵੰਡੀਆਂ ਪਾ ਲਈਆਂ ਗਈਆਂ ਹਨ। ਅੱਜ ਅਸੀਂ ਧੁੱਪ-ਛਾਂ, ਪੌਣ ਤੇ ਪਾਣੀ ਵੀ ਵੰਡਣ ਲੱਗ ਪਏ ਹਾਂ। ਅਜਿਹੀ ਹਾਲਤ ਵਿਚ ਮਨੁੱਖਤਾ ਸਾਹ ਕਿਵੇਂ ਲਵੇਗੀ ? ਨੂਰ ਪੁੱਛਦਾ ਹੈ ਕਿ ਅਸੀਂ ਮਹਿਕਦੇ ਬਾਗ਼ਾਂ ਨੂੰ ਮੜ੍ਹੀਆਂ ਮਸਾਣਾਂ ਵਿਚ ਤਬਦੀਲ ਕਰਦੇ ਹੋਏ ਕਿਹੜੀ ਔਲਾਦ ਲਈ ਲੜ ਰਹੇ ਹਾਂ ? ਸਾਡੀ ਹੈਵਾਨਗੀ ਤੋਂ ਤਾਂ ਅੱਜ ਦੇ ਬਾਲਕ ਵੀ ਡਰ ਜਾਣਗੇ। ਇਸ ਲਈ ਗ਼ਜ਼ਲਗੋ ਨੂਰ ਚਿਤਾਵਨੀ ਦਿੰਦਾ ਹੈ :

ਖੰਡੇ, ਤ੍ਰਿਸ਼ੂਲ ਦੀ ਜੇ ਖੜਕਦੀ ਰਹੀ,
ਅਰਜ਼ ਤੇ ਤੂਲ ਦੀ ਜੇ ਖੜਕਦੀ ਰਹੀ,
ਈਸ਼ਵਰ ਦੀ ਮੜ੍ਹੀ, ਆਸ ਦੀ ਲਾਸ਼ 'ਤੇ,
ਗੁਰਦੁਆਰੇ ਤੇ ਮੰਦਰ ਉਸਰ ਜਾਣਗੇ।
ਸਾਂਝੀਆਂ ਬੇਟੀਆਂ, ਬੁਰਕੀਆਂ ਦੀ ਕਸਮ,
ਸਾਂਝੀਆਂ ਸ਼ਾਦੀਆਂ, ਅਰਥੀਆਂ ਦੀ ਕਸਮ,
ਦੋਸਤੀ ਦਾ ਰਵੀ ਜੇ ਕਤਲ ਹੋ ਗਿਆ,
ਚਾਰ ਕੂੰਟੀ ਹਨੇਰੇ ਪਸਰ ਜਾਣਗੇ।

ਨੂਰ ਇਹ ਮੰਨ ਕੇ ਤੁਰਦਾ ਹੈ ਕਿ ਜ਼ੁਲਮ ਕਰਨਾ ਤੇ ਸਹਿਣਾ ਦੋਵੇਂ ਹੀ ਪਾਪ ਨੇ। ਡਰਨ ਵਾਲਾ ਮੌਤ ਆਉਣ ਤੋਂ ਪਹਿਲਾਂ ਹੀ ਕਈ ਵਾਰ ਮਰਦਾ ਹੈ। ਜੀਣ ਵਾਲੇ ਕਿਆਮਤ ਦੇ ਕਹਿਰ ਤੋਂ ਵੀ ਨਹੀਂ ਡਰਦੇ ਜਦ ਕਿ ਡਰਪੋਕ ਮੌਤ ਆਉਣ ਤੋਂ ਪਹਿਲਾਂ ਡਰ ਕਾਰਨ ਹਰ ਪਲ ਹਰ ਘੜੀ ਮਰਦੇ ਹੀ ਰਹਿੰਦੇ ਹਨ :

ਜ਼ੁਲਮ ਕਰਨਾ ਤੇ ਸਹਿਣਾ ਨਿਰਾ ਪਾਪ ਹੈ,
ਬੁਜ਼ਦਿਲੀ ਨਰਕ ਹੈ, ਘੋਰ ਸੰਤਾਪ ਹੈ,
ਜੀਣ ਵਾਲੇ ਕਿਆਮਤ ਤੋਂ ਡਰਦੇ ਨਹੀਂ,
ਡਰਨ ਵਾਲੇ ਕਈ ਵਾਰ ਮਰ ਜਾਣਗੇ।

'ਨੂਰ' ਜੀਵਨ ਨੂੰ ਕਲਾ ਮੰਨਦਾ ਹੈ। ਉਹ ਦੋਸਤੀ ਨੂੰ ਰੱਬ ਤੋਂ ਵੀ ਵੱਡਾ ਗਰਦਾਨਦਾ ਹੈ। ਉਸ ਨੂੰ ਡਰ ਹੈ ਕਿ ਜੇਕਰ ਜੀਵਨ ਡੁਸਕਦਾ ਰਿਹਾ ਅਤੇ ਦੋਸਤੀ ਵਿਲਕਦੀ ਰਹੀ ਤਾਂ ਕਲਾ ਅਤੇ ਕਲਾ ਦੇ ਪੈਗ਼ੰਬਰ ਕਿਹੜੇ ਖੂਹ-ਖਾਤੇ ਪੈਣਗੇ :

ਜ਼ਿੰਦਗੀ ਤੋਂ ਵਡੇਰੀ ਕਲਾ ਕੋਈ ਨਾ
ਦੋਸਤੀ ਤੋਂ ਵਡੇਰਾ ਖ਼ੁਦਾ ਕੋਈ ਨਾ,
ਜ਼ਿੰਦਗੀ ਡੁਸਕਦੀ, ਦੋਸਤੀ ਵਿਲਕਦੀ
ਹੁਣ ਕਲਾ ਦੇ ਪੈਗ਼ੰਬਰ ਕਿਧਰ ਜਾਣਗੇ ?

ਇਸ ਲਈ, ਹੇ ਪੰਜਾਬ ਦੇ ਵਾਰਸੋ! ਸਮੇਂ ਦੀ ਨਬਜ਼ ਨੂੰ ਪਹਿਚਾਣੋ :

ਅਮਰ ਪੰਜਾਬ ਦੇ ਵਾਰਿਸੋ, ਰਹਿਬਰੋ!
ਵਕਤ ਸਮਝਾ ਰਿਹਾ, ਲਾਅਨ੍ਹਤਾਂ ਪਾ ਰਿਹਾ,
ਵਕਤ ਦੀ ਨਬਜ਼ ਨੂੰ ਜੋ ਨਹੀਂ ਸਮਝਦੇ,
ਬੀਤ ਗਏ ਵਕਤ ਵਾਂਗੂੰ ਗੁਜ਼ਰ ਜਾਣਗੇ। *(ਗ਼ਜ਼ਲ ਨੰਬਰ 11, ਪੰਨਾ 29)*

ਧਰਮ ਅੱਜ ਧੰਧੇ ਦਾ ਰੂਪ ਅਖ਼ਤਿਆਰ ਕਰ ਕੇ ਮਨੁੱਖਤਾ ਦੇ ਜਿਸਮ ਵਿਚ 'ਭਾਰੇ ਸ਼ੀਸ਼ੇ (ਸਿੱਕੇ)' ਵਾਂਗੂੰ ਉਤਰ ਚੁੱਕਿਆ ਹੈ। ਨੂਰ, ਅਜਿਹੀ ਦਸ਼ਾ ਦੀ ਦੁਹਾਈ ਪਾਉਂਦਿਆਂ 'ਜਨੂੰਨ ਦੀ ਅੱਗ' ਦਾ ਕਿੰਨਾ ਸੁਹਣਾ ਵਰਣਨ ਕਰਦਿਆਂ 'ਅੱਲਾ' ਦੀ ਹੋਂਦ ਲਈ ਵੀ ਚਿੰਤਤ ਹੈ :

ਦੁਹਾਈ ਰਾਮ ਦੀ ਮਜ਼੍ਹਬ ਦਾ ਭੋਗ ਪੈ ਚੁੱਕਾ,
ਜਨੂੰਨੀ ਅੱਗ ਵਿਚ ਅੱਲਾ ਵੀ ਜਲ ਨਾ ਜਾਏ ਕਿਤੇ।

ਪਤਾ ਨਹੀਂ 'ਖ਼ੁਦਾ' ਨੇ ਆਦਮੀ ਬਣਾਇਆ ਕਿ ਆਦਮੀ ਨੇ 'ਖ਼ੁਦਾ', ਪਰ ਇੰਝ ਭਾਸਦਾ ਹੈ ਕਿ ਅੱਜ ਖ਼ੁਦਾ ਵੀ ਆਪਣੀ ਕਰਨੀ 'ਤੇ ਪਛਤਾਵਾ ਕਰ ਰਿਹਾ ਹੈ :

ਖ਼ੁਦਾ ਵਿਚਾਰਾ ਤਾਂ ਝੂਰਦਾ ਹੈ
ਹੱਵਾ ਤੇ ਆਦਮ ਦਾ ਬੁੱਤ ਬਣਾ ਕੇ,
ਖ਼ੁਦਾ ਦੇ ਬੰਦੇ ਨੇ ਕੀ ਨਾ ਕੀਤਾ
ਖ਼ੁਦਾ ਨੂੰ ਬੰਦਾ ਬਣਾਉਣ ਲੱਗਿਆਂ।
ਇਹ ਸੰਗ-ਮਰਮਰ ਦੀ ਜੇਲ੍ਹ ਅੰਦਰ
ਹਵਾ ਦੀ ਖ਼ੁਸ਼ਬੂ ਨਾ ਕੈਦ ਹੋਈ,
ਤੂੰ ਪੱਥਰਾਂ ਨੂੰ ਹੈ ਸਿਰ ਚੜ੍ਹਾਇਆ
ਦਇਆ ਦਾ ਮੰਦਰ ਬਣਾਉਣ ਲੱਗਿਆਂ।
ਤੂੰ ਅੱਕ ਬੀਜੇਂ ਤੇ ਅੰਬ ਲੋਚੇਂ,
ਹਨੇਰ ਪਾਵੇਂ ਤੇ ਨੂਰ ਭਾਲੇਂ,
ਤੂੰ ਆਪਣੇ ਝੁੱਗੇ ਦੀ ਖ਼ੈਰ ਮੰਗੇਂ,
ਕਿਸੇ ਦਾ ਦੀਵਾ ਬੁਝਾਉਣ ਲੱਗਿਆਂ।

ਸੰਸਾਰ ਵਿਚ ਆਮ ਕਰ ਕੇ ਅਤੇ ਭਾਰਤ ਸਮੇਤ ਹੋਰ ਏਸ਼ਿਆਈ ਦੇਸ਼ਾਂ ਵਿਚ ਵਿਸ਼ੇਸ਼ ਕਰਕੇ ਧਰਮ ਨੇ ਜੋ 'ਗੁਲ ਖਿਲਾਏ' ਹਨ, ਉਹਨਾਂ ਦੀ ਚੋਭ ਤੋਂ ਕਵੀ ਮਨ ਦੁਖੀ ਹੋਣੋਂ ਨਹੀਂ ਰਹਿ ਸਕਦੇ। ਇੱਕੀਵੀਂ ਸਦੀ ਦੇ ਲਗਪਗ ਆਰੰਭ ਹੋਣ 'ਤੇ ਅੱਜ ਵੀ ਧਰਮ ਦੇ

ਨਾਂ 'ਤੇ ਕੋਝੇ ਵਰਤਾਰੇ ਵਾਪਰ ਰਹੇ ਹਨ। ਜਨੂੰਨ ਦੀ ਹੱਦ ਤਕ ਪਸਰਿਆ ਧਰਮ, ਨਫ਼ਰਤ ਦੀ ਹਨੇਰੀ ਝੁਲਾਉਣ ਵਿਚ ਪੂਰਾ ਤਾਣ ਲਾ ਰਿਹਾ ਹੈ। ਕੌਣ ਜਾਣਦਾ ਹੈ ਕਿ ਇਸ ਦਾ ਨਤੀਜਾ ਕੀ ਨਿਕਲੂ ? ਬਹੁਤ ਸਾਰੇ ਸੁਆਲਾਂ ਦੇ ਜਵਾਬ ਲੱਭਣੇ ਜ਼ਰੂਰੀ ਹਨ :

ਕੀ ਪਤਾ ਹੈ ਅਜੇ ਸਾਡੀ ਦੋਸਤੀ ਦਾ ਕੀ ਬਣੂੰ ?
ਰਹਿ ਗਿਆ ਹੈ ਕੀ ਤੇ ਹਾਲੀ ਹੋਰ ਕੀ ਦਾ ਕੀ ਬਣੂੰ ?
ਨਰਕ ਦੀ ਭੱਠੀ 'ਚ ਅੱਲਾ, ਈਸ਼ਵਰ ਝੋਕੇ ਗਏ,
ਰਾਮ ਜਾਣੇ ਅਜੇ ਮਸਜਦ ਬਾਬਰੀ ਦਾ ਕੀ ਬਣੂੰ ?
ਚੇਤ ਦੀ ਰੁੱਤੇ ਕੋਈ ਬਾਗ਼ੇ ਚੁਆਤੀ ਲਾ ਗਿਆ,
ਜੋ ਖਿੜੀ ਮਹਿਕੀ ਨਹੀਂ ਸੀ ਉਹ ਕਲੀ ਦਾ ਕੀ ਬਣੂੰ ?

ਇਸੇ ਲਈ ਗ਼ਜ਼ਲਗੋ ਨੂਰ ਪੱਚੀਵੀਂ ਗ਼ਜ਼ਲ ਦੇ ਇਕ ਸ਼ਿਅਰ ਵਿਚ ਸਪਸ਼ਟ ਕਰਦਾ ਹੈ ਕਿ ਜਿਸ ਥਾਂ ਉੱਤੇ ਕੋਮਲ ਆਤਮਾਵਾਂ ਨੂੰ ਕੋਹਿਆ ਜਾਂਦਾ ਹੋਵੇ, ਉਸ ਥਾਂ ਨੂੰ ਮੰਦਰ ਕਿਵੇਂ ਆਖਿਆ ਜਾ ਸਕਦਾ ਹੈ ? ਨਿਸਚੈ ਹੀ ਅਜਿਹੀ ਥਾਂ ਤਾਂ ਬੁੱਚੜਖ਼ਾਨਾ ਹੀ ਹੋ ਸਕਦਾ ਹੈ :

ਜਿਥੇ ਕੋਮਲ ਰੂਹ ਦਾ ਧਰਮ ਜ਼ਿਬ੍ਹਾ ਹੁੰਦਾ ਹੈ,
ਬੁੱਚੜਖ਼ਾਨਾ ਹੋਣੈ, ਉਹ ਮੰਦਰ ਨਹੀਂ ਹੋਣਾ।

'ਨੂਰ' ਨੇ ਇਸ ਗ਼ਜ਼ਲ ਦੇ ਅਗਲੇ ਸ਼ਿਅਰਾਂ ਵਿਚ ਦੱਸਿਆ ਹੈ ਕਿ ਜਿਸ ਦੇ ਮੂੰਹ ਵਿਚੋਂ 'ਹਉਮੈ' ਦੀ ਬਦਬੂ ਆ ਰਹੀ ਹੋਵੇ, ਉਹ ਮਨੁੱਖ ਰਹਿਬਰ ਨਹੀਂ ਹੋ ਸਕਦਾ, ਉਹ ਤਾਂ ਚੋਰ-ਉਚੱਕਾ ਹੀ ਹੋਵੇਗਾ। ਪੰਛੀ ਦੇ ਖੰਭ ਤਾਂ ਆਕਾਸ਼ ਦੀਆਂ ਉਡਾਣਾਂ ਮਾਣਨ ਲਈ ਹੁੰਦੇ ਹਨ, ਪਾਤਾਲ ਵਿਚ ਲਹਿ ਜਾਣ ਲਈ ਨਹੀਂ। ਜਿਸ ਨੇ ਸੂਰਜ ਦਾ ਜਾਦੂ ਵੇਖ ਲਿਆ ਹੋਵੇ ਉਹ ਭਲਾ ਹੁਣ ਹਨੇਰਾ ਕਿਵੇਂ ਜਰ ਸਕਦਾ ਹੈ :

ਜੀਹਦੇ ਮੂੰਹੋਂ 'ਮੈਂ, ਮੈਂ' ਦੀ ਬਦਬੂ ਆਉਂਦੀ ਹੈ,
ਚੋਰ ਉਚੱਕਾ ਹੋਣੈ, ਉਹ ਰਹਿਬਰ ਨਈਂ ਹੋਣਾ।
ਜੋ ਪਰਵਾਜ਼ਾਂ, ਪਾਤਾਲਾਂ ਵਿਚ ਲਾਹ ਦਿੰਦਾ ਹੈ,
ਪੱਥਰ ਹੋਣੈ, ਉਹ ਪੰਛੀ ਦਾ ਪਰ ਨਈਂ ਹੋਣਾ।
ਮੈਂ ਜਦ ਤੋਂ ਸੂਰਜ ਦਾ ਜਾਦੂ ਵੇਖ ਲਿਆ ਹੈ,
ਲੱਗਦਾ ਹੈ ਰਾਤਾਂ ਦਾ ਨ੍ਹੇਰਾ ਜਰ ਨਈਂ ਹੋਣਾ।

'ਨੂਰ' ਖ਼ੁਦਾ ਨੂੰ ਮਨੁੱਖ ਦੇ ਦਿਲ ਦੇ ਬਹੁਤ ਨੇੜੇ ਦੀ ਸ਼ੈ ਦੱਸਦਾ ਹੈ। ਦਰਅਸਲ, ਉਹ ਖ਼ੁਦਾ ਨੂੰ ਮਨੁੱਖ ਦਾ ਇਕ ਅੰਗ ਹੀ ਤਸੱਵਰ ਕਰਦਾ ਹੈ। ਇਸੇ ਕਾਰਨ ਉਹ ਮਨੁੱਖ ਨੂੰ ਆਪਣੀ ਕਿਸਮਤ ਦਾ ਰੱਬ ਸਮਝ ਕੇ, ਨਿੱਕੀਆਂ ਨਿੱਕੀਆਂ ਆਹਟਾਂ ਤੇ ਆਵਾਜ਼ਾਂ ਵੱਲ ਧਿਆਨ ਦੇਣ ਦੀ ਪ੍ਰੇਰਨਾ ਕਰਦਾ ਹੈ :

ਆਪਣੀ ਕਿਸਮਤ ਦਿਓ ਖ਼ੁਦਾਓ।
ਕਿਸਮਤ ਹੱਥੋਂ ਮਿਟ ਨ ਜਾਓ।

ਇਸ ਆਵਾਜ਼ ਦਾ ਮੁਖੜਾ ਚੁੰਮੋ,
ਉਸ ਆਹਟ ਨੂੰ ਸੀਸ ਨਿਵਾਓ।
ਦੂਰੀ ਦਿਲ ਨੂੰ ਖਾ ਜਾਂਦੀ ਹੈ,
ਦਿਲ ਤੋਂ ਮੂਲੋਂ ਦੂਰ ਨ ਜਾਓ।

ਅਤੇ

ਸੂਰਜਮੁਖੀਓ, ਜਾਗੋ, ਮਹਿਕੋ,
ਇਸ ਜੰਗਲ ਨੂੰ ਬਾਗ਼ ਬਣਾਓ। *(ਗ਼ਜ਼ਲ ਨੰਬਰ 27, ਪੰਨਾ 47)*

'ਨੂਰ' ਇਹ ਸੱਚ ਭਲੀ ਭਾਂਤੀ ਜਾਣਦਾ ਹੈ ਕਿ ਅਮਨ ਜਾਂ ਸ਼ਾਂਤੀ ਦੀ ਪ੍ਰਾਪਤੀ ਸਹਿਜੇ ਹੀ ਨਹੀਂ ਹੋ ਸਕਦੀ। ਮਨੁੱਖੀ ਜੀਵਨ ਵਿਚ ਸ਼ਾਂਤੀ ਦੀ ਬੜੀ ਮਹੱਤਤਾ ਹੈ, ਲੋੜ ਹੈ। ਮਨੁੱਖ ਦੇ ਆਲੇ-ਦੁਆਲੇ ਪਸਰੇ ਨ੍ਹੇਰਿਆਂ ਵਿਚ ਜੀਵਨ ਦੀ ਆਸ ਕਿਥੇ ? ਅਮਨ-ਆਸ ਦੀ ਬਰਕਰਾਰੀ ਲਈ ਸੰਗਰਾਮ ਲੋੜੀਂਦਾ ਹੈ:

ਅਮਨ ਦੇ ਵਾਸਤੇ ਸੰਗਰਾਮ ਦੀ ਜ਼ਰੂਰਤ ਹੈ,
ਇਹ ਉਮਰ ਵੀ ਤਾਂ ਲੜਾਈ ਹੈ ਜ਼ਿੰਦਗੀ ਦੇ ਲਈ।
ਕਹਿਰ ਦੀ ਔੜ ਹੈ ਤੇ ਰਿਸ਼ਤਿਆਂ ਦੇ ਜੰਗਲ ਨੂੰ,
ਅਜਲ ਨੇ ਅੱਗ ਲਗਾਈ ਹੈ ਜ਼ਿੰਦਗੀ ਦੇ ਲਈ।

ਗ਼ਜ਼ਲਗੋ ਨੂਰ ਨੇ ਬਰਤਾਨੀਆ ਰਹਿੰਦੇ ਹੋਏ ਜਿਥੇ ਪੰਜਾਬ ਦੀ ਤ੍ਰਾਸਦੀ ਅਤੇ ਧਰਮ ਦੇ ਨਾਂ 'ਤੇ ਜ਼ਹਿਰ ਭਰੀਆਂ ਨਫ਼ਰਤ ਫੈਲਾਉਣ ਵਾਲੀਆਂ ਸਥਿਤੀਆਂ ਦਾ ਜ਼ਿਕਰ ਕੀਤਾ, ਉਸ ਦੇ ਨਾਲ ਹੀ ਉਸ ਨੇ ਬਰਤਾਨਵੀ ਸੰਦਰਭਾਂ ਨਾਲ ਵੀ ਪੂਰੀ ਤਰ੍ਹਾਂ ਖੁੱਭ ਕੇ ਨਿਆਂ ਕੀਤਾ। ਉਸ ਨੇ ਬਰਤਾਨੀਆ ਵਿਚ ਰਹਿ ਕੇ ਪਰਵਾਸ ਦੇ ਸਾਰੇ ਹੀ ਚੰਗੇ-ਮੰਦੇ ਵਰਤਾਰੇ ਆਪਣੇ ਸਰੀਰ ਅਤੇ ਆਤਮਾ ਉੱਤੇ ਝੱਲੇ। ਉਹ ਉਲਾਰ ਨਹੀਂ ਹੋਇਆ ਸਗੋਂ ਉਸ ਨੇ ਮਨੁੱਖੀ ਸਾਂਝ ਅਤੇ ਰਵਾਦਾਰੀ ਪਾਲਦਿਆਂ ਹਰ ਮਸਲੇ ਨੂੰ ਚੰਗੀ ਤਰ੍ਹਾਂ ਘੋਖਿਆ-ਪਰਖਿਆ। ਉਸ ਨੇ ਹੋਰ ਬਰਤਾਨਵੀ ਸਾਹਿਤਕਾਰਾਂ ਵਾਂਗ ਹੀ ਇਸ ਓਪਰੀ ਧਰਤੀ ਨੂੰ ਅਪਨਾਉਣ ਲਈ ਅਤੇ ਇਥੇ ਸਥਾਪਤ ਹੋਣ ਲਈ ਭਿੰਨ ਭਿੰਨ ਖੇਤਰਾਂ ਵਿਚ ਜੱਦੋ-ਜਹਿਦ ਕੀਤੀ। ਇਸ ਲਈ ਉਸ ਨੇ ਪਰਵਾਸੀ ਮਨ ਦੇ ਉਦਰੇਵੇਂ ਤੋਂ ਲੈ ਕੇ ਰੰਗ ਅਤੇ ਨਸਲ ਕਾਰਨ ਹੁੰਦੀਆਂ ਵਧੀਕੀਆਂ ਦਾ ਜ਼ਿਕਰ ਆਪਣੀ ਸ਼ਾਇਰੀ ਵਿਚ ਕੀਤਾ ਹੈ। ਪਰਵਾਸੀ ਮਾਨਸਿਕਤਾ ਵਿਚ ਪਰਦੇਸ ਜਲਾਵਤਨੀ ਦਾ ਸਥਾਨ ਹੀ ਤਾਂ ਹੈ:

ਕੋਈ ਪਰਦੇਸ ਟੁਰ ਜਾਵੇ, ਕੋਈ ਪਰਲੋਕ ਤੁਰ ਜਾਵੇ,
ਜਲਾਵਤਨੀ ਮਨੁੱਖ ਦੇ ਨਾਲ ਭੁੱਖ ਦੇ ਵਾਂਗ ਤੁਰਦੀ ਹੈ।

ਬਰਤਾਨੀਆ ਵਿਚ ਰਹਿੰਦਿਆਂ ਪੰਜਾਬੀ ਆਵਾਸੀਆਂ ਦੀਆਂ ਬਹੁਤ ਸਾਰੀਆਂ ਦੁਸ਼ਵਾਰੀਆਂ ਨਸਲੀ ਵਿਤਕਰੇ, ਨਸਲਵਾਦੀਆਂ ਵੱਲੋਂ ਪਰਵਾਸੀਆਂ ਉੱਤੇ ਸਰੀਰਕ ਅਤੇ ਮਾਨਸਿਕ ਹਮਲਿਆਂ ਤੋਂ ਪੈਦਾ ਹੁੰਦੀਆਂ ਹਨ। ਵੇਖਣ ਨੂੰ ਭਾਵੇਂ ਉਹ ਆਰਥਕ ਤੌਰ 'ਤੇ

ਸੁਖਾਲੇ ਹੋ ਗਏ ਹਨ ਪਰ ਜ਼ਹਿਨੀ ਤੌਰ ਉੱਤੇ ਉਹ ਸਦਾ ਹੀ ਪਰੇਸ਼ਾਨ ਰਹਿੰਦੇ ਹਨ। ਜਦੋਂ ਕੋਈ ਨਸਲਵਾਦੀ ਗੋਰਾ, ਪਰਵਾਸੀ ਨੂੰ ਰੰਗ ਦੀ ਗਾਲ੍ਹ ਕੱਢਦਾ ਹੈ ਤਾਂ ਉਸ ਦੀ ਛਾਤੀ ਵਿਚ ਜ਼ਹਿਰ ਭਿੱਜਾ ਖ਼ੰਜਰ ਲਹਿ ਜਾਂਦਾ ਹੈ। ਸੱਤਰਵੀਂ ਗ਼ਜ਼ਲ ਦੇ ਸ਼ਿਅਰਾਂ ਰਾਹੀਂ 'ਨੂਰ' ਨਸਲਵਾਦ ਦਾ ਸ਼ਿਕਾਰ ਹੋਈ ਜ਼ਖ਼ਮੀ ਪਰਵਾਸੀ ਮਾਨਸਿਕਤਾ ਦਾ ਨਕਸ਼ਾ ਖਿੱਚਦਾ ਹੈ:

ਜਦ ਕੋਈ ਮੈਨੂੰ ਕਾਲਾ ਕਾਲਾ ਕਹਿ ਜਾਂਦਾ ਹੈ।
ਮੇਰੀ ਰੂਹ ਵਿਚ ਖ਼ੰਜਰ ਲਹਿ ਜਾਂਦਾ ਹੈ।
ਨਸਲਵਾਦ ਦਾ ਅੰਨ੍ਹਾ, ਖ਼ੂਨੀ ਹੜ੍ਹ ਕੀ ਜਾਣੇ,
ਸਾਡਾ ਕੀ ਕੁਝ ਰੁੜ੍ਹਦਾ, ਕੀ ਕੁਝ ਰਹਿ ਜਾਂਦਾ ਹੈ।

ਅਤੇ ਫਿਰ:

ਰੰਗ ਦੀ ਰੰਬੀ, ਛੁਰੀ ਨਸਲ ਦੀ ਸਾਣੇ ਲਾ ਕੇ,
ਬੁੱਚੜ ਮੇਰੇ ਹੱਕ ਦੀ ਹਿੱਕ 'ਤੇ ਬਹਿ ਜਾਂਦਾ ਹੈ।

ਪਰ 'ਨੂਰ' ਇਹ ਵੀ ਜਾਣਦਾ ਹੈ ਕਿ ਜਿੰਨੀ ਪੀੜ ਕੋਈ ਸਹਿ ਲੈਂਦਾ ਹੈ, ਇਹ ਸੂਲੀ ਉਸ ਲਈ ਓਨੀ ਹੀ ਉੱਚੀ ਅਤੇ ਤਿੱਖੀ ਹੋ ਜਾਂਦੀ ਹੈ:

ਸੂਲੀ ਓਨੀ ਉੱਚੀ, ਤਿੱਖੀ ਹੋ ਜਾਂਦੀ ਹੈ,
ਜਿੰਨੀ ਪੀੜ ਕੋਈ ਦੀਵਾਨਾ ਸਹਿ ਜਾਂਦਾ ਹੈ। *(ਪੰਨਾ 93)*

ਇਸ ਕਾਰਨ, ਇਸ ਦੇ ਹੱਲ ਲਈ ਉਹ ਵਿਸ਼ਵਾਸ ਰੱਖਦਿਆਂ ਚੇਤਾਵਨੀ ਦਿੰਦਾ ਅਤੇ ਸਾਵਧਾਨ ਕਰਦਾ ਹੈ ਕਿ ਜੇਕਰ ਜ਼ੁਲਮ ਕਰਨਾ ਪਾਪ ਹੈ ਤਾਂ ਜ਼ੁਲਮ ਸਹਿਣਾ ਹੋਰ ਵੀ ਘੋਰ ਪਾਪ ਹੈ:

ਜ਼ੁਲਮ ਕਰਨਾ ਪਾਪ ਹੈ ਤੇ ਜ਼ੁਲਮ ਸਹਿਣਾ ਘੋਰ ਪਾਪ,
ਤਸਬੀਆਂ ਨੇ ਹਾਰ ਕੇ ਤਲਵਾਰ ਨੂੰ ਹੱਥ ਪਾ ਲਿਆ।

'ਨੂਰ' ਰੰਗ ਦੀ ਥਾਂ ਝੜ ਗਏ ਅੰਗਾਂ ਦੀ ਗੱਲ ਕਰਨਾ ਲੋੜਦਿਆਂ ਅਮਨ/ਸ਼ਾਂਤੀ ਲਈ ਅਰਦਾਸੀ ਲਾਲੋ ਅਤੇ ਜਾਬਰ ਧਨਾਢ ਭਾਗੋ ਵੱਲੋਂ ਠੰਡੀ ਜੰਗ ਦੀ ਗੱਲ ਛੇੜ ਕੇ ਅਤਿ ਸੁਹਣੇ ਪ੍ਰਤੀਕ ਅਤੇ ਸ਼ਬਦ-ਚਿਤ੍ਰ ਪੇਸ਼ ਕਰਦਾ ਹੈ:

ਬੜਾ ਚਿਰ ਕੀਤੀਆਂ ਨੇ ਦੋਸਤਾ! ਰੰਗਾਂ ਦੀਆਂ ਗੱਲਾਂ,
ਜ਼ਰਾ ਕੁ ਛੇੜੀਏ ਹੁਣ ਝੜ ਗਏ ਅੰਗਾਂ ਦੀਆਂ ਗੱਲਾਂ।
ਸਵੇਰੇ, ਸ਼ਾਮ ਇਕ ਲਾਲੀ ਜੇਹੀ ਅੰਬਰ 'ਤੇ ਛਾ ਜਾਵੇ,
ਜਦੋਂ ਵੀ ਛਿੜਦੀਆਂ ਤੇਰੀਆਂ ਸੰਗਾਂ ਦੀਆਂ ਗੱਲਾਂ।
ਜਦੋਂ ਲਾਲੋ ਅਮਲ ਵਿਚ ਅਮਨ ਦੀ ਅਰਦਾਸ ਕਰਦਾ ਹੈ,
ਉਦੋਂ ਭਾਗੋ ਕਰੇਂਦਾ ਠੰਡੀਆਂ ਜੰਗਾਂ ਦੀਆਂ ਗੱਲਾਂ।

ਅਤੇ :

ਮਗਰ-ਮੱਛਾਂ ਦੇ ਹੰਝੂ, ਲੂੰਬੜਾਂ ਦੇ ਬੋਲ ਪੂਜੇ ਗਏ,
ਕਿਸੇ ਨਾ ਗੌਲੀਆਂ ਘੁੱਗੀ ਦੀਆਂ ਮੰਗਾਂ ਦੀਆਂ ਗੱਲਾਂ।

ਜੀਵਨ ਅੱਗ ਦੀ ਨਦੀ ਵਿਚ ਨਹਾਉਂਦਾ ਫੜਿਆ ਜਾਵੇ ਅਤੇ ਦੋਸਤੀ ਦੇ ਵਿਹੜੇ ਵਿਚ ਦੁਸ਼ਮਣੀ ਨ੍ਹਾਉਂਦੀ ਫੜੀ ਜਾਵੇ ਤਾਂ ਫਿਰ ਆਦਮ ਦੇ ਨੂਰ ਦੀ ਪਿਆਸ ਕਿਸ ਤਰ੍ਹਾਂ ਬੁਝੇਗੀ ? ਸ਼ਬਦਾਂ ਦਾ ਜਾਦੂ ਅਤੇ ਖ਼ਿਆਲਾਂ ਦੀ ਤੀਬਰਤਾ ਪੜ੍ਹਨ-ਮਾਣਨ ਨਾਲ ਹੀ ਸੰਬੰਧ ਰੱਖਦੀ ਹੈ :

ਅੱਗ ਦੀ ਨਦੀ 'ਚ ਜ਼ਿੰਦਗੀ ਨ੍ਹਾਉਂਦੀ ਫੜੀ ਗਈ।
ਯਾਰੀ ਦੇ ਵਿਹੜੇ ਦੁਸ਼ਮਣੀ ਨ੍ਹਾਉਂਦੀ ਫੜੀ ਗਈ।
ਤੜਪੇ ਕਿਵੇਂ ਨਾ ਮੁਸ਼ਕਿਆ ਛੱਪੜ ਹਨੇਰ ਦਾ,
ਜਿਹਦੇ ਲਹੂ 'ਚ ਰੌਸ਼ਨੀ ਨ੍ਹਾਉਂਦੀ ਫੜੀ ਗਈ।
ਚਾਂਦੀ ਸੁਨਹਿਰੀ ਹੋ ਗਈ, ਪਾਣੀ ਨਸ਼ੇ 'ਚ ਸੀ,
ਜਾਂ ਝੀਲ ਅੰਦਰ ਚਾਨਣੀ ਨ੍ਹਾਉਂਦੀ ਫੜੀ ਗਈ।
ਮਾਰੂਥਲਾਂ 'ਚ ਭੁੱਜ ਗਈ ਕਸਤੂਰੀਆਂ ਦੀ ਆਸ,
ਸੁਪਨੇ 'ਚ ਭਟਕਣ ਮਿਰਗ ਦੀ ਨ੍ਹਾਉਂਦੀ ਫੜੀ ਗਈ।
ਸਾਰੇ ਸ਼ਹਿਰ ਦੀ ਮੈਲ ਦੀ ਗੰਗਾ ਜਲੀ ਗੁਆਹ,
ਤੇਰੇ ਜ਼ਿਹਨ ਦੀ ਗੰਦਗੀ ਨ੍ਹਾਉਂਦੀ ਫੜੀ ਗਈ।

ਅਤੇ

ਆਦਮ ਦੇ ਨੂਰ ਦੀ ਬੁਝੇਗੀ ਕਿਸ ਤਰ੍ਹਾਂ ਪਿਆਸ ?
ਜੀਹਦੇ ਲਹੂ 'ਚ ਬੰਦਗੀ ਨ੍ਹਾਉਂਦੀ ਫੜੀ ਗਈ।

ਅੱਗ ਦੀ ਨਦੀ, ਯਾਰੀ ਦੇ ਵਿਹੜੇ, ਮੁਸ਼ਕਿਆ ਛੱਪੜ ਹਨੇਰ ਦਾ, ਕਸਤੂਰੀਆਂ ਦੀ ਆਸ, ਜ਼ਿਹਨ ਦੀ ਗੰਦਗੀ, ਸੁੱਕੀ ਨਦੀ, ਲਾਸ਼ ਰੰਗੀ ਬੇਬਸੀ, ਲਹੂ 'ਚ ਬੰਦਗੀ (ਨ੍ਹਾਉਂਦੀ), ਅਨਗਿਣਤ ਤਸ਼ਬੀਹਾਂ, ਸੁੰਦਰ ਸ਼ਬਦ ਸਮੂਹ ਅਤੇ ਕਟਾਰ ਵਾਂਗੂ ਹਿਰਦਾ ਚੀਰਨ ਵਾਲੇ ਬੇਅੰਤ ਸੱਚੇ-ਸੁੱਚੇ ਵਿਚਾਰ ਦੇਣ ਦਾ ਸਿਹਰਾ ਨੂਰ ਦੇ *ਓਜ਼ੋਨ ਦੀ ਅੱਖ* ਉੱਤੇ ਹੀ ਹੈ। ਉਸ ਦੀਆਂ ਗ਼ਜ਼ਲਾਂ ਵਿਚ ਤਕਰਾਰ, ਤਸ਼ਬੀਹਾਂ, ਸਾਦਗੀ, ਹਕੀਕਤ ਬਿਆਨੀ, ਤੜਪ, ਬੁਲੰਦ ਖ਼ਿਆਲੀ, ਨਜ਼ਾਕਤ, ਮੁਹਾਵਰਾਬੰਦੀ ਆਦਿਕ ਦਲੀਲਾਂ ਨਾਲ ਭਰੀਆਂ ਖ਼ੂਬਸੂਰਤ ਟੁਕੜੀਆਂ ਪਾਠਕ ਦੇ ਜ਼ਿਹਨ ਵਿਚ ਇਕ ਤੜਪ ਜਿਹੀ ਪੈਦਾ ਕਰ ਦਿੰਦੀਆਂ ਹਨ। ਕਦੇ ਉਹ ਸੁਆਲ ਉਸਾਰ ਕੇ ਆਪੇ ਹੀ ਜਵਾਬ ਦਿੰਦਾ ਹੈ ਅਤੇ ਕਦੇ ਪ੍ਰੇਮਿਕਾ ਦੇ ਰੂਪ ਵਿਚੋਂ ਲੋਕਤਾ ਦੀ ਕਿਰਨ ਭਾਲਦਾ ਹੈ। ਉਸ ਦੇ ਸੈਂਕੜੇ ਸ਼ਿਅਰ ਉਦਾਹਰਣਾਂ ਵਜੋਂ ਦਿੱਤੇ ਜਾ ਸਕਦੇ ਹਨ ਅਤੇ ਰੂਹ ਕਰਦੀ ਹੈ ਕਿ ਇਹ ਸਿਲਸਿਲਾ ਸਮਾਪਤ ਹੀ ਨਾ ਹੋਵੇ ਪਰ ਸੰਕੋਚ ਕਰਦਿਆਂ ਕੇਵਲ ਕੁਝ ਸ਼ਿਅਰ ਹੋਰ ਹਾਜ਼ਰ ਕਰਨ ਦੀ ਖੁੱਲ੍ਹ ਚਾਹਾਂਗਾ :

1. ਪੱਥਰ ਵਿਚ ਫੁੱਲ ਉੱਗਾ, ਫੁੱਲ ਵਿਚ ਬਾਸ ਨਹੀਂ,
ਪੱਥਰ ਨੂੰ ਪੂਜਾਂ ਕਿ ਫੁੱਲ ਨੂੰ ਪਿਆਰ ਕਰਾਂ।

2. ਕੌਣ ਪਾਪੀ ਦੋਸਤੀ ਦੀ ਪੌਣ ਨੂੰ ਕਤਲਾ ਗਿਆ।
ਪਾਣੀਆਂ ਵਿਚ ਲੀਕ ਪਾ ਕੇ ਕੌਣ ਲਾਂਬੂ ਲਾ ਗਿਆ।

3. ਕਲਾ ਦੇ ਖੰਭਾਂ 'ਚ ਕੈਦੀ ਨੇ ਸਮਾਂ ਤੇ ਫ਼ਾਸਲਾ,
ਇਹ ਅਜਲ ਦੀ ਹਿੱਕ ਉੱਤੇ ਰੋਜ਼ ਦੀਵੇ ਬਾਲਦੀ।

4. ਮੇਰੀ ਮਜਬੂਰੀ ਕਿ ਮੇਰੀਆਂ ਅੱਖਾਂ ਦੇ ਸਾਹਮਣੇ,
ਮੇਰੇ ਵਿਰਸੇ ਦਾ ਖ਼ਜ਼ਾਨਾ ਹਿਚਕੀਆਂ 'ਤੇ ਆ ਗਿਆ।

5. ਰੂਪ ਤੇਰੇ ਲੋਕਤਾ ਦੇ ਰੂਪ ਦੀ ਇਕ ਕਿਰਨ ਹੈ,
ਕੌਣ ਕਹਿੰਦਾ ਹੈ, ਮੈਂ ਤੇਰਾ ਰੂਪ ਗ਼ਜ਼ਲਾਇਆ ਨਹੀਂ।

6. ਇਕ ਜੁਆਨੀ ਦਾ ਨਸ਼ਾ ਦੂਜੀ ਸ਼ਰਾਬ,
ਜਾਮ ਦੇ ਹੱਥ ਜਾਮ ਕਿੱਦਾਂ ਆ ਗਿਆ।

7. ਸੈ ਸਵੇਰੇ ਸ਼ਾਮ ਦੇ ਵਿਚ ਬਦਲ ਗਏ,
ਅੱਜ ਸਵੇਰੇ ਸ਼ਾਮ ਕਿੱਦਾਂ ਆ ਗਿਆ।

'ਨੂਰ' ਦੀਆਂ ਗ਼ਜ਼ਲਾਂ ਦਾ ਪਠਨ ਕਰਦਿਆਂ ਉਸ ਦੀਆਂ ਗ਼ਜ਼ਲਾਂ ਦੇ ਹਰ ਇਕ ਸ਼ਿਅਰ ਦਾ ਆਨੰਦ ਮਾਣਿਆ ਜਾ ਸਕਦਾ ਹੈ। ਉਸ ਦੇ ਸ਼ਿਅਰਾਂ ਵਿਚ ਦਰਸਾਈਆਂ ਗੱਲਾਂ ਉਸ ਦੀਆਂ ਨਿੱਜੀ ਹੁੰਦੀਆਂ ਹੋਈਆਂ ਵੀ ਨਿੱਜੀ ਨਹੀਂ। ਉਸ ਵੱਲੋਂ ਦਰਸਾਇਆ ਸੱਚ ਪਾਠਕ/ਸਰੋਤੇ ਦਾ ਆਪਣਾ ਸੱਚ ਹੋ ਨਿੱਬੜਦਾ ਹੈ। ਉਹ ਰੋਜ਼ਾਨਾ ਜੀਵਨ ਵਿਚ ਵਰਤੀਂਦੀ ਬੋਲੀ ਵਰਤਦਿਆਂ ਸ਼ਬਦਾਂ ਦਾ ਅਜਿਹਾ ਸੰਗੀਤਮਈ ਅਤੇ ਲੈਅ ਭਰਪੂਰ ਬਿੰਬ ਪੇਸ਼ ਕਰਦਾ ਹੈ ਕਿ ਉਸ ਦੇ ਸ਼ਿਅਰ ਦਿਲ ਅੰਤੇ ਦਿਮਾਗ਼ ਦੋਹਾਂ ਨੂੰ ਹੀ ਅਪੀਲ ਕਰਦੇ ਹਨ। ਉਸ ਵੱਲੋਂ ਵਿਅਕਤ ਕੀਤੇ ਭਾਵ ਦਿਲ ਵਿਚ ਖੁੱਭ ਖੁੱਭ ਜਾਂਦੇ ਹਨ। ਉਹ ਕਿਸੇ ਇਕ ਮਨੁੱਖ ਲਈ ਜਾਂ ਇਕ ਮਨੁੱਖ ਦੀ ਹੀ ਗੱਲ ਨਹੀਂ ਕਰਦਾ ਸਗੋਂ ਸਾਰਿਆਂ ਲਈ ਅਤੇ ਸਾਰਿਆਂ ਦੀ ਹੀ ਗੱਲ ਕਰਦਾ ਹੈ। ਉਹ ਸਥਾਈ ਰਹਿਣੇ ਪ੍ਰਭਾਵ ਦਿੰਦਾ ਹੈ।

'ਨੂਰ' ਪ੍ਰਗਤੀ ਦਾ ਧਾਰਨੀ ਹੈ, ਸਾਰੇ ਵਿਸ਼ਵ ਨੂੰ ਪਿਆਰਦਾ ਹੈ, ਮਨੁੱਖਤਾ ਦਾ ਕਲਿਆਣ ਚਾਹੁੰਦਾ ਹੈ। ਉਸ ਦੀ ਗ਼ਜ਼ਲ ਦੇ ਸ਼ਿਅਰ ਮਨੁੱਖ ਦੀ ਉਲਝੀ ਹੋਈ ਤਾਣੀ ਅਤੇ ਉਸ ਦੀਆਂ ਗੰਭੀਰ ਸਮੱਸਿਆਵਾਂ ਨੂੰ, ਬਹੁਤ ਹੀ ਥੋੜੇ ਸ਼ਬਦਾਂ ਵਿਚ, ਸ਼ਿਅਰ ਦੀਆਂ ਦੋ ਦੋ ਸਤਰਾਂ ਵਿਚ ਹੀ ਸਫਲਤਾ ਨਾਲ ਹੱਲ ਕਰਨ ਦੀ ਕੋਸ਼ਿਸ਼ ਕਰਦੇ, ਭਲੇ ਲੱਗਦੇ ਹਨ। ਉਹ ਮਨੁੱਖੀ ਜੀਵਨ ਦੇ ਹਰ ਉਦੇਸ਼, ਪੂਜਾ, ਧਰਮ, ਕਰਮ, ਪ੍ਰੇਮ, ਹਮਦਰਦੀ, ਨਫ਼ਰਤ ਆਦਿ ਸਰੋਕਾਰਾਂ ਨੂੰ ਬਹੁਤਾ ਵਿਸਥਾਰ ਦਿੱਤੇ ਬਿਨਾਂ ਬਹੁਤ ਹੀ ਸਪਸ਼ਟ ਅਤੇ ਸ਼ਕਤੀਸ਼ਾਲੀ ਅੰਦਾਜ਼ ਵਿਚ ਪ੍ਰਗਟ ਕਰਨ ਦੀ ਸਮਰੱਥਾ ਰੱਖਦਾ ਹੈ। ਉਸ ਨੇ ਆਪਣੀ ਗ਼ਜ਼ਲ ਰਾਹੀਂ, ਬਦਲਦੇ ਹਾਲਾਤ ਨੂੰ ਸਾਹਮਣੇ ਰੱਖਦਿਆਂ, ਮਨੁੱਖੀ ਵਿਚਾਰਧਾਰਾ ਵਿਚ ਅਗਰਗਾਮੀ ਰੁੱਚੀਆਂ ਸਬੰਧੀ ਜਾਗਰੂਕਤਾ ਲਿਆਉਣ ਲਈ, ਥੱਕੇ ਹਾਰੇ ਅਤੇ ਮੂੰਹ ਭਾਰ ਡਿੱਗੇ ਮਨੁੱਖ ਦੇ ਹੱਥ ਵਿਚ ਲਗਨ ਅਤੇ ਸਾਧਨਾ ਵਰਗੇ ਹਥਿਆਰ ਥਮ੍ਹਾਉਣ ਦਾ ਯਤਨ ਕੀਤਾ ਹੈ।

ਉਹ ਆਪਣੀਆਂ ਗ਼ਜ਼ਲਾਂ ਰਾਹੀਂ ਮਨੁੱਖੀ ਸੰਵੇਦਨਾ ਨੂੰ ਟੁੰਬਦਾ ਹੈ। ਉਹ ਮਨੁੱਖ ਨੂੰ ਆਤਮ-ਵਿਸ਼ਵਾਸੀ ਹੋ ਕੇ ਧਰਤੀ ਦੀ ਸੁਰੱਖਿਆ ਲਈ ਕਾਇਮ ਓਜ਼ੋਨ ਦੀ ਅਖੰਡਤਾ ਲਈ ਯਤਨਸ਼ੀਲ ਹੋਣ ਲਈ ਪ੍ਰੇਰਦਾ ਹੈ। ਆਸ਼ਾ ਹੈ ਕਿ ਸਾਰੀ ਮਨੁੱਖਤਾ ਦੀ ਭਲਾਈ ਲਈ ਯਤਨਸ਼ੀਲ ਗ਼ਜ਼ਲਗੋ 'ਨੂਰ' ਉੱਤੇ ਲੱਗੀ ਹੋਈ *ਓਜ਼ੋਨ ਦੀ ਅੱਖ* ਨਿਰਾਸ਼ ਨਹੀਂ ਹੋਵੇਗੀ। ਨੂਰ ਬੇ-ਆਸ ਨਹੀਂ :

ਸੂਰਜ ਨਹੀਂ, ਜੁਗਨੂੰ ਸਹੀ, ਆਖ਼ਰ ਤਾਂ 'ਨੂਰ' ਹਾਂ,
ਸ਼ਾਇਦ ਅਜੇ ਵੀ ਆਸ ਦਾ ਦੀਵਾ ਜਗਾ ਸਕਾਂ।

ਬਿਨਾਂ ਸ਼ੱਕ ਨੂਰ ਨੇ ਵਿਸ਼ੇ-ਵਸਤੂ ਪੱਖੋਂ "ਪਰੰਪਰਾਈ ਜਕੜ ਨੂੰ ਕਬੂਲ ਨਹੀਂ ਕੀਤਾ" ਅਤੇ ਮਨੁੱਖ ਦੇ ਸੁਪਨਿਆਂ, ਸ਼ੰਕਿਆਂ, ਮਨੁੱਖੀ ਸੰਘਰਸ਼ਾਂ ਦੀਆਂ ਸੰਭਾਵਨਾਵਾਂ ਤੇ ਸੀਮਾਵਾਂ, ਆਜ਼ਾਦੀ, ਇਨਸਾਫ਼ ਤੇ ਬਰਾਬਰੀ ਆਦਿ ਦੇ ਸੰਕਲਪਾਂ ਨੂੰ ਉਭਾਰਨ ਦਾ ਯਤਨ ਬੜੀ ਹੀ ਸਫਲਤਾ ਨਾਲ ਕੀਤਾ ਹੈ। ਨੂਰ ਹੋਣ ਦੇ ਨਾਤੇ ਉਹ ਹਰ ਪਲ ਆਸ ਦਾ ਦੀਵਾ ਜਗਾਉਣ ਲਈ ਵਚਨ-ਬੱਧ ਵੀ ਹੈ ਅਤੇ ਸਮਰਥ ਵੀ।

ਰੰਧਾਵੇ ਦੀ 'ਜਿੰਦ ਪ੍ਰਦੇਸਣ'

ਕਵੀ ਬਲਿਹਾਰ ਸਿੰਘ ਰੰਧਾਵਾ ਪੰਜਾਬੀ ਸਾਹਿਤਕ ਜਗਤ ਵਿਚ ਇਕ ਅਜਿਹਾ ਜਾਣਿਆ ਪਹਿਚਾਣਿਆ ਨਾਂ ਹੈ, ਜਿਸ ਨੇ ਆਪਣੀ ਪਹਿਲੀ ਕਾਵਿ-ਰਚਨਾ *ਲਹੂ ਦੀ ਸਵੇਰ* ਨਾਲ ਸਾਹਿਤਕ ਖੇਤਰ ਵਿਚ ਕਦਮ ਰੱਖਿਆ ਅਤੇ ਫਿਰ ਪਿਛਾਂਹ ਮੁੜ ਕੇ ਨਹੀਂ ਵੇਖਿਆ। *ਸੱਜਰੀਆਂ ਪੈੜਾਂ* ਅਤੇ *ਨਾਨਕਤਾ* ਵਰਗੀਆਂ ਰਚਨਾਵਾਂ ਨੇ ਪਾਠਕਾਂ ਦੇ ਮਨਾਂ ਉੱਤੇ ਪਹਿਲਾਂ ਹੀ ਬਹੁਤ ਡੂੰਘਾ ਪ੍ਰਭਾਵ ਛੱਡਿਆ ਸੀ। ਕਵਿਤਾ-ਸਿਰਜਣਾ ਦੀ ਇਸੇ ਲੜੀ ਵਿਚ 160 ਪੰਨਿਆਂ 'ਤੇ ਨਿਰਧਾਰਤ ਅਤੇ ਆਦਿਕਾ ਸਮੇਤ ਛੇ ਅੰਕਾਂ ਵਿਚ ਸਮੋਈ ਉਸ ਦੀ ਸੱਜਰੀ ਕਾਵਿ ਕ੍ਰਿਤ ਹੈ *ਜਿੰਦ ਪ੍ਰਦੇਸਣ*, ਜੋ ਪਹਿਲੀਆਂ ਰਚਨਾਵਾਂ ਤੋਂ ਅਗਾਂਹ ਕਦਮ ਚੁੱਕਣ ਦਾ ਇਕ ਸਾਰਥਕ ਉਪਰਾਲਾ ਹੈ। ਅਸੀਂ *ਜਿੰਦ ਪ੍ਰਦੇਸਣ* ਦਾ ਇਕ ਬਹੁਤ ਹੀ ਸਹਿਜ ਅਤੇ ਸੰਖੇਪ ਪਠਨ ਕਰਦਿਆਂ ਇਹ ਵੇਖਣ, ਜਾਣਨ, ਸਮਝਣ ਅਤੇ ਵਿਚਾਰਨ ਦਾ ਯਤਨ ਕਰਾਂਗੇ ਕਿ ਰੰਧਾਵਾ ਮਾਖਿਉਂ ਮਿੱਠੇ ਬੋਲਾਂ ਅਤੇ ਸੱਚੇ-ਸੁੱਚੇ ਰਸ ਭਰਪੂਰ ਢੁਕਵੇਂ ਸ਼ਬਦ ਵਰਤਾਰਿਆਂ ਦੇ ਨਜ਼ਾਰੇ ਪੇਸ਼ ਕਰਦਿਆਂ, ਕਿਸ ਸ਼ਿੱਦਤ ਨਾਲ ਅਤੇ ਕਿਵੇਂ ਆਪਣੇ ਨਿੱਜ-ਅਨੁਭਵਾਂ ਨੂੰ ਸੁਹਿਰਦਤਾ, ਸੂਖਮਤਾ, ਸੰਵੇਦਨਸ਼ੀਲਤਾ ਅਤੇ ਸੰਜੀਦਗੀ ਨਾਲ ਪਾਠਕਾਂ ਦੇ ਰੂਬਰੂ ਕਰਦਾ ਹੈ। ਹੱਥਲੇ ਯਤਨ ਵਿਚ ਸਾਡੀ ਇਹ ਕੋਸ਼ਿਸ਼ ਹੈ ਕਿ ਰੰਧਾਵਾ ਦੀ ਕਵਿਤਾ ਉੱਤੇ ਵਿਚਾਰ ਕਰਦਿਆਂ ਉਸ ਦੀ ਕਵਿਤਾ ਦੇ ਪਠਨ ਦਾ ਆਨੰਦ ਵੱਧ ਤੋਂ ਵੱਧ ਮਾਣਿਆ ਜਾਵੇ ਅਤੇ ਬਹੁਤੇ ਵਿਸਥਾਰ ਵਿਚ ਨਾ ਪੈਂਦਿਆਂ ਸਿਰਫ਼ ਲੋੜ ਅਨੁਸਾਰ ਹੀ ਉਸ ਦੀ ਕਵਿਤਾ ਦੇ ਵਸਤੂ ਅਤੇ ਰੂਪ ਨੂੰ ਛੋਹਿਆ ਜਾਵੇ।

ਜਿੰਦ ਪ੍ਰਦੇਸਣ ਦੇ ਪਠਨ ਦਾ ਸਭ ਤੋਂ ਪਹਿਲਾ ਪ੍ਰਭਾਵ ਤਾਂ ਇਹ ਪੈਂਦਾ ਹੈ ਕਿ ਕਵੀ ਦੇ ਮਨ ਵਿਚ ਪਿਆਰ ਦਾ ਜਜ਼ਬਾ ਠਾਠਾਂ ਮਾਰਦਾ ਹੈ। ਉਸ ਨੂੰ ਆਪਣੀ ਜੰਮਣ ਭੋਇੰ ਦੀ ਹਰ ਇਕ ਵਸਤ ਨਾਲ ਲਗਾਵ ਹੈ, ਪਿਆਰ ਹੈ। ਉਸ ਨੂੰ ਆਪਣੀ ਵਿਰਾਸਤ ਉੱਤੇ ਮਾਣ ਹੈ। ਉਸ ਦੇ ਮਨ ਅੰਦਰ ਕੁਦਰਤ ਲਈ ਥਾਂ ਹੈ। ਉਹ ਸੰਵੇਦਨਸ਼ੀਲ ਅਤੇ ਸੰਜੀਦਾ ਹੈ। ਪਰਵਾਸ ਧਾਰਨ ਕਰਨ ਦੇ ਬਾਵਜੂਦ ਉਸ ਨੂੰ ਆਪਣਾ ਪਿਛੋਕੜ ਨਹੀਂ ਭੁੱਲਦਾ। ਭੁੱਲਣਾ ਚਾਹੀਦਾ ਵੀ ਨਹੀਂ। ਉਸ ਨੇ ਇਸ ਕਾਵਿ ਸੰਗ੍ਰਹਿ ਦੇ ਨਾਂ ਵਿਚ ਹੀ ਸਪਸ਼ਟ ਕਰ ਦਿੱਤਾ ਹੈ ਕਿ ਇਹ 'ਜਿੰਦ' ਪ੍ਰਦੇਸਣ ਹੈ। ਇਕ ਤਾਂ ਇਸ ਸਰੀਰ ਵਿਚ ਪ੍ਰਦੇਸਣ ਅਤੇ ਦੂਜੀ ਦੇਸੋਂ ਆ ਕੇ ਬਰਤਾਨੀਆ ਆ ਵੱਸੀ ਪ੍ਰਦੇਸਣ, ਪਰਵਾਸੀ। ਇਸ ਕਾਵਿ ਸੰਗ੍ਰਹਿ ਵਿਚ ਕਵੀ ਰੰਧਾਵਾ ਮਨੁੱਖੀ ਜੀਵਨ ਦੀ ਸਾਰਥਕ ਅਤੇ ਕਲਾਤਮਕ ਤਸਵੀਰ-ਕਸ਼ੀ ਅਜਿਹੀ ਤਤਪਰਤਾ ਅਤੇ ਸਹਿਜ ਨਾਲ ਕਰਦਾ ਹੈ ਕਿ ਮਨੁੱਖੀ ਜੀਵਨ ਦੇ ਮੂਲ ਵਿਚ

ਕੰਮ ਕਰਦੀਆਂ ਸਾਰੀਆਂ ਹੀ ਪ੍ਰਵਿਰਤੀਆਂ ਜਿਵੇਂ ਕਿ ਸੰਗਤੀਆਂ-ਵਿਸੰਗਤੀਆਂ, ਸੰਯੋਗ-ਵਿਯੋਗ, ਜਮ੍ਹਾਂ-ਤਫ਼ਰੀਕ, ਆਸ਼ਾ-ਨਿਰਾਸ਼ਾ, ਮਿੱਤਰਤਾ-ਦੁਸ਼ਮਣੀ, ਹੱਕਾਂ ਦੀ ਰਾਖੀ ਤੇ ਹੱਕਾਂ ਦਾ ਡਟਵਾਂ ਵਿਰੋਧ ਆਦਿ ਪਾਠਕਾਂ ਦੇ ਸਾਹਮਣੇ ਸਹਿਜੇ ਹੀ ਆ ਜਾਂਦਾ ਹੈ। ਪਰ ਗੱਲ ਦੀ ਤਹਿ ਤਕ ਉਪੜਨ ਲਈ, ਕਵਿਤਾ ਦੇ ਆਨੰਦ-ਮਈ ਪਠਨ ਦੇ ਨਾਲ ਨਾਲ ਹੀ ਵਰਤੀ ਗਈ ਮਾਖਿਉਂ ਮਿੱਠੀ ਸ਼ਬਦਾਵਲੀ ਅਤੇ ਬਿੰਬਾਂ ਨੂੰ ਸਮਝਣ ਲਈ, ਰਚਨਾ ਨੂੰ ਬਹੁਤ ਹੀ ਧਿਆਨ ਨਾਲ ਪੜ੍ਹਨ ਦੀ ਲੋੜ ਪੈਂਦੀ ਹੈ। ਰਵਾਨੀ ਨਾਲ ਆਨੰਦਿਤ ਕਰਦੀ ਕਵਿਤਾ ਤੁਰੰਤ ਹੀ ਆਪਣੇ ਵਿਚ ਲੁਕਵਾਂ ਸਭ ਕੁਝ ਪਾਠਕਾਂ ਦੇ ਰੂਬਰੂ ਨਹੀਂ ਕਰਦੀ। ਰੰਧਾਵਾ ਦੀ ਕਵਿਤਾ ਦਾ ਇਹੀ ਗੁਣ ਉਸ ਦਾ ਮੀਰੀ ਗੁਣ ਹੈ। ਪਾਠਕ, ਕਵਿਤਾ ਦਾ ਪਠਨ ਕਰਦਿਆਂ ਮਹਿਸੂਸ ਕਰਦਾ ਹੈ ਕਿ ਇਸ ਵਿਚ ਸਭ ਕਿਹਾ, ਅਕਿਹਾ ਉਸ ਦਾ ਆਪਣਾ ਹੀ ਤਾਂ ਹੈ।

ਜਿੰਦ ਪ੍ਰਦੇਸਣ ਆਤਮ-ਕਥਾ/ਸ੍ਵੈ-ਕਥਾ ਹੈ ਪਰ ਇਹ ਸ੍ਵੈ-ਕਥਾ ਕੇਵਲ ਰਚਨਾਕਾਰ ਦੀ ਹੀ ਨਹੀਂ ਸਗੋਂ ਬਰਤਾਨੀਆ ਵੱਸਦੇ ਲਗਪਗ ਸਾਰੇ ਹੀ ਪਰਵਾਸੀਆਂ ਦੀ ਹੀ ਕਥਾ ਹੈ। ਆਦਿਕਾ ਤੋਂ ਆਰੰਭ ਕਰਦਿਆਂ, ਛੇ ਅੰਕਾਂ ਰਾਹੀਂ ਕਵੀ ਆਪਣੇ ਬਚਪਨ ਤੋਂ ਲੈ ਕੇ ਜਵਾਨ ਹੋਣ ਤਕ ਅਤੇ ਉਸ ਪਿੱਛੋਂ ਪਰਵਾਸ ਧਾਰਨ ਕਰਨ ਅਤੇ ਹੰਢਾਉਣ ਤਕ ਦੀ ਸਾਰੀ ਵਿਥਿਆ ਰਾਹੀਂ ਜੀਵਨ ਦੀਆਂ ਸਾਰੀਆਂ ਹੀ ਮਿੱਠੀਆਂ-ਕੌੜੀਆਂ ਸਚਿਆਈਆਂ ਨੂੰ ਪਾਠਕਾਂ ਦੇ ਰੂਬਰੂ ਕਰਦਾ ਹੈ। ਪਰਵਾਸੀ ਬਣਨ ਦੀ ਮਜਬੂਰੀ ਅਤੇ ਦਿਲ-ਦਿਮਾਗ਼ ਅੰਦਰ ਹੋ ਰਹੀ ਸਾਰੀ ਉਥਲ-ਪੁਥਲ ਨੂੰ ਉਸ ਦੇ ਅਤੀਤ ਦੀ ਪਿੱਠ-ਭੂਮੀ ਵਿਚ ਵੇਖਣ ਦਾ ਯਤਨ ਕਰਦਾ ਹੈ। ਦੇਸ਼ ਦੀ ਵੰਡ, ਵੰਡ ਦੌਰਾਨ ਅਤੇ ਵੰਡ ਉਪਰੰਤ ਵਾਪਰੀਆਂ ਸਾਰੀਆਂ ਹੀ ਦੁਖਦਾਇਕ ਗਤੀਵਿਧੀਆਂ ਦਾ ਜ਼ਿਕਰ ਪ੍ਰਤੱਖ ਜਾਂ ਅਪ੍ਰਤੱਖ ਰੂਪ ਵਿਚ ਕਰਦਾ ਹੈ। ਕਵੀ ਆਪਣੇ ਜਨਮ ਸਮੇਂ ਦਾ ਜ਼ਿਕਰ ਕਰਦਿਆਂ ਦੇਸ਼ ਦੀ ਵੰਡ, ਕਿਸਾਨੀ ਆਰਥਕ ਮੰਦਹਾਲੀ, ਪੰਜਾਬੀਆਂ ਦੇ ਮਿਹਨਤੀ ਅਤੇ ਸਿਰੜੀ ਸੁਭਾ, ਪਿੰਡ ਵਾਸੀਆਂ ਦੇ ਭਰਾਤਰੀ ਪਿਆਰ, ਇਕ ਦੂਜੇ ਦੇ ਕੰਮ ਆਉਣ ਦੀ ਚਾਹ ਅਤੇ ਨੇੜਤਾ ਦਾ ਜ਼ਿਕਰ ਕਰਦਾ ਹੈ। ਕਵੀ ਅਤੀਤ ਨੂੰ ਚੇਤੇ ਕਰਦਿਆਂ ਥੱਕੇ ਟੁੱਟੇ ਦਿਨ ਦੀ ਉਦਰੀ ਜਿਹੀ ਸ਼ਾਮ ਵਿਚ ਅੰਬਰ ਦੀਆਂ ਤਿੱਤਰ-ਖੰਭੀਆਂ ਦੇ ਉੱਡ ਗਏ ਨੀਲ ਦੀ ਭਾਲ ਕਰਦਿਆਂ ਪੁੱਛਦਾ ਹੈ—ਉਹ ਭਲਾ ਸਮਾਂ ਕਿਥੇ ਚਲਿਆ ਗਿਆ। ਅੱਜ ਤਾਂ ਤਹਿਜ਼ੀਬ ਦੇ ਚੁਸਤ ਖ਼ੂਨੀ ਦਰਿੰਦਿਆਂ ਨੇ ਪੌਣਾਂ ਵਿਚ ਜ਼ਹਿਰੀਲਾ ਡੰਗ ਮਾਰ ਦਿੱਤਾ ਹੈ। ਅਤੇ—

ਅੱਜ ਮਾਂ ਦਾ ਕਤਲ ਕਰਨ ਵਾਲੇ ਕਾਤਲ ਸਕੇ ਭਰਾਵਾਂ ਨੇ ਤਿੱਖੇ ਖ਼ੰਜਰ ਅਰਕਾਂ ਵਿਚ ਲੁਕਾ ਕੇ ਰੱਖੇ ਹੋਏ ਹਨ। ਨਫ਼ਰਤ ਅਤੇ ਸ਼ੱਕ ਨੇ ਸਦੀਆਂ ਦੀ ਸਾਂਝ ਵਾਲੇ ਚੁੱਲ੍ਹਿਆਂ ਦੀ ਅੱਗ ਤਕ ਨੂੰ ਵੰਡ ਕੇ ਰੱਖ ਦਿੱਤਾ ਹੈ, ਇਤਿਹਾਸ ਨੇ ਅਜਿਹਾ ਭਾਣਾ ਵਰਤਾਇਆ ਕਿ ਪੰਜ ਪਾਣੀ ਵੀ ਭੁੱਬੀਂ ਰੋ ਪਏ। ਟਾਂਡਿਆਂ ਦੀ ਥਾਂ ਡਰਨਿਆਂ ਨੇ ਉੱਗਣਾ ਆਰੰਭ ਦਿੱਤਾ। ਖੇਤਾਂ ਦੀ ਰੌਣਕ, ਖ਼ੂਹਾਂ ਵਿਚ ਗ਼ਰਕ ਹੋਣ ਲਈ ਮਜਬੂਰ ਹੋ ਗਈ। ਆਪਸੀ ਭਾਈਚਾਰਕ ਸਾਂਝ ਖ਼ਤਮ ਹੋ ਗਈ। ਇੰਝ ਕਿਤੇ ਇਕ ਵਾਰ ਹੀ ਹੋਇਆ ਹੈ ? ਇਹ ਤਾਂ ਕਈ ਵਾਰ ਹੋਇਆ ਹੈ। ਇਹ ਉਹ ਸਮਾਂ ਸੀ ਜਦੋਂ ਛਵ੍ਹੀਆਂ ਦੀ ਫ਼ਸਲ ਘਰਾਂ ਨੂੰ ਆਉਣੀ ਆਰੰਭ ਹੋਈ। ਅਜਿਹੇ ਸਮੇਂ ਹੀ ਕਵੀ ਆਪਣੇ ਹੋਏ ਜਨਮ ਦੀ ਗਾਥਾ ਦਾ ਬਿਆਨ ਕਰਦਾ

ਹੈ। ਕਿਵੇਂ ਉਸ ਦਾ ਬਚਪਨ ਆਪਣੇ ਨਾਨਕੀਂ, ਭਾਵ ਮਾਂ ਦੇ ਪੇਕੇ ਘਰ, ਲਾਡਾਂ ਪਿਆਰਾਂ ਨਾਲ ਵਿਗਸਦਾ ਹੈ। ਪਿੰਡ ਦੇ ਜੀਅ ਜੀਅ ਵਿਚ ਉਸ ਪ੍ਰਤੀ ਲਾਡ, ਪਿਆਰ ਅਤੇ ਅਪਣੱਤ ਹੈ। ਤੋਤਲੀ ਜੀਭ ਦੀ ਹਰ ਇਕ ਮੰਗ ਪੁਗਾਈ ਜਾਂਦੀ ਹੈ। ਟੋਭਿਆਂ, ਤਾਲਾਂ, ਪਿੱਪਲਾਂ, ਕੋਇਲਾਂ ਦੇ ਕਿੱਸੇ ਨਿਆਰੇ ਹਨ। ਪਿੰਡਾਂ ਵਿਚ ਲੋਕੀਂ ਕਿਵੇਂ ਇਕ ਦੂਜੇ ਦੇ ਕੰਮ ਆਉਣ ਲਈ ਸਦਾ ਹੀ ਤਤਪਰ ਰਹਿੰਦੇ ਹਨ ਅਤੇ ਇਕ ਦੂਜੇ ਦੀ ਗ਼ਰੀਬੀ ਨੂੰ ਢੱਕਦੇ ਹਨ। ਇਹ ਸਭ ਵਰਣਨ ਸੁਖਮਈ ਹੈ :

ਬ੍ਰਾਮਣ ਜੱਟ,
ਚੰਮਾਰ
ਜੁਲਾਹੇ ਝੀਰ ਨਾਈ,
ਆਪੋ-ਵਿੱਚੀ
ਗਲ ਮਿਲਣੇ ਲਈ ਭੱਜਦੇ ਸਨ।
ਨਸ਼ਿਆਈਆਂ
ਰੂਹਾਂ ਵਾਲਿਆਂ ਦੇ
ਇਸ ਨਗਰ ਵਿਚ
ਇਕ ਦੂਜੇ ਦੀ
ਗ਼ੁਰਬਤ ਰਲ ਕੇ ਕੱਜਦੇ ਸਨ।

ਕਵਿਤਾ, ਸਾਹਿਤ ਕਲਾ ਦਾ ਇਕ ਸੂਖਮ ਅੰਗ ਹੈ। ਇਸ ਵਿਚ ਕਵੀ ਇਕ ਚਿੱਤਰਕਾਰ ਵਾਂਗ ਦਰਸ਼ਕ ਦੇ ਤੌਰ 'ਤੇ ਪੇਸ਼ ਹੁੰਦਿਆਂ ਆਪਣੀ ਅਨੁਭੂਤੀ ਦੇ ਪ੍ਰਗਟਾਵੇ ਦੇ ਮੇਚ ਆਉਂਦੇ ਵਿਸ਼ੇਸ਼ ਸ਼ਬਦਾਂ ਅਤੇ ਉਹਨਾਂ ਦੀ ਅਰਥ-ਭਰਪੂਰਤਾ ਨਾਲ ਆਪਣੇ ਦਿਲੀ ਵਲਵਲਿਆਂ ਅਤੇ ਵਿਚਾਰਾਂ ਦੀ ਸੁੰਦਰਤਾ ਨੂੰ ਚਾਨਣ ਵਿਚ ਲਿਆਉਂਦਾ ਹੈ। ਅਸੀਂ ਕਵਿਤਾ ਦੀ ਕੋਈ ਵੀ ਪਰਿਭਾਸ਼ਾ ਬੰਨ੍ਹਣ ਦਾ ਯਤਨ ਨਾ ਕਰਦੇ ਹੋਇਆਂ ਸਰਲੀਕਰਨ ਵਜੋਂ ਸਿਰਫ਼ ਇੰਨਾ ਹੀ ਕਹਿਣਾ ਚਾਹਾਂਗੇ ਕਿ ਕਵਿਤਾ ਰਸ, ਲੈ, ਸੁਰਤਾਲ ਅਤੇ ਜ਼ਿੰਦਗੀ ਦੇ ਵਿਸ਼ਾਲ ਚਿੱਤਰ-ਪਟ 'ਤੇ ਉਭਰੀ ਅਤੇ ਬੱਝੀ ਹੋਈ ਮਨੁੱਖੀ ਜਜ਼ਬਿਆਂ ਦੀ, ਅਜਿਹੀ ਸ਼ਾਹਕਾਰ ਸਿਰਜਣਾ ਹੁੰਦੀ ਹੈ ਜੋ ਯਥਾਰਥ ਅਤੇ ਕਲਪਨਾ ਦਾ ਪਰੋਸਾ ਲੈ ਕੇ, ਸ਼ਬਦ ਸੁੰਦਰਤਾ ਤੇ ਸ਼ੈਲੀ ਦੇ ਸਰੀਰ ਵਿਚ ਵਲਵਲੇ ਦੀ ਆਤਮਾ ਦਾ ਢੋਆ ਚੁੱਕੀ ਪਾਠਕ ਦੇ ਮਨ ਅੰਦਰ ਖੇੜਾ, ਆਨੰਦ ਅਤੇ ਵਿਸਮਾਦ ਦੇ ਇਕ ਵਿਸ਼ੇਸ਼ ਢੰਗ ਦੇ ਸਦੀਵੀ ਸੁਆਦ/ਸਰੂਰ ਦਾ ਅਨੁਭਵ ਕਰਵਾਉਂਦੀ ਹੈ।

ਅਸੀਂ ਸਭ ਮਨੁੱਖ ਆਪਣੇ ਆਪਣੇ ਅਤੀਤ ਨਾਲ ਜੁੜੇ ਹੋਏ ਹਾਂ। ਕੀ ਅਨੁਭਵ ਹੀ ਅਤੀਤ ਨਹੀਂ ? ਅਨੁਭਵ-ਹੀਣ ਜੀਵਨ ਸਹੀ ਅਰਥਾਂ ਵਿਚ ਸਜੀਵ ਨਹੀਂ ਕਹਿਲਾ ਸਕਦਾ। ਅਨੁਭਵ ਦੀ ਕਿਸਮਤ ਇਹ ਵੀ ਹੈ ਕਿ ਮਨੁੱਖ ਆਪਣੇ ਪਿੰਡੇ 'ਤੇ ਜੋ ਅਨੁਭਵ ਹੰਢਾਉਂਦਾ ਹੈ ਉਹ ਉਸ ਨੂੰ ਭੁਲਾ ਨਹੀਂ ਪਾਉਂਦਾ, ਸਗੋਂ ਉਸ ਤੋਂ ਆਪਣੇ ਅੱਜ (ਵਰਤਮਾਨ) ਦੇ ਜੀਵਨ ਲਈ ਇਕ ਪ੍ਰਕਾਰ ਦੀ ਪ੍ਰੋੜ੍ਹਤਾ ਭਾਲਦਾ ਹੈ। ਆਦਿਕਾ ਰਾਹੀਂ ਕਵੀ ਰੰਧਾਵਾ ਦੁੱਧ ਦੀ ਕਟੋਰੀ ਵਿਚ ਮਿਸ਼ਰੀ ਘੋਲ ਕੇ ਪਿਆਰ-ਮਿਲਣੀ ਦੇ ਬਹਾਨੇ ਲੱਭਦਿਆਂ ਸ਼ਗਨਾਂ

ਦੀ ਤਿਆਰੀ ਕਰਦਾ ਹੈ। ਪਰ ਜਦੋਂ ਉਹ ਪੁੰਨਿਆਂ ਦੇ ਮੇਘ ਵਿਚ ਕਿਸੇ ਰੂਪ ਦਾ ਤਸੱਵਰ ਕਰਨ ਤੋਂ ਅਸਮਰੱਥ ਹੋ ਜਾਂਦਾ ਹੈ ਤਾਂ ਅੰਜੀਲ ਦੀਆਂ ਮੁੱਖ ਸਤਰਾਂ ਉਸ ਨੂੰ ਪਲਮਦੀਆਂ ਲਿਟਾਂ ਦਾ ਭੁਲੇਖਾ ਦੇ ਜਾਂਦੀਆਂ ਹਨ। ਹੰਸ ਕੁਮਾਰ ਦੇ ਸਿਰ 'ਤੇ ਚਾਨਣ ਦੀ ਕਲਗੀ ਵੇਖ ਕੇ ਝੀਲ ਦੀਆਂ ਮੌਜਾਂ ਵਿਚ ਤਰਥੱਲੀ ਮੱਚਦੀ ਹੈ। ਆਪਣੀ ਹੱਥ ਰੇਖਾ 'ਤੇ ਉੱਘੜ ਆਏ ਕਰਮਾਂ ਨੂੰ ਤੱਕਦਿਆਂ ਅਤੇ ਉਹਨਾਂ ਨੂੰ ਸੰਬੋਧਿਤ ਹੁੰਦਿਆਂ ਅਤੇ ਬੀਤੇ ਵਰ੍ਹਿਆਂ ਦੀ ਕਥਾ ਸੁਣਾਉਣ ਦੀ ਅਰਜ਼ੋਈ ਕਰਦਿਆਂ ਕਵੀ 'ਬੀਤ ਗਏ' ਨੂੰ ਪਿੱਠ 'ਤੇ ਪਏ ਪਰਨੇ ਦੀ ਨਿਆਈਂ ਸਮਝਦਾ ਹੈ:

ਬੀਤ ਗਿਆ ਲੜ ਹੁੰਦੈ
ਪਿੱਠ ਦੇ ਪਰਨੇ ਦਾ
ਗੰਢੀਂ ਦੇ ਕੇ ਪਾਇਆ
ਤੋਸਾ ਬਾਟਾਂ ਦਾ।
ਕੋਈ ਕਿਰਨ ਪੀਠ ਕੇ
ਲੋਅ ਦੀ ਚੁਟਕੀ ਦਾਨ ਕਰੇ
ਜੋਤਿ ਮੱਥੇ ਦੀ
ਪੀ ਜਾਏ ਨ੍ਹੇਰਾ ਰਾਤਾਂ ਦਾ।

ਮਨੁੱਖੀ ਜ਼ਿੰਦਗੀ ਵਿਚ ਬੀਤੇ ਹੋਏ ਪਲਾਂ ਦੀ ਆਪਣੀ ਥਾਂ ਹੈ, ਮਹੱਤਤਾ ਹੈ। ਰੰਧਾਵਾ ਜਾਣਦਾ ਹੈ ਕਿ ਬੀਤਿਆ ਸਮਾਂ ਬੜਾ ਕੀਮਤੀ ਹੁੰਦਾ ਹੈ। ਇਹ ਬੀਤਿਆ ਪਲ ਹੀ ਹੈ ਜਦੋਂ ਹਰਾ ਹਰਾ, ਕੂਲਾ ਕੂਲਾ ਘਾਹ ਚੁਗਦੀ ਹਿਰਨੀ ਦੀ ਵੱਖੀ ਵਿਚ ਬਰਛਾ ਆ ਵੱਜਦਾ ਹੈ। 'ਰੌਣੀ ਦਾ ਪਾਣੀ' ਮੁੜ ਕੇ ਆਡਾਂ ਵਿਚ ਕਿਥੇ ਆਉਂਦਾ ਹੈ? ਜੋ ਬੀਤ ਗਿਆ ਹੈ, ਬੀਤ ਗਿਆ ਹੈ, ਲੰਘ ਗਿਆ ਹੈ। ਇਹ ਬੀਤ ਗਿਆ ਹੈ—ਬੀਤੇ ਨੇ ਹੀ ਮਿੱਠੀਆਂ ਯਾਦਾਂ ਦੇ ਅਰਘ ਚੜ੍ਹਾਉਣੇ ਹਨ ਅਤੇ ਸਿਖਰ ਪਹਿਰੇ ਕੜਕਦੀ ਦੁਪਹਿਰ ਵੇਲੇ ਕਾਂ ਦੀ ਅੱਖ 'ਚ ਕੱਚੇ ਸੁਪਨੇ ਪਾਉਣੇ ਹਨ। ਬੀਤਿਆ ਸਮਾਂ ਭਾਵੇਂ ਪ੍ਰਾਹੁਣਿਆਂ ਵਾਂਗ ਪਲ ਭਰ ਦਾ ਵਿਖਾਵਾ ਦੇ ਕੇ ਤੁਰ ਗਿਆ ਹੈ ਪਰ ਉਸ ਦਾ ਪਰਛਾਵਾਂ ਤਾਂ ਹਾਲਾਂ ਵੀ ਜਿਉਂ ਦਾ ਤਿਉਂ ਹੀ ਮੌਜੂਦ ਹੈ:

ਕੱਲ੍ਹ ਉੱਠ ਗਏ
ਨਪੈੜੇ ਵਾਢੀਂ
ਬੀਤੇ ਵਕਤ ਪ੍ਰਾਹੁਣੇ।
ਪਰ ਉਹਨਾਂ ਦੀ
ਕਹੀ ਸੁਣੀ ਬਿਨ
ਅੱਜ ਥੀਂਦੇ ਨੇ ਬੌਣੇ।
ਅੱਜ ਨੂੰ ਆਖ ਦਿਉ
ਸੁਆਮੀ ਜੀ!
ਕੱਲ੍ਹ ਦੀ ਹੱਡ ਬੀਤੀ ਸੁਣ ਜਾਏ।

ਕੱਲ੍ਹ ਦੀ ਕਹੀ ਸੁਣੀ ਬਿਨ
ਅੱਜ ਦੀ
ਭਲਕਾ ਕਦਰ ਨਾ ਕਰੇ।

ਇੰਝ *ਜਿੰਦ ਪ੍ਰਦੇਸਣ* ਦਾ ਅੱਜ, ਬੀਤ ਚੁੱਕੇ ਕੱਲ੍ਹ ਨਾਲ ਜੁੜਿਆ ਹੋਇਆ ਹੈ। ਅੱਜ ਨੂੰ ਪਿੱਛਲ-ਝਾਕ ਹੈ। ਅੱਜ ਅਤੀਤ ਨੂੰ ਵਿਚਾਰਦਿਆਂ, ਆਉਣ ਵਾਲੇ ਕੱਲ (ਭਵਿੱਖ) ਦੇ ਸੁਪਨਿਆਂ ਨੂੰ ਸਾਕਾਰ ਕਰਨਾ ਲੋੜਦਾ ਹੈ। *ਜਿੰਦ ਪ੍ਰਦੇਸਣ* ਦਾ ਮੈਂ ਤੇ ਮੇਰਾ ਕੱਲ੍ਹ—ਦੁਖਾਂਤਾਂ ਨੇ ਕੁੱਛੜ ਚੁੱਕ ਕੇ ਖਿਡਾਇਆ ਹੈ। ਮੈਂ ਤੇ ਮੇਰਾ ਕੱਲ੍ਹ, ਅੱਧ-ਨੀਂਦੋਂ ਬਰੜਾ ਕੇ ਕੀ ਵੇਖਦਾ ਹੈ ਕਿ ਉਸ ਦੇ ਸੁਪਨਈ ਫੁੱਲ ਕੰਡਿਆਂ ਦੀ ਸੇਜਾ ਹੰਢਾ ਰਹੇ ਹਨ। ਅਜਿਹਾ ਸਭ ਵੇਖ ਕੇ ਕੋਈ ਦੱਸੇ ਉਹ ਕੀ ਕਰੇ—ਰੁਦਨ ਕਰੇ ਜਾਂ ਗਾਏ ? ਪਰ ਫਿਰ ਝੱਟ ਆਪੂੰ ਹੀ ਆਪਣੇ ਮਨ ਨੂੰ ਧੀਰਜ ਦੇਂਦਿਆਂ ਸੱਚ ਦੇ ਸਾਹਵੇਂ ਹੁੰਦਾ ਹੈ :

ਜ਼ਿੰਦਗੀ ਦੇ
ਲੰਮਿਆਏ ਪੈਂਡੇ
ਧੀਰਜ ਪੈਰ ਟਿਕਾਈਏ।
ਦੁਖ ਸੁਖ ਦੇ
ਪ੍ਰਭਾਵ ਬਦਲਵੇਂ
ਕਪੜ ਵਾਂਗ ਹੰਢਾਈਏ।

ਰੰਧਾਵਾ ਸ਼ਬਦ ਵਰਤੋਂ ਦਾ ਜਾਦੂਗਰ ਹੈ। ਉਹ ਆਪਣੀ ਕਵਿਤਾ ਵਿਚ ਸ਼ਬਦਾਂ ਨੂੰ ਇਕ ਵਿਸ਼ੇਸ਼ ਢੰਗ ਨਾਲ ਵਰਤਦਿਆਂ ਉਹਨਾਂ ਦੇ ਵਿਸ਼ੇਸ਼ ਅਰਥ ਮਿੱਥਦਾ ਹੈ, ਪਾਠਕਾਂ ਗੋਚਰੇ ਕਰਦਾ ਹੈ। ਸ਼ਬਦ ਚਿੰਨ੍ਹ ਉਸ ਦੀ ਵਿਸ਼ੇਸ਼ ਪਹਿਚਾਣ ਬਣ ਗਏ ਪ੍ਰਤੀਤ ਹੁੰਦੇ ਹਨ। ਹੱਥ ਕੰਗਣ ਨੂੰ ਆਰਸੀ ਕੀ। ਕਦੇ ਧੁੱਪ, ਸੂਰਜ ਦੀ ਪਿੱਠ 'ਤੇ ਬੈਠ ਕੇ ਛਾਂ ਦਾ ਪਾਠ ਪੜ੍ਹਦੀ ਹੈ ਅਤੇ ਕਦੇ ਰਾਹਾਂ ਵਿਚ ਨੈਣ ਗੱਡ ਕੇ ਪਿੱਛਲ ਪੈਰੀਂ ਹੋ ਤੁਰਦੀ ਹੈ। ਕਦੇ ਧੁੱਪ ਆਪਣੀ ਅੱਗ, ਭਾਵ ਸੇਕ ਨੂੰ ਕੰਧਾਂ ਦੀ ਛਾਂ ਹੇਠ ਧਰਦੀ ਹੈ ਅਤੇ ਕਦੇ ਧੁੱਪ ਕੋਸੀਆਂ ਕੋਸੀਆਂ ਕਿਰਨਾਂ ਨੂੰ ਯਾਦਾਂ ਦੇ ਨਾਲ ਵਿਆਹ ਦਿੰਦੀ ਹੈ। ਪਰ ਜਦੋਂ ਲੋਕੀਂ ਧੁੱਪ ਨੂੰ ਨ-ਸੂਰਜੀ ਕਹਿ ਕੇ ਵਾੜਾਂ ਕਰਦੇ ਹਨ ਤਾਂ ਕਵੀ ਵੀ ਧੁੱਪ ਦੀ ਹਾਮੀ ਭਰਦਿਆਂ ਕੁਰਲਾ ਉੱਠਦਾ ਹੈ :

ਧੁੱਪ ਦੀ.....
ਰੂਹ ਕੁਰਲਾਂਵਦੀ
ਉਹਨੂੰ ਰੋਹ ਦਾ ਤਾਪ ਚੜ੍ਹੇ।

ਅਤੇ ਸਿੱਟੇ ਵਜੋਂ ਧੁੱਪ ਚਾਹੁੰਦੀ ਹੈ ਕਿ ਧੁੱਪਾਂ ਜੋੜ ਕੇ ਸੂਰਜਾਂ ਸੰਗ ਲੜਿਆ ਜਾਵੇ ਪਰ ਪਤਾ ਨਹੀਂ ਕਿਉਂ ਨ-ਧੁੱਪੇ ਸੂਰਜਾਂ ਨੂੰ ਲੋਕ ਵਾੜ ਨਹੀਂ ਕਰਦੇ ?

ਇਸ ਸੋਚ ਵਿਚ ਧੁੱਪ ਤਾਂ ਚਾਹੁੰਦੀ ਹੈ ਕਿ ਉਹਦੇ ਸਿਰ ਤਣੀ ਕਲਰ-ਕਾਨ ਦੀ ਛੱਤ ਸੜ ਕੇ ਸੁਆਹ ਹੋ ਜਾਵੇ ਪਰ ਅਫ਼ਸੋਸ ਕਿ ਧੁੱਪ ਨੂੰ ਧੁੱਪ ਦੀ ਮਾਂ ਦਾ ਵਰਦਾਨ

ਵਰਜਦਾ ਹੈ:

ਧੁੱਪ ਦੀ ਮਾਂ ਦਾ
ਵਰ-ਦਾਨ ਅਲੂਣੀ ਕਰੇ।

ਵਿਸ਼ੇਸ਼ ਅਰਥ ਦੇਂਦੇ ਸ਼ਬਦਾਂ ਦਾ ਆਪਣਾ ਹੀ ਜਾਦੂ ਹੈ। ਇਹ ਵੇਖਣ-ਮਾਣਨ ਯੋਗ ਹੈ। ਧੁੱਪ, ਧੀ ਦਾ ਰੂਪ ਹੈ। ਤਾਹੀਓਂ ਤਾਂ ਧੁੱਪ ਦੀ ਮਾਂ ਉਸ ਨੂੰ ਮੱਤਾਂ ਦਿੰਦੀ ਹੋਈ ਕਦੇ ਬਾਬਲ ਦੀ ਪਤਿ ਰੱਖਣ ਦੀ ਬੇਨਤੀ ਕਰਦੀ ਹੈ ਅਤੇ ਕਦੇ ਰਸਾਲਵੰਤੀ ਤੇ ਨੇਕ-ਵਕਤ ਆਖਦੀ ਹੋਈ ਤ੍ਰੈ-ਕਾਲਾਂ ਦੀ ਕੜੀ ਨਾਲ ਤੁਲਣਾ ਕਰਦਿਆਂ ਪੁੱਛਦੀ ਹੈ:

ਤੂੰ ਦੁੱਧ-ਬੰਤੀ
ਸੂਰਜਾਂ ਦੀ
ਯੁੱਧ-ਬੰਤੀ ਬਣ ਖੜੀ।

ਕਿਹੋ ਜਿਹਾ ਕੌੜਾ ਸੱਚ ਹੈ ਕਿ ਅੱਜ ਤਕ ਮਾਵਾਂ ਨੇ ਧੀਆਂ ਨੂੰ ਦਾਜ ਵਿਚ ਸਭੋ ਕੁਝ ਦਿੱਤਾ ਪਰ ਕਿਸੇ ਵੀ ਮਾਂ ਪਾਸੋਂ ਆਪਣੀ ਧੀ ਨੂੰ ਜੀਭ ਨਾ ਦਿੱਤੀ ਗਈ:

ਮੈਂ ਗੱਡਿਆਂ-ਲੱਦ
ਦਹੇਜ ਦੀ
ਵਿਚ ਵਿਹੜੇ ਰੋਕ ਧਰੀ।
ਇਕ ਜੀਭ.....ਨਾ
ਧੁੱਪ ਨੂੰ ਬੱਚੀਏ!
ਧੁੱਪ ਦੀ ਮਾਂ ਤੋਂ ਸਰੀ।
ਧੀ ਨ-ਜੀਭੀ
ਅੰਮੜੀਏ
ਕੁਲਾਂ ਦਾ ਸੰਤਾਪ।
ਲੱਖ ਬਾਬਲ
ਫਰਮਾਨ ਪਤਿ
ਲੱਖ ਵੀਰਾਂ ਵੱਡ ਪਰਤਾਪ।

ਧੀ ਦੀ ਹੂੰਗਰ ਸੁਣ ਕੇ ਤਾਂ ਲੋਹੇ ਨੂੰ ਵੀ ਤਾਪ ਚੜ੍ਹ ਜਾਂਦਾ ਹੈ। ਪਰ ਜੇਕਰ ਅ-ਕੁਈ (ਬਿਨਾਂ-ਬੋਲੇ) ਧੀ ਮਰ ਜਾਏ ਤਾਂ ਫਿਰ ਕੀ ਹੋਵੇ? ਧੁੱਪ ਧੀ ਲਈ, ਅੰਮੜੀ ਦਾ ਵਰ-ਦਾਨ, ਪਤਾ ਨਹੀਂ ਸਰਾਪ ਹੈ ਕਿ ਵਰ-ਦਾਨ? ਉਂਞ ਸੰਸਾਰ ਦੀ ਹਰ ਮਾਂ ਤਾਂ ਆਪਣੀ ਧੀ ਦਾ ਹਰ ਇਕ ਗ਼ਮ ਆਪੂੰ ਪੀ ਲੈਣ ਦੀ ਚਾਹ ਰੱਖਦੀ ਹੋਈ, ਧੀ ਦਾ ਸਦਾ ਹੀ ਸੁੱਖ ਮੰਗਦੀ ਹੈ:

ਮਾਵਾਂ ਕਦੇ
ਸਰਾਪ ਨਾ
ਥੀਂਦੀਆਂ ਧੀਆਂ ਰਾਹ।

ਹਰ ਧੀ ਦਾ
ਗ਼ਮ ਪੀਣ ਦੀ
ਹਰ ਮਾਂ ਦੇ ਦਿਲ ਚਾਹ।

ਪਰ ਇਸ ਦੇ ਬਾਵਜੂਦ ਧੁੱਪ ਦੀ ਤਾਂ ਸਦਾ ਦੁਰਗਤਿ ਹੀ ਹੁੰਦੀ ਆ ਰਹੀ ਹੈ। ਧੁੱਪ ਤਾਂ ਮਰੇ ਹੋਏ ਸੂਰਜ ਦੀ ਪਿੱਠ ਦਾ ਰਾਹ ਤਕ ਵੀ ਤੱਕਦੀ ਰਹਿੰਦੀ ਹੈ ਪਰ ਸ਼ਾਬਾਸ਼ ਸੂਰਜ ਦੇ, ਜਿਹੜਾ ਸਦਾ ਹੀ ਧੁੱਪ ਨੂੰ ਅਗਨੀ-ਪ੍ਰੀਖਿਆ ਵਿਚ ਪਾ ਕੇ ਹੀ ਉਸ ਦੀ ਪਵਿੱਤਰਤਾ ਦੀ ਪ੍ਰੀਖਿਆ ਲੈਂਦਾ ਰਹਿੰਦਾ ਹੈ।

ਕਵੀ ਰੰਧਾਵਾ ਆਪਣੀ ਕਵਿਤਾ ਦੇ ਤੀਜੇ ਅੰਕ ਵਿਚ ਜਿੰਦ ਦੇ ਪ੍ਰਦੇਸਣ ਬਣਨ ਦੀ ਵਿਥਿਆ ਸੁਣਾਂਦਾ ਹੈ। ਜਿੰਦ ਪ੍ਰਦੇਸਣ ਅਰਥਾਤ ਪ੍ਰਦੇਸਾਂ ਵਿਚ ਧੱਕੇ ਖਾਂਦਾ ਇਹ ਪਰਵਾਸੀ ਆਪਣੇ ਘਰ ਦੀ ਤਲਾਸ਼ ਵਿਚ ਥਾਂ ਥਾਂ ਮਹਿਕਾਂ ਕੇਰਨ ਲਈ ਵੀ ਮਜਬੂਰ ਹੈ। ਜਿੰਦ ਪ੍ਰਦੇਸਣ ਆਪਣੇ ਸਿਰ 'ਤੇ ਸੁਪਨਿਆਂ ਦੀ ਗੰਢ ਚੁੱਕੀ—ਬੌਲਦਾਂ ਦੀਆਂ ਅੱਖਾਂ 'ਤੇ ਲੱਗੇ ਖੋਪਿਆਂ ਵਾਂਗ—ਮੰਜ਼ਲ ਦੇ ਤਸੱਵਰ ਤੋਂ ਸੱਖਣੀ, ਸਿਰਫ਼ ਵਾਟਾਂ ਨੂੰ ਹੀ ਪਰਨਾਈ ਹੋਈ ਹੈ। ਪਰਵਾਸੀ—ਜਿੰਦ ਪ੍ਰਦੇਸਣ—ਦਾ ਕਿੱਡਾ ਵੱਡਾ ਦੁਖਾਂਤ ਹੈ ਕਿ ਦੇਸ ਹੁੰਦੇ ਪ੍ਰਦੇਸ ਦੇ ਚਾਹਵਾਨ ਸਾਂ, ਪਰ ਪ੍ਰਦੇਸ ਆ ਕੇ ਦੇਸ (ਜੰਮਣ-ਭੂ) ਦੇ ਅਭਿਲਾਖੀ ਹਾਂ। ਪਰਵਾਸੀ ਤਾਂ :

ਲੀਰਾਂ ਹੋਈ
ਖਿੱਦੋ ਵਾਂਗ
ਖਿੰਡਾਏ ਹਾਂ।
ਅਸੀਂ
ਅਜੂੰਨੇ-ਭੜੂਏ
.....ਜੂੰਨੇ ਆਏ ਹਾਂ।

ਰੰਧਾਵਾ, ਪਰਵਾਸੀ ਦੀ ਦੋ-ਚਿੱਤੀ ਦਾ ਸੁੰਦਰ ਪ੍ਰਗਟਾਵਾ ਕਰਦਿਆਂ ਕਹਿੰਦਾ ਹੈ :

ਅੱਗੇ ਪਿੱਛੇ
ਬੜੇ—
ਸੰਪੂਰਨ ਥੀਉਂਦੇ ਹਾਂ।
ਵਰਤਮਾਨ—
ਕਦ ?
ਪੂਰੇ ਸਾਰੇ ਜਿਊਂਦੇ ਹਾਂ ?
ਟੋਲਾਂ ਵਿਚ
ਗੁਆਚ ਗਏ
—ਘਰ ਬਾਹਰਿਆਂ ਦੇ।
ਦਰ-ਦਰ
ਭਟਕੇ
ਟੋਲੇ ਹਾਂ ਵਣਜਾਰਿਆਂ ਦੇ।

ਪਰਵਾਸੀ—ਜਿੰਦ ਪ੍ਰਦੇਸਣ—ਤਾਂ ਭਟਕੀ ਰੂਹ ਦਾ ਪਰਛਾਵਾਂ ਬਣ ਕੇ ਰੋਹੀ ਦੀ ਕਿੱਕਰ 'ਤੇ ਪੁੱਠਾ ਲਟਕਿਆ ਹੋਇਆ ਬਿਜੜਾ ਹੈ। ਪਸੀਨਾ ਪੀ ਕੇ, ਕਦੇ ਵੀ, ਅੱਗ ਦੀ ਪਿਆਸ ਨਹੀਂ ਬੁਝ ਸਕਦੀ। ਪਰਵਾਸੀ ਤਾਂ ਇਕ ਤਰ੍ਹਾਂ ਨਾਲ ਧੂੰਏਂ ਦਾ ਬੱਦਲ ਹੈ। ਜਿੰਦ ਪ੍ਰਦੇਸਣ, ਸੜਕ ਤੇ ਮਹਿਕਾਂ ਬਣ ਕੇ ਡੁੱਲ੍ਹਣ ਵਾਲਿਆਂ ਵਿਚੋਂ ਇਕ ਹੈ, ਜੋ ਰੋੜਾਂ ਦੀ ਕਿਸਮਤ ਹੰਢਾਉਂਦੀ ਹੋਈ ਅਜਿਹੀ ਰੋੜੀ ਹੈ, ਜਿਸ ਨੂੰ ਲੋੜ ਪੈਣ 'ਤੇ ਪੈਰ ਦੀ ਠੋਕਰ ਨਾਲ ਹੀ ਪਰ੍ਹਾਂ ਹਟਾ ਦਿੱਤਾ ਜਾਂਦਾ ਹੈ। ਜਿੰਦ ਪ੍ਰਦੇਸਣ ਦੀ ਉਮਰ ਤਾਂ ਬਹੁਤ ਲੰਮੀ ਹੈ। ਪਰਵਾਸੀ ਹੋਈ ਜਿੰਦ ਨੂੰ ਪੰਜਾਹ ਵਰ੍ਹੇ ਹੋਣ ਨੂੰ ਆਏ ਹਨ:

ਜਿੰਦੇ!
ਮੈਂ ਹਾਂ,
ਅੱਧੀ ਸਦੀ ਦੀ ਛਾਲ।
ਪੰਝੀ ਹੱਥ ਅਸੀਂ
ਕੱਤਕ ਟੱਪੇ,
ਪੰਝੀ ਹੱਥ ਸਿਆਲ।
ਕੱਤਕ ਵਿਚ ਜੋ ਸਾਹ
ਅਸਾਂ ਬੀਜੇ,
ਝੱਖੜ ਗਏ ਉਖਾੜ।
ਸਿਆਲੀਂ ਬੀਜ ਪਏ
ਬ੍ਰਿਹੋਂ ਬਸ
ਹੰਝੂ ਗਏ ਹੰਗਾਲ।

ਹੰਸ ਕੁਮਰ ਪਰਵਾਸੀ ਨੇ ਆਟੇ ਖ਼ਾਤਰ ਸਿਰ ਤੋਂ ਕਲਗੀ ਲਾਹ ਲਈ ਅਤੇ ਆਪਣੀ ਜੀਭ ਟੁਕਵਾ ਲਈ। ਆਟੇ ਖ਼ਾਤਰ ਹੀ ਆਟਾ (ਪਰਵਾਸ ਧਾਰਨ ਕਰਨ ਦਾ ਇੱਛੁਕ) ਪਰਾਈ ਧਰਤੀ ਨੂੰ ਬਰਦਾ ਹੈ। ਆਟੇ ਦੀ ਬੜੀ ਕਰਾਮਾਤ ਹੈ। ਆਟੇ ਖ਼ਾਤਰ ਤਾਂ ਮੰਡੀ ਵਿਚ ਦਿਲ ਤਕ ਵੀ ਵਿਕ ਜਾਂਦੇ ਹਨ। ਆਟੇ ਖ਼ਾਤਰ ਹੀ ਹੰਸ ਕੁਮਰ ਨੇ ਮਹਿਕ ਤਿਹਾਏ ਗੀਤਾਂ ਦੀ ਜੀਭ ਟੁਕਵਾ ਲਈ:

ਆਟੇ ਦੀ ਮੰਡੀ ਦੇ
ਚੰਨ ਜੀ!
ਚਮਕ ਚਰਿਤ੍ਰ ਵੰਡੇ।
ਇਹਦੇ ਮੋਹ ਨੇ
ਹਵਾ ਤੇ ਆਦਮ
ਪਕੜ ਬਹਿਸ਼ਤੋਂ ਕੱਢੇ।
ਕਾਲਿਆਂ ਮ੍ਰਿਗਾਂ
ਆਟੇ ਖ਼ਾਤਰ
ਮਹਿਕ ਦੇ ਬੂਟੇ ਵੱਢੇ।

ਬਹੁ-ਚਿੜੀਆਂ
ਦੇ ਚੰਬਿਆਂ ਏਥੇ
ਰੂਪ ਜ਼ਮੀਨ 'ਚ ਗੱਡੇ।

ਪਰ ਆਟੇ ਨੂੰ ਆਟੇ ਦਾ ਮੂੰਹ ਕੀ ਪਿਆ ਕਿ ਆਟੇ ਨੂੰ ਆਪਣੀ ਜੰਮਣ ਧਰਤੀ ਤਕ ਦਾ ਨਾਂ ਵੀ ਭੁੱਲ ਗਿਆ :

ਜਿਨ੍ਹਾਂ ਮਿੱਟੀ ਤੋਂ
ਮਰਨ ਮਿਟਣ ਲਈ
ਸਿਰੀਂ ਮੰਡਾਸੇ ਬੱਧੇ।
ਆਟੇ ਨੂੰ ਮੂੰਹ
ਪਿਆ ਮਿੱਟੀ—
ਦੇ ਨਾਂ ਲੈਣੇ ਵੀ ਛੱਡੇ।

ਪਰ ਪ੍ਰਦੇਸਾਂ ਦੇ ਦੁੱਖ ਬੁਰੇ ਹੁੰਦੇ ਹਨ। ਅੰਕ ਪੰਜਵਾਂ ਤੇ ਛੇਵਾਂ ਇਸ ਦੀ ਗਵਾਹੀ ਭਰਦੇ ਹਨ। ਰੰਧਾਵੇ ਨੇ ਪਰਵਾਸੀ ਅੱਗੇ ਆਈਆਂ ਅਤੇ ਆ ਰਹੀਆਂ ਸਾਰੀਆਂ ਹੀ ਔਕੜਾਂ ਦਾ ਵਰਣਨ ਬ-ਖ਼ੂਬੀ ਕੀਤਾ ਹੈ। ਉਹ ਕਿਤੇ ਵੀ ਉਲਾਰ ਨਹੀਂ ਹੁੰਦਾ ਸਗੋਂ ਸਮਾਨਤਾ ਦਾ ਪੱਲਾ ਫੜੀ 'ਇਨਸਾਫ਼ ਅਤੇ ਬੇਇਨਸਾਫ਼ੀ' ਨੂੰ ਤੋਲਦਾ ਹੈ। ਰੁਜ਼ਗਾਰ ਦੀ ਭਾਲ ਵਿਚ ਰੰਗ ਅਤੇ ਨਸਲ ਦਾ ਦਖ਼ਲ ਸਾਫ਼ ਨਜ਼ਰ ਆਉਂਦਾ ਹੈ। ਮਰਦ ਮੰਗੇਤਰਾਂ ਦੀਆਂ ਉਲਝਨਾਂ ਅਤੇ ਪੀੜ੍ਹੀ ਪਾੜੇ ਦੀ ਸ਼ਿਕਾਰ ਪਹਿਲੀ, ਦੂਜੀ ਅਤੇ ਹੁਣ ਤੀਜੀ ਪੀੜ੍ਹੀ ਦੇ ਮੁਹਾਂਦਰੇ ਸਪਸ਼ਟ ਨਜ਼ਰ ਆਉਂਦੇ ਹਨ। ਇਕਲਾਪਾ ਬਜ਼ੁਰਗਾਂ ਨੂੰ ਡੱਸ ਰਿਹਾ ਹੈ। ਪ੍ਰਦੇਸੀਂ ਰੁਲਦੀਆਂ ਧੀਆਂ ਕੁਰਲਾ ਰਹੀਆਂ ਹਨ :

ਬਾਬਲਾ!
ਨਾ ਟੋਰੀਂ ਪ੍ਰਦੇਸ।
ਦੇਸ ਧੀਆਂ ਦੀਆਂ
ਧਿਰਾਂ ਬਾਬਲਾ!
ਆਉਖੇ ਵਕਤ ਹਮੇਸ਼।
ਕਾਲੇ ਕੋਹੀਂ ਲੇਰਾਂ ਨਿਕਲੀਆਂ
ਵੇਖ ਧੀਆਂ ਦੇ ਲੇਖ।
ਧਰਤੀ ਤੇ
ਅਸਮਾਨ ਨੇ ਸੁਣੀਆਂ
ਆਉਣ ਨਾ ਕੰਨੀਂ ਮੇਚ।
ਬਾਬਲ ਸਾਡੇ
ਵਰ-ਘਰ ਟੋਹਲੇ
ਜਿਸ ਤਨ-ਖਾਣੇ ਦੇਸ।

ਮਹਿਕਾਂ ਨਹੀਂ
ਮਸ਼ੀਨਾਂ ਖ਼ਾਤਰ
ਮੱਚਦੀ ਅਗਨ ਵਰੇਸ।
ਇਥੋਂ ਦਾ ਸੂਰਜ
ਘਰ ਮੁੜਦਾ
ਅੱਗ ਵਿਵਰਜਤ ਸੇਕ।
ਸੂਰਜ ਦੀ ਮਾਂ
ਤਾਂ ਖ਼ੁਸ਼ ਰਹਿੰਦੀ
ਧੁੱਪ ਨਾ ਖੋਹਲੇ ਭੇਤ।

ਫਿਰ ਧੀ ਬਾਬਲ ਨੂੰ ਪੁੱਛਦੀ ਹੈ:

ਕੌਣ ਤੇਰੀ ਮਜਬੂਰੀ
ਬਾਬਲ!
ਕੀ ਅਸਾਂ ਮੋਹਰੀ ਮੰਗੀ।
ਕਿਉਂ
ਪੱਥਰ ਪ੍ਰਦੇਸ ਦੀ
ਜੀਭੇ ਹਿੰਝ ਸਲੂਣੀ ਟੰਗੀ।

ਧੀ ਦੀ ਅੰਤਰ-ਆਤਮਾ ਰੋਂਦੀ ਹੈ। ਉਸ ਨੂੰ ਬਾਬਲ 'ਤੇ ਸ਼ਿਕਵਾ ਹੈ। ਤਾਹੀਉਂ ਤਾਂ ਉਹ ਨਿਹੋਰੇ ਦਿੰਦੀ ਹੋਈ ਪਿਤਾ ਨੂੰ ਪੁੱਛਦੀ ਹੈ: ਕੀ ਬਾਬਲ ਅਸਾਂ ਤੇਰੀ ਅੱਖ ਦੇ ਕੱਚੇ ਸੁਪਨੇ ਤੋੜ ਲਏ ਸਨ ਜਾਂ ਕੀ ਤੇਰੇ ਸਾਹਮਣੇ ਅਸੀਂ ਕਦੇ ਉੱਚਾ ਬੋਲੇ ਸਾਂ ਕਿ ਤੂੰ ਸਾਥੋਂ ਮੂੰਹ ਮੋੜ ਲਿਆ। ਕੀ ਬਾਬਲ ਅਸਾਂ ਨੇ ਤੇਰੇ ਰਾਜ ਵਿਚ ਤੇਰੇ ਘੋੜਿਆਂ ਦੇ ਰੱਸੇ ਖੋਲ੍ਹ ਦਿੱਤੇ ਸਨ ਜਾਂ ਤੈਥੋਂ ਪੁੱਛੇ ਬਿਨਾਂ ਅਸੀਂ ਬਾਗ਼ਾਂ ਵਿਚ ਗਈਆਂ ਸਾਂ ਜਾਂ ਕਲੀਆਂ ਕਾਂਟੇ ਜੋੜ ਲਏ ਸਨ। ਪਰ ਧੀ ਤਾਂ ਬਾਬਲ ਨੂੰ ਪੁੱਛੇ ਬਿਨਾਂ ਕਦੇ ਨਦੀ 'ਤੇ ਵੀ ਨਹੀਂ ਸੀ ਗਈ ਅਤੇ ਜੇਕਰ ਪੁੱਛ ਕੇ ਗਈ ਵੀ ਤਾਂ ਕਦੇ ਦੇਰ ਨਾਲ ਨਾ ਮੁੜੀ ਅਤੇ ਨਾ ਹੀ ਧੀ ਨੇ ਪਿਉ ਦੀ ਚਿੱਟੀ ਪੱਗ ਉੱਤੇ ਕਦੇ ਦਾਗ਼ ਹੀ ਲੱਗਣ ਦਿੱਤਾ ਸੀ। ਫਿਰ ਵੀ ਧੀ ਪੁੱਛਦੀ ਹੈ ਕਿ ਜੇਕਰ ਮੇਰੇ ਪਾਸੋਂ ਕੋਈ ਗੁਸਤਾਖ਼ੀ ਹੋ ਗਈ ਸੀ ਤਾਂ ਮੇਰੇ ਉੱਤੇ ਹੱਥ ਉਠਾ ਮਾਰਦੋਂ। ਬਿਨਾਂ ਕਿਸੇ ਕਸੂਰ ਦੇ ਮੈਨੂੰ ਪ੍ਰਦੇਸਾਂ ਵਿਚ ਰੁਲਣ ਨੂੰ ਤਾਂ ਨਾ ਭੇਜਦੋਂ। ਧੀ, ਬਾਬਲ ਅੱਗੇ ਅਰਜ਼ੋਈ ਕਰਦੀ ਹੈ:

ਜੇ ਅਸਾਂ ਬਾਬਲ!
ਗਿਲੇ ਗੁਜ਼ਾਰੇ,
ਨਹੀਂ ਬੇਅਦਬੀ ਹੋਈ।
ਧਿਰਾਂ ਸਮਝ ਕੇ
ਧਰਮੀ ਮਾ-ਪੇ,
ਦਿਲ ਕੀਤੀ ਅਰਜ਼ੋਈ।

ਵਤਨੋਂ ਦੂਰ ਗਿਆਂ
ਦੇ ਕਿਹੜੇ
ਹੋਰ ਹੁੰਦੇ ਨੇ ਕੋਈ।
ਚੁੱਪ ਚੰਦਰੀ
ਦੇ ਗੋਡੇ ਲੱਗ ਕੇ
ਜਿੰਦ ਪ੍ਰਦੇਸਣ ਰੋਈ।

ਪਰ ਫਿਰ ਵੀ ਗਊ-ਗ਼ਰੀਬ ਧੀ ਤਾਂ ਸਦਾ ਹੀ, ਜਨਮਾਂ ਜਨਮਾਂ ਤੋਂ ਹੀ, ਦਰਦਾਂ ਭਰੀ ਅ-ਕੂਣੀ ਬਾਜ਼ੀ ਜਿੱਤਦੀ ਹੀ ਆਈ ਹੈ :

ਅਸੀਂ ਤਾਂ ਬਾਬਲ!
ਜਿੱਤ ਜਾਵਾਂਗੇ
ਦਰਦ ਅ-ਕੂਣੀ ਬਾਜ਼ੀ।
ਪਰ ਜੇ ਸਾਡੀ ਰਾਖ
ਨਾ ਏਥੇ
ਹੋਈ ਠਰਨ ਲਈ ਰਾਜ਼ੀ।

ਕਵੀ ਰੰਧਾਵਾ ਜਜ਼ਬਾਤਾਂ/ਵਲਵਲਿਆਂ ਨੂੰ ਖ਼ੂਬ ਸਮਝਦਾ ਹੈ। ਉਹ ਜਾਣਦਾ ਹੈ ਕਿ ਜਜ਼ਬਾਤਾਂ ਦੇ ਹੜ੍ਹ ਨੂੰ ਰੋਕਣਾ ਕਠਿਨ ਹੁੰਦਾ ਹੈ। ਕਵਿਤਾ ਵਿਚੋਂ ਜਜ਼ਬੇ ਨੂੰ ਕੱਢ ਦੇਈਏ ਤਾਂ ਫਿਰ ਉਹ ਕਵਿਤਾ ਕਿਥੇ ਰਹਿੰਦੀ ਹੈ? ਜਜ਼ਬਾਤ ਤਾਂ ਕਦੇ ਕਦਾਈਂ ਰੱਬ 'ਤੇ ਵੀ ਗ਼ੁੱਸਾ ਕਰਦੇ ਹਨ। ਜਜ਼ਬਾਤ ਰਿਜ਼ਕ ਅਤੇ ਤਕਦੀਰ ਦੀ ਵੀ ਪ੍ਰਵਾਹ ਨਹੀਂ ਕਰਦੇ। ਬਾਲ-ਸੁਭਾਈ ਜਜ਼ਬਾਤ ਨੂੰ ਕਿਸੇ ਤਰ੍ਹਾਂ ਦੀ ਟਿੱਚਰ ਵੀ ਨਹੀਂ ਭਲੀ ਲੱਗਦੀ। ਜਜ਼ਬਾਤੀ ਹੋ ਕੇ ਹੀ ਤਾਂ ਕਿਸੇ ਨੇ ਤਖ਼ਤ ਹਜ਼ਾਰਾ ਅਤੇ ਆਪਣੇ ਮਾਂ ਪਿਉ ਜਾਏ ਵੀਰ ਛੱਡੇ ਸਨ। ਇਹ ਜਜ਼ਬਾ ਹੀ ਤਾਂ ਹੈ ਜਿਹੜਾ ਪੀਰਾਂ-ਪੈਗ਼ੰਬਰਾਂ ਦੇ ਮੱਥੇ ਰੱਬ ਦੀ ਰਜ਼ਾ ਬਣ ਕੇ ਪ੍ਰਗਟ ਹੁੰਦਾ ਹੈ। ਇਹ ਜਜ਼ਬੇ ਦੀ ਹੀ ਤਾਂ ਕਰਾਮਾਤ ਸੀ ਕਿ ਖ਼ੁਦਾ ਦੇ ਇਸ਼ਕ ਵਿਚ ਰੱਤੇ ਹੋਏ ਈਸਾ ਨੇ ਸੂਲੀ ਉੱਤੇ ਟੰਗਿਆ ਜਾਣਾ ਕਬੂਲ ਕੀਤਾ। ਨਬੀ ਰਸੂਲ ਦੀ ਧੀ ਦੇ ਜਾਏ ਵੀ ਪਾਣੀ ਬਾਝੋਂ ਇਸੇ ਜਜ਼ਬੇ ਨੇ ਹੀ ਕੁਹਾਏ ਅਤੇ ਇਸ ਨੇ ਹੀ ਗੋਬਿੰਦ ਦੇ ਬਾਲਾਂ ਨੂੰ ਨੀਹਾਂ ਵਿਚ ਚਿਣਵਾ ਦਿੱਤਾ। ਕਵੀ ਦੇ ਸੂਖਮ ਜਜ਼ਬਿਆਂ/ਅਹਿਸਾਸਾਂ ਨੂੰ ਪ੍ਰਗਟਾਉਣ ਵਾਲੇ ਅਨਗਿਣਤ ਕਾਵਿ ਟੋਟੇ ਬਿੰਬਾਂ ਦੇ ਕੱਪੜੇ ਪਾ ਕੇ ਜੀਵਨ ਦੀਆਂ ਕੌੜੀਆਂ ਮਿੱਠੀਆਂ ਅਤੇ ਕੋਝੀਆਂ ਸੁੱਚੀਆਂ ਸਚਿਆਈਆਂ ਨੂੰ ਪ੍ਰਗਟਾਉਂਦੇ ਹਨ। ਕੁਝ ਹੋਰ ਦਿਲ-ਟੁੰਬਵੀਆਂ ਉਦਾਹਰਣਾਂ ਹਾਜ਼ਰ ਹਨ :

1. ਨਾਨਕਿਆਂ ਦੀਆਂ ਗਹਿਲਾਂ
ਲਾਂਘੇ ਬਾਗ਼ਾਂ ਦੇ
ਥਿੰਦੀਆਂ ਸ਼ੱਕਰਾਂ ਵਰਗਾ
ਰੇਤਾ ਜੂਹਾਂ ਦਾ।
....

ਇਹ ਪਿੰਡ ਮੇਰਾ ਮਿੱਤਰ
ਮਹਿਰਮ ਪੀੜਾਂ ਦਾ
ਇਹ ਪਿੰਡ ਮੇਰਾ
ਸਾਕ ਸਹੇੜੂ ਰੂਹਾਂ ਦਾ। *(ਪੰਨਾ 31)*

2. ਖੰਭਿਆਂ ਨਾਲ
ਤਕਦੀਰਾਂ ਲਟਕਣ
ਰਾਜ ਨਗਰ ਦੀਆਂ ਸੜਕਾਂ ਉੱਤੇ।
ਹੇਠ ਨ-ਦੁੱਧੀਆਂ
ਮਾਵਾਂ ਦੀ ਛਾਤੀ
ਰੋ ਰੋ ਸੁਪਨੇ ਸੁੱਤੇ। *(ਪੰਨਾ 43)*

3. ਰੂਪ-ਵਤੀ ਨੇ
ਨੱਥ ਲਾਹੁਣ ਲਈ
ਗੋਰੇ ਹੱਥ ਉਠਾਏ
ਬੂਹੇ ਟੰਗੇ
ਅੰਬ ਪੱਤਰਾਂ ਦੀ
ਧਾਹ ਨਿਕਲਦੀ ਜਾਏ। *(ਪੰਨਾ 51)*

4. ਲੇਖ
ਚੱਬ ਕੇ ਭੱਠੀ ਵਿਚ
ਫੂਰਕ ਦਿੱਤੇ
ਰੋੜ ਸਮਝ
ਤਕਦੀਰ ਦਾ ਧਰੋਹ ਮਾਏ। *(ਪੰਨਾ 73)*

5. ਨਾ ਤਾਂ ਧੁੱਪ ਦਾ
ਰੂਪ ਸੀ ਕੋਝਾ
ਨਾ ਸੀ ਥੋੜਾ ਸੇਕ।
ਪਰ ਪੌਂਡਾਂ ਦੇ
ਮ੍ਰਿਗ ਸੁਨਹਿਰੇ
ਚਰ ਗਏ ਧੁੱਪ ਦੇ ਲੇਖ। *(ਪੰਨਾ 129)*

6. ਵਤਨੋਂ ਦੂਰ ਗਿਆਂ
ਦੇ ਕਿਹੜੇ
ਹੋਰ ਹੁੰਦੇ ਨੇ ਕੋਈ।
ਚੁੱਪ ਚੰਦਰੀ
ਦੇ ਗੋਡੇ ਲੱਗ ਕੇ
ਜਿੰਦ ਪ੍ਰਦੇਸਣ ਰੋਈ। *(ਪੰਨਾ 133)*

7. ਪਰ ਕੌਣ ਜੁਆਰੀ
ਸੁੱਟਦਾ ਹੈ
ਕੌਡਾਂ ਸੁੰਨੇ ਦਾਅ।
ਜੇ ਆਸ ਡੰਗੋਰੀ
ਹੱਥ ਨਹੀਂ
ਤਾਂ ਜਿਊਣਾ ਕਿਸ ਪਰਥਾ। *(ਪੰਨਾ 138)*

8. ਜਦ ਮਿੱਟੀ,
ਕਿਰੀ ਸਰੀਰ ਦੀ
ਹੋ ਕੇ ਜ਼ਰਾ ਜ਼ਰਾ।
ਇਸ ਕਾਲੇ
ਗੋਰੇ ਰੰਗ ਦਾ
ਹੈ ਭਾਵੇਂ ਫ਼ਰਕ ਬੜਾ।
ਮੈਂ ਮੰਨਦਾ ਹਾਂ
ਮਰ-ਘਾਟ 'ਤੇ
ਹੋ ਜਾਂਦਾ ਰਲਾ-ਮਿਲਾ।
(ਪਰ) ਜਿਊਂਦੇ ਜੀਅ
ਜਜ਼ਬਾਤ ਨੂੰ
ਕੋਈ ਕਿੰਜ ਸਕੇ ਦਫ਼ਨਾ। *(ਪੰਨਾ 147)*

ਸੌ ਹੱਥ ਰੱਸਾ ਸਿਰੇ 'ਤੇ ਗੰਢ। ਉਦਾਹਰਣਾਂ ਦੇਣ ਲਈ ਹੋਰ ਵੀ ਅਨਗਿਣਤ ਕਾਵਿ-ਟੋਟੇ ਪੇਸ਼ ਕੀਤੇ ਜਾ ਸਕਦੇ ਹਨ। ਗੱਲ ਵਧਾਉਣ ਨੂੰ ਜਿੰਨੀ ਮਰਜ਼ੀ ਹੋਵੇ, ਵਧਾਈ ਜਾ ਸਕਦੀ ਹੈ। ਪਰ ਕੋਈ ਵੀ ਵਰਣਨ, ਬਿਆਨ ਜਾਂ ਤਨਕੀਦ ਕਦੇ ਵੀ ਉਹਨਾਂ ਪਲਾਂ ਨੂੰ ਫੜਨ ਵਿਚ ਸਹਾਈ ਨਹੀਂ ਹੋ ਸਕਦੀ, ਜਿਹਨਾਂ ਪਲਾਂ ਵਿਚ ਇਕ ਸਿਰਜਕ ਆਪਣੀ ਸਿਰਜਣਾ ਨੂੰ ਸਿਰਜਦਾ ਹੈ। ਰੰਧਾਵਾ ਸਹਿਜ ਭਾਵਨਾ ਨਾਲ ਓਤ-ਪੋਤ ਧੀਮੀ ਸੁਰ ਵਾਲਾ ਕਵੀ ਹੈ। ਉਸ ਦੀ ਕਵਿਤਾ ਇਸ ਗੱਲ ਦਾ ਸਬੂਤ ਹੈ ਕਿ ਉਹ ਜਿਊਂਦੀ ਜਾਗਦੀ ਅਤੇ ਸਹੀ ਮੁਹਾਵਰਿਆਂ ਭਰੀ ਬੋਲੀ ਦੀ ਵਰਤੋਂ ਕਰਦਾ ਹੈ। ਉਸ ਨੇ ਨਵੇਂ ਨਵੇਂ ਸ਼ਬਦ ਅਤੇ ਸ਼ਬਦ-ਸਮੂਹ ਘੜ ਕੇ ਪੇਸ਼ ਕੀਤੇ ਹਨ, ਜਿਹੜੇ ਨਿਸ਼ਚੈ ਹੀ ਉਸ ਦੀ ਕਾਵਿਕ ਸ਼ੈਲੀ ਨੂੰ ਚਾਰ ਚੰਨ ਲਾਉਂਦੇ ਹਨ ਪਰ ਕੁਝ ਸ਼ਬਦ ਅਜਿਹੇ ਵੀ ਹਨ ਜਿਹੜੇ ਸ਼ਾਇਦ ਸੁੰਦਰ ਅਤੇ ਅਨੂਠਾ ਰਸ ਪ੍ਰਦਾਨ ਕਰਨ ਦੇ ਬਾਵਜੂਦ ਛੇਤੀ ਹੀ ਲੋਕਾਂ ਦੀ ਜ਼ੁਬਾਨ 'ਤੇ ਨਾ ਚੜ੍ਹ ਸਕਣ। ਪਰ ਉਸ ਦੀ ਦਿਲ-ਟੁੰਬਵੀਂ ਵਰਤੀਂਦੀ ਸ਼ਬਦਾਵਲੀ ਜੀਵਨ ਦੀ ਸਹੀ ਅਤੇ ਸਾਰਥਕ ਤਸਵੀਰ ਖਿੱਚਦੀ ਹੈ। ਉਸ ਪਾਸ ਕਹਿਣ ਲਈ ਬਹੁਤ ਕੁਝ ਹੈ ਅਤੇ ਉਹ ਆਪਣੇ ਦਿਲੀ ਵਲਵਲਿਆਂ ਨੂੰ ਅਰਥ ਦੇਂਦੇ ਸ਼ਬਦਾਂ, ਸ਼ਬਦ-ਉਪਮਾਵਾਂ, ਅਲੰਕਾਰਾਂ, ਚਿੰਨ੍ਹਾਂ ਅਤੇ ਪ੍ਰਤੀਕਾਂ ਰਾਹੀਂ ਪਾਠਕਾਂ ਦੇ ਰੂਬਰੂ ਕਰਦਾ ਹੈ। ਉਸ ਦੀ ਕਵਿਤਾ, ਉਸ ਦੇ ਸੁਚੇਤ ਚਿੰਤਨ, ਲਗਨ, ਅਟੁੱਟ ਮਿਹਨਤ ਅਤੇ ਸਿਰੜ ਦੀ ਜਾਦੂਈ-ਕਲਾਤਮਕ ਪਹੁੰਚ ਰਾਹੀਂ ਯਥਾਰਥ ਦੇ ਦਰਸ਼ਨ ਕਰਵਾਉਂਦੀ ਹੈ।

ਨਿਰਸੰਦੇਹ ਰੰਧਾਵੇ ਦੀ ਜਿੰਦ, ਪ੍ਰਦੇਸਣ ਹੈ। ਪਰਵਾਸੀ ਹੈ। ਉਹ ਪਰਵਾਸੀ ਹੋਣ ਦੇ ਨਾਤੇ ਪਰਵਾਸੀ ਦੇ ਹਰ ਇਕ ਅੰਗ ਤੋਂ ਵਾਕਿਫ਼ ਹੈ। ਉਹ ਪਰਵਾਸੀ ਦੇ ਦੁੱਖ-ਸੁੱਖ ਨੂੰ ਜਾਣਦਾ ਹੈ, ਸਮਝਦਾ ਹੈ। ਇਸ ਕਾਰਣ ਹੀ ਉਸ ਨੇ ਪਰਵਾਸੀ ਜੀਵਨ ਦੇ ਨਿੱਜੀ ਤੇ ਸਮਾਜਕ ਸੰਵੇਦਨਸ਼ੀਲ ਪੱਖਾਂ ਦਾ ਸੁੰਦਰ ਚਿਤ੍ਰਣ ਪੇਸ਼ ਕੀਤਾ ਹੈ। ਉਸ ਪਾਸ ਦੇਸ ਅਤੇ ਪ੍ਰਦੇਸ ਦੋਹਾਂ ਹੀ ਥਾਵਾਂ ਦਾ ਅਨੁਭਵ ਹੈ। ਇਸ ਕਾਰਣ ਉਹ ਸਾਵਾਂ ਹੈ, ਉਲਾਰ ਨਹੀਂ। ਉਹ ਭੂਤ, ਵਰਤਮਾਨ ਅਤੇ ਭਵਿੱਖ ਪ੍ਰਤੀ ਸਾਵਧਾਨ ਹੈ, ਸੁਚੇਤ ਹੈ। ਉਸ ਨੂੰ ਭੂਤ ਉੱਤੇ ਮਾਣ ਹੈ। ਭੂਤ ਦੇ ਤਜਰਬਿਆਂ ਨੂੰ ਆਧਾਰ ਬਣਾ ਕੇ ਵਰਤਮਾਨ ਨੂੰ ਸੰਵਾਰਨਾ ਚਾਹੁੰਦਾ ਹੈ। ਭੂਤ ਅਤੇ ਵਰਤਮਾਨ ਦੀ ਪਿੱਠ-ਭੂਮੀ ਵਿਚ ਉਹ ਭਵਿੱਖ ਦੀ ਲਾਲਸਾ ਕਰਦਾ ਹੈ। ਉਸ ਦੀ ਕਵਿਤਾ ਦਰਅਸਲ ਪ੍ਰਦੇਸਣ ਦੀ ਜਿੰਦ ਹੈ। ਉਸ ਨੇ ਆਪਣੀ ਕਵਿਤਾ ਵਿਚ ਭਾਵੇਂ ਆਪਣੀਆਂ ਨਿੱਜੀ ਪੀੜਾਂ ਦਾ ਵਰਣਨ ਕੀਤਾ ਹੈ ਪਰ ਉਹ ਇਸ ਦੀ ਦਲਦਲ ਵਿਚ ਨਹੀਂ ਫਸਦਾ ਸਗੋਂ ਜੋ ਮਹਿਸੂਸ ਕਰਦਾ ਹੈ, ਉਸ ਦਾ ਵਰਣਨ ਆਪਣੇ ਵਿਸ਼ੇਸ਼ ਅੰਦਾਜ਼ ਵਿਚ ਕਰਦਾ ਹੈ। ਉਸ ਦੀ ਕਵਿਤਾ ਵਿਚ ਲੈ, ਤੋਲ, ਤਾਲ, ਰਾਗ, ਸੁਰ, ਰਸ, ਵਲਵਲਾ ਅਤੇ ਵਿਚਾਰ ਹੈ। ਸੱਚ ਅਤੇ ਸੁੱਚ ਦਾ ਪ੍ਰਗਟਾਵਾ ਕਰਦੀ ਉਸ ਦੀ ਕਵਿਤਾ ਵਿਚ ਵਿਚਾਰਾਂ ਦੀ ਗੰਭੀਰਤਾ ਹੈ, ਭਾਵਾਂ ਦੀ ਬਹੁਲਤਾ ਅਤੇ ਵਲਵਲਿਆਂ ਦੀ ਵਿਸ਼ਾਲਤਾ ਹੈ। ਰੰਧਾਵਾ *ਜਿੰਦ ਪ੍ਰਦੇਸਣ* ਲਈ ਵਧਾਈ ਦਾ ਹੱਕਦਾਰ ਹੈ।

ਸਾਗਰ ਵਿਚਲੇ ਰੇਗਿਸਤਾਨ

ਡਾ. ਗੁਰਨਾਮ ਸਿੰਘ ਗਿੱਲ ਪੰਜਾਬੀ ਸਾਹਿਤ ਦੀ ਝੋਲੀ ਵਿਚ ਹੁਣ ਤਕ ਤਿੰਨ ਕਾਵਿ ਸੰਗ੍ਰਹਿ, ਤਿੰਨ ਕਹਾਣੀ ਸੰਗ੍ਰਹਿ ਅਤੇ ਇਕ ਸਾਹਿਤ ਵਿਗਿਆਨ ਸਬੰਧੀ ਪੁਸਤਕ ਪਾ ਚੁੱਕਿਆ ਹੈ। ਉਸ ਦਾ ਇਕ ਕਹਾਣੀ ਸੰਗ੍ਰਹਿ *ਘਰੋਂ ਸੇ ਮਕਾਨੋਂ ਤਕ*, ਹਿੰਦੀ ਵਿਚ ਵੀ ਅਨੁਵਾਦਿਤ ਹੋ ਕੇ ਪ੍ਰਕਾਸ਼ਿਤ ਹੋਇਆ ਹੈ। *ਸਾਗਰ ਵਿਚਲੇ ਰੇਗਿਸਤਾਨ* ਉਸ ਦਾ ਸੱਜਰਾ, ਨਵਾਂ ਅਤੇ ਚੌਥਾ ਕਾਵਿ ਸੰਗ੍ਰਹਿ ਹੈ। ਇਸ ਵਿਚ ਕਵੀ ਗਿੱਲ ਨੇ ਆਪਣੀਆਂ ਤਿਹੱਤਰ ਗ਼ਜ਼ਲਾਂ, ਛੇ ਰੁਬਾਈਆਂ (ਕਤਆਤ), ਪੰਜੀ ਕਵਿਤਾਵਾਂ (ਜਿਹਨਾਂ ਵਿਚ ਇਕ ਅ-ਗ਼ਜ਼ਲ ਹੈ), ਚਾਰ ਗੀਤ ਅਤੇ ਤਿਹੱਤਰ ਫ਼ੁਟਕਲ ਸ਼ਿਅਰ ਸ਼ਾਮਲ ਕੀਤੇ ਹਨ। ਸਾਡੀ ਅੱਜ ਦੀ ਸੰਖੇਪ ਵਿਚਾਰ ਇਸੇ ਪੁਸਤਕ ਉੱਤੇ ਕੇਂਦਰਿਤ ਹੈ।

ਸਾਗਰ ਵਿਚਲੇ ਰੇਗਿਸਤਾਨ ਦਾ ਸਭ ਤੋਂ ਪਹਿਲਾ ਪ੍ਰਭਾਵ ਤਾਂ ਇਹ ਪੈਂਦਾ ਹੈ ਕਿ ਲੇਖਕ ਨੂੰ ਪਤਾ ਹੈ ਕਿ ਕਵਿਤਾ ਕੀ ਹੁੰਦੀ ਹੈ ? ਕਵਿਤਾ ਕਹਿਣੀ/ਲਿਖਣੀ ਬਹੁਤ ਹੀ ਔਖਾ ਕਰਮ ਹੈ। ਅਸੀਂ ਕਵਿਤਾ ਦੀ ਕੋਈ ਪਰਿਭਾਸ਼ਾ ਨਾ ਬੰਨ੍ਹਦਿਆਂ ਹੋਇਆਂ ਕੇਵਲ ਕਹਿਣਾ ਚਾਹਾਂਗੇ ਕਿ ਸਾਹਿਤ ਦੇ ਸਾਰੇ ਹੋਰ ਰੂਪਾਂ ਵਿਚ ਵਰਤੀਂਦੇ ਢੇਰ ਸਾਰੇ ਸ਼ਬਦਾਂ ਨਾਲੋਂ ਕਵਿਤਾ ਦੀ ਵਰਤੋਂ ਵਿਚ ਆਉਂਦੇ 'ਇਕ ਮੁੱਠ ਭਰ ਸ਼ਬਦ' ਵਿਸ਼ੇਸ਼ ਸਥਾਨ ਰੱਖਦੇ ਹਨ। ਸਮੇਂ ਨੂੰ ਹਰਾਉਣਾ ਕਠਿਨ ਹੁੰਦਾ ਹੈ ਅਤੇ ਉਹ ਵੀ ਸ਼ਬਦਾਂ ਦੀ ਸਹਾਇਤਾ ਨਾਲ। ਪਰ ਕਵਿਤਾ ਦੇ ਸ਼ਬਦ ਸਮੇਂ ਦਾ ਵਿਰੋਧ ਕਰਨ ਦੀ ਵੀ ਸ਼ਕਤੀ ਰੱਖਦੇ ਹਨ ਅਤੇ ਸਮੇਂ ਦੇ ਵਿਰੁੱਧ ਖੜੇ ਵੀ ਹੁੰਦੇ ਹਨ। ਕਵਿਤਾ ਦੇ ਪੈਰਾਂ ਦੀ ਆਵਾਜ਼ ਸਮੇਂ ਦੇ ਵਿਹੜੇ ਸਦਾ ਹੀ ਗੂੰਜਦੀ ਰਹਿੰਦੀ ਹੈ ਕਿਉਂਕਿ ਕਵਿਤਾ ਦੇ ਸ਼ਬਦ ਕਵੀ ਦੇ ਦਿਲੋਂ ਨਿਕਲਦੇ ਹਨ। ਦਿਲੋਂ ਨਿਕਲਦੇ ਹਨ, ਭਾਵ ਕਵਿਤਾ ਲਈ ਦਿਲ ਚਾਹੀਦਾ ਹੈ। ਦਿਲ ? ਦਿਲ ਸਰੀਰ ਦਾ ਇਕ ਬਹੁਤ ਹੀ ਲੋੜੀਂਦਾ ਅਤੇ ਬੜਾ ਹੀ ਵਚਿੱਤਰ ਅੰਗ ਹੈ। ਸਰੀਰ ਦੇ ਵਿਹਾਰਕ ਕਾਰਜ ਲਈ ਤਾਂ ਦਿਲ ਕੇਵਲ ਸਰੀਰ ਦੇ ਅੰਗ ਅੰਗ ਤਕ ਚਿੱਟਾ/ਲਾਲ ਲਹੂ ਹੀ ਪਹੁੰਚਾਉਣ ਦਾ ਕੰਮ ਕਰਦਾ ਹੈ। ਪਰ ਦਿਲ ਦੀ ਧੜਕਣ ? ਦਿਲ ਦੀ ਧੜਕਣ ਵੀ ਕੁਦਰਤ ਦੇ ਅਸੂਲ ਅਨੁਸਾਰ ਹੁੰਦੀ ਹੀ ਰਹਿੰਦੀ ਹੈ ਪਰ ਦਿਲ ਦੀ ਧੜਕਣ ਦੀ ਆਵਾਜ਼ ? ਇਹ ਤਾਂ ਕੇਵਲ ਕਦੇ ਕਦਾਈਂ ਇਕਾਂਤ ਪਲਾਂ ਵਿਚ ਹੀ ਸੁਣਾਈ ਦਿੰਦੀ ਹੈ। ਕਦੇ ਚੁੱਪ ਕਰ ਕੇ ਇਕੱਲਿਆਂ ਬੈਠ ਕੇ ਸੁਣਿਆਂ/ਦੇਖਿਆਂ ਇਸ ਕਥਨ ਦੀ ਸੱਚਾਈ ਜ਼ਾਹਿਰ ਹੋ ਜਾਵੇਗੀ। ਦਿਲ ਦੀ ਆਵਾਜ਼ ਸਹੀ, ਸੱਚੀ ਅਤੇ ਸੁੱਚੀ ਹੁੰਦੀ ਹੈ। ਦਿਲ ਦੀ ਬੋਲੀ/ਆਵਾਜ਼, ਭਾਵਨਾ ਦੀ ਅਸਲ ਬੋਲੀ ਹੈ। ਦਿਮਾਗੀ ਬੋਲੀ ਤਾਂ ਨਿਸਚੈ ਹੀ ਚਾਲਾਕੀਆਂ ਨਾਲ ਭਰੀ ਹੁੰਦੀ ਹੈ। ਤਾਹੀਉਂ ਤਾਂ ਤੁੱਕਬੰਦ ਤਾਂ ਬਣਾਏ ਜਾ ਸਕਦੇ ਹਨ ਪਰ ਕਵੀ ਨਹੀਂ। ਕਵੀ ਆਪਣੇ ਦਿਲ ਦੀ ਕੋਮਲਤਾ

ਅਤੇ ਭਾਵਨਾ ਕਾਰਨ ਪੈਦਾ ਹੁੰਦੇ ਹਨ। ਬੜੇ ਕਿੰਤੂ-ਪਰੰਤੂ ਦਾਗੇ ਜਾ ਸਕਦੇ ਹਨ। ਯਕੀਨ ਕਰਨਾ, ਸਾਡਾ ਅਜਿਹਾ ਕੋਈ ਮੰਤਵ ਨਹੀਂ ਕਿ ਇਵੇਂ ਵੀ ਵਾਧੂ ਤੇ ਕਿੰਤੂਆਂ-ਪਰੰਤੂਆਂ ਦੇ ਚੱਕਰ ਵਿਚ ਪਿਆ ਜਾਵੇ। ਅਸੀਂ ਤਾਂ ਗੱਲ ਕੇਵਲ ਕਵੀ, ਕਵੀ ਦੇ ਦਿਲ, ਦਿਲ ਦੀ ਧੜਕਣ ਅਤੇ ਦਿਲ ਦੀ ਆਵਾਜ਼ ਦੀ ਕਰ ਰਹੇ ਹਾਂ। ਕਵੀ ਡਾ. ਗਿੱਲ ਇਕ ਵਿਸ਼ੇਸ਼ ਢੰਗ ਦਾ ਦਿਲ ਰੱਖਣ ਵਾਲਾ ਕਵੀ ਹੈ। ਉਸ ਦੀ ਕਵਿਤਾ ਜਦੋਂ ਉਸ ਦੇ ਦਿਲ ਤੋਂ ਨਿਕਲ ਕੇ ਵਰ੍ਹਦੀ ਹੈ ਤਾਂ ਗਰਮ ਲੂਆਂ ਨਾਲ ਤੜਪਦੀਆਂ ਰੂਹਾਂ ਨੂੰ ਕੁਝ ਰਾਹਤ ਮਿਲਦੀ ਹੈ। ਉਸ ਦੀ ਕਵਿਤਾ ਹੈ ਕੱਜਲ ਭਰੇ ਸੁਰਮਈ ਨੈਣਾਂ ਵਿਚੋਂ ਡਿੱਗਦੇ ਮੋਤੀ ਤੇ ਜਾਂ ਫਿਰ ਕਾਲੇ ਬੱਦਲਾਂ ਨੂੰ ਚੀਰਦੇ ਗੜ੍ਹਕਦੀ ਬਿਜਲੀ ਦੇ ਬਾਣ।

ਇਕ ਹੋਰ ਗੱਲ, ਕਵਿਤਾ ਦੇ ਕਲਾਵੇ ਵਿਚ, ਗ਼ਜ਼ਲ (ਮਸਲਸਲ ਗ਼ਜ਼ਲ ਤੋਂ ਬਿਨਾਂ) ਅਤੇ ਰੁਬਾਈ ਦੇ ਮੁਕਾਬਲੇ ਵਿਚ ਆਮ ਤੌਰ 'ਤੇ ਇਕ ਵਿਸ਼ਾ ਹੀ ਹੁੰਦਾ ਹੈ। ਡਾ. ਗਿੱਲ ਨੇ ਕਵਿਤਾਵਾਂ, ਗ਼ਜ਼ਲਾਂ, ਰੁਬਾਈਆਂ ਅਤੇ ਫੁਟਕਲ ਸ਼ਿਅਰ ਕਹੇ ਹਨ। ਉਸ ਨੇ ਆਪਣੀ ਸਮੁੱਚੀ ਕਵਿਤਾ ਦੀ ਬੁੱਕਲ ਵਿਚ ਮਨੁੱਖੀ ਜੀਵਨ ਅਤੇ ਜੀਵਨ ਨਾਲ ਸਬੰਧਿਤ ਬੇਅੰਤ ਸਮੱਸਿਆਵਾਂ ਨੂੰ ਲਿਆ ਹੈ। ਉਸ ਨੇ ਮਨੁੱਖੀ ਜੀਵਨ ਦੀਆਂ ਆਪਣੇ ਕਲਾਵੇ ਵਿਚ ਆਉਂਦੀਆਂ, ਯਥਾਰਥਕ ਸਮੱਸਿਆਵਾਂ ਨੂੰ ਆਪਣੇ ਕਾਵਿ-ਅਹਿਸਾਸਾਂ ਰਾਹੀਂ ਜ਼ਬਾਨ ਦਿੱਤੀ ਹੈ। ਸੂਖਮ ਮਨ, ਕੋਮਲ ਭਾਵਾਂ ਅਤੇ ਜਜ਼ਬਾਤਾਂ ਦੇ ਵੇਗ ਵਾਲੇ ਕਵੀ ਗਿੱਲ ਦੀ ਕਵਿਤਾ ਦਾ ਮੁੱਖ ਥੀਮ ਪਿਆਰ ਅਤੇ ਸੁੰਦਰਤਾ ਨੂੰ ਜਾਣਨ-ਮਾਣਨ ਦੀ ਚਾਹ ਹੈ। ਪਰ ਹੱਥਲੇ ਸੰਗ੍ਰਹਿ ਵਿਚ ਉਹ ਹੁਣ ਨਿੱਜ ਤੋਂ ਪਾਰ ਹੋ ਕੇ ਵਿਸ਼ਵ-ਵਿਆਪੀ ਪਿਆਰ ਅਤੇ ਮਨੁੱਖੀ ਜੀਵਨ ਦੀਆਂ ਹੋਰ ਅਨੁਭੂਤੀਆਂ ਨੂੰ ਵੀ ਆਪਣੀ ਕਵਿਤਾ ਦੀ ਪਕੜ ਵਿਚ ਲਿਆ ਰਿਹਾ ਹੈ। ਪਿਆਰ ਦੀ, ਕਲਪਨਾ ਦੀ ਜ਼ਿੰਦਗੀ ਇਕ ਪ੍ਰਕਾਰ ਦਾ ਨਸ਼ਾ ਹੈ। ਪਿਆਰ ਮਨੁੱਖੀ ਜੀਵਨ ਲਈ ਅਥਾਹ ਸ਼ਕਤੀ ਵੀ ਹੈ ਅਤੇ ਲੋੜ ਵੀ, ਪਰ ਪਿਆਰ ਦੀ ਪ੍ਰਾਪਤੀ ਸਹਿਜ ਨਹੀਂ ਹੈ। ਇਸ਼ਕ ਦੇ ਸਾਹਵੇਂ ਤਾਂ ਬੇ-ਰੁਖ਼ੀਆਂ ਅਤੇ ਅਸਫਲਤਾਵਾਂ ਸੀਨਾ ਤਾਣ ਕੇ ਖੜੀਆਂ ਹਨ। ਪਿਆਰ ਦੀ ਪ੍ਰਾਪਤੀ ਲਈ ਸਾਧਨਾਂ ਦੀ ਮਹੱਤਤਾ ਦਾ ਜ਼ਿਕਰ ਡਾ. ਗਿੱਲ ਆਪਣੀ ਬਾਈਵੀਂ ਗ਼ਜ਼ਲ ਦੇ ਪਹਿਲੇ ਸ਼ਿਅਰ ਵਿਚ ਕਰ ਦਿੰਦਾ ਹੈ:

ਇਸ਼ਕ ਦੀ ਤਸਵੀਰ ਲੋੜੇ ਰਾਤ ਦਿਨ ਦੀ ਸਾਧਨਾ।
ਜਿਸ ਲਈ ਜਜ਼ਬਾਤ ਨੂੰ ਰੰਗਾਂ 'ਚ ਪੈਂਦਾ ਢਾਲਣਾ।

ਆਪਣੇ ਹੱਕ ਮੰਗਣ ਦੀ ਲਾਲਸਾ ਕਰਨੀ ਬੁਰੀ ਗੱਲ ਨਹੀਂ ਪਰ ਇਕੱਲੀ ਲਾਲਸਾ ਕੀਤਿਆਂ ਤਾਂ ਕੁਝ ਹਾਸਲ ਨਹੀਂ ਹੁੰਦਾ? ਇੱਛਾ ਜਾਂ ਲਾਲਸਾ ਦੇ ਨਾਲ ਨਾਲ, ਮਨੁੱਖ ਨੂੰ ਆਪਣੀ ਇੱਛਾ ਦੀ ਪੂਰਤੀ ਲਈ ਆਪਣਾ ਫ਼ਰਜ਼ ਵੀ ਪਹਿਚਾਨਣਾ ਹੀ ਪਵੇਗਾ ਅਤੇ ਨਾਲ ਹੀ ਸੂਰਬੀਰ ਵੀ ਹੋਣਾ ਪਵੇਗਾ:

ਇਸ਼ਕ ਦੇ ਵਿਚ ਜ਼ਿੰਦਗੀ ਹੈ ਸੁਲਗਦੇ ਹੀ ਗੁਜ਼ਰਦੀ,
ਪਾ ਲਹੂ ਦਾ ਤੇਲ ਹੱਡਾਂ ਨੂੰ ਹੈ ਪੈਂਦਾ ਜਾਲਣਾ।
ਭਾਵਨਾ ਮਾੜੀ ਨਹੀਂ ਹੈ, ਆਪਣੇ ਹੱਕ ਲੋਚਣਾ,
ਆਦਮੀ ਪਰ ਸੂਰਮਾ ਜੋ ਫ਼ਰਜ਼ ਜਾਣੇ ਪਾਲਣਾ। *(ਪੰਨਾ 40)*

ਕਵੀ ਡਾ. ਗਿੱਲ ਚਾਹ ਲਈ ਫ਼ਰਜ਼ ਦੇ ਅਹਿਸਾਸ ਤੋਂ ਬਾ-ਖ਼ਬਰ ਹੋਣ ਉਪਰੰਤ ਜੀਵਨ ਦੀ ਇਕ ਹੋਰ ਔਕੜ ਦਾ ਜ਼ਿਕਰ ਵੀ ਕਰਦਾ ਹੈ। ਇਹ ਔਕੜ ਹੈ, ਸੱਚ ਬੋਲਣਾ ਅਤੇ ਸੱਚ ਉੱਤੇ ਪਹਿਰਾ ਦਿੰਦਿਆਂ ਸੱਚ ਦੀ ਮਾਰ ਨੂੰ ਸਹਿਣ ਯੋਗ ਹੋਣਾ। ਸੱਚ ਕਹਿਣ ਨਾਲੋਂ ਵੀ ਸੱਚ ਸਹਿਣਾ ਬਹੁਤ ਔਖਾ ਕਰਮ ਹੈ। ਆਮ ਵੇਖਣ ਵਿਚ ਆਉਂਦਾ ਹੈ ਕਿ ਅਕਸਰ ਸੱਚ ਕੌੜਾ ਲੱਗਦਾ ਹੈ। ਇਸੇ ਲਈ ਹੀ ਕਈ ਵਾਰ ਸੱਚ ਦੀ ਕੁੜੱਤਣ ਨੂੰ ਦੂਰ ਕਰਨ, ਭਾਵ ਮਿੱਠਾ ਕਰਨ ਲਈ ਝੂਠ ਦਾ ਸਹਾਰਾ ਲਿਆ ਜਾਂਦਾ ਹੈ। ਪਰ ਇਹ ਸੂਰਮਗਤੀ ਨਹੀਂ ਕਿਉਂਕਿ ਸੱਚ ਤਾਂ ਸਦਾ ਹੀ ਸੱਚ ਰਹਿੰਦਾ ਹੈ। ਜਿਹੜਾ ਬੰਦਾ ਸੱਚ ਤੋਂ ਡਰਦਾ ਹੈ ਦਰਅਸਲ ਉਸ ਨੂੰ ਹਮੇਸ਼ਾ ਹੀ ਹਾਰਾਂ ਦਾ ਸਾਹਮ੍ਹਣਾ ਕਰਨਾ ਪੈਂਦਾ ਹੈ। ਆਪਣੀ ਪੈਂਹਠਵੀਂ ਗ਼ਜ਼ਲ ਦੇ ਮਤਲੇ ਵਿਚ ਕਵੀ ਗਿੱਲ ਸਪਸ਼ਟ ਕਰਦਿਆਂ ਕਹਿੰਦਾ ਹੈ:

ਸੱਚ ਤੋਂ ਜਿਹੜੇ ਡਰਦੇ ਲੋਕ।
ਰਹਿਣ ਹਮੇਸ਼ਾ ਹਰਦੇ ਲੋਕ।

ਇਸ ਦੇ ਨਾਲ ਹੀ ਕਵੀ ਇਕ ਹੋਰ ਸੱਚ ਵੀ ਪਾਠਕਾਂ ਦੇ ਸਾਹਵੇਂ ਲਿਆਉਂਦਾ ਹੈ:

ਉਹੀ ਲੜਦੇ ਨਾਲ ਜ਼ੁਲਮ ਦੇ
ਜ਼ੁਲਮ ਨਹੀਂ ਜੋ ਕਰਦੇ ਲੋਕ।

ਸਾਹਿਤ ਅਤੇ ਜੀਵਨ ਇਕੋ ਹੀ ਸਿੱਕੇ ਦੇ ਆਸੇ ਪਾਸੇ ਹਨ। ਸਾਹਿਤ ਨੂੰ ਜੀਵਨ ਨਾਲੋਂ ਅਤੇ ਜੀਵਨ ਨੂੰ ਸਾਹਿਤ ਨਾਲੋਂ ਨਿਖੇੜਿਆ ਨਹੀਂ ਜਾ ਸਕਦਾ। ਇਹ ਇਕ ਹੂੰਝਾ-ਫੇਰੂ ਬਿਆਨ ਨਹੀਂ ਹੈ। ਹਾਂ, ਸਾਹਿਤ ਵਿਚ ਜੀਵਨ ਦਾ ਜਿਹੜਾ ਚਿੱਤਰ ਪੇਸ਼ ਕੀਤਾ ਜਾਂਦਾ ਹੈ ਉਹ ਕਲਾਤਮਕ ਢੰਗ ਨਾਲ ਹੁੰਦਾ ਹੈ। ਡਾ. ਗਿੱਲ ਨੇ ਜੀਵਨ ਦੀਆਂ ਸਾਰੀਆਂ ਹੀ ਪ੍ਰਸਥਿਤੀਆਂ ਨੂੰ ਆਪਣੇ ਪਿੰਡੇ 'ਤੇ ਨਾ ਕੇਵਲ ਹੰਢਾਇਆ ਹੀ ਹੈ ਸਗੋਂ ਇਹਨਾਂ ਨੂੰ ਸਮਝਣ ਦਾ ਯਤਨ ਵੀ ਕੀਤਾ ਹੈ। ਉਹ ਆਪਣੀ ਗੱਲ ਨੂੰ ਆਪਣੀ ਸਮਰੱਥਾ ਅਨੁਸਾਰ ਸਮਝ ਵਿਚਾਰ ਕੇ ਪਾਠਕਾਂ ਦੇ ਰੂਬਰੂ ਕਰਦਾ ਹੈ। ਆਮ ਜੀਵਨ ਕੀ ਹੈ? ਸੁੱਖਾਂ ਤੇ ਦੁੱਖਾਂ ਦਾ ਭੰਡਾਰ। ਕਦੇ ਸੁੱਖ ਆਉਂਦੇ ਹਨ ਅਤੇ ਕਦੇ ਦੁੱਖ। ਦੁੱਖਾਂ ਵਿਚ ਘਿਰਿਆ ਜੀਵਨ ਸੱਚਮੁੱਚ ਹੀ ਘਬਰਾ ਜਾਂਦਾ ਹੈ, ਡੋਲ ਜਾਂਦਾ ਹੈ। ਪਰ ਅਟੱਲ ਸੱਚਾਈ ਤਾਂ ਇਹ ਹੈ ਕਿ ਜੀਵਨ ਵਿਚ ਨਾ ਤਾਂ ਸਦਾ ਖ਼ੁਸ਼ੀ ਦੇ ਪਲ ਹੀ ਟਿਕਦੇ ਹਨ ਅਤੇ ਨਾ ਹੀ ਦੁੱਖ ਦੇ। ਪਰ ਇਕ ਗੱਲ ਜ਼ਰੂਰ ਹੈ ਕਿ ਦੁੱਖ ਦੇ ਪਲਾਂ ਵਿਚ ਬੀਤੇ ਹੋਏ ਪਲ ਜ਼ਿਆਦਾ ਯਾਦ ਆਉਂਦੇ ਹਨ। ਅੱਜ ਦੇ ਮੁਕਾਬਲੇ ਵਿਚ ਜਦੋਂ ਬੰਦਾ ਆਪਣੇ ਬੀਤੇ ਕੱਲ੍ਹ ਦੇ ਚੰਗੇ ਦਿਨਾਂ ਨੂੰ ਯਾਦ ਕਰਦਾ ਹੈ ਤਾਂ ਝੂਰਨ ਲੱਗ ਪੈਂਦਾ ਹੈ। ਪਰ ਨਿਰਾਸ਼ ਹੋ ਕੇ ਝੂਰਦਿਆਂ ਤਾਂ ਜ਼ਿੰਦਗੀ ਨਹੀਂ ਕੱਟੀ ਜਾ ਸਕਦੀ। ਜ਼ਿੰਦਗੀ ਤਾਂ ਹੱਸ ਕੇ ਗੁਜ਼ਾਰਿਆਂ ਹੀ ਸਾਵੀਂ ਗੁਜ਼ਰ ਸਕਦੀ ਹੈ, ਨਹੀਂ ਤਾਂ ਜੀਵਨ ਤਾਂ ਨਰਕ ਹੀ ਬਣ ਜਾਵੇਗਾ। ਹੱਸਦਿਆਂ-ਮੁਸਕਾਂਦਿਆਂ ਤਾਂ ਪਹਾੜਾਂ ਜੇਡੀ ਬਿਪਤਾ ਵੀ ਕੱਟੀ ਜਾ ਸਕਦੀ ਹੈ। ਜਿਗਰਾ ਕਰਨਾ ਬਹੁਤ ਹੀ ਸੂਰਮਗਤੀ ਦਾ ਕੰਮ ਹੈ। ਇਸ ਸਿਲਸਿਲੇ ਵਿਚ ਤਰਵੰਜਵੀਂ ਗ਼ਜ਼ਲ ਦਾ ਮਤਲਾ ਤੇ ਬਾਕੀ ਸ਼ਿਅਰ ਕਾਬਲੇ-ਗੌਰ ਹਨ:

ਯਾਦਾਂ ਦਾ ਇਹ ਖ਼ਜ਼ਾਨਾ ਹਰਗਿਜ਼ ਸੰਭਾਲ ਰੱਖਣਾ।
ਕੱਲ੍ਹ ਨੂੰ ਵੀ ਨਾਲ ਰੱਖਣਾ, ਅੱਜ ਨੂੰ ਵੀ ਨਾਲ ਰੱਖਣਾ।
ਬੀਤੇ ਨੂੰ ਨਾ ਫਰੋਲੋ ਲੱਭਣਾ ਨਹੀਂ ਹੈ ਕੁਝ ਵੀ,
ਸੰਭਲ ਕੇ ਅੱਗੇ ਚੱਲਣਾ, ਏਨਾ ਖ਼ਿਆਲ ਰੱਖਣਾ।
ਤੂੰ ਚੀਰ ਕੇ ਹਨੇਰੇ ਲੰਘ ਜਾਵੀਂ ਮੌਤ ਵਰਗੇ,
ਇਕ ਜ਼ਿੰਦਗੀ ਦੀ ਜੋਤੀ ਮੱਥੇ 'ਚ ਬਾਲ ਰੱਖਣਾ।

ਡਾ. ਗਿੱਲ ਭਲੀ ਭਾਂਤ ਜਾਣਦਾ ਹੈ ਕਿ ਮਨੁੱਖੀ ਜੀਵਨ ਕਿਸੇ ਕਿਤਾਬ ਦੇ ਪੰਨੇ ਨਹੀਂ ਕਿ ਜੇਕਰ ਜੀਵਨ ਨਾਮੀ ਪੁਸਤਕ ਵਿਚੋਂ ਕੁਝ ਪੰਨੇ ਜਾਂ ਕਾਂਡ ਮਨ ਨਹੀਂ ਭਾਉਂਦੇ ਤਾਂ ਉਹਨਾਂ ਨੂੰ ਪਾੜ ਕੇ ਸੁੱਟ ਦਿੱਤਾ ਜਾਵੇ। ਇਹ ਪੰਨੇ ਤਾਂ ਹਰ ਮਨੁੱਖ ਦੀ ਕਿਸਮਤ ਹਨ। ਪਿਆਰ ਦੇ ਨਾਲ ਨਾਲ ਨਫ਼ਰਤ ਦੀ ਵੀ ਆਪਣੀ ਹੀ ਕੋਝੀ ਥਾਂ ਹੈ। ਪੰਜਾਬ/ਭਾਰਤ ਵਿਚ ਨਫ਼ਰਤ ਅਤੇ ਧਰਮੀ ਜਨੂੰਨ ਤੋਂ ਪੈਦਾ ਹੋਈ ਦਹਿਸ਼ਤਗਰਦੀ ਨੇ ਜਿਹੜੇ ਭਾਣੇ ਵਰਤਾਏ, ਉਸ ਦੇ ਸੇਕ ਤੋਂ ਹੋਰ ਲੇਖਕਾਂ ਵਾਂਗ ਹੀ ਗਿੱਲ ਵੀ ਵਾਂਝਿਆ ਨਾ ਰਿਹਾ। ਉਸ ਨੇ ਵੇਖਿਆ ਕਿ ਕਿਵੇਂ ਨਫ਼ਰਤ ਨੇ ਪਿੰਡਾਂ ਦੀਆਂ ਜੂਹਾਂ ਵਿਚੋਂ ਹਾਸੇ ਖੋਹ ਕੇ ਲੋਕਾਂ ਨੂੰ ਪਿਆਰ ਤੋਂ ਨਾਬਰ ਹੋਣ ਲਈ ਮਜਬੂਰ ਕਰ ਦਿੱਤਾ :

ਨਫ਼ਰਤਾਂ ਦਾ ਇਸ ਤਰ੍ਹਾਂ ਵਧਦਾ ਪਸਾਰਾ ਜਾ ਰਿਹੈ,
ਪਿਆਰ ਤੋਂ ਹੀ ਲੋਕ ਹੋਏ ਹੋਣ ਨਾਬਰ ਜਿਸ ਤਰ੍ਹਾਂ।
ਠਰ ਰਹੀ ਹੈ ਬਾਹਰੋਂ ਇਹ ਜ਼ਿੰਦਗੀ ਸਹਿਮੀ ਹੋਈ,
ਖ਼ੂਨ ਅੰਦਰ ਖੌਲਦਾ ਪਰ ਗਰਮ ਸਾਗਰ ਜਿਸ ਤਰ੍ਹਾਂ।
ਦੋਸਤਾਂ ਦੇ ਰਿਸ਼ਤਿਆਂ ਦੀ ਪਰਖ ਤੋਂ ਇਉਂ ਜਾਪਦਾ,
ਮੋਮਨਾਂ ਦੇ ਵਸਤਰਾਂ ਵਿਚ ਫਿਰਨ ਕਾਫ਼ਰ ਜਿਸ ਤਰ੍ਹਾਂ।
(ਗ਼ਜ਼ਲ 6, ਪੰਨਾ 24)

ਅਤੇ ਫਿਰ ਨਫ਼ਰਤਾਂ ਨਾਲ ਲੈਸ ਹੋ ਕੇ ਆਤੰਕਵਾਦ ਨੇ ਪਿੰਡਾਂ ਦੀ ਸੁਖ-ਚੈਨ ਹੀ ਖੋਹ ਲਈ। ਜਿਹਨਾਂ ਪਿੰਡਾਂ ਵਿਚ ਸਾਰੀ ਸਾਰੀ ਰਾਤ ਹਾਸੇ ਗੂੰਜਦੇ ਸਨ, ਉਹ ਪਿੰਡ ਆਤੰਕਵਾਦ ਦੇ ਕਾਰਨ, ਦਿਨ ਨੂੰ ਵੀ ਹਨੇਰੇ ਭੋਗਣ ਲਈ ਮਜਬੂਰ ਹੋ ਗਏ :

ਹਾਸੇ ਦੀ ਰੌਸ਼ਨੀ ਵਿਚ ਰਾਤਾਂ ਨੂੰ ਚਮਕਦਾ ਸੀ,
ਉਹ ਪਿੰਡ ਦਿਨ ਦਿਹਾੜੇ ਹੁਣ ਭੋਗਦਾ ਹਨੇਰਾ। (ਗ਼ਜ਼ਲ 3, ਪੰਨਾ 21)

ਕੱਲ੍ਹ ਤਕ ਜਿਹਨਾਂ ਦੀ ਦੋਸਤੀ 'ਤੇ ਮਾਣ ਹੋ ਰਿਹਾ ਸੀ, ਵਿਧਾਤਾ ਦੀ ਵਿਡੰਬਨਾ ਦੇਖੋ ਕਿ ਉਹਨਾਂ ਦੋਸਤਾਂ ਦੇ ਹੱਥੋਂ ਹੀ ਦੋਸਤਾਂ ਨੂੰ ਤਸੀਹੇ ਤੇ ਜ਼ੁਲਮ ਸਹਿਣੇ ਪਏ :

ਕੱਲ੍ਹ ਜਿਨ੍ਹਾਂ ਦੀ ਦੋਸਤੀ 'ਤੇ ਮਾਣ ਸਾਨੂੰ ਸੀ ਬੜਾ,
ਅੱਜ ਤਸੀਹੇ ਉਹਨਾਂ ਹੱਥੋਂ ਹੀ ਪਏ ਹਾਂ ਜਰ ਰਹੇ।
ਚੋਰ ਸਾਧੂ ਦਾ ਨਖੇੜਾ ਕਰਨਾ, ਮੁਸ਼ਕਲ ਹੋ ਗਿਆ,
ਵੱਖਰੇ ਕਿਰਦਾਰ ਨੇ ਪਰ ਵੱਖਰੇ ਵਸਤਰ ਰਹੇ। (ਗ਼ਜ਼ਲ 4, ਪੰਨਾ 22)

ਉਂਝ ਪੰਜਾਬ ਵਿਚ ਆਤੰਕਵਾਦ ਨੇ ਜਿਹੜੇ 'ਗੁੱਲ ਖਿੜਾਏ', ਉਸ ਦੀ ਜ਼ਿੰਮੇਵਾਰੀ ਕਿਸੇ ਇਕੱਲੀ ਧਿਰ ਦੇ ਮੱਥੇ ਨਹੀਂ ਮੜ੍ਹੀ ਜਾ ਸਕਦੀ। ਇਸ ਨੂੰ ਪੈਦਾ ਕਰਨ, ਵਧਾਉਣ ਅਤੇ ਖਿਲਾਰਨ ਵਿਚ ਸਿੱਖ, ਗ਼ੈਰ-ਸਿੱਖ/ਪੰਜਾਬੀ ਆਤੰਕਵਾਦੀਆਂ ਦੇ ਨਾਲ ਨਾਲ ਹੀ ਸਰਕਾਰੀ, ਨੀਮ-ਸਰਕਾਰੀ ਅਤੇ ਗ਼ੈਰ-ਸਰਕਾਰੀ ਸਾਜ਼ਸ਼ਾਂ ਅਤੇ ਸਾਜ਼ਸ਼ੀਆਂ ਦਾ ਵੀ ਬਰਾਬਰ ਬਰਾਬਰ ਦਾ ਹੀ ਹੱਥ ਰਿਹਾ। ਕੀ ਰਾਜਨੀਤਕ ਪਾਰਟੀਆਂ, ਕੀ ਗੁੰਡਾਗਰਦਾਂ ਅਤੇ ਕੀ ਅਮਨ-ਚੈਨ ਦੀ ਰਖਵਾਲੀ ਪੁਲਸ, ਸਭ ਨੇ ਹੀ ਹਾਲਾਤ ਦਾ ਨਾਜਾਇਜ਼ ਲਾਭ ਉਠਾਇਆ। ਪੁਲਸ ਨੇ ਤਾਂ ਸਾਰੇ ਹੀ ਹੱਦਾਂ ਬੰਨੇ ਤੋੜ ਦਿੱਤੇ ਅਤੇ ਬੇਗੁਨਾਹਾਂ ਨੂੰ ਕਤਲ ਕਰਨ ਵਿਚ ਰਤਾ ਵੀ ਢਿੱਲ ਨਹੀਂ ਵਰਤੀ। ਕੋਈ ਵੀ ਮਜ਼ਲੂਮ ਪੁਲਿਸ ਤੋਂ ਸਹਾਇਤਾ ਦੀ ਕੀ ਆਸ ਰੱਖੇ ਜਦ ਕਿ ਦੇਸ਼ ਦੀ ਵਾੜ (ਪੁਲਸ) ਹੀ ਖੇਤ ਨੂੰ ਖਾ ਰਹੀ ਹੋਵੇ? ਡਾ. ਗੁਰਨਾਮ ਸਿੰਘ ਗਿੱਲ ਨੇ ਅਜਿਹੇ ਸਾਰੇ ਹੀ ਸੱਚ ਨੂੰ ਨੰਗਿਆਂ ਕਰ ਕੇ ਪਾਠਕਾਂ ਦੇ ਰੂਬਰੂ ਕਰਨ ਦੀ ਕੋਸ਼ਿਸ਼ ਆਪਣੇ ਹੀ ਅੰਦਾਜ਼ ਵਿਚ ਕੀਤੀ ਹੈ:

ਸੱਚ ਕਹਿਣੋਂ ਬਾਜ਼ ਆ ਜਾ, ਹੋਰ ਤੁਹਮਤ ਨਾ ਲੁਆ,
ਨਾਮ ਪਹਿਲੋਂ ਹੀ ਬੜਾ ਹੋ ਚੁੱਕਿਆ ਬਦਨਾਮ ਹੈ।
ਧੁੱਪ ਦੀ ਕਾਤਰ ਲਈ ਸਾਰਾ ਹੀ ਦਿਨ ਰੁਲਦੇ ਰਹੇ,
ਚਲ ਘਰਾਂ ਨੂੰ ਮੁੜ ਚੱਲੀਏ ਪੈ ਗਈ ਹੁਣ ਸ਼ਾਮ ਹੈ।.....
ਬੇ ਕਸੂਰੇ ਮਾਰ ਕੇ ਵੀ ਲੱਭਦੇ ਕਾਤਲ ਅਜੇ,
ਸਾਹਮਣੇ ਕਾਤਲ ਖੜਾ ਪਰ ਫੇਰ ਵੀ ਗੁੰਮਨਾਮ ਹੈ। *(ਗ਼ਜ਼ਲ 2, ਪੰਨਾ 20)*

ਪਰ ਇਹ ਸੰਤੋਖ ਵਾਲੀ ਗੱਲ ਹੈ ਕਿ ਕਵੀ ਨੂੰ ਇੰਨੀ ਨਿਰਾਸ਼ਾ ਦੇ ਬਾਵਜੂਦ ਵੀ ਸੂਰਜ (ਇਨਸਾਫ਼) ਦੀ ਕਿਰਨ 'ਤੇ ਭਰੋਸਾ ਹੈ। ਆਪਣੀ ਅੱਠਵੀਂ ਗ਼ਜ਼ਲ ਤੇ ਮਤਲੇ ਅਤੇ ਅਗਲੇ ਸ਼ਿਅਰਾਂ ਵਿਚ ਉਹ ਆਪਣੀ ਆਸ ਦਾ ਜ਼ਿਕਰ ਕਰਦਾ ਹੈ:

ਕਿਰਨ ਲੈ ਸੂਰਜ ਦੀ ਨ੍ਹੇਰੇ 'ਚੋਂ ਗੁਜ਼ਰ ਜਾਵਾਂਗਾ ਮੈਂ।
ਰਾਤ ਕਾਲੀ ਦੇ ਬਨੇਰੇ ਦੀਪ ਧਰ ਜਾਵਾਂਗਾ ਮੈਂ।
ਭੁੱਲ ਗਏ ਨੇ ਉਹ 'ਫ਼ਸਾਨਾ ਜ਼ਿੰਦਗੀ ਦਾ ਛੇੜ ਕੇ,
ਇਸ ਅਧੂਰੇ ਕਾਂਡ ਨੂੰ ਵੀ ਪੂਰਾ ਕਰ ਜਾਵਾਂਗਾ ਮੈਂ।

ਅਤੇ ਕਵੀ ਗਿੱਲ ਨੂੰ 'ਜੰਗਲ' ਵਿਚ ਲੱਗੀ ਇਸ ਅੱਗ ਦੇ ਬੁਝਣ ਦੀ ਪੂਰੀ ਆਸ ਵੀ ਹੈ ਅਤੇ ਉਡੀਕ ਵੀ:

ਅੱਗ ਜੰਗਲ ਦੀ ਰਤਾ ਬੁਝ ਲੈਣ ਦੇ ਫਿਰ ਵੇਖਣਾ,
ਮੁੜ ਬਿਰਖ ਦੇ ਪੱਤਿਆਂ 'ਤੇ ਨਾਂ ਉਕਰ ਜਾਵਾਂਗਾ ਮੈਂ।

(ਗ਼ਜ਼ਲ 8, ਪੰਨਾ 26)

ਜੀਵਨ ਸਕੀਰਨ ਨਹੀਂ, ਬੜਾ ਵਿਸ਼ਾਲ ਹੈ। ਜੀਵਨ ਖੜੋਤ ਨਹੀਂ, ਵਿਕਾਸਸ਼ੀਲ ਹੈ। ਵਿਕਾਸ ਦੀ ਇਸ ਪ੍ਰਕਿਰਿਆ ਵਿਚ ਰਿਸ਼ਤਿਆਂ ਦੀ ਬੜੀ ਥਾਂ ਹੈ। ਰਿਸ਼ਤਿਆਂ ਦੀ ਹੋਂਦ, ਇਹਨਾਂ ਦੀ ਸਾਰਥਕਤਾ ਅਤੇ ਨਿਰਾਰਥਕਤਾ ਦਾ ਆਪਣਾ ਇਕ ਸਥਾਨ ਹੈ।

ਅਕਸਰ ਰਿਸ਼ਤੇ ਹੀ ਮਨੁੱਖੀ ਜੀਵਨ ਨੂੰ ਖ਼ੁਸ਼ਹਾਲ ਕਰਦੇ ਹਨ ਅਤੇ ਰਿਸ਼ਤਿਆਂ ਵਿਚ ਪਈਆਂ ਤ੍ਰੇੜਾਂ ਮਨੁੱਖੀ ਜੀਵਨ ਨੂੰ ਕਸ਼ਟਮਈ ਅਤੇ ਨਿਰਾਸ਼ ਵੀ। ਮਿੱਤਰਤਾ, ਪ੍ਰੇਮੀ-ਪ੍ਰੇਮਿਕਾ, ਪਤੀ-ਪਤਨੀ, ਭੈਣ-ਭਾਈ, ਪਿਤਾ-ਪੁੱਤਰ, ਮਾਂ-ਧੀ ਸਭ ਹੀ ਰਿਸ਼ਤਿਆਂ ਦੀ ਡੋਰ ਵਿਚ ਬੱਝੇ ਹੋਏ ਹਨ। ਕਿਤਿਉਂ ਡੋਰ ਟੁੱਟੀ, ਗੰਢ ਪਈ ਜਾਂ ਢਿੱਲੀ ਹੋਈ ਕਿ ਰਿਸ਼ਤੇ ਤਿੜਕ ਜਾਂਦੇ ਹਨ। ਮਨੁੱਖੀ ਜੀਵਨ ਵਿਚ ਮਨੁੱਖ ਇਕ ਦੂਜੇ ਨਾਲ ਰਿਸ਼ਤੇ-ਨਾਤੇ ਕਾਇਮ ਕਰਦਾ ਹੈ ਅਤੇ ਫਿਰ ਆਪ ਹੀ ਇਹਨਾਂ ਰਿਸ਼ਤਿਆਂ ਦੀਆਂ ਤੰਦਾਂ ਦੇ ਮੱਕੜੀ ਜਾਲ ਵਿਚ ਫਸ ਕੇ ਮਰ ਜਾਂਦਾ ਹੈ। ਜੇ ਰਿਸ਼ਤੇ ਨਹੀਂ ਬਣਦੇ ਤਾਂ ਵੀ ਨਹੀਂ ਸਰਦਾ। ਜੀਵਨ, ਧਰਤੀ ਅਤੇ ਅਸਮਾਨ ਵਿਚਾਲੇ ਵੀ ਇਕ ਰਿਸ਼ਤਾ ਹੈ। ਇਸ ਰਿਸ਼ਤੇ ਵਿਚ ਵੀ ਮਨੁੱਖੀ ਜੀਵਨ ਨਫ਼ਰਤਾਂ ਪਾਲਦਾ ਹੈ ਅਤੇ ਦੋਸਤੀਆਂ ਵੀ ਨਿਭਾਉਂਦਾ ਹੈ। ਕਈ ਅਜਿਹੇ ਰਿਸ਼ਤੇ ਵੀ ਹਨ ਕਿ ਜਨਮ ਨਾਲ ਬਣਦੇ ਹਨ ਅਤੇ ਮੌਤ ਨਾਲ ਹੀ ਖ਼ਤਮ ਹੁੰਦੇ ਹਨ। ਰਿਸ਼ਤਾ ਇਕ ਅਹਿਸਾਸ ਹੀ ਤਾਂ ਹੈ। ਕਵੀ ਗਿੱਲ ਜ਼ਿੰਦਗੀ ਦੇ ਖ਼ੂਬਸੂਰਤ ਰਿਸ਼ਤਿਆਂ, ਦੋਸਤੀ, ਪਿਆਰ ਅਤੇ ਵਿਸ਼ਵ-ਪਿਆਰ ਵਰਗੇ ਰਿਸ਼ਤਿਆਂ ਦੀ ਭਿੰਨੀ ਭਿੰਨੀ ਖ਼ੁਸ਼ਬੂ ਦੇ ਅਹਿਸਾਸਾਂ ਦਾ ਜ਼ਿਕਰ ਅਤੇ ਰਿਸ਼ਤਿਆਂ ਦੀ ਕੋਮਲਤਾ ਨੂੰ 'ਰਿਸ਼ਤੇ' ਨਾਂ ਦੀ ਕਵਿਤਾ ਵਿਚ ਬਹੁਤ ਹੀ ਪਿਆਰੇ ਪਿਆਰੇ ਪ੍ਰਤੀਕ ਅਤੇ ਸ਼ਬਦ ਵਰਤ ਕੇ ਉਜਾਗਰ ਕਰਦਾ ਹੈ:

ਰਿਸ਼ਤਿਆਂ ਦਾ ਅਹਿਸਾਸ ਸਦਾ ਹੀ
ਦਿਲਾਂ ਵਿਚ ਹੈ ਪਲਦਾ
ਸਵੇਰ ਤੋਂ ਸ਼ਾਮ ਧੀਰੇ-ਧੀਰੇ
ਸੂਰਜ ਵਾਂਗੂ ਢਲਦਾ।

ਫੁੱਲ ਤੇ ਸੂਲ ਦੇ ਪ੍ਰਤੀਕਾਂ ਦੀ ਵਰਤੋਂ ਭਲੀ ਲੱਗਦੀ ਹੈ:

ਕੁਝ ਰਿਸ਼ਤੇ ਨੇ ਫੁੱਲਾਂ ਵਰਗੇ
ਮਹਿਕ ਲੁਟਾ ਕੇ ਹੁੱਬਦੇ
ਕੁਝ ਰਿਸ਼ਤੇ, ਰਿਸ਼ਤੇ ਹੋ ਕੇ ਵੀ
ਸੂਲਾਂ ਵਾਂਗੂੰ ਚੁੱਭਦੇ।

ਦੋਸਤੀ ਦੇ ਰਿਸ਼ਤੇ ਦੀ ਵੀ ਗਿੱਲ ਸਾਹਵੇਂ ਬੜੀ ਮਹੱਤਤਾ ਹੈ। ਮਿੱਤਰਤਾ ਪ੍ਰਤੀ ਉਹ ਬਹੁਤ ਹੀ ਸੁਹਿਰਦ ਹੈ, ਭਾਵੁਕ ਹੈ। ਡਾ. ਪ੍ਰੀਤਮ ਸਿੰਘ ਕੈਂਥ *ਕਾਵਿ ਸੁਹਜ ਦਾ ਚਿਤੇਰਾ* ਵਿਚ ਠੀਕ ਹੀ ਲਿਖਦੇ ਹਨ: "ਜਿਸ ਵਿਅਕਤੀ ਵਿਚ ਜੀਵਨ ਦਾ ਲਖਸ਼ ਦੋਸਤੀ ਹੋਵੇ ਉਸ ਵਿਚ ਪਿਆਰ ਦਾ ਠਹਿਰਾ ਹੋ ਸਕਦਾ ਹੈ, ਉਹ ਕਿਸੇ ਲਈ ਆਸ਼ਾ ਦੇ ਦੀਵੇ ਬਾਲਦਾ ਹੈ। ਜਿਸ ਦਾ ਹਿਰਦਾ ਸੁੱਕੇ ਢੀਂਗਰੇ ਵਰਗਾ ਹੋਵੇ, ਉਸ ਅੰਦਰ ਪਿਆਰ ਰੂਪੀ ਫਲ ਕਿਵੇਂ ਫਲੀਭੂਤ ਹੋ ਸਕਦਾ ਹੈ।" ਦੋਸਤੀ ਪ੍ਰਤੀ ਡਾ. ਗਿੱਲ ਦੀ ਛੱਤੀਵੀਂ ਗ਼ਜ਼ਲ ਦਾ ਮਤਲਾ, ਚੌਥਾ ਅਤੇ ਪੰਜਵਾਂ ਸ਼ਿਅਰ ਧਿਆਨ ਯੋਗ ਹੈ:

ਬੇਵਫ਼ਾ ਦੀ ਦੋਸਤੀ ਪਰਖਣ ਲਈ।
ਜ਼ਿੰਦਗਾਨੀ ਰਹਿ ਗਈ ਭਟਕਣ ਲਈ।

ਉਹ ਕਦੇ ਨਾ ਤੋੜਦੇ, ਜੋ ਜਾਣਦੇ,
ਬਸ਼ਰ ਦਾ ਇਹ ਦਿਲ ਤਾਂ ਹੈ ਧੜਕਣ ਲਈ।
ਜ਼ਿੰਦਗੀ ਵਿਚ ਦੋਸਤੀ ਹੈ ਇਸ ਤਰ੍ਹਾਂ,
ਮਹਿਕ ਹੈ ਜਿਉਂ ਫੁੱਲ ਵਿਚ ਮਹਿਕਣ ਲਈ। *(ਪੰਨਾ 54)*

ਕੁਝ ਅਜਿਹੇ ਰਿਸ਼ਤੇ ਵੀ ਹੁੰਦੇ ਨੇ ਜਿਹਨਾਂ ਨੂੰ ਕੋਈ ਵੀ ਨਾਮ ਨਹੀਂ ਦਿੱਤਾ ਜਾ ਸਕਦਾ ਪਰ ਇਹ ਰਿਸ਼ਤੇ ਹੁੰਦੇ ਹਨ ਬੜੇ ਹੀ ਉੱਚੇ, ਜੰਗਲ ਦੀ ਪੌਣ ਵਾਂਗ ਪਵਿੱਤਰ ਅਤੇ ਚੁੰਮਣ ਵਾਂਗ ਸੁੱਚੇ। ਕਵੀ ਗਿੱਲ ਇਕ ਸਰਬ-ਵਿਆਪੀ ਅਤੇ ਅਤਿ ਦੇ ਲੋੜੀਂਦੇ ਰਿਸ਼ਤੇ ਦੀ ਭਾਲ ਵਿਚ ਹੈ, ਜਿਸ ਵਿਚ ਕੋਈ ਵੀ ਪਰਾਇਆ ਨਹੀਂ। ਸਭ ਹੀ ਸਾਰਿਆਂ ਲਈ ਹਨ, ਸਾਰੇ ਹੀ ਸਾਂਝੀਵਾਲ ਹਨ :

ਇਕ ਰਿਸ਼ਤਾ ਜਿਦ੍ਹੀ ਲੋੜ ਹੈ ਬਹੁਤੀ
ਦਿਲਾਂ ਦਾ ਸਰਮਾਇਆ।
ਇਸ ਰਿਸ਼ਤੇ ਵਿਚ ਸਾਰੇ ਆਪਣੇ
ਕੋਈ ਵੀ ਨਹੀਂ ਪਰਾਇਆ।

ਡਾ. ਗੁਰਨਾਮ ਗਿੱਲ ਅਗਾਂਹ-ਵਧੂ ਸੋਚ ਵਿਚ ਵਿਸ਼ਵਾਸ ਰੱਖਦਾ ਹੈ। ਉਸ ਦੇ ਵਿਚਾਰ ਅਗਰਗਾਮੀ ਹਨ, ਜਿਸ ਕਾਰਨ ਉਹ ਸਦਾ ਹੀ ਆਸ਼ਾਵਾਦੀ ਵੀ ਹੈ। ਆਸ਼ਾਵਾਦੀ ਹੋਣਾ ਵੀ ਚਾਹੀਦਾ ਹੈ ਕਿਉਂਕਿ ਨਿਰਾਸ਼ਾ ਅਤੇ ਨਾਂਹ-ਵਾਚਕ ਸੋਚ ਤਾਂ ਮਨੁੱਖ ਵਿਚ ਨਿੱਸਲਤਾ ਅਤੇ ਖੜੋਤ ਲਿਆਉਣ ਦੀ ਸਮਰਥਾ ਰੱਖਦੀ ਹੈ। ਉਹ ਖ਼ੁਦ ਪਰਵਾਸੀ ਹੈ। ਉਹ ਪੰਜਾਬ ਛੱਡ ਕੇ ਬਰਤਾਨੀਆ ਵਿਚ ਆ ਵੱਸਿਆ ਹੈ। ਉਸ ਨੇ ਆਪਣੇ ਪਿੰਡੇ 'ਤੇ ਆਪਣੇ ਜੱਦੀ ਦੇਸ਼ ਅਤੇ ਪਰਵਾਸ ਦੇ ਸਾਰੇ ਹੀ ਥਪੇੜੇ ਅਤੇ ਇੱਕੜ-ਦੁੱਕੜ ਸ਼ਾਬਾਸ਼ੀਆਂ ਨੂੰ ਹੰਢਾਇਆ ਹੈ, ਸਹਾਰਿਆ ਹੈ। ਉਹ ਪਰਵਾਸ ਵਿਚ ਭੋਗੀ ਜਾਣ ਵਾਲੀ ਮਾਨਸਿਕ ਪੀੜਾ ਤੋਂ ਅਨਜਾਣ ਨਹੀਂ। ਉਹ ਪਰਵਾਸ ਬਾਰੇ ਚੇਤੰਨ ਹੋ ਕੇ ਚਿੰਤਨਸ਼ੀਲ ਹੈ। ਆਰਥਕਤਾ ਮਜ਼ਬੂਤ ਕਰਨ ਦੀ ਚਾਹ ਲੈ ਕੇ ਆਇਆ ਪਰਵਾਸੀ ਗਿੱਲ ਹੋਰਾਂ ਬੇਅੰਤ ਪਰਵਾਸੀਆਂ ਵਾਂਗ ਹੀ, ਪਰਵਾਸ ਦੀਆਂ ਕੁਝ ਸੱਚਾਈਆਂ ਸਬੰਧੀ ਕੁਝ ਨਤੀਜਿਆਂ 'ਤੇ ਪੁੱਜਿਆ ਹੈ :

1. ਪਰਵਾਸ ਧਾਰਨ ਕਰਨ ਉਪਰੰਤ ਪਰਵਾਸੀ ਦੀ ਆਰਥਕਤਾ ਭਾਵੇਂ ਮਜ਼ਬੂਤ ਹੋਈ ਹੈ ਪਰ ਸਰਮਾਏਦਾਰੀ ਨਿਜ਼ਾਮ ਨੇ ਪਦਾਰਥਕ ਖ਼ੁਸ਼ੀ ਦੇ ਬਦਲੇ ਉਸ ਪਾਸੋਂ ਮਾਨਸਿਕ ਜਾਂ ਰੂਹਾਨੀ ਪ੍ਰਸੰਨਤਾ ਖੋਹ ਲਈ ਹੈ।
2. ਪਰਵਾਸੀ ਨੂੰ ਜੀਵਨ ਦੇ ਹਰ ਮੈਦਾਨ ਵਿਚ ਆਪਣੇ ਰੰਗ ਅਤੇ ਨਸਲ ਕਾਰਨ ਵਿਤਕਰਿਆਂ ਦਾ ਸਾਹਮਣਾ ਕਰਨਾ ਪੈ ਰਿਹਾ ਹੈ।
3. ਇਸ ਦੇ ਨਾਲ ਹੀ ਪਰਵਾਸੀ ਦੀ ਪਹਿਲੀ, ਦੂਜੀ ਅਤੇ ਤੀਜੀ ਪੀੜ੍ਹੀ ਵਿਚ ਪਾੜਾ ਵਧ ਰਿਹਾ ਹੈ। ਹਰ ਪੀੜ੍ਹੀ ਦਾ ਆਪਣਾ ਆਪਣਾ ਸੰਤਾਪ ਹੈ। ਰਿਸ਼ਤਿਆਂ ਵਿਚ ਤਰੇੜਾਂ ਪੈ ਰਹੀਆਂ ਹਨ ਅਤੇ ਪਰਵਾਸੀ ਦੀ ਸੰਤਾਨ ਸਭਿਆਚਾਰਕ ਤ੍ਰਾਸਦੀ ਦੇ ਦੋਰਾਹੇ/ਚੌਰਾਹੇ 'ਤੇ ਖੜੀ ਹੈ।

4. ਪਰਵਾਸੀ ਦੀ ਹਰ ਪੀੜ੍ਹੀ ਹੀ ਕਿਸੇ ਨਾ ਕਿਸੇ ਰੂਪ ਵਿਚ ਅਜਨਬੀਅਤ ਦੇ ਅਹਿਸਾਸ ਦੇ ਭਾਰ ਥੱਲੇ ਦੱਬੀ ਜਾ ਰਹੀ ਹੈ। ਪਹਿਲੀ ਪੀੜ੍ਹੀ ਦੇ ਪਰਵਾਸੀ ਦੀ ਮਾਨਸਿਕਤਾ ਭਾਵੇਂ ਅੱਜ ਵੀ ਆਪਣੀ ਜਨਮ-ਭੂਮੀ ਦੀ ਰਹਿਤਲ ਨਾਲ ਜੁੜੀ ਹੋਈ ਹੈ, ਪਰ ਇਕ ਸੱਚ ਉਹਨਾਂ ਦੇ ਪੱਲੇ ਹੈ ਕਿ ਉਹ ਮੁੜ ਕੇ ਆਪਣੇ ਜੱਦੀ ਵਤਨ ਵਿਚ ਨਹੀਂ ਜਾ ਸਕਣਗੇ ਕਿਉਂਕਿ ਉਹਨਾਂ ਦੀ ਸੰਤਾਨ ਨੂੰ ਉਹਨਾਂ ਦੇ ਜੱਦੀ ਦੇਸ਼ ਨਾਲ ਕਿਸੇ ਤਰ੍ਹਾਂ ਦਾ ਲਗਾਉ ਨਹੀਂ ਹੈ। ਫਿਰ ਵੀ ਕਿਸੇ ਨਾ ਕਿਸੇ ਰੂਪ ਵਿਚ ਪਹਿਲੀ ਪੀੜ੍ਹੀ ਦੇ ਪਰਵਾਸੀ ਦੇ ਮਨ ਵਿਚ 'ਵਤਨ' ਸਦਾ ਹੀ ਉਹਨਾਂ ਦੇ ਨਾਲ ਹੈ।
5. ਪਰ ਪਰਵਾਸੀ ਦੀਆਂ ਅਗਲੀਆਂ ਪੀੜ੍ਹੀਆਂ ਦਾ ਦੁਖਾਂਤ ਬਹੁਤ ਘਨੇਰਾ ਹੈ। ਪਰਵਾਸੀ ਦੀ ਨਵੀਂ ਪੀੜ੍ਹੀ ਨੂੰ ਨਾ ਤਾਂ ਆਪਣੇ ਜੱਦੀ ਦੇਸ਼ ਨਾਲ ਕੋਈ ਮਾਨਸਿਕ ਲਗਾਉ ਹੀ ਹੈ ਅਤੇ ਨਾ ਹੀ ਕਿਸੇ ਪ੍ਰਕਾਰ ਦੀ ਭਾਵੁਕ ਸਾਂਝ ਹੀ। ਪਰ ਵੱਡੇ ਦੁੱਖ ਦੀ ਇਹ ਗੱਲ ਵੀ ਹੈ ਕਿ ਉਹ ਜਿਸ ਦੇਸ਼ ਵਿਚ ਜਨਮੇ, ਪੜ੍ਹੇ-ਲਿਖੇ ਅਤੇ ਵਧੇ-ਫੁੱਲੇ ਹਨ, ਉਹ ਦੇਸ਼ ਵੀ ਉਹਨਾਂ ਨੂੰ ਪ੍ਰਵਾਨ ਨਹੀਂ ਕਰ ਰਿਹਾ ਅਤੇ ਨਾ ਹੀ ਕਰੇਗਾ। ਪਰਵਾਸੀ ਅਤੇ ਪਰਵਾਸੀ ਦੀਆਂ ਅਗਲੀਆਂ ਪੀੜ੍ਹੀਆਂ ਲਈ ਵੀ ਭਵਿੱਖ ਸੰਘਰਸ਼ਮਈ ਹੀ ਦਿੱਸਦਾ ਹੈ।

ਅਠੱਤੀਵੀਂ ਗ਼ਜ਼ਲ ਦੇ ਮਤਲੇ ਵਿਚ ਡਾ. ਗਿੱਲ ਇਕ ਸਵਾਲ ਖੜਾ ਕਰ ਕੇ ਅਗਲੇ ਸ਼ਿਅਰਾਂ ਰਾਹੀਂ ਪਰਵਾਸੀ ਨੂੰ ਉਸ ਦੀ ਹੋਂਦ ਬਾਰੇ ਸੁਚੇਤ ਕਰਦਾ ਹੈ:

ਦੇਸ ਪਰਾਏ ਕਿਸ ਨੂੰ ਆਪਣੇ ਦਿਲ ਦਾ ਹਾਲ ਸੁਣਾਵਾਂ?
ਮੇਰੇ ਨਾਲ ਹੀ ਟੁਰਨੋਂ ਮੁੱਕਰੇ ਮੇਰਾ ਹੀ ਪਰਛਾਵਾਂ।
ਮਨ ਦੇ ਚਾਰ ਚੁਫੇਰੇ ਜਦ ਵੀ ਪੱਸਰਦਾ ਹੈ ਨ੍ਹੇਰਾ,
ਤੇਲ ਗ਼ਮਾਂ ਦਾ ਪਾ ਕੇ ਮੈਂ ਯਾਦਾਂ ਦੇ ਦੀਪ ਜਗਾਵਾਂ।
ਮਾਰ ਉਡਾਰੀ ਲੰਬੀ ਆਏ ਪਾਉਣ ਆਲ੍ਹਣਾ ਏਥੇ,
ਬਿਖ ਉਗਲੇ ਹਰ ਪੱਤਾ ਹੀ, ਕਿਸ ਟਾਹਣੀ ਪੈਰ ਟਿਕਾਵਾਂ?
ਠਾਰਦੀਆਂ ਨੇ ਰੂਹ ਦਾ ਪਿੰਡਾ ਰੰਗ ਨਸਲ ਦੀਆਂ 'ਵਾਵਾਂ,
ਏਸ ਸਰਾਪੇ ਮੌਸਮ ਵਿਚ ਮੈਂ ਕਿਸ ਦੇ ਗਲ ਲੱਗ ਜਾਵਾਂ?

ਪਰਵਾਸੀ ਆਪਣੇ ਸੁਪਨਿਆਂ ਦੀ ਸਾਕਾਰਤਾ ਲਈ 'ਖੰਡਰ' ਦੇ ਰੂਪ ਵਿਚ ਘਰਾਂ ਦੀ ਭਾਲ ਕਰ ਰਿਹਾ ਹੈ, ਕਿਉਂ ਜੋ ਪੱਛਮੀ ਸਭਿਆਚਾਰਕ ਜੀਵਨ ਵਿਚਲੇ ਉਸਾਰੇ ਗਏ ਘਰ ਹੁਣ ਮਕਾਨਾਂ ਵਿਚ ਤਬਦੀਲ ਹੁੰਦੇ ਜਾ ਰਹੇ ਹਨ। ਆਪਣੀ ਇਕ ਰੁਬਾਈ ਵਿਚ ਡਾ. ਗਿੱਲ ਆਪਣੀ ਅਜਿਹੀ ਦੁਬਿਧਾ ਦਾ ਹੀ ਵਰਣਨ ਕਰਦਾ ਹੈ:

ਸੁਪਨਿਆਂ ਦੇ ਸ਼ਹਿਰ ਦਾ ਖੰਡਰ ਘਰਾਂ ਨੂੰ ਭਾਲਦਾ।
ਕਾਫ਼ਲਾ ਇਕ ਦਸਤਕਾਂ ਦਾ ਹੈ ਦਰਾਂ ਨੂੰ ਭਾਲਦਾ।
ਜ਼ਿੰਦਗੀ ਹੈ ਪੇਸ਼ ਕਰਨੀ, ਜ਼ਿੰਦਗੀ ਦੇ ਮੰਚ 'ਤੇ,
ਮੰਚ ਹੈ ਪਰ ਹੁਨਰ ਵਾਲੇ ਪਾਤਰਾਂ ਨੂੰ ਪਾਲਦਾ। *(ਪੰਨਾ 93)*

ਡਾ. ਗੁਰਨਾਮ ਸਿੰਘ ਗਿੱਲ 'ਭਟਕਣ ਤੋਂ ਮੁਕਤੀ' ਵਿਚ ਇਕ ਤਾਜ਼ਾ ਸੁਨੇਹਾ ਦਿੰਦਾ ਹੈ ਕਿ ਮਨੁੱਖ ਨੂੰ ਦੋਚਿੱਤੀ ਵਿਚੋਂ ਬਾਹਰ ਨਿਕਲ ਕੇ ਵਿਕਾਸ ਕਰਨ ਦੀ ਲੋੜ ਹੈ:

ਘਰਾਂ ਦਾ ਮਕਾਨਾਂ 'ਚ ਬਦਲ ਜਾਣਾ
ਸਿਰਫ਼ ਪ੍ਰਦੇਸਾਂ ਦੀ ਹੀ ਨਹੀਂ
ਆਪਣੇ ਦੇਸ਼ ਦੀ ਵੀ ਘਟਨਾ ਹੈ।
ਪ੍ਰਦੂਸ਼ਿਤ ਹੋ ਚੁੱਕੇ ਸਭਿਆਚਾਰ
ਤੇ ਬਿਜਲੌਨਿਕ-ਸੰਚਾਰ ਦੀ ਕਾਵਾਂ ਰੌਲੀ 'ਚ
ਹੁਣ ਤਾਂ ਇਹ ਸਾਰੀ ਧਰਤੀ
ਧਰਮਸ਼ਾਲਾ ਜਾਪਣ ਲੱਗੀ ਹੈ।

ਇਸ ਲਈ ਮਨੁੱਖ ਨੂੰ ਵਿਕਾਸ ਕਰਨ ਦੀ ਲੋੜ ਹੈ ਕਿਉਂਕਿ ਇਕ ਥਾਂ ਖੜੋਤਾ ਮਨੁੱਖ ਤਾਂ ਕਦੇ ਵੀ ਸਾਰੇ ਸੰਸਾਰ ਵਿਚ ਲੱਗਦਾ ਮੇਲਾ ਨਹੀਂ ਵੇਖ ਸਕਦਾ:

ਇਕ ਜਗ੍ਹਾ ਖੜੋਤਾ ਮਨੁੱਖ
ਦੁਨੀਆਂ ਦਾ ਮੇਲਾ
ਭਲਾ ਕਿਵੇਂ ਵੇਖ ਸਕਦਾ ਹੈ?
ਜ਼ਿੰਦਗੀ 'ਚ ਨਵੇਂ ਸੰਕਲਪ
ਨਵੇਂ ਰੰਗ ਭਰਦੇ ਹਨ
ਜੀਵਨ ਨੂੰ
ਭਟਕਣ ਮੁਕਤ ਕਰਦੇ ਹਨ
ਤੇ ਅਗਲੀ ਪੀੜ੍ਹੀ ਦੇ
ਸੁਪਨਿਆਂ ਨੂੰ
ਨਵੀਂ ਸੋਚ ਸੰਗ ਵਰਦੇ ਹਨ।

ਡਾ. ਗਿੱਲ ਦਾ ਕਾਵਿ ਅਨੁਭਵ ਵਿਸ਼ਾਲ ਅਤੇ ਬਹੁ-ਭਾਂਤਿ ਦਾ ਹੈ ਪਰ ਹਾਲਾਂ ਵੀ ਉਸ ਨੇ ਜੀਵਨ ਦੇ ਹੋਰ ਹਨੇਰੇ ਅਤੇ ਅਣਗੌਲੇ ਪੱਖਾਂ ਨੂੰ ਸਮਝ ਗੋਚਰੇ ਕਰ ਕੇ ਆਪਣੇ ਅਨੁਭਵ ਨੂੰ ਹੋਰ ਵੀ ਡੂੰਘੇਰਾ ਅਤੇ ਗੰਭੀਰ ਕਰਨਾ ਹੈ। ਉਹ ਆਪਣੇ ਪਿਆਰ ਅਨੁਭਵ ਕਾਰਨ ਪਿਆਰ ਦੇ ਪ੍ਰਗਟਾਵੇ ਲਈ ਕੁਦਰਤ ਦੇ ਨੇੜੇ ਹੈ। ਉਸ ਨੂੰ ਕਾਵਿ ਦੇ ਰੂਪਕ ਪੱਖਾਂ ਦੀ ਸੋਝੀ ਹੈ। ਉਸ ਦੀ ਹਰ ਗ਼ਜ਼ਲ ਦੇ ਸ਼ਿਅਰ, ਰੁਬਾਈਆਂ, ਕਵਿਤਾਵਾਂ ਅਤੇ ਫੁਟਕਲ ਸ਼ਿਅਰ ਮਨ ਨੂੰ ਟੁੰਬਦੇ ਹਨ। ਅਸੀਂ ਉਸਤਾਦ ਗ਼ਜ਼ਲਗੋ ਸ੍ਰੀ ਨਦੀਮ ਪਰਮਾਰ ਦੇ ਇਸ ਕਥਨ ਨਾਲ ਸਹਿਮਤ ਹਾਂ ਕਿ ਡਾ. ਗਿੱਲ ਦੀਆਂ ਬਹੁਤ ਸਾਰੀਆਂ ਗ਼ਜ਼ਲਾਂ ਦੇ ਸ਼ਿਅਰ "ਤਾਜ਼ੇ ਫੁੱਲਾਂ ਦੀ ਤਰ੍ਹਾਂ ਖਿੜੇ ਹਨ, ਜਿਹਨਾਂ ਦੀ ਮਹਿਕ ਤੀਬਰ ਵੀ ਹੈ ਤੇ ਭਿੰਨੀ ਮਦ-ਰਸੀ ਵੀ। ਇਹ ਕਦੀ ਚਾਨਣੀ ਵਿਚ ਖਿੜੇ ਕਮੋਦਾਂ ਵਾਂਗ ਲੱਗਦੇ ਹਨ ਤੇ ਕਦੀ ਰਾਤ ਦੀ ਰਾਣੀ ਦੀ ਮਹਿਕ ਵਾਂਗ, ਜੋ ਸਿਰਫ਼ ਮਹਿਕ ਮਹਿਕ ਹੈ।" ਨਮੂਨੇ ਵਜੋਂ ਕੁਝ ਹੋਰ ਸ਼ਿਅਰ ਹਾਜ਼ਰ ਕਰਨ ਦੀ ਖ਼ੁਸ਼ੀ ਲੈ ਰਿਹਾ ਹਾਂ:

1. ਕਰ ਸੋਚ ਨੂੰ ਉਸਾਰੂ, ਹੋ ਸੁਰਖ਼ਰੂ ਗ਼ਮਾਂ ਤੋਂ।
ਖਹਿੜਾ ਛੁਡਾ ਲਈਏ ਗ਼ਮਗ਼ੀਨ ਮੌਸਮਾਂ ਤੋਂ।
ਮੋਹ ਲੋਭ ਦੇ ਅੜਿੱਕੇ ਹਰ ਆਦਮੀ ਹੀ ਆਇਆ,
ਉਹ ਸੂਰਮਾ ਬਹਾਦਰ ਜੋ ਬਚ ਗਿਆ ਤਮਾਂ ਤੋਂ।
ਰਚਦਾ ਰਹੀਂ ਸਦਾ ਹੀ ਨਗ਼ਮਾਤ ਇਸ਼ਕ ਵਾਲੇ,
ਅਲਫ਼ਾਜ਼ ਲੈ ਉਧਾਰੇ, ਦੋ ਚਾਰ ਸਰਗਮਾਂ ਤੋਂ।

2. ਸੀਸ ਨੂੰ ਤਾਂ ਮੈਂ ਤਲੀ 'ਤੇ ਰੱਖਣੋਂ ਡਰਦਾ ਨਹੀਂ,
ਪਰ ਤਲੀ ਜੋ ਧਰ ਸਕਾਂ ਉਹ ਮੋਢਿਆਂ ਤੇ ਸਿਰ ਨਹੀਂ।

3. ਆਵਾਸੀ/ਪਰਵਾਸੀ ਦੀ ਹਾਲਤ ਦਾ ਜ਼ਿਕਰ:

ਹਸ਼ਰ ਜੋ ਆਵਾਸ ਦਾ, ਅੱਖਾਂ ਦੇ ਆਖ਼ਰ ਸਾਹਮਣੇ,
ਪਰ ਉਦਾਸੀ ਦੀ ਹਵਾ ਵਿਚ ਰਾਤ ਭਰ ਠਰਦੇ ਰਹੇ।

4. ਆਤੰਕਵਾਦੀ ਦਾ ਡਰ ਦੇਖੋ:

ਆਪਣੇ ਘਰ ਸੌਂ ਰਿਹਾ ਹਾਂ ਫੇਰ ਵੀ,
ਖੜਕਦਾ ਬੂਹਾ ਤਾਂ ਦਿਲ ਹੈ ਧੜਕਦਾ।

5. ਮਨ ਦਾ ਮੈਲਾ ਕਿਵੇਂ ਵੇਸਵਾ ਵਾਂਗ ਮਿਲਦਾ ਹੈ, ਪ੍ਰਤੀਕ ਦੀ ਵਰਤੋਂ ਵੇਖਣ ਯੋਗ ਹੀ ਤਾਂ ਹੈ:

ਮਨ ਦੇ ਉਹ ਮੈਲੇ ਬੜੇ ਪਰ ਪੇਸ਼ ਆਵਣ, ਜਿਸ ਤਰ੍ਹਾਂ,
ਵੇਸਵਾ ਮਿਲਦੀ ਹਮੇਸ਼ਾ ਛਿੜਕ ਖ਼ੁਸ਼ਬੂ ਇਤਰ ਦੀ।

6. ਯਾਦਾਂ ਦਾ ਇਹ ਖ਼ਜ਼ਾਨਾ ਹਰਗਿਜ਼ ਸੰਭਾਲ ਰੱਖਣਾ
ਕੱਲ ਨੂੰ ਵੀ ਨਾਲ ਰੱਖਣਾ, ਅੱਜ ਨੂੰ ਵੀ ਨਾਲ ਰੱਖਣਾ।
ਬੀਤੇ ਨੂੰ ਨਾ ਫਰੋਲੋ, ਲੱਭਣਾ ਨਹੀਂ ਹੈ ਕੁਝ ਵੀ,
ਸੰਭਲ ਕੇ ਅੱਗੇ ਚੱਲਣਾ, ਏਨਾ ਖ਼ਿਆਲ ਰੱਖਣਾ।

7. ਮਰਹਮ, ਦੋਸਤ ਜਾਂ ਦੁਸ਼ਮਣ ਕਿਥੇ ਵੇਖਦੀ ਹੈ:

ਰਾਤ ਪੂਰੀ ਹੋ ਗਈ ਸ਼ਬਨਮ ਕਹੇ।
ਜਾਗ ਹੁਣ, ਪਰਭਾਤ ਦੀ ਸਰਗਮ ਕਹੇ।
ਦੋਸਤਾਂ ਜਾਂ ਦੁਸ਼ਮਣਾਂ ਦੇ ਜ਼ਖ਼ਮ ਹੋਣ,
ਫ਼ਰਜ਼ ਮੇਰਾ ਇਕ ਹੈ, ਮਰਹਮ ਕਹੇ।

8. ਜ਼ਿੰਦਗੀ ਹੈ ਇਹ ਦੋਸਤੋ ਨਿਹਮਤ ਦੇ ਵਾਂਗਰਾਂ।
ਚਾਰ ਦਿਨ ਮਿਲਦੀ ਹੈ ਜੋ ਮੁਹਲਤ ਦੇ ਵਾਂਗਰਾਂ।

ਜੀ ਤੇ ਕਰਦਾ ਹੈ ਕਿ ਗਿੱਲ ਦੇ ਸ਼ਿਅਰ ਪੜ੍ਹਦੇ ਹੀ ਜਾਈਏ, ਸੁਣਦੇ ਹੀ ਜਾਈਏ।

ਪਰ ਹੋਰ ਬਹੁਤਾ ਨਾ ਕਹਿੰਦਿਆਂ ਕੇਵਲ ਇੰਨਾ ਕੁ ਹੋਰ ਜ਼ਰੂਰ ਕਹਿਣਾ ਚਾਹਾਂਗਾ ਕਿ ਕਵੀ ਗਿੱਲ ਨੂੰ ਆਪਣੇ ਵਿਸ਼ੇ-ਵਸਤੂ ਲਈ ਸ਼ਬਦ ਲੱਭਣ ਵਿਚ ਕੋਈ ਦਿੱਕਤ ਨਹੀਂ ਆਉਂਦੀ। ਬੜੀ ਹੀ ਸਹਿਜਤਾ ਨਾਲ ਉਹ ਆਪਣੀ ਗੱਲ ਪਾਠਕਾਂ ਦੇ ਰੂਬਰੂ ਕਰ ਦਿੰਦਾ ਹੈ। ਕਵੀ ਗਿੱਲ ਦੀ ਸਮੁੱਚੀ ਕਾਵਿ-ਕਿਰਤ ਵਿਚ ਜੀਵਨ ਦੀਆਂ ਸਾਰੀਆਂ ਹੀ ਸੰਗਤੀਆਂ/ਅਸੰਗਤੀਆਂ ਦਾ ਪ੍ਰਗਟਾਵਾ ਹੁੰਦਾ ਹੈ। ਉਹ ਸੋਹਜ ਦਾ ਕਵੀ ਤਾਂ ਹੈ ਹੀ ਪਰ ਉਸ ਦੇ ਸੁਹਜ ਵਿਚ ਯਥਾਰਥਵਾਦ ਦੀ ਪੁੱਠ ਹੈ। ਉਹ ਆਪਣੀ ਕਲਾ ਦੇ ਸਹਾਰੇ ਯਥਾਰਥਵਾਦ ਤੋਂ ਅੱਗੇ ਲੰਘਦਿਆਂ ਜੀਵਨ ਦੀਆਂ ਪ੍ਰਤੀਨਿਧ ਸੱਚਿਆਈਆਂ ਨੂੰ ਪੇਸ਼ ਕਰਦਾ ਹੈ। ਉਸ ਦੀ ਕਾਵਿਕ ਦ੍ਰਿਸ਼ਟੀ ਪ੍ਰਗਤੀਵਾਦੀ ਹੈ ਜਿਸ ਵਿਚ ਵਿਕਾਸਮਈ ਗੁਣ ਬਿਰਾਜਮਾਨ ਹਨ। ਉਹ ਵਿਅਕਤੀ ਅਤੇ ਸਮਾਜ ਤੋਂ ਅੱਗੇ ਹੁਣ ਵਿਸ਼ਵ-ਪਿਆਰ ਅਤੇ ਵਿਸ਼ਵ ਦੀ ਭਲਾਈ ਦੀ ਗੱਲ ਕਰਨਾ ਲੋਚਦਾ ਹੈ। ਉਸ ਦੀ ਕਵਿਤਾ ਵਿਚ ਇਕ ਕੁਦਰਤੀ ਵਹਾਅ ਹੈ, ਸੁਹਜ ਹੈ, ਸਰਲਤਾ ਹੈ, ਸਾਦਗੀ ਹੈ ਅਤੇ ਸਪਸ਼ਟਤਾ ਵੀ ਹੈ। ਉਹ ਆਪਣੇ ਅਨੁਭਵਾਂ ਦੇ ਅਹਿਸਾਸਾਂ ਨੂੰ ਬੌਧਿਕਤਾ ਦੇ ਭਾਰ ਥੱਲੇ ਨਹੀਂ ਦੱਬਦਾ ਸਗੋਂ ਪਾਠਕਾਂ ਦੀ ਮਾਨਸਿਕਤਾ ਦੇ ਮੇਚ ਕਰਨ ਵਿਚ ਸਫਲ ਹੁੰਦਾ ਹੈ। ਕਿਤੇ ਕਿਤੇ ਇੰਝ ਜ਼ਰੂਰ ਮਹਿਸੂਸ ਹੁੰਦਾ ਹੈ ਕਿ ਉਹ ਇਕ ਉਪਦੇਸ਼ਕ ਵਾਂਗ ਪਾਠਕਾਂ ਨੂੰ ਸੰਬੋਧਿਤ ਹੋ ਰਿਹਾ ਹੈ ਪਰ ਇਹ ਕੋਈ ਦੋਸ਼ ਨਹੀਂ ਸਗੋਂ ਇੰਝ ਕਰ ਕੇ ਉਹ ਆਪਣੀ ਗੱਲ ਨੂੰ ਹੋਰ ਵੀ ਸ਼ਕਤੀਸ਼ਾਲੀ ਢੰਗ ਨਾਲ ਪੇਸ਼ ਕਰਦਾ ਹੈ। ਸਾਧਨਾ ਵਿਚ ਉਸ ਦਾ ਵਿਸ਼ਵਾਸ ਹੈ। ਆਪਣੀ ਵਿਰਾਸਤ ਨਾਲ ਮੋਹ ਰੱਖਣ ਵਾਲਾ ਕਵੀ ਡਾ. ਗੁਰਨਾਮ ਸਿੰਘ ਗਿੱਲ ਇਕ ਅਜਿਹਾ ਕਲਾਕਾਰ ਹੈ ਜੋ ਸਾਰੀ ਹੀ ਮਨੁੱਖਤਾ ਨੂੰ ਸੁਖੀ ਵੇਖਣਾ ਲੋਚਦਾ ਹੈ ਅਤੇ ਉਸ ਦੇ ਅੰਦਰਲੀ ਸੰਵੇਦਨਾ ਕਾਵਿ-ਕਲਾ ਦੇ ਰੂਪ ਦਾ ਸਹਾਰਾ ਲੈ ਕੇ ਪ੍ਰਗਟ ਹੁੰਦੀ ਹੈ। ਸੀਤ ਸਾਗਰ ਦੀਆਂ ਛੱਲਾਂ ਦੇ ਬਾਵਜੂਦ, ਸਾਗਰ ਦੀ ਗਰਭ ਵਿਚ ਪਈ ਤੱਤੀ-ਤਪਦੀ ਰੇਤ ਪਾਣੀ ਦੀ ਬੂੰਦ ਲਈ ਤਰਸਦੀ ਹੋਈ ਸਾਗਰ ਦੇ ਸੁੱਖ ਤੋਂ ਵਾਂਝੀ ਹੈ। *ਸਾਗਰ ਵਿਚਲੇ ਰੇਗਿਸਤਾਨ* ਦੀ ਤ੍ਰਿਸ਼ਨਗੀ ਦਾ ਪ੍ਰਗਟਾਵਾ ਕਰਨ ਵਾਲੇ ਕਾਵਿ-ਸੰਗ੍ਰਹਿ ਲਈ ਡਾ. ਗਿੱਲ ਵਧਾਈ ਦਾ ਪਾਤਰ ਹੈ। ਇਸ ਵਿਚ ਪ੍ਰਗਟਾਈ ਅਤੇ ਦਿਲਾਂ ਨੂੰ ਟੁੰਬਣ ਵਾਲੀ ਅਛੋਹ ਤਾਜ਼ਗੀ ਪਾਠਕਾਂ ਦੇ ਜ਼ਿਹਨ ਵਿਚ ਸਦਾ ਹੀ ਉੱਸਲ-ਵੱਟੇ ਲੈਂਦੀ ਰਹੇਗੀ।

ਭੁਪਿੰਦਰ ਪੁਰੇਵਾਲ ਦੀ 'ਬੰਸਰੀ'

ਬੰਸਰੀ, ਭੁਪਿੰਦਰ ਪੁਰੇਵਾਲ ਦਾ ਨਵਾਂ ਛਪਿਆ ਕਾਵਿ-ਸੰਗ੍ਰਹਿ ਹੈ ਜਿਸ ਵਿਚ ਉਸ ਨੇ ਆਪਣੀਆਂ 38 ਕਵਿਤਾਵਾਂ ਦਿੱਤੀਆਂ ਹਨ। ਇਸ ਤੋਂ ਪਹਿਲਾਂ ਉਸ ਦਾ ਇਕ ਕਾਵਿ-ਸੰਗ੍ਰਹਿ *ਮਿੱਟੀ ਦਾ ਮੋਹ* 1982 ਵਿਚ ਛਪਿਆ ਸੀ। *ਮਿੱਟੀ ਦਾ ਮੋਹ* ਨੇ ਆਲੋਚਕ ਹਰਬਖ਼ਸ਼ ਸਿੰਘ ਮਕਸੂਦਪੁਰੀ ਦੇ ਸ਼ਬਦਾਂ ਅਨੁਸਾਰ ਉਸ ਨੂੰ "ਆਧੁਨਿਕ ਯੁਗ ਦੇ ਇਕ ਪ੍ਰਤੀਨਿਧ ਕਵੀ ਦੇ ਤੌਰ 'ਤੇ ਪੇਸ਼ ਕੀਤਾ ਸੀ। ਪਰ ਹੁਣ ਇਸ ਨਵੇਂ ਕਾਵਿ-ਸੰਗ੍ਰਹਿ *ਬੰਸਰੀ* ਨਾਲ ਪੁਰੇਵਾਲ ਦੇ *ਬੰਸਰੀ* ਦਿਆਂ ਛੇਕਾਂ ਉੱਤੇ ਫਿਰਦੀਆਂ ਉਂਗਲਾਂ ਦੇ ਪੋਟੇ, ਬੰਸਰੀ ਵਿਚੋਂ ਲੰਘਦੀ ਸਾਵੀਂ ਤੇ ਬੱਝਵੀਂ ਫੂਕ ਨੂੰ ਜੋ ਕਾਵਿਕ ਰੂਪ ਦਿੰਦੇ ਹਨ, ਉਸ ਨਾਲ ਨਿਸਚੈ ਹੀ ਪੰਜਾਬੀ ਕਾਵਿ-ਜਗਤ ਵਿਚ ਇਕ ਨਵਾਂ ਮੀਲ-ਪੱਥਰੀ ਵਾਧਾ ਹੋਇਆ ਹੈ। ਉਸ ਦੀ ਕਵਿਤਾ ਦੀ ਸੁਰ ਹੀ ਅਜਿਹੀ ਹੈ ਕਿ ਉਸ ਦੀ ਕਲਮ ਦੁੱਧ ਚਿੱਟੇ ਕਾਗ਼ਜ਼ਾਂ ਉੱਤੇ ਅਜਿਹੇ ਦਾਇਰੇ ਵਾਹੁੰਦੀ ਪ੍ਰਤੀਤ ਹੁੰਦੀ ਹੈ ਜਿਵੇਂ ਕੋਈ ਧੁਰ ਅੰਦਰੋਂ ਨਿਕਲੀ ਚੀਕ, ਇਕ ਕਿਣਕੇ ਦਾ ਰੂਪ ਧਾਰਨ ਕਰਨ ਲਈ ਲਾਲਾਇਤ ਹੋ ਰਹੀ ਹੋਵੇ। ਪਹਿਲੇ ਸੰਗ੍ਰਹਿ ਤੋਂ ਦੂਜੇ ਸੰਗ੍ਰਹਿ ਤਕ ਆਉਂਦਿਆਂ ਉਸ ਨੂੰ 16 ਵਰ੍ਹੇ ਲੱਗੇ ਹਨ, ਉਹ ਨਿਸਚੇ ਹੀ ਬੜੀ ਸਾਧਨਾ ਵਿਚ ਲੰਘੇ ਹੋਣਗੇ ਤਾਹੀਉਂ ਤਾਂ ਕਵੀ ਦੇ ਭਰੋਸਿਆਂ ਵਿਚ ਹੋਰ ਪੁਖ਼ਤਗੀ, ਸ਼ਿੱਦਤ ਅਤੇ ਅਨੁਭਵਾਂ ਦੇ ਪ੍ਰਗਟਾਅ ਲਈ ਹੋਰ ਸ਼ਕਤੀਸ਼ਾਲੀ ਚੀਕ ਮਿਲੀ ਹੈ। ਆਪਣੀ 'ਮੁਕਤਾਂਜਲੀ' ਵਿਚ ਉਹ ਇਸ ਚੀਕ ਦਾ ਵਰਣਨ ਕਰ ਦਿੰਦਾ ਹੈ:

ਹਾਜ਼ਿਰ ਹੈ, ਸਫ਼ੈਦ ਕੋਰੇ ਕਾਗ਼ਜ਼ 'ਤੇ
ਗੋਲ ਦਾਇਰਾ
ਇਕ ਚੀਕ ਸੁੰਗੜ ਕੇ
ਕਿਣਕੇ ਦਾ ਰੂਪ ਧਾਰ ਚੁੱਕੀ।

ਕਵੀ ਭੁਪਿੰਦਰ ਪੁਰੇਵਾਲ ਆਪਣੇ ਸਮੁੱਚੇ ਵਜੂਦ ਵਿਚ ਇਕ ਬੇਚੈਨੀ ਪਾਲਦਾ ਆ ਰਿਹਾ ਹੈ। ਇਹ ਬੇਚੈਨੀ ਅੱਜ ਦੀ ਨਹੀਂ ਹੈ, ਧੁਰ ਅਜ਼ਲ ਤੋਂ ਹੀ ਉਹ ਲੈ ਕੇ ਆਇਆ ਪ੍ਰਤੀਤ ਹੁੰਦਾ ਹੈ। *ਮਿੱਟੀ ਦਾ ਮੋਹ* ਵਿਚ ਉਸ ਦੀ ਬੇਚੈਨੀ ਵੇਖਣ ਯੋਗ ਹੈ ਪਰ ਹੁਣ ਜਿਹੜੀ ਬੇਚੈਨੀ ਦਾ ਆਰੰਭ ਉਹ *ਬੰਸਰੀ* ਦੇ ਪਹਿਲੇ ਕਾਵਿ ਟੋਟੇ 'ਮੁਕਤਾਂਜਲੀ' ਵਿਚ ਕਰਦਾ ਹੈ, ਇਹੋ ਹੀ ਤਿੱਖਾ ਤੇ ਤੇਜ਼ ਕਟਾਰ ਦੀ ਧਾਰ ਵਾਲਾ ਜਜ਼ਬਾ ਆਪਣੀ ਸਾਰੀ ਹੀ ਕਵਿਤਾ ਵਿਚ ਫੈਲਾ ਦਿੰਦਾ ਹੈ। ਉਸ ਦੇ ਸੁਪਨੇ ਪਿਆਸੇ ਹਨ, ਉਸ ਦੇ ਪੈਰ ਜ਼ਖ਼ਮੀ ਅਤੇ ਕੋਹੇ ਹੋਏ ਹਨ, ਉਹ ਇਕ ਅਜਿਹਾ ਪੰਛੀ ਹੈ ਜਿਸ ਦੇ ਪਰ ਨਾ ਹੋਣ ਜਾਂ ਜਿਸ ਦੇ

ਪਰ ਸਮੇਂ ਨੇ ਕੱਟ ਕੇ ਦੂਰ ਵਗਾਹ ਮਾਰੇ ਹੋਣ ਅਤੇ ਉਹ ਉੱਡਣ ਲਈ ਤਰਲੋ-ਮੱਛੀ ਹੋ ਰਿਹਾ ਹੋਵੇ। ਸ਼ੀਸ਼ੇ ਵਿਚ ਉਸ ਨੂੰ ਕਿਸੇ ਜਿੰਨ ਜਾਂ ਭੂਤ ਦੇ ਨਾ ਹੋਣ ਵਾਲੇ ਅਕਸ ਵਾਂਗ ਹੀ, ਆਪਣਾ ਅਕਸ ਨਹੀਂ ਦਿਖਾਈ ਦਿੰਦਾ। ਉਸ ਦੇ ਨਕਸ਼ ਨਹੀਂ ਉਘੜਦੇ। ਸ਼ਾਇਦ ਸ਼ੀਸ਼ੇ ਦਾ ਪਾਣੀ ਪਿਆਸਾ ਹੋਵੇ, ਰੂਪ ਕਿਣਕਾ ਕਿਣਕਾ ਹੋ ਕੇ ਬਿਖਰ ਗਿਆ ਹੋਵੇ। ਉਖੜੇ ਉਖੜੇ ਸਾਹਾਂ ਨਾਲ ਉਹ ਸੁਆਲ ਉਠਾਉਂਦਾ ਹੈ, ਕੋਈ ਜਵਾਬ ਲੱਭਣ ਦੀ ਚਾਹ ਵਿਚ :

ਕਿਧਰ ਹੈ ਆਵਾਗਵਣ ਨੂੰ ਠਹਿਰ
ਕਿਧਰ ਹੈ ਉੱਤਰਾਂ ਦੀ ਮਾਲਾ
ਕਿਧਰ ਹੈ ਉਹ ਤੀਰ ਜੋ ਕਮਾਨੋਂ ਚੱਲਿਆ
ਕਿਧਰ ਬਿੰਦੂ
ਕਿਧਰ ਅੱਖ।

ਆਪਣੇ ਪਹਿਲੇ ਕਾਵਿ-ਸੰਗ੍ਰਹਿ *ਮਿੱਟੀ ਦਾ ਮੋਹ* ਵਿਚ ਉਸ ਦੀ ਇਕ ਕਵਿਤਾ ਹੈ 'ਆਵਾਗਵਣ'। ਇਸ ਕਵਿਤਾ ਵਿਚ ਉਸ ਨੇ ਇਸਤਰੀ-ਪੁਰਸ਼ ਦੇ ਸੰਬੰਧਾਂ ਦਾ ਜ਼ਿਕਰ ਕੀਤਾ ਹੈ। ਇਸਤਰੀ-ਪੁਰਸ਼ ਦੇ ਬੁਨਿਆਦੀ ਸੰਬੰਧਾਂ ਵਿਚ ਕੁਦਰਤ ਦੇ ਨਿਯਮ ਅਨੁਸਾਰ ਇਕ ਨਿਯਮ ਸਹਿਵਾਸ ਵਾਲਾ ਜਾਂ ਕਾਮ-ਸੰਬੰਧਾਂ ਅਤੇ ਕਾਮ-ਤ੍ਰਿਪਤੀ ਦਾ ਵੀ ਹੈ। ਪਰ ਮਨੁੱਖ ਦੀ ਹੋਂਦ ਨੂੰ ਕਾਇਮ ਰੱਖਣ ਲਈ ਕਾਮ-ਪ੍ਰਵਿਰਤੀ ਇਕ ਕੁਦਰਤੀ ਕ੍ਰਿਸ਼ਮਾ ਹੈ ਜਿਸ ਸਦਕੇ ਮਨੁੱਖ ਆਪਣੀ ਹੋਂਦ ਨੂੰ ਅਗਾਂਹ ਤੋਰਦਾ ਹੈ। ਪਰ ਹੁਣ ਜਦੋਂ ਭੁਪਿੰਦਰ ਪੁਰੇਵਾਲ ਆਪਣੇ ਇਸ ਸੱਜਰੇ ਕਾਵਿ-ਸੰਗ੍ਰਹਿ *ਬੰਸਰੀ* ਵਿਚ ਦਰਜ ਕਵਿਤਾ 'ਮੁਕਤਾਂਜਲੀ' ਵਿਚ ਆਵਾਗਵਣ ਦੀ ਗੱਲ ਕਰਦਾ ਹੈ ਤਾਂ ਉਹ ਕਿਸੇ ਧਾਰਮਕ ਵਿਸ਼ਵਾਸਾਂ ਵਾਲੇ ਆਵਾਗਵਣ ਦੀ ਗੱਲ ਨਹੀਂ ਕਰ ਰਿਹਾ ਸਗੋਂ ਉਹ ਤਾਂ ਆਪਣੇ ਅੰਤਹਕਰਣ ਵਿਚ ਰਿੱਝਦੇ ਭਾਵਾਂ ਨੂੰ ਤਰਕ ਅਤੇ ਉਹ ਵੀ ਵਿਗਿਆਨਕ ਤਰਕ ਨਾਲ ਪੇਸ਼ ਕਰਨ ਦੀ ਕੋਸ਼ਿਸ਼ ਕਰਦਾ ਹੈ। ਧਰਮ ਅਤੇ ਵਿਗਿਆਨ ਵਿਚ ਇਕ ਬਹੁਤ ਵੱਡਾ ਬੁਨਿਆਦੀ ਅੰਤਰ ਹੈ ਅਤੇ ਉਹ ਅੰਤਰ ਹੈ 'ਜੀਵਨ ਦ੍ਰਿਸ਼ਟੀ' ਦਾ। ਧਾਰਮਕ ਸੋਚਣੀ, ਜੀਵਨ ਨੂੰ ਜੜ੍ਹ ਜਾਂ ਵੱਧ ਤੋਂ ਵੱਧ ਸਥਿਰ ਇਕ ਅਜਿਹਾ ਚੱਕਰ-ਵਿਊਹ ਗਰਦਾਨਦੀ ਹੈ ਜਿਸ ਵਿਚੋਂ ਨਿਕਲਣਾ ਅਸੰਭਵ ਹੁੰਦਾ ਹੈ ਜਦੋਂ ਕਿ ਵਿਗਿਆਨਕ ਜੀਵਨ ਦ੍ਰਿਸ਼ਟੀ, ਤਰਕ ਦੇ ਆਧਾਰ, ਜ਼ਿੰਦਗੀ ਨੂੰ ਨਿਰੰਤਰ ਧੜਕਦੀ, ਬਦਲਦੀ, ਨਵੇਂ ਪਰਿਵਰਤਨਾਂ ਦੀ ਭੱਠੀ ਵਿਚ ਤਰਲ ਹੋ ਕੇ ਸੋਨਾ ਬਣਦੀ, ਵਿਕਾਸ ਦੇ ਰਾਹ ਤੁਰੀ ਜਾ ਰਹੀ ਖ਼ਿਆਲ ਕਰਦੀ ਹੈ। ਭੁਪਿੰਦਰ ਲਈ ਜੀਵਨ ਜੜ੍ਹ ਨਹੀਂ ਸਗੋਂ ਨਿਰੰਤਰ ਚਾਲ ਵਾਲਾ ਧੜਕਦਾ ਅਤੇ ਪਰਿਵਰਤਨਸ਼ੀਲ ਹੈ।

ਇਹੋ ਜਿਹਾ ਹੀ ਪਰਿਵਰਤਨ ਉਸ ਦੀ ਕਵਿਤਾ ਦੇ ਸੰਗ ਸੰਗ ਚੱਲਦਾ ਆ ਰਿਹਾ ਹੈ। ਇਸ ਸੰਗ੍ਰਹਿ ਤੋਂ ਪਹਿਲਾਂ ਉਹ ਪੰਜਾਬੀ ਸਭਿਆਚਾਰ ਸਬੰਧੀ ਆਪਣੀ ਅੰਤਰ ਆਤਮਾ ਵਿਚ ਹੁੰਦੇ ਦਵੰਦ ਦਾ ਵਰਣਨ ਕਰਦਾ ਹੈ। ਜਗੀਰੂ ਕਦਰਾਂ-ਕੀਮਤਾਂ ਦੀ ਬਾਕੀ ਰਹਿੰਦ-ਖੂੰਦ ਜੂਠਣ ਵਿਚ ਬਚਦੀ ਮਾਨਸਿਕਤਾ, ਪਰਵਾਸ ਵਿਚ ਵਿਕਸਿਤ ਹੋਏ ਪੂੰਜੀਵਾਦ ਤੋਂ ਪ੍ਰਾਪਤ ਭੋਗਣ ਯੋਗ ਉਪਯੋਗਤਾਵਾਂ ਅਤੇ ਉਹਨਾਂ ਦੇ ਹਾਂ/ਨਾਂਹ-ਪੱਖਾਂ ਨੂੰ

ਵਿਗਿਆਨਕ ਤੌਰ 'ਤੇ ਘੋਖ ਕੇ ਦਰਸਾਂਦਾ ਹੈ। ਪਰ *ਬੰਸਰੀ* ਵਿਚ ਹੁਣ ਉਹ ਇਹਨਾਂ ਤੋਂ ਇਕ ਦੋ ਕਦਮ ਹੋਰ ਅਗਾਂਹ ਵਧ ਕੇ, ਭੂ-ਹੇਰਵੇ ਦੀ ਜੱਦ 'ਚੋਂ ਬਾਹਰ ਨਿਕਲ ਕੇ, ਆਧੁਨਿਕ ਪੰਜਾਬੀ ਕਵਿਤਾ ਦੇ ਮੇਚ ਦੀ ਮਾਨਸਿਕਤਾ ਉਸਾਰਦਿਆਂ ਸ਼ਿੱਦਤੀ ਅਨੁਭਵਾਂ ਦਾ ਪ੍ਰਗਟਾਅ ਯਥਾਰਥ ਦੀਆਂ ਵੱਖ ਵੱਖ ਤਹਿਆਂ ਦਾ ਵਿਸ਼ਲੇਸ਼ਣ ਕਰਨ ਲਈ ਕਰਦਾ ਹੈ।

ਬਾਂਸ ਦੀ ਪੋਰੀ ਤੋਂ ਬਣਾਈ 'ਬੰਸਰੀ' 'ਚ ਨਵੇਂ ਸੁਰ ਜਾਗ ਰਹੇ ਨੇ। ਇਹ ਸੁਰ ਪਿਸਤੌਲ ਦੀ ਨਾਲੀ 'ਚ ਸੁਲਗ ਰਹੀ ਗੋਲੀ ਦੇ ਮਾਰੂ ਧੂੰਏਂ ਵਰਗੇ ਹਨ। 'ਜੰਗ' ਦੀਆਂ ਝੰਬੀਆਂ ਜੀਭਾਂ ਦੇ ਜਾਦੂ ਦਾ ਦਰਸ਼ਨ, ਸਥਿਤੀਆਂ ਦੇ ਰੂਬਰੂ ਹੋਏ ਇਕ ਗੰਭੀਰ ਪਰ ਆਵੇਸ਼ ਵਾਲਾ, ਸੇਕ ਦਿੰਦਾ, ਅੱਗ ਵਰ੍ਹਾਉਂਦਾ ਕਵੀ ਭੁਪਿੰਦਰ ਪੂਰੇਵਾਲ ਹੀ ਕਰ ਸਕਦਾ ਹੈ:

ਜੰਗ ਦੀਆਂ ਝੰਬੀਆਂ ਜੀਭਾਂ
ਖੁੰਢੇ ਚਾਕੂ ਤੇਜ਼ ਧਾਰ ਬਣਾਈਏ
ਵਾਰ ਤੇ ਵਾਰ ਪਏ ਕਰਦੇ ਜਾਈਏ
ਡਿੱਗੀਏ ਢਹੀਏ ਮੁੜ ਉੱਠ ਖਲੋਈਏ
ਵਿਰੋਧੀ ਤੱਤ ਲੜਾਈਏ
ਚੰਗਿਆੜੇ
ਖ਼ੂਨ
ਕਣੀ ਕਣੀ ਮੀਂਹ ਵਰ੍ਹਦਾ
ਭਿੱਜੀਏ ਸਿੱਜੀਏ
ਧਰਤੀ ਦੀ ਸਿੱਪੀ ਆਪਣਾ ਮੂੰਹ ਖੋਲ੍ਹੇ
ਅਰਦਾਸਾਂ ਲਈ ਹੱਥ ਉੱਠਣ
ਸ਼ਾਂਤੀ ਸ਼ਾਂਤੀ।

ਆਪਣੀ ਗਵਾਚੀ ਹੋਈ ਸ਼ਹਿਨਸ਼ਾਹੀ 'ਕੱਲਰ ਜ਼ਮੀਨ' ਵਿਚ ਕਵੀ ਪੂਰੇਵਾਲ ਜਦੋਂ ਉਤਰ ਕੇ ਆਪਣੀ ਗਵਾਚੀ ਪਹਿਚਾਣ ਲੱਭਦਿਆਂ, ਗੁੰਝਲਾਂ, ਬਿਸਾਖੀਆਂ ਰਹਿਤ ਸ਼ਬਦਾਂ ਦੀ ਭਾਲ ਕਰਦਾ ਹੈ ਤਾਂ ਉਹ ਅਜਿਹੇ ਰੁੱਖਾਂ ਦੀ ਭਾਲ ਕਰਨਾ ਵੀ ਲੋਚਦਾ ਹੈ ਜਿਹੜੇ ਸਮੇਂ ਹੱਥੋਂ ਛਾਂਗੇ ਨਾ ਗਏ ਹੋਣ। ਉਹ ਕਿੰਨਾ 'ਵਾਵਲਾ' ਹੋ ਕੇ ਕਹਿੰਦਾ ਹੈ:

ਇਥੇ ਹੀ ਹੋਣਾ ਕਿਧਰੇ ਵਿਗੜੇ ਪਾੜ੍ਹੇ ਦਾ ਬਸਤਾ
ਡੁੱਲ੍ਹੀ ਸਿਆਹੀ ਵਾਲਾ ਕਾਇਦਾ
ਪਾਟਾ ਹੋਇਆ ਝੱਗਾ
ਟੁੱਟੀ ਚੱਪਲ
ਇਥੇ ਹੀ ਕਿਧਰੇ ਹੋਣਾ ਉਹ ਸ਼ੀਸ਼ਾ
ਫੁੱਟਦੀ ਮੁੱਛ ਦੀ ਲੂੰਈਂ ਦਾ ਅਕਸ ਸਾਂਭੀ।

ਪ੍ਰਸ਼ਨ ਕਰਦੀਆਂ ਅੱਖਾਂ ਦੀ ਸਿਰਜਣਾਤਮਿਕ ਨੀਝ ਵੇਖਣ ਯੋਗ ਹੈ ਕਿ ਉਹ ਕਿਹੋ ਜਿਹੇ ਸਵਾਲਾਂ ਦੇ ਕਿਹੋ ਜਿਹੇ ਜਵਾਬ ਭਾਲਦੀ ਹੈ:

ਕਿਧਰ ਗਏ ਚਿੜੀਆਂ ਦੇ ਚੰਬੇ
ਰੱਖੜੀਆਂ ਦੇ ਚਾਅ
ਉਹ ਮਾਵਾਂ ਛਾਵਾਂ
ਪਿਉ ਸੰਘਣੇ ਰੁੱਖਾਂ ਵਰਗੇ
ਮੈਨੂੰ ਦੱਸਣਾ ਇਹਨਾਂ ਹਵਾਵਾਂ 'ਚ ਘੁਲੇ ਹੌਕਿਆਂ ਦੀ ਗਿਣਤੀ
ਹੋ ਸਕੇ ਤਾਂ ਮਿਣਨਾ ਜ਼ਰੂਰ ਦਰਦ ਨੂੰ ਨਾਲ ਜਰੀਬ ਦੇ।
ਜ਼ਰੂਰ ਕਰਨੀ ਉਹਨਾਂ ਪੁੱਤਰਾਂ ਬੀਰਾਂ ਦੇ ਵੈਰਾਗ ਵਿਚ
ਪਾਗਲ ਹੋਈਆਂ ਰੂਹਾਂ ਦੀ ਗਿਣਤੀ।

ਬੰਸਰੀ ਵਿਚਲੀਆਂ ਸਾਰੀਆਂ ਹੀ ਕਵਿਤਾਵਾਂ ਰੂਪਕ ਪੱਖੋਂ ਆਜ਼ਾਦ, ਭਾਵ ਸੁਤੰਤਰ ਜਾਂ ਖੁਲ੍ਹੀਆਂ ਹਨ। ਇਹ ਕਵਿਤਾਵਾਂ ਛੰਦ-ਮੁਕਤ ਹੋਣ ਦੇ ਬਾਵਜੂਦ ਇਕ ਅਰੋਕ ਅਤੇ ਅ-ਠੱਲ ਵੇਗ ਵਾਲੀਆਂ ਹਨ। ਕੋਈ ਬੰਨ੍ਹ ਇਹਨਾਂ ਦੇ ਤੇਜ਼ ਪ੍ਰਵਾਹ ਨੂੰ ਡੱਕ ਲਾਉਣ ਲਈ ਸਮਰੱਥ ਨਹੀਂ। ਹਰ ਕਵਿਤਾ ਵਿਚ ਆਪਣੀ ਕਿਸਮ ਦੀ ਤਾਜ਼ਗੀ, ਨਵੀਨਤਾ, ਸਰਲਤਾ ਅਤੇ ਸਹਿਜਤਾ ਹੈ। 'ਜੰਗਾਲੇ ਜਿੰਦਰੇ' ਵਿਚ ਉਹ ਕਿੰਨੇ ਸਹਿਜ ਭਾਵ ਨਾਲ ਪੁੱਛਣ ਦਾ ਹੀਆ ਕਰਦਾ ਹੈ :

ਜੇ ਆਖੋ ਤਾਂ ਕੰਧ ਟੱਪ ਦਾਖ਼ਲ ਹੋਵਾਂ
ਚੋਰਾਂ ਵਾਂਗਰ ਸੰਨ੍ਹ ਲਾਵਾਂ
ਖਿੜਕੀ ਤੋੜਾਂ

(ਭਲਾ ਕਿਉਂ ?)

ਮੈਨੂੰ ਬਹੁਤ ਕਾਹਲ ਹੈ
ਅੰਦਰ ਇਕ ਕਦੋਂ ਦੀ ਲਾਸ਼ ਪਈ
ਬਾਹਰ ਸਿਵਾ ਬਲਣ ਲਈ ਮੇਰੀ ਇੰਤਜ਼ਾਰ ਵਿਚ ਹੈ।

ਕਵੀ ਨੂੰ ਆਪਣੀ ਪਿੱਠ ਉੱਤੇ ਤਿਕੋਣ ਤਿੜਕਿਆ ਸ਼ੀਸ਼ਾ ਜੋੜ ਦੇਣ ਦੀ ਚਾਹ ਇਸ ਲਈ ਹੈ ਤਾਂ ਜੋ, ਰੁੱਖਾਂ ਹੇਠ, ਤੀਰਾਂ ਨਾਲ ਵਿੰਨ੍ਹੀ ਹੋਈ ਚੁੱਪ ਨੂੰ ਵੇਖ ਸਕੇ। ਉਸ ਨੂੰ ਕਾਹਲ ਹੈ, ਭਲਾ ਕਿਉਂ ? ਕਿਉਂ ਜੋ :

ਡਰ ਹੈ ਕਿਧਰੇ ਲਾਸ਼
ਉੱਠ ਨਾ ਪਏ
ਅਤੇ ਮੇਰੇ ਨਾਲ ਤੁਰਨ ਦੀ ਅਵੱਗਿਆ ਕਰ ਬੈਠੇ
ਆਪਣਾ ਜੀਵਨ ਫੇਰ ਸ਼ੁਰੂ ਕਰਨ ਦੀ ਜ਼ਿੱਦ ਕਰੇ
ਇਥੇ ਤਾਂ ਆਪਣਾ ਆਪਾ ਲੈ ਕੇ ਹੀ
ਮਸਾਂ ਤੁਰਿਆ ਜਾਂਦਾ ਹੈ
ਮੈਂ ਇਸ ਨੂੰ ਉਂਗਲ ਲਾ
ਕਿਹੜੇ ਰਾਹ ਤੋਰਾਂਗਾ

ਸਭ ਰਾਹ ਉਲਝੇ ਹੋਏ
ਸਭ ਜਿੰਦਰੇ ਜੰਗਾਲੇ ਹੋਏ।

ਬਰਤਾਨੀਆ, ਯੂਰਪ ਦਾ ਇਕ ਪੂੰਜੀਵਾਦੀ ਵਿਕਸਿਤ (ਕਹਿਲਾਉਂਦਾ) ਦੇਸ਼ ਹੈ। ਕਵੀ ਭੁਪਿੰਦਰ ਪੁਰੇਵਾਲ ਬਰਤਾਨੀਆ ਵੱਸਦਿਆਂ ਹੋਇਆਂ ਇਥੋਂ ਦੀ ਮਸ਼ੀਨੀ ਜ਼ਿੰਦਗੀ ਅਤੇ ਇਸ ਨਾਲ ਜੁੜੀ-ਬੱਝੀ ਮਾਨਸਿਕਤਾ ਕਾਰਨ ਪੀੜਤ ਵੀ ਹੈ। ਪਰ ਉਹ ਆਪਣੇ ਪਿੱਛੇ ਦਾ ਕਿਸੇ ਤਰ੍ਹਾਂ ਵੀ ਹੇਰਵਾ ਨਹੀਂ ਕਰਦਾ ਅਤੇ ਪਿਛਲੀ ਕਿਸੇ ਵੀ ਯਾਦ ਜਾਂ ਦਿਲਚਸਪੀ ਨੂੰ ਆਪਣੇ ਚੇਤੇ ਵਿਚ ਰੜਕਣ ਜਾਂ ਫਟਕਣ ਨਹੀਂ ਦਿੰਦਾ। ਫਿਰ ਵੀ ਉਸ ਦੀ ਕਵਿਤਾ ਵਿਚ ਇਕ ਬੇਗਾਨਗੀ ਹੈ। ਅਜਨਬੀਅਤ ਵਰਗੀ ਭਾਵਨਾ ਹੈ। ਤਪਸ਼ ਹੈ, ਰੋਹ ਹੈ ਅਤੇ ਕੁਰਲਾਹਟ ਹੈ, ਕਿਸੇ ਜ਼ਖ਼ਮੀ ਹੋਏ ਪੰਛੀ ਦੀ। ਉਸ ਦੀ 'ਖ਼ਾਹਿਸ਼' ਵਿਚ ਫ਼ਿਕਰ ਰਲਿਆ ਹੋਇਆ ਹੈ ਕਿ ਕਿਧਰੇ ਭਰੀਆਂ/ਬੱਝੀਆਂ ਪੰਡਾਂ ਹੀ ਨਾ ਖਿੱਲਰ ਜਾਣ। ਇਸ ਲਈ ਉਹ ਅਰਦਾਸ ਕਰਦਾ ਹੈ:

ਕੋਈ ਵੀ ਦਿਨ
ਹੋਰਨਾਂ ਦਿਨਾਂ ਵਰਗਾ ਨਾ ਹੋਵੇ
ਆਉ ਅਰਦਾਸ ਕਰੀਏ
ਉਲਝੇ ਰਾਹਾਂ ਲਈ
ਇਹ ਕਦੇ ਆਪਣੀ ਮੰਜ਼ਿਲ 'ਤੇ ਨਾ ਪਹੁੰਚਣ
ਰੁੱਖ ਝੂੰਮਣਾ ਨਾ ਥੰਮ੍ਹਣ
ਭੁੱਲ ਨਾ ਜਾਣ ਸੜਕਾਂ ਰੀਂਗਣਾ
ਅਪੂਰਨ ਰਹਿਣ ਸੁਪਨੇ
ਮਿਲਣ ਨਾ ਸੱਜਣ ਪਿਆਰੇ।

ਉਹ ਆਪਣੀ ਹੋਂਦ/ਅਸਤਿਤ੍ਵ ਲਈ ਯਤਨਸ਼ੀਲ ਹੁੰਦਿਆਂ ਹੋਇਆਂ ਆਪਣੇ ਅੰਤਹਕਰਣ ਦੇ ਦਵੰਦ ਨੂੰ ਸ਼ਬਦ-ਜਾਲ ਵਿਚ ਲੁਕਾ ਕੇ ਪੇਸ਼ ਨਹੀਂ ਕਰਦਾ, ਸਗੋਂ ਇਕ ਖੁੱਲ੍ਹੀ ਕਿਤਾਬ ਵਾਂਗ ਆਪਣੇ ਅਹਿਸਾਸਾਂ ਨੂੰ ਸੰਕੇਤਕ ਸ਼ਬਦਾਂ ਨਾਲ ਜ਼ੁਬਾਨ ਬਖ਼ਸ਼ਦਾ ਹੈ। ਉਹ ਚਾਹੁੰਦਾ ਹੈ:

ਫੁੱਲ ਖਿੜਨ
ਪੈਰਾਂ ਵਿਚ ਘਾਹ ਆਪਣਾ ਫ਼ਰਜ਼ ਨਿਭਾਉਂਦਾ ਰਹੇ
ਸਪੋਲੀਏ ਹੋਣ
ਅਤੇ ਵੱਲ ਵੀ ਹੋਵੇ
ਅਸੀਂ ਲੰਘਣਾ ਜਿਊਂਦੇ ਜਾਗਦੇ
ਆਪਣੀ ਅੱਖ ਦੀ ਲੋਅ ਸਮੇਤ
ਕਰਨੀ ਹੈ ਮਸ਼ਕਰੀ ਹਵਾਵਾਂ ਨੂੰ
ਨਿਭਾਉਂਦੇ ਰਹੀਏ
ਆਪਣੇ ਪੁਰਖਿਆਂ ਦੇ ਫ਼ਰਜ਼

ਰੱਖਦੇ ਰਹੀਏ ਰੁੱਤਾਂ ਦੇ ਅਜੀਬ ਨਾਂ
ਸਵੇਰੇ ਖੋ ਜਾਇਆ ਕਰੀਏ ਭੀੜ ਵਿਚ।

ਭੁਪਿੰਦਰ ਪੁਰੇਵਾਲ ਆਪਣੇ ਘਰ ਦਾ ਜ਼ਿਕਰ ਕਰਦਿਆਂ ਜਦੋਂ ਬਨਵਾਸ ਦੀ ਗੱਲ ਕਰਦਾ ਹੈ ਤਾਂ ਉਹ ਇਕ ਅਜਿਹੇ ਬਨਵਾਸ ਦਾ ਜ਼ਿਕਰ ਕਰਦਾ ਹੈ ਜਿਹੜਾ ਅਯੁਧਿਆ ਵਾਲੇ ਰਾਮ ਦੇ ਚੌਦਾਂ ਵਰ੍ਹਿਆਂ ਦੇ ਬਨਵਾਸ ਨਾਲੋਂ ਵੱਖਰੀ ਕਿਸਮ ਦਾ ਹੈ। ਰਾਮ ਚੰਦਰ ਨੂੰ ਪਤਾ ਸੀ ਕਿ ਉਸ ਦਾ ਬਨਵਾਸ ਇਕ ਨਿਸਚਿਤ ਸਮੇਂ ਅਰਥਾਤ ਚੌਦਾਂ ਵਰ੍ਹਿਆਂ ਪਿੱਛੋਂ ਸਮਾਪਤ ਹੋ ਜਾਣਾ ਸੀ, ਪਰ ਪੁਰੇਵਾਲ ਦੇ ਦਰਸਾਏ ਬਨਵਾਸ ਦਾ ਤਾਂ ਕੋਈ ਅੰਤ ਹੀ ਨਜ਼ਰ ਨਹੀਂ ਆਉਂਦਾ। ਉਸ ਦੇ ਬਨਵਾਸ ਵਿਚ ਸਭ ਕੁਝ ਓਪਰਾ ਹੈ, ਅਜਨਬੀ ਹੈ। ਉਸ ਦੇ ਬਨਵਾਸ ਵਿਚ ਤਾਂ ਉਸਦੇ ਨਾਲ ਨਾਲ ਇਕ ਖ਼ਾਮੋਸ਼ੀ ਦੀ ਲਕੀਰ ਤੁਰ ਰਹੀ ਹੈ ਅਤੇ ਉਹ ਦੀਵਾਰਾਂ ਵਿਚ ਘਿਰਿਆ ਪ੍ਰਸ਼ਨ ਉਸਾਰਦਾ ਹੈ:

ਮੈਂ ਤੋਤਲੇ ਬੋਲਾਂ ਦੇ ਬਾਲ ਵਾਂਗ
ਭਰੇ ਮੇਲੇ ਵਿਚ ਉਂਗਲ ਨਾਲੋਂ ਵਿੱਛੜ ਗਿਆ ਹਾਂ
ਜਾਂ ਰਿਜ਼ਕ ਦੇ ਉਡਨ ਖਟੋਲੇ 'ਚ
ਰੱਖ ਦਿੱਤਾ ਕਿਸੇ ਛੱਤਾ ਡੂੰਮਣੇ ਦਾ
ਉਹ ਘਰ ਗੁੰਮ ਹੈ
ਜਿਥੇ ਮੁੱਖੋਂ ਕਿਰੇ ਬੋਲਾਂ ਦਾ ਅਰਥ ਹੁੰਦਾ ਸੀ
ਹਰ ਬੋਲ ਲਈ ਹੁੰਗਾਰਾ ਹੁੰਦਾ ਸੀ।

ਟੈਗੋਰ ਦੇ 'ਕਾਬਲੀਵਾਲਾ' ਦੇ ਬੱਚੇ ਦੀ ਉਂਗਲੀ ਜਦੋਂ ਛੁਟਕ ਜਾਂਦੀ ਹੈ ਤਾਂ ਉਸ ਲਈ ਭਰਿਆ ਮੇਲਾ ਬੀਆਬਾਨ ਬਣ ਜਾਂਦਾ ਹੈ। ਖ਼ਾਲੀ ਖ਼ਾਲੀ ਹੋ ਜਾਂਦਾ ਹੈ। ਬੱਚਾ ਵਿਲਕਦਾ ਹੈ, ਰੋਂਦਾ ਹੈ, ਕੁਰਲਾਉਂਦਾ ਹੈ। ਕਵੀ ਵੀ ਭਰੇ ਮੇਲੇ ਵਿਚ ਹੀ ਆਪਣਿਆਂ ਨਾਲੋਂ ਵਿੱਛੜ ਗਿਆ ਹੈ। ਉਹ ਮਨੁੱਖੀ ਗ਼ਰਜ਼ ਦਾ ਨਾਮ ਵੇਸਵਾ ਰੱਖਦਿਆਂ ਆਪਣੇ ਆਪੇ ਨੂੰ ਤਕਸੀਮ ਕਰਦਿਆਂ ਕੋਣੇ ਸਿਰਜਣ ਵਾਲਿਆਂ ਨੂੰ ਸੰਬੋਧਿਤ ਹੋਣ ਦੀ ਕੋਸ਼ਿਸ਼ ਕਰਦਾ ਹੈ:

ਘਰ ਵਿਚ ਮੇਰੇ ਨਾਲ ਬਣਵਾਸ ਚੱਲਦਾ ਹੈ
ਅਸੀਂ ਵੱਖਰੇ ਵੱਖਰੇ
ਬਿੱਖਰੇ ਬਿੱਖਰੇ
ਮੇਰਾ ਪੁੱਤਰ ਆਖਦਾ
ਮੈਂ ਕਿਉਂ ਬਿਸਾਖੀਆਂ ਬਣਾਂ
ਤੁਹਾਡੀ ਪਗਡੰਡੀ ਦੀਆਂ ਪੈੜਾਂ 'ਤੇ ਕਿਉਂ ਪੱਬ ਧਰਾਂ
ਮੈਂ ਆਪਣੇ ਆਪ ਨੂੰ ਜਵਾਬਦੇਹ ਹੋਣਾ ਹੈ
ਮੇਰੇ ਪਲ ਛਿਣ
ਮੇਰੇ ਹਨ
ਇਹ ਕਿਸੇ ਦੇ ਲੇਖੇ ਨਹੀਂ ਲਾਏ ਜਾ ਸਕਦੇ

ਇਥੇ ਤਾਂ ਆਪਣਾ ਸਿਵਾ ਵੀ
ਆਪ ਬਾਲਣਾ ਪੈਂਦਾ ਹੈ।

ਉਸਲਵੱਟੇ ਲੈਂਦੀ ਚੀਕ ਨੂੰ ਨਾਲ ਤੋਰੀ, ਪੁਚਕਾਰਦਿਆਂ ਪੁਚਕਾਰਦਿਆਂ ਜਦ ਜੀਭ ਟੁੱਕੀ ਜਾਂਦੀ ਹੈ ਤਾਂ ਆਪਣੇ ਆਪ ਨਾਲ ਬੋਲਿਆ ਝੂਠ ਫੜ ਹੋ ਜਾਂਦਾ ਹੈ। 'ਦੀਵਾਰਾਂ' ਨਾਂ ਦੀ ਕਵਿਤਾ, ਚੁੱਪ ਦੀ ਕਚਹਿਰੀ ਵਿਚ ਸਜ਼ਾ ਭੁਗਤਾਉਂਦੀ ਹੋਈ, ਕੋਠੇ ਜਿੱਡੀ ਹੋਈ ਧੀ ਦਾ ਜ਼ਿਕਰ ਕਰਦੀ ਹੋਈ, ਆਰਥਿਕਤਾ ਨਾਲ ਜੁੜੇ ਥਪੇੜਿਆਂ ਦਾ ਵੀ ਜ਼ਿਕਰ ਕਰਦੀ ਹੈ ਅਤੇ ਉਂਗਲਾਂ ਦੀਆਂ ਵਿਰਲਾਂ ਵਿਚੋਂ ਕਿਰ ਕਿਰ ਜਾਂਦੇ ਅਤੇ ਮੈਂ ਵਿਚੋਂ ਮਨਫ਼ੀ ਹੁੰਦੇ ਮੈਂ ਦਾ ਜ਼ਿਕਰ ਵੀ ਕਰਦੀ ਹੈ। ਕਵੀ ਆਪਣੀ ਹੋਂਦ ਸਬੰਧੀ ਸੁਆਲ ਕਰਦਾ ਹੈ :

ਮੈਂ ਪੁੱਛਣਾ ਚਾਹਿਆ
ਕਿ ਸਾਡੀ ਹੋਂਦ ਕੇਵਲ ਇਸ ਲਈ ਹੈ
ਸਾਡੇ ਜਿਊਣ ਤੋਂ ਮਰਨ ਤਕ ਸਫ਼ਰ ਕੇਵਲ ਇਸ ਲਈ ਹੈ
ਇਸ ਸਭ 'ਚੋਂ ਮੈਂ ਕਿਉਂ ਮਨਫ਼ੀ ਹਾਂ
ਮੈਂ ਤਾਂ ਬਹੁਤ ਬਾਰ ਆਖਣਾ ਚਾਹਿਆ
ਸਾਡੇ 'ਚੋਂ ਕੁਝ ਨਾ ਕੁਝ ਗੁੰਮ ਹੈ
ਕਿਧਰੇ ਨਾ ਕਿਧਰੇ ਕੁਝ ਨਾ ਕੁਝ
ਸਾਡੀਆਂ ਉਂਗਲਾਂ ਦੀਆਂ ਵਿਰਲਾਂ 'ਚੋਂ ਕਿਰ ਗਿਆ ਹੈ।

ਕਵੀ ਨੂੰ ਘਰ ਵਿਚ ਰਹਿੰਦਿਆਂ ਘਰ ਦਾ ਭਰਮ ਹੈ ਅਤੇ ਬਾਹਰ, ਸ਼ਹਿਰ ਦੀ ਰੌਣਕ ਦਾ ਭਰਮ ਹੈ। ਇਸ ਦੇ ਬਾਵਜੂਦ ਉਹ ਸਭ ਨੂੰ ਹੰਝੂਆਂ ਤੋਂ ਬਿਨਾਂ ਖਿੜੇ ਮੱਥੇ ਮਿਲਣ ਲਈ ਕਿਉਂ ਮਜਬੂਰ ਹੈ, ਇਸ ਦਾ ਪ੍ਰਗਟਾਅ ਉਹ ਆਪਣੀ ਅਗਲੀ ਕਵਿਤਾ 'ਸਿਫ਼ਰ' ਵਿਚ ਕਰ ਦਿੰਦਾ ਹੈ। ਸਿਫ਼ਰ ਆਦਿ ਵੀ ਹੈ ਅਤੇ ਅੰਤ ਵੀ। ਆਵਾਜ਼ਾਂ ਦੇ ਅੰਦਰ ਘਿਰੀ ਹੋਈ ਆਵਾਜ਼ ਕੁਝ ਕਹਿ ਪਾਣ ਲਈ ਛਟਪਟਾਂਦੀ ਹੈ। ਉਹ ਟਕਰਾਉ ਦੀ ਸਥਿਤੀ ਵਿਚ ਹੈ। ਉਹ ਦੱਸਣਾ ਚਾਹੁੰਦਾ ਹੈ ਕਿ ਪੂੰਜੀਵਾਦੀ ਸਮਾਜ ਦੇ ਉਲਝੇ ਹੋਏ ਧੂੰਏਂ ਅਤੇ ਖਿੰਡਰੇ-ਪੁੰਡਰੇ ਰੰਗਾਂ ਦਾ ਉਹ ਸਿਰਜਕ ਨਹੀਂ। ਉਸ ਦਾ ਦੋਸ਼ ਤਾਂ ਸਿਰਫ਼ ਇੰਨਾ ਕੁ ਹੀ ਹੈ ਕਿ ਉਸ ਨੇ ਇਸ ਸ਼ਹਿਰ (ਮਾਹੌਲ) ਨੂੰ ਹੁੰਗਾਰਾ ਦਿੱਤਾ। ਜੋ ਕਮਾਇਆ, ਉਹੋ ਹੀ ਗਵਾਇਆ। ਅਤੇ ਹੁਣ ਚਾਹ ਕੇ ਵੀ ਇਸ ਸ਼ਹਿਰ ਨੂੰ ਅਲਵਿਦਾ ਕਹਿਣ ਤੋਂ ਅਸਮਰੱਥ ਹੈ ਕਿਉਂਕਿ ਉਹ ਜਾਣ ਗਿਆ ਹੈ ਕਿ ਇਸ ਮਸ਼ੀਨੀ ਜ਼ਿੰਦਗੀ ਤੋਂ ਕਿਸੇ ਤਰ੍ਹਾਂ ਵੀ ਬਚ ਨਹੀਂ ਸਕੇਗਾ। ਮੁਕਤ ਨਹੀਂ ਹੋ ਪਾਵੇਗਾ। ਉਸ ਨੂੰ ਇਸ ਗੱਲ ਦੀ ਸੋਝੀ ਹੋ ਗਈ ਹੈ ਕਿ ਆਪਣੀ ਉਮਰ ਦੇ ਆਖ਼ਰੀ ਵਰ੍ਹੇ ਨਾ ਚਾਹੁੰਦਿਆਂ ਹੋਇਆਂ ਵੀ ਉਸਨੂੰ ਇਥੇ ਹੀ ਗੁਜ਼ਾਰਨੇ ਪੈਣਗੇ। ਵਿਅਕਤੀਗਤ ਕਸ਼ਮਕਸ਼ 'ਚੋਂ ਨਿਕਲਣ ਸਬੰਧੀ ਉਹ ਕੋਈ ਵੀ ਭਰਮ ਨਾ ਪਾਲਦਿਆਂ ਆਪਣੀ ਹੋਣੀ ਦਾ ਸਾਖ਼ਸ਼ੀ ਹੈ :

ਤੂੰ ਇਥੇ ਹੀ ਗਿਣੇਂਗਾ ਆਪਣੀ ਉਮਰ ਦੇ ਆਖ਼ਰੀ ਸਾਲ
ਇਥੇ ਹੀ ਤੈਨੂੰ ਚਾਂਦੀ ਰੰਗੇ ਵਾਲ ਮਿਲਣਗੇ

ਇਹੋ ਗਵਾਂਢੀ ਭਾਈਬੰਦ
ਜੋ ਦਿਨਾਂ ਨੂੰ ਹੋਰ ਦਿਨਾਂ ਲਈ ਉਡੀਕ ਰਹੇ
ਇਹੋ ਹੀ ਅੱਧ-ਬੋਲੇ ਅੱਧ-ਸੁਣੇ ਬੋਲ
ਅੱਧ-ਮਾਣੀਆਂ ਜਵਾਨੀਆਂ।

ਉਸ ਨੂੰ ਇਹ ਸੋਝੀ ਵੀ ਹੋ ਗਈ ਹੈ ਕਿ ਸ਼ਹਿਰ/ਮਾਹੌਲ/ਪੂੰਜੀਵਾਦ ਦੇ ਪਸਾਰੇ ਪਾਸ ਉਸ ਨੂੰ ਜਿਉਂਦਾ ਰੱਖਣ ਲਈ ਪੂਰਾ ਬੁਣਿਆ ਹੋਇਆ ਜਾਲ ਹੈ। ਖਿੱਚ ਪਾਉਂਦੀਆਂ, ਮਨ ਨੂੰ ਭਾਉਂਦੀਆਂ ਕੰਧਾਂ ਹਨ। ਪਲੇਟ ਵਿਚ ਬੇਹੀ ਰੋਟੀ ਦਾ ਟੁਕੜਾ ਹੈ। ਸਿਆਣਾ ਸ਼ਹਿਰ ਜਾਣ ਗਿਆ ਹੈ ਕਿ ਕਿਸ ਥਾਂ ਉਸ ਦਾ ਪੈਰ ਚੀਰ ਕੇ ਲੰਘਣਾ ਹੈ ਅਤੇ ਕਦੋਂ ਉਸ ਨੂੰ ਜਾਂ ਉਸ ਦੇ ਪੈਰ ਦੇ ਜ਼ਖ਼ਮ ਨੂੰ ਮਰ੍ਹਮ ਦੀ ਲੋੜ ਹੈ।

ਪੂੰਜੀਵਾਦੀ ਸਮਾਜ ਵਿਚ ਰਹਿੰਦਿਆਂ ਵੀ ਕਵੀ ਪੂੰਜੀਵਾਦ ਦੇ ਮੋਹ ਦਾ ਸ਼ਿਕਾਰ ਨਹੀਂ ਹੋਇਆ। ਸਮੁੱਚਾ ਮਨੁੱਖ, ਮਨੁੱਖੀ ਹੋਂਦ ਅਤੇ ਮਨੁੱਖ ਦੇ ਕਲਿਆਣ ਬਾਰੇ ਕਵੀ ਪੁਰੇਵਾਲ ਚਿੰਤਨਸ਼ੀਲ ਹੈ। ਉਹ ਮਨੁੱਖ ਦੇ ਕਲਿਆਣ ਲਈ ਕਿਸੇ ਵੀ ਰਵਾਇਤੀ ਦਰਸ਼ਨ ਦਾ ਧਾਰਨੀ ਨਹੀਂ। ਉਹ ਆਪਣੇ ਆਲੇ-ਦੁਆਲੇ ਸਿੱਲ-ਵੱਟਾ ਬਣੇ ਮਾਹੌਲ ਨੂੰ ਪ੍ਰਵਾਨ ਕਰਨ ਲਈ ਮਜਬੂਰ ਹੁੰਦਿਆਂ ਵੀ ਆਪਣੇ ਆਲੇ-ਦੁਆਲੇ ਨੂੰ ਬਦਲਣਾ ਚਾਹੁੰਦਾ ਹੈ। ਉਹ ਬਾਗ਼ੀ ਹੈ। ਭਾਵੇਂ ਉਸ ਦੀ ਬਗ਼ਾਵਤ ਵਿਚ ਦਰਸ਼ਨ ਸਿੰਘ ਆਵਾਰਾ ਦੀ ਬਗ਼ਾਵਤ ਵਰਗੀ ਉੱਚੀ ਸੁਰ ਵਾਲੀ ਬਗ਼ਾਵਤ ਦਾ ਪ੍ਰਚਾਰ ਨਹੀਂ ਮਿਲਦਾ, ਪਰ ਉਸ ਦੀ ਕਵਿਤਾ ਵਿਚ ਇਕ ਅਨੂਠੀ ਕਿਸਮ ਦੀ ਬਗ਼ਾਵਤ ਹੈ। ਉਸ ਦੀ ਕਵਿਤਾ ਵਿਚ ਰੋਹ ਹੈ, ਰੋਸਾ ਹੈ, ਰੋਸ ਤੇ ਰੋਹ ਭਰੀ ਸ਼ਿੱਦਤ ਹੈ, ਬਗ਼ਾਵਤ ਹੈ। 'ਮੈਨੂੰ ਏਨਾ ਦੱਸੋ' ਵਿਚ ਉਸ ਦਾ ਰੋਸਾ, ਉਸ ਦਾ ਰੋਹ ਅਤੇ ਉਸ ਵੱਲੋਂ ਬਗ਼ਾਵਤ ਦਾ ਝਲਕਾਰਾ ਸਹਿਜੇ ਹੀ ਮਿਲ ਜਾਂਦਾ ਹੈ:

ਮੈਨੂੰ ਏਨਾ ਦੱਸੋ,
ਮੇਰੇ ਆਸਮਾਂ ਵਿਚ ਕਿਸ ਨੇ ਛੇਕ ਕੀਤੇ ਹਨ
ਬਸ ਏਨਾ
ਮੇਰੇ ਚੰਦ ਨਾਲੋਂ ਕਿਸ ਨੇ ਗਰਾਹੀ ਤੋੜੀ ਹੈ
ਕੌਣ ਤਾਰਿਆਂ ਦੀ ਫ਼ਸਲ ਚਰ ਗਿਆ
ਕਿਸ ਨੇ ਮੇਰੀਆਂ ਰਾਤਾਂ ਦੀ ਨੀਂਦਰ 'ਚ
ਉਜਾੜਾਂ ਦੇ ਸੁੱਕੇ ਜੰਡ ਖੜੇ ਕੀਤੇ ਹਨ।

ਇਸ ਤੋਂ ਅੱਗੇ ਵਧਦਿਆਂ ਉਸ ਦੇ ਬਗ਼ਾਵਤੀ ਲਹਿਜੇ ਦੀ ਕਨਸੋਅ ਉਸ ਦੀ ਕਵਿਤਾ 'ਚਾਰ ਦਿਨ' ਵਿਚੋਂ ਵੀ ਮਿਲਦੀ ਹੈ। ਆਪੇ ਹੀ ਪ੍ਰਸ਼ਨ ਕਰਦਾ ਹੈ ਅਤੇ ਆਪੇ ਹੀ ਜਵਾਬ ਵੀ ਦਿੰਦਾ ਹੈ:

ਤ੍ਰੇੜੀ ਹੋਈ ਦੀਵਾਰ 'ਚ ਡਿੱਗੇ ਪੱਤੇ ਵਾਂਗ
ਊਂਘ ਰਿਹਾ

ਸੁੰਗੜੀ ਲੂੰਬੜੀ ਵਾਂਗ ਕੰਬ ਰਿਹਾ
ਕਿੰਨੀ ਕੁ ਦੇਰ ਇੰਝ ਗੁਜ਼ਰ ਹੋਵੇਗਾ।
(ਇਸ ਲਈ)
ਤੂੰ ਇੰਝ ਕਰ ਖ਼ਬਰ ਖ਼ਬਰ ਹੋ ਜਾ
ਅਖ਼ਬਾਰ ਦੇ ਪੰਨਿਆਂ 'ਤੇ ਛਪ ਜਾ
ਛੱਤ ਤੋਂ ਸੂਰਜ ਚੁਰਾ ਲੈ
ਰੌਸ਼ਨ ਰੌਸ਼ਨ ਹੋ ਜਾ
ਤੂੰ ਜਿਸਮ ਵਿਚੋਂ ਸੂਲਾਂ ਨੂੰ ਪੁੱਟ ਕੇ ਤਾਂ ਵੇਖ
ਇਸ ਅਭਾਗੇ ਦਿਨ ਨੂੰ ਭਾਗਾਂ ਵਾਲਾ ਸਮਝ ਕੇ ਤਾਂ ਵੇਖ
ਆਪਣੇ ਹੱਥ 'ਤੇ ਉਮਰ ਦੀ ਲੰਬੀ ਲਕੀਰ ਵਾਹ ਲੈ
ਜਾਂ ਹਵਾ 'ਚ ਹਵਾ ਹੋ ਜਾ।

ਭੁਪਿੰਦਰ ਪੁਰੇਵਾਲ ਦੀ ਕਵਿਤਾ ਵਿਚ ਸਾਰੀ ਕਹੀ ਅਣਕਹੀ ਗੱਲ ਸਪਸ਼ਟ ਅਤੇ ਸਾਫ਼ ਹੈ। ਉਹ ਗੁੰਝਲਦਾਰ ਨਹੀਂ। ਭਾਵੇਂ ਉਹ 'ਨਵੇਂ ਰਿਸ਼ਤੇ' ਭਾਲ ਰਿਹਾ ਹੋਵੇ ਅਤੇ ਭਾਵੇਂ ਉਹ 'ਬਲੇਡ ਦੀ ਧਾਰ 'ਤੇ' ਤੁਰ ਰਿਹਾ ਹੋਵੇ, ਭਾਵੇਂ ਉਹ 'ਰਾਤ ਦੀ ਰਾਤ' ਹੋ ਰਿਹਾ ਹੋਵੇ ਜਾਂ 'ਪਿੰਜਰੇ ਅੰਦਰ ਪਿੰਜਰੇ' ਬਣ ਰਿਹਾ ਹੋਵੇ—ਉਸ ਦੀ ਕਵਿਤਾ ਕਾਲ-ਮੁਕਤ ਹੁੰਦੀ ਹੋਈ ਸਦਾ-ਰਹਿਣੀ ਭਾਅ ਮਾਰਦੀ ਹੈ। ਉਸ ਨੇ ਸਮਝ ਆ ਸਕਣ ਵਾਲੀ ਸ਼ਬਦਾਵਲੀ, ਬਿੰਬ/ ਚਿੰਨ੍ਹ ਵਰਤੇ ਹਨ। ਉਹ ਭੀੜ ਦੇ ਅੰਦਰ ਰਹਿੰਦਿਆਂ ਹੋਇਆਂ ਵੀ ਭੀੜ ਦਾ ਹਿੱਸਾ ਨਹੀਂ ਬਣਦਾ। ਸਗੋਂ ਉਸ ਵਿਚ ਇਕ ਆਪਣੀ ਕਿਸਮ ਦਾ ਅਨੂਠਾ-ਪਨ ਹੈ, ਆਪਣਾ ਵੱਖਰਾ ਨਕਸ਼ ਹੈ। ਉਸ ਦੀ ਕਵਿਤਾ ਵੀ ਉਸ ਦੀ ਆਪਣੀ ਵੱਖਰੀ ਪਹਿਚਾਣ ਦੀ ਹੀ ਸ਼ਾਅਦੀ ਭਰਦੀ ਹੈ। ਉਸ ਦੀ ਕਵਿਤਾ ਵਿਚ ਭਾਵੇਂ ਛੰਦ-ਬੱਧ ਕਵਿਤਾ ਵਾਲੀ ਲੈਅ ਨਹੀਂ ਪਰ ਉਸ ਦੀ ਕਵਿਤਾ ਵਿਚ ਆਪਣੀ ਕਿਸਮ ਦੀ ਸੰਗੀਤਕ ਸੁਰ ਹੈ। ਕਵਿਤਾ ਬੇਰਸ ਨਹੀਂ, ਨਾ ਹੀ ਭਾਵਾਂ ਕਰਕੇ ਅਤੇ ਨਾ ਹੀ ਵਿਕਾਰਾਂ ਪੱਖੋਂ। ਉਸ ਦੀ ਕਵਿਤਾ ਨੂੰ ਬਾਰ ਬਾਰ ਪੜ੍ਹਨ ਦਾ ਮਨ ਕਰਦਾ ਹੈ। ਉਹ ਨਿਰਾਸ਼ ਨਾ ਹੋਣ ਦੀ ਤਾਕੀਦ ਕਰਦਿਆਂ ਸੱਚ ਤੋਂ ਪਰਦਾ ਚੁੱਕਦਾ ਹੈ:

ਤੁਸੀਂ ਨਿਰਾਸ਼ ਨਾ ਹੋਵੋ
ਹੁਣੇ ਜਾਂ ਘੜੀ ਪਲ ਨੂੰ ਕੁਝ ਵੀ ਵਾਪਰ ਸਕਦਾ
ਅਨੇਕਾਂ ਸੁੰਡੀਆਂ ਪਲ ਰਹੀਆਂ
ਕੋਈ ਵੀ ਪਿੰਡਲੀ 'ਤੇ ਰੀਂਗ ਸਕਦੀ ਹੈ
ਡੰਗ ਸਕਦੀ ਹੈ
ਕੋਈ ਵੀ ਬੁਰਕੀ ਥਾਣੀਂ ਅੰਦਰ ਲੰਘ ਸਕਦੀ ਹੈ
ਮੈਂ ਕਦੇ ਵੀ ਜ਼ਹਿਰ ਨਾਲ ਭਰਿਆ
ਨੀਲਾ
ਗ਼ੁਬਾਰੇ ਵਾਂਗ ਪਾਟ ਸਕਦਾ ਹਾਂ।.....

ਮੈਂ ਆਪਣੇ ਹੱਥਾਂ 'ਤੇ ਚੱਕ ਮਾਰਾਂਗਾ
ਆਪਣੇ ਅੰਗਾਂ ਨੂੰ ਖਾ ਜਾਵਾਂਗਾ
ਮੈਂ ਤਸੀਹਾ ਸਿਰਜ ਲਵਾਂਗਾ
ਤੁਸੀਂ ਨਿਰਾਸ਼ ਨਾ ਹੋਵੋ
ਹੁਣੇ ਜਾਂ ਘੜੀ ਪਲ ਨੂੰ ਕੁਝ ਵੀ ਵਾਪਰ ਸਕਦਾ।

ਭੁਪਿੰਦਰ ਪੁਰੇਵਾਲ ਦੀ ਕਵਿਤਾ ਸੁਹਜ-ਸੁਆਦ ਤੋਂ ਅਗਾਂਹ ਝਾਕਦੀ ਹੋਈ, ਯਥਾਰਥੀ ਰਾਹ 'ਤੇ ਤੁਰਦੀ ਹੈ। ਨਵੇਂ ਰਾਹਾਂ ਦੇ ਰਾਹੀ ਬਣਨ ਲਈ ਪ੍ਰੇਰਦੀ ਹੈ। ਉਹ ਜੀਵਨ ਦੀ ਸਚਿਆਈ ਨੂੰ ਇਕ ਦਾਰਸ਼ਨਿਕ ਵਾਂਗ ਵੇਖਦਿਆਂ ਵਰਤੀਂਦੇ ਸ਼ਬਦਾਂ ਵਿਚ ਅਰਥ ਉਪਜਾਉਂਦਾ ਹੈ। ਉਹ ਦਿਲ ਦੇ ਨਾਲ ਨਾਲ ਮਸਤਕ ਨੂੰ ਵੀ ਟੁੰਬਦਾ ਹੈ, ਝੰਜੋੜਦਾ ਹੈ। ਉਹ ਇਕ ਚਿੰਤਕ ਦੀ ਨਿਆਈਂ ਵਿਸਫੋਟਕ ਧਮਾਕਾ ਕਰਦਿਆਂ ਵਾਪਰਦੇ/ਅਣ-ਵਾਪਰਦੇ ਨੂੰ ਨੀਝ ਦਾ ਹਾਣੀ ਬਣਾਉਂਦਾ ਹੈ। ਉਹ ਮੈਂ ਤੋਂ ਮੈਂ ਅਤੇ ਫਿਰ ਮੈਂ ਤੋਂ ਉਸ ਤਕ ਪੁੱਜਦਾ ਹੈ। ਉਹ ਮਨੁੱਖੀ ਮਨ ਦੀਆਂ ਤਹਿਆਂ ਨੂੰ ਫਰੋਲਦਿਆਂ ਬੜੇ ਹੀ ਵਿਵੇਕ ਨਾਲ ਜੀਵਨ-ਸੱਚ ਦੀ ਸੋਝੀ ਵੀ ਕਰਾ ਦਿੰਦਾ ਹੈ। ਉਸ ਦੀ ਕਵਿਤਾ, ਨਾ ਕੇਵਲ ਉਸ ਦੀ ਆਪਣੀ ਹੋਂਦ ਨਾਲ ਹੀ, ਸਗੋਂ ਮਨੁੱਖੀ ਹੋਂਦ ਨਾਲ ਵੀ ਇਕ ਨਵੀਂ ਭਾਂਤ ਦੀ ਵਾਰਤਾਲਾਪ ਉਸਾਰਦੀ ਹੋਈ ਇਕ ਅਨੂਠਾ ਜਿਹਾ ਵਾਤਾਵਰਨ ਪੈਦਾ ਕਰਦੀ ਹੈ।

ਨਿਰਸੰਦੇਹ ਭੁਪਿੰਦਰ ਪੁਰੇਵਾਲ ਆਧੁਨਿਕ ਸਮੇਂ ਦਾ ਇਕ ਅਤਿ ਦਾ ਸੰਵੇਦਨਸ਼ੀਲ ਚੇਤੰਨ ਚਿੰਤਕ ਅਤੇ ਅਗਰਗਾਮੀ ਸੋਚ ਵਾਲਾ ਕਵੀ ਹੈ। ਉਸ ਦੀ ਕਾਨੀ ਆਪਣੇ ਸਮੇਂ ਦੀ ਰਾਜਨੀਤਕ, ਪੂੰਜੀਵਾਦਕ, ਸਮਾਜਕ, ਵਿਉਹਾਰਕ ਅਤੇ ਵਿਅਕਤੀਗਤ ਮਾਨਸਿਕਤਾ ਦੀ ਤਰਜਮਾਨੀ ਕਰਨ ਵਿਚ ਸਮਰੱਥ ਸਾਬਤ ਹੁੰਦਿਆਂ ਯੋਗ ਤਬਦੀਲੀ ਲਈ ਪ੍ਰੇਰਨਾਦਾਇਕ ਵੀ ਹੈ ਅਤੇ ਰਾਹ-ਦਸੇਰੀ ਵੀ।

ਮੈਂ ਕਿਤੇ ਹੋਰ ਸੀ

(ਵਰਿੰਦਰ ਪਰਿਹਾਰ)

ਕਵੀ ਵਰਿੰਦਰ ਪਰਿਹਾਰ ਪੰਜਾਬੀ ਸਾਹਿਤਕ ਜਗਤ ਲਈ ਕੋਈ ਓਪਰਾ ਨਾਂ ਨਹੀਂ। 1996 ਵਿਚ ਉਸ ਦੀਆਂ 22 ਕਵਿਤਾਵਾਂ ਦਾ ਇਕ ਸੋਵੀਨੀਅਰ ਪੰਜਾਬ ਵਿਚ ਰੀਲੀਜ਼ ਕੀਤਾ ਗਿਆ। ਇਸ ਸੰਗ੍ਰਹਿ ਦੀ ਖ਼ੂਬੀ ਇਹ ਰਹੀ ਕਿ ਵਰਿੰਦਰ ਦੀਆਂ ਇਹਨਾਂ ਪੰਜਾਬੀ ਕਵਿਤਾਵਾਂ ਨੂੰ ਅੰਗਰੇਜ਼ੀ ਦੇ ਅਨੁਵਾਦ ਸਮੇਤ ਛਾਪਿਆ ਗਿਆ ਸੀ। ਉਸ ਦੀਆਂ ਢੇਰ ਸਾਰੀਆਂ ਪੰਜਾਬੀ ਕਵਿਤਾਵਾਂ ਦੇ ਅੰਗਰੇਜ਼ੀ ਵਿਚ ਅਨੁਵਾਦ ਹੋਏ ਅਤੇ ਕਾਵਿ-ਪਾਠ ਵੀ। ਹੁਣ 67 ਕਵਿਤਾਵਾਂ 'ਤੇ ਆਧਾਰਿਤ ਉਸ ਦੀ ਸੱਜਰੀ ਕਾਵਿ ਪੁਸਤਕ *ਮੈਂ ਕਿਤੇ ਹੋਰ ਸੀ* ਪ੍ਰਕਾਸ਼ਿਤ ਹੋਈ ਹੈ। ਹੋਰ ਸੰਗ੍ਰਹਿ ਵੀ ਪ੍ਰਕਾਸ਼ਨਾ ਦੀ ਤਿਆਰੀ ਵਿਚ ਹਨ।

ਵਰਿੰਦਰ ਪਰਿਹਾਰ ਇਕ ਸੰਜੀਦਾ ਇਨਸਾਨ ਹੈ ਅਤੇ ਉਸ ਦੀਆਂ ਕਵਿਤਾਵਾਂ ਵਿਚ ਉਸ ਦੀ ਸੰਜੀਦਗੀ ਅਤੇ ਗੰਭੀਰਤਾ ਦੇ ਦਰਸ਼ਨ ਸਹਿਜੇ ਹੀ ਹੋ ਜਾਂਦੇ ਹਨ। ਉਹ ਜਿਵੇਂ ਦਿੱਸਦਾ ਹੈ ਤਿਵੇਂ ਹੀ ਆਪਣੀਆਂ ਕਵਿਤਾਵਾਂ ਵਿਚ ਹਾਜ਼ਰ ਹੁੰਦਾ ਹੈ। ਸਰਸਰੀ ਤੌਰ 'ਤੇ ਉਸ ਦੀਆਂ ਕਵਿਤਾਵਾਂ ਦਾ ਅਨੰਦ ਮਾਣਦਿਆਂ ਕੁਝ ਕਹਿਣ ਦਾ ਹੀਆ ਕਰ ਰਿਹਾ ਹਾਂ। ਨਿਸਚੈ ਹੀ ਇਹ ਉਸ ਦੇ ਕਾਵਿ ਦੀ ਆਲੋਚਨਾ ਨਹੀਂ, ਕੇਵਲ ਅਨੰਦਮਈ ਪਠਨ ਹੈ।

ਮੈਂ ਕਿਤੇ ਹੋਰ ਸੀ ਦੇ ਸਮਰਪਿਤ ਪੰਨੇ 'ਤੇ ਵਰਿੰਦਰ ਪਰਿਹਾਰ ਜਦੋਂ ਲਿਖਦਾ ਹੈ : ਬੰਦਿਆਂ ਦੀ ਲੜਾਈ ਜਿੰਨੀ ਹੀ ਭਿਆਨਕ, ਆਤਮਾ ਦੀ ਲੜਾਈ ਵੀ ਹੁੰਦੀ ਹੈ। ਤਾਂ ਦਰਅਸਲ ਉਹ ਸਪਸ਼ਟ ਕਰ ਦਿੰਦਾ ਹੈ ਕਿ ਉਹ ਆਪਣੀ ਕਵਿਤਾ ਦੇ ਪ੍ਰਗਟਾਵੇ ਵਿਚ ਜਿਥੇ ਖੜਾ ਦਿਖਾਈ ਦੇ ਰਿਹਾ ਹੈ, ਉਥੇ ਨਹੀਂ,ਕਿਤੇ ਬਹੁਤ ਦੂਰ ਉਸ ਦੇ ਪਿਛੋਕੜ ਵਿਚ ਖੜਾ ਆਤਮਾ ਦੇ ਸੰਘਰਸ਼ ਵਿਚ ਲੀਨ ਹੈ। ਉਹ ਆਪਣੇ ਆਲੇ-ਦੁਆਲੇ ਦਾ ਤਣਾਉ ਭੋਗ ਰਿਹਾ ਹੈ ਅਤੇ ਇਸ ਤਣਾਉ ਦੇ ਪ੍ਰਗਟਾਅ ਲਈ ਕਲਪਨਾ ਵੀ ਕਰਦਾ ਹੈ ਅਤੇ ਸਾਖਿਆਤ ਦਿੱਸਦੇ ਨੂੰ ਸ਼ਬਦਾਂ ਦਾ ਜਾਮਾ ਵੀ ਪਹਿਨਾਉਂਦਾ ਹੈ। ਆਪਣੀ ਹਰ ਕਵਿਤਾ ਵਿਚ ਉਹ ਕੂਕ ਕੂਕ ਕੇ ਕਹਿ ਰਿਹਾ ਹੈ ਕਿ 'ਮੈਂ ਕਿਤੇ ਹੋਰ ਸੀ'।

ਰੂਪ ਦੇ ਪੱਖੋਂ ਉਸ ਦੀ ਕਵਿਤਾ ਛੰਦ-ਬੱਧ ਜਾਂ ਪ੍ਰਗੀਤਕ ਨਹੀਂ। ਉਸ ਦੀ ਕਵਿਤਾ ਖੁੱਲ੍ਹੀ ਕਵਿਤਾ ਹੈ ਪਰ ਨਿਸਚੈ ਹੀ ਪੜ੍ਹਨ, ਮਾਣਨ ਯੋਗ ਅਤੇ ਸਮਝ ਆ ਸਕਣ ਵਾਲੀ। ਬੌਧਿਕ ਹੁੰਦਿਆਂ ਵੀ ਦਿਲ-ਦਿਮਾਗ਼ ਦੇ ਨੇੜੇ ਦੀ ਗੱਲ ਕਰਦਾ ਹੈ। ਵਰਿੰਦਰ ਕਵਿਤਾ

ਸਬੰਧੀ ਇਹ ਮੰਨ ਕੇ ਤੁਰਦਾ ਹੈ ਕਿ ਕਵਿਤਾ ਆਪਣੇ ਰੂਪ ਤੋਂ ਪਹਿਲਾਂ ਹੀ ਜਨਮ ਲੈ ਚੁੱਕੀ ਹੈ, ਇਸ ਲਈ ਕਵਿਤਾ ਨੂੰ ਕਿਸੇ ਤਰ੍ਹਾਂ ਦੇ ਬੰਧਨ ਵਿਚ ਬੰਨ੍ਹਣਾ ਠੀਕ ਨਹੀਂ। ਕਵਿਤਾ ਨੂੰ ਐਵੇਂ ਬਨਾਉਟੀ ਵਾਧੂ ਦੇ ਰੂਪ ਦੀ ਲੋੜ ਨਹੀਂ। ਵਰਿੰਦਰ ਦੀ ਕਵਿਤਾ ਦਾ ਪਾਠ ਧੀਰਜ ਨਾਲ ਕਰਦਿਆਂ ਸੋਝੀ ਪੈ ਜਾਂਦੀ ਹੈ ਕਿ ਉਸ ਦੇ ਤੀਖਣ ਅਤੇ ਭਾਵੁਕ ਵਿਚਾਰਾਂ ਨੂੰ ਸੂਖਮ ਅਤੇ ਕੋਮਲ ਸੰਵੇਦਨਾਵਾਂ ਦੇ ਵਹਾ ਵਿਚ ਕਿਸੇ ਤਰ੍ਹਾਂ ਦੇ ਵੀ ਤੁਕਾਂਤ ਦੀ ਲੋੜ ਨਹੀਂ ਹੈ। ਆਪਣੀ ਇਕ ਕਵਿਤਾ 'ਬਾਘ' ਵਿਚ ਉਹ ਕਿਤੇ ਹੋਰ ਬੈਠਾ ਵੀ ਮਨੁੱਖ ਦੀ ਵਿਅਥਾ ਨੂੰ ਕਿਸ ਤਰ੍ਹਾਂ ਮਹਿਸੂਸ ਕਰਦਿਆਂ ਵਿਅਕਤ ਕਰਦਾ ਹੈ, ਉਹ ਦੇਖਣ ਯੋਗ ਹੈ। 'ਬਾਘ' ਇਸ ਵਾਰ ਫਿਰ ਗਲੀ ਵਿਚ ਆਵੇਗਾ। 'ਬਾਘ' ਸੰਕੇਤ ਹੈ ਜ਼ਾਲਮ ਵੱਲ, ਸੱਤਾ ਵੱਲ। ਪਤਾ ਨਹੀਂ ਇਸ ਵਾਰ ਕਿਸ ਦੀ ਵਾਰੀ ਹੈ, ਕੌਣ ਉਸ ਦੇ ਪੰਜੇ ਵਿਚ ਆਵੇਗਾ। ਬੜੇ ਹੀ ਸੁਡੌਲ ਅਤੇ ਨਰੋਏ ਜਿਸਮਾਂ ਦੀ ਲਾਲਸਾ ਵਿਚ ਬਾਘ ਦੇ ਮੂੰਹ ਵਿਚੋਂ ਲਾਰਾਂ ਟਪਕ ਰਹੀਆਂ ਹਨ ਪਰ ਉਹ ਇਹ ਨਹੀਂ ਜਾਣਦਾ ਕਿ ਇਹ ਨਰੋਏ ਦਿੱਸਣ ਵਾਲੇ ਜਿਸਮ ਤਾਂ ਦਰਅਸਲ ਫ਼ਰੇਮਾਂ ਵਿਚ ਮੜ੍ਹੇ ਹੋਏ ਨੇ। ਉਹਨਾਂ ਦੀ ਮੁਸਕਾਨ ਤਸਵੀਰਾਂ ਵਾਲੀ ਸੁੱਕੀ ਮੁਸਕਾਨ ਹੈ ਅਤੇ ਉਹਨਾਂ ਉੱਤੇ ਸੁੱਕੇ ਫੁੱਲਾਂ ਦੇ ਹਾਰ ਚੜ੍ਹਾਏ ਗਏ ਹਨ। ਅਤੇ :

ਉਹਨਾਂ ਦੀਆਂ ਤਸਵੀਰਾਂ ਝਾੜ ਪੂੰਝ ਕਰਨ ਵਾਲੇ
ਇਸ ਬਸਤੀ ਦੇ ਸਭ ਤੋਂ ਬੱਧਕੇ
ਭਾਵਨਾ ਰਹਿਤ ਬਸ਼ਿੰਦੇ ਨੇ।
ਗੁਆਚੇ ਜਿਹੇ
ਆਪਣੇ ਕੰਮਾਂ ਵਿਚ ਰੁੱਝੇ ਰਹਿੰਦੇ ਨੇ।
ਨੁੱਕੜ ਦੇ ਘਰ ਵਿਚ
ਇਕ ਸਾਇਆ ਵੀ ਰਹਿੰਦਾ ਹੈ।
ਸਭ ਕੁਝ ਵੇਖਦਾ, ਸੁਣਦਾ
ਤੇ ਹਰ ਵਕਤ ਬੇਮੁਆਨੀ ਸ਼ਬਦ
ਉਗਲਦਾ ਰਹਿੰਦਾ।

ਉਸ ਦੀ ਖੁੱਲ੍ਹੀ ਕਵਿਤਾ ਦਰਅਸਲ ਉਸ ਦੇ ਆਪਣੇ ਅੰਤਹਕਰਣ ਵਾਂਗ ਹੀ ਖੁੱਲ੍ਹੀ ਹੈ, ਸੁਤੰਤਰ ਹੈ ਅਤੇ ਸੁੰਦਰ ਵੀ। ਉਸ ਦੀ ਕਵਿਤਾ ਦੀਆਂ ਪੰਗਤੀਆਂ ਆਸਮਾਨ ਹੁੰਦਿਆਂ ਹੋਇਆਂ ਵੀ ਧਰਤੀ 'ਤੇ ਪੈਰ ਟਿਕਾਈ ਸਹਿਜ ਭਰੀਆਂ ਹਨ। ਬੌਧਿਕ ਹੁੰਦਿਆਂ ਹੋਇਆਂ ਵੀ ਦਿਲ ਨੂੰ ਟੁੰਬਦੀਆਂ ਹਨ ਅਤੇ ਸਰੋਦੀ ਕਵਿਤਾ ਵਾਂਗ ਹੀ ਆਨੰਦਿਤ ਵੀ ਕਰਦੀਆਂ ਹਨ। ਉਹ ਜਦੋਂ ਵੀ ਕਿਸੇ ਘਟਨਾ ਦਾ ਬਿਆਨ ਕਰਦਾ ਹੈ ਤਾਂ ਬਹੁਤ ਕੁਝ ਕਹਿ ਵੀ ਜਾਂਦਾ ਹੈ ਅਤੇ ਉਸ ਦੇ ਕਹੇ ਵਿਚ ਬਹੁਤ ਕੁਝ ਅਣਕਿਹਾ ਵੀ ਰਹਿ ਜਾਂਦਾ ਹੈ। ਕਹਿਣਾ ਅਤੇ ਲੁਕੋ ਕੇ ਰੱਖਣਾ ਵੀ ਉਸ ਦੀ ਕਵਿਤਾ ਦਾ ਮੀਰੀ ਗੁਣ ਹੈ। 'ਇਕ ਘਟਨਾ ਦਾ ਬਿਆਨ' ਪਾਠਕ ਦੇ ਮਨਾਂ ਨੂੰ ਕੀਲਣ ਦੀ ਸ਼ਕਤੀ ਰੱਖਦਾ ਹੈ। ਪੂਰੀ ਕਵਿਤਾ ਪੜ੍ਹਨ

ਨਾਲ ਹੀ ਸਬੰਧ ਰੱਖਦੀ ਹੈ। ਛੱਤ ਰਹਿਤ ਘਰਾਂ ਅਤੇ ਅਣਖੁੱਲ੍ਹਦੇ ਦਰਵਾਜ਼ਿਆਂ ਦਾ ਜ਼ਿਕਰ ਕਰਦਿਆਂ ਕਰਦਿਆਂ ਜਦੋਂ ਉਹ ਕੁਰਸੀ, ਚੁੱਲ੍ਹੇ, ਧੂੜ ਭਰੇ ਫ਼ਰਸ਼ਾਂ ਉੱਤੇ ਲਹੂ ਦਾ ਚਿੱਕੜ ਦਿਖਾਂਦਾ ਹੈ ਤਾਂ ਮੁਸਕਰਾਂਦੇ ਤੇ ਇਧਰ ਉਧਰ ਰੁੜ੍ਹ ਰਹੇ ਬੱਚੇ ਦੀ ਹੋਂਦ 'ਤੇ ਵੀ ਪ੍ਰਸ਼ਨ ਚਿੰਨ੍ਹ ਲਗਾ ਦਿੰਦਾ ਹੈ। ਅਤੇ ਫਿਰ :

ਟੁੱਟੀ ਉਸ ਬਾਰੀ 'ਚੋਂ
ਹਵਾ ਦਾ ਇਕ ਬੁੱਲ੍ਹਾ ਅੰਦਰ ਆਇਆ ਹੈ
ਕਿਸੇ ਜੀਵਤ ਪ੍ਰਾਣੀ ਦਾ ਸਾਹ ਬਣਨਾ ਲੋਚਦਾ
ਉਸ ਟੁੱਟੀ ਬਾਰੀ 'ਚੋਂ ਨਿਕਲ ਗਿਆ ਹੈ
ਉਸ ਨੁੱਕਰ ਵਿਚ ਢਾਸਣਾ ਲਾਈ ਪਿਆ ਮੈਂ ਹਾਂ
ਚਿਰਾਂ ਤੋਂ ਇੰਝ ਹੀ ਸਥਿਰ ਪਿਆ
ਸਭ ਕੁਝ ਵੇਖ ਰਿਹਾ ਹਾਂ, ਸੁਣ ਰਿਹਾ ਹਾਂ
ਬਿਆਨ ਕਰ ਰਿਹਾ ਹਾਂ।

ਹਰ ਕਵੀ ਮੈਂ ਤੋਂ ਅੱਗੇ ਤੂੰ ਦਾ ਸਫ਼ਰ ਕਰਦਾ ਹੈ। *ਮੈਂ ਕਿਤੇ ਹੋਰ ਸੀ* ਵਿਚ ਉਸ ਦੀ ਮੈਂ, ਮੈਂ ਨਹੀਂ ਤੂੰ ਹੀ ਹੈ। ਉਸ ਦਾ ਨਿੱਜ ਹੁਣ ਨਿੱਜ ਦਾ ਨਹੀਂ ਰਿਹਾ, ਦੂਜੇ ਦਾ ਹੋ ਨਿੱਬੜਿਆ ਹੈ। ਉਸ ਦੇ ਆਲੇ-ਦੁਆਲੇ ਜੋ ਕੁਝ ਵੀ ਵਰਤ ਰਿਹਾ ਹੈ, ਉਸ ਤੋਂ ਉਹ ਕਿਸੇ ਤਰ੍ਹਾਂ ਵੀ ਜੁਦਾ ਨਹੀਂ। ਫਿਰ ਵੀ ਉਹ ਜਾਣਦਾ ਹੈ ਕਿ ਮੈਂ ਤੋਂ ਤੂੰ ਬਣਨ 'ਤੇ ਵੀ ਉਹ ਕੋਈ ਮਸੀਹਾ, ਕ੍ਰਿਸ਼ਨ ਜਾਂ ਯੁਧਿਸ਼ਟਰ ਨਹੀਂ ਬਣ ਸਕੇਗਾ। 'ਅਸ਼ਵਥਾਮਾ ਮਾਰਿਆ ਗਿਆ' ਵਿਚ ਉਹ ਆਪਣੀ ਸੁਚੇਤਨਾ ਦਾ ਪ੍ਰਗਟਾਅ ਬੜੇ ਹੀ ਸਲੀਕੇ ਨਾਲ ਕਰਦਾ ਹੈ :

ਮੈਂ ਕੋਈ ਯੁਧਿਸ਼ਟਰ ਨਹੀਂ
ਕੋਈ ਕ੍ਰਿਸ਼ਨ ਨਹੀਂ
ਕੋਈ ਮਸੀਹਾ ਨਹੀਂ
ਮੈਂ ਤਾਂ ਕੁਝ ਵੀ ਨਹੀਂ

ਝੂਠ ਬੋਲਾਂਗਾ
ਆਪਣੇ ਪਰਿਵਾਰ ਨੂੰ ਇਕ ਇਕਾਈ ਵਿਚ ਬੰਨ੍ਹੀ ਰੱਖਣ ਲਈ
ਝੂਠ ਬੋਲਾਂਗਾ
ਆਪਣੇ ਪਾਂਡਵਾਂ ਨੂੰ ਕੌਰਵਾਂ ਤੋਂ ਬਚਾਈ ਰੱਖਣ ਲਈ
ਕ੍ਰਿਸ਼ਨ ਮੁਰਾਰੀ ਵਾਂਗ ਝੂਠ ਬੋਲਾਂਗਾ
ਬੁਲੰਦ ਆਵਾਜ਼ ਵਿਚ ਅੱਧੇ ਸੱਚ ਨੂੰ
ਯੁਧਿਸ਼ਟਰ ਵਾਂਗ ਆਖਾਂਗਾ :
ਅਸ਼ਵਥਾਮਾ ਮਾਰਿਆ ਗਿਆ
ਅਸ਼ਵਥਾਮਾ ਮਾਰਿਆ ਗਿਆ

ਬਾਕੀ ਦੇ ਅੱਧੇ ਸੱਚ ਨੂੰ
ਜਿਉਂਦੇ ਕਹੀ ਜਾਣ ਦੇ
ਦਵੰਦ ਦੇ ਸ਼ੋਰ ਨਾਲ ਦੱਬ ਲਵਾਂਗਾ।

ਪਰ ਵਰਿੰਦਰ ਆਪਣੇ ਪਾਂਡਵਾਂ 'ਤੇ ਕਦੇ ਕੋਈ ਇਲਜ਼ਾਮ ਨਹੀਂ ਲੱਗਣ ਦੇਣਾ ਚਾਹੁੰਦਾ। ਉਸ ਦੀ ਕੋਸ਼ਿਸ਼ ਹੈ ਕਿ ਉਹ ਉਹਨਾਂ ਨੂੰ ਭੁੱਖੇ ਢਿੱਡ ਵੀ ਨਾ ਸੌਣ ਦੇਵੇ। ਹਾਲਾਂਕਿ ਉਹ ਜਾਣਦਾ ਹੈ ਕਿ:

ਮੈਨੂੰ ਪਤਾ ਹੈ
ਕਿਸੇ ਪਵਿੱਤਰ ਪੁਸਤਕ ਵਿਚ
ਮੇਰਾ ਤੇ ਮੇਰੇ ਪਾਂਡਵਾਂ ਦਾ
ਕਦੇ ਕੋਈ ਜ਼ਿਕਰ ਨਹੀਂ ਆਉਣਾ
ਕਿਉਂਕਿ ਮੈਂ—
ਮੈਂ ਕੋਈ ਯੁਧਿਸ਼ਟਰ ਨਹੀਂ
ਕੋਈ ਕ੍ਰਿਸ਼ਨ ਨਹੀਂ
ਕੋਈ ਮਸੀਹਾ ਨਹੀਂ
ਮੈਂ
ਮੈਂ ਤਾਂ ਕੁਝ ਵੀ ਨਹੀਂ।

ਦਰਅਸਲ ਵਰਿੰਦਰ ਪਰਿਹਾਰ ਆਪਣੇ ਸਮਾਜ ਦੀਆਂ ਆਰਥਕ, ਰਾਜਨੀਤਕ, ਧਾਰਮਿਕ ਅਤੇ ਸਮਾਜਿਕ ਕਦਰਾਂ-ਕੀਮਤਾਂ ਦੇ ਪਾਸਾਰ ਤੋਂ ਪੂਰੀ ਤਰ੍ਹਾਂ ਵਾਕਫ਼ ਹੈ। ਉਹ ਇਹਨਾਂ ਦੀ ਸ਼ਕਤੀ ਅਤੇ ਕਮਜ਼ੋਰੀ ਨੂੰ ਵੀ ਸਮਝਦਾ ਹੈ। ਪਰ ਉਹ ਆਪਣੀ ਕਵਿਤਾ ਦੀ ਹੋਂਦ ਨੂੰ ਇਹਨਾਂ ਦੇ ਸਿੱਧੇ ਪ੍ਰਗਟਾਵੇ ਲਈ ਨਹੀਂ ਵਰਤਦਾ। ਉਹ ਆਪਣੇ ਕਾਵਿ-ਜਗਤ ਦੇ ਚਿੱਤਰਾਂ ਨੂੰ ਆਪੂੰ ਆਪਣੇ ਵੱਖਰੇ ਅੰਦਾਜ਼ ਵਿਚ ਮੂਰਤੀਮਾਨ ਕਰਦਾ ਹੈ। ਉਸ ਦੇ ਅੰਦਾਜ਼ ਵਿਚ ਆਪਣੀ ਇਕ ਵੱਖਰੀ ਕਿਸਮ ਦੀ ਮਟਕ ਹੈ, ਆਜ਼ਾਦੀ ਹੈ ਅਤੇ ਸਹਿਜ-ਸੁਭਾ ਨਾਲੋਂ ਵੱਖਰੀ ਕਿਸਮ ਦਾ ਓਪਰਾਪਨ ਹੈ। ਉਹ ਗ਼ਲਤ ਨੂੰ ਸਵੀਕਾਰ ਨਹੀਂ ਕਰਦਾ ਸਗੋਂ ਗ਼ਲਤ ਵਿਰੁੱਧ ਆਪਣੇ ਢੰਗ ਦੀ ਆਵਾਜ਼ ਉਠਾਉਂਦਾ ਹੈ। ਵੇਖੋ 'ਸਾਇਆ' ਕੀ ਕਰਦਾ ਹੈ:

ਵਿਹੜੇ ਵਿਚ
ਉਸ ਸ਼ਾਇਰ ਦਾ ਹੁਣ ਸਾਇਆ ਪਿਆ ਹੈ।
....
ਉਹ ਰੂਹਾਂ ਦੀ ਭਾਸ਼ਾ ਜਾਣਦਾ ਹੈ
ਏਸੇ ਲਈ ਚੌਵੀ ਘੰਟੇ ਉਹਨਾਂ ਨਾਲ ਗੱਲਾਂ ਕਰਦਾ ਹੈ
ਥੱਕ ਕੇ ਚੁੱਪ ਹੁੰਦਾ ਹੈ ਜਦ
ਤਾਂ ਖ਼ਾਲੀ ਗਮਲੇ ਜ਼ੋਰ ਜ਼ੋਰ ਦੀ ਹਿੱਲਦੇ ਨੇ
ਉਸ ਨੂੰ ਬੋਲਣ ਦਾ ਆਦੇਸ਼ ਦਿੰਦੇ ਨੇ

(ਪਰ)
ਰੂਹਾਂ ਦੇ ਹੱਥਾਂ ਵਿਚ ਬੰਦੂਕਾਂ ਦੇ ਫ਼ਾਸਿਲ ਨੇ
ਖਸਤਾ ਕਾਗਜ਼ਾਂ 'ਤੇ ਉਂਗਲਾਂ ਦੇ ਨਿਸ਼ਾਨਾਂ ਦੀਆਂ ਤਸਵੀਰਾਂ
ਜੰਗਲ ਦੀ ਹਵਾ ਵਿਚ ਰਿਕਾਰਡ ਕੀਤੀਆਂ
ਦਰਦਨਾਕ ਚੀਕਾਂ।

ਪਰ ਜਦੋਂ ਟੁੱਟਦੇ ਭਾਂਡਿਆਂ ਦੇ ਹਜੂਮ, ਰੂਹਾਂ ਦੇ ਕੋਹਰਾਮ ਵਿਚ ਕਾਗਜ਼ਾਂ ਦੇ ਪੁਰਜ਼ੇ ਪੁਰਜ਼ੇ ਉੱਡ ਉੱਡ ਕੇ ਅਲੋਪ ਹੋ ਰਹੇ ਸਬੂਤਾਂ ਦੀ ਦੁਹਾਈ ਦੇ ਰਹੇ ਹੁੰਦੇ ਹਨ ਅਤੇ ਹਵਾ ਦੇ ਘਨੇੜੀ ਚੀਕਾਂ ਸਵਾਰ ਹੁੰਦੀਆਂ ਨੇ ਤਾਂ ਮਾਂ ਉਸ ਦੀ ਤਸਵੀਰ 'ਤੇ ਫੁੱਲ ਚੜ੍ਹਾਉਣ ਪਿੱਛੋਂ ਬਾਹਰ ਆ ਕੇ ਪੁੱਤਰ (ਸਾਏ) ਨੂੰ ਆਵਾਜ਼ ਦਿੰਦੀ ਹੈ ਤਾਂ:

ਉਹ ਬੋਲਦਾ ਨਹੀਂ
ਉਸ ਨੂੰ ਪਤਾ ਹੈ
ਜੇ ਉਹ ਬੋਲਿਆ ਤਾਂ ਧਰਤੀ ਕੰਬ ਉਠੇਗੀ
ਜਲਜਲੇ ਆਵਣਗੇ
ਸਾਰਾ ਸ਼ਹਿਰ, ਨਸਲ, ਸਾਰੀ ਤਹਿਜ਼ੀਬ, ਸਾਰੀ ਤਵਾਰੀਖ਼
ਜਰ ਜਰ ਹੋਏ ਸਭ ਉਹਦੇ ਉਪਰ ਆ ਡਿੱਗਣਗੇ
ਉਹਦੇ ਸਾਏ ਨੂੰ ਢੱਕ ਲੈਣਗੇ.....

ਉਸ ਦੀ ਕਵਿਤਾ ਉਸ ਦੇ ਆਪਣੇ ਸਮੇਂ ਦੀ ਸਹੀ ਤਰਜਮਾਨੀ ਕਰਦੀ ਹੈ। ਉਸ ਦੀ ਕਵਿਤਾ ਵਿਚ ਇਕ ਆਪਣੇ ਹੀ ਕਿਸਮ ਦੀ ਜਿਹੜੀ ਚੁੱਪ ਹੈ ਉਹ ਪਾਠਕਾਂ ਦੇ ਦਿਲ-ਦਿਮਾਗ਼ ਨੂੰ ਝੰਜੋੜਨ ਵਿਚ ਪੂਰੀ ਤਰ੍ਹਾਂ ਸਹਾਈ ਹੁੰਦੀ ਹੈ। ਪਾਠਕ ਸੋਚਣ ਅਤੇ ਸਮਝਣ ਲਈ ਮਜਬੂਰ ਹੁੰਦਾ ਹੈ। ਇਹ ਵਰਿੰਦਰ ਦੀ ਹੀ ਖ਼ੂਬੀ ਹੈ ਕਿ ਉਹ ਆਪਣੀ ਕਵਿਤਾ ਵਿਚ ਵਿਚਾਰਾਂ ਦੀ ਤੇਜ਼ੀ ਨੂੰ ਬੜੀ ਖ਼ੂਬਸੂਰਤ ਸ਼ਿੱਦਤ ਨਾਲ ਪੇਸ਼ ਕਰਦਿਆਂ ਨਵੇਂ ਬਿੰਬ, ਨਵੀਂ ਸ਼ਬਦਾਵਲੀ ਅਤੇ ਨਵੇਂ ਅਰਥ ਦਿੰਦੇ ਵਿਚਾਰ ਪੇਸ਼ ਕਰਦਾ ਹੈ। ਉਸ ਦੀਆਂ ਸਾਰੀਆਂ ਹੀ ਕਵਿਤਾਵਾਂ ਹਰ ਢੰਗ ਨਾਲ ਪਾਠਕਾਂ ਨੂੰ ਕੀਲੀ ਰੱਖਣ ਦਾ ਸਾਹਸ ਕਰਦੀਆਂ ਹਨ ਪਰ ਵਿਸ਼ੇਸ਼ ਕਰਕੇ ਕੰਪਿਊਟਰ ਦਾ ਖ਼ਾਲੀ ਮੋਨੀਟਰ, ਚੀਨਾ ਕਬੂਤਰ, ਅਸ਼ਵਥਾਮਾ ਮਾਰਿਆ ਗਿਆ, ਸਾਇਆ, ਧੁੱਪ, ਮੈਗਨੋਲੀਏ ਦੀ ਕਲੀ, ਸਿਧਾਰਥ ਕਿ ਸ਼ਿਸ਼ੂਪਾਲ, ਯਾਦ, ਕਾਠ ਦਾ ਪੁਤਲਾ ਬੋਲਦਾ ਹੈ, ਪ੍ਰੋਜੈਕਟਰ, ਮਾਂ ਬੋਲੀ ਆਦਿ ਦਿਲ-ਦਿਮਾਗ਼ ਨੂੰ ਟੁੰਬਦੀਆਂ ਰਚਨਾਵਾਂ ਹਨ। ਵਰਤੀ ਗਈ ਸ਼ਬਦਾਵਲੀ, ਚਿੰਨ੍ਹ ਜਾਂ ਬਿੰਬ ਸਮੇਂ ਦੇ ਹਾਣੀ ਹਨ। ਅੰਗਰੇਜ਼ੀ ਦੇ ਵਰਤੇ ਗਏ ਸ਼ਬਦ ਆਮ ਪੰਜਾਬੀ ਸ਼ਬਦਾਵਲੀ ਦਾ ਇਕ ਹਿੱਸਾ ਬਣ ਚੁੱਕੇ ਹਨ ਅਤੇ ਇਹ ਓਪਰੇ ਨਹੀਂ ਲੱਗਦੇ।

ਉਸ ਦੇ ਕਾਵਿ ਦਾ ਸਬੰਧ ਮੂਲ ਰੂਪ ਵਿਚ ਮਨੁੱਖੀ ਸਥਿਤੀ ਅਤੇ ਉਸ ਨਾਲ ਸਬੰਧਿਤ ਭਾਵਨਾਵਾਂ ਨਾਲ ਹੈ। ਉਸ ਦੀ ਰਚਨਾ ਇਕ ਅਜਿਹਾ ਸੱਚ ਹੈ ਜੋ ਇਕੋ ਸਮੇਂ ਭੂਤ ਅਤੇ ਵਰਤਮਾਨ ਨੂੰ ਮੂਰਤੀਮਾਨ ਕਰਨ ਦੇ ਨਾਲ ਨਾਲ ਭਵਿੱਖ ਦੇ ਅਣ-ਦਰਸਾਏ ਝਲਕਾਰਿਆਂ

ਦੇ ਰੂਬਰੂ ਵੀ ਕਰ ਦਿੰਦਾ ਹੈ। ਉਸ ਨੇ ਵਰਡਜ਼ਵਰਥ ਦੇ ਆਖੇ :

> "Poetry is the spontaneous overflow of powerful feelings. It takes its origin from emotion recollected in tranquility."

ਨੂੰ ਸੱਚ ਦਾ ਜਾਮਾ ਪਹਿਨਾਉਂਦਿਆਂ ਆਪਣੇ ਪ੍ਰਚੰਡ ਭਾਵਾਂ ਦੇ ਸਹਿਜ ਪ੍ਰਵਾਹ ਨੂੰ ਆਪਣੀ ਕਵਿਤਾ ਦਾ ਬਿੰਦੂ ਬਣਾਇਆ ਹੈ। ਵਰਿੰਦਰ ਪਰਿਹਾਰ ਦੀ ਕਵਿਤਾ ਦੀ ਪ੍ਰਗਟਾਊ ਸਮਰੱਥਾ ਅਤੇ ਸੁਝਾਊ ਸ਼ਕਤੀ, ਸਾਡੀ ਨੀਝ ਨੂੰ ਅੱਗੇ ਨਾਲੋਂ ਹੋਰ ਤਿਖੇਰਾ ਅਤੇ ਪਕੇਰਾ ਕਰਨ ਦਾ ਯਤਨ ਕਰਦੀ ਹੈ। ਨਿਰਸੰਦੇਹ, ਵਰਿੰਦਰ ਪਰਿਹਾਰ ਆਪਣੇ ਇਸ ਯਤਨ ਲਈ ਵਧਾਈ ਦਾ ਹੱਕਦਾਰ ਹੈ।

ਤੁਪਕਾ ਤੁਪਕਾ ਸਾਗਰ

ਤੁਪਕਾ ਤੁਪਕਾ ਸਾਗਰ ਕਵੀ ਜਸਵਿੰਦਰ ਮਾਨ ਦਾ ਪਲੇਠਾ ਕਾਵਿ-ਸੰਗ੍ਰਹਿ ਹੈ। ਇਸ ਕਾਵਿ-ਸੰਗ੍ਰਹਿ ਵਿਚ ਦੋ ਲੰਬੀਆਂ ਕਵਿਤਾਵਾਂ—'ਤੁਪਕਾ ਤੁਪਕਾ ਸਾਗਰ', 'ਤੀਲੇ' ਅਤੇ ਇਸ ਦੇ ਨਾਲ ਹੀ ਗ਼ਜ਼ਲਾਂ ਦੇ ਸਿਰਲੇਖ ਅਧੀਨ 36 ਗ਼ਜ਼ਲਾਂ ਹਨ। ਹੱਥਲੀ ਵਿਚਾਰ ਦਾ ਮੰਤਵ ਜਸਵਿੰਦਰ ਮਾਨ ਦੇ ਇਸ ਕਾਵਿ-ਸੰਗ੍ਰਹਿ ਵਿਚ ਦਰਜ ਕੁਝ ਕਵਿਤਾਵਾਂ ਦਾ ਆਨੰਦ ਮਾਣਦਿਆਂ ਉਸ ਦੀ ਕਾਵਿਕ ਦ੍ਰਿਸ਼ਟੀ ਦੇ ਦਰਸ਼ਨ ਕਰਨਾ ਹੈ।

ਕਵੀ ਜਸਵਿੰਦਰ ਮਾਨ ਦੀ ਸਮੁੱਚੀ ਕਵਿਤਾ ਦਾ ਪਹਿਲਾ ਪ੍ਰਭਾਵ ਤਾਂ ਇਹ ਪੈਂਦਾ ਹੈ ਕਿ ਉਹ ਇਕ ਚਿੰਤਨਸ਼ੀਲ ਅਤੇ ਭਾਵ-ਉਤਪਾਦਿਕ ਕਵੀ ਹੈ। ਉਹ ਇਸ ਵਿਚਾਰ ਦਾ ਧਾਰਨੀ ਹੈ ਕਿ ਇਹ ਜੀਵਨ ਭਾਵੇਂ ਨਾਸ਼ਵਾਨ ਹੈ ਪਰ ਇਹ ਸਰੀਰ ਨਾਸ਼ ਹੋਣ ਤੋਂ ਪਹਿਲਾਂ ਪਹਿਲਾਂ ਹੀ, ਆਪਣੀ ਜੀਵਨ ਜੋਤ ਨੂੰ ਅਗਾਂਹ ਤੋਰਨ ਦੀ ਮਨੁੱਖੀ ਪ੍ਰਵਿਰਤੀ ਦੇ ਸਿੱਟੇ ਵਜੋਂ, ਨਵੇਂ ਸਰੀਰ ਵਿਚ ਨਵੀਂ ਹੋਂਦ ਦੇ ਤੌਰ 'ਤੇ ਧਰ ਦਿੰਦਾ ਹੈ। ਜੁਗਾਂ-ਜੁਗਾਂਤਰਾਂ ਤੋਂ ਮਘਦੀ-ਦਗਦੀ ਜੀਵਨ ਅਗਨੀ, ਜੀਵਨ ਦੀ ਹੋਂਦ ਨੂੰ ਹੋਰ ਅਗਾਂਹ ਹੋਰ ਅਗਾਂਹ ਤੋਰੀ ਰੱਖਦੀ ਹੈ। ਮਨੁੱਖੀ ਪ੍ਰਵਿਰਤੀ ਅਧੀਨ, ਕਾਮ ਕਿਰਿਆ ਦੇ ਕੁਦਰਤੀ ਨਿਯਮ ਦੀ ਪਾਲਣਾ ਕਰਦਿਆਂ ਮਨੁੱਖੀ ਜੀਵਨ 'ਬਿੰਦ' ਤੋਂ 'ਜਿੰਦ' ਤਕ ਦਾ ਸਫ਼ਰ ਕਰਦਿਆਂ 'ਹੋਂਦ' ਭਾਵ ਅਸਤਿਤ੍ਵ ਤਕ ਪੁੱਜਦਾ ਹੈ।

ਵਿਚਾਰ ਕੇ ਵੇਖੀਏ ਤਾਂ ਮਨੁੱਖ ਦੀ ਹੋਂਦ, ਮਨੁੱਖ ਅਤੇ ਸਾਰੇ ਬ੍ਰਹਿਮੰਡ ਲਈ ਇਕ ਬਹੁਤ ਵੱਡੀ ਸਮੱਸਿਆ ਹੈ। ਇਹ ਠੀਕ ਹੈ ਕਿ ਸਾਰੇ ਜਗਤ ਵਿਚ 'ਮਨੁੱਖੀ ਜੀਵਨ' ਇਕ ਚੰਗਿਆੜਾ ਹੈ, ਪਰ ਸਾਰਾ ਬ੍ਰਹਿਮੰਡ ਗੁੰਝ਼ਲਦਾਰ ਵੀ ਤਾਂ ਹੈ। ਬ੍ਰਹਿਮੰਡ ਅਤੇ ਕੁਦਰਤ ਦੀਆਂ ਗੁੰਝਲਾਂ ਨੂੰ ਖੋਲ੍ਹਣਾ ਕੋਈ ਆਸਾਨ ਕੰਮ ਨਹੀਂ। ਮਨੁੱਖ ਦਾ ਤਰਕ ਜਾਂ ਬਹਿਸ, ਇਹਨਾਂ ਗੁੰਝਲਾਂ ਨੂੰ ਖੋਲ੍ਹਣ ਵਿਚ ਪੂਰਨ ਰੂਪ ਵਿਚ ਅਸਫਲ ਹੈ। ਮਨੁੱਖੀ ਜੀਵਨ ਦੇ ਜਨਮ ਦੇ ਬੀਜ ਤੋਂ ਲੈ ਕੇ, ਜਨਮ ਅਤੇ ਜਨਮ ਉਪਰੰਤ ਸਾਰਾ ਹੀ ਜੀਵਨ ਕੋਈ ਫੁੱਲਾਂ ਦੀ ਸੇਜ ਨਹੀਂ, ਸਗੋਂ ਬਹੁਤਾ ਕਰਕੇ ਸੂਲਾਂ ਦੀ ਸੇਜ ਹੀ ਹੈ। ਮਨੁੱਖੀ ਜੀਵਨ, ਇਹਨਾਂ ਸੂਲਾਂ ਅਰਥਾਤ ਔਕੜਾਂ ਦਾ ਮੁਕਾਬਲਾ ਕਰਦਿਆਂ ਕਰਦਿਆਂ ਥੋੜੀ ਬਹੁਤ ਖ਼ੁਸ਼ੀ ਵੀ ਹਾਸਲ ਕਰਦਾ ਹੈ ਪਰ ਖ਼ੁਸ਼ੀ ਦੇ ਨਾਲ ਨਾਲ ਉਸ ਨੂੰ ਸੰਤਾਪ ਦੇ ਰੂਬਰੂ ਵੀ ਹੋਣਾ ਪੈਂਦਾ ਹੈ।

ਮਨੁੱਖ ਦਾ ਸੰਤਾਪ ਦਰਅਸਲ ਕੀ ਹੈ ? ਮਨੁੱਖ ਨੂੰ ਔਕੜਾਂ ਦਾ ਸਾਹਮਣਾ ਕਰਨਾ ਪੈਂਦਾ ਹੈ। ਔਕੜਾਂ ਦਾ ਸਾਹਮਣਾ ਕਰਦਿਆਂ ਜਦੋਂ ਮਨੁੱਖ ਦੇ ਹੱਥ ਸਫਲਤਾਵਾਂ ਨਾਲੋਂ ਅਸਫਲਤਾਵਾਂ ਵਧੇਰੇ ਲੱਗਦੀਆਂ ਹਨ ਤਾਂ ਇਸ ਸੰਘਰਸ਼ ਦੇ ਨਤੀਜੇ ਵਜੋਂ ਮਨੁੱਖੀ ਜੀਵਨ ਵਿਚ ਖਿਚਾਉ ਦਾ ਪੈਦਾ ਹੋਣਾ ਕੁਦਰਤੀ ਹੀ ਹੈ। ਇਸ ਖਿਚਾਉ ਦੀ ਸਥਿਤੀ ਨੂੰ ਦੂਰ

ਕਰਨਾ ਖਾਲਾ ਜੀ ਦਾ ਵਾੜਾ ਤਾਂ ਹੈ ਨਹੀਂ, ਇਸ ਕਾਰਨ ਮਨੁੱਖ ਸੰਤਾਪ ਸਹਿੰਦਾ ਹੈ, ਵਿਸ਼ਾਦ ਦਾ ਸ਼ਿਕਾਰ ਹੁੰਦਾ ਹੈ। ਅਜਿਹੀ ਅਸਮਰਥਤਾ ਦੀ ਸਥਿਤੀ ਵਿਚ ਹੀ ਹੋਂਦਵਾਦੀ/ਅਸਤਿਤ੍ਵਵਾਦੀ ਪਰਾਸ਼ਕਤੀ ਵਿਚ ਵਿਸ਼ਵਾਸ ਲਈ ਪ੍ਰੇਰਦਿਆਂ ਮਨੁੱਖ ਨੂੰ ਭਰੋਸਾ ਦਿਵਾਉਂਦੇ ਹਨ ਕਿ ਅਜਿਹਾ ਵਿਸ਼ਵਾਸ ਮਨੁੱਖ ਨੂੰ ਸੰਤਾਪ ਤੋਂ ਛੁਟਕਾਰਾ ਦਿਵਾਉਂਦਾ ਹੈ। ਪਰ ਕਵੀ ਜਸਵਿੰਦਰ ਮਾਨ ਦਾ ਵਿਸ਼ਵਾਸ ਹੈ ਕਿ ਮਨੁੱਖੀ ਜੀਵਨ ਕੋਈ ਨਿਰਾਰਥਕ ਬੰਦਸ਼ ਨਹੀਂ, ਸਗੋਂ ਸਾਰਥਕ ਇਕਾਈ ਹੈ ਪਰ ਨਿਸਚੈ ਹੀ ਉਹ ਨਿਆਸਰਾ ਹੈਂ, ਸਵੈ 'ਤੇ ਆਸ਼ਰਿਤ ਹੈ ਅਤੇ ਬਿਪੱਤੀਆਂ ਦਾ ਸ਼ਿਕਾਰ ਵੀ ਹੈ। ਮਨੁੱਖੀ ਜੀਵਨ ਜਿਵੇਂ ਕਿ ਪਹਿਲਾਂ ਵੀ ਦਰਸਾਇਆ ਹੈ, ਕੋਈ ਅੱਜ ਦੀ, ਹੁਣੇ ਦੀ ਸ਼ੈ ਨਹੀਂ। ਇਹ ਜੀਵਨ ਚੰਗਿਆੜੀ ਜੁਗਾਂ-ਜੁਗਾਂਤਰਾਂ ਤੋਂ ਨਿਰੰਤਰ ਅਗਾਂਹ ਤੋਂ ਅਗਾਂਹ ਤੁਰੀ ਆ ਰਹੀ ਹੈ। ਇਸ ਜੀਵਨ ਚੰਗਿਆੜੀ ਨੂੰ ਕੋਈ ਰੱਬ, ਕੋਈ ਕੁਦਰਤ, ਕੋਈ ਵਿਆਪਕ ਸ਼ਕਤੀ ਲਗਾਤਾਰ ਮਘਦੀ ਰੱਖੀ ਆ ਰਹੀ ਹੈ। ਤਰ੍ਹਾਂ ਤਰ੍ਹਾਂ ਦੇ ਸੁਆਲ ਨਿਰਸੰਦੇਹ ਕਵੀ ਮਾਨ ਨੂੰ ਵੀ ਜਵਾਬ ਲੱਭਣ ਲਈ ਪ੍ਰੇਰਦੇ ਹਨ।

ਕਵੀ ਜਸਵਿੰਦਰ ਮਾਨ ਆਪਣੀ ਲੰਬੀ ਕਵਿਤਾ 'ਤੁਪਕਾ ਤੁਪਕਾ ਸਾਗਰ' ਵਿਚ ਆਪਣੇ ਜਨਮ ਦੀ ਗੱਲ ਕਰਦਿਆਂ ਆਪਣੇ ਦਵੰਦਾਂ ਦਾ ਸਾਹਮਣਾ ਵੀ ਕਰਦਾ ਹੈ। ਜੀਵਨ ਅਮਰ ਹੈ। ਜੀਵਨ ਦੇ ਅਮਰਤਵ ਦੀ ਗੱਲ ਛੇੜਦਾ ਹੈ। ਪਰ ਇੰਝ ਕਰ ਕੇ ਉਹ ਕੇਵਲ ਆਪਣੇ ਜਨਮ ਤੀਕ ਹੀ ਸੀਮਤ ਨਹੀਂ ਹੁੰਦਾ, ਸਗੋਂ ਉਹ ਸਮੁੱਚੇ ਮਨੁੱਖੀ ਜਨਮ ਦੀ ਬਾਤ ਪਾਉਂਦਿਆਂ ਸਪਸ਼ਟ ਕਰਦਾ ਹੈ ਕਿ ਸੰਸਾਰ ਵਿਚ ਮਨੁੱਖ ਦੀ ਹੋਂਦ ਦਾ ਮੁੱਢ, ਮਨੁੱਖ ਦੇ ਜਨਮਦਾਤਿਆਂ ਦੇ ਅੰਦਰ ਪ੍ਰਵਿਰਤੀ ਦੇ ਤੌਰ 'ਤੇ ਮਨੁੱਖ ਦੇ ਜਨਮ ਤੋਂ ਵੀ ਬਹੁਤ ਪਹਿਲਾਂ ਹੋ ਚੁੱਕਿਆ ਹੁੰਦਾ ਹੈ। ਵਿਆਹ ਵਰਗੀ ਰਸਮੀ ਰਸਮ ਜਾਂ ਗ਼ੈਰ-ਰਸਮੀ ਰਸਮ ਦਾ ਭਲਾ ਕੀ ਅਰਥ ਹੈ ? ਵਿਆਹ ਦਾ ਵਿਵਹਾਰਿਕ ਰੂਪ ਪਿਆਰ ਵਾਲਾ, ਸਹਿਵਾਸ ਵਾਲਾ ਹੁੰਦਾ ਹੈ। ਸਹਿਵਾਸ ਵਿਚ ਪਰਸਪਰ ਆਨੰਦ ਦੇ ਨਾਲ ਨਾਲ ਉਤਪਤੀ ਦੀ ਪ੍ਰਵਿਰਤੀ ਵੀ ਸ਼ਾਮਲ ਹੈ। ਜੇਕਰ ਸਹਿਵਾਸ ਦਾ ਕੁਦਰਤੀ ਨਿਯਮ ਨਾ ਹੁੰਦਾ ਤਾਂ ਫਿਰ ਮਨੁੱਖੀ ਜੀਵ ਦੀ ਨਿਰੰਤਰਤਾ ਕਿਵੇਂ ਕਾਇਮ ਰਹਿ ਸਕਦੀ ਸੀ ? ਮਨੁੱਖ ਦੀ ਮੂਲ ਹੋਂਦ, ਇਹ ਜੀਵ, ਕਿਵੇਂ ਰੂਪ ਧਾਰਨ ਕਰ ਸਕਦਾ ਸੀ ? ਮਾਨ ਇਸ ਕਵਿਤਾ ਵਿਚ ਆਪਣੇ ਜਨਮ ਤੋਂ ਵੀ ਪਹਿਲਾਂ ਦੀ ਹੋਂਦ ਅਤੇ ਜਨਮ ਤੋਂ ਬਾਅਦ ਦੇ ਨਜ਼ਾਰੇ ਪੇਸ਼ ਕਰਦਿਆਂ ਦਰਅਸਲ ਮਨੁੱਖ ਨੂੰ ਉਸ ਦੀ ਹੋਂਦ ਦੇ ਰੂ-ਬ-ਰੂ ਕਰਨ ਦੀ ਕੋਸ਼ਿਸ਼ ਕਰ ਰਿਹਾ ਪ੍ਰਤੀਤ ਹੁੰਦਾ ਹੈ ਅਤੇ ਇਸ ਦੇ ਨਾਲ ਹੀ ਕੁਝ ਦਵੰਦਾਂ ਦਾ ਸਮਾਧਾਨ ਵੀ ਕਰਦਾ ਹੈ :

ਮੈਂ ਬਾਬਲ ਦੇ ਮੱਥੇ ਦੇ ਵਿਚ
ਤੇ ਅੰਮੜੀ ਦੇ ਨੈਣਾਂ ਦੇ ਵਿਚ
ਜਨਮ ਤੋਂ ਪਹਿਲਾਂ ਜਨਮ ਪਿਆ ਸਾਂ।
ਬੀਜ ਤੋਂ ਪਹਿਲਾਂ ਉੱਗ ਖੜਿਆ ਸਾਂ।
ਪੱਤੇ ਤੋਂ ਪੱਤੇ ਤਕ ਤੁਰਦਾ,
ਇਕ ਆਕਾਰ ਸਾਕਾਰ ਪਿਆ ਸਾਂ।

ਮਨੁੱਖ ਦੇ ਨਿਰੰਤਰ ਵਿਕਾਸ ਲਈ ਮਨੁੱਖ, ਕੁਦਰਤ ਦੇ ਨਿਯਮਾਂ ਦਾ ਪਾਲਣ ਕਰਦਾ ਹੈ। ਕਾਮ-ਕਾਰਜ ਵੀ ਕੁਦਰਤ ਦਾ ਹੀ ਇਕ ਨਿਯਮ ਹੈ। ਮਾਂ ਦੀ ਕੁੱਖ ਵਿਚ ਪਿਤਾ ਵੱਲੋਂ ਪਾਇਆ ਬੀਜ ਹੋਂਦ ਦਾ ਸਾਕਾਰ ਰੂਪ ਅਖ਼ਤਿਆਰ ਕਰਦਿਆਂ ਵੀ, ਜਨਮ ਉਪਰੰਤ ਕੁੱਖ ਤੋਂ ਬਾਹਰ ਦੇ ਜੀਵਨ ਵਿਚ ਵੀ, ਸੁਰੱਖਿਆ ਅਤੇ ਅਸੁਰੱਖਿਆ, ਭਾਵ ਭਰੋਸੇ ਅਤੇ ਡਰ ਵਿਚ ਹੀ ਆਪਣੀ ਹੋਂਦ ਨੂੰ ਕਾਇਮ ਰੱਖਣ ਦੀ ਕੋਸ਼ਿਸ਼ ਕਰਦਾ ਹੈ। 'ਬਿੰਦ' ਤੋਂ 'ਜਿੰਦ' ਅਤੇ ਫਿਰ 'ਜਿੰਦ' ਤੋਂ 'ਜਹਾਨ' ਤੀਕ ਦੇ ਸਫ਼ਰ ਵਿਚ ਇਹ ਧਰਤ, ਇਹ ਅੰਬਰ, ਇਹ ਜਗਤ ਦਾ ਆਧਾਰ ਅਤੇ ਪਾਸਾਰ, ਸਭ ਹੀ ਮਨੁੱਖ ਨੂੰ ਪ੍ਰਭਾਵਿਤ ਕਰਦੇ ਹਨ। ਪਤਾ ਨਹੀਂ ਕਿਹੜੀ ਸ਼ਕਤੀ, ਕਿਹੜਾ ਰੱਬ, ਕਿਹੜਾ ਸੱਚ, ਕਿਹੜੀ ਕੁਦਰਤ ਅਤੇ ਕਿਹੜੀ ਪਰਾਸ਼ਕਤੀ, ਮਾਂ ਦੀ ਛਾਤੀ ਵਿਚੋਂ ਬੱਚੇ ਲਈ ਅੰਮ੍ਰਿਤ ਦੀ ਗੰਗਾ ਵਗਾਉਂਦੀ ਹੈ:

ਪਤਾ ਨਹੀਂ ਓਹ ਕਿਹੜਾ ਸੱਚ ਸੀ
ਨਾ ਜਾਣਾਂ ਓਹ ਕਿਹੜਾ ਰੱਬ ਸੀ
ਜਦ ਮੇਰੀ ਜੀਭ ਨੂੰ ਤੇਹ ਲੱਗਦੀ ਸੀ
ਜਦ ਮੇਰੀ ਕੁੱਖ ਨੂੰ ਭੁੱਖ ਲੱਗਦੀ ਸੀ
ਮਾਂ ਦੀ ਛਾਤੀ ਵਿਚੋਂ ਅੰਮ੍ਰਿਤ ਵਹਿ ਪੈਂਦਾ ਸੀ
ਲਹਿ ਜਾਂਦਾ ਸੀ ਬੂੰਦਾਂ ਬੂੰਦਾਂ
ਹਰ ਇਕ ਪਿਆਸੀ, ਪਿਆਸ ਦੇ ਅੰਦਰ
ਜੁਗ ਤਿਰਹਾਈ ਭੁੱਖ ਦੇ ਅੰਦਰ।

ਗੱਡ-ਗਡੀਰੇ ਦੀਆਂ ਖੇਡਾਂ ਖੇਡਦਿਆਂ ਅਤੇ ਲਾਡਾਂ ਨਾਲ ਲਾਡ ਹੁੰਦਿਆਂ, ਹਟਕੋਰੇ ਭਰਨ ਤੀਕ ਦੀ ਅਵਸਥਾ—ਮਨੁੱਖੀ ਹੋਂਦ ਦੀ ਹੋਣੀ ਹੋ ਨਿੱਬੜਦੀ ਹੈ ਪਰ ਇਸ ਸਾਰੀ ਖੇਡ ਨੂੰ ਜਸਵਿੰਦਰ ਮਾਨ ਆਪਣੇ ਹੀ ਢੰਗ ਨਾਲ ਪੇਸ਼ ਕਰਦਾ ਹੈ:

ਏਦਾਂ ਹੀ ਫਿਰ ਹੌਲੀ ਹੌਲੀ
ਡਰਦਾ ਡਰਦਾ ਗੱਡ ਗਡੀਰੇ ਖੇਡਣ ਲੱਗਦਾਂ
ਧਰਤ ਦੇ ਵੇਹੜੇ ਧਰਤ ਦੇ ਥਮਲੇ ਡੋਗਣ ਲੱਗਦਾਂ
ਮੇਰੇ ਸਾਰੇ ਅੰਗ ਤਾਂ ਰਲ ਕੇ:
ਮੈਨੂੰ ਲਾਡ ਲਡਾਵਣ ਲੱਗਦੇ
ਤੇ ਮੇਰੀ ਇਸ ਹਿੱਕੜੀ ਦੇ ਅੰਦਰ
ਇਕ ਹਟਕੋਰਾ ਪਾਵਣ ਲੱਗਦੇ
ਰਲ ਮਿਲ ਸਾਰੇ ਅੱਖ ਮੇਰੀ ਨੂੰ
ਆਪਣੀ ਅੱਖ ਵਿਖਾਲਣ ਲੱਗਦੇ,
ਉਮਰ ਦੀ ਖੇਡ ਖਿਡਾਵਣ ਲੱਗਦੇ।

ਅਤੇ ਫਿਰ ਉਹ, ਉਸ ਦੇ ਸਾਹਵੇਂ ਬਹਿ ਕੇ ਕਦੇ ਰੋਂਦੇ ਨੇ, ਕਦੇ ਹੱਸਦੇ ਨੇ ਅਤੇ ਅਜਿਹੇ ਗੀਤਾਂ ਦੇ ਬਾਰੇ ਦੱਸਣ ਲੱਗਦੇ ਹਨ, ਜਿਹੜੇ ਗੀਤ ਉਹ ਉਮਰਾਂ ਉਮਰਾਂ ਤੋਂ ਗਾਉਂਦੇ ਆਉਂਦੇ

ਰਹੇ। 'ਹਵਾ ਦੇ ਵਜਦੀ ਝੌਂਕੇ' ਦੀ ਤਰ੍ਹਾਂ 'ਰਾਤ' ਰਾਗ ਦੀਆਂ ਸਾਰੀਆਂ ਧੁਨੀਆਂ ਨੂੰ ਹਿੱਕ ਨਾਲ ਲਾਉਂਦਿਆਂ, ਆਪਣੇ ਦਿਨ ਦਾ ਮੁੱਲ ਪਾਉਣ ਖ਼ਾਤਰ ਨਿੱਤ ਦਿਹਾੜੇ ਇਕ ਸੂਰਜ ਖਾਈ ਜਾਂਦੇ ਨੇ ਅਤੇ ਫਿਰ ਆਪਣੇ ਜੀਵਨ ਦਾਤਿਆਂ ਤੋਂ ਜੀਵਨ ਦੀ ਜਾਚ ਸਿਖਦਿਆਂ ਰੋਣਾ, ਹੱਸਣਾ, ਤੁਰਨਾ, ਫਿਰਨਾ, ਬੈਠਣਾ, ਉਠਣਾ ਅਤੇ ਸਮੁੱਚੀ ਮਾਨਵਤਾ ਦਾ ਸਦੀਆਂ ਤੋਂ ਇਕੱਤਰ ਕੀਤਾ ਹੋਇਆ ਲੋੜੀਂਦਾ ਗਿਆਨ ਸਿੱਖਣ ਉਪਰੰਤ :

ਤਿਣਕਾ ਤਿਣਕਾ ਜੁੜਦਾ ਜੁੜਦਾ
ਇੰਝ ਹੀ ਫਿਰ ਮੈਂ ਹੌਲੀ ਹੌਲੀ
ਧਰਤੀ ਅੰਬਰ ਚੰਦ ਬਣ ਜਾਨਾ,
ਘਰ ਆਪਣੇ ਦੀ ਕੰਧ ਬਣ ਜਾਨਾ,
ਮੈਂ ਫਿਰ ਧਰਤ ਦੀ ਮਿੱਟੀ ਕੋਲੋਂ
ਤੇ ਇਸ 'ਵਾ ਦੀ ਜੀਭਾ ਕੋਲੋਂ
ਅੱਗ ਦੇ ਅੱਖਰ ਸੁਣ ਲੈਂਦਾ ਹਾਂ।
ਤੇ ਆਪਣੇ ਵਰਗੇ ਲੱਖਾਂ
ਲੋਥੜਿਆਂ ਸੰਗ ਜੁੜ ਬਹਿੰਦਾ ਹਾਂ।

ਆਪਣੇ ਨਿੱਜ ਤੋਂ ਅੱਗੇ ਵਧਦਿਆਂ, ਘਰ ਦੀ ਚਾਰ-ਦੀਵਾਰੀ ਤੋਂ ਪਾਰ ਦੇਖਦਿਆਂ, ਨਵੀਂ ਹੋਂਦ ਪ੍ਰਾਪਤ ਨਵਾਂ ਮਨੁੱਖ, ਦੂਜੇ ਮਨੁੱਖਾਂ ਨਾਲ ਵੀ ਜੁੜਦਾ ਹੈ। ਪਿਆਰ, ਨਫ਼ਰਤ, ਹਮਦਰਦੀ, ਘਿਰਣਾ, ਸੱਚ, ਝੂਠ, ਸੇਵਾ, ਦੁਰਵਿਵਹਾਰ, ਸਿਦਕ, ਕਾਇਰਤਾ ਅਤੇ ਹੋਰ ਵੀ ਅਨਗਿਣਤ ਜਜ਼ਬਿਆਂ ਅਤੇ ਵਿਚਾਰਾਂ ਨਾਲ ਸਾਂਝ ਪਾਉਂਦਾ ਹੈ। ਇਸ ਸਾਂਝ, ਇਸ ਮੋਹ ਦੀਆਂ ਤੰਦਾਂ ਵਧਦੀਆਂ ਵਧਦੀਆਂ, ਇਕ ਵਿਸ਼ੇਸ਼ ਉਮਰ ਦੇ ਪੜਾਅ 'ਤੇ ਪੁੱਜਣ 'ਤੇ ਆਪਣੇ ਵਿਰੋਧੀ ਲਿੰਗ ਵੱਲ ਵੀ ਆਕਰਸ਼ਿਤ ਹੁੰਦੀਆਂ ਹਨ ਅਤੇ ਮਾਂ-ਪਿਉ ਦੀ ਛਾਤੀ ਵਿਚ 'ਮਘਦੀ ਅੱਗ' ਵਰਗੀ ਹੀ 'ਅੱਗ' ਉਸ ਦੀ ਆਪਣੀ ਹਿੱਕੜੀ ਵਿਚ ਵੀ ਮਘਣ ਲਈ ਤਰਲੋ ਮੱਛੀ ਹੋ ਉਠਦੀ ਹੈ। ਅਤੇ ਫਿਰ ਉਹ ਤੁਰ ਪੈਂਦਾ ਹੈ :

ਦੂਰ ਦਸੇਂਦੀਆਂ ਛੱਤਾਂ ਦੇ ਵੱਲ ਤੁਰ ਪੈਂਦਾ ਹਾਂ।
ਚੰਦਰਮਾਂ ਫਿਰ ਕਿਰਨਮ ਕਿਰਨੀ,
ਨਿੱਤ ਨਿੱਤ ਅੰਦਰ ਢਲਦਾ ਮੇਰੇ,
ਇਕ ਆਪਾ ਜੋ ਦਿਸਦਾ ਨਾਹੀ,
ਐਪਰ ਸੰਗ ਸੰਗ ਚੱਲਦਾ ਮੇਰੇ
ਓਸ ਡੂੰਘੇਰੇ ਸੇਕ ਤਪੇਂਦਿਆਂ ਅੰਗਾਂ ਦਾ ਮੈਂ,
ਜਗਤ ਤਪੇ ਦੀਆਂ ਗਲੀਆਂ ਦੇ ਵਿਚ,
ਉੱਗ ਆਈਆਂ ਇਹਨਾਂ ਭੀੜਾਂ ਦੇ ਮੈਂ
ਅੰਗ ਜਿਹਾ ਹੋ ਜੀਵਨ ਲੱਗਦਾਂ,
ਹਰ ਮੌਸਮ ਦੀ ਜ਼ਹਿਰ ਦੇ ਕਤਰੇ ਪੀਵਣ ਲੱਗਦਾਂ।

ਕੁਦਰਤ ਦੇ ਕਾਲ-ਕਰਮ ਦਾ ਇਹ ਅਰੁੱਕ ਚੱਕਰ ਨਿਰੰਤਰ ਜਾਰੀ ਰਹਿੰਦਾ ਹੈ।

ਹੋਂਦ ਸਮਾਪਤ ਹੁੰਦੀ ਹੈ ਅਤੇ ਫਿਰ ਨਿਰੰਤਰ ਅਗਾਂਹ ਵੀ ਤੁਰਦੀ ਰਹਿੰਦੀ ਹੈ। ਇਕ ਦਿਨ ਹਰ ਇਕ ਪਾਣੀ ਦੀ ਹੋਂਦ ਸਮਾਪਤ ਹੁੰਦੀ ਹੈ, ਫਿਰ ਨਵਾਂ ਪਾਣੀ ਬਣਨ ਲਈ :

ਫਿਰ ਮਸਤਕ ਦੇ ਬੁੱਢੇ ਸੂਰਜ,
ਮੁੱਖ 'ਤੇ ਝੁਰੀਆਂ ਬਣ ਬਣ ਬਹਿੰਦੇ,
ਮੁੱਕ ਜਾਂਦੇ ਨੇ ਇਕ ਇਕ ਕਰਕੇ,
ਲਹਿ ਜਾਂਦੇ ਨੇ ਦੀਵਾਰਾਂ ਤੋਂ,
ਸਭੇ ਚਾਨਣ ਰਿਸ਼ਮਾਂ-ਰਿਸ਼ਮਾਂ,
ਈਕਣ ਹੀ ਫਿਰ ਹੌਲੀ ਹੌਲੀ
ਕਿਰ ਜਾਂਦੇ ਨੇ ਸਾਰੇ ਤਾਰੇ।
ਮੁੱਠ ਮਿੱਟੀ ਦੀ ਸਿਮਟ ਸਿਮਟ ਕੇ,
ਹੋ ਜਾਂਦੇ ਨੇ ਅੰਬਰ ਸਾਰੇ,
ਛੱਲ ਛੱਲ ਫਿਰ ਇਹ ਪਾਣੀ ਮੇਰਾ,
ਵਹਿਣ ਪਏ ਦਰਿਆਵਾਂ ਵਾਂਗਰ
ਤੁਪਕਾ-ਤੁਪਕਾ ਹੌਲੀ ਹੌਲੀ
ਉਸ ਸਾਗਰ ਵੱਲ ਤੁਰ ਪੈਂਦਾ,
ਜਿਥੇ ਜਾ ਕੇ ਹਰ ਇਕ ਪਾਣੀ
ਆਪਣੀ ਹੋਂਦ ਗਵਾ ਬਹਿੰਦਾ ਹੈ।

ਇਹ ਕਵਿਤਾ ਇੰਝ ਜੀਵਨ ਦੀ ਸਮੁੱਚੀ ਹੋਂਦ ਦੇ ਮੁਖੜੇ ਤੋਂ ਪਰਦਾ ਲਾਹੁੰਦੀ ਹੋਈ ਆਪਣੇ ਅਗਲੇ ਚਰਨ ਵਿਚ ਜਾ ਪੁੱਜਦੀ ਹੈ।

ਇਸ ਸੰਗ੍ਰਹਿ ਦੀ ਦੂਜੀ ਲੰਬੀ ਕਵਿਤਾ 'ਤੀਲੇ' ਹੈ। ਇਹ ਕਵਿਤਾ, ਪਹਿਲੀ ਲੰਬੀ ਕਵਿਤਾ ਨਾਲੋਂ ਭਾਵੇਂ ਸੁਤੰਤਰ ਹੈ ਪਰ ਦਰਅਸਲ ਇਕ ਤਰ੍ਹਾਂ ਨਾਲ ਪਹਿਲੀ ਕਵਿਤਾ ਦਾ ਹੀ ਅਗਲਾ ਚਰਨ ਜਾਂ ਦੂਜਾ ਭਾਗ ਹੈ। ਇਹ ਕਵਿਤਾ, ਪਹਿਲੀ ਕਵਿਤਾ ਨਾਲੋਂ ਵੱਧ ਸਰੋਦੀ, ਸੰਗੀਤਾਮਕ ਅਤੇ ਲੈ-ਬੱਧ ਹੈ। ਜਿਥੇ 'ਤੁਪਕਾ ਤੁਪਕਾ ਸਾਗਰ' ਵਿਚ ਇਕ ਆਪ-ਮੁਹਾਰਾ, ਬੇ ਰੋਕ-ਟੋਕ ਵਹਾਅ ਹੈ, ਸ਼ਬਦਾਂ ਦਾ ਆਪਣਾ ਸੰਗੀਤਕ ਆਰਕੈਸਟਰਾ ਵੱਜ ਰਿਹਾ ਹੈ, ਉਥੇ 'ਤੀਲੇ' ਕਵਿਤਾ ਵਿਚ ਸ਼ਬਦਾਂ, ਪ੍ਰਤੀਕਾਂ ਅਤੇ ਭਾਵਾਂ ਦੀ ਅਜਿਹੀ ਗੁੰਦ-ਗੁੰਦਾਈ ਹੈ ਜਿਵੇਂ ਕਿਸੇ ਨੱਢੀ ਨੇ ਧਰਤੀ 'ਤੇ ਰੰਗਾਂ ਦਾ ਸੁਚੱਜਾ ਸੁਮੇਲ ਕਰਕੇ ਫੁੱਲ-ਬੂਟੇ ਵਾਹੇ ਸਜਾਏ ਹੋਣ। ਜਾਂ ਫਿਰ ਰਾਤ ਰਾਣੀ ਦੇ ਚੀਰੇ ਵਿਚ ਰੌਸ਼ਨੀ ਗੁੰਦ ਦਿੱਤੀ ਹੋਵੇ। ਜਦੋਂ ਸਾਗਰਾਂ 'ਚ ਧਰਤੀ ਦੇ ਹੱਥਾਂ ਨੇ ਮਧਾਣੀ ਫੇਰੀ ਤਾਂ ਸਮਿਆਂ ਦੇ ਸਫ਼ਿਆਂ 'ਤੇ ਬੋਲ, ਕਹਾਣੀ ਬਣ ਬਣ ਉਭਰ ਆਏ :

ਇਹ ਜੋ ਮਿੱਟੀਆਂ ਦੇ ਗੀਤ ਇਹ ਜੋ ਪਾਣੀਆਂ ਦੇ ਸਾਜ਼,
ਇਹ ਜੋ ਅੰਬਰਾਂ ਨੇ ਚੁੰਮੀ ਅੱਗ ਉਮਰਾਂ ਵਿਹਾਜ।
ਕੋਸੇ ਕੋਸੇ ਜੇਹੜੇ ਸਾਹਾਂ ਵਿਚ ਤੁਰਦੇ ਸਿਆਲ,
ਪੈਰ ਪੈਰ ਜੇਹੜੀ ਤੁਰਦੀ ਹੈ ਉਮਰਾਂ ਦੇ ਨਾਲ।

ਜਿੱਥੋਂ ਤੁਰਦੀ ਏ ਅੱਗ ਜਿੱਥੇ ਜਾ ਕੇ ਮੁੱਕ ਜਾਵੇ,
ਹਰ ਜੀਭ ਦੀ ਪਿਆਸ ਜਿੱਥੇ ਜਾ ਕੇ ਸੁੱਕ ਜਾਵੇ।
ਹੱਥ ਮੇਰੇ ਵੀ ਸੀ ਉੱਠੇ ਕਦੇ ਓਹਨਾਂ ਤੇਹਾਂ ਵੱਲ,
ਪੈਰ ਮੇਰੇ ਵੀ ਸੀ ਗਏ ਕਦੇ ਓਹਨਾਂ ਥੇਹਾਂ ਵੱਲ।
ਜਦੋਂ ਅੱਖ ਵਿਚ ਜਾਗੇ ਮੇਰੇ ਕੋਸੇ ਕੋਸੇ ਗੀਤ,
ਛੱਲ ਉਠੀ ਜੇਹੜੀ ਗਈ ਧੁਰ ਅੰਬਰਾਂ ਦੇ ਤੀਕ।
ਪਿੰਡਾ ਮੇਰਾ ਵੀ ਸੀ ਗਿਆ ਕਦੇ ਅੱਗ ਨਾਲ ਭਿਓਂਤਾ,
ਜਦੋਂ ਤਾਰਿਆਂ ਸੀ ਆ ਕੇ, ਮੇਰੀ ਛਾਤੀ ਨੂੰ ਸਿਓਂਤਾ।
ਫੇਰੀ ਸਾਗਰਾਂ 'ਚ ਧਰਤੀ ਦੇ ਹੱਥਾਂ ਨੇ ਮਧਾਣੀ,
ਬੋਲ ਬਣ ਗਏ ਜੋ ਸਮਿਆਂ ਦੇ ਸਫ਼ੇ ਤੇ ਕਹਾਣੀ।

ਜਿਸ ਵੇਲੇ ਉਮਰ ਨੇ ਦਿਲ ਦੇ ਤਾਕ 'ਤੇ ਰੀਝਾਂ ਆ ਧਰੀਆਂ ਤਾਂ ਮੱਥੇ ਦੀਆਂ ਲੀਕਾਂ ਬੇਤਾਬ ਹੋਣ ਲੱਗੀਆਂ। ਦਿਨ-ਰਾਤ ਖ਼ਿਆਲਾਂ ਵਿਚ ਗੁਆਚੇ ਗੁਆਚੇ ਰਹਿਣ ਲੱਗੇ। ਜਦੋਂ ਸਾਹਾਂ ਨੇ ਰਵਾਨੀ ਮੰਗੀ ਅਤੇ ਲਹੂ ਵਿਚ ਵਿਰਾਨੀ ਆ ਬਿਰਾਜੀ ਤਾਂ ਕਵੀ ਮਾਨ ਮਾਰੂ ਧਰਤੀ ਉਤੇ ਹੰਝੂਆਂ ਦੀ ਗੋਡ ਪਾਉਣ ਲਈ ਉਤਾਵਲਾ ਹੋ ਗਿਆ:

ਮਾਰੂ ਧਰਤੀ 'ਤੇ ਅਸਾਂ ਗੋਡ ਹੰਝੂਆਂ ਦੀ ਪਾਈ,
ਇੰਝ ਜਿੰਦ ਦੇ ਸਿਆੜੀਂ ਇਕ ਡਾਲ ਉੱਗ ਆਈ।
ਖਿੜ ਪਿਆ ਫਿਰ ਫੁੱਟੀਆਂ ਕਰੂੰਬਲਾਂ 'ਤੇ ਫੁੱਲ,
ਪੰਡ ਜੀਕਣ ਸੁਗੰਧੀਆਂ ਦੀ ਗਈ ਕੋਈ ਖੁਲ੍ਹ।
ਓਹਨੂੰ ਵੇਖਣ ਸੀ ਤਾਰੇ ਸਾਰੇ ਆਏ ਵਾਰੀ ਵਾਰੀ,
ਬੈਠਾ ਚੰਨ ਸੀ ਜਿਓਂ ਧਰਤੀ 'ਤੇ ਚਾਨਣੀ ਖਲਾਰੀ।

ਕਵੀ ਜਸਵਿੰਦਰ ਮਾਨ ਇਸ ਕਵਿਤਾ ਵਿਚ ਇਕ ਤਰ੍ਹਾਂ ਨਾਲ ਆਪਣੇ ਹੀ ਪਿਆਰ ਦੀ ਗਾਥਾ ਦਾ ਵਰਣਨ ਕਰਦਾ ਹੈ। ਉਸਦੇ ਪਿਆਰ ਦੀ ਚਾਹਤ ਦਾ ਚਿੰਨ੍ਹ ਫੁੱਲ ਹੈ। ਉਹ ਪਿਆਰ ਨੂੰ ਇਕ ਬਹੁਤ ਹੀ ਪਵਿੱਤਰ, ਪਿਆਰਾ ਅਤੇ ਸੂਖਮ ਜਜ਼ਬਾ ਮੰਨਦਾ ਹੈ। ਉਹ ਪਿਆਰ ਨੂੰ ਕਿਸੇ ਤਰ੍ਹਾਂ ਦੀ ਬੰਦਸ਼, ਰੋਕ ਜਾਂ ਜਕੜ ਵਿਚ ਨਹੀਂ ਰੱਖਣਾ ਚਾਹੁੰਦਾ। ਉਹ ਪਿਆਹ ਨੂੰ ਪਵਿੱਤਰ ਸਮਝਦਿਆਂ ਉਸ਼ ਨੂੰ ਕਿਸੇ ਤਰ੍ਹਾਂ ਵੀ ਸਰੀਰ ਦੇ ਵਿਹਾਰ ਵਿਚ ਨਹੀਂ ਬੰਨ੍ਹਣਾ ਲੋੜਦਾ। ਇਸਦੇ ਨਾਲ ਹੀ ਉਹ ਆਪਣੇ ਪਿਆਰ ਨੂੰ ਕੋਈ ਧੋਖਾ ਵੀ ਨਹੀਂ ਦੇਣਾ ਚਾਹੁੰਦਾ ਅਤੇ ਨਾ ਹੀ ਕੋਈ ਝੂਠੀ ਤਸੱਲੀ ਹੀ ਕਿ ਉਹ ਪਿਆਰ ਨੂੰ ਆਪਣੀ ਹਿੱਕੜੀ ਵਿਚ ਸਾਂਭੀ ਰੱਖਣ ਲਈ ਵਚਨ-ਬੱਧ ਰਹੇਗਾ। ਉਹ ਅਜਿਹਾ ਕੋਈ ਵਚਨ ਨਹੀਂ ਦਿੰਦਾ ਕਿ ਉਹ ਆਪਣੇ ਪਿਆਰ 'ਤੇ ਸਾਰਾ ਜੱਗ ਵਾਰ ਦੇਵੇਗਾ, ਕਿਉਂਕਿ ਕਵੀ ਦਾ ਮਨ ਤਾਂ ਜਾਣਦਾ ਸੀ ਕਿ ਉਹ ਕਿਸੇ ਹੋਰ ਹੀ ਮਿੱਟੀ ਦਾ ਬਣਿਆ ਹੋਇਆ ਹੈ। ਇਸ ਹਾਲਤ ਦਾ ਜ਼ਿਕਰ ਉਹ ਬੜੇ ਹੀ ਸਬਰ ਨਾਲ ਕਰਦਾ ਹੈ:

ਪਰ ਮਨ ਸਾਡਾ ਹੋਰ ਕਿਸੇ ਮਿੱਟੀ ਸੀ ਬਣਾਇਆ,
ਅਸਾਂ ਫੁੱਲ ਸੰਗ ਤਾਂ ਹੀ ਧੋਖਾ ਕਰਨਾ ਨਾ ਚਾਹਿਆ।

ਇਹ ਨਾ ਸ਼ਰਤ ਪਿਆਰ ਦੀ ਕਿ ਰਸਮਾਂ ਨਿਭਾਈਏ,
ਮੱਥਾ ਬਾਲਣ ਲਈ ਧਰਤ ਦੀ ਅੱਗ ਤੱਕ ਜਾਈਏ।
ਅਸਾਂ ਆਖ ਦਿੱਤੀ ਗਹਿਣੇ ਪਾਈ ਜਿੰਦ ਦੀ ਕਹਾਣੀ,
ਸਾਡਾ ਨੀਵੇਂ ਤੋਂ ਉਚਾਣਾਂ ਵੱਲ ਤੁਰਦਾ ਸੀ ਪਾਣੀ।
ਅਸਾਂ ਤੁਰ ਜਾਣਾ ਢੂੰਢਣ ਸੀ ਜਿੰਦ ਦੇ ਵਸੀਲੇ,
ਸਾਡੇ ਥੱਬਿਆਂ 'ਚੋਂ ਥੁੜ ਗਏ ਸੀ ਚੁਲ੍ਹਿਆਂ ਲਈ ਤੀਲੇ।
ਕਿਸੇ ਹੋਰ ਵੇਹੜੇ ਉੱਗਿਆ ਸੀ ਅੱਗ ਦਾ ਗੁਲਾਬ,
ਕੋਈ ਹੋਰ ਅੱਖ ਵੇਖਦੀ ਪਈ ਸੀ ਮੇਰੇ ਖਾਅਬ।
ਕੋਈ ਹੋਰ ਮਾਂਗ ਪਈ ਸੀ ਉਡੀਕਦੀ ਸਿੰਧੂਰ,
ਮੇਰੇ ਬਿਨਾਂ ਜੇਹਨੂੰ ਸੁਣਿਆ ਨਾ ਜੀਣਾ ਮਨਜ਼ੂਰ।

ਭਾਵੇਂ ਕਵੀ ਨੇ ਕੋਈ ਵਾਅਦਾ ਨਹੀਂ ਕੀਤਾ ਪਰ ਉਹ ਹਾਲਾਂ ਵੀ ਉਸ ਪਿਆਰੇ ਫੁੱਲ ਨੂੰ ਭੁਲਾ ਨਹੀਂ ਸਕਿਆ। ਉਸਦੀ ਨਿੱਘੀ ਯਾਦ ਅੱਜ ਵੀ ਉਸਦੇ ਗੀਤਾਂ ਦੀ ਤ੍ਰੇਹ ਨੂੰ ਮਿਟਾਉਣ ਲਈ ਅਥਰੂ ਪਿਲਾਉਂਦੀ ਹੈ। ਅੱਜ ਵੀ ਉਸਦੇ ਚੇਤੇ ਸੁਗੰਧ-ਸਮੀਰ ਵਾਲੇ ਹੋ ਜਾਂਦੇ ਹਨ। ਇਸ ਵਿਅਥਾ ਦਾ ਵਰਣਨ ਉਹ ਬੜੀ ਹੀ ਸ਼ਿੱਦਤ ਅਤੇ ਖ਼ੂਬਸੂਰਤੀ ਨਾਲ ਕਰਦਾ ਹੈ:

ਪਰ ਹਾਲੀਂ ਵੀ ਉਹ ਫੁੱਲ ਸਾਥੋਂ ਭੁਲਿਆ ਨਾ ਜਾਏ,
ਨਿਤ ਗੀਤਾਂ ਦੀ ਪਿਆਸ ਨੂੰ ਜੋ ਅੱਥਰੂ ਪਲਾਏ।
ਸਾਡੇ ਚੇਤਿਆਂ 'ਚੋਂ ਹਾਲੀਂ ਵੀ ਜੇ ਜਾਵੇ ਉਹੋ ਲੰਘ,
ਸਾਡੀ ਹੋਂਦ ਦੇ ਦੁਆਲੇ ਡੁਲ੍ਹ ਜਾਂਦੀ ਏ ਸੁਗੰਧ।
ਬਸ ਏਦਾਂ ਹੀ ਅੰਬਰਾਂ ਤੋਂ ਟੁੱਟੇ ਸੀ ਸਿਤਾਰੇ,
ਬਸ ਏਦਾਂ ਹੀ ਸੀ ਨ੍ਹੇਰੀਆਂ ਨੇ ਤਿਣਕੇ ਖਿਲਾਰੇ।
ਇਹ ਮੁਹੱਬਤਾਂ ਦੇ ਰਾਗ, ਇਹ ਮੁਹੱਬਤਾਂ ਦੇ ਰੋਣ,
ਹੰਝੂ ਆਪਣੀ ਦੇ ਨਾਲ ਅੱਖ ਆਪਣੀ ਨੂੰ ਧੋਣ।

ਅਤੇ ਕਵੀ ਉਸ ਫੁੱਲ ਦੀ ਖ਼ੈਰ ਮੰਗਦਿਆਂ ਕਹਿੰਦਾ ਹੈ:

ਸਫ਼ੇ ਦਿੱਲ 'ਤੇ ਲਿਖਿਆ ਹੈ ਜਿਸ ਦਾ ਮੈਂ ਨਾਵਾਂ,
ਉਸ ਫੁੱਲ ਨੂੰ ਨਾ ਲੱਗਣ ਜ਼ਮਾਨੇ ਦੀਆਂ ਹਾਵਾਂ।
ਹੋਈ ਤਾਰਾ ਤਾਰਾ ਫੇਰ ਹੈ ਇਹ ਰਾਤ ਮੁੱਕ ਚੱਲੀ,
ਲੰਘੀ ਉਮਰਾਂ ਦੀ ਪੈਂਦੀ ਪੈਂਦੀ ਬਾਤ ਮੁੱਕ ਚੱਲੀ।
ਬਸ ਏਨੀ ਕੁ ਕਹਾਣੀ ਸਾਡਾ ਵਸਲ ਵਿਛੋੜਾ,
ਸਾਡਾ ਹਾਲੇ ਵੀ ਹੈ ਕਦੇ ਕਦੇ ਦੁਖ ਪੈਂਦਾ ਫੋੜਾ।

ਉਪਰੋਕਤ ਵਿਚਾਰੀਆਂ ਦੋ ਲੰਬੀਆਂ ਕਵਿਤਾਵਾਂ ਤੋਂ ਬਿਨਾਂ ਇਸ ਸੰਗ੍ਰਹਿ ਵਿਚ ਕਵੀ ਜਸਵਿੰਦਰ ਮਾਨ ਨੇ ਗ਼ਜ਼ਲਾਂ ਦੇ ਸਿਰਲੇਖ ਹੇਠ 36 ਗ਼ਜ਼ਲਾਂ ਵੀ ਦਿੱਤੀਆਂ ਹਨ।

ਗ਼ਜ਼ਲਾਂ ਦੀ ਇਕ ਆਪਣੀ ਰਵਾਇਤ ਹੈ, ਪਰੰਪਰਾ ਹੈ। ਗ਼ਜ਼ਲ ਦੀ ਅਸਲ ਕਸਵਟੀ ਭਾਵ-ਉਤਪਾਦਕਤਾ ਹੈ। ਦਿਲ ਦੀਆਂ ਡੂੰਘਾਣਾਂ ਵਿਚੋਂ ਨਿਕਲੀ ਅਜਿਹੀ ਆਵਾਜ਼ ਗ਼ਜ਼ਲ ਹੁੰਦੀ ਹੈ ਜਿਸ ਵਿਚ ਕਵੀ ਦੀ ਅੰਤਰਾਤਮਾ ਦਾ ਦਰਦ ਭਰਿਆ ਹੋਵੇ। ਗ਼ਜ਼ਲ ਵਿਚ ਭਾਵਾਂ, ਵਿਚਾਰਾਂ ਅਤੇ ਗੱਲ ਕਹਿਣ ਦੇ ਅੰਦਾਜ਼ ਤੋਂ ਇਲਾਵਾ ਉਸ ਦਾ ਆਪਣਾ ਇਕ ਵਿਸ਼ੇਸ਼ ਰੂਪ-ਵਿਧਾਨ ਵੀ ਹੈ। ਕੁਦਰਤੀ ਹੈ ਕਿ ਜਦੋਂ ਅਸੀਂ ਕਿਸੇ ਰਚਨਾ ਦਾ ਸਿਰਲੇਖ ਗ਼ਜ਼ਲ ਰੱਖ ਰਹੇ ਹੁੰਦੇ ਹਾਂ ਤਾਂ ਉਸਦੇ ਸਾਰੇ ਹੀ ਲੋੜੀਂਦੇ ਅੰਗਾਂ ਨੂੰ ਭਾਲਦੇ ਹਾਂ। ਇਹਨਾਂ ਗ਼ਜ਼ਲਾਂ ਵਿਚੋਂ ਬਹੁਤੀਆਂ ਗ਼ਜ਼ਲਾਂ ਅਤੇ ਬਹੁਤ ਸ਼ਿਅਰ ਸਿੱਪ-ਬੰਦ ਮੋਤੀਆਂ ਵਰਗੀ ਭਾਅ ਮਾਰਦੇ ਨਜ਼ਰ ਆਉਂਦੇ ਹਨ ਪਰ ਇਸਦੇ ਬਾਵਜੂਦ ਭਾਸਦਾ ਹੈ ਕਿ ਕਵੀ ਨੇ ਪਤਾ ਨਹੀਂ ਕਿਉਂ ਗ਼ਜ਼ਲ ਦੀਆਂ ਮੁੱਖ ਲੋੜਾਂ ਵੱਲ ਧਿਆਨ ਨਹੀਂ ਦਿੱਤਾ। ਆਲੋਚਕ ਹਰਬਖ਼ਸ਼ ਮਕਸੂਦਪੁਰੀ ਦੇ ਆਖੇ ਨਾਲ ਸਾਡੀ ਸਹਿਮਤੀ ਹੈ ਕਿ ਚੰਗਾ ਹੁੰਦਾ ਜੇਕਰ ਉਹ ਇਹਨਾਂ ਕਵਿਤਾਵਾਂ ਨੂੰ ਗ਼ਜ਼ਲਾਂ ਨਾ ਕਹਿੰਦਾ। ਖ਼ੈਰ! ਇਸਦੇ ਬਾਵਜੂਦ ਕਵੀ ਜਸਵਿੰਦਰ ਮਾਨ ਦੀਆਂ ਬਹੁਤੀਆਂ ਗ਼ਜ਼ਲਾਂ ਵਿਚ ਤਾਜ਼ਗੀ, ਜਜ਼ਬਿਆਂ ਦਾ ਹੜ੍ਹ, ਰਵਾਨੀ, ਲੈਅ ਅਤੇ ਸੰਗੀਤਾਮਕਤਾ ਦਾ ਵਿਸ਼ੇਸ਼ ਜਲੌ ਭਾਅ ਮਾਰਦਾ ਹੈ। ਵਰਤੀਂਦੇ ਸ਼ਬਦ ਮਨ ਨੂੰ ਕੀਲਦੇ ਹਨ। ਵਰਤੇ ਗਏ ਸੰਕੇਤ/ਬਿੰਬ ਅਤੇ ਸ਼ਬਦ ਉਸਦੇ ਵਿਚਾਰਾਂ ਦੀ ਸੁੰਦਰ ਪ੍ਰਤੀਨਿੱਧਤਾ ਕਰਦੇ ਹਨ। ਆਪਣੀਆਂ ਲੰਬੀਆਂ ਕਵਿਤਾਵਾਂ ਵਿਚ ਦਰਸਾਈ 'ਹੋਂਦ' ਦਾ ਹੀ ਜ਼ਿਕਰ ਆਪਣੇ ਢੰਗ ਨਾਲ ਆਪਣੀ ਪਹਿਲੀ ਗ਼ਜ਼ਲ ਦੇ ਮਤਲੇ ਅਤੇ ਸ਼ੇਅਰਾਂ ਵਿਚ ਕਰਦਾ ਹੈ :

ਮਤਲਾ :
ਮੈਂ ਨਾਲ ਮੇਰਾ ਰਿਸ਼ਤਾ ਕੀ ਹੈ।
ਮੈਂ ਵਿਚ ਮੇਰਾ ਬਚਿਆ ਕੀ ਹੈ।

ਸ਼ੇਅਰ :
ਬਲਦਾ ਬਲਦਾ ਬੁਝ ਚੱਲਿਆ ਹੈ,
ਇਸ ਦੀਵੇ 'ਚੋਂ ਮੁੱਕਿਆ ਕੀ ਹੈ।

ਵੇਖ ਰਿਹਾਂ ਧੁੰਧਲਾ ਪਰਛਾਵਾਂ
ਹੰਝੂ ਪਿੱਛੇ ਛੁੱਪਿਆ ਕੀ ਹੈ।

ਕੁਝ ਇਕ ਸ਼ੇਅਰ ਸਾਡੇ ਇਸ ਕਥਨ ਦੀ ਪੁਸ਼ਟੀ ਕਰਨਗੇ ਕਿ ਜਸਵਿੰਦਰ ਮਾਨ ਨੂੰ ਮੋਤੀਆਂ ਦੀ ਪਹਿਚਾਣ ਹੈ ਅਤੇ ਉਹ ਬੜੀ ਹੀ ਕਾਰਾਗਰੀ ਨਾਲ ਦੁਰਲੱਭ ਮੋਤੀ ਪਾਠਕਾਂ ਦੇ ਰੂ-ਬ-ਰੂ ਕਰਨ ਵਿਚ ਮਾਹਿਰ ਹੈ :

1. ਅੱਗ ਤੁਰਦੀ ਹੈ ਵਾਅ ਤੁਰਦੀ ਹੈ, ਤੇ ਇਹ ਮੇਰਾ ਜਲ ਤੁਰਦਾ ਹੈ।
ਪੈਰ ਮੇਰਾ ਇਹ ਮੈਨੂੰ ਲੈ ਕੇ ਕੇਸ ਦਿਸ਼ਾ ਦੇ ਵੱਲ ਤੁਰਦਾ ਹੈ।
ਨਾ ਪੈਰਾਂ ਸੰਗ ਨਾ ਮੱਥੇ ਸੰਗ, ਹੋਂਦ ਮੇਰੀ ਦੇ ਨਾਲ ਨਾ ਜੁੜ ਕੇ,
ਵਕਤ ਦਾ ਰੇਤਾ ਵਕਤ ਦਾ ਪਾਣੀ ਆਪਣੀ ਆਪਣੀ ਛੱਲ ਤੁਰਦਾ ਹੈ।

2. ਅੱਥਰੂ ਤੋਂ ਬਾਅਦ ਬਚਦੀ ਲੀਕ ’ਤੇ ਲਿਖਿਆ ਪਿਆ
ਠੱਲ ਗਏ ਤੂਫਾਨ ਪਿੱਛੇ ਹੈ ਕਹਿਰ ਬਾਕੀ ਅਜੇ।

3. ਕੌਣ ਸਰਾਪੇ ਰੁੱਖ ਦੀ ਲਕੜ, ਲੈ ਚੁਲ੍ਹੇ ਵਿਚ ਪਾ ਬੈਠਾ ਸਾਂ,
ਢਿੱਡ ਮੇਰੇ ਦੀ ਭੁੱਖ ਮੋਈ ਹੈ, ਪੱਕਦਾ ਪੱਕਦਾ ਟੁੱਕ ਮੋਇਆ ਹੈ।

4. ਧੁੱਪ ਤੋਂ ਛਾਂ ਤਕ ਆਉਂਦੇ ਆਉਂਦੇ ਰੁੱਖ ਹੀ ਬਦਲ ਗਏ,
ਇੰਝ ਮੁਸਾਫ਼ਿਰ ਹਾਦਸਿਆਂ ਤੋਂ ਬਾਜ਼ੀ ਹਾਰ ਗਏ।

‘ਸੌ ਹੱਥ ਰੱਸਾ ਤੇ ਸਿਰੇ ’ਤੇ ਗੰਢ;’ ਕਵੀ ਜਸਵਿੰਦਰ ਮਾਨ ਚਿੰਤਨ ਨਾਲ ਓਤਪੋਤ ਅਤੇ ਜ਼ਜਬਿਆਂ ਨਾਲ ਭਰਪੂਰ ਕਾਨੀ ਦੀ ਵਰਤੋਂ ਕਰਦਾ ਹੈ। ਉਸਦੀ ਕਵਿਤਾ ਬਿੰਬਾਂ-ਪ੍ਰਤੀਕਾਂ ਦਾ ਸ਼ਿੰਗਾਰ ਕਰਕੇ, ਵਿਚਾਰਾਂ ਅਤੇ ਭਾਵਨਾਵਾਂ ਦੇ ਸਿਖਰ-ਸੁਮੇਲ ਨਾਲ ਪਾਠਕਾਂ ਨੂੰ ਕੀਲਦੀ, ਟੁੰਬਦੀ ਅਤੇ ਸੋਚਣ ਲਈ ਮਜਬੂਰ ਕਰਦੀ ਚਲੀ ਜਾਂਦੀ ਹੈ। ਉਸਦੀ ਕਵਿਤਾ, ਉਸਦੇ ਕਾਵਿਕ ਦ੍ਰਿਸ਼ਟੀ-ਕੋਣ ਤੋਂ ਪਰਦਾ ਚੁੱਕਦੀ ਹੋਈ ਉਸਨੂੰ ਇਕ ਦਾਰਸ਼ਨਿਕ ਕਵੀ ਦੇ ਤੌਰ ’ਤੇ ਸਾਡੇ ਗੋਚਰੇ ਕਰਦੀ ਹੈ। ਉਹ ਪਾਠਕਾਂ ਨੂੰ ਮੋਹ ਲੈਂਦਾ ਹੈ। ਪਾਠਕ ਕਵਿਤਾ ਦਾ ਪਾਠ ਕਰਦਿਆਂ ਕਰਦਿਆਂ ਕਿਸੇ ਹੋਰ ਹੀ ਸੰਸਾਰ ਵਿਚ ਵਿਚਰਨ ਲੱਗਦਾ ਹੈ। ਨਿੱਕੀਆਂ ਨਿੱਕੀਆਂ ਤਰੁੱਟੀਆਂ ਦੇ ਬਾਵਜੂਦ ਉਸਦੀ ਕਵਿਤਾ ਪੜ੍ਹਨ, ਮਾਣਨ ਅਤੇ ਜਾਣਨ ਯੋਗ ਹੈ। ਉਸਦੇ ਵਿਚਾਰਾਂ ਵਿਚ ਚਿੰਤਨ ਦੀ ਡੂੰਘਾਈ ਹੈ ਅਤੇ ਉਸ ਕੋਲ ਯੋਗ ਸ਼ਬਦਾਂ ਰਾਹੀਂ ਆਪਣੀ ਗੱਲ ਕਹਿਣ ਦਾ ਢੰਗ ਹੈ। ਉਜਲੀਆਂ ਸੰਭਾਵਨਾਵਾਂ ਨਾਲ ਭਰਪੂਰ ਭਵਿੱਖ ਲਈ ਉਹ ਹੋਰ ਚੇਤਨਤਾ ਨਾਲ ਕਲਮ ਵਾਹੇਗਾ, ਇਹ ਆਸ ਹੈ।

'ਰਮਜ਼ਾਂ' ਦੇ ਰੂ-ਬ-ਰੂ

ਕਵੀ ਦਲਜੀਤ ਸਿੰਘ ਉੱਪਲ ਪੰਜਾਬੀ ਕਾਵਿ ਜਗਤ ਵਿਚ ਆਪਣੇ ਸੱਜਰੇ ਅਤੇ ਪਹਿਲੇ ਕਾਵਿ ਸੰਗ੍ਰਹਿ *ਰਮਜ਼ਾਂ* ਦਾ ਢੋਆ ਲੈ ਕੇ ਹਾਜ਼ਰ ਹੋਇਆ ਹੈ। ਇਸ ਤੋਂ ਪਹਿਲਾਂ ਉਹ *ਗੜੇਮਾਰ* ਨਾਵਲ ਲਿਖ ਚੁੱਕਿਆ ਹੈ। ਕਹਾਣੀਆਂ ਵੀ ਲਿਖਦਾ ਹੈ। ਉਸਨੇ ਆਪਣੀ ਲਿਖਣ ਪਰਕ੍ਰਿਆ ਦਾ ਸਫ਼ਰ ਵਾਰਤਕ ਤੋਂ ਆਰੰਭਿਆ ਅਤੇ ਅੱਜ ਉਹ ਕਵਿਤਾ ਦੇ ਨਾਲ ਨਾਲ ਵਾਰਤਕ ਵੀ ਲਿਖਦਾ ਹੈ। ਸਾਡੀ ਅੱਜ ਦੀ ਸੰਖੇਪ ਅਤੇ ਪੰਛੀ-ਝਾਤ ਦਾ ਮਨੋਰਥ ਉਸਦੀ ਲਿਖੀ ਕਾਵਿ-ਪੁਸਤਕ *ਰਮਜ਼ਾਂ* ਨਾਲ ਸਰਸਰੀ ਜਿਹੀ ਜਾਣ-ਪਹਿਚਾਣ ਕਰਾਉਣਾ ਅਤੇ ਇਸਦੇ ਨਾਲ ਹੀ ਉਸਦੀ ਕਵਿਤਾ ਦਾ ਥੋੜਾ ਜਿਹਾ ਆਨੰਦ ਮਾਣਦਿਆਂ, ਉਸਦੀ ਇਸ ਆਮਦ ਨੂੰ ਜੀ ਆਇਆਂ ਕਹਿਣਾ ਹੈ।

ਸ਼ਬਦ 'ਰਮਜ਼ਾਂ' ਰਮਜ਼ ਦਾ ਬਹੁ-ਵਚਨ ਹੈ। ਰਮਜ਼ ਦਾ ਸ਼ਾਬਦਿਕ ਅਰਥ ਹੈ, ਅੱਖਾਂ, ਭਰਵੱਟੇ ਜਾ ਬੁਲ੍ਹਾਂ ਦਾ ਇਸ਼ਾਰਾ। ਇੰਝ ਰਮਜ਼ ਇਸ਼ਾਰਾ ਹੈ, ਬੁਝਾਰਤ ਹੈ, ਪਹੇਲੀ ਹੈ। ਕਵੀ ਉੱਪਲ ਆਪਣੀ ਸਮੁੱਚੀ ਕਵਿਤਾ ਵਿਚ 'ਰਮਜ਼-ਆਮੇਜ਼' ਭਾਵ ਇਸ਼ਾਰਾ ਮਿਲੀ ਹੋਈ ਗੱਲ ਹੀ ਕਰਦਾ ਹੈ। ਉਹ ਰਮਜ਼ਾਂ ਸੁੱਟਦਿਆਂ, ਭੇਤ ਦੀਆਂ ਗੱਲਾਂ ਕਰਦਿਆਂ, ਭੇਤ ਦੀ ਕੰਨੀ ਦੀਆਂ ਗੰਢਾਂ ਖੋਲ੍ਹਦਿਆਂ ਬੜੇ ਹੀ ਸਰਲ ਢੰਗ ਨਾਲ, ਪੋਲੇ-ਪੋਲੇ ਮੂੰਹੀਂ ਗੁੱਝੀਆਂ ਗੱਲਾਂ ਤੋਂ ਪਰਦਾ ਲਾਹੁੰਦਾ ਹੈ। ਕਾਵਿ ਸੰਗ੍ਰਹਿ ਦਾ ਨਾਂ ਸੁਝਾਊ ਹੈ, ਸਾਰਥਕ ਹੈ, ਸੁੰਦਰ ਅਤੇ ਪ੍ਰਤੀਕਾਤਮਕ ਹੈ।

ਪੰਜਾਬੀ ਕਵਿਤਾ ਦੇ ਵੱਖ ਵੱਖ ਰੂਪਾਂ 'ਤੇ ਹੱਥ ਅਜ਼ਮਾਉਂਦਿਆਂ ਉੱਪਲ ਨੇ 188 ਪੰਨਿਆਂ 'ਤੇ ਪਸਰੀ ਆਪਣੀ ਇਸ ਕਾਵਿ-ਰਚਨਾ ਵਿਚ 39 ਕਵਿਤਾਵਾਂ, 26 ਗ਼ਜ਼ਲਾਂ (ਜਿਹਨਾਂ ਵਿਚੋਂ ਕੇਵਲ 21 ਦਾ ਸਿਰਲੇਖ ਹੀ ਗ਼ਜ਼ਲ ਦਿੱਤਾ ਗਿਆ ਹੈ ਅਤੇ ਬਾਕੀ 5 ਦਾ ਸਿਰਲੇਖ ਵੱਖਰਾ ਵੱਖਰਾ), 28 ਰੁਬਾਈਆਂ, 10 ਗੀਤ ਅਤੇ ਇਕ ਸ਼ੇਅਰ ਪੇਸ਼ ਕੀਤਾ ਹੈ। ਕਵਿਤਾ ਦੇ ਸਮੁੱਚੇ ਪੱਠਨ ਦਾ ਪਹਿਲਾ ਸਿੱਧਾ ਪ੍ਰਭਾਵ ਤਾਂ ਇਹ ਹੀ ਪੈਂਦਾ ਹੈ ਕਿ ਕਵੀ, ਕਵਿਤਾ ਦੇ ਰੂਪ ਅਤੇ ਵਿਸ਼ਾ-ਵਸਤੂ ਸਬੰਧੀ ਲਗਪਗ ਪੂਰੀ ਤਰ੍ਹਾਂ ਵਾਕਿਫ਼ ਹੈ। ਕਵੀ ਉੱਪਲ, ਆਰੰਭ ਵਿਚ ਹੀ 'ਬੰਦਨਾਂ' ਨਾ ਦੀ ਰੁਬਾਈ ਵਿਚ ਸਿੱਖੀ ਮਰਿਆਦਾ ਅਨੁਸਾਰ ਸਤਿਗੁਰਾਂ ਦੀ ਓਟ ਲੈਂਦਿਆਂ 'ਛੰਦਾਂ ਦਾ ਅਨਮੋਲ ਖ਼ਜ਼ਾਨਾ ਦਾਨ ਵਿਚ ਮੰਗਦਾ ਹੈ।' ਇਹ ਸਤਰਾਂ ਉਸ ਵਲੋਂ ਸਿੱਖ ਧਰਮ ਅਤੇ ਗੁਰਬਾਣੀ ਪ੍ਰਤੀ ਉਸਦੀ ਸ਼ਰਧਾ ਅਤੇ ਭਰੋਸਾ ਤਾਂ ਦਰਸਾਉਂਦੀਆਂ ਹੀ ਹਨ ਪਰ ਇਸਦੇ ਨਾਲ ਹੀ ਇਸ ਗੱਲ ਵੱਲ

ਵੀ ਸੰਕੇਤ ਕਰਦੀਆਂ ਹਨ ਕਿ ਕਵੀ ਭਲੀ ਭਾਂਤ ਜਾਣਦਾ ਹੈ ਕਿ ਕਵਿਤਾ ਵਿਚ ਛੰਦਾ-ਬੰਦੀ ਦੇ ਨਿਯਮ ਹੋਣੇ ਜ਼ਰੂਰੀ ਹਨ। ਤਾਂ ਹੀ ਕਵੀ ਅਰਜ਼ੋਈ ਕਰਦਾ ਹੈ:

ਹੇ ਸਤਿਗੁਰ ਜੀ ਛੰਦਾਂ ਦਾ ਅਨਮੋਲ ਖ਼ਜ਼ਾਨਾ ਦਾਨ ਕਰੋ।
ਵਾਂਗੂ 'ਸੰਤ ਸੂਰਦਾਸ' ਦੇ ਦਾਸ ਉਤੇ ਅਹਿਸਾਨ ਕਰੋ।
ਦੀਵੇ ਦੀ ਮੈਂ ਮੱਧਮ ਲੋਅ ਹਾਂ, ਰੱਖੋ ਤੇਲ ਤੇ ਬੱਤੀ ਨੂੰ,
ਚੰਨ, ਚਾਨਣੀ, ਪੂਰਨਮਾਸ਼ੀ, ਉੱਪਲ ਉੱਜਲ ਭਾਨ ਕਰੋ।

ਦਰਅਸਲ ਵਿਚਾਰ ਅਤੇ ਵਿਸ਼ਾ-ਵਸਤੂ ਕਿੰਨਾ ਵੀ ਮਹਾਨ ਕਿਉਂ ਨਾ ਹੋਵੇ, ਰੂਪ ਤੋਂ ਬਿਨਾਂ ਮੂਰਤੀਮਾਨ ਨਹੀਂ ਹੋ ਸਕਦਾ। ਕਵਿਤਾ, ਭਾਵੇਂ ਛੰਦ-ਬੱਧ ਹੋਵੇ ਤੇ ਭਾਵੇਂ ਖੁਲ੍ਹੀ ਹੀ, ਬਿਨਾਂ ਰੂਪ ਦੇ, ਬਿਨਾਂ ਵਜ਼ਨ ਦੇ ਗ਼ਲਤ ਹੈ। ਅਕਸਰ ਕਈ ਇਹ ਕਹਿੰਦੇ ਸੁਣੇ ਜਾਂਦੇ ਹਨ ਕਿ ਅੱਜ ਦੀ ਕਵਿਤਾ ਜ਼ਰੂਰੀ ਨਹੀਂ ਕਿ ਰਵਾਇਤੀ ਵਜ਼ਨਾਂ ਤੇ ਛੰਦਾਂ ਦੀ ਮੁਹਤਾਜ਼ ਹੋਵੇ। ਪਰ ਲੇਖਕ ਦਾ ਸੋਚਣਾ ਹੈ ਕਿ ਜਿੰਨਾ ਚਿਰ ਕੋਈ ਕਵੀ ਰਵਾਇਤੀ (ਪੁਰਾਣੇ) ਵਜ਼ਨਾਂ, ਬਹਿਰਾਂ ਤੇ ਛੰਦਾਂ ਨੂੰ ਚੰਗੀ ਤਰ੍ਹਾਂ ਗ੍ਰਹਿਣ ਨਹੀਂ ਕਰ ਲੈਂਦਾ ਜਾਂ ਇਹਨਾਂ ਰੂਪਾਂ 'ਤੇ ਹਾਵੀ ਨਹੀਂ ਹੋ ਜਾਂਦਾ, ਉਹ ਨਵੀਆਂ ਬਹਿਰਾਂ ਦੇ ਤਜਰਬਿਆਂ ਵਿਚ ਵੀ ਸਫਲ ਨਹੀਂ ਹੋ ਸਕਦਾ। ਖੁਲ੍ਹੀ ਕਵਿਤਾ ਵੀ ਆਪਣੇ ਆਪ ਵਿਚ ਇਕ ਵਿਸ਼ੇਸ਼ ਰੂਪ-ਵਿਧਾਨ ਦੀ ਅਗਵਾਈ ਕਬੂਲਦੀ ਹੈ। ਦਲਜੀਤ ਸਿੰਘ ਉੱਪਲ ਰਵਾਇਤੀ ਵਜ਼ਨਾਂ ਤੇ ਛੰਦਾਂ ਦੀ ਅਹਿਮੀਅਤ ਨੂੰ ਸਮਝਦਾ ਹੈ। ਉਹ ਇਹਨਾਂ ਵਿਚ ਪਕਿਆਈ ਹਾਸਲ ਕਰਨ ਦਾ ਇਛੁੱਕ ਨਜ਼ਰ ਆ ਰਿਹਾ ਹੈ। ਉਹ ਆਪਣੀ ਪਰੰਪਰਾ ਨਾਲ ਪੂਰੀ ਤਰ੍ਹਾਂ ਜੁੜਿਆ ਹੋਇਆ ਹੈ। ਕਵੀ ਆਪਣੇ ਸਭਿਆਚਾਰਕ, ਇਤਿਹਾਸਕ, ਧਾਰਮਕ ਅਤੇ ਅਧਿਆਤਮਕ ਸਰੋਕਾਰਾਂ ਦਾ ਖ਼ਿਆਲ ਰੱਖਦਾ ਹੈ। ਉਹ ਆਪਣੇ ਦੇਸ਼-ਕੌਮ ਪ੍ਰਤੀ ਜਜ਼ਬਾਤੀ ਸਾਂਝ ਦਾ ਪ੍ਰਗਟਾਵਾ ਬਹੁਤ ਹੀ ਸਹਿਜ ਭਾਵ ਨਾਲ ਦੇਸ ਪੰਜਾਬ ਨੂੰ 'ਕੁਦਰਤ ਦੀ ਸਿਰਮੌਰ ਕਿਤਾਬ' ਅਤੇ 'ਫੁੱਲ ਗੁਲਾਬ' ਆਖ ਕੇ ਕਰਦਾ ਹੈ। ਉਸਨੇ 'ਪੰਜਾਬ' ਨਾਂ ਦੀ ਕਵਿਤਾ ਵਿਚ ਪੰਜਾਬ ਦੀ ਗੌਰਵਤਾ ਨੂੰ ਸਲਾਹਿਆ ਹੈ, ਗਾਇਆ ਹੈ। ਉਸਦੀ ਕਵਿਤਾ ਵਿਚ ਪੰਜਾਬ ਦਾ ਸੁਹੱਪਣ ਹੈ, ਪੰਜਾਬ ਦੀਆਂ ਰਹਿਮਤਾਂ ਅਤੇ ਬਰਕਤਾਂ ਦਾ ਗੁਣ-ਗਾਨ ਹੈ। ਉਸ ਨੇ ਪੰਜਾਬ ਦੀ ਸ਼ੋਭਾ ਦਾ ਬਿਆਨ ਬੜੀ ਹੀ ਸੁੰਦਰਤਾ ਨਾਲ ਕੀਤਾ ਹੈ:

ਇਥੇ ਰਿਸ਼ੀਆਂ ਮੁਨੀਆਂ ਆ ਕੇ, ਭਗਤੀ ਪ੍ਰਭੂ ਦੀ ਕੀਤੀ।
ਸੂਫੀ, ਸੰਤਾਂ, ਭਗਤਾਂ ਇੱਥੇ, ਮੈ ਵਹਿਦਤ ਦੀ ਪੀਤੀ।
ਕਣ ਕਣ ਅੰਦਰ ਵਸੀ ਹੋਈ ਹੈ, ਧਰਤੀ ਤੇ ਸੁਰਜੀਤੀ।
ਆਮ, ਖ਼ਾਸ ਤੋਂ ਉੱਪਰ ਜਾਪੇ, ਇਸ ਖੰਡ ਦੀ ਪਰਤੀਤੀ।
ਜਿਵੇਂ ਹੋਵੇ ਸੁਰਖ਼ਾਬ, ਦੇਸ਼ ਪੰਜਾਬ, ਫੁੱਲ ਗੁਲਾਬ।

ਉੱਪਲ ਦੀ ਕਵਿਤਾ ਵਿਚਲਾ ਸਹਿਜ, ਸੁਹਜ, ਸਾਦਗੀ, ਸਿਆਣਪ ਅਤੇ ਸੁਹੱਪਣ ਭਰਪੂਰ ਹੈ। ਉਸਦੀ ਕਲਮ ਦੀ ਨੋਕ ਤਿੱਖੀ ਹੈ, ਤੇਜ਼ ਹੈ। ਉਹ ਆਪਣੀ ਤੇਜ਼ ਅਤੇ ਤਿੱਖੀ ਕਲਮ ਦਾ ਵਾਰ ਬਹੁਤ ਹੀ ਸਹਿਜ ਨਾਲ ਕਰਦਾ ਹੈ। ਉਸਦੀ ਕਵਿਤਾ 'ਜਿੱਤ ਅਤੇ ਹਾਰ'

ਇਕ ਸੁੰਦਰ ਮਿਸਾਲ ਹੈ। ਜਿਸ ਵਿਚ ਉਹ ਬੜੀ ਆਸਾਨੀ ਨਾਲ ਪੋਲੇ-ਪੋਲੇ ਸ਼ਬਦੀਂ ਦਸਦਾ ਹੈ ਕਿ ਅਜਿਹੇ ਬੰਦੇ ਨੂੰ ਜਿੱਤਣ ਦੀ ਕੀ ਪਰਸੰਨਤਾ ਹੋ ਸਕਦੀ ਹੈ ਜੋ ਕਦੇ ਹਾਰਿਆ ਹੀ ਨਹੀਂ! ਇਹ ਸੰਸਾਰ ਆਪਾ ਵਿਰੋਧੀ ਹੈ। ਇਥੇ ਹਰ ਗੱਲ ਦਾ ਜੋੜ ਹੈ, ਤੋੜ ਹੈ। ਉਹ ਇਸ ਅਟੱਲ ਸਚਿਆਈ ਨੂੰ ਬਿਰਤਾਂਤਿਕ ਢੰਗ ਨਾਲ ਪੇਸ਼ ਕਰਦਿਆਂ ਸਾਡੇ ਗੋਚਰੇ 'ਰਮਜ਼ਾਂ' ਦੀ ਪਟਾਰੀ ਇੰਞ ਖੋਲ੍ਹਦਾ ਹੈ:

ਜਦ ਤੋਂ ਬਣਿਆ ਸੰਸਾਰ ਇਹ ਗੱਲ ਸੱਚੀ,
ਇੱਥੇ ਜਿੱਤ ਵੀ ਹੈ ਇੱਥੇ ਹਾਰ ਵੀ ਹੈ।
ਇੱਥੇ ਦੁੱਖ ਵੀ ਹਨ, ਇੱਥੇ ਸੁੱਖ ਵੀ ਹਨ,
ਇੱਥੇ ਇਸ਼ਕ ਦੀ ਮੌਜ ਬਹਾਰ ਵੀ ਹੈ।
ਇੱਥੇ ਗ਼ਮ ਵੀ ਹੈ, ਇੱਥੇ ਗੁੱਸਾ ਵੀ ਹੈ,
ਇੱਥੇ ਖ਼ੁਸ਼ੀ ਵੀ ਸਦਿ-ਬਲਿਹਾਰ ਵੀ ਹੈ।
ਇੱਥੇ ਦੁਸ਼ਮਣ ਵੀ ਹੈ, ਇੱਥੇ ਦੋਖੀ ਵੀ ਹੈ,
ਇੱਥੇ ਮੀਤ ਵੀ ਤੇ ਜਿਗਰੀ ਯਾਰ ਵੀ ਹੈ।
ਉਹਨੇ ਡੁੱਬਣਾ ਹੈ ਮੰਝਧਾਰ ਅੰਦਰ,
ਜਿਹਨੇ ਕਿਸੇ ਨੂੰ ਕਦੇ ਵੀ ਤਾਰਿਆ ਨਹੀਂ।
ਉਹਨੂੰ ਜਿੱਤਣ ਦਾ ਕੀ ਸਵਾਦ ਆਊ,
ਜੋ ਜ਼ਿੰਦਗੀ ਵਿਚ ਕਦੇ ਹਾਰਿਆ ਨਹੀਂ!

ਅਤੇ 'ਜਿੱਤ ਅਤੇ ਹਾਰ' ਦੀ ਇਸੇ ਰਮਜ਼ ਦੀ ਸ਼ੁਰੂਆਤ ਉਹ ਇਹਨਾਂ ਕਵਿਤਾਵਾਂ ਦੇ ਆਰੰਭ ਵਿਚ ਦਿੱਤੇ ਆਪਣੇ ਸ਼ੇਅਰ ਵਿਚ ਵੀ ਬੜੀ ਸਰਲਤਾ ਨਾਲ ਕਰਦਾ ਹੈ:

ਜਿੱਤਣ ਜਿੱਤਣ ਹਰ ਕੋਈ ਖੇਲੇ,
ਤੂੰ ਹਾਰਨ ਖੇਲ ਫ਼ਕੀਰਾ।
ਜਿੱਤਣ ਦਾ ਮੁੱਲ ਕੌਡੀ ਪੈਂਦਾ,
ਹਾਰਨ ਦਾ ਮੁੱਲ ਹੀਰਾ।

ਇੱਥੇ ਹਾਰ ਸ਼ਬਦ ਦੇ ਸ਼ਾਬਦਿਕ ਅਰਥ ਭਾਵੇਂ ਕਿਸੇ ਤੋਂ ਹਾਰ ਖਾਣਾ ਹੈ ਪਰ ਇੱਥੇ ਹਾਰ ਸ਼ਬਦ ਇਕ ਵਿਸ਼ੇਸ਼ ਅਰਥ ਰੱਖਦਾ ਹੈ। ਹਾਰਨ ਦਾ ਭਾਵ ਨਿਮਰਤਾ ਵਿਚ ਆਉਣਾ ਹੈ। ਹਲੀਮੀ ਧਾਰਨ ਕਰਨਾ ਹੈ। ਬੜੀ ਹਲੀਮੀ ਨਾਲ ਨਿਮਰ ਹੋ ਕੇ ਕਿਸੇ ਦੇ ਕੰਮ ਆ ਸਕਣ ਦੀ ਲਾਲਸਾ ਹੈ। ਕੁਰਬਾਨ ਹੋ ਸਕਣ ਦਾ ਜਜ਼ਬਾ ਹੈ। ਨਫ਼ਰਤ ਦਾ ਤਿਆਗ ਕਰਕੇ, ਨਿਮਰ ਹੋ ਕੇ, ਹਾਰ ਮੰਨਣ 'ਤੇ ਵੀ ਬੰਦਾ ਹਾਰਦਾ ਨਹੀਂ, ਸਗੋਂ ਇਕ ਪ੍ਰਕਾਰ ਦੀ ਜਿੱਤ ਹੀ ਪ੍ਰਾਪਤ ਕਰਦਾ ਹੈ। ਅਤੇ ਫਿਰ ਨਿਮਰਤਾ ਤਾਂ ਧਰਮ ਦੀ ਇਕ ਵਿਸ਼ੇਸ਼ ਪੌੜੀ ਹੈ। ਨਿਮਰਤਾ ਸਹਿਜੇ ਹੀ ਨਹੀਂ ਆ ਜਾਂਦੀ, ਨਿਮਰਤਾ ਲਈ ਸੇਵਾ-ਭਾਵਨਾ ਚਾਹੀਦੀ ਹੈ। ਦਰਅਸਲ ਉੱਪਲ ਨੂੰ ਸਿੱਖੀ ਨਾਲ ਅਥਾਹ ਪਿਆਰ ਹੈ। ਹਿਰਦੇ ਵਿਚ ਨਾ ਕੇਵਲ ਗੁਰੂ ਸਾਹਿਬਾਨ ਪ੍ਰਤੀ ਹੀ, ਸਗੋਂ, ਸਿੱਖ ਇਤਿਹਾਸ ਦੀ ਸਿਰਜਣਾ ਕਰਨ ਵਾਲਿਆਂ ਪ੍ਰਤੀ ਵੀ

ਅਥਾਹ ਪਿਆਰ ਹੈ, ਜੋਸ਼ ਹੈ, ਸ਼ਰਧਾ ਹੈ।

ਉੱਪਲ ਨੂੰ ਨਾ ਕੇਵਲ ਆਪਣੇ ਪੰਜਾਬੀ ਹੋਣ ਉੱਤੇ ਹੀ ਮਾਣ ਹੈ, ਸਗੋਂ ਉਸਨੂੰ ਪੰਜਾਬੀ ਸਭਿਆਚਾਰ, ਸੰਸਕ੍ਰਿਤੀ, ਰਹੁ-ਰੀਤਾਂ, ਧਰਮ-ਕਰਮ, ਇਤਿਹਾਸ, ਪੰਜਾਬੀ ਬੋਲੀ ਅਤੇ ਪੰਜਾਬੀਅਤ ਨਾਲ ਵੀ ਅੰਤਾਂ ਦਾ ਮੋਹ/ਪਿਆਰ ਹੈ। ਆਪਣੀ ਜੱਦੀ ਵਿਰਾਸਤ ਨਾਲ ਮੋਹ ਦਾ ਹੋਣਾ ਜਾਂ ਪਿਆਰ ਦਾ ਪ੍ਰਗਟਾਵਾ ਕਰਨਾ ਅ-ਸੁਭਾਵਿਕ ਜਾਂ ਕਿੰਤੂ ਕਰਨ ਦੀ ਜ਼ੱਦ ਤੋਂ ਬਾਹਰ ਹੈ। ਪੰਜਾਬ, ਪੰਜਾਬੀ ਅਤੇ ਪੰਜਾਬੀਅਤ ਪ੍ਰਤੀ ਮੋਹ ਉਸਨੂੰ ਆਪਣੀਆਂ ਕਦਰਾਂ-ਕੀਮਤਾਂ ਨਾਲ ਜੋੜੀ ਰੱਖਣ ਵਿਚ ਸਹਾਈ ਹੁੰਦਾ ਹੈ। 'ਮੇਰੀ ਬੋਲੀ ਪੰਜਾਬੀ ਹੈ' ਵਿਚ ਕਵੀ ਬੜੇ ਹੀ ਆਤਮ-ਵਿਸ਼ਵਾਸ ਦਾ ਪ੍ਰਗਟਾਵਾ ਕਰਦਿਆਂ ਮੰਨਦਾ ਹੈ ਕਿ ਉਹ ਪੰਜਾਬ ਦਾ ਵਾਸੀ ਹੈ (ਰਹਿ ਚੁੱਕਿਆ ਹੈ), ਉਸਦੀ ਬੋਲੀ ਪੰਜਾਬੀ ਹੈ ਅਤੇ ਉਸਦੀ ਇਹ ਪੰਜਾਬੀ ਬੋਲੀ, ਪੰਜਾਬ ਦੇ ਕਿਸੇ ਇਕ ਖਿੱਤੇ ਦੀ ਹੀ ਬੋਲੀ ਨਹੀਂ, ਸਗੋਂ ਇਹ ਮਾਝੀ ਵੀ, ਮਲਵੈਣ ਵੀ ਹੈ ਅਤੇ ਦੁਆਬੇ ਦੀ ਵੀ ਹੈ। ਉਹ ਚੰਗੀ ਤਰ੍ਹਾਂ ਜਾਣਦਾ ਹੈ ਕਿ ਇਹ ਪੰਜਾਬੀ ਬੋਲੀ ਰਿਸ਼ੀਆਂ-ਮੁਨੀਆਂ ਦੀ ਧਰਤ ਉੱਤੇ ਸਿਰਜੀ ਗਈ ਅਤੇ ਇਹ ਮਾਖਿਉਂ ਮਿੱਠੀ ਹੈ, ਤਾਂਹੀਉਂ ਤਾਂ ਇਸ ਪੰਜਾਬੀ ਬੋਲੀ ਵਿਚ ਹੀ ਗੁਰਬਾਣੀ ਦਾ ਉਚਾਰਨ ਹੋਇਆ। ਕਵੀ ਇਸ ਗੱਲੋਂ ਦੁਖੀ ਨਜ਼ਰ ਆਉਂਦਾ ਹੈ ਕਿ ਪੰਜਾਬੀ ਬੋਲੀ ਬੋਲੇ ਜਾਣ ਵਾਲੇ ਇਲਾਕੇ ਵਿਚ, ਜਿੱਥੇ ਕਦੇ ਪੰਜ ਦਰਿਆ ਹੁੰਦੇ ਸਨ, ਹੁਣ ਕੇਵਲ ਢਾਈ ਕੁ ਰਹਿ ਗਏ ਹਨ। ਉਹ ਪੰਜਾਬ ਅਤੇ ਪੰਜਾਬੀ ਦਾ ਕਿੰਨਾ ਸੋਹਣਾ ਗੁਣ-ਗਾਨ ਕਰਦਾ ਹੈ :

ਪੰਜਾਬੀ ਬੋਲੀ ਅੰਦਰ ਜਗਤ ਦੇ ਸਾਰੇ ਖ਼ਜ਼ਾਨੇ ਹਨ।
ਅਪਣੱਤ ਦੇ ਸੂਰਜ ਲਈ ਕੋਈ ਨਹੀਂ ਬਿਗਾਨੇ ਹਨ।
ਇਥੇ ਸੀਤਲ ਹੈ, ਪੁੰਨਿਆ, ਮੱਸਿਆ ਵਾਲੇ ਟਿਕਾਣੇ ਹਨ।
ਇਥੇ ਰਹਿਮਤ ਬਹਿਸ਼ਤਾਂ ਦੀ, ਨਜ਼ਾਰੇ ਦਿਲ ਲੁਭਾਣੇ ਹਨ।
ਇਹਦੀ ਹਰ ਰਮਜ਼ ਅਜ਼ਲੀ ਹੈ, ਹਿਸਾਬੀ ਹੈ ਕਿਤਾਬੀ ਹੈ।
ਮੈਂ ਹਾਂ ਪੰਜਾਬ ਦਾ ਪ੍ਰਸੰਸਕ, ਮੇਰੀ ਬੋਲੀ ਪੰਜਾਬੀ ਹੈ।

ਅਤੇ ਫਿਰ ਅਗਲੇ ਦੋ ਬੰਦਾਂ ਵਿਚ ਪੰਜਾਬ ਦੀ ਸਿਫ਼ਤ ਲਈ ਵਰਤੀਂਦੇ ਸ਼ਬਦ ਮਾਣਨ ਯੋਗ ਹਨ :

ਇਹਦੀ ਹਰ ਤਰਬ ਤੇ ਹਰ ਤਾਰ, ਮੇਰੇ ਵੀਰੋ ਰੱਬਾਬੀ ਹੈ।
ਮੈਂ ਹਾਂ ਪੰਜਾਬ ਦਾ ਕੂਕਰ, ਮੇਰੀ ਬੋਲੀ ਪੰਜਾਬੀ ਹੈ।

ਅਤੇ

ਮੇਰੀ ਬੋਲੀ ਦਾ ਰੰਗ ਹੈ ਸੰਤਰੀ ਭਾਵੇਂ ਉਨਾਭੀ ਹੈ।
ਮੈਂ ਹਾਂ ਪੰਜਾਬ ਦਾ ਤਾਰਾ, ਮੇਰੀ ਬੋਲੀ ਪੰਜਾਬੀ ਹੈ।

ਪੰਜਾਬੀ ਸਭਿਆਚਾਰਕ ਪਰੰਪਰਾ ਦੀ ਇਕ ਵਿਸ਼ੇਸ਼ ਦੇਣ ਇਹ ਹੈ ਕਿ ਪੰਜਾਬ ਦੇ ਵਾਸੀ ਆਪਣੇ ਜੀਵਨ ਦਾ ਹਰ ਇਕ ਪੱਲ ਆਪਣੀ ਅਣਖ ਦੀ ਰਖਵਾਲੀ ਕਰਦਿਆਂ

ਬਿਤਾਉਣਾ ਲੋਚਦੇ ਹਨ। ਉਹਨਾਂ ਦੀ ਰਹਿਤਲ ਦਾ ਇਹ ਇਕ ਮੀਰੀ ਗੁਣ ਹੈ ਕਿ ਉਹ ਸਦਾ ਹੀ ਆਪਣੇ ਧਰਮ, ਸਵੈ-ਮਾਨ, ਦੇਸ਼ ਅਤੇ ਕੌਮ ਲਈ ਮਰ-ਮਿਟਣ ਦੀ ਭਾਵਨਾ ਰੱਖਦੇ ਹਨ। ਉਹ ਸਦਾ ਹੀ ਮੁਹਿੰਮਾਂ ਲਈ ਤਿਆਰ ਰਹਿੰਦੇ ਹਨ। ਭਾਵੇਂ ਇਹ ਮਹਾਰਾਜਾ ਰਣਜੀਤ ਸਿੰਘ ਦਾ ਵੇਲਾ ਹੋਵੇ ਜਾਂ ਮਹਾਰਾਜ ਦਲੀਪ ਸਿੰਘ ਦਾ, ਉਹਨਾਂ ਦੀ ਅੰਤਰ-ਆਤਮਾ ਦੀ ਭਾਵਨਾ ਕਦੇ ਵੀ ਮਾੜੀ ਨਹੀਂ ਰਹੀ। ਇਹ ਗੱਲ ਵੱਖਰੀ ਹੈ ਕਿ ਅੰਗ੍ਰੇਜ਼ਾਂ ਦੀ ਕੂਟਨੀਤੀ ਕਾਰਨ ਅਤੇ ਗ਼ੱਦਾਰਾਂ ਦੀ ਗ਼ੱਦਾਰੀ ਸਦਕਾ ਉਹਨਾਂ ਦੇ ਸੱਚੇ-ਸੁੱਚੇ ਮੰਤਵ ਨੇਪਰੇ ਨਾ ਚੜ੍ਹ ਸਕੇ। 'ਸ਼ੇਰੇ-ਪੰਜਾਬ ਦੀ ਗੱਲ' ਨਾਂ ਦੀ ਕਵਿਤਾ ਵਿਚ ਕਵੀ ਉੱਪਲ ਦਾ ਸ਼ੇਰੇ-ਪੰਜਾਬ ਮਹਾਰਾਜਾ ਰਣਜੀਤ ਸਿੰਘ ਪ੍ਰਤੀ ਪਿਆਰ ਵੇਖਣ ਯੋਗ ਹੈ। ਲੇਖਕ ਇਹ ਗੱਲ ਦਸਦਾ ਹੈ ਕਿ ਸ਼ੇਰੇ-ਪੰਜਾਬ ਕੇਵਲ ਸਿੱਖਾਂ ਦਾ ਹੀ ਮਹਾਰਾਜਾ ਨਹੀਂ ਸੀ, ਸਗੋਂ ਉਹ ਤਾਂ ਸਾਰਿਆਂ ਲਈ ਸੀ। ਸ਼ੇਰੇ-ਪੰਜਾਬ ਦਾ ਕਿਰਦਾਰ ਸਾਬਤ ਕਰਦਾ ਹੈ ਕਿ ਉਹ ਸਾਰੇ ਹੀ ਪੰਜਾਬੀ ਭਾਈਚਾਰੇ ਅਤੇ ਪੰਜਾਬੀ ਸਭਿਆਚਾਰ ਦਾ ਸ਼ੁਭਚਿੰਤਕ ਸੀ। ਸ਼ੇਰੇ-ਪੰਜਾਬ ਦੀ ਗੱਲ ਕਰਦਿਆਂ ਕਵੀ ਗਿੱਠ ਗਿੱਠ ਉੱਚਾ ਹੋ ਰਿਹਾ ਹੈ:

ਬਾਰਾਂ ਮਿਸਲਾਂ ਸਨ ਮੇਰੇ ਪੰਜਾਬ ਅੰਦਰ,
ਸਭ ਨੂੰ ਸ਼ੇਰ ਨੇ ਕੱਠਿਆਂ ਕਰ ਦਿੱਤਾ।
ਖ਼ਾਲੀ ਕੀਤਾ ਖ਼ਜ਼ਾਨਾ ਜੋ ਵੈਰੀਆਂ ਨੇ,
ਧਨ-ਦੌਲਤਾਂ ਨਾਲ ਸੀ ਭਰ ਦਿੱਤਾ।
ਹਰੀ-ਮੰਦਰ ਉਤੇ ਸੋਨਾ ਜੜ ਕੇ ਤੇ,
ਸਵਰਨ ਮੰਦਰ ਦਾ ਨਾਂ ਸੀ ਕਰ ਦਿੱਤਾ।
ਦਿੱਤੇ ਅਨੇਕ ਮੁਰੱਬੇ ਨਨਕਾਣਾ ਸਾਹਿਬ,
ਸਤਿਕਾਰ ਵੱਧ ਚੜ੍ਹ ਕੇ ਅੰਮ੍ਰਿਤਸਰ ਦਿੱਤਾ।
ਐਵੇਂ ਨਹੀਂ ਜਹਾਨ ਅੱਜ ਪਿਆ ਕਰਦਾ,
ਮਹਿਕਾਂ ਵੰਡਦੇ ਸੁੰਦਰ ਗੁਲਾਬ ਦੀ ਗੱਲ।
ਸਿਰ ਅਣਖ ਦੇ ਨਾਲ ਹੁੰਦਾ ਗਿੱਠ ਉੱਚਾ,
ਜਦੋਂ ਹੁੰਦੀ ਸ਼ੇਰੇ-ਪੰਜਾਬ ਦੀ ਗੱਲ।

ਕਵੀ ਉੱਪਲ ਨੂੰ ਇਸ ਗੱਲ ਦਾ ਦੁੱਖ ਹੈ ਕਿ ਅੰਗਰੇਜ਼ਾਂ ਦੀ ਕੁਟਿਲਨੀਤੀ ਅਤੇ ਗ਼ੱਦਾਰਾਂ ਵਲੋਂ ਕੀਤੇ ਗਏ ਧੋਖੇ ਕਾਰਨ, ਸ਼ੇਰੇ-ਪੰਜਾਬ ਦੇ ਅੱਖਾਂ ਮੀਟਦਿਆਂ ਹੀ, ਸਿੱਖ ਰਾਜ ਖੇਰੂੰ ਖੇਰੂੰ ਹੋ ਗਿਆ। ਡੋਗਰਾਸ਼ਾਹੀ ਦੀ ਅੱਤ ਦੀ ਗ਼ੱਦਾਰੀ ਕਾਰਨ ਸਾਰੇ ਪੰਜਾਬ ਦਾ ਸਾਹ ਘੁੱਟਿਆ ਗਿਆ। ਮਹਾਰਾਜਾ ਰਣਜੀਤ ਸਿੰਘ ਪਿਛੋਂ ਪੰਜਾਬ ਦੀ ਕਿਸਮਤ ਖੋਟੀ ਹੋ ਗਈ। ਸ਼ੇਰੇ-ਪੰਜਾਬ ਬਾਅਦ ਉਸਦਾ ਛੋਟੀ ਉਮਰ ਦਾ ਲਖਤੇ ਜਿਗਰ ਦਲੀਪ ਸਿੰਘ ਮਹਾਰਾਜਾ ਬਣਿਆ। ਪਰ ਮਹਾਰਾਜਾ ਦਲੀਪ ਸਿੰਘ ਨਾਲ ਅੰਗਰੇਜ਼ਾਂ ਨੇ ਬਹੁਤ ਬੁਰੀ ਕੀਤੀ। ਕਵੀ ਉੱਪਲ ਨੂੰ ਦਲੀਪ ਸਿੰਘ ਪ੍ਰਤੀ ਪਿਆਰ ਹੈ ਅਤੇ ਉਸ ਨਾਲ ਬੀਤੀ ਸਾਰੀ ਦੁਖਦਾਈ ਗਾਥਾ ਪ੍ਰਤੀ ਭਾਵੁਕ ਸਾਂਝ ਹੈ। ਕਵੀ, ਆਪਣੀ ਕਵਿਤਾ 'ਦਲੀਪ ਸਿੰਘ ਦੀ ਦਾਸਤਾਂ' ਵਿਚ

ਅੰਗਰੇਜ਼ਾਂ ਵਲੋਂ ਲਗਪਗ ਸਾਰੇ ਹੀ ਭਾਰਤ ਨੂੰ ਹੜਪ ਕਰਨ ਮਗਰੋਂ ਬਾਕੀ ਰਹਿੰਦੇ ਕੇਵਲ ਪੰਜਾਬ ਨੂੰ ਹਰ ਹੀਲੇ ਆਪਣੀ ਜਕੜ ਵਿਚ ਲੈਣ ਦੇ ਕੋਝੇ ਯਤਨਾਂ ਵੱਲ ਇਸ਼ਾਰਾ ਕਰਦਾ ਹੈ। ਕਵੀ ਕੌਮੀ ਤੇ ਰਾਸ਼ਟਰੀ ਜਜ਼ਬੇ ਨਾਲ ਓਤਪੋਤ ਹੁੰਦਿਆਂ ਬੜੀ ਖ਼ੂਬੀ ਨਾਲ ਇਸ ਸਾਰੇ ਬਿਰਤਾਂਤ ਨੂੰ ਬਿਆਨ ਕਰਦਾ ਹੈ। ਸ਼ੇਰੇ-ਪੰਜਾਬ ਦੇ ਅੱਖਾਂ ਮੀਟਦਿਆਂ ਹੀ ਅੰਗਰੇਜ਼ਾਂ ਨੇ ਮਹਾਰਾਜਾ ਦਲੀਪ ਸਿੰਘ ਬੰਦੀ ਬਣਾ ਕੇ ਇੰਗਲੈਂਡ ਪਹੁੰਚਾ ਦਿੱਤਾ ਅਤੇ ਪੰਜਾਬ ਰਾਜ ਨੂੰ ਆਪਣੇ ਅਧੀਨ ਕਰ ਲਿਆ। ਇਹ ਬਿਰਤਾਂਤ ਜਿਥੇ ਪਾਠਕਾਂ ਦੇ ਮਨਾਂ ਵਿਚ ਅੰਗਰੇਜ਼ਾਂ ਪ੍ਰਤੀ ਘਿਰਣਾ ਅਤੇ ਸਿੱਖ ਰਾਜ ਦੇ ਅੰਤਿਮ ਬਾਦਸ਼ਾਹ ਮਹਾਰਾਜਾ ਦਲੀਪ ਸਿੰਘ ਪ੍ਰਤੀ ਸਹਾਨਭੂਤੀ ਉਪਜਾਉਂਦਾ ਹੈ, ਉਸਦੇ ਨਾਲ ਹੀ ਕਵੀ ਪੰਜਾਬੀ ਭਾਈਚਾਰੇ ਨੂੰ ਆਪਣੇ ਵਿਰਸੇ ਦੀ ਸੰਭਾਲ ਹਿੱਤ ਸੁਚੇਤ ਵੀ ਕਰਦਾ ਹੈ:

ਫਿਰ ਫ਼ਰੰਗੀਆਂ ਚਾਲ ਸੰਗ ਪੰਜਾਬ ਹਥਿਆ ਲਿਆ।
ਤੇ ਅਸਾਡਾ ਸ਼ਹਿਨਸ਼ਾਹ ਬੰਦੀ ਬਣਾ ਕੇ ਚਾ ਲਿਆ।
ਹੱਸਦਾ ਵੱਸਦਾ ਦੇਸ਼ ਸਾਡਾ ਆਪਣੇ ਗਹਿਣੇ ਪਾ ਲਿਆ।
ਫਿਰ ਦਿਲਾਂ ਦੇ ਦੀਪ ਨੂੰ, ਇਥੇ ਲਿਆਂਦਾ ਗੋਰਿਆਂ।
ਦਰਦਾਂ ਭਿੱਜੀ ਦੋਸਤੋ ਦਲੀਪ ਸਿੰਘ ਦੀ ਦਾਸਤਾਂ।

ਅਤੇ ਵਿਰਸੇ ਦੀ ਸੰਭਾਲ ਲਈ ਪੁਕਾਰਦਾ ਹੈ ਕਵੀ ਉੱਪਲ:

ਖ਼ਤਮ ਹੋ ਚੁੱਕਿਆ ਹੈ ਜੱਗ ਤੋਂ, ਸ਼ਾਹੀ ਇਹ ਪਰਵਾਰ ਹੈ।
ਯਾਦ ਜਿਸਦੀ ਕਾਇਮ ਰੱਖਣੀ, ਵਿਰਸੇ ਉੱਤੇ ਭਾਰ ਹੈ॥
ਜਾਗੋ ਵਿਰਸੇ ਵਾਲਿਓ, ਕੁਝ ਫ਼ਰਜ਼ ਹੁਣ ਦਰਕਾਰ ਹੈ।
ਅੱਜ ਉੱਪਲ ਕੌਮ ਦਾ, ਖ਼ਤਰੇ 'ਚ ਹੈ ਨਾਮੋ-ਨਿਸ਼ਾਂ।
ਦਰਦਾਂ ਭਿੱਜੀ ਦੋਸਤੋ, ਦਲੀਪ ਸਿੰਘ ਦੀ ਦਾਸਤਾਂ।

ਰਮਜ਼ਾਂ ਵਿਚ ਦਰਜ ਕਵਿਤਾਵਾਂ ਸਿੱਖ ਇਤਿਹਾਸ ਸਿਰਜਣ ਵਾਲਿਆਂ ਦੀਆਂ ਬਿਰਤਾਂਤਿਕ ਗਾਥਾਵਾਂ ਵੀ ਹਨ ਅਤੇ ਸੂਚੀ-ਪੱਤਰ ਵੀ। ਉਸਦੀਆਂ ਕਵਿਤਾਵਾਂ ਵਿਚ ਸਿੱਖ ਗੁਰੂਆਂ ਪ੍ਰਤੀ ਸ਼ਰਧਾ ਹੈ। ਗੁਰਧਾਮਾਂ ਲਈ ਪਿਆਰ ਹੈ। ਸਿੱਖ ਇਤਿਹਾਸ ਦੀ ਸਿਰਜਣਾ ਕਰਨ ਵਾਲਿਆਂ ਪ੍ਰਤੀ ਮੋਹ ਹੈ। ਧਰਮ ਅਸਥਾਨਾਂ, ਗੁਰਧਾਮਾਂ ਅਤੇ ਗੁਰਮੁਖ ਸੱਜਣਾਂ ਲਈ ਅਥਾਹ ਭਾਵਨਾਗ੍ਰਸਤ ਪਿਆਰ ਵਾਲਾ ਜਜ਼ਬਾ ਹੈ। ਹਰਿਮੰਦਰ ਸਾਹਿਬ ਦੀ ਬੇਹੁਰਮਤੀ ਕਵੀ-ਦਿਲ ਦੀ ਬਰਦਾਸ਼ਤ ਤੋਂ ਬਾਹਰ ਹੈ। ਉਹ ਕਿਹੋ ਜਿਹਾ ਭਿਆਨਕ ਸਮਾਂ ਸੀ ਕਿ ਸ਼ਹਿਰ ਦੀਆਂ ਜੂਹਾਂ ਉਤੇ ਸੰਗੀਨਾਂ ਦੇ ਪਹਿਰੇ ਲੱਗ ਗਏ। ਅਬਲਾਵਾਂ ਆਹਾਂ ਭਰਦੀਆਂ ਰਹੀਆਂ ਅਤੇ ਮਾਸੂਮ ਬੱਚਿਆਂ ਦੀ ਚਰਬੀ ਮਸਾਣਾਂ ਵਿਚ ਬਲਦੀ ਰਹੀ। ਖੇਤਾਂ ਵਿਚ ਫ਼ਸਲਾਂ ਦੀ ਥਾਂ ਲਾਸ਼ਾਂ ਨੇ ਲੈ ਲਈ। ਸਰਕਾਰੀ ਦਬਦਬੇ ਨੇ ਪਰਜਾ ਨੂੰ ਨਿਮਾਣਾ ਕਰ ਦਿੱਤਾ। ਦੁਖ ਦੀ ਗੱਲ ਤਾਂ ਇਹ ਵੀ ਰਹੀ ਕਿ ਇਸ ਹੋਣੀ ਦੇ ਸਮੇਂ ਬਹੁਤ ਸਾਰੀਆਂ ਕਲਮਾਂ ਨੇ ਸਰਕਾਰੀ ਬੋਲੀ ਦੀ ਹਾਮੀ ਭਰੀ। ਤ੍ਰਿੰਝਣਾਂ ਦੇ ਹਾਸੇ ਰੱਤ ਦੇ ਹੰਝੂਆਂ ਵਿਚ ਬਦਲ ਗਏ:

ਤ੍ਰਿੰਝਣਾਂ ਦੇ ਹਾਸੇ, ਦੁੱਧਾਂ ਦੀ ਮਧਾਣੀ,
ਸਾਵਣ ਦੀਆਂ ਤੀਆਂ, ਚਰਖੇ ਦੀ ਘੂਕਰ,
ਵੇਖ ਹੰਝ ਰੱਤ ਦੇ ਵਹਾਵੇ।
ਵੀਰਾਂ ਦੀਆਂ ਭੈਣਾਂ, ਮਾਵਾਂ ਦੀਆਂ ਧਾਹਾਂ,
ਸ਼ਹਿਰ ਗਏ ਪੁੱਤ ਦੀਆਂ ਰਾਹਾਂ ਤਕਾਵੇ।
ਕੋਇਲ ਦੀ ਕੂ ਕੂ, ਬੁਲਬੁਲਾਂ ਦੀ ਚਹਿ ਚਹਿ,
ਵੇਖ ਅੱਜ ਸੋਹਲੇ ਖ਼ੂਨ ਦੇ ਪਈ ਗਾਵੇ।
ਜਲਦਾ ਹਰਿਮੰਦਰ, ਗੋਲੀਆਂ ਨੇ ਲੱਗੀਆਂ,
ਨਜ਼ਰ ਰੱਤ ਸ਼ਹੀਦਾਂ ਦੀ ਸਰੋਵਰ ਵਿਚ ਆਵੇ।

ਕਵੀ ਉੱਪਲ ਭਾਵੇਂ ਦੇਸੋਂ ਪਰਦੇਸ ਆ ਬੈਠਾ ਹੈ ਪਰ ਉਸ ਨੂੰ ਆਪਣੇ ਦੇਸ਼, ਕੌਮ ਅਤੇ ਧਰਮ ਲਈ ਮਰ ਮਿਟਣ ਵਾਲੇ ਯੋਧਿਆਂ, ਸੂਰਬੀਰਾਂ, ਸੁਤੰਤਰਤਾ ਸੰਗਰਾਮੀਆਂ, ਵਿਦਵਾਨਾਂ ਅਤੇ ਗੰਭੀਰ ਸ਼ਖ਼ਸੀਅਤਾਂ ਨਹੀਂ ਭੁੱਲਦੀਆਂ। ਕਵੀ ਉਹਨਾਂ ਦੇ ਕਾਰਨਾਮਿਆਂ ਦੀ ਕੀਰਤੀ ਆਪਣੀ ਕਵਿਤਾ ਰਾਹੀਂ ਗਾਉਂਦਾ ਹੈ। 'ਕੌਮੀ ਪਰਵਾਨੇ', 'ਪਰਜਾ-ਪਤ ਕੌਮ ਦੇ ਹੀਰੇ', 'ਭਗਤ ਸਿੰਘ ਸੂਰਮੇ ਨੇ' ਆਦਿ ਕਵਿਤਾਵਾਂ ਅਜਿਹੇ ਵੀਰਾਂ ਦੇ ਮਹਾਨ ਕਾਰਨਾਮਿਆਂ ਪ੍ਰਤੀ ਸ਼ਰਧਾ ਦੇ ਫੁੱਲ ਹਨ। ਕਵੀ ਨੂੰ ਆਪਣੀ ਜੰਮਣ-ਭੋਇੰ ਨਾਲ ਪਿਆਰ ਹੈ ਅਤੇ ਉਹ ਆਪਣੇ ਪੰਜਾਬ, ਪੰਜਾਬ ਦੀ ਬੋਲੀ ਪੰਜਾਬੀ ਅਤੇ ਪੰਜਾਬੀਅਤ ਨੂੰ ਭੁਲਾ ਨਹੀਂ ਪਾ ਰਿਹਾ। ਪਰ ਉਹ ਇੰਗਲਿਸਤਾਨ ਆ ਵਸੇ ਭਾਰਤੀ ਮੂਲ ਦੇ ਹੋਰਨਾਂ ਆਵਾਸੀਆਂ ਵਾਂਗ ਵੀ ਹੁਣ ਵਲਾਇਤ ਨੂੰ ਆਪਣਾ ਘਰ ਬਣਾ ਚੁੱਕਿਆ ਹੈ। ਉਹ ਪਰਵਾਸੀ ਹੈ। ਇਸ ਲਈ ਹੀ ਉਸ ਨੂੰ ਇਸ ਗੱਲ ਦੀ ਸੋਝੀ ਹੈ ਕਿ ਚਾਹੁੰਦਿਆਂ ਹੋਇਆਂ ਵੀ ਇਥੇ ਆ ਕੇ ਵੱਸਣ ਵਾਲਿਆਂ ਲਈ ਮੁੜ ਆਪਣੇ ਵਤਨ ਪੰਜਾਬ, ਭਾਰਤ ਜਾ ਕੇ ਵੱਸ ਸਕਣਾ, ਲਗਪਗ ਅਸੰਭਵ ਹੀ ਹੈ। 'ਪੱਛਮ ਦੇ ਰੰਗ' ਨਾਮੀ ਕਵਿਤਾ ਵਿਚ ਉਹ ਸਪਸ਼ਟ ਕਰਦਾ ਹੈ ਕਿ ਭਾਵੇਂ : 'ਲੋਕੀਂ ਦੇਖਦੇ ਪੱਛਮ ਦੇ ਰੰਗ ਸਾਰੇ, ਇਹਨਾਂ ਰੰਗਾਂ ਤੋਂ ਆਏ ਹਨ ਤੰਗ ਸਾਰੇ', ਦਰਅਸਲ ਇੱਥੇ ਆ ਕੇ ਵਸੇ ਪਰਵਾਸੀ ਦੀ ਹਾਲਤ ਪਦਾਰਥਾਂ ਵਜੋਂ ਭਾਵੇਂ ਸੁਖਾਲੀ ਹੋ ਗਈ ਹੈ ਪਰ ਅਸਲ ਵਿਚ ਉਸ ਦੇ ਮਨ ਦਾ ਚੈਨ ਖੰਭ ਲਾ ਕੇ ਉੱਡ-ਪੁੱਡ ਗਿਆ ਹੈ। ਹੁਣ ਲੋਕੀਂ ਵਲੈਤ ਤੋਂ ਰੱਜ ਗਏ ਹਨ। ਕਿਉਂ ਜੋ ਹੁਣ ਕੱਚੇ-ਪੱਕੇ ਸਭ ਰਿਸ਼ਤੇ ਤਿੜਕਦੇ ਜਾ ਰਹੇ ਹਨ। ਮਿਲਵਰਤਣ ਗੁਆਚ ਗਿਆ ਹੈ। ਪਰਵਾਸੀ ਦੀ ਸੰਤਾਨ ਉਸਦੇ ਹੱਥੋਂ-ਵਸੋਂ ਨਿਕਲਦੀ ਜਾ ਰਹੀ ਹੈ। ਪੀੜ੍ਹੀ ਪਾੜਾ ਵਧ ਗਿਆ ਹੈ, ਸਾਰੇ ਹੀ ਰੰਗਦਾਰ ਆਵਾਸੀ ਬੇਕਾਰੀ ਦਾ ਸ਼ਿਕਾਰ ਹੋ ਰਹੇ ਹਨ। ਨਸਲਵਾਦ ਦਾ ਸੱਪ ਡੰਗ ਮਾਰਦਾ ਫਿਰ ਰਿਹਾ ਹੈ। ਪਰਵਾਸੀ ਦੀ ਹਾਲਤ ਅੱਜ 'ਧੋਬੀ ਦੇ ਕੁੱਤੇ' ਵਾਲੀ ਹੋ ਗਈ ਹੈ। ਹੁਣ ਉਸ ਨੂੰ ਨਾ ਤਾਂ ਘਾਟ ਦੀ ਉਮੀਦ ਹੈ ਅਤੇ ਨਾ ਹੀ ਘਰ ਦੀ। ਉਸ ਨੂੰ ਭਾਸਦਾ ਹੈ ਕਿ ਉਹਨਾਂ ਦੇ ਬਕਸੇ ਇਥੇ ਵਲਾਇਤ ਵਿਚ ਹੀ ਬਣਨਗੇ। ਉਹ ਇਥੇ ਹੀ ਸਾੜੇ, ਦਫ਼ਨਾਏ ਜਾਣਗੇ। ਕਵੀ ਦੀ ਸੋਚ ਦਾ ਸੱਚ ਵੇਖਣ ਯੋਗ ਹੈ :

ਪਹਿਲਾਂ ਕਹਿੰਦੇ ਸੀ ਪੰਜ ਸੱਤ ਸਾਲ ਲਾ ਕੇ,
ਅਸੀਂ ਮੁੜ ਪੰਜਾਬ ਜਾ ਵੱਸਣਾ ਹੈ।
ਧੁੱਪ ਸੇਕਣੀ ਹੈ ਲੱਸੀ ਪੀਵਣੀ ਹੈ,
ਮੱਖਣ ਸਰੋਂ ਦੇ ਸਾਗ 'ਤੇ ਰੱਖਣਾ ਹੈ।
ਸਾਡੀ ਬੁੱਧ ਤੇ ਭੂਤ ਸਵਾਰ ਹੋਇਆ,
ਸਾਡੇ ਬਿਨਾਂ ਪੰਜਾਬ ਜਿਉਂ ਸੱਖਣਾ ਹੈ।
ਹੁਣ ਜਾਣ ਦਾ ਕੋਈ ਨਹੀਂ ਨਾਂ ਲੈਂਦਾ,
ਸਾਰਾ ਵਾਦ ਹੀ ਝਾਖਣਾ ਝੱਖਣਾ ਹੈ।
ਉੱਪਲ ਹੁਣ ਤਾਂ ਇੱਥੇ ਹੀ ਬਣੂੰ ਬਕਸਾ,
ਅਤੇ ਫ਼ਲਸਫ਼ੇ ਹੋ ਗਏ ਨੰਗ ਸਾਰੇ।
ਮਿੱਠੀ ਜੇਲ੍ਹ ਵਿਚ ਆਣ ਕੇ ਫੱਸ ਗਏ ਹਾਂ,
ਇਸ ਪੱਛਮ ਦੇ ਦੇਖ ਲਏ ਰੰਗ ਸਾਰੇ।

ਅਸੀਂ ਵੇਖਦੇ ਹਾਂ ਕਿ ਕਵੀ ਉੱਪਲ ਆਪਣੇ ਕਾਵਿ ਸੰਗ੍ਰਹਿ *ਰਮਜ਼ਾਂ* ਵਿਚ ਭਾਂਤ ਭਾਂਤ ਦੀਆਂ ਰਮਜ਼ਾਂ ਲੈ ਕੇ ਹਾਜ਼ਰ ਹੋਇਆ ਹੈ। ਜੇਕਰ ਇਕ ਪਾਸੇ ਉਸਨੇ ਪਿਆਰ ਦੀ ਗੱਲ ਕੀਤੀ ਹੈ ਤਾਂ ਇਸਦੇ ਨਾਲ ਹੀ ਸਦਾਚਾਰਕ ਕਦਰਾਂ-ਕੀਮਤਾਂ ਦੇ ਧਾਰਨੀ ਬਣਨ ਲਈ ਵੀ ਪ੍ਰੇਰਿਆ ਹੈ। ਇਤਿਹਾਸਕ ਬਿਰਤਾਂਤਾਂ, ਧਾਰਮਿਕ ਜਜ਼ਬਿਆਂ, ਸੂਰਬੀਰਾਂ, ਯੋਧਿਆਂ, ਸ਼ਹੀਦਾਂ, ਵਿਦਵਾਨਾਂ ਪ੍ਰਤੀ ਆਪਣੇ ਸ਼ਰਧਾ ਦੇ ਫੁੱਲਾਂ ਦੇ ਗੁਲਦਸਤੇ ਵੀ ਪੇਸ਼ ਕੀਤੇ ਹਨ। ਪੰਜਾਬ ਦੇ ਕੁਦਰਤੀ ਨਜ਼ਾਰਿਆਂ ਨੂੰ ਮਾਣਨ ਦੀ ਉਸਦੀ ਸਿੱਕ ਬਰਕਰਾਰ ਹੈ। ਨਿਰਸੰਦੇਹ ਉਸਨੇ ਕਾਵਿ ਦੇ ਬਹੁਤ ਸਾਰੇ ਰੂਪਾਂ ਉਤੇ ਹੱਥ ਅਜ਼ਮਾਏ ਹਨ। ਉਸ ਪਾਸ ਲਿਖਣ ਲਈ ਹਰ ਪ੍ਰਕਾਰ ਦੇ ਵਿਸ਼ੇ ਹਨ। ਉਹ ਸੂਝਵਾਨ ਹੈ ਅਤੇ ਕਲਪਨਾ ਦੀ ਵਿਰਾਸਤ ਨਾਲ ਭਰਪੂਰ ਵੀ। ਉਹ ਆਪਣੇ ਇਤਿਹਾਸ, ਸਭਿਆਚਾਰ, ਧਰਮ, ਰਹਿਤਲ ਅਤੇ ਵਿਰਸੇ ਨੂੰ ਸਮਝਣ ਲਈ ਯਤਨਸ਼ੀਲ ਹੈ। ਉਸ ਪਾਸ ਜਜ਼ਬਾਤਾਂ ਦਾ ਹੜ੍ਹ ਹੈ। ਪਰ......

......ਪਰ ਇਹ ਕਹਿਣਾ ਬਣਦਾ ਹੈ ਕਿ *ਰਮਜ਼ਾਂ* ਉਸਦਾ ਸੱਜਰਾ ਕਾਵਿ ਸੰਗ੍ਰਹਿ ਹੈ। ਇਹ ਉਸਦੀ ਪਹਿਲੀ ਕਾਵਿ-ਰਚਨਾ ਹੈ, ਆਖ਼ਰੀ ਨਹੀਂ। ਹਾਲਾਂ ਉਸਨੇ ਨਾ ਕੇਵਲ ਕਾਵਿ ਦੇ ਰੂਪ ਵਿਧਾਨ ਨੂੰ ਹੀ, ਸਗੋਂ ਕਾਵਿ ਦੇ ਵਿਸ਼ਿਆਂ ਦਾ ਘੇਰਾ ਵਧਾਉਣ ਸਬੰਧੀ ਵੀ ਹੋਰ ਸਾਧਨਾ ਕਰਨੀ ਹੈ। ਰੁਬਾਈ ਨੂੰ ਸਮਝਦਾ ਹੈ। ਗ਼ਜ਼ਲ ਦੀ ਨਾ ਕੇਵਲ ਜ਼ਮੀਨ ਹੀ, ਸਗੋਂ ਉਸਦੀਆਂ ਮੁੱਖ ਲੋੜਾਂ ਸਬੰਧੀ ਵੀ ਸੁਚੇਤ ਹੋ ਕੇ ਆਪਣੀ ਨਿੱਜ ਦੀ ਜ਼ਮੀਨ ਤਿਆਰ ਕਰਨੀ ਹੈ। ਉਹ ਚਿੰਤਨ ਲਈ ਚੇਤੰਨ ਹੈ। ਉਸਨੇ ਸੁਚੇਤਕ ਹੋ ਕੇ ਸਾਹਿਤਕ ਪਕੜ ਲਈ, ਲੋੜੀਂਦੇ ਪਾਸਾਰਾਂ ਅਤੇ ਵਿਚਾਰਾਂ ਨੂੰ ਆਤਮਸਾਤ ਕਰਨਾ ਹੈ। ਬਾਹਰਲੇ ਬਿਰਤਾਂਤ ਤੋਂ ਪਿੱਛਾ ਛੁਡਾਂਦਿਆਂ ਕਾਵਿ ਨੂੰ ਅੰਤਰਮੁਖੀ ਛੋਹਾਂ ਦੇਣੀਆਂ ਹਨ। ਉਸ ਪਾਸ ਸ਼ਬਦ ਹਨ। ਸ਼ਬਦਾਂ ਦੇ ਭੰਡਾਰ ਹਨ। ਆਮ ਤੌਰ 'ਤੇ ਉਹ ਸਮਝ ਆ ਸਕਣ ਵਾਲੀ ਸ਼ਬਦਾਵਲੀ ਦੀ ਹੀ ਵਰਤੋਂ ਕਰਦਾ ਹੈ। ਪਰ ਰਮਜ਼ਾਂ ਵਿਚ ਵਰਤੇ ਗਏ ਕਈ ਸ਼ਬਦ ਜ਼ਰਾ ਰੜਕਦੇ ਅਤੇ ਓਪਰੇ ਲੱਗਦੇ ਹਨ। ਉਸਨੇ ਨਵੇਂ ਸ਼ਬਦ ਘੜਨ ਦੀ ਆਪਣੀ ਸਮਰੱਥਾ ਨੂੰ ਹੋਰ ਤਿਖੇਰਾ ਅਤੇ ਸਾਰਥਕ ਕਰਨਾ ਹੈ।

ਕਵੀ ਦਲਜੀਤ ਸਿੰਘ ਉੱਪਲ ਪੱਕੀ ਲਗਨ ਨਾਲ ਮਿਹਨਤ ਕਰਨ ਵਾਲਾ ਇਕ ਸਮਰੱਥ ਲੇਖਕ ਹੈ। ਉਹ ਲੋਕਾਂ ਦੇ ਦਿਲਾਂ ਦੀ ਧੜਕਣ ਨੂੰ ਮਹਿਸੂਸ ਕਰਦਾ ਹੈ। ਲਗਨ ਦਾ ਪੱਕਾ, ਗਿਆਨ ਦਾ ਚਾਹਵਾਨ, ਵਿਕਸਣ ਲਈ ਮੌਲਦਾ ਤੇ ਪਰ ਤੋਲਦਾ, ਨਿਰਮਾਣਤਾ ਦਾ ਧਾਰਨੀ, ਪੰਜਾਬ, ਪੰਜਾਬੀ ਅਤੇ ਪੰਜਾਬੀਅਤ ਨਾਲ ਓਤਪੋਤ, ਆਪਣੀ ਪਰੰਪਰਾ ਨਾਲ ਜੁੜੇ ਕਵੀ ਦਲਜੀਤ ਸਿੰਘ ਉੱਪਲ ਦੀ ਇਹ ਕਿਰਤ *ਰਮਜ਼ਾਂ* ਪੰਜਾਬੀ ਸਾਹਿਤ ਵਿਚ ਇਕ ਆਸ਼ਾਵਾਦੀ ਵਾਧਾ ਹੈ। ਉਸਦੇ ਸਾਹਿਤਿਕ ਸਫ਼ਰ ਦੇ ਰਾਹ ਦੇ ਇਸ ਪਲੇਠੀ ਦੇ ਕਾਵਿ-ਸੰਗ੍ਰਹਿ ਲਈ ਉੱਪਲ ਵਧਾਈ ਦਾ ਪਾਤਰ ਹੈ।

ਕਿਦਾਰ ਦੀਆਂ 'ਯਾਦਾਂ ਦਾ ਮਾਰੂਥਲ'

ਕਿਦਾਰ ਨਾਥ ਕਿਦਾਰ ਪਿਛਲੇ ਚਾਲੀ ਕੁ ਵਰ੍ਹਿਆਂ ਤੋਂ ਪੰਜਾਬੀ ਸਾਹਿਤਕ ਖੇਤਰ ਵਿਚ ਆਪਣਾ ਯੋਗਦਾਨ ਪਾਉਂਦਾ ਆ ਰਿਹਾ ਹੈ। ਉਸਨੇ ਆਪਣੀਆਂ ਕਾਵਿਕ ਕਿਰਤਾਂ ਦੇ ਨਾਲ ਨਾਲ ਪੰਜਾਬੀ ਨਾਟਕਾਂ ਦੇ ਖੇਤਰ ਵਿਚ ਵੀ ਕੰਮ ਕੀਤਾ ਹੈ। ਆਲ ਇੰਡੀਆ ਰੇਡੀਓ ਲਈ ਪੰਜਾਬੀ ਨਾਟਕ ਲਿਖੇ, ਖੇਡੇ ਅਤੇ ਉਹਨਾਂ ਵਿਚ ਆਪਣੇ ਬੋਲਾਂ ਦਾ ਜਾਦੂ ਵੀ ਵਿਖਾਇਆ। ਫਿਰ ਪੰਜਾਬ, ਭਾਰਤ ਤੋਂ ਕੁਵੈਤ ਪੁੱਜਿਆ। ਕੁਵੈਤ ਆ ਕੇ ਵੀ ਪੰਜਾਬੀ ਬੋਲੀ ਅਤੇ ਪੰਜਾਬੀ ਸਾਹਿਤ ਦੀ ਉੱਨਤੀ ਲਈ ਯਤਨਸ਼ੀਲ ਰਿਹਾ। ਆਪਣੇ ਮਾੜਕੂ ਜੁੱਸੇ ਪਰ ਸਿਰੜੀ ਅਤੇ ਮਿੱਠੇ ਸੁਭਾਅ ਸਦਕਾ ਪੰਜਾਬੀ ਅਦੀਬਾਂ ਨੂੰ ਜੋੜਨ ਅਤੇ ਮਿਲਾ ਬਿਠਾ ਕੇ ਪੰਜਾਬੀ ਸਾਹਿਤ ਦੀ ਸੇਵਾ ਵਿਚ ਜੁੱਟਿਆ ਰਿਹਾ। ਸੱਦਾਮ ਹੁਸੈਨ (ਕੁਵੈਤ) ਉਤੇ ਹਮਲੇ ਕਾਰਨ ਉਹ ਕੁਵੈਤ ਤੋਂ ਬਰਤਾਨੀਆ ਪੁੱਜਿਆ। ਆਪਣੀ ਬਿਮਾਰੀ, ਪਰਵਾਰ ਦੇ ਕਸ਼ਟ, ਆਪਣੇ ਪੋਤਰੇ ਅਤੇ ਪੋਤਰੀ ਦੇ ਲੰਬੇ ਅਤੇ ਅਕਾਅ ਦੇਣ ਵਾਲੇ ਹੁੰਦੇ ਇਲਾਜ ਦੇ ਦੌਰਾਨ ਵੀ ਉਸਨੇ ਲਿਖਣਾ-ਪੜ੍ਹਨਾ ਨਾ ਛੱਡਿਆ। ਹਰ ਹਾਲ ਵਿਚ ਉਸ ਨੇ ਪ੍ਰਸੰਨ ਰਹਿਣ ਦੀ ਕੋਸ਼ਿਸ਼ ਕਰਦਿਆਂ ਆਪਣੀਆਂ ਸਾਹਿਤਕ ਗਤੀਵਿਧੀਆਂ ਨੂੰ ਬਰਕਰਾਰ ਰੱਖਿਆ। ਹੱਥਲੀ ਲਿਖਤ ਦਾ ਮੰਤਵ 'ਕਿਦਾਰ' ਦੀ ਕਾਵਿ-ਕ੍ਰਿਤ *ਯਾਦਾਂ ਦਾ ਮਾਰੂਥਲ* ਵਿਚ ਦਰਜ ਕਵਿਤਾਵਾਂ ਦੇ ਪਾਠ-ਪਠਨ ਰਾਹੀਂ ਉਸਦੀ ਕਾਵਿ-ਉਡਾਰੀ ਦੀ ਇਕ ਝਲਕ ਵਿਖਾਣਾ ਹੈ।

ਯਾਦਾਂ ਦਾ ਮਾਰੂਥਲ ਵਿਚ ਕਿਦਾਰ ਦੀਆਂ 86 ਕਵਿਤਾਵਾਂ, 12 ਗ਼ਜ਼ਲਾਂ, ਅਤੇ 6 ਰੁਬਾਈਆਂ ਦਰਜ ਹਨ। ਉੱਚੇ-ਸੁੱਚੇ, ਪਵਿੱਤਰ ਤੇ ਸੱਚੇ ਵਲਵਲਿਆਂ ਭਰਪੂਰ ਵਿਚਾਰਾਂ ਨੂੰ ਕਿਦਾਰ ਬੜੇ ਹੀ ਸਰਲ, ਗੰਭੀਰ ਅਤੇ ਭਾਵ-ਪੂਰਤ ਬੋਲੀ ਰਾਹੀਂ ਪੇਸ਼ ਕਰਦਾ ਹੈ। ਜਿਥੇ ਉਸਨੇ ਰੂਪਕ ਪੱਖੋਂ ਵੱਖ ਵੱਖ ਤਜਰਬੇ ਕੀਤੇ ਹਨ, ਉਥੇ ਇਸਦੇ ਨਾਲ ਹੀ ਉਸਨੇ ਵਿਸ਼ੇ-ਵਸਤੂ ਪੱਖੋਂ ਵੀ ਕੰਜੂਸੀ ਨਹੀਂ ਵਰਤੀ। ਮੁੱਖ ਰੂਪ ਵਿਚ ਉਸਦੀ ਕਵਿਤਾ ਦਾ ਆਧਾਰ ਪਿਆਰ ਹੈ। ਨਿੱਜ ਤੋਂ ਆਰੰਭ ਹੋ ਕੇ ਉਹ ਸਾਰੀ ਮਨੁੱਖਤਾ ਵਿਚ ਹੀ ਪਿਆਰ ਲੱਭਦਾ-ਵੰਡਦਾ ਫਿਰਦਾ ਹੈ। ਉਸਦੇ ਬੁਲ੍ਹਾਂ ਉਤੇ ਕੋਈ ਸ਼ਿਕਵਾ-ਗਿਲਾ ਨਹੀਂ। ਉਸਨੇ ਪਿਆਰ ਤੋਂ ਬਿਨਾਂ, ਯਾਦ, ਜੁਦਾਈ, ਅਣਜੋੜ, ਦੀਵਾਨਾਪਨ, ਜੋਰਾਵਰ, ਕੁਰਬਾਨੀ, ਗੁਰੂ ਨਾਨਕ, ਭਗਤ, ਧਰਮ ਖਤਰੇ ਵਿਚ, ਦਿਵਾਲੀ, ਮੁਹੰਮਦ ਸਾਹਿਬ ਅਤੇ ਹੋਰ ਵੀ ਅਨੇਕਾਂ ਵਿਸ਼ਿਆਂ ਸਬੰਧੀ ਕਲਮ ਵਾਹੀ ਹੈ। ਕਿਦਾਰ ਨੇ ਆਪਣੀ ਜ਼ਿੰਦਗੀ ਦਾ ਸਫ਼ਰ ਕੁਝ ਇੰਝ ਆਰੰਭਿਆ :

ਬਦਲਣਾ ਆਇਆ ਨਾ ਮੌਸਮ ਦੀ ਤਰ੍ਹਾਂ ਸਾਨੂੰ,
ਜਿਹਦੇ ਹੋਏ ਅਸੀਂ ਹੋ ਕੇ ਰਹਿ ਗਏ ਹਾਂ।

ਬੇਵਫ਼ਾਈ ਦੀ ਕਿਸੇ ਜੇ ਚੋਭ੍ਹ ਚੋਭ੍ਹੀ,
ਉਹ ਵੀ ਹੱਸ ਕੇ ਜਾਨ 'ਤੇ ਸਹਿ ਗਏ ਹਾਂ।

ਕਿਦਾਰ ਮੰਨਦਾ ਹੈ ਕਿ ਉਹ ਇਕ ਸਾਧਾਰਨ ਮਨੁੱਖ ਹੈ ਅਤੇ ਉਸਨੇ ਵੀ ਆਮ ਵਾਂਗੂੰ ਕਿਸੇ ਰੱਬ ਦੇ ਸਾਖਿਆਤ ਦਰਸ਼ਨ ਤਾਂ ਨਹੀਂ ਕੀਤੇ ਪਰ ਫਿਰ ਵੀ ਉਹ ਰੱਬ ਦੇ ਜਲਵੇ ਤੋਂ ਮੁਨਕਰ ਨਹੀਂ:

ਰੱਬ ਦੇਖਿਆ ਤੇ ਅਸੀਂ ਨਹੀਂ ਹੈਗਾ,
ਜਲਵਾ ਉਸਦਾ ਹਰ ਥਾਂ ਪਾ ਲਿਆ ਸੀ।
ਤਾਹੀਉਂ ਫ਼ਰਕ ਨਾ ਅਸੀਂ ਮਹਿਸੂਸ ਕੀਤਾ,
ਸਭ ਨੂੰ ਆਪਣਾ ਯਾਰ ਬਣਾ ਲਿਆ ਸੀ।

ਉਹ ਸਭ ਧਰਮਾਂ, ਸਭਿਆਤਾਵਾਂ, ਸਮਾਜਾਂ ਅਤੇ ਬੋਲੀਆਂ ਦਾ ਕਦਰਦਾਨ ਹੈ। ਕਿਦਾਰ ਦੇ ਮਨ-ਕਲ਼ਮ ਅੰਦਰ ਕੋਈ ਵਿਤਕਰਾ ਨਹੀਂ। ਉਹ ਜਾਣਦਾ ਹੈ ਕਿ ਭਾਵੇਂ ਅਜ ਮਣਕਿਆਂ ਦੀ ਲੜੀ ਟੁੱਟੀ ਟੁੱਟੀ ਹੈ ਪਰ:

ਮੰਜ਼ਿਲ ਤੇ ਸਭ ਦੀ ਇਕ ਹੀ ਯਾਰੋ,
ਵੱਖੋ ਵਖ ਰਾਹਾਂ 'ਤੇ ਦੁਨੀਆ ਖੜੀ ਹੈ।
ਅਸੀਂ ਇੱਕੋ ਹੀ ਮਾਲਾ ਦੇ ਮਣਕੇ ਹਾਂ ਸਾਰੇ,
ਬੇਸ਼ਕ ਭਾਵੇਂ ਅੱਜ ਟੁੱਟੀ ਲੜੀ ਹੈ।

ਇਸ ਲਈ:

ਗਿਰਾ ਦੋ ਅਗਰ ਹੋ ਸਕੇ ਤਾਂ ਗਿਰਾ ਦੋ,
ਨਫ਼ਰਤ ਦੀ ਦੀਵਾਰ ਜਿਹੜੀ ਖੜੀ ਹੈ।

ਉਸਨੇ ਜੇਕਰ ਅਕੀਦਤ ਦੇ ਫੁੱਲ ਰਾਮ ਨੂੰ ਚੜ੍ਹਾਏ ਤਾਂ ਗੁਰੂ ਨਾਨਕ ਵੀ ਉਸ ਪਾਸੋਂ ਸਤਿਕਾਰ ਦਾ ਹੱਕ ਪ੍ਰਾਪਤ ਕਰਦਾ ਹੈ। ਉਸਨੇ ਗੁਰੂ ਨਾਨਕ ਦੇਵ ਜੀ, ਰਾਮ ਜੀ ਅਤੇ ਮੁਹੰਮਦ ਸਾਹਿਬ ਨੂੰ ਇੱਕੋ ਹੀ ਨਜ਼ਰੇ ਵੇਂਹਦਿਆਂ ਸ਼ਰਧਾ ਦੇ ਫੁੱਲ ਅਰਪਿਤ ਕੀਤੇ ਹਨ। ਉਹ ਲਿਖਦਾ ਹੈ:

ਮੈਂ ਹਿੰਦੂ ਹਾਂ ਬੇਸ਼ਕ ਰਾਮ ਦਾ ਹਾਂ ਪੁਜਾਰੀ,
ਪਰ ਮੁਹੰਮਦ ਦੀ ਦਿਲ ਵਿਚ ਅਕੀਦਤ ਬੜੀ ਹੈ।

ਅਤੇ

ਮੈਂ ਛੋਟਾ ਜਿਹਾ ਬੱਚਾ ਜਦੋਂ ਦੇਖਦਾ ਹਾਂ,
ਕਿਸੇ ਵੀ ਮਜ਼ਹਬ ਦਾ ਨਾ ਮਿਲਦਾ ਨਿਸ਼ਾਂ ਹੈ।
ਮੁਹੰਮਦ ਦੇ ਉਚੇ ਖ਼ਿਆਲਾਂ ਨੂੰ ਦੇਖੋ,
ਕਿਸੇ ਵੀ ਮਜ਼ਹਬ ਨੂੰ ਬੁਰਾ ਨਹੀਂ ਕਿਹਾ ਸੀ। *(45-46)*

ਗੁਰੂ ਨਾਨਕ ਦੇਵ ਜੀ ਨੂੰ ਸ਼ਰਧਾ ਦੇ ਫੁੱਲ ਚੜ੍ਹਾਉਂਦਿਆਂ ਕਹਿੰਦਾ ਹੈ:

ਚੜ੍ਹੇ ਧਰਤੀ 'ਤੇ ਜਿਵੇਂ ਹਜ਼ਾਰ ਸੂਰਜ,
ਏਡਾ ਹੋਇਆ ਸੀ ਉਹਦਾ ਪ੍ਰਕਾਸ਼ ਭਾਈਓ।

ਅਤੇ

ਵਿੱਥਾਂ ਦਿਲਾਂ ਦੀਆਂ ਦਿਲ ਤੋਂ ਦੂਰ ਕਰਕੇ,
ਸੱਚੇ ਪਿਆਰ ਦੀ ਜੋਤ ਜਗਾਈ ਨਾਨਕ।

ਸਾਰੇ ਸੰਸਾਰ ਦਾ ਇੱਕੋ ਹੀ ਧਰਮ ਹੈ। ਧਰਮ ਤਾਂ ਵੱਖਰਾ ਹੋ ਹੀ ਨਹੀਂ ਸਕਦਾ। ਹਾਂ, ਧਰਮ ਨੂੰ ਵੱਖਰੇ ਵੱਖਰੇ ਨਾਂ ਦੇ ਕੇ ਆਪਣਾ ਉੱਲੂ ਸਿੱਧਾ ਕਰਨਾ ਮੌਕਾ-ਪ੍ਰਸਤਾਂ ਦਾ ਕੰਮ ਹੈ। ਕਿਦਾਰ ਨੇ ਧਰਮ ਦੀ ਆੜ ਵਿਚ ਕੰਮ ਕਰਦੇ ਅਖੌਤੀ ਬਗਲੇ ਭਗਤਾਂ ਦਾ ਭਾਂਡਾ ਭੰਨਦਿਆਂ ਸੋਹਣਾ ਚਿੱਤਰ ਖਿਚਿਆ ਹੈ। ਬੜੀ ਸਰਲਤਾ ਨਾਲ ਸਾਧਾਰਨ ਸ਼ਬਦਾਂ ਦੀ ਬੁਣਤੀ ਕਰਕੇ ਕਿਦਾਰ ਕਹਿੰਦਾ ਹੈ:

ਭਗਵਾਨ ਤੇਰਾ ਭਗਤ ਜੋ ਮੱਥਾ ਹੈ ਤੈਨੂੰ ਟੇਕਦਾ,
ਭਾਂਬੜ ਮਚਾ ਕੇ ਈਰਖਾ ਦੀ ਅੱਗ ਉਹਦੀ ਸੇਕਦਾ।
ਤਿਲਕ ਲੱਗਾ ਲਾਲ ਹੈ ਪਰ ਖ਼ੂਨ ਚਿੱਟਾ ਹੋ ਗਿਆ,
ਮਤਲਬੀ ਇਨਸਾਨ ਦਾ ਅੱਜ ਪਿਆਰ ਸਾਰਾ ਖੋ ਗਿਆ।
ਤੇਰੇ ਉਤੇ ਉਹ ਕਬਜ਼ਾ ਜਮਾਉਣਾ ਚਾਹੁੰਦਾ,
ਆਪਣੇ ਹੀ ਨਾਂ ਦਾ ਸਿੱਕਾ ਚਲਾਉਣਾ ਚਾਹੁੰਦਾ।

ਅਤੇ ਫਿਰ ਉਹ ਰੱਬ ਨੂੰ ਪੁੱਛਣ ਦਾ ਹੀਆ ਕਰਦਾ ਹੈ:

ਤੇਰੇ ਹੀ ਬੰਦਿਆਂ ਨਾਲ ਈਰਖਾ ਜੋ ਰੱਖਦਾ,
ਤੇਰੀ ਖ਼ੁਦਾਈ ਨਾਲ ਜੋ ਪਿਆਰ ਨਹੀਂ ਕਰ ਸਕਦਾ।
ਇਸ ਤਰ੍ਹਾਂ ਦਾ ਆਦਮੀ ਕੀ ਦਸ ਤੈਨੂੰ ਪਰਵਾਨ ਹੈ,
ਕੀ ਉਹ ਤੇਰਾ ਭਗਤ ਹੈ ਜਾਂ ਤੂੰ ਉਹਦਾ ਭਗਵਾਨ ਹੈ।

ਭੋਲਾ ਨਾਥ ਕਿਦਾਰ, ਰੱਬ ਨੂੰ ਹੀ ਸਮਝੌਤੀ ਦਿੰਦਾ ਹੈ:

ਤੈਨੂੰ ਤਾਂ ਮੇਰੇ ਦਾਤਿਆ ਧੰਨੇ ਭਗਤ ਦੀ ਲੋੜ ਹੈ,
ਨਿਮਰਤਾ ਤੇ ਪਿਆਰ ਭਰਿਆਂ ਬੰਦਿਆਂ ਦੀ ਲੋੜ ਹੈ।

ਉਸਦਾ ਇਹ ਵਿਸ਼ਵਾਸ ਵੀ ਹੈ ਕਿ 'ਧਰਮ' ਖ਼ਤਰੇ ਵਿਚ ਹੈ ਅਤੇ ਉਸਦਾ ਬਚਾਓ ਕਰਦਾ ਕਰਦਾ ਇਨਸਾਨ ਧਰਮ ਦੇ ਦਰਵਾਜ਼ੇ ਦੀ ਚੌਖਟ ਉਤੇ ਹੀ ਚੜ੍ਹ ਬੈਠਾ ਹੈ। ਧਰਮ ਦਾ ਨਾਂ ਲੈ ਕੇ ਸਦਾ ਹੀ ਇਸਤਰੀ, ਮਰਦ, ਮਾਸੂਮ ਬੱਚੇ, ਜਵਾਨ, ਬੁੱਢੇ, ਗੱਲ ਕੀ ਸੱਭੇ ਹੀ, ਤਾਕਤ ਦੇ ਨਸ਼ੇ ਵਿਚ ਚੂਰ ਜ਼ੋਰਾਵਰ ਰਾਹੀਂ ਟੋਟੇ ਟੋਟੇ ਕਰ ਦਿੱਤੇ ਗਏ ਹਨ। ਅੱਜ ਹਾਲਤ ਇਹ ਹੈ ਕਿ ਚਿਹਰਿਆਂ ਉਤੇ ਸਹਿਮ ਦਾ ਪੋਚਾ ਫਿਰਿਆ ਹੋਇਆ ਹੈ। ਉਹ ਲਿਖਦਾ ਹੈ:

ਐ ਖ਼ੁਦਾ ਦੁਨੀਆ ਦੇ ਵਿਚ ਸ਼ੈਤਾਨ ਦੀ ਕੀ ਲੋੜ ਹੈ,
ਆਦਮੀ ਹੀ ਸਭ ਤੋਂ ਵੱਡਾ ਬਣ ਗਿਆ ਸ਼ੈਤਾਨ ਹੈ।
ਕਿਸ ਦੇ ਮੱਥੇ ਦੋਸ਼ ਮੜ੍ਹੀਏ, ਕਿਸ ਦਾ ਹੈ ਯਾਰੋ ਕਸੂਰ,
ਦੋ ਪੁੜਾਂ ਵਿਚ ਆਦਮੀ ਦਾ ਮਿਟ ਰਿਹਾ ਨਿਸ਼ਾਨ ਹੈ।

ਇਸ ਲਈ ਹੀ ਲੇਖਕ ਸਾਥੀਆਂ ਨੂੰ ਚੌਕੰਨਾ ਕਰਦਿਆਂ ਵੰਗਾਰਦਾ ਹੈ:

ਲੈ ਕੇ ਦੌਲਤ ਦੀ ਕਸਵਟੀ ਕਾਬਲੀਅਤ ਪਰਖਦੇ,
ਆਦਮੀ ਅੱਜ ਆਦਮੀ ਦੀ ਭੁੱਲਿਆ ਪਹਿਚਾਣ ਹੈ।
ਐ ਮੇਰੇ ਲੇਖਕ ਭਰਾਉ, ਵਾਸਤਾ ਹੈ ਕਲਮ ਦਾ,
ਇਨਸਾਨੀਅਤ ਦਾ ਸਬਕ ਦੇਣਾ ਜੇ ਕੋਈ ਨਾਦਾਨ ਹੈ। *(ਪੰਨਾ 77)*

ਕਵਿਤਾ ਦਰਅਸਲ ਬਹੁਤ ਹੀ ਨਿੱਜੀ 'ਸ਼ੈ' ਹੁੰਦੀ ਹੈ। ਜੇਕਰ ਇਹ ਸਾਨੂੰ ਪ੍ਰਸੰਨ ਕਰੇ, ਸਾਡੇ ਜਜ਼ਬਿਆਂ ਦੀ ਤਰਜਮਾਨੀ ਕਰਦੀ ਸਾਡੇ ਧੁਰ ਅੰਦਰ ਲਹਿ ਜਾਵੇ, ਸਾਡੀ ਹੋਂਦ ਨੂੰ ਹਲੂਣਾ ਦੇ ਜਾਵੇ ਅਤੇ ਵਲਵਲਿਆਂ ਭਰੇ ਜੀਵਨ ਰੂਪੀ ਮਕਾਨ ਦਾ ਕੋਈ ਖਿੜਕ-ਦਰਵਾਜ਼ਾ ਖੋਲ੍ਹ ਦੇਵੇ ਤਾਂ ਸਮਝੋ ਕਵੀ ਆਪਣੀ ਕਹਿਣੀ/ਲੇਖਣੀ ਵਿਚ ਸਫਲ ਹੋ ਗਿਆ। ਕਿਦਾਰ ਵਸਲ ਦਾ ਭਾੜਾ ਲੈਣ ਲਈ 'ਯਾਦਾਂ ਦੇ ਮਾਰੂਥਲ' ਅੰਦਰ ਬਹਿ ਕੇ ਜਿੰਦ ਸੁਕਾਈ ਬੈਠਾ ਹੈ:

ਅਸੀਂ ਵਸਲ ਦਾ ਭਾੜਾ ਲੈਣ ਲਈ,
ਆਹਾਂ ਦੀ ਭੱਠੀ ਤਾਅ ਲਈ ਏ।
ਅਸੀਂ ਹਾਸਲ ਤੈਨੂੰ ਕਰਨ ਲਈ,
ਇਹ ਜਿੰਦੜੀ ਗਹਿਣੇ ਪਾ ਲਈ ਏ।

ਕਵਿਤਾ ਵਿਚ ਜ਼ਾਤੀ ਜਜ਼ਬਿਆਂ ਦਾ ਥਾਂ ਤਾਂ ਹੈ ਹੀ, ਪਰ ਇਹਨਾਂ ਜ਼ਾਤੀ ਜਜ਼ਬਿਆਂ ਨੂੰ ਲੋਕ ਜਜ਼ਬਿਆਂ ਵਿਚ ਤਬਦੀਲ ਕਰਕੇ ਪੇਸ਼ ਕਰਨਾ ਵੀ ਇਕ ਕਲਾ ਹੈ। ਜ਼ਾਤੀ ਜਜ਼ਬਿਆਂ ਦੇ ਅਹਿਸਾਸ ਦਾ ਪ੍ਰਗਟਾਉ ਵੇਖੋ:

ਮੈਂ ਤੁਰਿਆ ਵਕਤ ਜਵਾਨੀ ਦਾ,
ਇਹ ਕਿਸਮਤ ਕਿਧਰ ਲੈ ਗਈ ਏ।
ਸ਼ਾਮ ਬੁੜ੍ਹਾਪੇ ਦੀ ਯਾਰੋ,
ਮੈਨੂੰ ਰਾਹ ਦੇ ਵਿਚ ਹੀ ਪੈ ਗਈ ਏ।
ਦਿਨ ਢਲਿਆ ਸੱਧਰਾਂ ਲੋਚਾਂ ਦਾ,
ਤੇ ਰਾਤ ਗ਼ਮਾਂ ਦੀ ਲਹਿ ਗਈ ਏ।
ਹਾਏ ਪਿਆਰ ਦੀ ਮੰਜ਼ਿਲ ਲੱਭੀ ਨਾ,
ਮੇਰੇ ਦਿਲ ਦੀ ਦਿਲ ਵਿਚ ਰਹਿ ਗਈ ਏ।

ਅਤੇ ਫਿਰ ਉਹ ਪੁੱਛਦਾ ਹੈ :

ਦੁਨੀਆਂ ਵਿਚ ਐਸਾ ਕਿਹੜਾ ਹੈ,
ਜਿਸ ਪਿਆਰ ਦੀ ਝੋਲੀ ਡਾਹੀ ਨਹੀਂ।
ਇਹ ਗੱਲ ਵੱਖਰੀ ਹੈਗੀ ਏ,
ਕਿ ਖ਼ੈਰ ਕਿਸੇ ਨੇ ਪਾਈ ਨਹੀਂ। (ਪੰਨਾ 12)

ਕਿਦਾਰ ਦਾ ਵਾਸਤਾ ਆਮ ਲੋਕਾਂ ਨਾਲ ਹੈ। ਉਹ ਮਨੁੱਖ ਦੇ ਡੂੰਘੇ ਜਜ਼ਬੇ, ਭਾਵ ਪਿਆਰ ਦੀ ਗੱਲ ਕਰਦਿਆਂ, ਪਿਆਰ ਨੂੰ ਹਵਸ ਤੋਂ ਸੱਖਣਾ ਦਰਸਾਂਦਿਆਂ ਇਕ ਨਿਰਛਲ ਜਜ਼ਬੇ ਵਾਂਗ ਪੇਸ਼ ਕਰਦਾ ਹੈ। ਉਹ ਪਿਆਰ ਨੂੰ ਕਬਜ਼ੇ ਤੋਂ ਬਾਹਰ ਦੀ ਗੱਲ ਸਮਝਦਾ ਹੈ। ਉਹ ਲਿਖਦਾ ਹੈ :

ਪਿਆਰ ਕਰਨ ਦਾ ਦੁਨੀਆਂ ਉਤੇ,
ਜੋ ਦਮ ਲੋਕੀਂ ਭਰਦੇ ਨੇ।
ਤਸਵੀਰ ਬਣਾ ਕੇ ਯਾਦਾਂ ਦੀ,
ਉਹ ਦਿਲ ਦੇ ਅੰਦਰ ਧਰਦੇ ਨੇ।
ਪਿਆਰ ਕਰੋ ਏ ਦੁਨੀਆਂ ਵਾਲੋ,
ਪਿਆਰ ਨਾ ਬਣੇ ਸੁਆਲੀ ਹੈ।
ਪਿਆਰ ਕਰਨ ਵਾਲੇ ਦੀ ਯਾਰੋ,
ਝੋਲੀ ਹਮੇਸ਼ਾ ਖ਼ਾਲੀ ਹੈ।

ਉਸਦੀ ਕਵਿਤਾ ਕੇਵਲ ਪਿਆਰ ਦੇ ਦੁਆਲੇ ਹੀ ਨਹੀਂ ਘੁੰਮਦੀ, ਸਗੋਂ ਉਸਨੇ ਮਜ਼ਦੂਰ ਦੀ, ਮਜ਼ਲੂਮ ਦੀ ਅਤੇ ਜ਼ੁਲਮ ਦੀ ਗੱਲ ਵੀ ਕੀਤੀ ਹੈ। 'ਕਵਿਤਾ' ਨਾਮੀ ਕਵਿਤਾ ਵਿਚ ਉਹ ਬਹੁਤ ਹੀ ਦੁਖੀ ਹਿਰਦੇ ਨਾਲ ਲਿਖਦਾ ਹੈ :

ਜ਼ਾਲਮ ਤੇ ਹਤਿਆਰੇ ਅੱਜ,
ਮਜ਼ਲੂਮਾਂ 'ਤੇ ਜ਼ੁਲਮ ਕਮਾਉਂਦੇ ਨੇ।
ਕਿੱਧਰੇ ਉਹ ਲਾਉਂਦੇ ਅੱਗਾਂ ਨੇ,
ਕਿੱਧਰੇ ਉਹ ਬੰਬ ਵਰਸਾਉਂਦੇ ਨੇ।

ਅਤੇ

ਅੱਜ ਖ਼ੂਨ ਚਿੱਟਾ ਹੋ ਗਿਆ ਏ,
ਭਾਈ ਦਾ ਦੁਸ਼ਮਣ ਭਾਈ ਏ।
ਘਰ ਦੇ ਹੀ ਦੀਪਕ ਨੇ ਯਾਰੋ,
ਅੱਜ ਘਰ ਨੂੰ ਅੱਗ ਲਗਾਈ ਏ।
ਦੇਖ ਕੇ ਇਹ ਸਭ ਕੁਝ ਐ ਯਾਰੋ,
ਕਲਮ ਵੀ ਹੁਣ ਤਾਂ ਕੰਬਦੀ ਏ।
ਬੋਲਣ ਦੀ ਕਿਸ ਦੀ ਹਿੰਮਤ ਹੈ,
ਅੱਜ ਮੂੰਹ 'ਤੇ ਸਿਕਰੀ ਜੰਮਦੀ ਏ।

ਇਸ ਲਈ :

ਅੱਜ ਸ਼ਾਇਰ ਤੁਹਾਥੋਂ ਮੰਗਦਾ ਹੈ,
ਉਹਦੀ ਕਲਮ ਨੂੰ ਮੁੜਕੇ ਪਿਆਰ ਦਿਓ।
ਜਿੱਥੇ ਮਹਿਕ ਪਿਆਰ ਦੀ ਉਠੇ,
ਉਹਨੂੰ ਐਸਾ ਇਕ ਸੰਸਾਰ ਦਿਓ।
ਉਹ ਨਾਲ ਯਕੀਨ ਦੇ ਲਿਖ ਸਕੇ,
ਉਹਨੂੰ ਆਪਣਾ ਫਿਰ ਇਤਬਾਰ ਦਿਓ।
ਜਿੱਥੇ ਖਿੜਨ ਫੁੱਲ ਮਿਲਾਪਾਂ ਦੇ,
ਉਹਨੂੰ ਐਸਾ ਇਕ ਸੰਸਾਰ ਦਿਓ। *(ਪੰਨਾ 51)*

'ਖ਼ਿਆਲ' ਨਾਂ ਦੀ ਕਵਿਤਾ ਵਿਚ ਜੇਕਰ ਕਿਦਾਰ ਫ਼ੁੱਟਪਾਥ ਉਤੇ ਜੰਮਦਿਆਂ, ਪਲਦਿਆਂ, ਰੁਲਦਿਆਂ ਤੇ ਜਵਾਨ ਹੁੰਦਿਆਂ ਦੀ ਗੱਲ ਕਰਦਾ ਹੈ ਤਾਂ ਦੂਜੇ ਪਾਸੇ ਉਸ ਪਾਸੋਂ ਮਜ਼ਦੂਰਾਂ ਦੀ ਭੈੜੀ ਹਾਲਤ ਨਹੀਂ ਦੇਖੀ ਜਾਂਦੀ। ਮਜ਼ਦੂਰ ਭਾਵੇਂ ਏਸ਼ੀਆ ਵਿਚ ਹੋਵੇ ਅਤੇ ਭਾਵੇਂ ਅਫ਼ਰੀਕਾ, ਅਰਬ ਜਾਂ ਯੌਰਪੀਨ ਦੇਸ਼ ਵਿਚ, ਸਭ ਥਾਂ ਘੱਟ ਜਾਂ ਵੱਧ, ਹਰ ਤਰੀਕੇ ਨਾਲ ਖੱਜਲ-ਖੁਆਰ ਹੀ ਹੈ। ਅਤੇ ਕਿਦਾਰ ਕੂਕ ਉੱਠਦਾ ਹੈ :

ਮਜ਼ਦੂਰਾਂ ਦਾ ਹਾਲ ਕੀ ਪੁਛੋ ਥਾਂ ਥਾਂ ਖੜੀ ਖੁਆਰੀ,
ਜਣੇ ਖਣੇ ਦੀਆਂ ਝਿੜਕਾਂ ਸਹਿੰਦੇ ਕਰਦੇ ਤਾਬਿਆਦਾਰੀ।
ਰਾਤ ਦਿਨੇ ਉਹ ਕੰਮ ਕਰੇਂਦੇ ਢਿੱਡੋਂ ਰਹਿ ਕੇ ਭੁੱਖੇ,
ਫਿਰ ਵੀ ਘੁੱਟ ਸਬਰ ਦਾ ਭਰ ਕੇ ਕਰਦੇ ਸ਼ੁਕਰ-ਗੁਜ਼ਾਰੀ।

ਕਿਦਾਰ ਦੀ ਕਵਿਤਾ ਵਿਚੋਂ ਇਕ ਪ੍ਰਕਾਰ ਦੀ ਸੰਤੁਸ਼ਟਤਾ ਟਪਕਦੀ ਹੈ। ਉਹ ਗੁੱਸੇ-ਗਿਲੇ ਜਾਂ ਸ਼ਿਕਵੇ ਨਹੀਂ ਕਰਦਾ। ਮੁਕੱਦਰ ਸਮਝ ਕੇ ਸਭ ਹਾਲਾਤ ਨੂੰ ਤਥਾ-ਅਸਤੂ ਕਰਕੇ ਕਬੂਲ ਕਰਦਾ ਹੈ। ਉਹ ਲੜਨ ਲਈ ਤਿਆਰ ਨਹੀਂ ਹੁੰਦਾ, ਲੜਨ ਲਈ ਵੰਗਾਰਦਾ ਨਹੀਂ, ਹਾਂ, ਹੌਲੀ ਸਹਿਜੇ ਵਰਣਨ ਕਰਕੇ ਸਮੱਸਿਆ ਨੂੰ ਛੋਹੰਦਾ ਹੈ। ਉਸਦੀ ਕਵਿਤਾ ਵਿਚੋਂ ਅਸੰਤੁਸ਼ਟਤਾ ਜਾਂ ਝੂਹੇਰਵੇ ਦਾ ਵੇਰਵਾ ਏਨਾ ਕੁ ਹੀ ਮਿਲਦਾ ਹੈ ਕਿ ਉਹ ਪ੍ਰਦੇਸਾਂ ਵਿਚ ਰਹਿ ਕੇ ਮਾਂ ਬੋਲੀ ਦੇ ਪਿਆਰ ਨੂੰ ਨਹੀਂ ਭੁਲਿਆ ਅਤੇ ਨਾ ਹੀ ਸਮਾਜਕ ਕਦਰਾਂ-ਕੀਮਤਾਂ ਨੂੰ ਹੀ। ਸਹਿਜੇ ਹੀ, ਸੁਭਾਇਕੇ ਹੀ ਉਸਦੇ ਮੂੰਹੋਂ ਪੰਜਾਬੀ ਬੋਲੀ ਪ੍ਰਤੀ ਪਿਆਰ ਟਪਕਦਾ ਹੈ :

ਪਰਦੇਸਾਂ ਦੇ ਅੰਦਰ ਰਹਿ ਕੇ ਗ਼ੈਰ ਬੋਲੀਆਂ ਬੋਲਦੇ ਹਾਂ,
ਫਿਰ ਵੀ ਆਪਣੇ ਦੇਸ਼ ਦੀ ਬੋਲੀ ਲਗਦੀ ਯਾਰੋ ਪਿਆਰੀ ਹੈ। *(ਪੰਨਾ 98)*

ਕਿਦਾਰ ਜਾਣਦਾ ਹੈ ਕਿ ਉਸਨੇ ਆਪਣੀ ਗੱਲ ਨੂੰ ਸੁੰਦਰ ਬਣਾਉਣ ਲਈ ਸ਼ਬਦਾਂ ਨੂੰ ਕਿਵੇਂ ਵਰਤਣਾ ਹੈ :

ਸਤਰੰਗੀ ਮਾਲਾ ਧਰਤੀ ਜਦ,
ਅੰਬਰ ਦੇ ਗਲ ਵਿਚ ਪਾਉਂਦੀ ਏ।

ਘੁੰਡ ਚੁੱਕ ਕੇ ਬਿਜਲੀ ਬੱਦਲ ਦਾ,
ਜਦ ਸੈਨਤ ਨਾਲ ਬੁਲਾਉਂਦੀ ਏ।
ਜਦ ਸਰਦ ਹਵਾ ਬਰਸਾਤਾਂ ਦੀ,
ਸੀਨੇ ਵਿਚ ਅੱਗ ਲਗਾਉਂਦੀ ਏ।
ਤਦ ਯਾਦ ਕਿਸੇ ਦੀ ਆਉਂਦੀ ਏ,
ਫਿਰ ਯਾਦ ਕਿਸੇ ਦੀ ਆਉਂਦੀ ਏ। *(ਪੰਨਾ 55)*

ਜੀਵਨ ਦੀਆਂ ਸਚਿਆਈਆਂ ਨੂੰ ਪੂਰੇ ਵਿਸ਼ਵਾਸ ਨਾਲ ਮੁਹਾਵਰਿਆਂ ਵਾਂਗ ਪੇਸ਼ ਕਰਨਾ ਵੀ ਕਿਦਾਰ ਦਾ ਹੀ ਕੰਮ ਹੈ। ਉਹ ਅਣਭੋਲ ਹੀ ਸਿੱਖਿਆ ਦੇ ਰਿਹਾ ਹੈ, ਚੇਤੰਨ ਕਰ ਰਿਹਾ ਹੈ, ਜਗਾ ਰਿਹਾ ਹੈ। ਕਿੰਨਾ ਸੱਚ ਹੈ ਇਹਨਾਂ ਸਤਰਾਂ ਵਿਚ:

ਨਿਮਣਾ ਯਾਰੋ ਚੰਗਾ ਏ ਪਰ ਏਨਾਂ ਵੀ ਤਾਂ ਚੰਗਾ ਨਹੀਂ,
ਕੋਈ ਤੋੜ ਕੇ ਤੁਹਾਨੂੰ ਮਸਲ ਦੇਵੇ ਤੇ ਪੈਰਾਂ ਥੱਲੇ ਰੋਲ ਦੇਵੇ।
ਆਕੜ ਵੀ ਬਹੁਤੀ ਚੰਗੀ ਨਹੀਂ, ਬਹੁਤੀ ਕੀ ਬਿਲਕੁਲ ਚੰਗੀ ਨਹੀਂ,
ਹਰ ਬੰਦਾ ਨਜ਼ਰਾਂ ਦੇ ਅੰਦਰ, ਤੈਨੂੰ ਨਫ਼ਰਤ ਦੇ ਨਾਲ ਤੋਲ ਦੇਵੇ।
ਵਿਸ਼ਵਾਸ ਤੇ ਕਰਨਾ ਪੈਂਦਾ ਏ, ਇਸ ਤੋਂ ਬਿਨਾਂ ਗੁਜ਼ਾਰਾ ਨਹੀਂ,
ਬਣ ਕੇ ਦੁਸ਼ਮਣ ਕੋਈ ਦੋਸਤ, ਤੇਰਾ ਭੇਤ ਨ ਦੇਖੀਂ ਖੋਲ੍ਹ ਦੇਵੇ।
ਤੂੰ ਸਭ ਦੀ ਲੈ ਸਲਾਹ ਬੇਸ਼ਕ ਗੱਲ ਸਭ ਦੀ ਸੁਣਨੀ ਪੈਂਦੀ ਏ,
ਪਰ ਦੇਖੀਂ ਤੇਰੇ ਜੀਵਨ ਵਿਚ ਕੋਈ ਸ਼ੱਕ ਦਾ ਜ਼ਹਿਰ ਨਾ ਘੋਲ ਦੇਵੇ।

ਇੰਝ ਅਸੀਂ ਦੇਖਦੇ ਹਾਂ ਕਿ ਕਵੀ ਕਿਦਾਰ ਨਾਥ ਕਿਦਾਰ ਨੇ ਜੀਵਨ ਅਤੇ ਮਨੁੱਖ ਦੇ ਮਨੋਭਾਵਾਂ ਦੇ ਬਹੁ-ਚਰਚਿਤ ਜਜ਼ਬਿਆਂ ਦੇ ਇਜ਼ਹਾਰ ਨੂੰ ਸ਼ਬਦਾਂ ਦਾ ਰੂਪ ਦਿੱਤਾ ਹੈ। ਉਸਦੀ ਬੋਲੀ ਅਤੀ ਸਰਲ ਪਰ ਗੰਭੀਰ ਹੈ। ਉਸਨੇ ਕਿਤੇ ਵੀ ਭਾਵਨਾ-ਵੱਸ ਹੋ ਕੇ ਉਲਾਰ ਦਾ ਸਬੂਤ ਨਹੀਂ ਦਿੱਤਾ। ਉਸਨੇ ਦਵੰਦਤਾਮਿਕ ਵਿਸ਼ਿਆਂ ਨੂੰ ਵੀ ਆਪਣੇ ਅੰਤਰਮੁਖੀ ਜਜ਼ਬਿਆਂ ਦੀ ਪੁੱਠ ਦਿੱਤੀ ਹੈ ਅਤੇ ਨਾਂਹ-ਵਾਚਕ ਰੁਚੀਆਂ ਦੀ, ਅਚੁੱਪ ਨਿੰਦਾ ਕਰਦਿਆਂ, ਹਾਂ-ਪੱਖੀ ਸੋਚ ਦੀ ਪਿੱਠ ਠੋਕੀ ਹੈ। ਇਹੋ ਹੀ ਕਿਦਾਰ ਦੀ ਕਵਿਤਾ ਦੀ ਸੁੰਦਰਤਾ ਹੈ।

ਹੱਸਦੇ ਹੰਝੂ

ਕਵਿਤਾ ਦੇ ਖੇਤਰ ਵਿਚ ਰਸ ਦੇ ਅਰਥ ਆਨੰਦ ਜਾਂ ਸਵਾਦ ਦੇ ਲਏ ਜਾਂਦੇ ਹਨ। ਭਾਰਤੀ ਕਾਵਿ ਸ਼ਾਸਤਰੀਆਂ ਨੇ ਕਵਿਤਾ ਵਿਚ ਨੌਂ ਰਸ ਮੰਨੇ ਹਨ ਅਤੇ ਬਿਨਾਂ ਸ਼ੱਕ, ਹਾਸ ਰਸ ਵੀ ਇਹਨਾਂ ਨੌਂ ਰਸਾਂ ਵਿਚ ਸ਼ਾਮਲ ਹੈ। ਸੰਸਕ੍ਰਿਤ ਵਿਚ ਹਾਸ ਰਸ ਨੂੰ ਕੋਈ ਵਿਸ਼ੇਸ਼ ਮਾਣ ਵਾਲੀ ਥਾਂ ਹਾਸਲ ਨਹੀਂ ਪਰ ਇਸਦੇ ਉਲਟ ਪੰਜਾਬੀ ਵਿਚ, ਹਿੰਦੀ ਅਤੇ ਸੰਸਾਰ ਦੀਆਂ ਹੋਰ ਕਈ ਬੋਲੀਆਂ ਵਾਂਗ ਹੀ, ਹਾਸ ਰਸ ਨੂੰ ਮਹੱਤਤਾ ਵਾਲਾ ਚੰਗਾ ਰਸ ਸਮਝਿਆ ਜਾਂਦਾ ਹੈ। ਪੰਜਾਬੀ ਵਿਚ ਹਾਸ ਰਸ ਦੀ ਇਕ ਸੁੰਦਰ ਅਤੇ ਅਮੀਰ ਪਰੰਪਰਾ ਹੈ। ਹਾਸ ਰਸ ਆਨੰਦ ਦਾ ਇਕ ਸੋਮਾ ਹੈ ਅਤੇ ਇਸਦਾ ਸਥਾਈ ਭਾਵ ਖ਼ੁਸ਼ੀ ਹੈ। ਪਰ ਹਾਸ ਰਸ ਰਾਹੀਂ ਆਨੰਦ ਜਾਂ ਖ਼ੁਸ਼ੀ ਦਾ ਪ੍ਰਗਟਾਅ ਕੇਵਲ ਕਿਸੇ ਤਰ੍ਹਾਂ ਦੀ ਬਦ-ਤਮੀਜ਼ੀ ਨਾਲ, ਦੰਦੀਆਂ ਕੱਢ ਕੱਢ ਅਤੇ ਖੀ ਖੀ ਹੱਸ ਕੇ ਨਹੀਂ ਕੀਤਾ ਜਾਂਦਾ, ਸਗੋਂ ਹਾਸ ਰਸ ਰਾਹੀਂ ਪੈਦਾ ਹੋਣ ਵਾਲਾ ਹਾਸਾ ਵਿਨੋਦਮਈ ਹੁੰਦਾ ਹੈ। ਇਹ ਸੁੱਖ ਵੰਡਦਾ ਹੈ। ਮਿੱਠਾ ਵਿਅੰਗ ਹੋਣ ਕਰਕੇ ਬੁਲ੍ਹਾਂ 'ਤੇ ਮੁਸਕਾਣ ਲਿਆ ਸਕਣ ਦੀ ਸ਼ਕਤੀ ਰੱਖਦਾ ਹੈ। ਹਾਸ ਰਸ ਦਾ ਸਭ ਤੋਂ ਵੱਡਾ ਨਿਸ਼ਾਨਾ ਹੁੰਦਾ ਹੈ: ਸਮੁੱਚਾ ਮਨੁੱਖੀ ਜੀਵਨ ਅਤੇ ਉਸਦੇ ਪਾਸਾਰ-ਆਧਾਰ।

ਕਵੀ ਤੇਜਾ ਸਿੰਘ ਤੇਜ ਹਾਸ ਰਸ ਦੇ ਮੀਰੀ ਗੁਣ ਨਾਲ ਮਾਲਾ-ਮਾਲ ਹੈ। ਉਸਨੇ ਪੰਜਾਬੀ ਜਨ-ਜੀਵਨ ਵਿਚਲੀਆਂ ਕੁਰੀਤੀਆਂ ਅਤੇ ਕੁਢੱਬਾਂ ਦਾ ਵਰਣਨ ਹਾਸ ਰਸ ਦੀ ਵਿਧੀ ਨਾਲ ਪਾਠਕਾਂ ਦੇ ਗੋਚਰੇ ਕਰਦਿਆਂ, ਇਹਨਾਂ ਵਿਚ ਲੋੜੀਂਦਾ ਸੁਧਾਰ ਲਿਆਉਣ ਲਈ, ਪ੍ਰੇਰਨਾ ਦੇ ਕੇ ਸੁਚੇਤ ਕਰਨ ਦਾ ਯਤਨ ਕੀਤਾ ਹੈ। ਪੈਂਤੀ (35) ਕਵਿਤਾਵਾਂ 'ਤੇ ਆਧਾਰਿਤ *ਹੱਸਦੇ ਹੰਝੂ* ਕਵੀ ਤੇਜ ਦਾ ਤੀਜਾ ਕਾਵਿ ਸੰਗ੍ਰਹਿ ਹੈ। ਇਸ ਤੋਂ ਪਹਿਲਾਂ ਉਹ ਪੰਜਾਬੀ ਜਗਤ ਨੂੰ ਹਾਸ ਰਸ ਕਵਿਤਾਵਾਂ ਦੇ ਦੋ ਕਾਵਿ-ਸੰਗ੍ਰਹਿ: *ਖਿਲਰੇ ਅੰਬ* (30 ਕਵਿਤਾਵਾਂ—1992 ਵਿਚ) ਅਤੇ *ਦੇਸੀ ਘੱਗਰੀ ਵਲਾਇਤੀ ਨਾਲਾ* (39 ਕਵਿਤਾਵਾਂ—1993 ਵਿਚ) ਦੇ ਚੁੱਕਿਆ ਹੈ। ਸਾਡੀ ਅੱਜ ਦੀ ਸੰਖੇਪ ਵਿਚਾਰ ਦਾ ਮਨੋਰਥ ਕਵੀ ਤੇਜ ਦੇ ਇਸ ਸੰਗ੍ਰਹਿ ਦੀਆਂ ਕੁਝ ਕਵਿਤਾਵਾਂ ਦੇ ਪਠਨ ਨੂੰ ਆਧਾਰ ਬਣਾਉਣਾ ਅਤੇ ਪਾਠਕਾਂ ਨੂੰ ਉਸਦੀ ਸਿਰਜਣਾ ਦੇ ਰੂ-ਬ-ਰੂ ਕਰਨਾ ਹੈ।

ਕਾਵਿ ਸੰਗ੍ਰਹਿ ਦਾ ਨਾਮ *ਹੱਸਦੇ ਹੰਝੂ* ਅਰਥ ਭਰਪੂਰ ਸਾਰਥਕ ਨਾਂ ਹੈ। ਕਵੀ ਆਪਣੀ ਹਰ ਕਵਿਤਾ ਵਿਚ ਆਰੰਭ ਤੋਂ ਹੀ ਹਸਾਉਣ ਦੀ ਕੋਸ਼ਿਸ਼ ਵਿਚ ਰਹਿੰਦਾ ਹੈ। ਕਿਉਂਕਿ ਉਸਨੇ ਆਪਣੀ ਗੱਲ ਨੂੰ 'ਮਿੱਠਿਆਂ' ਕਰਕੇ ਪਾਠਕਾਂ ਸਾਹਮਣੇ ਪੇਸ਼ ਕਰਨਾ ਹੁੰਦਾ ਹੈ

ਤਾਂ ਜੋ ਉਸਦੀ ਆਖੀ ਗੱਲ, ਹਾਸੇ ਦੇ ਮਾਹੌਲ ਵਿਚ ਤਿੱਖੀ ਅਤੇ ਕਾਟਵੀਂ ਚੋਭ ਨਾ ਮਾਰਦੀ ਹੋਈ, ਪਾਠਕ ਦੇ ਦਿਲ ਨੂੰ ਭਾਵੇ ਅਤੇ ਉਸਦਾ ਦਿਮਾਗ਼ ਵੀ ਹਾਂ-ਪੱਖੀ ਹਾਮੀ ਭਰੇ। ਅਜਿਹਾ ਕਰਦਿਆਂ ਅਕਸਰ ਕਵੀ ਹਸਾ ਹਸਾ ਕੇ ਢਿੱਡੀਂ ਪੀੜਾਂ ਵੀ ਪੁਆ ਦਿੰਦਾ ਹੈ ਅਤੇ ਬੁਲ੍ਹਾਂ 'ਤੇ ਨਿੰਮੀ ਨਿੰਮੀ ਮੁਸਕ੍ਰਾਹਟ ਵੀ ਬਿਖੇਰ ਦਿੰਦਾ ਹੈ। ਹਸਦਿਆਂ ਅਤੇ ਮੁਸਕਰਾਂਦਿਆਂ ਅੱਖਾਂ ਵਿਚੋਂ ਹੰਝੂ ਵੀ ਵਗ ਤੁਰਦੇ ਹਨ। ਇਹ ਹੰਝੂ ਹਾਸੇ ਦੇ ਪ੍ਰਗਟਾਵੇ ਵਜੋਂ ਹੁੰਦੇ ਹਨ।

ਹਾਸੇ ਵੰਡਣਾ ਕਵੀ ਨੇ ਆਪਣਾ ਧਰਮ-ਈਮਾਨ ਬਣਾ ਲਿਆ ਹੈ। ਉਸ ਨੂੰ, ਉਸਦੇ ਆਪਣੇ ਆਖੇ ਅਨੁਸਾਰ ਹੀ, ਹਾਸੇ ਵੰਡਣ ਦੀ ਦਾਤ ਮਿਲੀ ਹੋਈ ਹੈ ਜਿਸਦਾ ਜ਼ਿਕਰ ਉਹ ਬੜੇ ਸਵੈ-ਭਰੋਸੇ ਨਾਲ ਆਪਣੀ ਕਵਿਤਾ 'ਸੱਚੀ ਜ਼ਿੰਦਗੀ' ਵਿਚ ਕਰਦਾ ਹੈ। ਚੌਰਾਸੀ ਕੱਟ ਕੇ ਜਦੋਂ ਕਵੀ ਤੇਜ ਧਰਤੀ 'ਤੇ ਆਉਣੋਂ ਘਬਰਾਉਂਦਾ ਹੈ ਤਾਂ ਕਵੀ ਲਿਖਦਾ ਹੈ ਕਿ 'ਦਾਤੇ ਨੇ' ਉਸਦੀ ਜੱਕੋ-ਤੱਕੋ ਨੂੰ ਭਾਂਪਦਿਆਂ ਕਿਹਾ, "ਹੱਸ ਹੱਸ ਜ਼ਿੰਦਗੀ ਬਿਤਾਣੀ ਏ। ਹੱਸਣਾ ਹਸਾਉਣਾ ਇਹੋ ਸੱਚੀ ਜ਼ਿੰਦਗਾਨੀ ਏ।"

ਅਤੇ ਸੱਚਮੁੱਚ ਹੀ ਉਸਦੀ ਕਵਿਤਾ ਦਾ ਆਨੰਦਮਈ ਪਠਨ ਸਾਬਤ ਕਰਦਾ ਹੈ ਕਿ ਉਸਨੂੰ ਕੁਦਰਤ ਵਲੋਂ ਹੀ ਹਾਸ ਰਸ ਦੀ ਦਾਤ ਦੀ ਬਖ਼ਸ਼ਿਸ਼ ਹੋਈ ਹੈ। ਅਗਲੀਆਂ ਸਤਰਾਂ ਉਸਦੀ ਲਿਖਣ-ਸੇਧ ਦਾ ਵੀ ਵਰਣਨ ਕਰ ਦਿੰਦੀਆਂ ਹਨ :

ਦਾਤੇ ਕਿਹਾ ਮੇਰੀਆਂ ਹੀ ਸਿਫ਼ਤਾਂ ਨਾ ਗਾਉਂਦਾ ਰਹੀਂ।
ਹਾਸ ਰਸ ਲਿੱਖ ਕੇ ਤੂੰ ਕਵਿਤਾ ਸੁਣਾਉਂਦਾ ਰਹੀਂ।
ਪੁੱਠੇ ਰਾਹ ਜਾਂਦੇ ਨੂੰ ਟਕੋਰਾਂ ਜਿਹੀਆਂ ਲਾਉਂਦਾ ਰਹੀਂ।
ਔਗੁਣ ਤਿਆਗ ਕੇ ਤੇ ਗੁਣ ਝੋਲੀ ਪਾਉਂਦਾ ਰਹੀਂ।
ਹਾਸ ਦੇ ਪੁਜਾਰੀ ਜੋਤ ਹਾਸੇ ਦੀ ਜਗਾਣੀ ਏ।
ਹੱਸਣਾ ਹਸਾਉਣਾ ਇਹੋ ਸੱਚੀ ਜ਼ਿੰਦਗਾਨੀ ਏ।

ਤਾਂ ਹੀ ਤਾਂ ਉਹ ਪੁੱਠੇ ਰਾਹ ਜਾਂਦਿਆਂ ਨੂੰ ਟਕੋਰਾਂ ਲਾਉਂਦਾ ਹੈ। ਪਾਠਕਾਂ ਨੂੰ ਔਗੁਣ ਤਿਆਗ ਕੇ ਗੁਣਾਂ ਦੀ ਪਟਾਰੀ ਝੋਲੀ ਪਾਉਣ ਲਈ ਪ੍ਰੇਰਦਾ ਹੈ।

ਸਮੁੱਚੀ ਪੁਸਤਕ ਦੀਆਂ ਕਵਿਤਾਵਾਂ ਦੇ ਪਠਨ ਮਗਰੋਂ ਇਕ ਗੱਲ ਸਪਸ਼ਟ ਹੋ ਜਾਂਦੀ ਹੈ ਕਿ ਕਵੀ ਤੇਜ ਆਮ ਜਨ-ਸਾਧਾਰਨ ਪੰਜਾਬੀ ਪਾਠਕਾਂ ਨੂੰ ਸੰਬੋਧਿਤ ਹੈ। ਉਹ ਉਹਨਾਂ ਸੰਬੰਧੀ, ਉਹਨਾਂ ਲਈ ਲਿਖਦਾ ਹੈ ਅਤੇ ਉਹਨਾਂ ਦਾ ਹੀ ਭਲਾ ਵੀ ਲੋੜਦਾ ਹੈ। ਭਲਾ ਲੋੜਨ ਦਾ ਸਹਿਜ ਭਾਵ ਬਣਦਾ ਹੈ ਕਿ ਕਵੀ ਲੋਕਾਂ ਦੀਆਂ ਕੁਰੀਤੀਆਂ ਅਤੇ ਭੈੜਾਂ ਵਿਚ ਸੁਧਾਰ ਚਾਹੁੰਦਾ ਹੈ। ਉਹ ਸੁਧਾਰਵਾਦੀ ਹੈ, ਆਪਣੀ ਗੱਲ ਨੂੰ ਮਨਾਉਣ ਵਾਸਤੇ ਵਾਤਾਵਰਣ ਉਸਾਰਦਿਆਂ ਆਪਣਾ ਮਨਸ਼ਾ ਉਘਾੜ ਕੇ ਸਮਾਜਕ ਕੁਰੀਤੀਆਂ ਦਾ ਭਾਂਡਾ ਭੰਨਦਾ ਹੈ। ਉਹ ਸੁਧਾਰ ਕਰਨ ਲਈ ਪ੍ਰਚਾਰ ਕਰਦਾ ਹੈ। ਸੁਧਾਰ ਕਰਨ ਲਈ ਪ੍ਰੇਰਦਾ ਹੈ। ਉਸਦੇ ਚੁਣੇ ਵਿਸ਼ੇ ਬੜੇ ਹੀ ਜ਼ਰੂਰੀ ਅਤੇ ਸਜੀਵ ਹਨ। ਉਹ ਲੋਕਾਂ ਦੀ ਆਮ ਵਰਤੋਂ ਵਿਚ ਆਉਣ ਵਾਲੀ ਸਾਧਾਰਨ ਸ਼ਬਦਾਵਲੀ, ਲੋਕ ਮੁਹਾਵਰੇ ਅਤੇ ਅਖਾਣਾਂ ਦੀ ਵਰਤੋਂ ਬਹੁਤ ਸਹਿਜ ਅਤੇ ਕੁਦਰਤੀ ਅੰਦਾਜ਼ ਵਿਚ ਕਰਦਾ ਹੈ। ਪੰਜਾਬੀ ਪਾਠਕ-ਭਾਈਚਾਰਾ ਉਸਦੇ ਸ਼ਬਦ-ਵਰਤਾਰੇ ਨਾਲ ਕੀਲਿਆ ਜਾਂਦਾ ਹੈ।

ਸਾਡੇ ਸਮਾਜ ਵਿਚ ਚੰਗੀਆਂ ਮੰਦੀਆਂ ਰਸਮਾਂ ਅਤੇ ਰਿਵਾਜਾਂ ਦੀ ਘਾਟ ਨਹੀਂ। ਪੰਜਾਬ, ਭਾਰਤ, ਬਰਤਾਨੀਆ ਜਾਂ ਸੰਸਾਰ ਦਾ ਕੋਈ ਵੀ ਕੋਨਾ ਹੋਵੇ, ਜਿੱਥੇ ਕਿ ਪੰਜਾਬੀ ਭਾਈਚਾਰਾ ਵੱਸਦਾ ਹੋਵੇ, ਉਹ ਸਭ ਸਮਾਜਕ ਅਤੇ ਧਾਰਮਿਕ ਪਾਖੰਡਾਂ, ਦੰਭਾਂ, ਭੈੜਾਂ ਅਤੇ ਕਿਸੇ ਨਾ ਕਿਸੇ ਤਰ੍ਹਾਂ ਦੀਆਂ ਕੁਰੀਤੀਆਂ ਦਾ ਘੱਟ ਜਾਂ ਵੱਧ ਸ਼ਿਕਾਰ ਹਨ। ਆਰਥਿਕ ਪੱਖੋਂ ਭਾਵੇਂ ਪਰਵਾਸੀ ਸੁਖਾਲੇ ਹੋ ਗਏ ਹੋਣ ਪਰ ਉਹਨਾਂ ਦੀ ਨੈਤਿਕਤਾ, ਰਹਿਤਲ ਅਤੇ ਵਰਤਾਰੇ, ਨਿਰਸੰਦੇਹ ਘੱਟ ਜਾਂ ਵੱਧ ਜਤਲਾਵਿਆਂ ਅਤੇ ਦਿਖਲਾਵਿਆਂ ਦੇ ਚੱਕਰ ਵਿਚ ਫਸੇ ਰਹਿੰਦੇ ਹਨ। ਜੇਕਰ ਧਰਮ ਦੀ ਹੀ ਗੱਲ ਕਰਨੀ ਹੋਵੇ ਤਾਂ ਸਾਧਾਰਨੀਕਰਨ ਕਰਦਿਆਂ ਆਖਿਆ ਜਾ ਸਕਦਾ ਹੈ ਕਿ ਸੰਸਾਰ ਦਾ ਕੋਈ ਵੀ ਧਰਮ ਮਾੜਾ ਨਹੀਂ। ਹਾਂ, ਧਰਮ ਨੂੰ ਮੰਨਣ ਵਾਲੇ ਕਈ ਲੋਕੀਂ ਆਪਹੁੱਦਰੀਆਂ ਹਰਕਤਾਂ ਜ਼ਰੂਰ ਕਰਦੇ ਹਨ। ਮਨਮਤ ਵਿਚ ਫੱਸਦੇ ਹਨ। ਅਰਦਾਸ ਕਿੰਨੀ ਸੱਚੀ ਸੁੱਚੀ ਭਾਵਨਾ ਹੈ! ਹਰ ਧਰਮ ਵਿਚ ਹੀ ਅਰਦਾਸ ਦੀ ਆਪਣੀ ਥਾਂ ਹੈ। ਪਰ ਅਰਦਾਸ ਦੀ ਨਿੱਜ ਵਰਤੋਂ ਦਾ ਆਮਕਰਣ ਕੀਤੇ ਜਾਣ ਕਾਰਣ ਉਸਦੀ ਅਧਿਆਤਮਕ ਮਹੱਤਤਾ ਨੂੰ ਚੋਟ ਵੱਜਦੀ ਹੈ। ਅਰਦਾਸ ਦੀ ਅਧਿਆਤਮਕ ਮਹੱਤਤਾ ਦਾ ਤਿਆਗ ਕਰਕੇ ਅੱਜ ਗੁਰੂ ਘਰਾਂ ਵਿਚ ਹੋ ਰਹੀ, ਕੀਤੀ ਜਾਂ ਕਰਵਾਈ ਜਾ ਰਹੀ ਅਰਦਾਸ ਕਿੰਝ ਦਾ ਰੂਪ ਅਖਤਿਆਰ ਕਰ ਰਹੀ ਹੈ! ਗੁਰੂ ਘਰਾਂ ਦੇ ਵਜ਼ੀਰ ਵੀ ਕਈ ਵਾਰੀ ਵਾਧੂ ਦੀਆਂ ਰਸਮਾਂ ਨੂੰ ਸ਼ਹਿ ਦਿੰਦੇ ਹਨ ਅਤੇ ਮਨਮਤ ਦਾ ਵਿਖਾਵਾ ਕਰਦੇ ਕਰਵਾਂਦੇ ਹਨ। ਪੌਂਡ ਦੇ ਕੇ ਸਾਰੇ ਜੀਵਨ ਭਰ ਲਈ ਸੁੱਖਾਂ ਦੀ ਮੰਗ ਕਰਨੀ, ਸੁੱਖਾਂ ਸੁੱਖਣੀਆਂ ਅਤੇ ਫਿਰ ਸੁੱਖਾਂ ਲਾਹੁਣ ਦੇ ਯਤਨ ਕਰਨ ਵੇਲੇ ਕੀ ਕੀ ਨਹੀਂ ਸੋਚਿਆ ਜਾਂਦਾ, ਇਸ ਸਭ ਦਾ ਸਜੀਵ ਵਰਣਨ ਕਵੀ ਤੇਜ ਆਪਣੀ ਕਵਿਤਾ 'ਖੰਡ ਦੀਆਂ ਮੁੱਠਾਂ' ਵਿਚ ਕਰਦਿਆਂ ਇਸ ਸੱਚ ਤੋਂ ਵੀ ਪਰਦਾ ਲਾਹੁੰਦਾ ਹੈ ਕਿ ਲੋੜ ਵੇਲੇ ਅਸੀਂ ਕਿਵੇਂ ਬਾਬੇ ਮੂਹਰੇ ਨੱਕ ਰਗੜਦੇ ਹਾਂ ਅਤੇ ਫਿਰ:

> ਗ੍ਰਿਹਸਤ ਵਾਲੀ ਗੱਡੀ ਦੇ ਜਾਂ ਚਾਰ ਪਹੀਏ ਜਾਮ ਹੋਣ,
> ਨੱਕ ਨਾਂ ਲਕੀਰਾਂ ਜਾ ਕੇ ਬਾਬੇ ਮੂਹਰੇ ਕੱਢੀਏ।
> ਪੌਂਡ ਦੀ ਰਸੀਦ ਨਾਲ ਬਾਬੇ ਨੂੰ ਖ਼ਰੀਦ ਲਈਏ,
> ਦੁਨੀਆ ਦੇ ਸੁਖਾਂ ਲਈ ਫੇ' ਵੱਡੀ ਝੋਲੀ ਅੱਡੀਏ।
> ਐਹ ਵੀ ਦੇ ਦੇ, ਔਹ ਵੀ ਦੇ ਦੇ, ਇਹ ਦੇ ਕੇ ਹੋਰ ਦੇ ਦੇ,
> ਦੁਨੀਆਂ ਦੀ ਚੀਜ਼ ਨਾ ਕੋਈ ਬਾਬੇ ਕੋਲ ਛੱਡੀਏ।
> ਪੌਂਡ ਦੀ ਰਸੀਦ 'ਤੇ ਬੇਅੰਤ ਮਾਇਆ ਲਿਖੀ ਹੋਵੇ,
> ਕੋਟ ਦੀ ਉਹ ਜੇਬ ਵਿਚ ਝੰਡੇ ਵਾਂਗੂ ਗੱਡੀਏ।

ਸਾਡਾ ਰੱਬ ਵਿਚਾਰਾ ਵੀ ਬੜਾ ਭੋਲਾ ਹੈ। ਉਸਨੂੰ ਬੇਵਕੂਫ਼ ਬਣਾਉਣਾ ਕਿਹੜਾ ਔਖਾ ਹੈ। ਅਸੀਂ ਔਖੇ ਵੇਲੇ ਸੁੱਖਾਂ ਸੁਖਦੇ ਹਾਂ ਅਤੇ ਫਿਰ ਜਦੋਂ ਸਾਡੀ ਝੋਲੀ ਖ਼ੈਰ ਪੈ ਜਾਂਦੀ ਹੈ ਤਾਂ ਅਸੀਂ ਗਿਰਗਟ ਵਾਂਗ ਰੰਗ ਬਦਲ ਲੈਂਦੇ ਹਾਂ। ਅਸੀਂ ਇਕ ਸੁੱਖ ਸੁੱਖੀ ਹੋਈ ਅਤੇ ਪੂਰੀ ਹੋਈ ਨੂੰ ਅਗਾਂਹ ਖਿਸਕਾ ਦਿੰਦੇ ਹਾਂ। ਪਾਠਕ ਇਹ ਸਾਰਾ ਵਰਤਾਰਾ ਕਵਿਤਾ ਦੇ ਰੂਪ ਵਿਚ ਸੁਣਦਿਆਂ-ਪੜ੍ਹਦਿਆਂ ਆਪਣੀ ਹਿੱਕੜੀ ਵਿਚ ਝਾਤੀ ਮਾਰਨ ਲਈ ਮਜਬੂਰ

ਹੋ ਜਾਂਦਾ ਹੈ। ਹਾਸੇ ਦੇ ਨਾਲ ਨਾਲ ਪਾਠਕ ਆਪਣੇ ਭੈੜਾਂ ਨੂੰ ਵੀ ਗੌਲਣ ਲਈ ਪ੍ਰੇਰਿਆ ਜਾਂਦਾ ਹੈ। ਅਤੇ ਇਹੋ ਹੀ ਤਾਂ ਕਵੀ ਚਾਹੁੰਦਾ ਹੈ।

'ਨੇਂਦਾ ਜਥੇ ਨੂੰ' ਰਾਗੀਆਂ ਦੀ ਵਿਰਤੀ ਨੂੰ ਉਜਾਗਰ ਕਰਦੀ ਕਵਿਤਾ ਹੈ। ਗੁਰੂ ਘਰਾਂ ਵਿਚ ਰਾਗੀਆਂ, ਢਾਡੀਆਂ ਅਤੇ ਗ੍ਰੰਥੀਆਂ ਵਲੋਂ ਜਿਸ ਤਰ੍ਹਾਂ ਦਾ ਆਚਰਣ ਵੇਖਣ ਨੂੰ ਮਿਲਦਾ ਹੈ, ਉਸ ਤੋਂ ਤੇਜ ਬਹੁਤ ਦੁਖੀ ਨਜ਼ਰੀਂ ਆ ਰਿਹਾ ਹੈ। ਜੇਕਰ ਕੋਈ ਰਾਗੀ ਨੂੰ ਘਰੇ ਨੇਂਦਾ ਦੇ ਬਹਿੰਦਾ ਹੈ ਤਾਂ ਹਰਫਨ ਮੌਲਾ ਬਣੇ ਜਥੇ ਦੇ ਮੈਂਬਰ ਘਰ ਪਹੁੰਚ ਕੇ ਬਰਾਂਡੀ-ਵਿਸਕੀ ਅਤੇ ਮੁਰਗ-ਮੁਸੱਲਮ ਤਾਂ ਛੱਕਦੇ ਹੀ ਹਨ ਪਰ ਨਾਲ ਹੀ ਘਰ ਵਾਲੇ ਦੀ ਜਾਣਕਾਰੀ ਤੋਂ ਬਿਨਾਂ ਹੀ ਸਾਰੀ ਰਾਤ ਪੰਜਾਬ, ਭਾਰਤ ਵਿਚ ਰਹਿੰਦੀਆਂ 'ਚਰਨੋ' ਅਤੇ 'ਸ਼ਰਨੋ' ਨਾਲ ਫ਼ੋਨ 'ਤੇ ਗੱਲਾਂ ਕਰਦੇ ਰਹਿੰਦੇ ਹਨ। ਆਲੋਚਕ ਡਾ. ਪ੍ਰੀਤਮ ਸਿੰਘ ਕੈਂਥ ਦੀ ਇਸੇ ਕਵਿਤਾ ਸਬੰਧੀ ਟਿੱਪਣੀ ਸਾਡੇ ਧਿਆਨ ਦਾ ਕੇਂਦਰ ਬਣਦੀ ਹੈ। ਡਾ. ਕੈਂਥ ਲਿਖਦਾ ਹੈ:

> "ਬਹੁ-ਗਿਣਤੀ ਧਾਰਮਕ ਪੁਰਸ਼ ਉਪਰੋਂ ਸੁਹਣੇ ਭਲੇ ਗੁਣਾਂ ਦੇ ਧਾਰਨੀ ਦਿਸਦੇ ਭਾਸਦੇ ਹਨ ਪ੍ਰੰਤੂ ਅੰਦਰੋਂ ਸੁਆਰਥੀ, ਖੋਖਲੇ ਤੇ ਅਣਮਨੁੱਖੀ ਹੁੰਦੇ ਹਨ।"

ਕਵੀ, 'ਵਿਅਕਤੀਗਤ ਪਾਤਰਾਂ' ਦੀ ਚੀਰ-ਫਾੜ ਕਰਨ ਉਪਰੰਤ ਦਰਸਾਂਦਾ ਹੈ ਕਿ ਜਥਾ ਤਾਂ ਰੋਟੀ ਖਾ ਕੇ ਦੂਜੀ ਸਵੇਰ ਔਹ ਦਾ ਔਹ ਗਿਆ ਪਰ ਜਦੋਂ ਮਹੀਨੇ ਬਾਅਦ ਫ਼ੋਨ ਦਾ ਬਿੱਲ ਆਇਆ ਤਾਂ ਸ਼ਰਧਾਲੂ ਦੀਆਂ ਅੱਖੀਆਂ, ਬਿੱਲ ਵੇਖ ਕੇ, ਟੱਡੀਆਂ ਦੀਆਂ ਟੱਡੀਆਂ ਹੀ ਰਹਿ ਜਾਂਦੀਆਂ ਹਨ:

ਜਦ ਤੱਕ ਨਾ ਫੂਨ ਦਾ ਬਿੱਲ ਆਇਆ,
ਸੁੱਖ ਲਾਹ ਕੇ ਸੁੱਖ ਪਿਆ ਕੱਟਦਾ ਸੀ।
ਤੱਕ ਤਿੰਨ ਸੌ ਪੌਂਡ ਦਾ ਬਿੱਲ ਭਾਈਆ,
ਹੁਣ ਜੱਥੇ ਦੀ ਮਿੱਟੀ ਪੱਟਦਾ ਸੀ।
ਮੇਰੇ ਘਰ ਬਾਏ ਕੱਢੀ ਸੀ,
ਮੇਰੇ ਤੇ ਗਰਮੀ ਝਾੜ ਗਏ।
ਉਹ ਘੂਕੀ ਵਿਚ ਅਕੜੇਵੇਂ ਲੈ,
ਮੇਰੀ ਨਵੀਂ ਰਜਾਈ ਪਾੜ ਗਏ।

ਇਸ ਲਈ ਹੀ ਤਾਂ ਤੇਜ ਅਜਿਹੇ ਭੱਦਰ-ਪੁਰਸ਼ਾਂ ਤੋਂ ਬਚਣ ਲਈ ਸਮਝੌਤੀ ਦਿੰਦਾ ਹੈ:

ਘਰ ਨੇਂਦਾ ਦੇਣਾ ਰਾਗੀਆਂ ਨੂੰ, ਤਾਂ ਫੂਨ ਲਕੋ ਕੇ ਰੱਖ ਦੇਵੋ।
ਕਿਤੇ ਟੋਆ ਕੱਢ ਕੇ ਦੱਬ ਛੱਡੋ, ਜਾ ਬੈੱਡ ਦੇ ਹੇਠਾਂ ਧੱਕ ਦੇਵੋ।

ਤੇਜ ਭਾਵੇਂ ਪੰਜਾਬ, ਭਾਰਤ ਤੋਂ ਆ ਕੇ ਇਥੇ ਬਰਤਾਨੀਆ ਵਿਚ ਆ ਵੱਸਿਆ ਹੈ ਪਰ ਉਸ ਪਾਸ ਆਰ ਅਤੇ ਪਾਰ ਦੋਹਾਂ ਹੀ ਸਮਾਜਾਂ ਦੇ ਮਸਲਿਆਂ ਨੂੰ ਸਮਝਣ ਦੀ ਸ਼ਕਤੀ ਹੈ। ਉਹ ਪਰਵਾਸੀ ਪੰਜਾਬੀ ਜੀਵਨ ਦੀਆਂ ਹਰ ਪ੍ਰਕਾਰ ਦੀਆਂ ਸਥਿਤੀਆਂ ਨੂੰ ਚੰਗੀ ਤਰ੍ਹਾਂ ਜਾਣਦਾ ਪਹਿਚਾਣਦਾ ਹੈ। ਉਹ ਪਰਵਾਸੀ ਜੀਵਨ ਦੀਆਂ ਲੋੜਾਂ, ਥੋੜਾਂ ਅਤੇ

ਮਜਬੂਰੀਆਂ ਨੂੰ ਪਰਖਵੀਂ ਨਜ਼ਰ ਨਾਲ ਤੱਕਦਾ ਹੈ। ਅੱਜ ਬਰਤਾਨੀਆ ਬੇਕਾਰੀ ਦਾ ਸ਼ਿਕਾਰ ਹੈ। ਬਰਤਾਨੀਆ ਦੇ ਜੱਦੀ ਵਾਸੀਆਂ ਦੇ ਮੁਕਾਬਲੇ,ਪਰਵਾਸੀਆਂ ਨੂੰ ਬੇਕਾਰੀ ਦੇ ਸੱਪ ਨੇ ਵਧੇਰੇ ਡੱਸਿਆ ਹੈ। 'ਸਕੀਮਾਂ ਯਾਰਾਂ ਦੀਆਂ' ਵਿਚ ਕਵੀ ਨੇ ਬੇਰੁਜ਼ਗਾਰ ਪਰਵਾਸੀ ਦੀ ਮਾਨਸਿਕਤਾ ਦਾ ਸੁਹਣਾ ਚਿੱਤਰ ਪੇਸ਼ ਕਰਦਿਆਂ ਦਰਸਾਇਆ ਹੈ ਕਿ ਆਰਥਿਕ ਥੁੜ ਦੀ ਮਾਰ ਕਿੰਨੀ ਭਰਵੀਂ ਹੁੰਦੀ ਹੈ ਕਿ ਸੁਪਨੇ ਸਿਰਜਦਾ ਸਿਰਜਦਾ ਪਰਵਾਸੀ ਕੀ ਕੁਝ ਕਰਨ ਲਈ ਤਿਆਰ ਹੋ ਜਾਂਦਾ ਹੈ। ਅਜਿਹਾ ਹੀ ਨਕਸ਼ਾ 'ਨਾਨਕ ਦੁਖੀਆ ਸਭ ਸੰਸਾਰ' ਵਿਚ ਵੀ ਖਿਚਿਆ ਹੈ। ਵੇਖਣ ਯੋਗ ਹੈ ਕਿ ਤੇਜ ਕਿੰਨੀ ਖ਼ੂਬਸੂਰਤੀ ਨਾਲ ਪਰਵਾਸੀ ਦੇ ਹਰ ਦੁੱਖ-ਸੁੱਖ ਨੂੰ ਹਾਸ ਰਸ ਦੀ ਪੁਠ ਦੇ ਕੇ ਪੇਸ਼ ਕਰਨ ਦੀ ਸਮਰੱਥਾ ਰਖਦਾ ਹੈ। ਪੰਝੀ ਵਰ੍ਹੇ ਲੋਹਾ ਢਾਲਣ ਵਾਲੀ ਫ਼ੈਕਟਰੀ ਵਿਚ ਕੰਮ ਕਰਨ ਵਾਲੇ ਨੂੰ ਜਦੋਂ ਕੰਮੋਂ ਜਵਾਬ ਹੋ ਜਾਂਦਾ ਹੈ ਤਾਂ ਪਰੇਸ਼ਾਨੀ ਵਿਚ ਮੂੰਹ ਲਟਕਾਈ ਘਰ ਨੂੰ ਪਰਤਦਿਆਂ ਸੋਚ ਰਿਹਾ ਹੈ ਕਿ ਹੁਣ ਗੁਜ਼ਾਰਾ ਕਿਵੇਂ ਹੋਵੇਗਾ ? ਉਹ ਸੁੱਖਾਂ ਸੁਖਦਾ ਆਉਂਦਾ ਹੈ ਕਿ ਕੋਈ ਭਾਈਬੰਦ ਉਸ ਨੂੰ ਕੰਮ 'ਤੇ ਲੁਆ ਦੇਵੇ ਤਾਂ ਉਹ ਉਸ ਨੂੰ ਧਰਮ ਭਰਾ ਬਣਾ ਲਵੇਗਾ ਅਤੇ ਉਸ ਦਾ ਅਹਿਸਾਨਮੰਦ ਰਹੇਗਾ। ਵੇਖੋ ਆਰਥਿਕ ਮੰਦਹਾਲੀ ਤੋਂ ਡਰਦਾ ਬੰਦਾ ਕੀ ਕੁਝ ਕਰਨ ਲਈ ਮਜਬੂਰ ਹੋ ਜਾਂਦਾ ਹੈ:

> ਫੜ ਉਂਗਲੀ ਲੈ ਜਾਏ ਕੰਮ ਉਤੇ,
> ਅਹਿਸਾਨ ਨਾ ਕਦੇ ਭੁਲਾਵਾਂਗਾ।
> ਮੈਂ ਧਰਮ ਭਰਾ ਬਣਾ ਉਸਨੂੰ, ਮੋਢੇ ਨਾਲ ਮੋਢਾ ਲਾਵਾਂਗਾ।
> ਭਾਬੀ ਨੂੰ ਸ਼ਾਲ ਮੈਂ ਲੈ ਦਊਂਗਾ, ਬੱਚਿਆਂ ਲਈ ਲਊਂ ਖਿਡੌਣੇ ਮੈਂ।
> ਤਨਖਾਹ ਪਹਿਲੀ ਦੇ ਨੋਟ ਸਾਰੇ, ਫਿਰ ਉਸਦੀ ਜੇਬ 'ਚ ਪੌਣੇ ਮੈਂ।

ਤੇਜ ਨੂੰ ਪੰਜਾਬ, ਪੰਜਾਬੀ ਅਤੇ ਪੰਜਾਬੀਅਤ ਨਾਲ ਅੰਤਾਂ ਦਾ ਪਿਆਰ ਹੈ। ਉਹ ਪੰਜਾਬੀ ਭਾਈਚਾਰੇ ਵਲੋਂ ਮਾਤ-ਭਾਸ਼ਾ ਪੰਜਾਬੀ ਅਤੇ ਪੰਜਾਬੀ ਲਿਪੀ ਪ੍ਰਤੀ ਅਵੇਸਲੇਪਨ ਤੋਂ ਚਿੰਤਤ ਹੈ। ਪੰਜਾਬ, ਭਾਰਤ ਵਿਚ ਵੀ ਪੰਜਾਬੀ ਭਾਈਚਾਰਾ ਪੰਜਾਬੀ ਬੋਲੀ ਤੋਂ ਬੇਮੁਖ ਹੁੰਦਾ ਜਾ ਰਿਹਾ ਹੈ ਪਰ ਬਰਤਾਨੀਆ ਵਿਚ ਤਾਂ ਪੰਜਾਬੀ ਦੀ ਹਾਲਤ ਹੋਰ ਵੀ ਪਤਲੀ ਹੈ। ਪੰਜਾਬੀ ਦਾ ਭਵਿੱਖ ਖ਼ਤਰਨਾਕ ਅਤੇ ਧੁੰਦਲਾ ਹੈ। ਇਥੇ ਆ ਵਸੇ ਪੰਜਾਬੀ, ਪੌਂਡਾਂ ਦੀ ਲਪੇਟ ਵਿਚ ਇੰਝ ਆ ਗਏ ਹਨ ਕਿ ਉਹਨਾਂ ਦੀ ਸੰਤਾਨ ਉਹਨਾਂ ਦੇ ਹੱਥੋਂ ਨਿਕਲਦੀ ਜਾ ਰਹੀ ਹੈ। ਪੰਜਾਬੀ ਦੀ ਥਾਂ ਹਰ ਪਾਸੇ ਅੰਗਰੇਜ਼ੀ ਦਾ ਹੀ ਬੋਲ ਬਾਲਾ ਹੈ। ਕੋਹਲੂ ਦੇ ਬਲਦ ਬਣੇ ਪਰਵਾਸੀ ਘਰੋਂ ਕੰਮ ਅਤੇ ਕੰਮ ਤੋਂ ਸਿੱਧੇ ਪੱਬਾਂ ਵਿਚ ਜਾ ਕੇ ਯੂ.ਮੀ. ਅਤੇ ਔਰੈਟ ਕਹਿਣ ਤਕ ਹੀ ਸੀਮਤ ਹੋ ਗਏ ਹਨ। ਨਸ਼ੇ ਨਾਲ ਰੱਜ ਕੇ ਜਦੋਂ ਉਹ 'ਗ੍ਰੇਜ਼ੀ' ਬੋਲਦੇ ਹਨ ਤਾਂ ਘਸੁੰਨ ਅਤੇ ਰੱਬ ਵਿਚਕਾਰ ਵੀ ਬਹੁਤੀ ਵਿੱਥ ਨਜ਼ਰ ਨਹੀਂ ਆਉਂਦੀ। ਪੰਜਾਬੀ ਬੋਲੀ ਤਾਂ ਮਾਂ ਦੀ ਗੋਦ ਵਿਚੋਂ ਹੀ ਲੱਭ ਸਕਦੀ ਹੈ ਪਰ ਇਥੇ ਤਾਂ ਆਵਾ ਹੀ ਊਤ ਗਿਆ ਹੈ:

> ਜੰਮਦੇ ਹੀ ਬੱਚੇ ਗਲ ਪੈ ਗਈ ਗ੍ਰੇਜ਼ੀ ਏਥੇ,
> ਲੇਸ ਹੈ ਲਸੂਹੜੇ ਵਾਲੀ ਲਾਹਿਆਂ ਵੀ ਲਹਿੰਦੀ ਨਹੀਂ।

'ਹੈਵ ਯੂਅਰ ਡਿਨਰ' ਮੰਮੀ ਆਖਦੀ ਏ 'ਹਰੀ ਅਪ',
ਉਰ੍ਹੇ ਆ ਜਾ ਮੇਰੇ ਕੋਲ, ਉਹ ਵੀ ਭੈੜੀ ਕਹਿੰਦੀ ਨਹੀਂ।
ਸੁੱਤੇ 'ਗੁੱਡ ਨਾਈਟ' ਕਹਿ ਕੇ ਉੱਠੇ 'ਗੁੱਡ ਮਾਰਨਿੰਗ',
ਬੱਸ ਚ ਗੇ੍ਜੀ ਇਹ ਸਕੂਲੋਂ ਪਿੱਛੇ ਰਹਿੰਦੀ ਨਹੀਂ।
ਜੰਮਦੇ ਹੀ ਬੱਚੇ ਨੂੰ ਗੇ੍ਜੀ ਦਾ ਕਲਾਵਾ ਪੈਂਦਾ,
ਨਰਸਰੀ 'ਚ ਛੱਡੇ ਮੰਮੀ ਬੱਚੇ ਕੋਲ ਬਹਿੰਦੀ ਨਹੀਂ।
ਪੰਜਾਬੀ ਬੋਲੀ ਮਿਲਦੀ, ਪੰਜਾਬੀ ਮਾਂ ਦੀ ਗੋਦ ਵਿਚੋਂ,
ਨਰਸਰੀ ਚੋਂ ਮਿਲੇ ਨ, ਇਹ ਵਿਕਦੀ ਨਹੀਂ ਹੱਟਾਂ ਵਿਚ।
ਕਿਵੇਂ ਕਹਿਣ ਬੱਚੇ ਹੈ ਪੰਜਾਬੀ ਬੋਲੀ ਮਾਂ ਸਾਡੀ,
ਆਪ ਜੋ ਬਠਾਏ ਮਤ੍ਰੇਈ ਦਿਆਂ ਪੱਟਾਂ ਵਿਚ।

ਆਪੇ ਫਾਥੀਏ ਤੈਨੂੰ ਕੌਣ ਛੁਡਾਵੇ ? ਬਰਤਾਨੀਆ ਆ ਵਸੇ ਪਰਵਾਸੀ ਦੀ ਹਾਲਤ ਬੜੀ ਹੀ ਪਤਲੀ ਹੈ। ਉਹ ਆਪ ਤਾਂ ਡੁੱਬੇ ਹੀ ਹਨ ਪਰ ਨਾਲ ਹੀ ਸੰਤਾਨ ਨੂੰ ਵੀ ਡੁਬਾਉਣ ਦੇ ਆਹਰ ਵਿਚ ਜੁੱਟੇ ਹੋਏ ਹਨ। ਮੰਮੀ ਦੀ ਜ਼ੁਬਾਨ ਵਿਚ ਵੀ ਪਾਰੇ ਵਾਂਗੂੰ ਅੰਗਰੇਜ਼ੀ ਹੀ ਉਤਰੀ ਹੋਈ ਹੈ, ਸਲਵਾਰ ਤੇ ਚੁੰਨੀ ਹੀ ਨਹੀਂ, ਸਗੋਂ ਵਾਲ ਦਿਆਂ ਕੱਟਾਂ ਵਿਚ ਗੁੱਤ ਵੀ ਜਾਂਦੀ ਲੱਗੀ। ਹੁਣ ਭਲਾ ਬੱਚੇ ਕਿਵੇਂ ਪਿਛਾਂਹ ਮੁੜਨ ? ਕਿਵੇਂ ਉਹ, ਉਹ ਸਭ ਕੁਝ ਨਾ ਕਰਨ ਜਿਹਨਾਂ ਲਈ ਪਹਿਲਾਂ ਉਹਨਾਂ ਨੂੰ ਕਦੇ ਟੋਕਿਆ-ਰੋਕਿਆ ਨਹੀਂ। ਜਿਹਨਾਂ ਨੂੰ ਪਹਿਲਾਂ ਹੱਲਾ-ਸ਼ੇਰੀਆਂ ਦੇ ਦੇ ਕੇ ਪੱਛਮ ਦੀ ਮਾਰ ਦੇ ਹਵਾਲੇ ਕਰ ਦਿੱਤਾ, ਹੁਣ ਉਹਨਾਂ ਪਾਸੋਂ ਕਿਹੋ ਜਿਹੇ ਚੰਗੇ ਆਚਰਣ ਦੀ ਆਸ ਰੱਖੀ ਜਾ ਸਕਦੀ ਹੈ।

ਪੰਜਾਬੀ ਸਭਿਆਚਾਰ ਅਤੇ ਧਾਰਮਿਕ ਵਿਵਹਾਰ ਲਈ ਖ਼ਤਰਾ ਘਰੋਂ ਬਾਹਰੇ 'ਅਨਸਰ' ਵੀ ਹਨ ਪਰ ਇੰਝ ਕਹਿ ਕੇ ਪੰਜਾਬੀ ਭਾਈਚਾਰਾ ਆਪਣੀ ਜ਼ਿੰਮੇਵਾਰੀ ਤੋਂ ਸੁਬਕ-ਦੋਸ਼ ਨਹੀਂ ਹੋ ਸਕਦਾ। ਕਵੀ ਤੇਜ ਨੇ ਬਰਤਾਨਵੀ ਸਮਾਜ ਵਿਚ ਪੰਜਾਬੀ ਸਭਿਆਚਾਰਕ ਕਦਰਾਂ-ਕੀਮਤਾਂ ਦੇ ਹੁੰਦੇ ਘਾਣ ਨੂੰ ਵੀ ਬੜੀ ਤਿੱਖੀ ਅਤੇ ਵਿੰਨ੍ਹਵੀਂ ਨਜ਼ਰ ਨਾਲ ਵੇਖਿਆ ਹੈ। ਕਵੀ ਨੂੰ ਆਪਣੀਆਂ ਜੱਦੀ ਕਦਰਾਂ-ਕੀਮਤਾਂ ਅਤੇ ਨੈਤਿਕਤਾ ਨਾਲ ਅਥਾਹ ਪਿਆਰ ਹੈ। ਪੱਛਮ ਦੀ ਰਹਿਤਲ ਤੋਂ ਅਭਿੱਜ ਰਹਿ ਸਕਣਾ ਸ਼ਾਇਦ ਅਸੰਭਵ ਹੋਵੇ ਪਰ ਇਸਤਰੀ ਮਾਰ ਤੋਂ ਬਚਣ ਦਾ ਬਦਲ ਨਾ ਲੱਭਣਾ ਜਾਂ ਉਪਰਾਲਾ ਹੀ ਨਾ ਕਰਨਾ ਵੀ ਤਾਂ ਗ਼ਲਤ ਹੈ। ਲੋੜੀਂਦੀ, ਸੀਮਤ ਅਤੇ ਜਾਇਜ਼ ਖੁਲ੍ਹ ਤਾਂ ਦੇਣੀ ਪਵੇਗੀ ਹੀ ਪਰ ਹੱਦਾਂ ਬੰਨੇ ਤਾਂ ਨਹੀਂ ਟੱਪੇ ਜਾਣੇ ਚਾਹੀਦੇ। ਅੱਜ ਪੰਜਾਬੀ ਭਾਈਚਾਰਾ ਵੀ ਪੱਬਾਂ, ਕਲੱਬਾਂ, ਨਾਚਾਂ ਅਤੇ ਡਿਸਕੋਆਂ ਦੇ ਚੱਕਰ ਵਿਚ ਫੱਸ ਚੁੱਕਿਆ ਹੈ। ਵਿਆਹਾਂ ਸ਼ਾਦੀਆਂ ਅਤੇ ਪਾਰਟੀਆਂ ਸਮੇਂ ਕੀਤੇ ਗਏ ਡਿਸਕੋ/ਭੰਗੜੇ ਅੱਜ ਸਾਡਾ ਮੂੰਹ ਚਿੜਾਉਂਦੇ ਨਜ਼ਰ ਆ ਰਹੇ ਹਨ। ਕਵੀ ਤੇਜ ਦੀਆਂ 'ਡਿਸਕੋ ਟੂਟੀ' ਅਤੇ 'ਨੂੰਹ ਡਿਸਕੋ ਨੂੰ ਚੱਲੀ' ਕਵਿਤਾਵਾਂ ਪੱਛਮੀ ਅਸਰ ਹੇਠ ਸਾਡੇ ਵਲੋਂ ਪੰਜਾਬੀ ਰਹਿਤਲ ਤੋਂ ਬਾਹਰੀਆਂ ਖੁਲ੍ਹਾਂ-ਡੁਲ੍ਹਾਂ ਮਾਣਨ ਦੇ ਨਤੀਜਿਆਂ ਤੋਂ ਪਰਦਾ ਲਾਹੁੰਦੀਆਂ ਹਨ। ਕਵਿਤਾਵਾਂ ਪੜ੍ਹਦਿਆਂ ਸੁਣਦਿਆਂ ਹਾਸਾ ਵੀ ਆਉਂਦਾ ਹੈ ਅਤੇ ਹਾਸਾ ਲਿਆਉਣ ਦੀ ਤਹਿ ਵਿਚ ਲੁਕਿਆ ਨੰਗਾ ਸੱਚ ਵੀ ਦੰਦੀਆਂ ਕਰੀਚਦਾ

ਹੈ। ਵਿਆਹ ਦੀ ਰੋਟੀ ਸਮੇਂ ਧੀਆਂ, ਭੈਣਾਂ ਅਤੇ ਨੂੰਹਾਂ ਨੂੰ ਮਰਦਾਂ ਸੰਗ ਨਾਚ ਲਈ ਆਪੂੰ ਹੀ ਪ੍ਰੇਰਦਾ ਅਤੇ ਖਿੱਚ ਖਿੱਚ, ਧੂਹ ਧੂਹ ਕੇ ਡਿਸਕੋ ਦੇ ਪਿੜ ਵਿਚ ਲਿਆਉਂਦਾ ਸੌਹਰਾ/ਭਾਈਆ ਉਦੋਂ ਸੋਚਣ ਲਈ ਮਜਬੂਰ ਹੁੰਦਾ ਹੈ ਜਦੋਂ ਘਰ ਆ ਕੇ ਨੂੰਹ ਡਿਸਕੋ ਜਾਣ ਦੀ ਆਦਤ ਪਾਉਂਦੀ ਹੈ। ਕਵੀ ਨੇ ਬੜੇ ਹੀ ਵਿਅੰਗਮਈ ਢੰਗ ਨਾਲ ਦਰਸਾਇਆ ਹੈ ਕਿ 'ਸਾਡੀ ਇਸਤਰੀ ਜਾਤੀ' ਪਾਸੋਂ ਸ਼ਰਮ ਹਿਆ ਦਾ ਗਹਿਣਾ ਆਪੂੰ ਹੀ ਲਾਹ ਲਿਆ ਗਿਆ। ਸੌਹਰਾ ਜੇਕਰ ਧੀ ਵਰਗੀ ਨੂੰਹ ਦੇ ਸਿਰੋਂ, ਭਰੇ ਹਜੂਮ ਵਿਚ ਸ਼ੈਂਪੇਨ ਵਾਰ ਕੇ ਪੀ ਸਕਦਾ ਹੈ, ਲੱਕੋਂ ਖਿੱਚ ਖਿੱਚ ਕੇ ਡਾਂਸ ਲਈ ਮਜਬੂਰ ਕਰ ਸਕਦਾ ਹੈ ਤਾਂ ਫਿਰ ਅਜਿਹੀ ਨੂੰਹ ਜੇਕਰ ਘਰੇ ਆ ਕੇ ਅਜਿਹਾ ਹੀ ਵਿਉਹਾਰ ਕਰੇ ਤਾਂ ਇਸਨੂੰ ਅਲੋਕਾਰ ਕਿਉਂ ਮੰਨਿਆ ਜਾਵੇ। ਇੰਝ ਤਾਂ ਹੋਣਾ ਨਿਸਚਿਤ ਹੀ ਹੈ। ਡਿਸਕੋਆਂ ਅਤੇ ਕੰਨਾਂ ਨਾਲ ਲੱਗੀ ਡਿਸਕੋ ਟੂਟੀ ਨੇ ਚਰਚ, ਮੰਦਰ, ਮਸਜਿਦ ਅਤੇ ਗੁਰੂਦੁਆਰੇ ਜਾਣ ਦੇ ਰਸਤੇ ਤਾਂ ਬੰਦ ਕਰਨੇ ਹੀ ਹੋਏ। 'ਡਿਸਕੋ ਟੂਟੀ' ਦੇ ਕਾਰਨਾਮੇ ਤਾਂ ਗੁੱਝੇ ਨਹੀਂ ਰਹਿੰਦੇ, ਜਦੋਂ ਇਸੇ ਸਦਕਾ ਜੀਜੇ ਅਤੇ ਸਾਲੇ ਵੀ ਬਣ ਜਾਂਦੇ ਹਨ:

ਹੁਣ ਚੱਕਲੋ ਚੱਕਲੋ ਹੁੰਦੀ ਏ,
ਸਭ ਗਾਣੇ ਡਿਸਕੋ ਵਾਲੇ ਨੇ।
ਸਭ ਬਣੇ ਮਰੀਜ਼ ਨੇ ਡਿਸਕੋ ਦੇ,
ਕੀ ਗੋਰੇ ਏਸ਼ੀਅਨ ਕਾਲੇ ਨੇ।
ਨਾ ਚਰਚ, ਨਾ ਮਸਜਦ ਮੰਦਰ ਤੇ,
ਗੁਰੂ ਘਰ ਨੂੰ ਇਨ੍ਹਾਂ ਲਈ ਤਾਲੇ ਨੇ।
ਡਿਸਕੋ ਨਾਲ ਜੀਜੇ ਬਣ ਜਾਂਦੇ,
ਡਿਸਕੋ ਨਾਲ ਬਣਦੇ ਸਾਲੇ ਨੇ।
ਹੁਣ ਖੜੇ ਵੀ ਹਿੱਲੀ ਜਾਂਦੇ ਨੇ,
ਜਦ ਤੁਰਦੇ ਖਾਂਦੇ ਝੂਟੇ ਨੇ।
ਬਸ ਉਦੋਂ ਤਾਂ ਨ੍ਹੇਰੀ ਝੁੱਲ ਜਾਂਦੀ,
ਜਾਂ ਲੱਗ ਜਾਂਦੇ ਦੋ ਸੂਟੇ ਨੇ।
ਕਿਸੇ ਜੇਬ 'ਚ ਪਾ ਕੇ ਟੇਪ ਜਿਹੀ,
ਕੰਨਾਂ ਨੂੰ ਲਾਈ ਟੂਟੀ ਏ।
ਨਾਲੇ ਹਿਲਦਾ ਤੇ ਨਾਲੇ ਗਾਉਂਦਾ ਏ,
ਮੇਰੀ ਜਿੰਦੜੀ ਕਿਸੇ ਨੇ ਲੂਟੀ ਏ।
ਕੋਈ ਫ਼ੂਨ ਘੁੰਮਾ ਕੇ ਹਿੱਲਦਾ ਏ,
ਮਾਈ ਡਾਰਲਿੰਗ ਕਲ੍ਹ ਕੋ ਛੂਟੀ ਏ।
ਕਿਸੇ ਨੂੰਹ ਸੰਦੂਕਾਂ ਪਿੱਛੇ ਹੀ,
ਕਰ ਡਿਸਕੋ ਸੱਸੜੀ ਕੂਟੀ ਏ।

'ਨੂੰਹ ਡਿਸਕੋ ਨੂੰ ਚੱਲੀ' ਕਵਿਤਾ ਵਿਚ ਪੰਜਾਬੀ ਰਹਿਤਲ ਦੀ ਬੇੜੀ ਵਿਚ ਵੱਟੇ

ਕਿਵੇਂ ਪਾਏ ਜਾਂਦੇ ਹਨ, ਪੜ੍ਹਨ/ਸੁਣਨ ਨਾਲ ਹੀ ਸਬੰਧ ਰੱਖਦੀ ਹੈ। ਉਦਾਹਰਣ ਵਜੋਂ ਕੁਝ ਨਮੂਨਾ ਹਾਜ਼ਰ ਹੈ:

ਡਿਸਕੋ ਕਰਕੇ ਪਿੱਠ ਭੜਾਵਣ, ਬਾਪੂ ਬਣ ਗਏ ਕਾਕੇ।
ਬੁੱਢ ਬਲ੍ਹੇਟ ਵੀ ਫਿਰਨ ਭੂਤਰੇ, ਅਕਲ ਨੂੰ ਜੰਦਰੇ ਲਾ ਕੇ।

ਅਤੇ ਫਿਰ:

ਸੰਗ ਸ਼ਰਮ ਨਾਲ ਲੱਦੀ ਧੀ ਨੂੰ, ਭੰਗੜੇ ਵਿਚ ਲੈ ਆਵਣ।
ਬਾਹਾਂ ਉਹਦੀਆਂ ਫੜ ਨਲਕੇ ਦੀ ਹੱਥੜੀ ਵਾਂਗ ਹਿਲਾਵਣ।
ਲੱਕ ਨੂੰ ਕਿਵੇਂ ਮਰੋੜੇ ਦੇਣਾ, ਨੂੰਹ ਧੀ ਨੂੰ ਸਿਖਲਾਵਣ।
ਮੁੰਡੇ ਕੁੜੀ ਦੇ ਲੱਕ ਨੂੰ ਫੜ ਕੇ, ਗੱਡੀ ਰੇਲ ਬਨਾਵਣ।
ਸਾਰੇ ਹਾਲ 'ਚ ਰੇਲ ਗੱਡੀ ਫਿਰ ਪਾ ਦੇਵੇ ਤਰਥੱਲੀ।
ਰੋਕਿਆਂ ਵੀ ਹੁਣ ਰੁਕੇ ਨਾ ਭਾਈਆ, ਨੂੰਹ ਡਿਸਕੋ ਨੂੰ ਚੱਲੀ।

ਕਵੀ ਦੁਹਾਈਆਂ ਪਾ ਪਾ ਕੇ ਭਾਈਬੰਦਾਂ ਨੂੰ ਸਮਝਾਉਣ ਦੀ ਅਣਥੱਕ ਕੋਸ਼ਿਸ਼ ਵਿਚ ਹੈ ਕਿ ਨੌਂ ਸੌ ਬੰਦੇ ਵਿਚ ਇੰਝ ਨਚਾਈ ਨੂੰਹ, ਘਰੇ ਆ ਕੇ ਇਕੱਲੀ ਕਿਵੇਂ ਨੱਚੇ? ਹੁਣ ਤਾਂ ਉਸਨੂੰ ਡਿਸਕੋ ਜਾਣ ਤੋਂ ਰੋਕਣ-ਟੋਕਣਾ ਫ਼ਜ਼ੂਲ ਹੈ। ਇਸ ਲਈ ਕਵੀ ਤੇਜ ਦਾ ਆਖਣਾ ਹੈ:

ਨੂੰਹ ਧੀ ਆਪਣੀ ਦੇ ਸਿਰ ਉੱਪਰੋਂ 'ਸ਼ੈਂਪੇਨ' ਕਦੇ ਨਾ ਵਾਰੋ।
ਨਾ ਫਿਰ ਸੰਗ ਸ਼ਰਮ ਦੇ ਮੋਤੀ, 'ਵਿਸ਼ਟਾ' ਵਿਚ ਖਿਲਾਰੋ।

ਕਵੀ ਤੇਜ ਦੀ ਅੱਖ, ਉਕਾਬ ਦੀ ਅੱਖ ਨਾਲੋਂ ਵੀ ਤੇਜ ਅਤੇ ਨਸ਼ਤਰੀ ਸੁਭਾ ਦੀ ਹੈ। ਉਹ ਭਾਵੇਂ ਦਿੱਲੀ ਜਾਵੇ ਭਾਵੇਂ ਜਲੰਧਰ, ਉਹ ਭਾਵੇਂ ਵਲਾਇਤ ਰਹੇ ਜਾਂ ਕੈਨੇਡਾ ਦੇ ਗੇੜੇ ਲਾਵੇ, ਹਰ ਥਾਂ ਹੀ ਆਪਣੇ ਸਮਾਜ ਦੀਆਂ ਕੁਰਹਿਤਾਂ, ਕੁਰੀਤੀਆਂ, ਕੁਢੱਬਾਂ ਅਤੇ ਕਦਰਾਂ-ਕੀਮਤਾਂ ਦਾ ਗਲ ਘੁੱਟਣ ਵਾਲੀਆਂ ਹਰਕਤਾਂ ਨੂੰ ਨੰਗਿਆਂ ਕਰਦਾ ਹੈ। ਲੁਕੇ ਹੋਏ ਕੋਝ ਤੋਂ ਪਰਦਾ ਲਾਹੁੰਦਾ ਹੈ। ਦਿੱਲੀ ਦਾ ਜ਼ਿਕਰ ਕਰਦਾ ਹੈ ਤਾਂ ਹਸਾ ਹਸਾ ਕੇ ਦੋਹਰੇ ਕਰ ਦਿੰਦਾ ਹੈ ਪਰ ਨਾਲ ਹੀ ਮਹਾਂ-ਨਗਰੀ ਵਿਚ ਆਈ ਤਬਦੀਲੀ ਦਾ ਜ਼ਿਕਰ ਵੀ ਕਰਦਾ ਹੈ। ਕੈਨੇਡਾ ਜਾਂਦਾ ਹੈ ਤਾਂ ਉਥੇ ਬਰਤਾਨੀਆ ਵਾਂਗ ਹੀ ਸੰਤਾਨ ਵਲੋਂ ਆਪਣੇ ਬਜ਼ੁਰਗਾਂ ਨਾਲ ਬੀਤਦੇ ਦ੍ਰਿਸ਼ਾਂ ਦਾ ਚਿਤਰ ਖਿੱਚਦਾ ਹੈ। ਉਹ ਆਪਣੇ ਹਾਸ ਰਸ ਵਿਉਹਾਰ ਦੀ ਛੁਰੀ ਦੀ ਕਾਟ ਤੋਂ ਕਿਸੇ ਨੂੰ ਵੀ ਨਹੀਂ ਬਖ਼ਸ਼ਦਾ। ਗੁਰਦੁਆਰਿਆਂ ਦੀਆਂ ਕਮੇਟੀਆਂ, ਗ੍ਰੰਥੀਆਂ, ਰਾਗੀਆਂ, ਆਮ ਲੋਕਾਂ, ਲੋਕ, ਲਿਖਾਰੀ ਅਤੇ ਲਿਖਾਰੀ ਸਭਾਵਾਂ ਦੇ ਵੀ ਪੜਛੇ ਲਾਹੁੰਦਾ ਹੈ। ਲਿਖਾਰੀ, ਚਿਰੜ ਘੁੱਘ, ਠਰਕੀ ਭਾਈਆ, ਹੈਪੀ ਕ੍ਰਿਸਮਿਸ, ਨਾਰੀ, ਘਰੋ ਘਰੀ ਅੱਗ, ਰੱਖੋ ਭਾਈ ਕੱਢੋ ਭਾਈ, ਗ੍ਰੰਥੀ ਲੋੜੀਦਾ, ਸੱਸ ਨੂੰ ਬਟਰ, ਸਾਧ ਸਾਧਣੀ ਅਤੇ ਕਮੇਟੀ ਭਾਈਏ ਦੀ ਆਦਿ ਉਸਦੀਆਂ ਕੁਝ ਹੋਰ ਮਾਣਨ ਯੋਗ ਕਵਿਤਾਵਾਂ ਹਨ।

ਕਵੀ ਤੇਜ ਆਪਣੀ ਹਾਸ ਰਸ ਕਵਿਤਾ ਰਾਹੀਂ ਆਪਣੇ ਵਿਸ਼ਿਆਂ ਨੂੰ ਬੜੀ-ਖ਼ੂਬੀ ਨਾਲ ਉਜਾਗਰ ਕਰਦਾ ਹੈ। ਉਸਦੀ ਕਵਿਤਾ ਵਿਚਲਾ ਬਿਉਰਾ ਹਰ ਇਕ ਸੁਣਨ ਅਤੇ

ਪੜ੍ਹਨ ਵਾਲੇ ਦੇ ਹਿਰਦੇ ਉਪਰ ਆਪਣਾ ਇਕ ਵਿਸ਼ੇਸ਼ ਰੰਗ ਛੱਡਦਾ ਹੈ। ਹਰ ਕਵਿਤਾ ਵਿਚ ਕੋਈ ਬਿਆਨ ਅਧੂਰਾ ਨਹੀਂ ਰਹਿੰਦਾ। ਹਰ ਕਵਿਤਾ ਵਿਚਲਾ ਸੱਚ ਇਕ ਸੰਪੂਰਨ ਕਹਾਣੀ ਦਾ ਰੂਪ ਧਾਰ ਲੈਂਦਾ ਹੈ। ਉਹ ਸਰੋਤਿਆਂ ਅਤੇ ਪਾਠਕਾਂ ਨੂੰ ਮਜਬੂਰ ਕਰ ਦਿੰਦਾ ਹੈ ਕਿ ਉਸਦੇ ਮੌਲਿਕ ਵਿਚਾਰ, ਚੁਣੇ ਗਏ ਸ਼ਬਦ, ਵਰਤੇ ਗਏ ਮੁਹਾਵਰੇ, ਅਖਾਣ, ਅਲੰਕਾਰ ਅਤੇ ਪ੍ਰਤੀਕ ਪਾਠਕਾਂ ਅਤੇ ਸਰੋਤਿਆਂ ਦੇ ਧੁਰ ਅੰਦਰ ਲਹਿ ਜਾਣ। ਉਸ ਪਾਸ ਕਹਿਣ ਲਈ ਨਾ ਤਾਂ ਵਿਸ਼ਿਆਂ ਦੀ ਹੀ ਘਾਟ ਹੈ ਅਤੇ ਨਾ ਹੀ ਸੁਝਾਊ ਪ੍ਰਗਟਾਅ ਦੀ। ਹਾਂ, ਵਿਸ਼ਿਆਂ ਦਾ ਘੇਰਾ ਕੁਝ ਹੋਰ ਵਧਾਉਣ ਅਤੇ ਸਾਧਨਾ ਕਰਦਿਆਂ ਆਪਣੇ ਪ੍ਰਗਟਾਅ ਢੰਗ ਨੂੰ ਹੋਰ ਕਲਾਮਈ ਕਰਨ ਦੀ ਲੋੜ ਹੈ। ਉਹ ਸੁਧਾਰਵਾਦੀ ਹੈ ਅਤੇ ਸੁਧਾਰਵਾਦੀ ਹੋਣ ਦੇ ਨਾਲ ਨਾਲ ਆਸ਼ਾਵਾਦੀ ਵੀ। ਪੂਰਨ ਆਸ ਹੈ ਕਿ ਉਹ ਆਪਣੀ ਸਿਰਜਣ ਕਲਾ ਵਿਚ ਲੋੜੀਂਦਾ ਠਰ੍ਹੰਮਾ ਅਤੇ ਸਹਿਜ ਲਿਆਉਂਦਿਆਂ ਵਿਕਾਸ ਦੇ ਰਾਹ ਤੁਰਦਾ ਜਾਵੇਗਾ ਅਤੇ ਅਗਾਂਹ ਨੂੰ ਹੋਰ ਵੀ ਉੱਤਮ ਕਿਰਤਾਂ ਨਾਲ ਪੰਜਾਬੀ ਜਗਤ ਨੂੰ ਨਿਵਾਜੇਗਾ।

'ਸ਼ੇਰ ਜੰਗ ਜਾਂਗਲੀ' ਮਰਿਆ ਨਹੀਂ

ਸ਼ੇਰ ਜੰਗ ਜਾਂਗਲੀ ਪੰਜਾਬੀ ਸਾਹਿਤਕ ਜਗਤ ਲਈ ਕਿਸੇ ਤਰ੍ਹਾਂ ਦੀ ਵੀ ਰਸਮੀ ਜਾਣ-ਪਹਿਚਾਣ ਦਾ ਮੁਥਾਜ ਨਹੀਂ। ਉਸਨੇ ਆਪਣੇ ਸਾਹਿਤਕ ਸਫ਼ਰ ਦਾ ਆਰੰਭ ਕਵਿਤਾ ਦੀ ਵਿਧਾ ਨਾਲ ਕੀਤਾ। ਬੜੀ ਗੰਭੀਰਤਾ ਨਾਲ ਸਵੈ-ਆਲੋਚਨਾ ਅਤੇ ਆਪੇ ਦੀ ਪੜਚੋਲ ਕਰਦਿਆਂ, ਸ਼ੇਰ ਜੰਗ ਜਾਂਗਲੀ ਨੇ ਹਰ ਆਮ ਅਤੇ ਸਮਕਾਲੀ ਆਵਾਸੀ ਵਾਂਗ ਹੀ ਪੌਂਡ ਦੀ ਮਿਕਨਾਤੀਸੀ ਖਿਚ ਦੇ ਛਿਣਾਂ ਨੂੰ ਮਾਣਦਿਆਂ ਆਪਣੇ ਜਜ਼ਬਿਆਂ ਦਾ ਪ੍ਰਗਟਾਅ ਇੰਝ ਕੀਤਾ:

ਅਸੀਂ ਤਾਂ ਆਪਣਾ ਆਪਾ,
ਭੁੱਖ ਦੀ ਭੇਟ ਚੜ੍ਹਾਇਆ।
ਪਰ ਇਹ ਦੈਂਤ ਨਾ, ਰੱਜਣ ਦੇ ਵਿਚ ਆਇਆ।

ਜਾਂਗਲੀ ਦਾ ਇਹ ਅਟੱਲ ਵਿਸ਼ਵਾਸ ਰਿਹਾ ਹੈ ਕਿ ਵੀਹਵੀਂ ਸਦੀ ਦੀ ਸਮੁੱਚੀ ਮਨੁੱਖੀ ਹੋਂਦ ਦੀ ਕੇਂਦਰੀ ਵਿਰੋਧਤਾ ਸਮਾਜਵਾਦ ਤੇ ਸਾਮਰਾਜ ਵਿਚਕਾਰ ਹੀ ਰਹੀ ਹੈ ਅਤੇ ਇਸ ਹੋਂਦ ਦੀ ਬਰਕਰਾਰੀ ਲਈ ਘੋਲ ਜ਼ਰੂਰੀ ਹੈ। ਉਸਨੂੰ ਇਹ ਭਰੋਸਾ ਸੀ ਕਿ ਇਸ ਟਕਰਾਉ ਅਤੇ ਸੰਘਰਸ਼ ਦੀ ਸਥਿਤੀ ਦੇ ਅੰਤ ਵਜੋਂ ਮੁਖ ਰੂਪ ਵਿਚ ਜਿੱਤ ਤਾਂ ਲੋਕਾਂ ਦੀ ਹੀ ਹੋਣੀ ਹੈ। ਕਿਉਂਕਿ ਉਸਨੂੰ ਆਪਣੇ ਆਪੇ 'ਤੇ ਭਰੋਸਾ ਸੀ:

"ਸਾਨੂੰ ਸੱਪ ਦੇ ਸਿਰ ਕੁਚਲਣ ਦਾ ਗੁਰ ਆਉਂਦਾ ਹੈ।"

ਉਹ ਇਕ ਸ਼ਕਤੀਸ਼ਾਲੀ ਕਵੀ ਸੀ ਪਰ ਉਸਨੂੰ ਸਹਿਜੇ ਹੀ ਅੰਦਾਜ਼ਾ ਹੋ ਗਿਆ ਕਿ ਉਹ ਕਵਿਤਾ ਦੀ ਥਾਂ ਜੇਕਰ ਵਾਰਤਕ ਦੀ ਵਣਗੀ 'ਤਨਜ਼' ਜਾਂ 'ਵਿਅੰਗ' ਨੂੰ ਅਪਨਾਵੇ ਤਾਂ ਇਸ ਵਿਧਾ ਦੀ ਸਹਾਇਤਾ ਨਾਲ ਉਹ ਆਪਣੀ ਗੱਲ ਹੋਰ ਵੀ ਵੱਧ ਖ਼ੂਬੀ ਨਾਲ ਲੋਕਾਂ ਤਕ ਪਹੁੰਚਾ ਸਕੇਗਾ। ਅਤੇ ਯਕੀਨ ਕਰਨਾ ਕਿ ਸ਼ੇਰ ਜੰਗ ਜਾਂਗਲੀ ਵਲੋਂ ਲਿਆ ਗਿਆ ਇਹ ਫ਼ੈਸਲਾ ਬਿਲਕੁਲ ਦਰੁਸਤ ਅਤੇ ਸੌ ਫ਼ੀ ਸਦੀ ਦਰੁੱਸਤ ਰਿਹਾ।

ਸ਼ੇਰ ਜੰਗ ਜਾਂਗਲੀ ਨੂੰ ਜੇਕਰ ਤਨਜ਼/ਵਿਅੰਗ ਦਾ ਬਾਦਸ਼ਾਹ ਵੀ ਕਹਿ ਲਈਏ ਤਾਂ ਕੋਈ ਬਹੁਤੀ ਅਤਕਥਨੀ ਨਹੀਂ ਹੋਵੇਗੀ। ਹਾਸ ਰਸ, ਤਨਜ਼ ਜਾਂ ਵਿਅੰਗ ਇੱਕੋ ਹੀ ਅਰਥ ਵਿਚ ਨਹੀਂ ਲਏ ਜਾ ਸਕਦੇ ਅਤੇ ਨਾ ਹੀ ਚੁੱਟਕਲੇਬਾਜ਼ੀ ਜਾਂ ਮਸਖਰੇਪਨ ਨੂੰ ਵਿਅੰਗ ਆਖਿਆ ਜਾ ਸਕਦਾ ਹੈ। ਹਾਸ-ਰਸ ਆਨੰਦ ਦਾ ਇਕ ਸੋਮਾ ਹੈ ਅਤੇ ਇਸਦਾ ਸਥਾਈ ਭਾਵ ਖ਼ੁਸ਼ੀ ਹੈ। ਹਾਸ ਰਸ ਵਿਚ ਬਦਤਮੀਜ਼ੀ ਦਾ ਦਖ਼ਲ ਨਹੀਂ ਹੁੰਦਾ ਅਤੇ ਨਾ ਹੀ ਹਾਸ

ਰਸ ਕਿਸੇ ਨੂੰ ਪੀੜਤ ਕਰਨ ਲਈ ਹੀ ਹੁੰਦਾ ਹੈ। ਹਾਸ ਰਸ ਦਾ ਵੱਡਾ ਨਿਸ਼ਾਨਾ ਹੈ ਕਿ ਹਾਸੇ-ਮਖ਼ੌਲ ਵਾਲੇ ਮਾਹੌਲ ਨਾਲ ਦੂਜੇ ਨੂੰ ਉਸਦੇ ਔਗੁਣਾਂ ਤੋਂ ਜਾਣੂੰ ਕਰਵਾਇਆ ਜਾਵੇ ਅਤੇ ਫਿਰ ਸਿੱਧੇ ਰਾਹ ਪਾਉਣ ਦਾ ਯਤਨ ਕੀਤਾ ਜਾਵੇ।

ਤਨਜ਼/ਵਿਅੰਗ ਅਰਥਾਤ Satire ਵਿਚ ਵਿਅੰਗਕਾਰ ਮਨੁੱਖੀ ਕਮਜ਼ੋਰੀਆਂ, ਤਰੁੱਟੀਆਂ ਜਾਂ ਬੁਰਿਆਈਆਂ ਦੀ ਸਖ਼ਤ, ਤਿੱਖੀ ਅਤੇ ਗਹਿਰ-ਗੰਭੀਰ ਆਲੋਚਨਾ ਕਰਦਾ ਹੈ। ਉਹ ਮਨੁੱਖ ਦੇ ਸਾਰੇ ਆਧਾਰਾਂ ਅਤੇ ਪਾਸਾਰਾਂ ਦੀ ਚੀਰਫਾੜ ਕਰਦਾ ਹੈ।

ਸ਼ੇਰ ਜੰਗ ਜਾਂਗਲੀ ਹੁਣ ਤਕ ਪੰਜਾਬੀ ਅਤੇ ਹਿੰਦੀ ਜਗਤ ਨੂੰ ਹੇਠ ਲਿਖੀਆਂ ਪੁਸਤਕਾਂ ਦੇ ਚੁੱਕਿਆ ਹੈ:

1. ਝੁਰ ਝੁਰ
2. ਉਸਤਾਦ ਕਲਮ ਤੋੜ
3. ਅਲਾਦੀਨ ਤੇ ਗੋਰਾ ਜਿੰਨ
4. ਤਮਾਸ਼ਾ ਜ਼ਖ਼ਮੀ ਦਾ
5. ਮੇਰੀ ਮਰਨ ਕਥਾ
6. ਕਾਲੇ ਲੇਖ
7. ਜੰਗਲੀੜੇ
8. ਸੰਪਾਦਨ: ਯਾਦਾਂ ਦੇ ਝਰੋਖੇ 'ਚੋਂ: ਕਾਮਰੇਡ ਵਿਸ਼ਨੂੰ ਦੱਤ ਸ਼ਰਮਾ
9. ਨੇਤਾ ਜੀ ਕਾ ਚਮਚਾ (ਹਿੰਦੀ)
10. ਪ੍ਰਗਤੀ ਕੀ ਤਲਾਸ਼ ਮੇਂ (ਹਿੰਦੀ)

ਇਸਦੇ ਨਾਲ ਹੀ ਸ਼ੇਰ ਜੰਗ ਜਾਂਗਲੀ ਦੀਆਂ ਰਚਨਾਵਾਂ ਪੰਜਾਬੀ, ਹਿੰਦੀ ਅਤੇ ਉਰਦੂ ਦੀਆਂ ਅਨੇਕਾਂ ਪੱਤਰਕਾਵਾਂ ਵਿਚ ਵੀ ਪ੍ਰਕਾਸ਼ਤ ਹੁੰਦੀਆਂ ਰਹੀਆਂ। ਉਸਦੀਆਂ ਸਮੁੱਚੀਆਂ ਲਿਖਤਾਂ ਦੇ ਆਧਾਰ 'ਤੇ ਕੁਝ ਗੱਲਾਂ ਕਹਿਣੀਆਂ ਅਸੰਗਤ ਨਹੀਂ ਹੋਣਗੀਆਂ:

1. ਸ਼ੇਰ ਜੰਗ ਜਾਂਗਲੀ ਇਹ ਮੰਨ ਕੇ ਤੁਰਦਾ ਹੈ ਕਿ ਸਮੁੱਚਾ ਮਨੁੱਖੀ ਜੀਵਨ ਅਤੇ ਉਸਦੇ ਆਸਾਰ-ਪਾਸਾਰ ਕਲਾ ਲਈ ਅਹਿਮ ਮਸਾਲਾ ਹਨ। ਮਨੁੱਖ ਅਤੇ ਮਨੁੱਖ ਦੇ ਆਲੇ-ਦੁਆਲੇ ਪਸਰੇ ਜਗਤ ਦੇ ਗੰਭੀਰ ਅਧਿਐਨ ਕਰਨ ਉਪਰੰਤ ਲੇਖਕ ਦੇ ਹੱਥ ਜਿਹੜੇ ਸਰੋਤ ਆਏ, ਉਹਨਾਂ ਦੀ ਚੀਰ-ਫਾੜ ਕਰਨ ਉਪਰੰਤ ਜਾਂਗਲੀ ਨੇ ਸਾਰੀ ਸਥਿਤੀ ਨੂੰ ਇਕ ਤਨਜ਼ ਦੇ ਰੂਪ ਵਿਚ ਪੇਸ਼ ਕਰਦਿਆਂ, ਬੌਧਿਕ ਵਿਸ਼ਲੇਸ਼ਣ ਵੀ ਕੀਤਾ, ਤੇਜ਼/ਤਿੱਖੇ ਸਰਜਨ ਦੇ ਨਸ਼ਤਰ ਵੀ ਚਲਾਏ ਅਤੇ ਪਾਠਕਾਂ ਦੇ ਸਾਹਮਣੇ ਸਮਾਜ ਦੇ ਗੰਦ-ਮੰਦ ਹਾਜ਼ਰ ਕਰਦਿਆਂ ਸਿਹਤ ਬਖ਼ਸ਼ਣ ਦੀ ਕੋਸ਼ਿਸ਼ ਕਰਦਿਆਂ ਆਪਣੇ ਢੰਗ ਦੀ ਸੇਧ ਵੀ ਦਿੱਤੀ।
2. ਤਨਜ਼ ਕੋਈ ਸਿੱਧਾ ਹਮਲਾ ਤਾਂ ਨਹੀਂ ਹੁੰਦਾ ਪਰ ਵਿਅੰਗ-ਕਾਰ ਮਨੁੱਖ ਨੂੰ ਇਹ ਸੋਝੀ ਦੇਣ ਦੀ ਸਮਰੱਥਾ ਤਾਂ ਰੱਖਦਾ ਹੀ ਹੈ ਕਿ ਜ਼ੁਲਮ ਕਰਨਾ ਤੇ ਜ਼ੁਲਮ ਸਹਿਣਾ ਦੋਵੇਂ ਹੀ ਪਾਪ ਹਨ। ਦੋਹਾਂ ਤੋਂ ਹੀ ਬਚਦਿਆਂ-ਬਚਾਂਦਿਆਂ ਸ਼ੇਰ ਜੰਗ ਜਾਂਗਲੀ ਨੇ ਆਪਣੇ ਮਿੱਥੇ ਆਦਰਸ਼ ਨੂੰ ਸਦਾ ਹੀ ਆਪਣੀ ਢਾਲ ਬਣਾ ਕੇ ਆਪਣੇ

ਕਹੇ-ਅਣਕਹੇ ਅਤੇ ਵਾਹੇ-ਅਣਵਾਹੇ ਆਦਰਸ਼ਕ ਪਾਤਰਾਂ ਜਾਂ ਆਦਰਸ਼ਕ ਵਿਚਾਰਾਂ ਦੇ ਸਨਮੁਖ ਖੜੇ ਕੀਤਾ ਹੈ। ਉਹ ਤੁਲਨਾ ਅਤਿ ਦੀ ਸੋਹਣੀ ਕਰਦਾ ਹੈ ਅਤੇ ਮੁਲਾਂਕਣ ਨਾਲ ਪਾਠਕਾਂ ਨੂੰ ਝੰਜੋੜਦਾ ਹੈ।

3. ਉਹ ਦੋਸਤ ਨੂੰ ਰੱਬ ਵਾਂਗ ਸਮਝਦਾ ਰਿਹਾ ਅਤੇ ਦੋਸਤੀ ਨੂੰ ਰੱਬੀ ਦਾਤ, ਪਰ ਆਪਣੇ ਸੁਭਾ ਵਾਂਗ ਹੀ ਆਪਣੀ ਲੇਖਣੀ ਵਿਚ ਵੀ ਉਹ ਕਿਸੇ ਦਾ ਲਿਹਾਜ਼ ਨਹੀਂ ਸੀ ਕਰਦਾ। ਸੱਚ ਕਹਿਣ ਤੋਂ ਨਹੀਂ ਸੀ ਡਰਦਾ। ਉਸ ਨੇ ਆਪਣੀ ਲਿਖਤ ਵਿਚ ਆਮ ਸਾਧਾਰਨ ਲੋਕਾਂ ਅਤੇ ਸਥਿਤੀਆਂ ਦੇ ਨਾਲ ਹੀ ਨਾਲ, ਲੀਡਰਾਂ, ਸਰਕਾਰੀ, ਗ਼ੈਰ-ਸਰਕਾਰੀ ਥੰਮ੍ਹਾਂ, ਲੇਖਕਾਂ, ਆਲੋਚਕਾਂ, ਪੁਲਸੀਆਂ, ਨਸਲ-ਪ੍ਰਸਤਾਂ ਦਾ ਖੁਲ੍ਹਮ-ਖੁਲ੍ਹਾ ਜ਼ਿਕਰ ਕੀਤਾ ਅਤੇ ਕਿਸੇ ਦੀ ਵੀ ਜ਼ਿਆਦਤੀ ਨੂੰ ਨਾ ਹੀ ਬਰਦਾਸ਼ਤ ਕੀਤਾ ਅਤੇ ਨਾ ਹੀ ਬਖ਼ਸ਼ਿਆ। ਉਸਨੇ ਸਮਾਜ ਦੀਆਂ ਕੋਝੀਆਂ ਅਤੇ ਗੰਦੀਆਂ ਰਸਮਾਂ, ਨੇਤਾ ਤੇ ਧਾਰਮਕ ਲੋਕਾਂ ਦੇ ਪਾਖੰਡਾਂ ਅਤੇ ਧਰਮ ਦੇ ਨਾਂ 'ਤੇ ਗ਼ਰੀਬ, ਸਿੱਧੇ ਸਾਦੇ ਅਤੇ ਕਮਜ਼ੋਰ ਲੋਕਾਂ ਨੂੰ ਚਰੂੰਡਣ ਵਾਲਿਆਂ ਦੇ ਕਾਰਨਾਮਿਆਂ ਨੂੰ ਚੰਗੀ ਤਰ੍ਹਾਂ ਨੰਗਿਆਂ ਕਰਦਿਆਂ ਪਾਠਕਾਂ ਨੂੰ ਝੰਜੋੜਿਆ। ਜੋ ਵੀ ਉਸਦੀ ਵਿਚਾਰ 'ਤੇ ਖਰਾ ਨਾ ਉਤਰਿਆ ਉਸਦੀ ਖ਼ਬਰ ਉਸ ਨੇ ਚੰਗੀ ਤਰ੍ਹਾਂ ਲਈ। ਉਸਦੀ ਕਹੀ ਹੋਈ ਕਿਸੇ ਵੀ ਗੱਲ ਨੂੰ ਝੁਠਲਾਉਣਾ ਸੰਭਵ ਨਹੀਂ ਹੁੰਦਾ ਰਿਹਾ, ਕਿਉਂਕਿ ਉਹ ਸਾਰੀ ਉਮਰ ਆਪਣੀ ਲਿਖਤ ਅਤੇ ਕਰਨੀ ਅਨੁਸਾਰ ਪਹਿਰਾ ਹੀ ਸੱਚ 'ਤੇ ਦਿੰਦਾ ਰਿਹਾ।

4. ਉਹ ਕਿਸੇ ਵੀ ਵਾਧੂ ਦੇ ਖ਼ੁਦਾ ਨੂੰ ਨਹੀਂ ਸੀ ਮੰਨਦਾ। ਉਸ ਲਈ ਜੇਕਰ ਕੋਈ ਰੱਬ ਸੀ ਤਾਂ ਉਹ ਦਰਅਸਲ ਮਨੁੱਖ ਦੇ ਦਿਲ ਦੇ ਬਹੁਤ ਹੀ ਨੇੜੇ ਦੀ ਸ਼ੈ ਸੀ। ਉਹ ਨਫ਼ਰਤ ਤੋਂ ਦੂਰ ਨਸਦਾ ਰਿਹਾ ਪਰ ਕਿਉਂਕਿ ਸੱਚ ਕਹਿਣ ਲੱਗਿਆਂ ਝਿਜਕਦਾ ਨਹੀਂ ਸੀ ਇਸ ਲਈ ਅਕਸਰ ਮੂੰਹ-ਫ਼ਟਤਾ ਦਾ ਭੁਲੇਖਾ ਦਿੰਦਾ ਰਿਹਾ।

5. ਆਪਣੇ ਹਾਸ-ਰਸ ਤੇ ਵਿਅੰਗ ਵਿਚ ਜਾਂਗਲੀ ਨੇ ਵੱਖ ਵੱਖ ਜੁਗਤਾਂ ਵਰਤਦਿਆਂ ਵੀ ਜਿਸ ਸਥਿਤੀ ਜਾਂ ਚਰਿੱਤਰ ਦੀ ਗੱਲ ਛੋਹੀ, ਉਸ ਵਿਚ ਆਪਣੇ ਵਲੋਂ ਆਪਣੀ ਜਿੰਦ-ਜਾਨ ਕੱਢ ਕੇ ਪਾ ਦਿੱਤੀ। ਉਸਦੇ ਹਰ ਪਾਤਰ ਸਜੀਵ ਹੋ ਹੋ ਪਾਠਕਾਂ ਦੀਆਂ ਨਜ਼ਰਾਂ ਸਾਹਮਣੇ ਘੁੰਮ ਜਾਂਦੇ ਹਨ। ਉਹ ਪੂਰਬ ਤੇ ਪੱਛਮੀ ਸਭਿਅਤਾ ਦੀ ਚੱਕੀ ਵਿਚ ਪਿਸ ਰਹੇ ਮੇਲ, ਸੁਮੇਲ ਅਤੇ ਕੁਮੇਲ ਨੂੰ ਪੇਸ਼ ਕਰਦਿਆਂ ਇੰਝ ਲਗਦਾ ਹੈ ਜਿਵੇਂ ਕਿ ਉਹ ਨਾ ਕੇਵਲ ਸਾਡੇ ਦਿਲਾਂ ਨੂੰ ਹੀ ਪਰਚਾਉਣ ਦੀ ਕੋਸ਼ਿਸ਼ ਕਰ ਰਿਹਾ ਹੋਵੇ, ਸਗੋਂ ਸਮੁੱਚੇ ਸਮਾਜ ਦੇ ਹਰ ਸੁਹਜ ਅਤੇ ਲੁਕੇ ਹੋਏ ਕੁਹਜ ਨੂੰ ਵੀ ਜ਼ੁਬਾਨ ਬਖ਼ਸ਼ ਰਿਹਾ ਹੋਵੇ।

6. ਜੰਗਲੀਫ਼ੇ ਵਿਚ ਸ਼ੇਰ ਜੰਗ ਜਾਂਗਲੀ ਲਿਖਦਾ ਹੈ : 'ਇਕ ਵਚਨਬੱਧ ਲੇਖਕ ਹੋਣ ਦੇ ਨਾਤੇ ਪੰਜਾਬ ਦੇ ਲੋਕਾਂ ਦੇ ਦੁੱਖ ਵਿਚ ਸ਼ਾਮਲ ਹੋਣਾ ਮੈਂ ਆਪਣਾ ਨੈਤਿਕ ਫ਼ਰਜ਼ ਸਮਝਦਾ ਸੀ ਅਤੇ ਜੋ ਮੈਂ ਅਨੁਭਵ ਕਰਦਾ ਰਿਹਾ, ਲਿਖਦਾ ਰਿਹਾ।'

ਸ਼ੇਰ ਜੰਗ ਜਾਂਗਲੀ ਨੇ ਨੇਕੀ, ਸੱਚ ਅਤੇ ਮਨੁੱਖੀ ਹਿਤਾਂ ਦੀ ਰਾਖੀ ਲਈ ਆਪਣੇ ਵਿਅੰਗ ਦੀ ਕਟਾਰ ਨੂੰ ਬੜੇ ਹੀ ਨਰੋਏ ਢੰਗ ਨਾਲ ਵਰਤਿਆ। ਦੁਸ਼ਯੰਤ ਕੁਮਾਰ ਦੇ ਕੁਝ

ਸ਼ੇਅਰਾਂ ਉਤੇ ਉਸਨੇ ਆਪਣੀ ਲਿਖਤ ਰਾਹੀਂ ਸਾਰੀ ਉਮਰ ਪਹਿਰਾ ਦਿੱਤਾ ਅਤੇ ਲੋਕਾਂ ਦੇ ਦਿਲਾਂ ਅੰਦਰ ਇਕ ਵਿਸ਼ੇਸ਼ ਪ੍ਰਕਾਰ ਦੀ ਅਗਨੀ ਮਘਾਉਣ ਦਾ ਯਤਨ ਕੀਤਾ:

ਹੋ ਗਈ ਹੈ ਪੀਰ ਪਰਬਤ ਸੀ, ਪਿਘਲਨੀ ਚਾਹੀਏ।
ਇਸ ਹਿਮਾਲਾ ਸੇ ਕੋਈ ਗੰਗਾ ਨਿਕਲਨੀ ਚਾਹੀਏ।

ਹਰ ਸੜਕ ਪਰ, ਹਰ ਗਲੀ ਮੇਂ, ਹਰ ਨਗਰ, ਹਰ ਗਾਂਵ ਮੇਂ,
ਹਾਥ ਲਹਿਰਾਤੇ ਹੂਏ ਹਰ ਲਾਸ਼ ਚਲਨੀ ਚਾਹੀਏ।

ਸਿਰਫ਼ ਹੰਗਾਮਾ ਖੜਾ ਕਰਨਾ ਮੇਰਾ ਮਕਸਦ ਨਹੀਂ,
ਮੇਰੀ ਕੋਸ਼ਿਸ਼ ਹੈ ਕਿ ਯੇ ਸੂਰਤ ਬਦਲਨੀ ਚਾਹੀਏ।

ਮੇਰੇ ਸੀਨੇ ਮੇਂ ਨਹੀਂ ਤੋ ਤੇਰੇ ਸੀਨੇ ਮੇਂ ਸਹੀ,
ਹੋ ਕਹੀਂ ਭੀ ਆਗ, ਲੇਕਿਨ ਆਗ ਜਲਨੀ ਚਾਹੀਏ।

ਬਿਨਾਂ ਸ਼ੱਕ, ਸ਼ੇਰ ਜੰਗ ਜਾਂਗਲੀ ਆਪਣੀ ਸਿਰਜਣਾ ਸਦਕਾ ਮਰਿਆ ਨਹੀਂ। ਕਲ੍ਹ ਵੀ ਜਿਊਂਦਾ ਸੀ, ਅੱਜ ਵੀ ਜਿਊਂਦਾ ਹੈ ਅਤੇ ਭਲਕ ਨੂੰ ਵੀ ਜਿਊਂਦਾ ਰਹੇਗਾ।

ਡਾ. ਪ੍ਰੀਤਮ ਸਿੰਘ ਕੈਂਥੋ ਦੀ ਸਾਹਿਤਕ ਦੇਣ

ਡਾ. ਪ੍ਰੀਤਮ ਸਿੰਘ ਕੈਂਥੋ ਨੇ ਪਿਛਲੇ ਥੋੜੇ ਹੀ ਸਮੇਂ ਵਿਚ ਪੰਜਾਬੀ ਸਾਹਿਤਕ ਜਗਤ ਨੂੰ ਆਪਣੀਆਂ ਬਹੁ-ਪੱਖੀ ਰਚਨਾਵਾਂ ਦੇ ਕੇ ਇਕ ਸਫਲ ਲੇਖਕ ਦੇ ਤੌਰ 'ਤੇ ਆਪਣਾ ਨਾਂ ਬਣਾਇਆ ਹੈ। ਉਸਨੇ ਕਹਾਣੀ ਦੀ ਵਿਧਾ ਤੋਂ ਆਪਣਾ ਸਾਹਿਤਕ ਸਫ਼ਰ ਆਰੰਭਿਆ ਅਤੇ ਫਿਰ ਕਹਾਣੀ ਦੇ ਨਾਲ ਹੀ ਨਾਲ ਆਲੋਚਨਾ, ਖੋਜ, ਸੰਪਾਦਨਾ, ਸਾਹਿਤਕ ਪੁਸਤਕਾਂ ਦੇ ਮੁਖਬੰਧਾਂ ਅਤੇ ਪੰਜਾਬੀ ਦੇ ਨਾਮੀ ਸਾਹਿਤਕਾਰਾਂ ਨਾਲ ਇੰਟਰਵੀਊਜ਼ ਆਦਿ ਦੇ ਕਾਰਜਾਂ ਉਤੇ ਵੀ ਪੂਰੀ ਲਗਨ, ਈਮਾਨਦਾਰੀ ਅਤੇ ਨਿਰਪੱਖਤਾ ਨਾਲ ਹੱਥ ਅਜ਼ਮਾਇਆ ਹੈ।

ਸਾਡੀ ਅੱਜ ਦੀ ਸੰਖੇਪ ਵਿਚਾਰ ਦਾ ਧੁਰਾ 'ਡਾ. ਕੈਂਥੋ ਦੀ ਸਮੁੱਚੀ ਸਾਹਿਤਕ ਦੇਣ' ਸਬੰਧੀ ਇਕ ਪੰਛੀ ਝਾਤ ਪੁਆਉਣੀ ਹੈ।

ਲੇਖਕ ਨੇ ਆਪਣੀ ਸੀਮਾ ਨਿਰਧਾਰਿਤ ਕਰਨ ਅਤੇ ਵਿਚਾਰ ਦੀ ਸਰਲਤਾ ਲਈ ਉਸਦੀ ਸਮੁੱਚੀ ਸਾਹਿਤਕ ਸਿਰਜਨਾ ਨੂੰ ਇੰਝ ਵੰਡਿਆ ਹੈ:

1. ਉਸਦਾ ਪ੍ਰਕਾਸ਼ਿਤ ਕਹਾਣੀ ਸੰਗ੍ਰਹਿ: ਧੁੱਖਦਾ ਗੋਹਟਾ
2. ਆਲੋਚਨਾ: (ੳ) ਪੁਸਤਕ—ਬਰਤਾਨਵੀ ਪੰਜਾਬੀ ਸਾਹਿਤ
   (ਅ) ਹੋਰ ਆਲੋਚਨਾਤਮਕ ਲੇਖ
3. ਖੋਜ: ਜ਼ਬਤ-ਸ਼ੁਦਾ ਪੰਜਾਬੀ ਕਵਿਤਾ: ਇਕ ਆਲੋਚਨਾਤਮਕ ਅਧਿਐਨ
4. ਸੰਪਾਦਨਾ: (ੳ) ਇੰਟਰਨੈਸ਼ਨਲ ਪੰਜਾਬੀ ਸਾਹਿਤ
   (ਅ) ਗਿ. ਮੱਖਣ ਸਿੰਘ ਮ੍ਰਿਗਿੰਦ—ਅਭਿਨੰਦਨ ਗ੍ਰੰਥ।
5. ਫੁਟਕਲ: ਇੰਟਰਵੀਊਜ਼, ਮੁਖਬੰਧ, ਰੀਵੀਊਜ਼ ਅਤੇ ਵਿਦਿਅਕ ਲੇਖ ਆਦਿ।

ਵਿਚਾਰ ਦਾ ਕੈਨਵੱਸ ਵੱਡਾ ਹੈ। ਇਕ ਛੋਟੇ ਜਿਹੇ ਲੇਖ ਵਿਚ ਸਾਰੇ ਵਿਸ਼ਿਆਂ ਨਾਲ ਨਿਆਇ ਕਰਨਾ ਅਸੰਭਵ ਭਾਵੇਂ ਨਾ ਹੋਵੇ ਪਰ ਯਕੀਨਨ ਔਖਾ ਅਤੇ ਬੇਇਨਸਾਫ਼ੀ ਕਰ ਸਕਣ ਦੀ ਸਮਰੱਥਾ ਰੱਖਦਾ ਹੈ। ਕਿਸੇ ਵੀ ਰਚਨਾ ਜਾਂ ਰਚਨਹਾਰੇ ਉਤੇ ਆਲੋਚਨਾਤਮਕ ਵਿਚਾਰ ਕਰਨ ਲਈ ਆਲੋਚਨਾ ਦੇ ਖੇਤਰ ਦੀਆਂ ਸਵੈ-ਨਿਰਧਾਰਤ ਸੀਮਾਵਾਂ ਹੁੰਦੀਆਂ ਹਨ ਅਤੇ ਇਹਨਾਂ ਸੀਮਾਵਾਂ ਦੇ ਅੰਦਰ ਰਹਿੰਦਿਆਂ ਸੰਭਾਵਨਾਵਾਂ ਵੀ ਵੀਚਾਰੀਆਂ ਜਾਂਦੀਆਂ ਹਨ। ਆਲੋਚਨਾ ਦਾ ਖੇਤਰ ਬਹੁਤ ਵੱਡਾ ਹੈ। ਅਸੀਂ ਇਹਨਾਂ ਦੀ ਵਿਆਖਿਆ ਵਿਚ ਨਾ ਪੈਂਦੇ ਹੋਏ ਡਾ. ਪ੍ਰੀਤਮ ਸਿੰਘ ਕੈਂਥੋ ਦੀ ਸਮੁੱਚੀ ਰਚਨਾ ਨੂੰ ਬਸ ਜ਼ਰਾ ਕੁ ਟੂੰਬਾਂਗੇ। ਰਿੱਝਦੀ ਦਾਲ ਵਿਚੋਂ ਦਾਣੇ ਚੁਣ ਕੇ ਦਾਲ ਦੇ ਰਿੱਝਣ ਦੀ ਸਾਖੀ ਭਰਾਂਗੇ।

ਡਾ. ਪ੍ਰੀਤਮ ਸਿੰਘ ਕੈਂਬੋ ਦੀ ਕਹਾਣੀ-ਕਲਾ

ਧੁੱਖਦਾ ਗੋਹਟਾ ਡਾ. ਕੈਂਬੋ ਦਾ 12 ਕਹਾਣੀਆਂ 'ਤੇ ਨਿਰਭਰ ਪਲੇਠਾ ਕਹਾਣੀ ਸੰਗ੍ਰਹਿ ਹੈ। ਹਰ ਮਨੁੱਖ ਆਮ ਕਰਕੇ ਅਤੇ ਹਰ ਲੇਖਕ ਵਿਸ਼ੇਸ਼ ਕਰਕੇ ਇਕ ਧੁੱਖਦਾ ਹੋਇਆ ਗੋਹਟਾ ਹੀ ਤਾਂ ਹੁੰਦਾ ਹੈ। ਹਰ ਲੇਖਕ ਦੀ ਲਿਖਤ ਉਸਦੇ ਰਚਨਹਾਰੇ ਦੇ ਜੀਵਨ ਵਿਚਲੇ ਧੁੱਖਦੇ ਗੋਹਟੇ ਦਾ ਪਰਛਾਵਾਂ ਹੀ ਹੁੰਦੀ ਹੈ। ਲੇਖਕ ਵਿਚਲੀ ਧੁੱਖਦੀ ਅੱਗ ਦਰਅਸਲ ਲੇਖਕ ਅੰਦਰ ਪਲਦਾ-ਪਸਰਦਾ ਰੋਹ, ਗੁੱਸਾ, ਅਸੰਤੋਸ਼ ਅਤੇ ਸੰਵੇਦਨਾ ਹੈ। ਲੇਖਕ ਹਰ ਹੀਲੇ ਆਪਣੇ ਅੰਦਰ ਧੁੱਖ ਰਹੀ ਇਸ ਅੱਗ ਨੂੰ ਸਦਾ ਕਾਇਮ ਰੱਖਣਾ ਲੋੜਦਾ ਹੈ। ਪਿੰਡਾਂ ਵਿਚ ਅਕਸਰ ਅੱਗ ਨੂੰ 'ਧੁੱਖਦੀ ਪਾਥੀ/ਗੋਹਟੇ' ਰਾਹੀਂ ਧੁੱਧਲ/ਸੁਆਹ ਵਿਚ ਦਬਾ ਕੇ/ਲੁਕਾ ਕੇ ਰੱਖਿਆ ਜਾਂਦਾ ਹੈ ਤਾਂ ਜੋ ਲੋੜ ਪੈਣ 'ਤੇ ਇਸ ਧੁੱਖਦੇ ਗੋਹਟੇ ਰਾਹੀਂ ਚੁੱਲ੍ਹੇ ਵਿਚ ਅੱਗ ਬਾਲੀ ਜਾ ਸਕੇ। ਇਹ ਗੱਲ ਬੜੇ ਸੰਤੋਖ ਵਾਲੀ ਹੈ ਕਿ ਕਹਾਣੀਕਾਰ ਡਾ. ਕੈਂਬੋ ਆਪਣੀਆਂ ਸਾਰੀਆਂ ਹੀ ਕਹਾਣੀਆਂ ਰਾਹੀਂ ਪਾਤਰਾਂ ਦੇ ਅਮਲਾਂ ਅਤੇ ਕਰਮਾਂ ਦੁਆਰਾ ਸਥਿਤੀਆਂ ਦੀ ਤਹਿ ਤਕ ਪੁੱਜਦਿਆਂ, ਵਾਰਤਾਲਾਪ ਅਤੇ ਬਿਆਨ ਰਾਹੀਂ ਪਾਤਰਾਂ ਦੇ ਵਰਤਾਰੇ ਪਿੱਛੇ ਕੰਮ ਕਰ ਰਹੇ ਮਾਨਸਿਕ ਤਨਾਉ ਨੂੰ ਉਜਾਗਰ ਕਰਨ ਦਾ ਯਤਨ ਕਰਦਿਆਂ, ਧੁੱਖਦੇ ਗੋਹਟੇ ਦੀ ਸਾਰਥਕਤਾ ਨੂੰ ਪ੍ਰਗਟਾਉਂਦਿਆਂ, ਸੁਲਗਦੇ ਰੋਹ, ਗੁੱਸੇ, ਅਸੰਤੋਸ਼, ਦੁਖ ਅਤੇ ਕੁਝ ਕਰ ਸਕਣ ਦੇ ਜਜ਼ਬੇ ਨੂੰ ਹੀ ਪ੍ਰਗਟਾਉਂਦਾ ਹੈ।

ਹਰ ਲੇਖਕ ਆਪਣੀ ਲਿਖਤ ਦੀ ਸਿਰਜਣਾ ਦੇ ਪਲਾਂ ਵਿਚ ਭਾਵੇਂ ਇਕੱਲਾ ਹੀ ਹੁੰਦਾ ਹੈ ਪਰ ਫਿਰ ਵੀ ਕਿਸੇ ਨਾ ਕਿਸੇ ਰੂਪ ਵਿਚ ਸਮੂਹ ਨਾਲ ਜੁੜਿਆ ਹੁੰਦਾ ਹੈ। ਡਾ. ਕੈਂਬੋ ਦੀਆਂ ਕਹਾਣੀਆਂ ਵਿਚ ਤਤਕਾਲੀਨ ਭਾਰਤੀ ਅਤੇ ਬਰਤਾਨਵੀ ਸਮਾਜ ਦੀ ਤਸਵੀਰ ਮੂਰਤੀਮਾਨ ਹੁੰਦੀ ਹੈ। ਉਹ ਪਰਵਾਸੀ ਲੇਖਕ ਹੋਣ ਦੇ ਨਾਤੇ ਦੋਹਾਂ ਹੀ ਭੂ-ਖੰਡਾਂ ਦੀ ਰਾਜਨੀਤਕ, ਧਾਰਮਿਕ, ਆਰਥਿਕ, ਸਭਿਆਚਾਰਕ ਅਤੇ ਸਾਂਸਕ੍ਰਿਤਕ ਰਹਿਤਲ ਤੋਂ ਭਲੀ ਭਾਂਤ ਜਾਣੂੰ ਹੈ। ਉਸ ਦੇ ਮਨ ਵਿਚ ਵੀ ਆਮ ਪਰਵਾਸੀ ਵਾਂਗ ਹੀ ਆਪਣੀ ਜਨਮ ਭੋਇੰ ਨਾਲ ਸਾਂਝ ਹੈ। ਉਸਦੇ ਮਨ ਵਿਚ ਤੜਪ ਹੈ। ਪਰ ਇਸ ਸਾਂਝ ਅਤੇ ਤੜਪ ਦੇ ਨਾਲ ਹੀ ਨਾਲ ਉਹ ਇਸ ਗੱਲ ਨੂੰ ਵੀ ਸਮਝਦਾ ਹੈ ਕਿ ਲੱਖ ਕੋਸ਼ਿਸ਼ ਕਰਨ ਅਤੇ ਚਾਹੁਣ 'ਤੇ ਵੀ ਉਹ ਜਾਂ ਕੋਈ ਹੋਰ ਵੀ ਉਸ ਵਰਗਾ ਪਰਵਾਸੀ ਮੁੜ ਆਪਣੇ ਵਤਨ ਜਾ ਕੇ ਵੱਸਣ ਵਿਚ ਸਫਲ ਨਹੀਂ ਹੋ ਸਕਦਾ। ਕਿਉਂਕਿ ਉਸ ਦੀਆਂ ਜੜ੍ਹਾਂ ਉਖੜ ਚੁੱਕੀਆਂ ਨੇ ਅਤੇ ਉਸਦੀ ਸੰਤਾਨ ਹੁਣ ਬਰਤਾਨੀਆ ਦੀ ਹੀ ਹੋ ਕੇ ਰਹਿ ਗਈ ਹੈ। *ਧੁਖਦਾ ਗੋਹਟਾ* ਦੀ ਪਹਿਲੀ ਕਹਾਣੀ 'ਜ਼ਰਦ ਪੱਤਾ' ਅਤੇ ਤੀਜੀ ਕਹਾਣੀ 'ਬੰਦ ਖਲਾਸੀ' ਬਰਤਾਨੀਆ ਆ ਵਸੇ ਪਰਵਾਸੀ ਦੇ ਘੋਰ ਸੰਤਾਪ ਅਤੇ ਦੁਖਾਂਤ ਦੀ ਕਹਾਣੀ ਹੈ। 'ਜ਼ਰਦ ਪੱਤਾ' ਮਾਤਾ, ਪਿਤਾ ਅਤੇ ਧੀ ਦੁਆਲੇ ਘੁੰਮਦੀ ਕਹਾਣੀ ਹੈ ਜਿਸ ਵਿਚ 'ਤਿਹਰੇ' ਦੁਖਾਂਤ ਦਾ ਯਥਾਰਥਕ ਵਰਣਨ ਕੀਤਾ ਗਿਆ ਹੈ। ਪਰਵਾਸੀ ਪਿਤਾ ਗੁਰਬਖ਼ਸ਼ ਸਿੰਘ, ਮਾਤਾ ਸੁਰਜੀਤ ਕੌਰ ਅਤੇ ਉਹਨਾਂ ਦੀ ਬੇਟੀ ਕੈਲੀ ਵਰਗੇ ਪਾਤਰ ਸਾਨੂੰ ਆਪਣੇ ਆਲੇ-ਦੁਆਲਿਉਂ ਮਿਲ ਸਕਦੇ ਹਨ। ਪਰਵਾਸੀ ਮਾਤਾ-ਪਿਤਾ ਆਪਣੀਆਂ ਜੱਦੀ ਕਦਰਾਂ-ਕੀਮਤਾਂ ਅਤੇ ਰਵਾਇਤਾਂ ਨਾਲ ਬੱਝਿਆ ਹੋਇਆ, ਪੀੜ੍ਹੀ-ਪਾੜੇ ਦੀ ਮਾਰ ਸਹਿੰਦਾ ਹੋਇਆ, ਧਰਤੀ ਉੱਤੇ ਡਿੱਗਦੇ ਜ਼ਰਦ

ਪੱਤੇ ਵਾਂਗ ਅਰਥਹੀਣ ਹੋ ਰਿਹਾ ਹੈ। ਕੈਲੀ ਜਿਸ ਬਗ਼ਾਵਤੀ ਅੰਦਾਜ਼ ਵਿਚ ਪਿਤਾ ਨੂੰ ਕਹਿੰਦੀ ਹੈ : "ਮੈਂ ਹੁਣ ਆਜ਼ਾਦੀ ਨਾਲ ਘੁੰਮ ਫਿਰ ਸਕਦੀ ਹਾਂ। ਮੈਂ ਕਿਤੇ ਹੁਣ ਨਿਆਣੀ ਆਂ। ਪੂਰੇ ਅਠਾਰ੍ਹਾਂ ਸਾਲਾਂ ਦੀ ਹੋ ਗਈ ਹਾਂ," ਪਹਿਲੀ ਪੀੜ੍ਹੀ ਦੇ ਹਰ ਪਿਤਾ ਲਈ ਵੰਗਾਰ ਅਤੇ ਨਮੋਸ਼ੀ ਦਾ ਕਾਰਨ ਤਾਂ ਬਣਦੀ ਹੀ ਹੈ ਪਰ ਇਸਦੇ ਨਾਲ ਹੀ ਸਥਿਤੀ ਨਾਲ ਸਮਝੌਤਾ ਕਰਨ ਦਾ ਚੁੱਪ-ਸੰਕੇਤ ਵੀ ਦਿੰਦੀ ਹੈ।

ਇੰਜ ਹੀ ਚਾਰ ਪਰਤਾਂ ਵਿਚ ਦਰਸਾਈ ਦੌਲਤ ਸਿੰਘ ਦੁਆਲੇ ਘੁੰਮਦੀ ਦੋਹਰੇ ਦੁਖਾਂਤ ਦੀ ਕਹਾਣੀ ਹੈ : ਬੰਦ ਖਲਾਸੀ। ਇਹ ਕਹਾਣੀ ਇਕੱਲੇ ਦੌਲਤ ਸਿੰਘ ਦੀ ਹੀ ਨਹੀਂ, ਸਗੋਂ ਬਹੁਤੇ ਪਰਵਾਸੀ ਆਪਣੇ ਆਪ ਨੂੰ ਦੌਲਤ ਸਿੰਘ ਦਾ ਰੂਪ ਹੀ ਪਾਉਂਦੇ ਹਨ। ਜਦੋਂ ਦੌਲਤ ਸਿੰਘ ਦੇ ਪਿਤਾ ਦੀ ਮੌਤ ਹੋਈ ਤਾਂ ਉਸਦੀਆਂ ਦੋ ਵਿਆਹੁਣ ਯੋਗ ਭੈਣਾਂ ਸਨ ਅਤੇ ਦੋ ਨਿੱਕੇ ਭਰਾ। ਸਾਰਿਆਂ ਦਾ ਪਾਲਣ-ਪੋਸ਼ਣ ਅਤੇ ਵਿਆਹਾਂ ਦੇ ਕਾਰਜਾਂ ਦਾ ਸਾਰਾ ਭਾਰ ਇਕੱਲੇ ਦੌਲਤ ਸਿੰਘ ਉੱਤੇ ਆ ਪੈਂਦਾ ਹੈ। ਦੋਵੇਂ ਭੈਣਾਂ ਵਿਆਹੀਆਂ, ਭਰਾ ਪੜ੍ਹਾਏ-ਲਿਖਾਏ, ਵਿਆਹੇ ਵਰੇ ਤਾਂ ਜੁਦਾ ਹੋ ਗਏ। ਸਾਰਾ ਹੀ ਕਰਜ਼ ਦੌਲਤ ਸਿੰਘ ਦੇ ਸਿਰ ਪਿਆ। ਭਰਾਵਾਂ ਦੀ ਅਲਹਿਦਗੀ ਤੇ ਸਾਂਝੇ ਪਰਵਾਰ ਦੇ ਬਿਖਰਨ ਨਾਲ ਉਸਦਾ ਦਿਲ ਟੁੱਟ ਗਿਆ। ਵਾਊਚਰ ਸਿਸਟਮ ਅਧੀਨ ਉਹ ਬਰਤਾਨੀਆ ਆ ਪੁੱਜਿਆ। ਮਿਹਨਤ ਕੀਤੀ, ਬੱਚੇ ਵੀ ਮੰਗਵਾ ਲਏ। ਬਰਤਾਨੀਆ ਪੁੱਜ ਕੇ ਬੱਚੇ ਖੁਲ੍ਹੇ-ਡੁਲ੍ਹੇ ਮਾਹੌਲ ਵਿਚ ਵਿਚਰਨ ਲੱਗੇ। ਅੰਗਰੇਜ਼ੀ ਵਿਦਿਆ ਅਤੇ ਮਾਹੌਲ ਦੀ ਪਾਣ ਅਧੀਨ ਬੇਟੀ 'ਅਨੀਤਾ' ਗੋਰੇ ਨਾਲ ਦੌੜ ਗਈ, ਨਿੱਕੇ ਮੁੰਡਿਆਂ ਰਾਜ ਤੇ ਜੌਹਨੀ ਨੇ ਵੀ ਆਪਣੇ ਮਨ ਭਾਉਂਦੇ ਵਿਆਹ ਰਚਾ ਲਏ। ਦੌਲਤ ਸਿੰਘ ਦਾ ਕੋਈ ਵੀ ਆਪਣਾ ਨਾ ਬਣਿਆ। ਨਾ ਨਾਲ ਦੇ ਜਾਏ ਅਤੇ ਨਾ ਆਪਣੀ ਸੰਤਾਨ ਹੀ। ਅਜਿਹੀ ਹਾਲਤ ਹੀ ਅੱਜ ਦੇ ਪਰਵਾਸੀ ਦੀ ਹੈ, ਜਿਹੜੇ ਨਾ ਘਰ ਦੇ ਰਹੇ ਅਤੇ ਨਾ ਹੀ ਘਾਟ ਦੇ।

ਡਾ. ਕੈਂਥੋ ਨੂੰ ਬਰਤਾਨੀਆ ਅਤੇ ਭਾਰਤ ਵਿਚਲੀਆਂ ਨਸਲਵਾਦੀ, ਵੱਖਵਾਦੀ, ਅੱਤਵਾਦੀ, ਰਾਜਨੀਤਕ, ਸਰਕਾਰੀ ਅਤੇ ਨੀਮ ਸਰਕਾਰੀ ਰੁਚੀਆਂ ਦੀ ਮਾਰ ਦਾ ਅਹਿਸਾਸ ਹੈ। 'ਭਾਗਵੰਤੀ' ਅਤੇ 'ਇੰਤਕਾਮ' ਨਾਮੀ ਕਹਾਣੀਆਂ 1984 ਦੇ ਦੰਗਿਆਂ ਸਬੰਧੀ ਹਨ। ਇਹਨਾਂ ਕਹਾਣੀਆਂ ਦੀ ਗੋਂਦ ਅਤੇ ਹੋਂਦ ਸਾਬਤ ਕਰਦੀ ਹੈ ਕਿ ਆਪਣੀ ਜਨਮ ਭੂਮੀ ਤੋਂ ਦੂਰ ਬੈਠਾ ਲੇਖਕ ਵੀ ਆਪਣੇ ਦੇਸ਼ ਦੇ ਵਿਚ ਹੁੰਦੇ ਵਰਤਾਰੇ ਤੋਂ ਅਭਿੱਜ ਨਹੀਂ ਰਹਿ ਸਕਦਾ। ਇੰਝ ਹੀ 'ਧੁੱਖਦਾ ਗੋਹਟਾ' ਨਾਂ ਦੀ ਕਹਾਣੀ ਵਿਚ ਕਹਾਣੀਕਾਰ ਨੇ ਪਰਵਾਸੀ ਰਣਜੀਤ ਸਿੰਘ ਦੇ ਵਿਚਾਰਾਂ ਨਾਲ ਮਾਤਾ-ਪਿਤਾ ਦੇ ਵਿਚਾਰਾਂ ਨੂੰ ਪੇਸ਼ ਕਰਦਿਆਂ ਦੋਹਾਂ ਦੀ ਸੋਚਣੀ ਦੇ ਅੰਤਰ ਵਲਾਂ ਸੰਕੇਤ ਕੀਤਾ ਹੈ। ਬਦਲਦੇ ਰਿਸ਼ਤਿਆਂ ਵਿਚ ਮਾਤਾ-ਪਿਤਾ ਵਲੋਂ ਪਿਆਰ ਦੀ ਥਾਂ 'ਪੌਂਡਾਂ' ਦੀ ਅਹਿਮੀਅਤ ਨੂੰ ਜਤਾਉਣ ਕਾਰਨ ਰਣਜੀਤ ਸਿੰਘ ਨਿਰਾਸ਼ ਹੋ ਜਾਂਦਾ ਹੈ। ਉਹ ਮਾਨਸਿਕ ਤਨਾਉ ਵਿਚ ਹੈ : ਬਰਤਾਨੀਆ ਬੱਚਿਆਂ ਦੇ ਰਹਿਣ ਅਤੇ ਪਾਲਣ-ਪੋਸ਼ਣ ਲਈ ਠੀਕ ਨਹੀਂ (ਭਾਰਤ ਕਿਹੜਾ ਠੀਕ ਹੈ ?)। ਉਸਦੇ ਭੈਣ, ਭਾਈ, ਮਾਤਾ-ਪਿਤਾ, ਦੋਸਤ-ਮਿੱਤਰ ਸਭ ਹੀ ਉਸਦੇ ਵਿਰੁੱਧ ਹੋ ਕੇ ਉਸਨੂੰ ਮਜਬੂਰ ਕਰਦੇ ਹਨ ਕਿ ਉਹ ਧੁੱਖਦੇ ਗੋਹਟੇ ਵਾਂਗ ਧੁੱਖਦਾ ਹੋਇਆ ਬਰਤਾਨੀਆ ਮੁੜ ਜਾਵੇ, ਕੇਵਲ ਪੌਂਡ ਕਮਾਵੇ, ਪਿੰਡ ਨੂੰ ਭੇਜੀ ਜਾਵੇ ਅਤੇ ਕੇਵਲ ਪੌਂਡ ਕਮਾਉਣ ਦੀ ਮਸ਼ੀਨ ਹੀ ਬਣਿਆ ਰਹੇ।

ਡਾ. ਕੈਂਥੋ ਨੇ ਬਰਤਾਨੀਆ ਰਹਿੰਦਿਆਂ ਰੰਗ ਅਤੇ ਨਸਲ ਕਾਰਨ ਵਾਧਾ ਹੁੰਦਾ ਵੇਖਿਆ ਹੈ। ਇਸ ਤਜਰਬੇ ਦੀ ਦੇਣ ਹਨ : ਨਸਲ ਕਾਰਨ ਪਰਵਾਸੀ ਨਾਲ ਹੁੰਦੇ ਵਿਤਕਰੇ ਦੀਆਂ ਤਸਵੀਰਾਂ ਦੀ ਝਾਕੀ ਪੇਸ਼ ਕਰਨ ਵਾਲੀਆਂ ਡਾ. ਕੈਂਥੋ ਦੀਆਂ 'ਰੰਗ ਦੀ ਦੀਵਾਰ' ਅਤੇ 'ਇਕ ਛਿਣ ਵੀ ਆਜ਼ਾਦ ਨਹੀਂ' ਕਹਾਣੀਆਂ, ਜਿਹਨਾਂ ਵਿਚ ਲੇਖਕ ਨੇ ਰੰਗਦਾਰ ਅਤੇ ਕਾਲਿਆਂ ਨਾਲ ਹੁੰਦੇ ਵਿਤਕਰੇ ਨੂੰ ਬੜੀ ਹੀ ਸ਼ਿੱਦਤ ਅਤੇ ਸੁਹਿਰਦਤਾ ਨਾਲ ਪ੍ਰਗਟ ਕੀਤਾ ਹੈ। ਪੰਜਾਬੀ ਖੁੱਸਾ ਪਾਈ ਜਦ ਇਕ ਰੰਗਦਾਰ ਪਰਵਾਸੀ ਬੀਅਰ ਦਾ ਆਰਡਰ ਦਿੰਦਾ ਹੈ ਤਾਂ ਉਸ ਦੀ ਵਾਰੀ ਆਉਣ 'ਤੇ ਵੀ ਜਾਣ-ਬੁੱਝ ਕੇ ਗੋਰੀ ਉਸ ਨੂੰ ਬੀਅਰ ਨਹੀਂ ਦਿੰਦੀ। ਉਸਦੇ ਸਾਥੀ ਵੀ ਗੁੱਸੇ ਵਿਚ ਆ ਜਾਂਦੇ ਹਨ ਅਤੇ ਗੱਲ 'ਤੂੰ ਤੂੰ ਮੈਂ ਮੈਂ ਤੋਂ ਹੁੰਦੀ ਹੋਈ' ਹੋਰ ਨਸਲਵਾਦੀ ਗੁੰਡਿਆਂ ਨਾਲ ਹੱਥੋ ਪਾਈ ਤਕ ਪਹੁੰਚ ਜਾਂਦੀ ਹੈ। ਪਰ ਪੁਲਸ ਆ ਕੇ ਫਿਰ ਵੀ ਰੰਗਦਾਰ ਪਰਵਾਸੀ ਨੂੰ ਹੀ ਸ਼ਿਕੰਜੇ ਵਿਚ ਲੈਂਦੀ ਹੈ। ਇੰਝ ਹੀ 'ਰੰਗ ਦੀ ਦੀਵਾਰ' ਵਿਚ ਭਾਵੇਂ ਇਹ ਦਰਸਾਉਣ ਦੀ ਕੋਸ਼ਿਸ਼ ਕੀਤੀ ਗਈ ਹੈ ਕਿ ਕਈ ਗੋਰੇ ਇਨਸਾਫ਼ ਪਸੰਦ ਵੀ ਹਨ ਅਤੇ ਬੀਜ ਨਾਸ ਤਾਂ ਕਦੇ ਵੀ, ਕਿਤੇ ਵੀ ਨਹੀਂ ਹੁੰਦਾ ਪਰ ਨਸਲਵਾਦੀ ਪਾਵਲ ਦੇ ਹਮਾਇਤੀਆਂ ਦੀ ਵੀ ਘਾਟ ਨਹੀਂ। ਪਾਵਲਵਾਦੀ ਕਹਿੰਦਾ ਹੈ : "ਇਹਨਾਂ ਕਾਲਿਆਂ ਨੇ ਤਾਂ ਸਾਡੀ ਕੌਮ ਨੂੰ ਖ਼ਤਮ ਹੀ ਕਰ ਦਿੱਤਾ ਹੈ। ਇਹਨਾਂ ਅਸੱਭਿਆ ਲੋਕਾਂ ਨੇ ਸਾਡੀ ਸਭਿਅਤਾ ਵਾਲੀ ਕੌਮ ਨੂੰ ਜ਼ੰਗ ਲਾ ਛੱਡਿਆ ਹੈ। ਜੇ ਇਸ ਤਰ੍ਹਾਂ ਹੀ ਇਹਨਾਂ ਦੀ ਗਿਣਤੀ ਵਧਦੀ ਗਈ ਤਾਂ ਇਹਨਾਂ ਨੇ ਸਾਡੇ ਮੁਲਕ 'ਤੇ ਗ਼ਾਲਬ ਹੋ ਜਾਣਾ ਹੈ ਤੇ ਰਹਿੰਦੀ ਖੂੰਹਦੀ ਇਸ ਕੌਮ ਦੀ ਸ਼ਾਨ ਨੂੰ ਵੀ ਖ਼ਤਮ ਕਰ ਦੇਣਾ ਹੈ।"

ਡਾ. ਕੈਂਥੋ ਦੀਆਂ ਬਹੁਤੀਆਂ ਕਹਾਣੀਆਂ ਪਾਤਰ ਪ੍ਰਧਾਨ ਹਨ ਪਰ ਉਸਦੇ ਪਾਤਰ, ਪਰਵਾਸੀਆਂ ਦੀਆਂ ਸਮਕਾਲੀਨ, ਸਮਾਜਿਕ ਅਤੇ ਨਿੱਜੀ ਸਮੱਸਿਆਵਾਂ ਦੀ ਸਹੀ ਤਰਜਮਾਨੀ ਕਰਦੇ ਹਨ। ਉਸਦੀਆਂ ਕਹਾਣੀਆਂ ਮਾਨਵੀ ਕਦਰਾਂ-ਕੀਮਤਾਂ ਦੀ ਹਾਮੀ ਭਰਦੀਆਂ ਪ੍ਰਤੀਤ ਹੁੰਦੀਆਂ ਹਨ। 1984 ਵਿਚ ਭਾਰਤ ਦੀ ਰਾਜਧਾਨੀ ਅਤੇ ਹੋਰ ਕਈ ਥਾਵਾਂ ਉਤੇ ਨਫ਼ਰਤ ਅਤੇ ਗੁੰਡਾਗਰਦੀ ਆਪਣੀ ਸਿਖਰ 'ਤੇ ਪੁੱਜਦੀ ਹੋਈ ਨਿਰਦੋਸ਼ਾਂ ਅਤੇ ਨਿਹੱਥਿਆਂ ਨੂੰ ਬੜੀ ਬੇਦਰਦੀ ਨਾਲ ਕੋਹਦੀ, ਸਾੜਦੀ ਅਤੇ ਮਾਰਦੀ ਚਲੀ ਜਾ ਰਹੀ ਸੀ। ਇਸ ਪਿੱਠ-ਭੂਮੀ ਵਿਚ 'ਭਾਗਵੰਤੀ' ਅਤੇ 'ਇੰਤਕਾਮ' ਕਹਾਣੀਆਂ ਦੇ ਮਾਰੇ ਗਏ, ਆਦਰਸ਼ਕ, ਹਮਦਰਦ ਅਤੇ ਹੋਰ ਸਨੇਹੀਆਂ ਦਾ ਦਰਸਾਇਆ ਗਿਆ ਆਚਰਣ ਸਪਸ਼ਟ ਕਰਦਾ ਹੈ ਕਿ ਹਾਲਾਂ ਤਕ ਵੀ ਰਵਾਦਾਰੀ ਅਤੇ ਧਰਮ ਨਿਰਪੱਖ ਵਿਚਾਰਧਾਰਾ ਕਾਇਮ ਹੈ ਅਤੇ ਮਨੁੱਖਤਾ ਦਾ ਬੀਜ ਨਾਸ ਨਹੀਂ ਹੋਇਆ। ਹਾਲਾਂ ਵੀ ਲੋਕਾਂ ਵਿਚ ਹਰ ਧਰਮ ਪ੍ਰਤੀ ਆਦਰ-ਸਤਿਕਾਰ, ਸ਼ਰਧਾ ਅਤੇ ਭਾਵਨਾ ਦਾ ਅੰਤ ਨਹੀਂ ਹੋਇਆ। ਹਾਲਾਂ ਵੀ ਮਨੁੱਖ ਵਿਚ ਮਨੁੱਖਤਾ ਦਾ ਬੀਜ ਸੰਪੂਰਨ ਰੂਪ ਵਿਚ ਅਪੰਗ ਨਹੀਂ ਹੋਇਆ।

ਡਾ. ਕੈਂਥੋ ਆਪਣੀਆਂ ਕਹਾਣੀਆਂ ਦੀ ਗੋਂਦ ਵਿਚ ਬੜਾ ਸੰਜਮ ਵਰਤਦਾ ਹੈ। ਉਸਦੀਆਂ ਕਹਾਣੀਆਂ ਦੀ ਗੋਂਦ ਇਕਹਿਰੀ ਹੈ। ਸਰਲ ਅਤੇ ਸਪਸ਼ਟ ਸ਼ਬਦਾਂ ਵਿਚ ਉਸਦੀ ਕਹਾਣੀ ਆਪਣੀ ਚਾਲੇ ਤੁਰਦੀ ਹੈ। ਉਹ ਕਹਾਣੀ ਵਿਚ ਬਹੁਤੀਆਂ ਗੁੰਝਲਾਂ ਨਹੀਂ ਪਾਉਂਦਾ ਅਤੇ ਬਿਰਤਾਂਤਿਕ ਵਿਧੀ ਅਪਣਾਉਣ ਕਾਰਨ ਉਸਦੀ ਪ੍ਰਗਟਾਉ ਪਹੁੰਚ ਦਾ ਪ੍ਰਭਾਵ ਸਹਿਜੇ ਸਹਿਜੇ, ਪਰ ਗੰਭੀਰ ਰੂਪ ਵਿਚ ਪੈਂਦਾ ਹੈ। ਉਸ ਵਲੋਂ ਉਸਾਰੇ ਗਏ ਸੁੰਦਰ

ਵਾਤਾਵਰਣ ਦੀਆਂ ਬੇਅੰਤ ਮਿਸਾਲਾਂ ਦਿੱਤੀਆਂ ਜਾ ਸਕਦੀਆਂ ਹਨ, ਪਰ ਨਮੂਨੇ ਵਜੋਂ ਦੋ ਮਿਸਾਲਾਂ ਹਨ। ਸ਼ਬਦਾਂ ਦੀ ਜੜਤ ਪੜ੍ਹਨ-ਮਾਣਨ ਯੋਗ ਹੈ:

1. "ਸਿਆਲ ਦੀ ਰੁੱਤ ਤੇ ਵਲਾਇਤ ਦੀ ਕੜਾਕੇਦਾਰ ਠੰਢ ਜ਼ੋਰਾਂ ਉੱਤੇ ਸੀ। ਸ਼ਾਮ ਦਾ ਸਮਾਂ ਹੋਣ ਕਰਕੇ ਵਾਤਾਵਰਣ ਧੁੰਧਲਾ ਜਿਹਾ ਸੀ। ਚਾਰੇ ਪਾਸੇ ਘੁਸਮੁਸਾ ਛਾਇਆ ਹੋਇਆ ਸੀ। ਇਸ ਅਸਪਸ਼ਟ ਤੇ ਸਰਦ ਮੌਸਮ ਵਿਚ ਅਮਰਜੀਤ ਗਵਾਚਿਆਂ ਵਾਂਗ ਇੱਧਰ ਉੱਧਰ ਗੇੜੇ ਕੱਢ ਰਿਹਾ ਸੀ।"

   (ਪਸਚਾਤਾਪ, ਪੰਨਾ 85)

2. "ਫ਼ਸਾਦੀਆਂ ਦੀਆਂ ਹੇੜਾਂ ਦੀਆਂ ਹੇੜਾਂ ਟਕੂਏ, ਗੰਡਾਸੇ, ਬਰਛੇ, ਲਾਠੀਆਂ, ਸਰੀਏ, ਪਟਰੋਲ ਅਤੇ ਮਿੱਟੀ ਦੇ ਤੇਲ ਦੇ ਪੀਪੇ ਲੈ ਕੇ ਹਰਲ ਹਰਲ ਫਿਰਨ ਲੱਗੀਆਂ।" *(ਇੰਤਕਾਮ, ਪੰਨਾ 44)*

ਡਾ. ਕੈਂਥ ਦੀਆਂ ਇਹਨਾਂ ਬਾਰਾਂ ਕਹਾਣੀਆਂ ਵਿਚੋਂ ਉਸਦੇ ਵਿਕਾਸ ਕਰਮ ਅਤੇ ਕਹਾਣੀਆਂ ਦੀ ਸਿਖਰ, ਸੀਮਾ ਅਤੇ ਸੰਭਾਵਨਾ ਨੂੰ ਭਲੀ ਭਾਂਤ ਮਾਣਿਆ ਅਤੇ ਜਾਣਿਆ ਜਾ ਸਕਦਾ ਹੈ। ਇਹਨਾਂ ਤੋਂ ਮਗਰੋਂ ਉਸ ਨੇ ਹੋਰ ਵੀ ਬਹੁਤ ਕਹਾਣੀਆਂ ਲਿਖੀਆਂ ਜਿਹੜੀਆਂ ਪਰਚਿਆਂ ਵਿਚ ਛਪਦੀਆਂ ਰਹੀਆਂ। ਇਹਨਾਂ ਸਭ ਨੂੰ ਪੜ੍ਹਦਿਆਂ ਮਾਣਦਿਆਂ ਭਾਸਦਾ ਹੈ ਕਿ ਉਸ ਦੇ ਵਿਸ਼ੇ ਬਲਵਾਨ ਅਤੇ ਕਹਾਣੀਆਂ ਦੇ ਸਿਰਲੇਖ ਢੁਕਵੇਂ ਹਨ। ਉਸਨੇ ਪਰਵਾਸੀਆਂ ਦੇ ਆਮ ਜੀਵਨ ਦੇ ਅਹਿਮ ਪਹਿਲੂਆਂ ਨੂੰ ਤਾਂ ਆਪਣੀਆਂ ਕਹਾਣੀਆਂ ਵਿਚ ਉਜਾਗਰ ਕੀਤਾ ਹੀ ਹੈ ਪਰ ਇਸਦੇ ਨਾਲ ਹੀ ਨਾਲ ਪਰਵਾਸੀਆਂ ਦੀ ਸੋਚ ਨੂੰ ਵੀ, ਆਪਣੇ ਚੌਗਿਰਦੇ ਵਿਚੋਂ ਲਏ ਪਾਤਰਾਂ ਰਾਹੀਂ ਸਜੀਵ ਕਰਦਿਆਂ, ਟੁੰਬਿਆ ਹੈ। ਡਾ. ਕੈਂਥ ਨੇ ਆਪਣੀਆਂ ਕਹਾਣੀਆਂ ਰਾਹੀਂ ਆਪਣੇ ਪਾਤਰਾਂ ਦੇ ਦਿਲੀ ਦਰਦ, ਦੁਖ-ਸੁੱਖ, ਹੰਝੂ-ਹਾਸੇ, ਲੋੜਾਂ-ਥੋੜਾਂ, ਅਕੇਵੇਂ-ਥਕੇਵੇਂ, ਮਿਲਣੀਆਂ-ਵਿਛੋੜੇ, ਇਕਲਾਪੇ ਅਤੇ ਸੰਤਾਪ ਨੂੰ ਬੜੀ ਹੀ ਸਜਗਤਾ ਅਤੇ ਮਰਮ ਨਾਲ ਪੇਸ਼ ਕੀਤਾ ਹੈ। ਹਾਂ, ਵੱਖ ਵੱਖ ਕਹਾਣੀਆਂ ਵਿਚ ਇੱਕੋ ਨਾਵਾਂ ਦੇ ਵਰਤੇ ਗਏ ਪਾਤਰ ਜ਼ਰਾ ਕੁ ਰੜਕਦੇ ਹਨ, ਪਰ ਉਹਨਾਂ ਵਲੋਂ ਸਥਿਤੀਆਂ ਨੂੰ ਬਦਲਣ ਦੇ ਯਤਨ ਅਤੇ ਘਟਨਾਵਾਂ ਦੇ ਟਕਰਾਅ ਲਈ ਵਧਾਏ ਗਏ ਕਦਮ ਸ਼ਲਾਘਾਯੋਗ ਹਨ। ਕਹਾਣੀਕਾਰ ਵਲੋਂ ਕਈ ਥਾਵਾਂ 'ਤੇ ਦਿੱਤੇ ਗਏ ਨਿੱਜੀ ਵੇਰਵੇ ਜਿਥੇ ਪਾਠਕ ਨੂੰ ਅਕਾਅ ਦੇਣ ਦੀ ਸਮਰੱਥਾ ਰੱਖ ਸਕਦੇ ਹਨ, ਉਥੇ ਇਹ ਬਿਰਤਾਂਤ ਕਹਾਣੀ ਵਿਚ ਆਏ-ਸਜਾਏ ਨਜ਼ਾਰਿਆਂ ਨੂੰ ਵੀ ਹੂ-ਬ-ਹੂ ਚਿਤਰ ਕੇ ਕਹਾਣੀ ਦੇ ਵਹਾਅ ਵਿਚ ਅਕੱਥ-ਰਸ ਵੀ ਪੈਦਾ ਕਰਦੇ ਹਨ। ਵਰਤੀ ਗਈ ਸਾਧਾਰਨ ਪਰ ਚੁਸਤ ਬੋਲੀ ਵੀ ਕਥਾ-ਰਸ ਨੂੰ ਵਧਾਉਂਦੀ ਹੈ।

ਸਮੁੱਚੇ ਤੌਰ 'ਤੇ ਡਾ. ਕੈਂਥ ਦੀ ਕਹਾਣੀ ਪੂਰਬੀ ਤੇ ਪੱਛਮੀ ਮੁੱਲਾਂ ਵਿਚਕਾਰ ਟਕਰਾਅ ਨੂੰ ਸਾਕਾਰ ਕਰਦੀ, ਨਾ ਕੇਵਲ ਪਰਵਾਸੀ ਜੀਵਨ, ਪਰਵਾਸੀ ਸੁਭਾ, ਸਮੁੱਚੇ ਪਰਵਾਸੀ ਸਮਾਜ ਦੇ ਵਿਅਕਤੀਗਤ ਅਤੇ ਵਰਗ-ਗੱਤ ਵਰਤਾਰੇ ਦੀ ਹੀ ਮੂੰਹ ਬੋਲਦੀ ਤਸਵੀਰ ਹੈ, ਸਗੋਂ ਕਹਾਣੀਕਾਰ ਦੇ ਮਨ-ਪਟ ਉੱਤੇ ਅੰਕਿਤ ਉਹਨਾਂ ਅਹਿਸਾਸਾਂ ਨੂੰ ਵੀ ਪ੍ਰਗਟਾਉਂਦੀ ਹੈ, ਜਿਹਨਾਂ ਦਾ ਮੁੱਢ ਉਸਦੇ ਪਰਵਾਸੀ ਬਣਨ ਤੋਂ ਪਹਿਲਾਂ ਦਾ ਹੈ। ਇਸ ਕਾਰਣ ਹੀ

ਉਸਦੀ ਲਿਖਣ-ਪ੍ਰਕਿਰਿਆ ਦਾ ਘੇਰਾ ਪਹਿਲੇ ਪੂਰ ਦੇ ਹਰ ਪਰਵਾਸੀ ਕਹਾਣੀਕਾਰਾਂ ਵਾਂਗ ਹੀ, ਬਰਤਾਨੀਆ ਤੋਂ ਲੈ ਕੇ ਪੰਜਾਬ-ਭਾਰਤ ਤਕ ਫੈਲਿਆ ਹੋਇਆ ਹੈ। ਇਹ ਸੁਭਾਵਿਕ ਹੀ ਹੈ। ਸਮੁੱਚੀ ਮਨੁੱਖਤਾ ਦੇ ਕਲਿਆਣ ਹਿੱਤ ਲਿਖਣ ਵਾਲੇ ਅਤੇ ਦ੍ਰਿੜ ਵਿਚਾਰਾਂ ਵਾਲੇ ਪ੍ਰਤੀਬੱਧ ਲੇਖਕ ਡਾ. ਪ੍ਰੀਤਮ ਸਿੰਘ ਕੈਂਬੋ ਦੀ ਕਹਾਣੀ ਕਲਾ ਆਪਣੇ ਪਾਠਕਾਂ ਦੀ ਅੰਤਰ-ਆਤਮਾ ਨੂੰ ਟੁੰਬਣ ਦੀ ਸ਼ਕਤੀ ਰੱਖਦੀ ਹੈ। ਆਸ ਹੈ ਕਿ ਉਹ ਆਪਣੀ ਲਿਖਣ-ਸ਼ਕਤੀ ਦਾ ਸਦਾ ਹੀ ਸਦ-ਉਪਯੋਗ ਕਰਦਿਆਂ ਕਹਾਣੀ ਦੀ ਸਿਰਜਨ-ਕਿਰਿਆ ਲਈ ਵੀ ਯਤਨਸ਼ੀਲ ਰਹੇਗਾ।

ਆਲੋਚਨਾ : ਬਰਤਾਨਵੀ ਪੰਜਾਬੀ ਸਾਹਿਤ ਤੇ ਹੋਰ ਲੇਖ

ਬਰਤਾਨਵੀ ਪੰਜਾਬੀ ਸਾਹਿਤ ਦੀ ਉਮਰ ਲਗਪਗ 35 ਕੁ ਵਰ੍ਹੇ ਅਤੇ ਬਰਤਾਨਵੀ ਆਲੋਚਨਾ ਸਾਹਿਤ ਦੀ ਉਮਰ ਵੀ ਲਗਪਗ ਇੰਨੀ ਹੀ ਹੈ। ਆਲੋਚਨਾ ਦੇ ਆਰੰਭਿਕ ਦੌਰ ਵਿਚ ਇਸਨੇ ਜਿੰਨਾ ਵੀ ਆਪਣਾ ਚਿਹਰਾ ਮੋਹਰਾ ਦਿਖਾਇਆ, ਉਸ ਦਾ ਬਹੁਤਾ ਹਿੱਸਾ ਲਾਗ ਲਗਾਉ ਜਾਂ ਖੰਡਨ ਮੰਡਨ ਜਾਂ ਸਰਵੇਖਣ ਤੋਂ ਵੱਧ ਕੁਝ ਵੀ ਨਹੀਂ ਸੀ ਅਤੇ ਕਈ ਵਾਰੀ ਕਾਨਫ਼ਰੰਸਾਂ 'ਤੇ ਪੜ੍ਹੇ ਜਾਣ ਵਾਲੇ ਪਰਚਿਆਂ ਦਾ ਮੰਤਵ ਆਪਣੇ ਵਿਸ਼ੇਸ਼ ਮਿੱਤਰਾਂ/ਸਨੇਹੀਆਂ ਦੀ ਬੱਲੇ ਬੱਲੇ ਕਰਨੀ ਅਤੇ ਗ਼ੈਰ-ਮਿੱਤਰ ਲੇਖਕਾਂ ਨੂੰ ਅੱਖੋਂ ਉਹਲੇ ਕਰਨਾ ਹੁੰਦਾ ਸੀ। ਪਰ ਹੁਣ ਹਾਲਤ ਬਦਲ ਚੁੱਕੀ ਹੈ ਅਤੇ ਆਲੋਚਨਾ ਨੂੰ ਸੰਜੀਦਗੀ, ਈਮਾਨਦਾਰੀ ਅਤੇ ਸੁਹਿਰਦਤਾ ਨਾਲ ਨੇਪਰੇ ਚਾੜ੍ਹਨ ਦੇ ਯਤਨ ਆਰੰਭ ਹੋ ਗਏ ਹਨ। ਇਹਨਾਂ ਯਤਨਾਂ ਵਿਚ ਡਾ. ਪ੍ਰੀਤਮ ਸਿੰਘ ਕੈਂਬੋ ਦਾ ਵੀ ਆਪਣਾ ਹੀ ਇਕ ਸਥਾਨ ਹੈ। ਪਰ.....

ਪਰ ਇਹ ਕਿ ਸਾਹਿਤ ਦੇ ਦੂਜੇ ਅੰਗਾਂ ਵਾਂਗ ਹੀ ਆਲੋਚਨਾ ਖੇਤਰ ਦੀਆਂ ਵੀ ਕੁਝ ਆਪਣੀਆਂ ਲੋੜਾਂ ਹਨ, ਜਿਹਨਾਂ ਸਬੰਧੀ ਹਰ ਇਕ ਆਲੋਚਕ ਨੂੰ ਜਾਗਰੂਕ ਹੋਣਾ ਪੈਂਦਾ ਹੈ। ਸਾਹਿਤ ਦੀ ਸਿਰਜਨਾ ਅਤੇ ਵਿਕਾਸ ਵਿਚ ਆਲੋਚਨਾ ਜਾਂ ਸਮਾਲੋਚਨਾ ਦੇ ਮਹੱਤਵਪੂਰਨ ਯੋਗਦਾਨ ਤੋਂ ਇਨਕਾਰੀ ਨਹੀਂ ਹੋਇਆ ਜਾ ਸਕਦਾ। ਬਿਨਾ ਸ਼ੱਕ ਆਲੋਚਨਾ ਤਰਕ ਦਾ ਵਿਸ਼ਾ ਹੈ ਅਤੇ ਇਸ ਵਿਚ ਭਾਵਾਂ ਦੀ ਬਜਾਇ ਦਲੀਲ ਹੀ ਪਰਧਾਨ ਹੁੰਦੀ ਹੈ ਪਰ ਆਲੋਚਨਾ ਸ਼ਬਦ ਦੀ ਵਰਤੋਂ 'ਵਿਚਾਰ ਕਰਨ' ਦੇ ਅਰਥਾਂ ਵਿਚ ਹੀ ਕੀਤੀ ਜਾਂਦੀ ਰਹੀ ਹੈ ਅਤੇ ਸਦਾ ਹੀ ਕੀਤੀ ਜਾਂਦੀ ਰਹੇਗੀ। ਵਿਸ਼ੇ ਦੀ ਪੂਰੀ ਜਾਣਕਾਰੀ ਪ੍ਰਾਪਤ ਕਰਨਾ, ਉਸ ਬਾਰੇ ਵਿਚਾਰ ਕਰਨੀ ਅਤੇ ਉਸਨੂੰ ਪੂਰੀ ਤਰ੍ਹਾਂ ਸਪਸ਼ਟ ਕਰਨਾ ਆਲੋਚਕ ਦਾ ਧਰਮ ਹੈ। ਇਹ ਗੱਲ ਵੱਖਰੀ ਹੈ ਕਿ ਇਕ ਆਲੋਚਕ ਰਚਨਾ ਦੀ ਚੀਰ-ਫਾੜ ਕਰਨ ਵੇਲੇ ਕਿਸ ਪ੍ਰਕਾਰ ਦੀ 'ਸਿਧਾਂਤਿਕ' ਦ੍ਰਿਸ਼ਟੀ ਰੱਖਦਾ ਹੈ। ਇਸਦੀ ਆਪਣੀ ਥਾਂ ਹੈ ਕਿ ਆਲੋਚਕ ਦੀ ਦ੍ਰਿਸ਼ਟੀ ਦਾ ਆਧਾਰ ਮਨੋਵਿਗਿਆਨਿਕ ਹੈ ਕਿ ਦਾਰਸ਼ਨਿਕ, ਇਤਿਹਾਸਕ ਹੈ ਕਿ ਕਾਲਪਨਿਕ, ਵਿਗਿਆਨਿਕ ਹੈ ਕਿ ਨਿਰਣਾਤਮਕ ਅਤੇ ਸਮਾਜਿਕ ਹੈ ਕਿ ਵਿਅਕਤਿਕ। ਆਲੋਚਨਾ ਦਾ ਕਿਹੜਾ ਰੂਪ ਸਰਬ-ਮਾਨਿਯ ਮੰਨ ਕੇ ਤੁਰਿਆ ਜਾਵੇ ? ਅਸੀਂ ਕਿਸੇ ਪ੍ਰਕਾਰ ਦੀ ਬਹਿਸ ਵਿਚ ਨਾ ਪੈਂਦਿਆਂ ਇਹ ਮੰਨ ਕੇ ਤੁਰਦੇ ਹਾਂ ਕਿ ਆਲੋਚਨਾਤਮਕ ਵਿਧੀਆਂ

ਜਾਂ ਸਿਧਾਂਤ ਸਾਡੇ ਮਾਰਗ ਦਰਸ਼ਨ ਲਈ ਹਨ ਪਰ ਅੰਤ ਨਹੀਂ। ਕਿਉਂ ਜੋ ਸਾਹਿਤਕ ਆਲੋਚਨਾ ਦੀ ਕੋਈ ਵੀ ਵਿਧੀ ਆਪਣੇ ਆਪ ਵਿਚ ਸੰਪੂਰਨ ਨਹੀਂ ਕਹਿਲਾ ਸਕਦੀ। ਕੋਈ ਸੰਯੁਕਤ ਰਾਹ ਲੱਭਣਾ ਪਵੇਗਾ। ਜਿਸ ਰਾਹੀਂ ਆਲੋਚਕ ਸਾਹਿਤ ਅਧਿਐਨ, ਸਾਹਿਤ ਵਿਸ਼ਲੇਸ਼ਣ ਅਤੇ ਸਾਹਿਤ ਮੁਲਾਂਕਣ ਕਰ ਸਕੇ।

ਡਾ. ਪ੍ਰੀਤਮ ਸਿੰਘ ਕੈਂਬੋ ਨੇ 1991 ਵਿਚ ਆਪਣੀ ਪਹਿਲੀ ਸਮੀਖਿਆ ਪੁਸਤਕ *ਬਰਤਾਨਵੀ ਪੰਜਾਬੀ ਸਾਹਿਤ* ਦੇ ਕੇ ਅਤੇ ਉਸ ਤੋਂ ਉਪਰੰਤ ਹੁਣ ਤਕ ਹੋਰ ਵੀ ਬਹੁਤ ਸਾਰੇ ਆਲੋਚਨਾਤਮਕ ਲੇਖ ਲਿਖ ਕੇ ਸਾਬਤ ਕੀਤਾ ਹੈ ਕਿ ਉਸ ਵਿਚ ਉੱਤਮ ਆਲੋਚਕ ਵਾਸਤੇ ਲੋੜੀਂਦੇ ਸਾਰੇ ਹੀ ਗੁਣ ਮੌਜੂਦ ਹਨ। ਉੱਤਮ ਆਲੋਚਕ ਵਾਸਤੇ ਵਿਦਵਾਨ, ਸੁਹਿਰਦ, ਮਿਹਨਤੀ, ਨਿਰਪੱਖ, ਸੰਜਮੀ ਅਤੇ ਨਿਰਵਿਅਕਤਿਕ ਹੋਣਾ ਜ਼ਰੂਰੀ ਹੈ ਅਤੇ ਡਾ. ਕੈਂਬੋ ਵਿਚ, ਉਸਦੀਆਂ ਆਪਣੀਆਂ ਨਿਰਧਾਰਿਤ ਸੀਮਾਵਾਂ ਤੋਂ ਬਾਅਦ ਇਹ ਸਾਰੇ ਗੁਣ ਮੌਜੂਦ ਹਨ। ਡਾ. ਸਵਰਨ ਚੰਦਨ ਵੀ ਡਾ. ਕੈਂਬੋ ਬਾਰੇ ਲਿਖਦੇ ਹਨ : 'ਮੁੱਖ ਜ਼ਰੂਰਤ ਕਿਸੇ ਆਲੋਚਕ ਦਾ ਸੁਹਿਰਦ, ਪੈਨੀ ਦ੍ਰਿਸ਼ਟੀ ਵਾਲਾ ਅਤੇ ਗੰਭੀਰ ਹੋਣਾ ਹੈ ਅਤੇ ਇਹ ਸਾਰੀਆਂ ਸਿਫ਼ਤਾਂ ਡਾ. ਕੈਂਬੋ ਦੇ ਪ੍ਰਸਤੁਤ ਨਿਬੰਧਾਂ ਵਿਚੋਂ ਵੇਖੀਆਂ ਜਾ ਸਕਦੀਆਂ ਹਨ।....ਉਹਦਾ ਗੁਣ ਵਿਸ਼ੇਸ਼ ਇਹ ਹੈ ਕਿ ਉਹ ਸਮੀਖਿਆ ਕਾਰਜ ਵਿਚ ਉਲਾਰ ਨਹੀਂ ਹੁੰਦਾ; ਆਲੋਚਨਾ ਨੂੰ ਉਹ ਸਾਹਿਤ-ਅਧਿਐਨ ਦੇ ਅਰਥਾਂ ਵਿਚ ਆਤਮਸਾਤ ਕਰਦਾ ਹੋਇਆ ਆਪਣੀ ਦ੍ਰਿਸ਼ਟੀ ਰਚਨਾ ਦੀ ਟੈਕਸਟ 'ਤੇ ਕੇਂਦਰਿਤ ਰੱਖਦਾ ਹੈ।'

(ਬਰਤਾਨਵੀ ਪੰਜਾਬੀ ਸਾਹਿਤ, ਪੰਨਾ 17)

ਬਰਤਾਨਵੀ ਪੰਜਾਬੀ ਸਾਹਿਤ ਵਿਚ ਕੁਲ 12 ਲੇਖ ਹਨ। ਸਾਰੇ ਹੀ ਲੇਖ ਬਰਤਾਨੀਆ ਵਿਚ ਲਿਖੇ ਜਾ ਰਹੇ ਸਾਹਿਤ ਨਾਲ ਸਬੰਧਤ ਨਹੀਂ। ਸਿੱਧੇ ਰੂਪ ਵਿਚ ਇਹਨਾਂ ਵਿਚੋਂ ਪਹਿਲੇ ਦੋ ਲੇਖ 'ਬਰਤਾਨਵੀ ਪੰਜਾਬੀ ਵਾਰਤਕ' ਅਤੇ 'ਬਰਤਾਨਵੀ ਪੰਜਾਬੀ ਕਹਾਣੀ, ਰੂਪ ਤੇ ਸ਼ਿਲਪ' ਇਕ ਤਰ੍ਹਾਂ ਨਾਲ ਬਰਤਾਨੀਆ ਵਿਚ ਲਿਖੇ ਜਾ ਰਹੇ ਸਮੁੱਚੇ ਸਾਹਿਤ ਉਤੇ ਗੰਭੀਰਤਾ ਨਾਲ ਪੰਛੀ ਝਾਤ ਪੁਆਂਦਿਆਂ ਆਪਣੇ ਪਾਠਕਾਂ ਨੂੰ ਸਾਹਿਤ ਦੀ ਪ੍ਰਕਿਰਿਆ ਸਬੰਧੀ ਵਿਚਾਰ ਕਰਨ ਦੀ ਪ੍ਰੇਰਨਾ ਦਿੰਦੇ ਹਨ। ਇਹਨਾਂ ਲੇਖਾਂ ਨੂੰ ਸਮੁੱਚੀ ਬਰਤਾਨਵੀ ਪੰਜਾਬੀ ਸਮੀਖਿਆ ਦੀ ਪ੍ਰਾਪਤੀ ਵੀ ਮੰਨਿਆ ਜਾ ਸਕਦਾ ਹੈ। ਕਿਉਂਕਿ ਡਾ. ਕੈਂਬੋ ਇਹਨਾਂ ਲੇਖਾਂ ਵਿਚ ਬਰਤਾਨਵੀ ਪੰਜਾਬੀ ਸਾਹਿਤ ਦੀ ਪਿੱਠ ਭੂਮੀ 'ਤੇ ਕੰਮ ਕਰ ਰਹੇ ਸਾਰੇ ਹੀ ਲੋੜੀਂਦੇ ਸੰਦਰਭਾਂ ਜਿਵੇਂ ਕਿ ਇਤਿਹਾਸਕ, ਸਭਿਆਚਾਰਕ, ਰਾਜਨੀਤਿਕ, ਸਮਾਜਕ ਅਤੇ ਆਰਥਕ, ਆਦਿ ਨੂੰ ਪੜਤਾਲਦਾ ਹੈ।

ਬਰਤਾਨੀਆ ਵਸਦਾ ਪਰਵਾਸੀ ਬਹੁਤ ਸਾਰੇ ਤਨਾਵਾਂ ਅਤੇ ਸਮੱਸਿਆਵਾਂ ਦਾ ਸ਼ਿਕਾਰ ਹੈ। ਪਰਾਏ ਦੇਸ ਵਿਚ ਕੰਮ ਦੀ ਭਾਲ ਤੋਂ ਆਰੰਭ ਹੋ ਕੇ ਬੇਕਾਰੀ, ਘਰਾਂ ਦੀ ਚਿੰਤਾ, ਪਿੱਛੇ ਨਾਲ ਮੋਹ, ਬਰਤਾਨੀਆ ਰਹਿੰਦਿਆਂ ਨਸਲਵਾਦ ਨਾਲ ਟਕਰਾਅ ਅਤੇ ਨਿੱਤ ਦਿਹਾੜੇ ਦੀ ਖਿਚੋਤਾਣ, ਇਕ ਦੂਜੇ ਨਾਲੋਂ ਵੱਧ ਕਮਾਉਣ ਦੀ ਲਾਲਸਾ, ਸਭਿਆਚਾਰ ਅਤੇ ਵਿਰਸੇ ਦੀ ਸੰਭਾਲ, ਪੀੜ੍ਹੀ-ਪਾੜਾ ਅਤੇ ਸੰਤਾਨ ਦੇ ਹੱਥੋਂ ਨਿਕਲਣ ਦਾ ਡਰ-ਫ਼ਿਕਰ, ਬਜ਼ੁਰਗਾਂ ਦੀ ਸਿਹਤ ਅਤੇ ਸੇਵਾ-ਸੰਭਾਲ ਵਰਗੀਆਂ ਔਕੜਾਂ ਉਸ ਦੇ ਦਰਪੇਸ਼ ਹਨ। ਬਰਤਾਨੀਆ ਵਸਦੇ ਲੇਖਕ ਇਹਨਾਂ ਸਭ ਔਕੜਾਂ ਨਾਲ ਜੂਝਦੇ ਰਹੇ ਹਨ,

ਜੂਝ ਰਹੇ ਹਨ ਅਤੇ ਪਹਿਲੀ/ਦੂਜੀ ਪੀੜ੍ਹੀ ਦੀ ਉਮਰ ਤਕ ਇਹ ਤਨਾਅ ਇੰਜ ਹੀ ਬਣੇ ਰਹਿਣਗੇ ਅਤੇ ਫਿਰ ਕਿਸੇ ਹੋਰ ਤਰ੍ਹਾਂ ਦੀਆਂ ਮੁਸ਼ਕਲਾਂ ਦਾ ਸਾਹਮਣਾ ਕਰਨਾ ਪਵੇਗਾ। ਡਾ. ਕੈਂਥ ਆਪੂੰ ਇਕ ਕਹਾਣੀਕਾਰ ਹੈ। ਬਰਤਾਨੀਆ ਰਹਿੰਦਾ ਹੈ। ਆਪਣੇ ਲੇਖ 'ਬਰਤਾਨਵੀ ਪੰਜਾਬੀ ਵਾਰਤਕ' ਵਿਚ ਡਾ. ਕੈਂਥ ਸਪਸ਼ਟ ਕਰਦਾ ਹੈ ਕਿ ਕੋਈ ਵੀ ਲੇਖਕ ਸਮਾਜ ਵਿਚ ਰਹਿੰਦਾ ਹੋਇਆ ਉਸ ਸਮਾਜ ਦੀਆ ਸਮੱਸਿਆਵਾਂ ਤੋਂ ਅਣਭਿੱਜ ਨਹੀਂ ਰਹਿ ਸਕਦਾ, ਅਚੇਤ ਨਹੀਂ ਰਹਿ ਸਕਦਾ। ਇੰਗਲੈਂਡ ਦੇ ਪੰਜਾਬੀ ਸਾਹਿਤ ਨੇ ਇੰਗਲੈਂਡ ਵਿਚ ਵਸਦੇ ਪਰਵਾਸੀ ਸਮਾਜ ਦਾ, ਵਿਸ਼ੇਸ਼ ਕਰਕੇ ਅਤੇ ਆਮ ਜੱਦੀ ਸਮਾਜ ਦਾ,ਆਮ ਕਰਕੇ, ਸੋਹਣਾ ਚਿਤਰ ਪੇਸ਼ ਕੀਤਾ ਹੈ। ਬਰਤਾਨਵੀ ਲੇਖਕ ਨੇ (ਕਿਸੇ ਨੇ ਵੀ ਨਹੀਂ) ਕਿਸੇ ਕਾਹਵੇਖ਼ਾਨੇ ਵਿਚ ਬੈਠ ਕੇ ਮਜ਼ਦੂਰ ਵਰਗ ਦੇ ਨਕਸ਼ੇ ਨੂੰ ਨਹੀਂ ਚਿਤਰਿਆ, ਸਗੋਂ ਇਸਦੇ ਉਲਟ ਇਥੋਂ ਦੇ ਲੇਖਕ ਵਰਗ ਨੇ ਖ਼ੁਦ ਕਾਮਾ ਵਰਗ ਦੀ ਜ਼ਿੰਦਗੀ ਬਸਰ ਕਰਕੇ ਤੇ ਖ਼ੂਨ ਪਸੀਨੇ ਦੀ ਕਮਾਈ ਕਰਕੇ ਇਹ ਸਾਹਿਤ ਸਿਰਜਿਆ ਹੈ। ਡਾ. ਕੈਂਥ ਇਹਨਾਂ ਲੇਖਾਂ ਰਾਹੀਂ ਕਿਸੇ ਕਿਸਮ ਦੇ ਪੰਡਤਾਊ ਛੜੱਪੇ ਨਹੀਂ ਮਾਰਦਾ, ਸਗੋਂ ਪਰਵਾਸੀਆਂ ਦੀਆਂ ਵਿਅਕਤੀਗਤ ਪ੍ਰਤੀਕ੍ਰਿਆਵਾਂ ਨੂੰ ਯੋਗ ਸਥਾਨ ਦਿੰਦਿਆਂ, ਰਚਨਾ ਦੀ ਵਿਆਖਿਆ ਕਰਕੇ, ਉਸਨੂੰ ਪਾਠਕਾਂ ਦੇ ਸਾਹਮਣੇ ਲਿਆ ਕੇ, ਉਸ ਵਿਚਲੀ ਸੁੰਦਰਤਾ ਅਤੇ ਯਥਾਰਥ ਨੂੰ ਖੋਜ ਕੇ ਉਸਦਾ ਵਿਸ਼ਲੇਸ਼ਣ ਕਰਦਾ ਹੈ।

ਡਾ. ਪ੍ਰੀਤਮ ਸਿੰਘ ਕੈਂਥ ਦੇ ਅਗਲੇ ਚਾਰ ਲੇਖ ਹਨ : ਸੁਤੰਤਰਤਾ ਸੰਗਰਾਮ ਦਾ ਸ਼ਾਇਰ ਲੱਖਾ ਸਿੰਘ ਜੌਹਰ, ਸੁਤੰਤਰਤਾ ਸੰਗਰਾਮ ਦੀ ਪੰਜਾਬੀ ਕਵਿਤਾ, ਪੰਜਾਬੀ ਦਾ ਪ੍ਰਤੀਬੰਧਿਤ ਸਾਹਿਤ ਅਤੇ ਬਰਤਾਨਵੀ ਰਾਜ ਸਮੇਂ ਜ਼ਬਤ-ਸ਼ੁਦਾ ਪੰਜਾਬੀ ਕਵਿਤਾ : ਇਕ ਆਲੋਚਨਾਤਮਕ ਸਰਵੇਖਣ। ਉਸਦੇ ਇਹ ਚਾਰੇ ਲੇਖ ਸਿੱਧੇ ਤੌਰ 'ਤੇ 'ਸੁਤੰਤਰਤਾ ਸੰਗਰਾਮ' ਨਾਲ ਸਬੰਧਤ ਪੰਜਾਬੀ ਸਾਹਿਤ ਨਾਲ ਆਪਣਾ ਪਿੰਡਾ ਜੋੜਦੇ ਹਨ। ਇਹ ਲੇਖ ਉਸਦੀ ਖੋਜੀ ਪ੍ਰਬਿਰਤੀ ਦੀ ਸੂਚਨਾ ਤਾਂ ਦਿੰਦੇ ਹੀ ਹਨ, ਪਰ ਨਾਲ ਦੀ ਨਾਲ ਸੁਤੰਤਰਤਾ ਸੰਗਰਾਮ ਦੇ ਸਮੇਂ 'ਰੋਸ, ਰੋਹ ਅਤੇ ਲਲਕਾਰ' ਵਜੋਂ ਲਿਖੇ ਗਏ ਅਤੇ ਜ਼ਬਤ ਹੋਏ ਪੰਜਾਬੀ ਸਾਹਿਤ ਦੇ ਦਰਸ਼ਨ ਅਤੇ ਤੁਆਰਫ਼ ਵੀ ਕਰਵਾਉਂਦੇ ਹਨ। ਇਸਦੇ ਨਾਲ ਹੀ ਡਾ. ਕੈਂਥ ਇਹਨਾਂ ਲੇਖਕਾਂ ਦੇ ਸਾਹਿਤ ਦੀ ਪਰਖ ਕਰਦਿਆਂ ਮੁਲਾਂਕਣ ਵੀ ਕਰਦਾ ਹੈ। 'ਬਰਤਾਨਵੀ ਰਾਜ ਸਮੇਂ ਜ਼ਬਤ-ਸ਼ੁਦਾ ਪੰਜਾਬੀ ਕਵਿਤਾ ਦਾ ਆਲੋਚਨਾਤਮਕ ਸਰਵੇਖਣ' ਵਾਲੇ ਲੇਖ ਵਿਚ ਡਾ. ਕੈਂਥ ਸਪਸ਼ਟ ਕਰਦਾ ਹੈ ਕਿ ਭਾਰਤ ਦੀ ਆਜ਼ਾਦੀ ਲਈ ਲਿਖੀ ਗਈ ਕਵਿਤਾ ਕਿਵੇਂ ਸਰਕਾਰੀ ਕਰੋਪੀ ਦਾ ਸ਼ਿਕਾਰ ਹੁੰਦੀ ਰਹੀ ਹੈ। ਪ੍ਰੈਸ ਆਜ਼ਾਦ ਨਹੀਂ ਸੀ ਕਿ ਸਰਕਾਰ-ਵਿਰੋਧੀ ਅਤੇ ਆਜ਼ਾਦੀ ਦੀ ਸਿੱਕ ਵਿਚ ਲਿਖੀ ਕਵਿਤਾ ਨੂੰ ਲੋਕਾਂ ਤਕ ਪਹੁੰਚਾਣ ਦਿੱਤਾ ਜਾਂਦਾ।

ਇਹ ਦੁਰੱਸਤ ਹੈ ਕਿ ਸ. ਲੱਖਾ ਸਿੰਘ ਜੌਹਰ ਤੋਂ ਬਿਨਾਂ ਇਹਨਾਂ ਲੇਖਾਂ ਵਿਚ ਜਿਹਨਾਂ ਲੇਖਕਾਂ ਦਾ ਜ਼ਿਕਰ ਹੋਇਆ ਹੈ, ਉਹ ਇੰਗਲੈਂਡ ਵਿਚ ਆ ਕੇ ਨਹੀਂ ਵਸੇ, ਪਰ ਇਸਦੇ ਬਾਵਜੂਦ ਇਹਨਾਂ ਲੇਖਾਂ ਰਾਹੀਂ ਸਾਨੂੰ ਕੁਝ ਕੁ ਅਜਿਹੇ ਲੇਖਕਾਂ ਨਾਲ ਜਾਣ-ਪਹਿਚਾਣ ਹੁੰਦੀ ਹੈ, ਜਿਹਨਾਂ ਨੂੰ ਕਿਸੇ ਨਾ ਕਿਸੇ ਕਾਰਨ ਆਲੋਚਕਾਂ ਵਲੋਂ ਬੇਧਿਆਨੀ ਦਾ ਸ਼ਿਕਾਰ ਹੋਣਾ ਪਿਆ। ਬਾਕੀ ਦੇ ਛੇ ਲੇਖਾਂ ਵਿਚੋਂ ਪਹਿਲਾ ਲੇਖ ਉਭਰਦੇ ਕਹਾਣੀਕਾਰ ਹਰਜੀਤ ਅਟਵਾਲ ਨਾਲ ਸਬੰਧਤ ਹੈ। ਇਹ ਸਾਰੇ ਲੇਖ ਸਿੱਧੇ ਤੌਰ 'ਤੇ ਪਾਠ ਕੇਂਦਰਿਤ ਅਧਿਐਨ,

ਵਿਸ਼ਲੇਸ਼ਣ ਨਾਲ ਸਬੰਧ ਰੱਖਦੇ ਹਨ, ਜਿਹਨਾਂ ਵਿਚ ਪੂਰਨ ਸਿੰਘ ਦਾ 'ਘਰ ਸੁਖ ਵਸਿਆ : ਇਕ ਅਧਿਐਨ', ਬਲਿਹਾਰ ਸਿੰਘ ਦਾ 'ਨਾਨਕਤਾ (ਮਹਾਂਕਾਵਿ) : ਇਕ ਅਧਿਐਨ', ਅਵਤਾਰ ਰਚਿਤ 'ਕਵਿਤਾ : ਮੇਰੇ ਪਰਤ ਆਉਣ ਤਕ', ਡਾ. ਦੀਵਾਨ ਸਿੰਘ ਕਾਲੇ ਪਾਣੀ ਦੀ ਵਾਰਤਕ ਅਤੇ ਗਿਆਨੀ ਮੱਖਣ ਸਿੰਘ ਮ੍ਰਿਗਿੰਦ ਦੇ ਆਦਿ ਗ੍ਰੰਥ ਦੇ 'ਬਾਰਹਮਾਹ : ਇਕ ਸਰਵੇਖਣ', ਸਾਡਾ ਧਿਆਨ ਖਿਚਦੇ ਹਨ। ਇਹਨਾਂ ਲੇਖਾਂ ਵਿਚ ਡਾ. ਕੈਂਥ ਨੇ ਰਚਨਾਵਾਂ ਦਾ ਸਰਬਪੱਖੀ ਵਿਸ਼ਲੇਸ਼ਣ ਪੇਸ਼ ਕੀਤਾ ਹੈ, ਜਿਹੜਾ ਕਿ ਪੁਸਤਕਾਂ ਦੇ ਪਾਠ ਉੱਤੇ ਕੇਂਦ੍ਰਿਤ ਹੈ। ਡਾ. ਮਨਜੀਤ ਸਿੰਘ ਨੇ ਵੀ ਅਕਸ ਦੇ ਦਸੰਬਰ 1991 ਦੇ ਅੰਕ ਵਿਚ ਡਾ. ਕੈਂਥ ਦੀ ਸਮੀਖਿਆ ਸਬੰਧੀ ਬਹੁਤ ਹੀ ਸਾਰਥਕ ਆਖਿਆ : 'ਬਰਤਾਨਵੀ ਪੰਜਾਬੀ ਸਾਹਿਤ-ਸਮੀਖਿਆ ਦੇ ਪ੍ਰਸੰਗ ਵਿਚ ਇਸ ਸਮੀਖਿਆ ਦਾ ਆਪਣਾ ਵਿਸ਼ੇਸ਼ ਮਹੱਤਵ ਜ਼ਰੂਰ ਹੈ ਪਰ ਜਦੋਂ ਅਸੀਂ ਇਸ ਸਮੀਖਿਆ ਨੂੰ ਪੰਜਾਬੀ ਸਾਹਿਤ ਸਮੀਖਿਆ ਦੀ ਮੁਖ ਧਾਰਾ ਨਾਲ ਜੋੜ ਕੇ ਵੇਖਦੇ ਹਾਂ ਤਾਂ ਇਹ ਪਰੰਪਰਿਕ ਕਿਸਮ ਦੀ ਸਮੀਖਿਆ ਦੀਆਂ ਬਹੁਤ ਸੰਭਾਵਨਾਵਾਂ ਨੂੰ ਸਾਕਾਰ ਕਰਨ ਦੀ ਅਤੇ ਪੰਜਾਬੀ ਸਾਹਿਤ-ਸਮੀਖਿਆ ਦੀ ਧਾਰਾ ਨਾਲ ਜੁੜਨ ਦੀ ਹੱਥਲੀ ਪੁਸਤਕ ਵਿਚੋਂ ਡਾ. ਕੈਂਥ ਦੇ ਇਕ ਚੰਗੇ ਸਮੀਖਿਆਕਾਰ ਹੋਣ ਦੀ ਆਸ ਬੱਝਦੀ ਹੈ।' ਲੇਖਕ, ਡਾ. ਮਨਜੀਤ ਸਿੰਘ ਦੇ ਕਥਨ ਨਾਲ ਪੂਰੀ ਤਰ੍ਹਾਂ ਸਹਿਮਤ ਹੈ।

ਇਸ ਪੁਸਤਕ ਦੀ ਪ੍ਰਕਾਸ਼ਨਾ ਤੋਂ ਲੈ ਕੇ ਹੁਣ ਤਕ ਦੇ ਛੇ ਵਰ੍ਹਿਆਂ ਦੇ ਸਮੇਂ ਵਿਚ ਵੀ ਇਹਨਾਂ ਉਪਰੋਕਤ ਲੇਖਾਂ ਤੋਂ ਬਿਨਾਂ ਡਾ. ਕੈਂਥ ਨੇ ਅਨਗਿਣਤ ਆਲੋਚਨਾਤਮਕ ਲੇਖ ਲਿਖੇ ਹਨ, ਜਿਵੇਂ ਕਿ 1. ਬਰਤਾਨਵੀ ਪੰਜਾਬੀ ਕਹਾਣੀ (ਨਵੀਂ ਪੀੜ੍ਹੀ ਦੇ ਸੰਦਰਭ ਵਿਚ), 2. ਸਮੁੱਚੀ ਬਰਤਾਨਵੀ ਪੰਜਾਬੀ ਕਵਿਤਾ (ਪਿਛਲੇ ਦਹਾਕੇ ਦੇ ਪ੍ਰਸੰਗ ਵਿਚ), 3. ਹੜੱਪਾ ਤੇ ਹੀਰੋਸ਼ੀਮਾ—ਇਕ ਪੁਨਰ ਮੁਲਾਂਕਣ, 4. ਗੁਰਦਿਆਲ ਸਿੰਘ ਰਾਏ ਦੀ ਸਾਹਿਤਕ ਪ੍ਰਾਪਤੀ, 5. ਚਮਨ ਲਾਲ ਚਮਨ ਦੀ ਕਵਿਤਾ, 6. ਸਵਰਨਪ੍ਰੀਤ ਦੀ ਨਾਵਲ ਕਲਾ, 7. ਸੁਰਜੀਤ ਕਲਪਨਾ ਸੁਹਜਵਾਦੀ ਕਹਾਣੀਕਾਰ, 8. ਅੱਖੀਆਂ ਕੂੜ ਮਾਰਦੀਆਂ ਇਕ ਅਧਿਐਨ, 9. ਬਲਦੇਵ ਬਾਵਾ ਰਚਿਤ ਪੰਜਾਬ-ਨਾਮਾ ਇਕ ਅਧਿਐਨ 10. ਤਰਸੇਮ ਨੀਲਗਿਰੀ ਦੀ ਕਹਾਣੀ ਕਲਾ, 11. ਪ੍ਰਗਤੀਵਾਦੀ ਕਵੀ ਨੂਰ ਦੀ ਕਵਿਤਾ, 12. ਰਣਜੀਤ ਰਾਏ ਦੀ ਕਵਿਤਾ, 13. ਗੁਰਦਾਸ ਸਿੰਘ ਪਰਮਾਰ ਦੀ ਗ਼ਜ਼ਲ ਅਤੇ 14. ਖੋਜੀ ਸਾਧਕ : ਡਾ. ਚੰਨਣ ਸਿੰਘ ਚੰਨ। ਇਸਦੇ ਨਾਲ ਹੀ ਉਹਨਾਂ ਨੇ ਡਾ. ਹਰਿਭਜਨ ਸਿੰਘ ਦੀ ਕਵਿਤਾ, ਸੰਤ ਸਿੰਘ ਸੇਖੋਂ ਦੀ ਕਹਾਣੀ ਕਲਾ, ਬਚਿੰਤ ਕੌਰ ਦੀਆਂ ਪਗਡੰਡੀਆਂ ਅਤੇ ਅਮੋਲ ਸਿਮਰਤੀ ਆਦਿ ਹੋਰ ਅਨਗਿਣਤ ਆਲੋਚਨਾਤਮਕ ਲੇਖ ਵੀ ਲਿਖੇ। ਡਾ. ਪ੍ਰੀਤਮ ਸਿੰਘ ਕੈਂਥ ਦਾ ਸਮੀਖਿਆ ਕਾਰਜ ਲਈ ਕੀਤਾ ਜਾ ਰਿਹਾ ਨਿਰੰਤਰ ਯਤਨ ਬਹੁਤ ਹੀ ਉੱਦਮ ਵਾਲਾ ਅਤੇ ਸ਼ਲਾਘਾਯੋਗ ਹੈ। ਦਰਅਸਲ ਬਰਤਾਨਵੀ ਪੰਜਾਬੀ ਸਾਹਿਤ ਵਿਚਲੇ ਲੇਖਾਂ ਉਪਰੰਤ ਲਿਖੇ ਇਹ ਲੇਖ ਸਾਬਤ ਕਰਦੇ ਹਨ ਕਿ ਡਾ. ਕੈਂਥ ਸਾਹਿਤ ਦੇ ਅਧਿਐਨ ਲਈ ਗੰਭੀਰਤਾ ਨਾਲ ਜੁੱਟਿਆ ਹੋਇਆ ਹੈ ਅਤੇ ਉਸਦੀ ਦ੍ਰਿਸ਼ਟੀ ਅਤੇ ਵਿਸ਼ਲੇਸ਼ਣ ਦੀ ਸ਼ਕਤੀ ਅਗੇ ਨਾਲੋਂ ਹੋਰ ਵੀ ਵਧੀ ਹੈ। ਉਹ ਸਮੀਖਿਆ ਦੇ ਕਾਰਜ ਵਿਚ ਉਲਾਰ ਨਹੀਂ, ਸਗੋਂ ਸਮੀਖਿਆ ਦੇ ਉਪਯੁਕਤ ਯੋਗਤਾ ਅਤੇ ਆਲੋਚਨਾਤਮਕ ਵਿਵੇਕ ਦੀ ਸ਼ਾਅਦੀ ਭਰਦਿਆਂ ਖੰਡਨ-ਮੰਡਨ ਤੋਂ ਉਪਰ ਉਠ ਕੇ ਬਹੁਤ ਹੀ ਸੰਤੁਲਿਤ ਅਤੇ

ਵਿਗਿਆਨਕ ਕਿਸਮ ਦੀ ਆਲੋਚਨਾ ਦੇ ਰਿਹਾ ਹੈ। ਪੂਰਨ ਆਸ ਹੈ ਕਿ ਡਾ. ਪ੍ਰੀਤਮ ਸਿੰਘ ਕੈਂਥੋ ਅੱਗੋਂ ਲਈ ਵੀ, ਨਿਰਪੱਖ ਅਤੇ ਗੁੱਟ-ਰਹਿਤ ਆਲੋਚਨਾ ਦੇ ਆਪਣੇ ਮਿੱਥੇ ਹੋਏ ਟੀਚੇ ਅਨੁਸਾਰ, ਬਰਤਾਨੀਆ ਵਿਚ ਉਪਜ ਰਹੇ ਸਾਹਿਤ ਦੀ ਘੋਖ-ਪੜਤਾਲ ਕਰਦਾ ਰਹੇਗਾ।

ਖੋਜ : *ਜ਼ਬਤ-ਸ਼ੁਦਾ ਪੰਜਾਬੀ ਕਵਿਤਾ—ਇਕ ਆਲੋਚਨਾਤਮਕ ਅਧਿਐਨ*

ਜ਼ਬਤ-ਸ਼ੁਦਾ ਪੰਜਾਬੀ ਕਵਿਤਾ—ਇਕ ਆਲੋਚਨਾਤਮਕ ਅਧਿਐਨ (ਬ੍ਰਿਟਿਸ਼ ਪਾਲਿਸੀ ਅਤੇ ਰਾਸ਼ਟਰੀ ਲਹਿਰਾਂ ਦੇ ਪ੍ਰਸੰਗ ਵਿਚ) ਡਾ. ਪ੍ਰੀਤਮ ਸਿੰਘ ਕੈਂਥੋ ਦਾ ਪੀ-ਐਚ.ਡੀ. ਦੇ ਖੋਜ-ਪ੍ਰਬੰਧ 'ਬਰਤਾਨਵੀ ਰਾਜ ਸਮੇਂ ਜ਼ਬਤ-ਸ਼ੁਦਾ ਪੰਜਾਬੀ ਕਵਿਤਾ ਦਾ ਆਲੋਚਨਾਤਮਕ ਅਧਿਐਨ' ਦਾ ਹੀ ਸੋਧਿਆ ਰੂਪ ਹੈ। ਇਸ ਖੋਜ ਕਾਰਜ ਦਾ ਮਨੋਰਥ ਜ਼ਬਤ-ਸ਼ੁਦਾ ਪੰਜਾਬੀ ਕਵਿਤਾ ਨੂੰ ਲੱਭ ਕੇ ਉਸ ਦੀ ਨਿਸ਼ਾਨਦੇਹੀ ਕਰਦਿਆਂ, ਭਾਰਤ ਦੇ ਸੁਤੰਤਰਤਾ ਸੰਗਰਾਮ ਦੇ ਇਤਿਹਾਸ ਦੀ ਪਿੱਠਭੂਮੀ ਵਿਚ ਉਸਦੀ ਵਿਆਖਿਆ ਕਰਨੀ ਹੈ। ਪੰਜਾਬੀ ਕਵਿਤਾ ਦੇ ਇਤਿਹਾਸ ਵਿਚ ਆਮ ਕਰਕੇ ਅਤੇ ਸੁਤੰਤਰਤਾ ਸੰਗਰਾਮ ਦੇ ਇਤਿਹਾਸ ਵਿਚ ਵਿਸ਼ੇਸ਼ ਕਰਕੇ ਡਾ. ਕੈਂਥੋ ਵਲੋਂ ਮਿਹਨਤ ਨਾਲ ਲੱਭੇ ਤੱਥਾਂ ਦਾ ਖਾਸਾ ਮਹੱਤਵ ਹੈ। ਡਾ. ਕੈਂਥੋ ਨੇ ਉਨ੍ਹੀਵੀਂ ਅਤੇ ਵੀਹਵੀਂ ਸਦੀ ਦੀ ਬ੍ਰਿਟਿਸ਼ ਪ੍ਰੈਸ ਪਾਲਿਸੀ ਤੋਂ ਆਰੰਭ ਕਰਕੇ ਗ਼ਦਰ ਲਹਿਰ ਤੇ ਜ਼ਬਤ ਪੰਜਾਬੀ ਕਾਵਿ, ਅਕਾਲੀ ਲਹਿਰ ਤੇ ਜ਼ਬਤ ਪੰਜਾਬੀ ਕਾਵਿ, ਨਾ-ਮਿਲਵਰਤਣ ਤੇ ਜ਼ਬਤ ਪੰਜਾਬੀ ਕਾਵਿ, ਕਿਰਤੀ ਲਹਿਰ ਤੇ ਜ਼ਬਤ ਪੰਜਾਬੀ ਕਾਵਿ, ਕੂਕਾ ਲਹਿਰ ਤੇ ਜ਼ਬਤ ਪੰਜਾਬੀ ਕਾਵਿ ਅਤੇ ਜ਼ਬਤ-ਸ਼ੁਦਾ ਪੰਜਾਬੀ ਕਵਿਤਾ ਦਾ ਸਾਹਿਤਕ ਤੇ ਇਤਿਹਾਸਕ ਮਹੱਤਵ—ਚੈਪਟਰਾਂ ਦੇ ਵਿਸਥਾਰ ਉਪਰੰਤ ਜੋ ਨਿਸ਼ਕਰਸ਼ ਕੱਢੇ ਹਨ ਉਹ ਸਲਾਹੁਣ ਯੋਗ ਤਾਂ ਹਨ ਹੀ, ਪਰ ਸਮੁੱਚੀ ਖੋਜ-ਪੁਸਤਕ ਦਾ ਅਧਿਐਨ ਕਰਨ ਉਪਰੰਤ ਪਾਠਕ ਨੂੰ ਸੁਤੰਤਰਤਾ ਸੰਗਰਾਮ ਵਿਚ ਪੰਜਾਬੀ ਕਵਿਤਾ ਦੇ ਸਾਹਿਤਕ ਤੇ ਇਤਿਹਾਸਕ ਸਥਾਨ ਦਾ ਬੋਧ ਵੀ ਕਰਵਾਉਂਦੇ ਹਨ।

ਖੋਜ, ਅਥਾਹ ਮਿਹਨਤ ਅਤੇ ਲਗਨ ਮੰਗਦਾ ਅਜਿਹਾ ਕਾਰਜ ਹੈ, ਜਿਸ ਵਿਚ ਖੋਜ ਕਰਨ ਵਾਲਾ ਵੱਖ ਵੱਖ ਸ੍ਰੋਤਾਂ ਤੋਂ ਭਿੰਨ ਭਿੰਨ ਢੰਗਾਂ ਨਾਲ ਇਕੱਤ੍ਰ ਕੀਤੇ ਗਏ ਤੱਥਾਂ ਦੀ ਘੋਖਵੀਂ ਪੁਣ-ਛਾਣ ਕਰਨ ਉਪਰੰਤ ਉਹਨਾਂ ਅੰਦਰ ਛੁਪੇ ਹੋਏ ਸੱਚ ਨੂੰ ਪ੍ਰਗਟ ਕਰਦਾ ਹੈ। ਡਾ. ਕੈਂਥੋ ਦੀ ਹੱਥਲੀ ਖੋਜ ਨੂੰ ਇਕ ਪ੍ਰਕਾਰ ਨਾਲ ਅਨੁਸੰਧਾਨਾਤਮਕ (ਖੋਜਾਤਮਕ) ਆਲੋਚਨਾ ਦਾ ਨਾਮ ਦਿੱਤਾ ਜਾ ਸਕਦਾ ਹੈ, ਕਿਉਂ ਜੋ ਇਸ ਖੋਜ ਆਲੋਚਨਾ ਵਿਚ ਇਕ ਪਾਸੇ ਭਾਰਤ ਦੇ ਸੁਤੰਤਰਤਾ ਸੰਗਰਾਮ ਦੇ ਇਤਿਹਾਸ ਜਾਂ ਕਾਲਕ੍ਰਮ ਨੂੰ ਰੱਖਿਆ ਗਿਆ ਹੈ ਅਤੇ ਦੂਜੇ ਪਾਸੇ ਇਸ ਸਮੇਂ ਵਿਚ ਉਪਜੀ ਅਤੇ ਜ਼ਬਤ-ਸ਼ੁਦਾ ਪੰਜਾਬੀ ਕਵਿਤਾ ਨੂੰ ਵੀ। ਚਾਹੇ ਅਣਚਾਹੇ, ਸਿਰਜਨਹਾਰ ਦੀਆਂ ਕਿਰਤਾਂ ਦੇ ਨਾਲ ਨਾਲ ਸਮੇਂ, ਸਥਾਨ, ਛਪੀਆਂ, ਅਣ-ਛਪੀਆਂ ਰਚਨਾਵਾਂ ਜੀਵਨ-ਦ੍ਰਿਸ਼ਟੀ ਅਤੇ ਜੀਵਨ-ਦਰਸ਼ਨ ਆਦਿ ਸਭੇ ਕੁਝ ਇਸ ਆਲੋਚਨਾ ਦੀ ਪ੍ਰਣਾਲੀ ਵਿਚ ਆ ਜਾਂਦਾ ਹੈ। ਅਨੁਸੰਧਾਨਾਤਮਕ ਆਲੋਚਨਾ ਵਿਚ ਤੁਲਨਾਤਮਕ ਆਲੋਚਨਾ ਦੇ ਤੱਤ ਵੀ ਆਪ-ਮੁਹਾਰੇ ਹੀ ਆ ਜਾਂਦੇ ਹਨ। ਅਜਿਹੀ

ਆਲੋਚਨਾ ਅਕਸਰ ਧੁੰਧਲ ਵਿਚ ਗੁਆਚੇ ਕਈ ਸਾਹਿਤਕਾਰਾਂ ਨੂੰ ਪਾਠਕਾਂ ਦੇ ਸਾਹਮਣੇ ਲਿਆਉਣ ਦਾ ਵੀ ਸਫਲ ਯਤਨ ਕਰਦੀ ਹੈ। ਇਥੇ ਇਹ ਕਹਿਣਾ ਸ਼ਾਇਦ ਅਸੰਗਤ ਨਹੀਂ ਹੋਵੇਗਾ ਕਿ ਉਂਜ ਤਾਂ ਭਾਵੇਂ ਹਰ ਪ੍ਰਕਾਰ ਦੀ ਆਲੋਚਨਾ ਹੀ ਨਿਰਪੱਖ ਅਤੇ ਗੁੱਟ-ਰਹਿਤ ਹੋਣੀ ਚਾਹੀਦੀ ਹੈ ਪਰ ਅਨੁਸੰਧਾਨਾਤਮਕ ਆਲੋਚਨਾ ਤਾਂ ਪੱਖਪਾਤੀ ਹੋ ਕੇ ਨਿਭਾਈ ਹੀ ਨਹੀਂ ਜਾ ਸਕਦੀ। ਡਾ. ਕੈਂਥੋ ਆਪਣੇ ਵਲੋਂ ਇਸ ਖੋਜ ਹਿਤ ਇਕੱਤ੍ਰ ਕੀਤੇ ਤੱਥਾਂ, ਉਹਨਾਂ ਦੀ ਪ੍ਰਕਿਰਤੀ, ਵਿਆਖਿਆ ਅਤੇ ਵਿਸ਼ਲੇਸ਼ਣ ਸਬੰਧੀ ਲੋੜੀਂਦੀ ਦ੍ਰਿਸ਼ਟੀ ਅਤੇ ਪਹੁੰਚ ਪ੍ਰਤੀ ਸੁਚੇਤ ਹੈ, ਨਿਰਪੱਖ ਹੈ। ਉਹ ਨਿਸ਼ਕਰਸ਼ਾਂ ਨੂੰ ਪਹਿਲਾਂ ਹੀ ਮਿੱਥ ਕੇ ਉਹਨਾਂ ਦੀ ਪੁਸ਼ਟੀ ਹਿੱਤ ਨਹੀਂ ਤੁਰਦਾ, ਸਗੋਂ ਤੱਥਾਂ ਦੇ ਆਸਰੇ ਨਿਸ਼ਕਰਸ਼ਾਂ 'ਤੇ ਪਹੁੰਚਦਾ ਹੈ।

ਡਾ. ਕੈਂਥੋ ਨੇ ਜਿਸ ਪੰਜਾਬੀ ਕਵਿਤਾ ਨੂੰ ਜ਼ਬਤ-ਸ਼ੁਦਾ ਕਵਿਤਾ ਦਾ ਨਾਂ ਦਿੱਤਾ ਹੈ, ਉਹ ਭਾਰਤ ਦੀ ਆਜ਼ਾਦੀ ਲਈ ਪਹਿਲੇ ਸੰਗਰਾਮ ਵਜੋਂ ਗਰਦਾਨੇ ਜਾਣ ਵਾਲੇ 1857 ਦੇ ਗ਼ਦਰ, ਕੂਕਾ ਲਹਿਰ, ਵੀਹਵੀਂ ਸਦੀ ਦੀ ਗ਼ਦਰ ਲਹਿਰ, ਨਾ-ਮਿਲਵਰਤਣ ਲਹਿਰ, ਅਕਾਲੀ ਲਹਿਰ, ਕਿਰਤੀ ਲਹਿਰ ਦੇ ਇਤਿਹਾਸ ਅਤੇ ਇਹਨਾਂ ਲਹਿਰਾਂ ਹੇਠ ਵਾਪਰੇ ਹਾਦਸਿਆਂ ਜਿਵੇਂ ਗਊ-ਬੱਧ, ਕੂਕਿਆਂ ਦੀ ਸ਼ਹੀਦੀ, ਬਾਬਾ ਰਾਮ ਸਿੰਘ ਜੀ ਦੇ ਦੇਸ਼-ਨਿਕਾਲੇ, ਗ਼ਦਰ ਪਾਰਟੀ ਦੀ ਸਥਾਪਨਾ, ਕਾਮਾਗਾਟਾਮਾਰੂ ਦੇ ਸਾਕੇ, ਨਨਕਾਣਾ ਸਾਹਿਬ, ਗੁਰੂ ਕੇ ਬਾਗ ਤੇ ਜੈਤੋ ਦੇ ਮੋਰਚਿਆਂ, ਜਲ੍ਹਿਆਂ ਵਾਲੇ ਬਾਗ ਦੇ ਸਾਕੇ ਅਤੇ ਰੂਸੀ ਇਨਕਲਾਬ ਦੇ ਵਰਣਨ ਨਾਲ ਸਬੰਧਤ ਸਾਰੀ ਪੰਜਾਬੀ ਕਵਿਤਾ ਹੈ, ਜਿਸ ਨੂੰ ਅੰਗਰੇਜ਼ ਹਕੂਮਤ ਰਾਹੀਂ ਸਮੇਂ ਸਿਰ ਜ਼ਬਤ ਕਰ ਲਿਆ ਗਿਆ। ਇਸ ਕਵਿਤਾ ਨੂੰ ਹੀ 'ਜ਼ਬਤ-ਸ਼ੁਦਾ ਪੰਜਾਬੀ ਕਵਿਤਾ' ਦਾ ਨਾਂ ਦਿੱਤਾ ਗਿਆ। ਜ਼ਬਤ ਕਰਨ ਦਾ ਅਰਥ ਸੀ ਕਿ ਇਹ ਕਵਿਤਾ ਲੋਕਾਂ ਤਕ ਨਾ ਪੁੱਜੇ; ਅਤੇ ਲੋਕਾਂ ਤਕ ਪਹੁੰਚਾਉਣ ਦਾ ਕੰਮ ਪ੍ਰੈਸ ਉੱਤੇ ਸੀ, ਇਸ ਲਈ ਇਸ ਕਵਿਤਾ ਨੂੰ ਜ਼ਬਤ ਕਰਦਿਆਂ ਪਹਿਲੀ ਸਰਕਾਰੀ ਕਰੋਪੀ ਪ੍ਰੈਸ ਉੱਤੇ ਹੀ ਹੋਈ। ਇਸ ਸਾਰੀ ਪੰਜਾਬੀ ਕਵਿਤਾ ਦਾ ਮੰਤਵ ਸੀ ਕਿ ਆਪਸੀ ਭਿੰਨਤਾ ਦੇ ਬਾਵਜੂਦ ਵਿਸ਼ੇਸ਼ ਤੌਰ 'ਤੇ ਲੋਕਾਂ ਅੰਦਰ ਰਾਸ਼ਟਰੀ ਚੇਤੰਨਤਾ ਜਗਾ ਕੇ ਭਾਰਤ ਨੂੰ ਅੰਗਰੇਜ਼ਾਂ ਦੇ ਚੁੰਗਲ ਤੋਂ ਸੁਤੰਤਰ ਕਰਵਾਉਣ ਲਈ ਜਨਤਾ ਨੂੰ ਪ੍ਰੇਰਿਤ ਕੀਤਾ ਜਾਵੇ। ਡਾ. ਕੈਂਥੋ ਨੇ ਆਪਣੀ ਇਸ ਇਤਿਹਾਸਿਕ ਆਲੋਚਨਾਤਮਕ ਪਹੁੰਚ ਰਾਹੀਂ ਇਸ ਸਮੇਂ ਦੀ ਜ਼ਬਤ-ਸ਼ੁਦਾ ਕਵਿਤਾ ਦੇ ਸਾਹਿਤਕ ਮਹੱਤਵ ਨੂੰ ਉਘਾੜਦਿਆਂ ਰਾਸ਼ਟਰੀ ਲਹਿਰਾਂ ਅਤੇ ਬ੍ਰਿਟਿਸ਼ ਨੀਤੀ ਦੇ ਤੱਥਾਂ ਰਾਹੀਂ ਸਾਹਿਤ ਦੇ ਸਮਾਜਕ, ਇਤਿਹਾਸਕ ਤੇ ਰਾਜਨੀਤਿਕ ਮਹੱਤਵ ਤਕ ਰਸਾਈ ਕੀਤੀ ਹੈ।

ਡਾ. ਕੈਂਥੋ ਦੀ ਪੁਸਤਕ ਤੋਂ ਸਪਸ਼ਟ ਹੁੰਦਾ ਹੈ ਕਿ ਉਸਨੂੰ ਭਾਰਤ ਦੇ ਸੁਤੰਤਰਤਾ ਸੰਗਰਾਮ ਅਤੇ ਸੰਗਰਾਮ ਨਾਲ ਸਬੰਧਤ ਸਾਰੀਆਂ ਲਹਿਰਾਂ ਦੀ ਪੂਰਨ ਤੌਰ 'ਤੇ ਵਾਕਫ਼ੀ ਹੈ। ਅਤੇ ਇਸੇ ਕਾਰਣ ਹੀ, ਉਸ ਨੇ ਇਸ ਸਮੇਂ ਦੀ ਜ਼ਬਤ-ਸ਼ੁਦਾ ਪੰਜਾਬੀ ਕਵਿਤਾ ਦੇ ਇਤਿਹਾਸਕ ਅਤੇ ਰਾਜਨੀਤਕ ਸਰੋਕਾਰਾਂ ਦਾ ਵਿਸ਼ਲੇਸ਼ਣ ਕਰਨ ਉਪਰੰਤ ਇਸ ਕਵਿਤਾ ਦਾ 'ਕਾਵਿਕ-ਮੁੱਲ' ਨਿਰਧਾਰਤ ਕਰਦਿਆਂ ਸਮੇਂ ਦੇ ਇਤਿਹਾਸਕ ਸੱਚ ਨੂੰ ਵੀ

ਪਹਿਚਾਣਿਆ, ਕਵੀ ਦੀ ਸਮਾਜਕ ਜ਼ਿੰਮੇਵਾਰੀ ਨੂੰ ਵੀ ਅਤੇ ਉਸਦੀ ਸਾਹਿਤਕ ਈਮਾਨਦਾਰੀ ਨੂੰ ਵੀ। ਜ਼ਬਤ ਕੀਤੀ ਗਈ ਪੰਜਾਬੀ ਕਵਿਤਾ ਦਾ ਸਾਂਝਾ ਮੁੱਖ ਰੋਲ ਭਾਵੇਂ ਲੋਕਾਂ ਵਿਚ ਰਾਸ਼ਟਰੀ ਚੇਤੰਨਤਾ ਪੈਦਾ ਕਰਕੇ ਸੁਤੰਤਰਤਾ ਦੀ ਪ੍ਰਾਪਤੀ ਕਰਨਾ ਸੀ ਪਰ ਦੇਸ਼ ਦੇ ਹਿੱਤ ਲਈ ਚੱਲੀਆਂ ਵੱਖ ਵੱਖ ਲਹਿਰਾਂ ਤੇ ਧਾਰਾਵਾਂ, ਜਿਹਨਾਂ ਦੇ ਅਧੀਨ ਇਹ ਕਵਿਤਾ ਹੋਂਦ ਵਿਚ ਆਈ, ਉਹਨਾਂ ਦੀਆਂ ਪਰਿਸਥਿਤੀਆਂ ਅਤੇ ਵਿਚਾਰਕ ਧਾਰਾ ਵੱਖਰੀ ਵੱਖਰੀ ਸੀ। ਇਸ ਲਈ ਸੁਭਾਵਕ ਹੀ ਹਰ ਲਹਿਰ ਸਬੰਧੀ ਰਚੀ ਗਈ ਕਵਿਤਾ ਦੇ ਵਸਤੂ ਤੇ ਰੂਪ ਰੰਗ ਵਿਚ ਭਿੰਨਤਾ ਦਿਸਦੀ ਹੈ। ਪਰ ਇਸ ਭਿੰਨਤਾ ਦੇ ਬਾਵਜੂਦ ਵੀ ਇਹ ਸਾਰੀ ਕਵਿਤਾ ਇਕ ਵਿਸ਼ੇਸ਼ ਦਿਸ਼ਾ ਵਲ ਹੀ ਸੰਕੇਤ ਕਰਦੀ ਹੈ ਅਤੇ ਇਹ ਦਿਸ਼ਾ ਹੈ: ਦੇਸ਼ ਨੂੰ ਅੰਗਰੇਜ਼ਾਂ ਦੀ ਗ਼ੁਲਾਮੀ ਤੋਂ ਆਜ਼ਾਦ ਕਰਵਾਉਣਾ। ਸਾਂਝੇ ਉਦੇਸ਼ ਦੇ ਹੁੰਦਿਆਂ ਸੁੰਦਿਆਂ ਵੀ ਡਾ. ਕੈਂਥ ਨੇ ਨਿਸ਼ਾਨਦੇਹੀ ਕੀਤੀ ਹੈ ਕਿ ਇਸ ਕਵਿਤਾ ਦੀ ਨਿੱਜਗਤ ਵਿਲੱਖਣਤਾ ਨੂੰ ਕਿਹੜੇ ਕਿਹੜੇ ਵਿਸ਼ੇ ਨਿਰਧਾਰਤ ਕਰਦੇ ਹਨ ਅਤੇ ਕਿਵੇਂ ਰੂਪਕ ਪੱਖੋਂ ਵੀ ਵਿਲੱਖਣਤਾ ਦੇ ਬਾਵਜੂਦ ਇਹ ਕਵਿਤਾ ਇਕ ਸਾਂਝੇ ਮੁਹਾਜ ਵਲਾਂ ਇਸ਼ਾਰੇ ਕਰਦੀ ਤੁਰੀ ਜਾਂਦੀ ਹੈ।

ਬਹੁਤੀਆਂ ਉਦਾਹਰਣਾਂ ਨਾ ਦੇ ਕੇ ਜੇਕਰ ਮਿਸਾਲ ਵਜੋਂ ਕੇਵਲ ਗ਼ਦਰ ਲਹਿਰ ਨੂੰ ਹੀ ਲਿਆ ਜਾਵੇ ਤਾਂ ਇਸਦਾ ਪ੍ਰਮੁਖ ਮੰਤਵ ਤਾਂ ਲੋਕਾਂ ਵਿਚ ਰਾਜਨੀਤਕ ਚੇਤਨਤਾ ਪੈਦਾ ਕਰਨੀ ਸੀ ਪਰ ਇਸ ਮੰਤਵ ਦੀ ਪੂਰਤੀ ਲਈ ਉਪਵਿਸ਼ਿਆਂ ਵਜੋਂ ਗ਼ੁਲਾਮੀ ਵਿਰੁੱਧ ਨਫ਼ਰਤ, ਆਰਥਿਕ ਖ਼ੁਸ਼ਹਾਲੀ ਲਈ ਪ੍ਰੇਰਨਾ, ਕੌਮੀ ਏਕਤਾ ਲਈ ਸੰਦੇਸ਼ ਅਤੇ ਆਪਣੇ ਵਿਰਸੇ ਪ੍ਰਤੀ ਜਾਗਰੂਕ ਰਹਿਣ ਲਈ ਵੰਗਾਰ ਅਤੇ ਚਿਤਾਰ ਵੀ ਸੀ। ਇਹ ਕਵਿਤਾ ਹੇਠੀ ਭਰੀ ਜ਼ਿੰਦਗੀ ਦਾ ਚਿਤਰ ਖਿਚ ਕੇ ਗ਼ੁਲਾਮੀ ਦਾ ਤੀਬਰ ਅਹਿਸਾਸ ਵੀ ਕਰਾਉਂਦੀ ਹੈ ਅਤੇ ਨਾਲ ਹੀ ਜ਼ਿੱਲਤ ਭਰੀ ਜ਼ਿੰਦਗੀ ਨੂੰ ਮਰਨ ਸਮਾਨ ਵੀ ਗਰਦਾਨਦੀ ਹੈ:

ਸਾਰੀ ਖਲਕ ਖੁਦਾਇ ਬੇਦਾਰ ਬੈਠੀ,
ਸੁੱਤਾ ਜਾਗਦਾ ਤੂੰ ਹਿੰਦੁਸਤਾਨ ਕਿਉਂ ਨੀ।
ਪਾਟੇ ਕਪੜੇ ਜਿਸਮ ਕਮਜ਼ੋਰ ਹੋਇਆ,
ਜੁੱਸਾ ਜੋਸ਼ ਤੇ ਜਿਗਰ ਦਾ ਤਾਨ ਕਿਉਂ ਨੀ।
ਕਾਲਾ ਚੋਰ ਆਖੇ ਸਾਰਾ ਜਗ ਸਾਨੂੰ,
ਸੁਖੀ ਵਸਦੀ ਤੇਰੀ ਸੰਤਾਨ ਕਿਉਂ ਨੀ।
ਨਾ ਉਹ ਰੰਗ ਤੇਰਾ ਨਾ ਉਹ ਰੂਪ ਤੇਰਾ,
ਨਾ ਉਹ ਸ਼ਾਨ ਤੇ ਨਾਲੇ ਗੁਮਾਨ ਕਿਉਂ ਨੀ।
ਧਰਤੀ ਵਿਹਲ ਨਾ ਦੇਂਵਦੀ ਗਰਕ ਜਾਈਏ,
ਬਿਜਲੀ ਸੁੱਟਦੀ ਕਿਧਰੋਂ ਅਸਮਾਨ ਕਿਉਂ ਨੀ।
ਏਸ ਜ਼ਿੰਦਗੀ ਤੋਂ ਸਾਨੂੰ ਮਰਨ ਚੰਗਾ,
ਮੌਤ ਕੱਢਦੀ ਅਸਾਂ ਦੀ ਜਾਨ ਕਿਉਂ ਨੀ।
ਐਵੇਂ ਵਾਂਗ ਦੀਵਾਨਿਆਂ ਪਏ ਫਿਰਦੇ,
ਲਾਉਂਦੇ ਉਠ ਕੇ ਆਪਣਾ ਤਾਨ ਕਿਉਂ ਨੀ।

ਜਬੀ ਬਾਨ ਲਾਗੇ ਤਬੀ ਰੋਸ ਜਾਗੇ,
ਸੀਨੇ ਵਜਦੇ ਅਸਾਂ ਦੇ ਬਾਨ ਕਿਉਂ ਨੀ।

ਇਸ ਤੋਂ ਅੱਗੇ ਗ਼ੁਲਾਮੀ ਦਾ ਜੂਲਾ ਗਲੋਂ ਲਾਹ ਕੇ ਵਗਾਹ ਮਾਰਨ ਲਈ ਵੀ ਵੰਗਾਰਦੀ ਹੈ ਇਹ ਕਵਿਤਾ:

ਆਓ ਦੇਸ਼ ਭਾਈਓ ਹਿੰਦੁਸਤਾਨ ਵਾਲੇ,
ਢੰਗ ਸੋਚੀਏ ਦੁੱਖ ਮਿਟਾਵਨੇ ਦਾ।
ਪਿਆ ਤੌਕ ਗ਼ੁਲਾਮੀ ਦਾ ਗਲ ਸਾਡੇ,
ਕਰੀਏ ਜਤਨ ਹੁਣ ਇਸ ਨੂੰ ਲਾਹਵਨੇ ਦਾ।

ਇੰਞ ਹੀ ਅਕਾਲੀ ਲਹਿਰ ਦੀ ਕਵਿਤਾ ਦਾ ਵਿਸ਼ਾ ਭਾਵੇਂ ਗੁਰਦੁਆਰਿਆਂ ਦੀ ਆਜ਼ਾਦੀ ਪ੍ਰਾਪਤ ਕਰਨਾ ਸੀ ਪਰ ਇਸ ਲਹਿਰ ਦੀ ਕਵਿਤਾ ਦੇ ਹੋਰ ਉਪ ਵਿਸ਼ੇ ਅੰਗਰੇਜ਼ਾਂ ਦੀ ਕੁਟਲ ਚਾਲ, ਬੇ-ਇਨਸਾਫ਼ੀ, ਬੇ-ਵਫ਼ਾਈ ਅਤੇ ਜਬਰ ਵੀ ਸੀ। ਕਿਰਤੀ ਲਹਿਰ ਰਾਸ਼ਟਰੀ ਲਹਿਰ ਸੀ ਅਤੇ ਇਸ ਲਹਿਰ ਦੇ ਪ੍ਰਭਾਵ ਹੇਠ ਕਵੀਆਂ ਨੇ ਸਾਮਰਾਜ ਵਿਰੁੱਧ ਲੋਕਾਂ ਵਿਚ ਨਫ਼ਰਤ ਦਾ ਜਜ਼ਬਾ ਪੈਦਾ ਕਰਨ ਦਾ ਯਤਨ ਕੀਤਾ ਅਤੇ ਸਮਾਜਵਾਦ ਦੀ ਭਾਵਨਾ ਨੂੰ ਜਾਗਰਤ ਕਰਦਿਆਂ, ਲੋਕਾਂ ਵਿਚ ਕੌਮੀਅਤ ਦੀ ਭਾਵਨਾ ਨੂੰ ਜਗਾਂਦਿਆਂ ਰਾਸ਼ਟਰੀ ਜਜ਼ਬੇ ਨੂੰ ਵੀ ਟੁੰਬਿਆ।

ਡਾ. ਕੈਂਥੋ ਨੇ ਹੱਥਲੀ ਪੁਸਤਕ ਵਿਚ ਜ਼ਬਤ-ਸ਼ੁਦਾ ਪੰਜਾਬੀ ਕਵਿਤਾ ਦੇ ਰੂਪਕ ਪੱਖ ਦਾ ਵੀ ਲੋੜ ਅਨੁਸਾਰ, ਬਹੁਤੇ ਵਿਸਥਾਰ ਵਿਚ ਨਾ ਜਾਂਦਿਆਂ, ਭਲੀ ਭਾਂਤ ਵਰਣਨ ਕੀਤਾ ਹੈ। ਉਸਨੇ ਇਸ ਕਵਿਤਾ ਦੀ ਭਾਸ਼ਾ, ਸ਼ਬਦਾਵਲੀ, ਛੰਦ ਪ੍ਰਬੰਧ, ਅਲੰਕਾਰ ਵਿਧਾਨ ਅਤੇ ਰਸ ਵਿਧਾਨ ਆਦਿ ਸਬੰਧੀ ਲੋੜੀਂਦਾ ਜ਼ਿਕਰ ਕੀਤਾ ਹੈ। ਜ਼ਬਤ-ਸ਼ੁਦਾ ਕਵਿਤਾ ਰਾਹੀਂ ਕਵੀਆਂ ਦਾ ਮੰਤਵ ਸਰਲ ਅਤੇ ਸੁਖੈਨ ਭਾਸ਼ਾ ਵਿਚ ਲੋਕਾਂ ਤਕ ਆਪਣਾ ਸੁਨੇਹਾ ਪਹੁੰਚਾਉਣਾ ਸੀ, ਇਸ ਲਈ ਇਹਨਾਂ ਕਵੀਆਂ ਨੇ ਲੋਕ ਪੱਧਰ ਦੀ ਬੋਲੀ ਨੂੰ ਹੀ ਚੁਣਿਆ। ਇਸੇ ਲਈ ਹੀ ਇਹ ਕਵਿਤਾ ਬੋਲੀ ਅਤੇ ਸ਼ਬਦਾਵਲੀ ਦੇ ਪੱਖੋਂ ਲੋਕਾਂ ਦੇ ਬਹੁਤ ਨੇੜੇ ਰਹੀ। ਕਵੀਆਂ ਨੇ ਛੰਦ ਵੀ ਉਹੋ ਹੀ ਵਰਤੇ ਜੋ ਉਸ ਸਮੇਂ ਬਹੁਤ ਲੋਕਪ੍ਰਿਯ ਸਨ, ਜਿਵੇਂ ਕਿ ਬੈਂਤ, ਕੋਰੜਾ, ਕਬਿੱਤ ਆਦਿ। ਲੋਕ ਕਾਵਿ ਰੂਪ ਸੱਦ, ਝੋਕ, ਵਾਰ, ਸੀਹਰਫ਼ੀ, ਬਾਰਹਮਾਹ, ਪੈਂਤੀ ਅੱਖਰੀ, ਘੋੜੀਆਂ, ਸਿੱਠਣੀਆਂ, ਕਾਫ਼ੀਆਂ ਦੀ ਵਰਤੋਂ ਆਮ ਰਹੀ ਅਤੇ ਕਿਤੇ ਕਿਤੇ ਗ਼ਜ਼ਲਾਂ ਵੀ ਲਿਖੀਆਂ ਗਈਆਂ।

ਡਾ. ਪ੍ਰੀਤਮ ਸਿੰਘ ਕੈਂਥੋ ਨੇ ਇਸ ਪੁਸਤਕ ਰਾਹੀਂ ਸਾਬਤ ਕੀਤਾ ਹੈ ਕਿ ਉਹ ਨਾ ਕੇਵਲ ਸਿਰਜਨਾਤਮਿਕ ਲੇਖਕ ਅਤੇ ਆਲੋਚਕ ਹੀ ਹੈ, ਸਗੋਂ ਬਹੁਤ ਹੀ ਮਿਹਨਤਨ ਅਤੇ ਲਗਨ ਵਾਲਾ ਖੋਜੀ ਵੀ ਹੈ। ਡਾ. ਕੈਂਥੋ ਨੂੰ ਜ਼ਬਤ-ਸ਼ੁਦਾ ਪੰਜਾਬੀ ਕਵਿਤਾ ਅਤੇ ਕਵਿਤਾ ਵਿਚ ਪ੍ਰਗਟਾਈ ਆਜ਼ਾਦੀ ਦੀ ਤੜਪ ਨਾਲ ਭਾਵੁਕ ਸਾਂਝ ਦੀ ਭਾਵਨਾ ਨੇ ਖੋਜ ਖੇਤਰ ਦੇ ਮਸਾਲੇ ਨੂੰ ਤਨਦੇਹੀ ਨਾਲ ਇਕੱਠਾ ਕਰਨ ਅਤੇ ਕਵਿਤਾ ਦੇ ਸਬੰਧਤ ਪਾਸਾਰਾਂ ਨੂੰ ਸਮਝਣ ਵਿਚ ਬਹੁਤ ਸਹਾਇਤਾ ਦਿੱਤੀ ਹੈ। ਉਹ ਆਪਣੀ ਖੋਜ ਦੀ ਸੀਮਾ ਅਧੀਨ ਰਹਿ ਕੇ ਆਪਣੇ ਪ੍ਰਗਟਾਅ ਵਿਚ ਇਕ ਸਫਲ ਖੋਜਕਾਰ, ਆਲੋਚਕ ਸਾਬਤ ਹੁੰਦਾ ਹੈ।

ਸੰਪਾਦਨਾ

ਵੇਖਣ ਨੂੰ ਸੰਪਾਦਨਾ ਕਰਨੀ ਬਹੁਤ ਹੀ ਆਸਾਨ ਅਤੇ ਸਰਲ ਜਿਹਾ ਕਾਰਜ ਦਿਸਦਾ ਹੈ ਪਰ ਹੈ ਇਹ ਬਹੁਤ ਹੀ ਔਖਾ ਅਤੇ ਸੂਝ-ਬੂਝ ਦਾ ਕਾਰਜ। ਸੰਪਾਦਨ ਜਾਂ ਸੰਪਾਦਨਾ ਕੀ ਹੈ ? ਸੰਪਾਦਨਾ ਜਾਂ ਸੰਪਾਦਨ ਦੂਜਿਆਂ ਦੁਆਰਾ ਲਿਖੀਆਂ ਹੋਈਆਂ ਰਚਨਾਵਾਂ ਨੂੰ ਸੋਧ-ਸੁਧਾਰ ਅਤੇ ਸੁਆਰ ਕੇ ਛਪਣ ਲਾਇਕ ਬਣਾਉਣਾ ਹੈ। ਅਸ਼ੁੱਧ ਅੱਖਰਾਂ ਜਾਂ ਸ਼ਬਦਾਂ ਨੂੰ ਸ਼ੁਧ ਕਰਕੇ ਲਿਖਤ ਦੀ ਭਾਸ਼ਾ ਨੂੰ ਇਕਸਾਰ ਰਵਾਨਗੀ ਵਿਚ ਕਰਨਾ ਹੀ ਸੰਪਾਦਨਾ ਹੈ। ਸੰਪਾਦਕ ਉਸਨੂੰ ਕਹਿੰਦੇ ਹਨ ਜੋ ਅਜਿਹਾ ਕਾਰਜ ਨੇਪਰੇ ਚਾੜ੍ਹਦਾ ਹੈ। ਮੁੱਖ ਰੂਪ ਵਿਚ ਸੰਪਾਦਨਾ ਦੇ ਦੋ ਰੂਪ ਆਮ ਹਨ। ਪਹਿਲਾ ਰੂਪ ਹੈ ਅਖਬਾਰਾਂ ਅਤੇ ਪਰਚਿਆਂ ਦੀ ਸੰਪਾਦਨਾ ਅਤੇ ਦੂਜਾ ਰੂਪ ਹੈ ਕਵਿਤਾ, ਲੇਖਾਂ, ਕਹਾਣੀਆਂ ਆਦਿ ਦੀ ਸੰਪਾਦਨਾ ਪੁਸਤਕ ਰੂਪ ਲਈ ਕਰਨੀ। ਦੋਹਾਂ ਦੇ ਕਾਰਜਾਂ ਵਿਚ ਰਚਨਾਵਾਂ ਇਕੱਤਰ ਕਰਨੀਆਂ ਤਾਂ ਸ਼ਾਮਲ ਹਨ ਪਰ ਇਸ ਉਪਰੰਤ ਇਹਨਾਂ ਰਚਨਾਵਾਂ ਦੀ ਵਰਤੋਂ ਵੱਖ ਵੱਖ ਰੂਪਾਂ ਵਿਚ ਹੋਣ ਕਾਰਨ ਸੰਪਾਦਨਾ ਦਾ ਨਿਭਾਅ ਵੀ ਵੱਖਰਾ ਵੱਖਰਾ ਹੋ ਜਾਂਦਾ ਹੈ। ਪੁਸਤਕ ਰੂਪ ਲਈ ਇਕੱਠੀਆਂ ਕੀਤੀਆਂ ਰਚਨਾਵਾਂ ਬਹੁਤੀ ਸੋਧ-ਸੁਧਾਈ ਦੀ ਲੋੜ ਤੋਂ ਮੁਕਤ ਹੁੰਦੀਆਂ ਹਨ।

ਡਾ. ਪ੍ਰੀਤਮ ਸਿੰਘ ਦੀਆਂ ਦੋ ਸੰਪਾਦਿਤ ਪੁਸਤਕਾਂ ਹਨ : 1. *ਇੰਟਰਨੈਸ਼ਨਲ ਪੰਜਾਬੀ ਸਾਹਿਤ*, ਅਤੇ 2. *ਗਿ. ਮੱਖਣ ਸਿੰਘ ਮ੍ਰਿਗਿੰਦ ਅਭਿਨੰਦਨ ਗ੍ਰੰਥ*। ਪੁਸਤਕਾਂ ਦੀ ਸੰਪਾਦਨਾ ਲਈ, ਪੁਸਤਕ ਦੇ ਵਿਸ਼ੇ ਅਨੁਸਾਰ ਗੰਭੀਰਤਾ ਨਾਲ ਸਭ ਤੋਂ ਪਹਿਲਾਂ ਤਾਂ ਵਿਸ਼ੇ ਨਾਲ ਸੁਹਿਰਦ ਹੋ ਕੇ ਜੁੜਨਾ ਪੈਂਦਾ ਹੈ ਅਤੇ ਫਿਰ ਸੋਚ-ਵਿਚਾਰ ਕਰਨ ਉਪਰੰਤ, ਵਿਸ਼ੇ ਨੂੰ ਦ੍ਰਿਸ਼ਟੀ ਵਿਚ ਰੱਖਦਿਆਂ ਸਬੰਧਤ ਲੇਖਕਾਂ ਨਾਲ ਤਾਲ-ਮੇਲ ਕਰਨਾ ਪੈਂਦਾ ਹੈ। ਚਿੱਠੀਆਂ ਲਿੱਖ ਕੇ ਜਾਂ ਹੋਰ ਨਿੱਜੀ ਸੰਪਰਕਾਂ ਰਾਹੀਂ ਲਿਖਤਾਂ ਲਈ ਬੇਨਤੀਆਂ ਕਰਨੀਆਂ ਪੈਂਦੀਆਂ ਹਨ। ਕਈ ਦਫ਼ਾ ਬਾਰ ਬਾਰ ਯਾਦ ਕਰਾਉਣਾ ਪੈਂਦਾ ਹੈ। ਫਿਰ ਸਮੇਂ ਅਨੁਸਾਰ ਆਈ ਸਾਰੀ ਸਾਮੱਗਰੀ ਦਾ ਅਧਿਐਨ ਕਰਨ ਉਪਰੰਤ ਲਿਖਤਾਂ ਨੂੰ ਸਮਝਣ ਪਿੱਛੋਂ ਰਚਨਾਵਾਂ ਨੂੰ ਥਾਂ ਸਿਰ ਸਜਾਉਣਾ ਪੈਂਦਾ ਹੈ। ਇਸ ਪਿਛੋਂ ਹੀ ਥਾਂ ਸਿਰ ਸਜਾਈ ਰਚਨਾ ਨੂੰ ਆਧਾਰ ਬਣਾਂਦਿਆਂ ਸੰਪਾਦਕੀ ਲਿਖ ਕੇ ਸੰਪਾਦਤ ਪੁਸਤਕ ਵਿਚਲੀਆਂ ਰਚਨਾਵਾਂ ਸਬੰਧੀ ਲੋੜੀਂਦੀ ਜਾਣ-ਪਹਿਚਾਣ ਦਿੱਤੀ ਜਾਂਦੀ ਹੈ।

ਡਾ. ਕੈਂਥ ਨੇ ਇੰਟਰਨੈਸ਼ਨਲ ਪੰਜਾਬੀ ਸਾਹਿਤ ਸਭਾ ਵਲੋਂ ਆਪਣੇ ਜ਼ਿੰਮੇ ਲੱਗੀ ਸਹਿ-ਸੰਪਾਦਨਾ ਦੀ ਪਹਿਲੀ ਪੁਸਤਕ *ਇੰਟਰਨੈਸ਼ਨਲ ਪੰਜਾਬੀ ਸਾਹਿਤ* ਲਈ ਬਹੁਤ ਹੀ ਮਿਹਨਤ ਅਤੇ ਲਗਨ ਨਾਲ ਕੰਮ ਕੀਤਾ। ਇਸ ਵੱਡ ਆਕਾਰੀ ਪੁਸਤਕ ਵਿਚ ਹਰ ਪ੍ਰਕਾਰ ਦੀਆਂ ਸਾਹਿਤਕ ਰਚਨਾਵਾਂ ਜਿਵੇਂ ਕਿ ਕਹਾਣੀ, ਲੇਖ, ਕਵਿਤਾ ਆਦਿ ਸ਼ਾਮਿਲ ਕੀਤੇ ਗਏ। ਪੁਸਤਕ ਵਿਚ ਅੰਤਰ-ਰਾਸ਼ਟਰੀ ਪੰਜਾਬੀ ਲੇਖਕਾਂ ਦੀਆਂ ਕਿਰਤਾਂ ਨੂੰ ਥਾਂ ਦਿੱਤੀ ਗਈ। ਪੁਸਤਕ ਦੀ ਪ੍ਰਕਾਸ਼ਨਾ ਉਪਰੰਤ ਹੋਈ ਸ਼ਲਾਘਾ ਅਤੇ ਸਫਲਤਾ ਤੋਂ ਸਾਬਤ ਹੋਇਆ ਕਿ ਇਸ ਕਾਰਜ ਨੂੰ ਨੇਪਰੇ ਚਾੜ੍ਹਨ ਲਈ ਡਾ. ਪ੍ਰੀਤਮ ਸਿੰਘ ਕੈਂਥ ਨੇ ਇੰਟਰਨੈਸ਼ਨਲ ਸਾਹਿਤ ਸਭਾ ਦੇ ਹੋਰ ਲੇਖਕ ਸਾਥੀ ਸਹਿ-ਸੰਪਾਦਕਾਂ ਨਾਲ ਮਿਲ ਕੇ ਕਿੰਨੀ ਮਿਹਨਤ ਅਤੇ ਲਗਨ ਨਾਲ ਕੰਮ ਕੀਤਾ। ਇੰਝ ਹੀ ਡਾ. ਕੈਂਥ ਦੀ ਇਕ ਹੋਰ ਸੰਪਾਦਿਤ ਪੁਸਤਕ

ਗਿ. ਮੱਖਣ ਸਿੰਘ ਮ੍ਰਿਗਿੰਦ ਅਭਿਨੰਦਨ ਗ੍ਰੰਥ ਹੈ। ਅਸੀਂ ਡਾ. ਮਾਨ ਸਿੰਘ ਦੇ ਇਸ ਕਥਨ ਦਾ ਸਮਰਥਨ ਕਰਦੇ ਹਾਂ ਕਿ ਡਾ. ਕੈਂਥੋ ਦੀ ਇਹ ਸੰਪਾਦਨਾ 'ਕੋਈ ਰਵਾਇਤੀ ਸੰਪਾਦਨਾ ਨਹੀਂ' ਸਗੋਂ 'ਸੂਝਵਾਨ ਸੰਪਾਦਕ ਨੇ ਗਿਆਨੀ ਜੀ ਦੀ ਬਹੁ-ਪਰਤੀ, ਬਹੁਅਕਾਰੀ ਤੇ ਬਹੁ-ਰਚਨਾਈ ਸ਼ਖ਼ਸੀਅਤ ਦੇ ਵਿਭਿੰਨ ਪਾਸਾਰਾਂ ਨੂੰ ਪਾਠਕਾਂ ਨਾਲ ਸਾਂਝਿਆਂ ਕੀਤਾ ਹੈ।' ਸੰਪਾਦਕ ਡਾ. ਕੈਂਥੋ ਵਲੋਂ ਅਭਿਨੰਦਨ ਗ੍ਰੰਥ ਦਾ ਲਿਖਿਆ ਸੰਪਾਦਕੀ ਗਿਆਨੀ ਮੱਖਣ ਸਿੰਘ ਮ੍ਰਿਗਿੰਦ ਜੀ ਉਤੇ ਲਿਖਿਆ ਇਕ ਪ੍ਰਕਾਰ ਦਾ ਖੋਜ ਨਿਬੰਧ ਹੀ ਹੈ। ਡਾ. ਕੈਂਥੋ ਨੇ ਇਸ ਅਭਿਨੰਦਨ ਗ੍ਰੰਥ ਲਈ 65 ਲਿਖਤਾਂ ਇਕੱਠੀਆਂ ਕਰਕੇ 178 ਪੰਨਿਆਂ 'ਤੇ ਫ਼ੈਲੀ ਸਾਰੀ ਰਚਨਾ ਨੂੰ ਜੀਵਨ ਝਲਕੀਆਂ ਤੇ ਪ੍ਰੀਤ ਸੰਦੇਸ਼, ਆਲੋਚਨਾਤਮਕ ਨਜ਼ਰਾਂ 'ਚੋਂ, ਕਾਵਿਕ ਸ਼ਰਧਾ ਦੇ ਫੁੱਲ, ਮ੍ਰਿਗਿੰਦ ਰਚਨਾਵਲੀ ਆਦਿ ਭਾਗਾਂ ਵਿਚ ਵੰਡਦਿਆਂ *ਮ੍ਰਿਗਿੰਦ ਅਭਿਨੰਦਨ* ਨੂੰ ਇਕ ਯਾਦਗਾਰੀ ਗ੍ਰੰਥ ਵਜੋਂ ਪੇਸ਼ ਕੀਤਾ।

ਇਸ ਪੁਸਤਕ ਸਬੰਧੀ ਡਾ. ਕੈਂਥੋ ਆਪਣੇ ਸੰਪਾਦਕੀ ਵਿਚ ਲਿਖਦਾ ਹੈ:

> "ਜਦੋਂ ਅਸੀਂ ਕਿਸੇ ਲੇਖਕ ਦੀ ਬਹੁ-ਰਚਨਾਈ ਤੇ ਬਹੁ-ਆਕਾਰੀ ਦੇਣ ਦੀ ਗੱਲ ਕਰਦੇ ਹਾਂ ਤਾਂ ਸਾਨੂੰ ਇਸ ਤੱਥ ਨੂੰ ਹਮੇਸ਼ਾ ਧਿਆਨ ਵਿਚ ਰੱਖਣਾ ਚਾਹੀਦਾ ਹੈ ਕਿ ਕਿਸੇ ਲੇਖਕ ਦੀ ਰਚਨਾਤਮਕ ਦੇਣ ਕਿਨ੍ਹਾਂ ਪਰਿਸਥਿਤੀਆਂ ਦੀ ਦੇਣ ਹੈ ਤੇ ਉਸ ਦੇ ਸਿਰਜਣਾਤਮਕ ਕੰਮਾਂ ਦਾ ਘੇਰਾ ਕਿਹੜਾ ਹੈ।"

ਇਸ ਅਭਿਨੰਦਨ ਗ੍ਰੰਥ ਦੀ ਵੀ ਦੋਹਰੀ ਸੰਪਾਦਨ ਪ੍ਰਕਿਰਿਆ ਵਿਚ ਡਾ. ਕੈਂਥੋ ਨੇ ਆਪਣੀ ਸੂਝ-ਬੂਝ ਦਾ ਚੰਗਾ ਪ੍ਰਗਟਾਵਾ ਕੀਤਾ ਹੈ। ਪਹਿਲੀ ਗੱਲ ਤਾਂ ਇਹ ਕਿ ਉਸ ਨੇ ਗਿਆਨੀ ਮੱਖਣ ਸਿੰਘ ਮ੍ਰਿਗਿੰਦ ਦੇ ਸਮੁੱਚੇ ਜੀਵਨ ਦੀ ਘਾਲਣਾ ਨੂੰ ਹਰ ਪੱਖੋਂ ਜਾਣਿਆ, ਮਾਣਿਆ ਅਤੇ ਘੋਖਿਆ। ਦੂਜਾ, ਇਸ ਪਿਛੋਂ ਉਸਨੇ ਮ੍ਰਿਗਿੰਦ ਜੀ ਦੇ ਅਭਿਨੰਦਨ ਲਈ ਲੇਖਕਾਂ, ਵਿਦਵਾਨਾਂ ਅਤੇ ਚਿੰਤਕਾਂ ਨਾਲ ਅਭਿਨੰਦਨ ਵਿਚ ਸ਼ਾਮਲ ਕਰਨ ਲਈ ਰਚਨਾਵਾਂ ਪ੍ਰਾਪਤ ਕੀਤੀਆਂ। ਡਾ. ਪ੍ਰੀਤਮ ਸਿੰਘ ਕੈਂਥੋ ਦੀ ਮਿਹਨਤ ਦਾ ਅੰਦਾਜ਼ਾ ਇਸ ਗੱਲ ਤੋਂ ਹੀ ਲੱਗ ਜਾਂਦਾ ਹੈ ਕਿ ਉਸਨੇ 'ਜੀਵਨ ਝਲਕੀਆਂ ਤੇ ਪ੍ਰੀਤ ਸੰਦੇਸ਼' ਵਾਲੇ ਭਾਗ ਵਿਚ 27 ਸਿਰਕੱਢ ਲੇਖਕਾਂ ਦੀਆਂ ਰਚਨਾਵਾਂ ਦਿੱਤੀਆਂ। ਸੰਸਾਰ ਦੇ ਵੱਖ ਵੱਖ ਕੋਨਿਆਂ ਵਿਚ ਵਸੇ ਪੰਜਾਬੀ ਲੇਖਕਾਂ ਨੇ ਮ੍ਰਿਗਿੰਦ ਜੀ ਪ੍ਰਤੀ ਆਪਣੇ ਸਨੇਹ ਅਤੇ ਸ਼ਰਧਾ ਦਾ ਪ੍ਰਗਟਾਵਾ ਕੀਤਾ। ਡਾ. ਕੈਂਥੋ ਦੋਹਾਂ ਹੀ ਪੁਸਤਕਾਂ ਦੀ ਸੰਪਾਦਨਾ ਲਈ ਵਧਾਈ ਦਾ ਪਾਤਰ ਹੈ ਅਤੇ ਨਿਰਸੰਦੇਹ ਇਕ ਸਫ਼ਲ ਸੰਪਾਦਕ ਦੇ ਤੌਰ 'ਤੇ ਵੀ ਸਾਡੇ ਧਿਆਨ ਦਾ ਕੇਂਦਰ ਬਣਦਾ ਹੈ।

ਫੁਟਕਲ (ਇੰਟਰਵੀਊਜ਼, ਮੁਖਬੰਦ, ਰੀਵੀਊਜ਼ ਅਤੇ ਵਿਦਿਆ ਨਾਲ ਸਬੰਧਤ ਲੇਖ)

ਉਪ੍ਰੋਕਤ ਤੋਂ ਬਿਨਾਂ ਡਾ. ਪ੍ਰੀਤਮ ਸਿੰਘ ਕੈਂਥੋ ਨੇ ਪੰਜਾਬ ਦੇ ਪ੍ਰਸਿੱਧ ਲੇਖਕਾਂ ਨਾਲ ਨਿੱਜੀ ਮੁਲਾਕਾਤਾਂ (ਇੰਟਰਵੀਊਜ਼), ਪੁਸਤਕਾਂ ਦੇ ਮੁਖਬੰਧ, ਪੁਸਤਕਾਂ ਦੇ ਰੀਵੀਊਜ਼ ਅਤੇ ਵਿਦਿਆ ਨਾਲ ਸਬੰਧਤ ਜਾਣਕਾਰੀ ਭਰਪੂਰ ਲੇਖ ਵੀ ਲਿਖੇ। ਪੰਜਾਬੀ ਦੇ ਪ੍ਰਸਿੱਧ ਲੇਖਕ

ਐਸ.ਐਸ. ਅਮੋਲ, ਕਹਾਣੀਕਾਰ (ਮਾਸਟਰ) ਪ੍ਰਿੰ. ਸੁਜਾਨ ਸਿੰਘ ਅਤੇ ਪ੍ਰਸਿੱਧ ਖੋਜਕਾਰ ਅਤੇ ਬਹੁਪੱਖੀ ਲੇਖਕ ਪ੍ਰੋ. ਪਿਆਰਾ ਸਿੰਘ ਪਦਮ ਜੀ ਨਾਲ ਕੀਤੀਆਂ ਇੰਟਰਵੀਊਜ਼ ਡਾ. ਪ੍ਰੀਤਮ ਸਿੰਘ ਕੈਂਬੋ ਦੀ ਇਕ ਹੋਰ ਸ-ਸ਼ਕਤ ਸਾਹਿਤ-ਕਲਾ ਵਿਧੀ ਦੀਆਂ ਲਖਾਇਕ ਹਨ। ਉਹ ਇਸ ਗੱਲੋਂ ਵੀ ਵਧਾਈ ਦਾ ਹੱਕਦਾਰ ਹੈ ਕਿ ਉਸਨੇ ਇਹਨਾਂ ਮੁਲਾਕਾਤਾਂ ਦੀ ਸਾਰੀ ਗਲਬਾਤ ਟੇਪ-ਰੀਕਾਰਡ ਕਰਕੇ ਇਹਨਾਂ ਸਿਰਮੌਰ ਲੇਖਕਾਂ ਦੀ ਆਵਾਜ਼ ਨੂੰ ਵੀ ਸਾਂਭ ਲਿਆ।

ਇਥੇ ਇਹ ਦੱਸਣਾ ਸ਼ਾਇਦ ਅਸੰਗਤ ਨਾ ਹੋਵੇ ਕਿ ਪ੍ਰਿੰਸੀਪਲ ਤੇਜਾ ਸਿੰਘ ਹੁਰਾਂ ਨੇ ਕਈ ਪੁਸਤਕਾਂ ਦੇ ਮੁਖਬੰਧ ਅਤੇ ਰੀਵੀਊ ਲਿਖ ਕੇ ਪੰਜਾਬੀ ਸਾਹਿਤ ਆਲੋਚਨਾ ਵਿਚ ਨਵੇਂ ਪੂਰਨੇ ਪਾਏ। ਸਵਰਗਵਾਸੀ ਪ੍ਰੋ. ਪੂਰਨ ਸਿੰਘ ਨੇ ਵੀ ਭਾਈ ਵੀਰ ਸਿੰਘ ਦੀਆਂ ਕਈ ਰਚਨਾਵਾਂ ਦੇ ਮੁਖਬੰਧ ਲਿਖ ਕੇ ਸਿਰਜਨਾਤਮਕ ਆਲੋਚਨਾ ਦੀ ਪਿਰਤ ਪਾਈ। ਡਾ. ਪ੍ਰੀਤਮ ਸਿੰਘ ਕੈਂਬੋ ਨੇ ਇਸ ਪਿਰਤ ਨੂੰ ਕਾਇਮ ਰੱਖਦਿਆਂ ਲੱਖਾ ਸਿੰਘ ਜੌਹਰ ਦੀ *ਪੌਂਡਾਂ ਦੇ ਪੁਆੜੇ*, ਰਣਜੀਤ ਸਿੰਘ ਰਾਏ ਦੇ *ਭਾਵਾਂ ਦੇ ਰੰਗ*, ਗੁਲਾਮ ਨਬੀ ਦੀ ਕਾਵਿ ਪੁਸਤਕ, ਡਾ. ਗੁਰਨਾਮ ਸਿੰਘ ਗਿੱਲ ਦੇ ਕਹਾਣੀ ਸੰਗ੍ਰਹਿ, ਹਾਸਰਸ ਕਵੀ ਤੇਜਾ ਸਿੰਘ ਤੇਜ ਦੀ ਪੁਸਤਕ *ਖਿਲਰੇ ਅੰਬ* ਅਤੇ ਉਸਦੀ ਦੂਜੀ ਪੁਸਤਕ, ਬਰਿੰਦਰ ਸਿੰਘ ਜ਼ਖ਼ਮੀ ਦੀ ਪੁਸਤਕ, ਗਿ. ਮੱਖਣ ਸਿੰਘ ਮ੍ਰਿਗਿੰਦ ਦੀ *ਕਲਮ ਮੇਰੀ ਕੁਰਲਾਵੇ*, ਸਵਰਨਪ੍ਰੀਤ ਦੇ ਨਾਵਲ, ਗੁਰਦੀਪ ਸਿੰਘ ਪੁਰੀ ਦੇ ਸੰਪਾਦਿਤ ਮਿੰਨੀ ਕਹਾਣੀ ਸੰਗ੍ਰਹਿ ਅਤੇ ਦਲਜੀਤ ਸਿੰਘ ਉੱਪਲ ਦੀ ਪੁਤਸਕ *ਰਮਜ਼ਾਂ* ਦੇ ਮੁਖਬੰਧ ਲਿਖ ਕੇ ਅਤੇ ਅਨਗਿਣਤ ਪੁਸਤਕਾਂ ਦੇ ਰੀਵੀਊਜ਼ ਕਰਕੇ ਸਿਰਜਨਾਤਮਕ ਆਲੋਚਨਾ ਦੀਆਂ ਸ਼ਫਲ ਵੰਨਗੀਆਂ ਵੀ ਦਿੱਤੀਆਂ। ਸੰਪਾਦਨਾ, ਇੰਟਰਵੀਊਜ਼ ਅਤੇ ਰੀਵੀਊਜ਼ ਦਾ ਵੀ ਸਿੱਧਾ ਸਬੰਧ ਆਲੋਚਨਾ ਨਾਲ ਹੀ ਹੈ। ਸਾਹਿਤ ਦੀਆਂ ਇਹਨਾਂ ਵਿਧੀਆਂ ਨਾਲ ਵੀ ਆਲੋਚਨਾ ਵਿਚ ਹੋਰ ਨਿਖਾਰ ਆਉਣ ਵਿਚ ਸਹਾਇਤਾ ਮਿਲਦੀ ਹੈ। ਇਹਨਾਂ ਤੋਂ ਬਿਨਾਂ ਉਸਨੇ ਪੰਜਾਬੀ ਦੀ ਪੜ੍ਹਾਈ ਸਬੰਧੀ ਵੀ ਲੇਖ ਲਿਖੇ।

ਡਾ. ਪ੍ਰੀਤਮ ਸਿੰਘ ਕੈਂਬੋ ਇਕ ਬਹੁਤ ਹੀ ਮਿਹਨਤੀ, ਹਿੰਮਤੀ, ਸੁਹਿਰਦ, ਮਿਲਾਪੜਾ ਅਤੇ ਲਗਨ ਵਾਲਾ ਬਹੁਪੱਖੀ ਅਤੇ ਸਰਬ-ਅੰਗੀ ਲੇਖਕ ਹੈ। ਉਹ ਸਾਬਤ ਕਰਦਾ ਹੈ ਕਿ 'ਪੰਜਾਬੀ ਬੋਲੀ, ਪੰਜਾਬੀ ਸਾਹਿਤ ਅਤੇ ਪੰਜਾਬੀ ਵਿਦਿਆ' ਲਈ ਉਸ ਦੇ ਮਨ ਵਿਚ ਅਥਾਹ ਪ੍ਰੇਮ ਹੈ, ਸ਼ਰਧਾ ਹੈ ਅਤੇ ਉਹ ਸਦਾ ਹੀ ਯਥਾ ਸ਼ਕਤੀ ਪੰਜਾਬੀ ਸਾਹਿਤ ਦੀ ਲਗਪਗ ਹਰ ਵਿਧਾ ਉਤੇ ਕੰਮ ਕਰਨ ਲਈ ਤਤਪਰ ਹੈ। ਉਹ ਸਿਰਜਨਾਤਮਕ ਰਚਨਾਵਾਂ ਭਾਵ ਕਹਾਣੀ ਕਹਿਣ ਵਿਚ ਤਾਂ ਮਾਹਰ ਹੈ ਹੀ, ਪਰ ਉਹ ਇਕ ਸੰਤੁਲਿਤ ਆਲੋਚਕ ਹੈ, ਸਫਲ ਖੋਜਕਾਰ ਵੀ ਹੈ। ਬਰਤਾਨਵੀ ਪੰਜਾਬੀ ਸਾਹਿਤ ਨੂੰ ਉਸ ਉਤੇ ਬਹੁਤ ਆਸਾਂ ਹਨ। ਆਸ਼ਾ ਹੈ ਕਿ ਉਸਦੀ ਕਲਮ ਵਿਚ ਕਦੇ ਵੀ ਖੜੋਤ ਦਾ ਕੋਈ ਦਖ਼ਲ ਨਹੀਂ ਹੋਵੇਗਾ ਅਤੇ ਉਹ ਸਿਰਜਨਾਤਮਕ ਲਿਖਤਾਂ ਦੇ ਨਾਲ ਨਾਲ ਖੋਜ ਅਤੇ ਆਲੋਚਨਾ ਵਿਚ ਨਿਰਪੱਖਤਾ ਅਤੇ ਨਿਰਗੁੱਟਤਾ ਦਾ ਨਾ ਕੇਵਲ ਸਦਾ ਹੀ ਧਾਰਨੀ ਰਹੇਗਾ, ਸਗੋਂ ਕਦੇ ਵੀ ਚੁੱਪ ਦੀ ਸਾਜ਼ਸ਼ ਵਿਚ ਸ਼ਾਮਲ ਨਹੀਂ ਹੋਵੇਗਾ। ਇਸਦੇ ਨਾਲ ਹੀ ਇਹ ਆਸ ਵੀ ਹੈ ਕਿ ਉਹ ਆਪਣੀਆਂ ਰਚਨਾਵਾਂ ਲਈ ਲੋਕ ਭਾਸ਼ਾ ਦੀ ਵਰਤੋਂ ਕਰਨ ਵਲਾਂ ਧਿਆਨ ਦਿੰਦਿਆਂ 'ਆਲੋਚਨਾ ਦੇ ਕਾਰਜ' ਨੂੰ ਹੋਰ ਵੀ ਵਧ ਕੇ ਇਕ ਲਲਕਾਰ ਵਜੋਂ ਗ੍ਰਹਿਣ ਕਰੇਗਾ।

ਡਾ: ਗੁਰਨਾਮ ਸਿੰਘ ਗਿੱਲ ਦੀਆਂ ਕਹਾਣੀਆਂ : ਇਕ ਆਲੋਚਨਾਤਮਿਕ ਸਰਵੇਖਣ

ਸਾਹਿਤ ਦਾ ਯਥਾਰਥ ਨਾਲ ਗੂੜ੍ਹਾ ਅਤੇ ਲੋੜੀਂਦਾ ਰਿਸ਼ਤਾ ਹੈ। ਸਾਹਿਤ ਅਤੇ ਯਥਾਰਥ ਦਾ ਇਹ ਰਿਸ਼ਤਾ, ਆਪਣੇ ਆਪੇ ਵਿਚ ਆਪਣੇ ਸਮੇਂ ਦੀਆਂ ਸਮਾਜਿਕ, ਰਾਜਨੀਤਕ, ਆਰਥਿਕ, ਧਾਰਮਿਕ ਅਤੇ ਸਾਂਸਕ੍ਰਿਤਿਕ ਪ੍ਰਸਥਿਤੀਆਂ ਨੂੰ ਭੋਗਦਿਆਂ ਇਕ ਅਜਿਹੀ ਜ਼ੁਬਾਨ ਦਿੰਦਾ ਹੈ, ਜਿਸ ਰਾਹੀਂ ਇਹ ਸਾਹਿਤਕ ਰਚਨਾ ਬਣਦੀ ਹੋਈ, ਪੱਥਰ ਦੀ ਹਿੱਕ 'ਤੇ ਖੁਦੇ ਹੋਏ ਸਦਾ ਰਹਿਣੇ ਹਰਫ਼ਾਂ ਵਾਂਗ, ਪਾਠਕ ਦੇ ਦਿਲ-ਦਿਮਾਗ਼ ਉੱਤੇ ਆਪਣੀ ਸਦੀਵੀ ਛਾਪ ਲਾ ਦਿੰਦਾ ਹੈ। ਡਾ. ਗੁਰਨਾਮ ਸਿੰਘ ਗਿੱਲ ਨੇ ਕਵਿਤਾ ਦੇ ਨਾਲ ਨਾਲ ਕਹਾਣੀ ਉੱਤੇ ਵੀ ਬੜੀ ਸਫਲਤਾ ਨਾਲ ਹੱਥ ਅਜ਼ਮਾਇਆ ਹੈ। ਉਸ ਨੇ ਹੁਣ ਤਕ ਤਿੰਨ ਕਹਾਣੀ ਸੰਗ੍ਰਹਿ ਪੰਜਾਬੀ ਪਾਠਕਾਂ ਦੇ ਰੂ-ਬ-ਰੂ ਪੇਸ਼ ਕੀਤੇ ਹਨ। ਅਤੇ ਸਾਡੀ ਅੱਜ ਦੀ ਸੰਖੇਪ ਅਤੇ ਤੁਰਕ-ਅੱਖੀ ਪੰਛੀ ਝਾਤ ਉਸਦੀਆਂ ਕੁਝ ਕਹਾਣੀਆਂ ਉਤੇ ਹੀ ਕੇਂਦ੍ਰਿਤ ਹੈ।

ਉਸ ਦਾ ਪਲੇਠਾ, 12 ਕਹਾਣੀਆਂ ਦਾ ਕਹਾਣੀ ਸੰਗ੍ਰਹਿ *ਸੂਰਜ ਦਾ ਵਿਛੋੜਾ* 1981 ਵਿਚ, ਦੂਜਾ 19 ਕਹਾਣੀਆਂ ਦਾ ਸੰਗ੍ਰਹਿ *ਖਲਾਅ 'ਚ ਲਟਕਦੇ ਸੁਪਨੇ* 1983 ਵਿਚ ਅਤੇ ਤੀਜਾ 12 ਕਹਾਣੀਆਂ ਦਾ *ਕੱਚ ਦੀਆਂ ਕਬਰਾਂ* ਨਾਂ ਦਾ ਸੰਗ੍ਰਹਿ 1991 ਵਿਚ ਪ੍ਰਕਾਸ਼ਿਤ ਹੋਇਆ। ਉਸਦੀਆਂ ਕੁਲ 41 ਕਹਾਣੀਆਂ (ਕੁਲ 37 ਕਿਉਂਕਿ ਪਹਿਲੇ/ਦੂਜੇ ਸੰਗ੍ਰਹਿ ਦੀਆਂ ਚਾਰ ਕਹਾਣੀਆਂ ਦੂਜੇ/ਤੀਜੇ ਸੰਗ੍ਰਹਿ ਵਿਚ ਫਿਰ ਦਿੱਤੀਆਂ ਗਈਆਂ ਹਨ) ਦਾ ਪਠਨ ਕਰਨ ਉਪਰੰਤ ਲੇਖਕ ਇਸ ਨਤੀਜੇ ਉਤੇ ਪੁੱਜਿਆ ਹੈ ਕਿ ਕਵੀ ਦਿਲ ਰਖਦਾ ਡਾ. ਗਿੱਲ ਇਕ ਸਫਲ ਅਤੇ ਸ਼ਕਤੀਸ਼ਾਲੀ ਪ੍ਰਤਿਭਾ ਵਾਲਾ ਜਾਗਿਆ ਹੋਇਆ ਕਹਾਣੀਕਾਰ ਵੀ ਹੈ, ਜਿਸਨੇ ਆਪਣੇ ਮੂਲ ਵਾਸ ਨਾਲ ਆਪਣਾ ਸਬੰਧ ਟੁੱਟਣ ਨਹੀਂ ਦਿੱਤਾ ਅਤੇ ਬਰਤਾਨੀਆ ਵਿਚ ਪ੍ਰਵਾਸੀ ਜੀਵਨ ਬਿਤਾਉਂਦਿਆਂ ਵੀ ਸਮੇਂ ਦੇ ਸੱਚ ਨੂੰ ਆਪਣੇ ਚੁਣੇ ਹੋਏ ਬਹੁ-ਭਾਂਤੀ ਵਿਸ਼ਿਆਂ ਅਤੇ ਮੰਤਵਾਂ ਰਾਹੀਂ ਬੜੀ ਸ਼ਿੱਦਤ, ਪੁਖ਼ਤਾਈ ਅਤੇ ਸਹਿਜ ਨਾਲ ਪ੍ਰਗਟ ਕੀਤਾ ਹੈ। ਉਸਨੂੰ ਆਪਣੀਆਂ ਕਹਾਣੀਆਂ ਲਈ ਵਿਸ਼ੇ ਚੁਣਨ ਅਤੇ ਆਸ਼ੇ ਮਿੱਥਣ ਵਿਚ ਬਹੁਤੀ ਔਖ ਨਹੀਂ ਹੁੰਦੀ।

ਸੂਰਜ ਦਾ ਵਿਛੋੜਾ ਵਿਚਲੀਆਂ ਸਾਰੀਆਂ ਹੀ ਕਹਾਣੀਆਂ ਪੜ੍ਹਦਿਆਂ ਇੰਝ ਭਾਸਦਾ ਹੈ ਕਿ ਪਾਠਕ ਦੇ ਦਿਲ ਦੀਆਂ ਪਰਤਾਂ ਫਰੋਲਦੀਆਂ ਜਾ ਰਹੀਆਂ ਹਨ। 'ਬਾਦਸ਼ਾਹ

ਉਮਰ', 'ਕੰਪਿਊਟਰ ਮਾਪੇ', 'ਡੰਡਾ ਪੀਰ', 'ਪੰਜਾਹ ਰੁਪੈ' ਅਤੇ 'ਲੋਕਤਾ ਦਾ ਮੁੱਲ' ਨਾਂ ਦੀਆਂ ਕਹਾਣੀਆਂ ਸਾਡਾ ਵਿਸ਼ੇਸ਼ ਧਿਆਨ ਖਿਚਦੀਆਂ ਹਨ।

'ਬਾਦਸ਼ਾਹ ਉਮਰ', *ਸੂਰਜ ਦਾ ਵਿਛੋੜਾ* ਕਹਾਣੀ ਸੰਗ੍ਰਹਿ ਦੀ ਪਹਿਲੀ ਕਹਾਣੀ ਹੈ। ਇਸ ਕਹਾਣੀ ਨੂੰ ਪੜ੍ਹ ਕੇ ਹੀ ਪਾਠਕ ਨੂੰ ਸਮਝ ਪੈ ਜਾਂਦੀ ਹੈ ਕਿ ਡਾ. ਗੁਰਨਾਮ ਸਿੰਘ ਗਿੱਲ ਵਿਚ ਇਕ ਚੰਗੇ ਕਹਾਣੀਕਾਰ ਵਾਲੀਆਂ ਸਾਰੀਆਂ ਹੀ ਖ਼ੂਬੀਆਂ ਬਿਰਾਜਮਾਨ ਹਨ। ਉਹ ਆਪਣੀ ਕਹਾਣੀ ਦੇ ਬੱਚੇ ਪਾਤਰ ਦੇ ਦਿਲ-ਦਿਮਾਗ਼ ਵਿਚ ਬਹਿ ਕੇ ਉਸਦੀ ਹਿੱਕ ਅੰਦਰ ਹੋ ਰਹੇ ਘੋਲ ਨੂੰ ਸਾਖਿਆਤ ਦੇਖਦਾ ਹੈ ਅਤੇ ਬੱਚਾ ਜੋ ਕੁਝ ਨਹੀਂ ਕਹਿ ਪਾਂਦਾ, ਉਹ ਉਸਨੂੰ ਕਹਿ ਦਿੰਦਾ ਹੈ। ਇਸ ਕਹਾਣੀ ਦਾ ਪਠਨ, ਕਹਾਣੀਕਾਰ ਗਿੱਲ ਦੀ ਮਨੋਵਿਗਿਆਨਕ ਸੂਝ ਦਾ ਵੀ ਲਖਾਇਕ ਹੈ। ਮਨੁੱਖੀ ਜਜ਼ਬਿਆਂ ਨੂੰ ਟੁੰਬਣ ਵਾਲੀ ਇਸ ਕਹਾਣੀ ਰਾਹੀਂ ਲੇਖਕ ਨੇ ਪੰਜਾਂ ਕੁ ਸਾਲਾਂ ਦੀ ਰਾਣੋ ਦੀ ਮਾਨਸਿਕ ਹਾਲਤ ਦਾ ਸਹੀ ਚਿਤ੍ਰਣ ਖਿੱਚਣ ਦੇ ਨਾਲ ਨਾਲ ਪਾਠਕਾਂ ਨੂੰ ਹਲੂਣਿਆ ਅਤੇ ਜਗਾਇਆ ਹੈ ਕਿ ਆਮ ਲੋਕੀਂ ਇਹ ਸਮਝ ਹੀ ਨਹੀਂ ਪਾਉਂਦੇ ਕਿ 'ਬਾਦਸ਼ਾਹ ਉਮਰ' ਕਹਾਉਂਦੇ ਬੱਚਿਆਂ ਲਈ ਅਕਸਰ ਜਾਂ ਕਈ ਵਾਰੀ ਇਹ ਬਾਦਸ਼ਾਹ ਉਮਰ ਵਰਦਾਨ ਦੀ ਥਾਂ ਇਕ ਤਰ੍ਹਾਂ ਦਾ ਸਰਾਪ ਵੀ ਹੋ ਨਿਬੜਦੀ ਹੈ। ਇਹ ਅਜਿਹੀ ਉਮਰ ਹੈ ਕਿ ਜਦੋਂ ਬੱਚਾ ਭਾਵੇਂ ਖੇਡਦਾ ਹੈ, ਖ਼ੁਸ਼ ਵੀ ਨਜ਼ਰ ਆਉਂਦਾ ਹੈ ਪਰ ਅਸੀਂ ਉਸਦੇ ਮਨ-ਪੱਟ ਅੰਦਰ ਨੰਗਾ ਤੇ ਕੋਝਾ ਨਾਚ ਕਰਦੇ ਦੁੱਖ-ਦਰਦ ਨੂੰ ਦੇਖ ਨਹੀਂ ਸਕਦੇ, ਸਮਝ ਨਹੀਂ ਪਾਂਦੇ। ਕਿਉਂਕਿ ਉਸਦੀ ਅੰਤਰੀਵ ਪੀੜ ਨੂੰ ਦਰਸਾਉਣ ਲਈ ਉਸ ਪਾਸ ਸ਼ਬਦ ਨਹੀਂ ਹੁੰਦੇ। ਲੇਖਕ, ਰਾਣੋ ਦੀ ਜੀਭ ਬਣਦਿਆਂ ਕਹਿੰਦਾ ਹੈ :

> "ਮੇਰੀ ਇਹ 'ਬਾਦਸ਼ਾਹ ਉਮਰ' ਦੀ ਕਹਾਣੀ, ਕੰਗਾਲੀ ਭਰੇ ਦਿਨਾਂ ਵਿਚ ਮਾਸੂਮ ਪੁੰਗਰ ਰਹੀ ਜ਼ਿੰਦਗੀ ਦੇ ਮਾਨਸਿਕ ਤੇ ਜਿਸਮਾਨੀ ਕਸ਼ਟ, ਟੁੱਟ ਭੱਜ ਤੇ ਖ਼ਾਮੋਸ਼ ਪੀੜਾਂ ਦੀ ਕਹਾਣੀ ਹੈ।"

ਮਾਂ ਬਿਮਾਰ ਹੈ। ਉਸਦੀ ਹਾਲਤ ਦਿਨੋਂ ਦਿਨ ਖ਼ਰਾਬ ਹੀ ਹੁੰਦੀ ਜਾਂਦੀ ਹੈ ਅਤੇ ਅੰਤ ਉਹ ਮਰ ਜਾਂਦੀ ਹੈ। ਮਰੀ ਹੋਈ ਮਾਂ ਨੂੰ ਸਿਵਿਆਂ ਵਿਚ ਲਿਆਂਦਾ ਗਿਆ। ਪਿਤਾ ਨੇ ਰਾਣੋ ਨੂੰ ਪੁਛਿਆ ਕਿ ਕੀ ਉਸਨੇ ਮਰੀ ਹੋਈ ਮਾਂ ਦਾ ਮੂੰਹ ਦੇਖਣਾ ਹੈ ? ਪਰ ਬਾਲੜੀ ਉਮਰ ਦੀ ਰਾਣੋ ਦੇ ਮੂੰਹੋਂ ਨਿਕਲਦਾ ਹੈ 'ਹੂੰ ਊਂ'। ਅੱਜ ਵੱਡੀ ਹੋਈ ਰਾਣੋ ਪਛਤਾਂਦੀ ਹੈ ਕਿ ਕਾਸ਼ ! ਉਹ 'ਹਾਂ' ਕਹਿ ਦਿੰਦੀ। ਦਰਅਸਲ ਇਹ ਉਮਰ ਤਾਂ ਅਜਿਹੀ ਸੀ ਜਿਸ ਵਿਚ ਜਿਊਂਦੇ ਅਤੇ ਮਰੇ ਦਾ ਅੰਤਰ ਨਹੀਂ ਲੱਭਦਾ। ਬਿਮਾਰ ਦੇ ਮੰਜੇ ਜਾਂ ਮਰੇ ਹੋਏ ਦੀ ਸੀੜ੍ਹੀ ਦੇ ਅੰਤਰ ਦੀ ਕੀ ਨਿਸ਼ਾਨੀ ਹੈ, ਤੁਹਾਨੂੰ ਪਤਾ ਹੈ ? ਇਸ ਕਹਾਣੀ ਦੇ ਸੇਕ ਤੋਂ ਇਹਨਾਂ ਸਤਰਾਂ ਦਾ ਲੇਖਕ ਵੀ ਨਹੀਂ ਬਚ ਸਕਿਆ। ਇਹ ਦਿਲ ਨੂੰ ਧੂਹ ਪਾਉਣ ਵਾਲੀ ਬਹੁਤ ਹੀ ਸ਼ਕਤੀਸ਼ਾਲੀ ਕਹਾਣੀ ਹੈ। ਅਸੀਂ ਡਾ. ਪ੍ਰੀਤਮ ਸਿੰਘ ਕੈਂਬੋ ਦੇ ਇਸ ਕਥਨ ਦੀ ਪੁਸ਼ਟੀ ਕਰ ਸਕਦੇ ਹਾਂ ਕਿ ਡਾ. ਗੁਰਨਾਮ ਸਿੰਘ ਗਿੱਲ ਨੇ ਇਸ ਕਹਾਣੀ ਰਾਹੀਂ ਬਾਦਸ਼ਾਹ ਉਮਰ ਕਹਿਣ ਦੇ ਲੋਕ-ਸੁਭਾਅ ਨਜ਼ਰੀਏ ਉਤੇ ਡੂੰਘੀ ਚੋਟ ਮਾਰੀ ਹੈ। ਕਹਾਣੀਕਾਰ ਆਪਣੇ ਆਸ਼ੇ ਦਾ ਪ੍ਰਗਟਾਅ ਰਾਣੋ ਨੂੰ ਜ਼ੁਬਾਨ ਬਖ਼ਸ਼ਦਿਆਂ ਅਤਿ ਦਾ ਸੁਹਣਾ ਅਤੇ ਸੁਝਾਊ ਕਰਦਾ ਹੈ :

"ਇਕ ਮਾਸੂਮ ਤੇ ਭੋਲੇ ਭਾਲੇ ਬੱਚੇ ਨੂੰ ਸ਼ਾਇਦ ਤੁਸੀਂ ਏਸੇ ਲਈ ਬਾਦਸ਼ਾਹ ਕਹਿ ਦਿੰਦੇ ਹੋ ਕਿ ਇਕ ਗਊ ਦੇ ਜਾਏ ਵਾਂਗ ਉਸ ਕੋਲ ਆਪਣੇ ਅੰਦਰ ਉਠਦੀਆਂ ਛੱਲਾਂ ਨੂੰ ਪ੍ਰਗਟਾਉਣ ਲਈ ਬੋਲੀ ਤੇ ਸ਼ਬਦ ਨਹੀਂ ਹੁੰਦੇ। ਹੈ ਨਾ।"

ਇਹ ਕਹਾਣੀ ਭਾਵੇਂ ਕਿ ਪੰਜਾਬ, ਭਾਰਤ ਦੀ ਪਿੱਠ-ਭੂਮੀ ਉੱਤੇ ਵਾਪਰੀ ਦਿਖਾਈ ਗਈ ਹੈ ਪਰ ਇਹ ਕਿਤੇ ਵੀ ਵਾਪਰ ਸਕਦੀ ਹੈ ਅਤੇ ਮੂਕ ਵੇਦਨਾ ਨਾਲ ਪੀੜਤ ਬੱਚੇ ਬਰਤਾਨੀਆ ਵਿਚ ਵੀ ਮੌਜੂਦ ਹਨ। ਡਾ. ਗਿੱਲ ਦੀ ਇਸ ਕਹਾਣੀ ਵਿਚ ਰਾਣੋ ਦੀ ਮਾਨਸਿਕ ਹਾਲਤ ਦੀਆਂ ਤੈਹਾਂ ਤਾਂ ਖੁਲ੍ਹਦੀਆਂ ਹੀ ਹਨ ਪਰ ਇਸਦੇ ਨਾਲ ਹੀ ਕਿਸਾਨ ਦੀ ਮੰਦਹਾਲੀ ਅਤੇ ਨਿੱਘਰੀ ਹੋਈ ਆਰਥਿਕਤਾ ਦਾ ਨਕਸ਼ਾ ਵੀ ਮਿਲਦਾ ਹੈ। ਰਾਣੋ ਦੀ ਮਾਂ, ਬਿਮਾਰੀ ਦੀ ਹਾਲਤ ਵਿਚ ਹੀ, ਰਾਣੋ ਦੇ ਬਾਪੂ ਲਈ ਖਾਣਾ ਬਣਾਉਣ ਲੱਗਿਆਂ, 'ਪਾਥੀਆਂ ਦੀ ਰੇਣ ਲਾ ਕੇ ਭੂਕਨੈ' ਨਾਲ ਫੂਕ ਮਾਰਦੀ ਹੈ। ਅੱਗ ਨਹੀਂ ਬਲਦੀ। ਅੱਗ ਬਾਲਣ ਲਈ, ਰਾਣੋ ਦੇ ਆਖਣ 'ਤੇ ਵੀ ਤੇਲ ਨਹੀਂ ਪਾਉਂਦੀ। ਸੋਚਦੀ ਹੈ ਜੇ 'ਰੇਣ' ਮਚਾਉਣ ਲਈ ਤੇਲ ਪਾ ਲਿਆ ਤਾਂ ਫੇਰ ਰਾਤ ਨੂੰ ਦੀਵੇ ਵਿਚ ਕੀ ਪਾਵੇਗੀ? ਇੰਝ ਹੀ ਮਾਂ ਦੇ ਇਲਾਜ ਲਈ ਰਾਣੋ ਦੇ ਬਾਪੂ ਨੂੰ ਬਲਦ ਵੇਚਣਾ ਪੈ ਰਿਹਾ ਹੈ।

ਬਾਦਸ਼ਾਹ ਉਮਰ ਵਾਂਗ ਹੀ ਡਾ. ਗਿੱਲ ਦੀ ਕਹਾਣੀ 'ਪੰਜਾਹ ਰੁਪੈ' ਉਸਦੇ ਪਹਿਲੇ ਸੰਗ੍ਰਹਿ ਦੀ ਨੌਵੀਂ ਕਹਾਣੀ ਹੈ। ਇਹ ਕਹਾਣੀ ਵੀ ਜਿੱਥੇ ਕਿਰਤੀ ਦੀ ਮੰਦਹਾਲੀ ਅਤੇ ਲਾਚਾਰਗੀ ਨੂੰ ਦਰਸਾਂਦੀ ਹੈ, ਉਥੇ ਰਾਮੂ ਦੀ ਬੇਟੀ ਦੀ ਮੂਕ-ਬੇਬਸੀ ਨੂੰ ਵੀ ਬੋਲੀ ਦਿੰਦੀ ਹੈ। ਰਾਮੂ ਰਿਕਸ਼ੇ ਵਾਲੇ ਦੇ ਮੰਦ ਭਾਗ ਹਨ ਕਿ ਰਿਕਸ਼ਾ ਚਲਾ ਕੇ ਗੁਜ਼ਾਰਾ ਨਹੀਂ ਹੁੰਦਾ। ਪਤਨੀ ਬਿਮਾਰ ਹੈ। ਰਾਮੂ ਬਲੱਡ ਬੈਂਕ ਵਿਚ ਲਗਾਤਾਰ ਖ਼ੂਨ ਵੇਚਣ ਲਈ ਮਜਬੂਰ ਹੈ ਤਾਂ ਜੋ ਕੁਝ ਪੈਸੇ ਹੱਥ ਲਗ ਸਕਣ। ਤੇਰਾਂ-ਚੌਦਾਂ ਸਾਲ ਦੀ ਵੱਡੀ ਬੱਚੀ, ਸਾਹਮਣਲੇ ਸਬ-ਇੰਸਪੈਕਟਰ ਦੇ ਘਰ ਝਾੜੂ ਦਿੰਦੀ ਹੈ। ਮੱਝ ਲਈ ਮੰਡੀ ਤੋਂ ਘਾਹ ਲਿਆ ਦਿੰਦੀ ਹੈ। ਕਪੜਾ ਲੀੜਾ ਧੋ ਦਿੰਦੀ ਹੈ। ਪੰਦਰਾਂ ਰੁਪੈ ਮਹੀਨਾ ਮਿਲ ਜਾਂਦੇ ਹਨ। ਰਾਮੂ ਦੇ ਘਰ ਦੀ ਆਮਦਨ ਪੰਦਰਾ ਰੁਪੈ ਵਧ ਜਾਂਦੀ ਹੈ। ਪਰ ਜਿਸ ਕਾਰਨ ਰਾਮੂ ਦੀ ਧੀ ਨੂੰ ਪੰਜਾਹ ਰੁਪੈ ਮਿਲਦੇ ਹਨ ਉਹ ਸਥਿਤੀ ਘਿਨਾਉਣੀ ਅਤੇ ਦਿਲ-ਚੀਰਵੀਂ ਹੈ। ਸਬ-ਇੰਸਪੈਕਟਰ ਦੀ ਪਤਨੀ ਅਤੇ ਬੱਚੇ ਕੁਝ ਦਿਨਾਂ ਲਈ ਘਰੋਂ ਬਾਹਰ ਗਏ ਹੋਏ ਸਨ ਅਤੇ ਰਾਮੂ ਵੀ, ਪੈਸੇ ਦੀ ਥੁੜ ਕਾਰਨ ਮਹੀਨੇ ਵਿਚ ਦੋ ਵਾਰੀ ਖ਼ੂਨ ਦੇਣ ਨਾਲ ਤੇ ਰਿਕਸ਼ੇ ਦੀ ਹੱਡ-ਤੋੜਵੀਂ ਮਿਹਨਤ ਨਾਲ ਨਿਢਾਲ ਜਿਹਾ ਹੋ ਗਿਆ ਸੀ ਤਾਂ ਇੰਸਪੈਟਰ ਨੇ ਰਾਮੂ ਦੀ ਦੇਖਭਾਲ ਲਈ ਰਾਮੂ ਦੀ ਵੱਡੀ ਬੱਚੀ ਨੂੰ ਇਕ ਦਿਨ ਪੰਜਾਹ ਰੁਪਏ ਦੇ ਦਿੱਤੇ ਸਨ। ਜਦੋਂ ਉਹ ਰੋ ਰਹੀ ਸੀ ਤਾਂ ਸਬ-ਇੰਸਪੈਕਟਰ ਨੇ ਫ਼ਰਿੱਜ 'ਚੋਂ ਵੱਡੇ ਵੱਡੇ ਦੋ ਅੰਬ ਕੱਢ ਕੇ ਆਪ ਕੱਟ ਕੇ ਉਸਨੂੰ ਦਿੱਤੇ ਸਨ। ਕਹਾਣੀਕਾਰ ਨੇ ਇਸ ਕਹਾਣੀ ਦਾ ਅੰਤ ਜਿਸ ਢੰਗ ਨਾਲ ਕਰਦਿਆਂ ਸਿਖਰ 'ਤੇ ਲਿਆਂਦਾ ਹੈ ਉਹ ਕਾਮੇ ਦੀ ਲਾਚਾਰਗੀ ਅਤੇ ਦੁੱਖ ਨੂੰ ਉਜਾਗਰ ਕਰਦਾ ਹੈ ਅਤੇ ਨਾਲ ਹੀ ਇਕ ਸੱਚ ਤੋਂ ਪੱਲਾ ਚੁੱਕਦਾ ਹੈ ਕਿ ਗ਼ੁਰਬਤ ਇਕ ਅਜਿਹੀ ਲਾਅਨਤ ਹੈ, ਜਿਸ ਵਿਚ ਇਕ ਮਜਬੂਰ ਅਤੇ ਲਾਚਾਰ ਜੀਵ ਬੇਅਣਖ ਅਤੇ ਬੇ-ਗ਼ੈਰਤ ਹੋ ਕੇ ਅਜਿਹੀਆਂ ਵਧੀਕੀਆਂ ਸਹਿਣ ਲਈ ਮਜਬੂਰ ਹੁੰਦਾ ਹੈ। ਕਹਾਣੀਕਾਰ ਬੜੀ ਹੀ ਕਾਰਾਗਰੀ ਨਾਲ ਨਾਟਕੀ ਅੰਤ ਕਰਦਾ ਹੈ:

"ਪੰਜਾਹ ਰੁਪੈ ਤੱਕ ਕੇ ਪਹਿਲਾਂ ਤਾਂ ਰਾਮੂ ਦੀਆਂ ਅੱਖਾਂ ਖ਼ੁਸ਼ੀ ਨਾਲ ਲਿਸ਼ਕੀਆਂ ਪਰ ਫੇਰ ਦੋ ਕੋਸੇ ਅੱਥਰੂ ਉਸਦੀਆਂ ਗੱਲ੍ਹਾਂ 'ਤੇ ਕਿਰ ਆਏ। ਅੱਖਾਂ ਮੀਚ ਕੇ ਉਸਨੇ ਇਕ ਕਸੀਸ ਜਿਹੀ ਨਾਲ ਪੰਜਾਹ ਰੁਪਏ ਬੱਚੀ ਦੇ ਹੱਥੋਂ ਫੜੇ ਤੇ ਫੇਰ ਉਸਨੂੰ ਆਪਣੀਆਂ ਬਾਹਵਾਂ 'ਚ ਘੁੱਟ ਲਿਆ। ਤੇ ਫਿਰ ਪਿਉ ਧੀ ਦੋਵੇਂ ਜਣੇ ਇਕ ਦੂਜੇ ਦੇ ਗਲ ਨੂੰ ਚੰਬੜ ਧਾਹੀਂ ਰੋਣ ਲੱਗ ਪਏ।"

ਇਸੇ ਸੰਗ੍ਰਹਿ ਦੀ ਸਤਵੀਂ ਕਹਾਣੀ 'ਲੋਕਤਾ ਦਾ ਮੁੱਲ' ਹੈ। ਡਾ. ਗਿੱਲ ਨੇ ਕਹਾਣੀ ਦੇ ਵਿਸ਼ੇ ਅਤੇ ਆਸ਼ੇ ਦਾ ਨਿਭਾਅ ਬਹੁਤ ਹੀ ਤਿੱਖੇ ਪਰ ਮੂਕ ਵੇਗ ਨਾਲ ਕੀਤਾ ਹੈ। ਕਹਾਣੀਕਾਰ, ਇਸ ਕਹਾਣੀ ਵਿਚ ਵੀ ਆਤੂ ਦੀ ਧੀ ਨਾਲ ਹੋਈ ਵਧੀਕੀ ਸਬੰਧੀ ਜਤਾ ਕੇ ਆਪਣੇ ਜੱਦੀ ਦੇਸ ਦੀ ਹਾਲਤ ਦਾ ਵਰਣਨ ਸਹੀ ਰੰਗ ਭਰ ਕੇ ਕਰਦਾ ਹੈ। ਸਰਮਾਏਦਾਰ ਅਤੇ ਡਾਢਾ ਆਪਣੀ ਸ਼ਕਤੀ ਦੇ ਬਲਬੂਤੇ ਕਿਰਤੀ ਕਾਮੇ ਨੂੰ ਕੁਝ ਨਹੀਂ ਸਮਝਦਾ। ਉਹ ਨਿਮਾਣਿਆਂ ਦੀ ਇੱਜ਼ਤ ਲੁੱਟਣਾ ਆਪਣਾ ਅਧਿਕਾਰ ਮੰਨਦਾ ਹੈ। ਅਤੇ ਜੇਕਰ ਕੋਈ 'ਲੋਕ-ਆਸ਼ਕ' ਇਨਸਾਨ, ਸਾਧਾਰਣ ਕਿਰਤੀ ਅਤੇ ਮਜ਼ਲੂਮ ਲਈ ਆਵਾਜ਼ ਉਠਾਉਣੀ ਚਾਹੁੰਦਾ ਹੈ ਤਾਂ ਉਸਦੀ ਜਾਨ ਵੀ ਜਾਂਦੀ ਹੈ ਅਤੇ ਨਾਲ ਹੀ ਉਸਦੇ ਪਰਿਵਾਰ ਦੇ ਬਾਕੀ ਜੀਅ ਵੀ ਸੁਰੱਖਿਅਤ ਅਤੇ ਚੈਨ ਨਾਲ ਨਹੀਂ ਜੀ ਸਕਦੇ। ਇਸ ਲਈ ਰਾਮੂ ਰਿਕਸ਼ੇ ਵਾਲੇ ਵਾਂਗ ਹੀ ਆਤੂ ਵੀ ਆਪਣੀ ਧੀ ਨਾਲ ਹੋਏ ਵਾਧੇ ਕਾਰਨ ਪੰਚਾਇਤ ਨਹੀਂ ਬੁਲਾਉਣੀ ਚਾਹੁੰਦਾ। ਉਸਦੇ ਆਪਣੇ ਸ਼ਬਦਾਂ ਵਿਚ ਕਹਾਣੀਕਾਰ ਕਹਾਉਂਦਾ ਹੈ:

"ਇੱਜ਼ਤ ਤਾਂ ਮੇਰੀ ਲੁੱਟੀ ਗਈ....ਪੰਚਾਇਤ ਇਕੱਠੀ ਕਰਕੇ ਮੈਨੂੰ ਕੀ ਮਿਲੂ। ਉਲਟੀ ਮੇਰੀ ਹੀ ਝਾੜ ਝੰਭ ਹੋਣੀ ਹੈ। ਕੰਮੀ ਜੁ ਹੋਏ। ਸਰਪੰਚ ਦੇ ਮੁੰਡੇ ਨੂੰ ਕੀਹਨੇ ਕਹਿਣਾ ਹੈ। ਸਭ ਮੈਨੂੰ ਹੀ ਕਹਿਣਗੇ ਕਿ ਉਹ ਉਥੇ ਕੀ ਲੈਣ ਗਈ ਸੀ।"

ਕਹਾਣੀਕਾਰ ਆਪਣੇ ਦੇਸ਼ ਦੇ ਸਾਰੇ ਸਰਕਾਰੀ, ਨੀਮ-ਸਰਕਾਰੀ ਅਤੇ ਗ਼ੈਰ-ਸਰਕਾਰੀ ਵਿਵਹਾਰ ਤੋਂ ਬਹੁਤ ਚੰਗੀ ਤਰ੍ਹਾਂ ਵਾਕਫ਼ ਹੈ ਅਤੇ ਉਹ ਸਾਧਾਰਨ ਆਦਮੀ ਦੇ ਸਾਧਾਰਨ ਅਮਲਾਂ ਨੂੰ ਸਮਝਦਾ ਹੈ ਅਤੇ ਆਪਣੀਆਂ ਕਹਾਣੀਆਂ ਵਿਚ ਦਰਸਾਉਂਦਾ ਹੈ। ਇਸੇ ਕਾਰਣ ਉਸਦੀਆਂ ਬਹੁਤੀਆਂ ਕਹਾਣੀਆਂ ਘਟਨਾ ਪ੍ਰਧਾਨ ਹੋਣ ਦੇ ਬਾਵਜੂਦ ਵੀ ਸਥਿਤੀਆਂ ਦਾ ਜੋੜ ਨਹੀਂ, ਸਗੋਂ ਲੋੜੀਂਦਾ ਪ੍ਰਬੰਧ ਹੈ। ਇਹ ਪ੍ਰਬੰਧ ਸਥਿਤੀਆਂ ਵਿਚਲੇ ਸਬੰਧ ਕਾਰਣ ਹੋਂਦ ਵਿਚ ਆਉਂਦਾ ਹੈ। ਉਹ ਕਹਾਣੀ ਵਿਚ ਲੋੜੀਂਦੇ ਤਣਾਉ ਦੀ ਸਥਿਤੀ ਕਾਇਮ ਰੱਖਦਾ ਹੈ ਅਤੇ ਯਥਾਰਥ ਦੇ ਅੰਦਰ ਅੰਦਰ ਰਹਿ ਕੇ ਆਪਣੇ ਪਾਤਰਾਂ ਦੀਆਂ ਸੀਮਾਵਾਂ ਦਾ ਆਦਰ ਕਰਦਾ ਹੈ। ਕਿਉਂਕਿ ਉਹ ਚੰਗੀ ਤਰ੍ਹਾਂ ਜਾਣਦਾ ਹੈ ਕਿ ਸਾਧਾਰਨ ਮਨੁੱਖ ਤਣਾਉ ਦੇ ਸੰਕਟ ਦਾ ਭੋਗਣਹਾਰ ਹੈ ਅਤੇ ਇਹ ਮਨੁੱਖ ਦੀ ਨਿੱਜੀ ਨਿਧੀ ਹੈ।

ਆਧੁਨਿਕ ਨਿੱਕੀ ਕਹਾਣੀ ਦੇ ਪਾਤਰਾਂ ਬਾਰੇ ਉਰਦੂ ਦੇ ਪ੍ਰਸਿੱਧ ਅਫ਼ਸਾਨਾ ਨਿਗ਼ਾਰ ਸਾਅਦਤ ਹਸਨ ਮੰਟੋ ਨੇ ਇਕ ਵਾਰੀ ਆਖਿਆ ਸੀ : 'ਉਸਦੀ ਦਿਲਚਸਪੀ ਅਜਿਹੀ ਔਰਤ ਵਿਚ ਨਹੀਂ ਹੈ ਜਿਹੜੀ ਆਪਣੇ ਖ਼ਾਵੰਦ ਨਾਲ ਰੁੱਸ ਕੇ ਖੂਹ ਵਿਚ ਛਾਲ ਮਾਰ ਦੇਵੇ; ਉਸ ਔਰਤ ਵਿਚ ਹੈ ਜਿਹੜੀ ਉਸਨੂੰ ਖੂਹ ਵਿਚ ਛਾਲ ਮਾਰ ਦੇਣ ਦੀ ਧਮਕੀ ਦੇ ਕੇ ਸਿਨੇਮਾ

ਵੇਖ ਕੇ ਘਰ ਪਰਤ ਆਵੇ।' ਕਹਾਣੀ ਦਾ ਇਕ ਚਰਿਤ੍ਰ ਇਹਨਾਂ ਸ਼ਬਦਾਂ ਵਿਚ ਹੈ ਅਤੇ ਡਾ. ਗੁਰਨਾਮ ਸਿੰਘ ਗਿੱਲ ਇਸਦੀ ਵਰਤੋਂ ਸਬੰਧੀ ਸੁਚੇਤ ਹੈ।

'ਭਟਕਣ' ਕਹਾਣੀ ਵਿਚ ਸਾਅਦਤ ਹਸਨ ਮੰਟੋ ਦੇ ਉਕਤ ਕਥਨ 'ਤੇ ਤਾਂ ਡਾ. ਗਿੱਲ ਫੁੱਲ ਚੜ੍ਹਾਉਂਦਾ ਹੀ ਹੈ ਪਰ ਇਸਦੇ ਨਾਲ ਹੀ ਇਨਸਾਨ ਦੀ ਅਤ੍ਰਿਪਤ ਕਾਮ ਸਬੰਧੀ ਉਲਾਰੂ ਰੁਚੀ ਦਾ ਵੀ ਵੇਰਵਾ ਦਿੰਦਾ ਹੋਇਆ ਪ੍ਰਤੀਕਰਮਾਂ ਤੋਂ ਜਾਣੂੰ ਕਰਵਾਉਂਦਾ ਹੈ। ਪਰ ਸਭ ਤੋਂ ਵੱਡੀ ਗੱਲ ਕਿ ਉਹ ਇਸਤਰੀ ਦੀ ਫ਼ਿਤਰਤ ਅਤੇ ਉਸਦੇ ਧੁਰ ਅੰਦਰ ਦੀ, ਮਰਦ ਵਾਂਗ ਹੁੰਦੀ ਉਥਲ-ਪੁਥਲ ਦਾ ਜ਼ਿਕਰ ਬੜੇ ਹੀ ਰੁਮਾਂਟਿਕ ਪਰ ਜ਼ਬਤ ਕਾਇਮ ਰਖਦਿਆਂ ਕਰਦਾ ਹੈ। ਮੈਂ ਵਿਚ ਲੁਕਿਆ ਕਹਾਣੀ ਦਾ ਕਹਾਣੀਕਾਰ, ਪਾਤਰ ਜੀਤੀ ਦੇ ਵਿਹਾਰ ਕਾਰਨ ਬੌਖਲਾ ਰਿਹਾ ਹੈ ਪਰ ਉਹ ਇਹ ਨਹੀਂ ਜਾਣਦਾ ਕਿ ਉਸ ਦੀ ਭਟਕਣਾ ਕੇਵਲ ਜਜ਼ਬਾਤੀ ਸਾਂਝ ਪ੍ਰਾਪਤ ਕਰਨ ਲਈ ਹੈ। ਕਹਾਣੀਕਾਰ ਰੁਮਾਂਟਿਕ ਵਾਤਾਵਰਣ ਉਸਾਰਨ ਅਤੇ ਭੰਨਣ ਵਿਚ ਵੀ ਕਮਾਲ ਦੀ ਮੁਹਾਰਤ ਰੱਖਦਾ ਹੈ। ਇੰਝ ਹੀ ਕਹਾਣੀਕਾਰ ਨੇ ਇਕ ਹੋਰ ਕਹਾਣੀ 'ਖਿਲਾਅ 'ਚ ਭਟਕਦੇ ਪੈਰ' ਵਿਚ ਵੱਡੀ ਉਮਰ ਦੇ ਪ੍ਰੋ. ਕੁਲਵੰਤ ਰਾਹੀਂ ਮਨੁੱਖੀ ਮਨ ਦੀਆਂ ਤੈਹਾਂ ਨੂੰ ਫਰੋਲਦਿਆਂ, ਮਨੋਵਿਗਿਆਨਕ ਯਥਾਰਥਵਾਦ ਦਾ ਚਿਤ੍ਰਣ ਕਰਦਿਆਂ, ਪ੍ਰੋ. ਕੁਲਵੰਤ ਦੀ ਆਪਣੀ ਇਕ ਵਿਦਿਆਰਥਣ ਨੀਲਮਾ ਪ੍ਰਤੀ ਖਿੱਚ ਨੂੰ ਕੁਦਰਤੀ ਪਰ ਉਸਦੇ ਅਨੈਤਿਕ ਵਿਵਹਾਰ ਨੂੰ ਇਕ ਚੋਰੀ ਅਤੇ ਪਤਨੀ ਨਾਲ ਸੀਨਾਜ਼ੋਰੀ ਵਜੋਂ ਪੇਸ਼ ਕੀਤਾ ਹੈ। ਕਹਾਣੀਕਾਰ ਸਪਸ਼ਟ ਕਰਦਾ ਪ੍ਰਤੀਤ ਹੁੰਦਾ ਹੈ ਕਿ ਪਿਆਰ ਦਾ ਜਜ਼ਬਾ ਭਾਵੇਂ ਹਰ ਉਮਰੇ ਹੀ ਜਵਾਨ ਹੁੰਦਾ ਹੈ ਪਰ ਇਹ ਵੀ ਸੱਚ ਹੈ ਕਿ ਪਲ ਪਲ ਵਧ ਰਹੀ ਉਮਰ ਦਾ ਅਹਿਸਾਸ ਵੀ ਮਨੁੱਖ ਦੇ ਮਨ-ਦਿਮਾਗ਼ ਵਿਚ ਹੀਣਤਾ ਦੀ ਭਾਵਨਾ ਜਗਾਉਂਦਾ ਹੈ।

ਬਰਤਾਨਵੀ ਧਰਤੀ ਦੇ ਕਣ ਕਣ ਵਿਚੋਂ ਆਮ ਤੌਰ 'ਤੇ ਨਸਲੀ ਵਿਤਕਰਾ ਅਤੇ ਨਫ਼ਰਤ ਹੀ ਛਲਕਦੀ ਹੈ। ਮਨੁੱਖੀ ਸੁਭਾ ਅਤੇ ਵਰਤਾਰੇ ਨੂੰ ਮਾਪਣ ਲਈ ਗੋਰਿਆਂ ਪਾਸ ਦੋਹਰੇ ਮਾਪ-ਦੰਡ ਹਨ। 'ਕੰਪਿਊਟਰ ਮਾਪੇ' ਵਿਚ ਡਾ. ਗਿੱਲ ਨੇ ਅੰਗਰੇਜ਼ ਸਭਿਅਤਾ ਦੇ ਦੋਹਰੇ ਮਿਆਰ ਸਬੰਧੀ ਦਸਦਿਆਂ ਕਿੰਤੂ ਕੀਤਾ ਹੈ; "ਮੈਨੂੰ ਬੇਹੱਦ ਹੈਰਾਨੀ ਹੋਈ ਕਿ ਗੋਰੇ ਲੋਕ, ਇਕ ਪਾਸੇ ਸਾਨੂੰ ਸੌ ਸਾਲ ਪਿੱਛੇ ਹਨੇਰੇ 'ਚ ਰਹਿ ਰਹੇ ਦਸਦੇ ਹਨ ਤੇ ਵਿਆਹ ਨੂੰ ਭਾਈਚਾਰਕ ਜਾਂ ਪਰਿਵਾਰਕ ਮਸਲਾ ਬਣਨ ਦੀ ਬਜਾਏ ਨਿੱਜੀ ਮਸਲਾ ਹੋਣ ਦੀਆਂ ਡੀਂਗਾਂ ਮਾਰਦੇ ਹਨ ਤੇ ਦੂਜੇ ਪਾਸੇ ਖ਼ੁਦ ਹੀ 'ਅਰੇਂਜਡ ਮੈਰਿਜ' ਕਰਵਾ ਰਹੇ ਹਨ। ਜੇਕਰ ਕੋਈ ਫ਼ਰਕ ਹੈ ਤਾਂ ਬੱਸ ਇਹੀ ਕਿ ਇਕ ਪਾਸੇ ਹੱਡ-ਮਾਸ ਦੇ ਬਣੇ ਹੋਏ ਮਾਪੇ ਹਨ ਤੇ ਦੂਜੇ ਪਾਸੇ ਕੰਪਿਊਟਰ ਮਾਪੇ।" ਕਹਾਣੀਕਾਰ, ਦੋ ਪੰਜਾਬੀ ਨਰਸਾਂ ਦੀ ਸੋਚ ਉੱਤੇ ਪਏ ਪੱਛਮੀ ਪ੍ਰਭਾਵ ਦਾ ਜ਼ਿਕਰ ਕਰਦਿਆਂ ਸਪਸ਼ਟ ਕਰਦਾ ਹੈ ਕਿ ਕਿਵੇਂ ਏਸ਼ਿਆਈ ਖਿੱਤੇ ਦੇ ਲੋਕਾਂ ਵਲੋਂ ਅਪਨਾਈ ਜਾਂਦੀ 'ਅਰੇਂਜਡ ਮੈਰਿਜ' ਨੂੰ ਇਕ ਹਊਏ ਦੇ ਰੂਪ ਵਿਚ ਪੇਸ਼ ਕਰਕੇ ਪ੍ਰਵਾਸੀ ਸੰਤਾਨ ਨੂੰ ਵਰਗਲਾਇਆ ਜਾ ਰਿਹਾ ਹੈ। ਗੋਰੇ 'ਫ਼ੋਰਸਡ ਮੈਰਿਜ' ਅਤੇ 'ਅਰੇਂਜਡ ਮੈਰਿਜ' ਦੇ ਅੰਤਰ ਨੂੰ ਵੀ ਨਹੀਂ ਸਮਝਦੇ। ਪਰ ਦੂਜੇ ਪਾਸੇ ਅਖ਼ਬਾਰਾਂ ਵਿਚ ਦਿੱਤੇ ਜਾਂਦੇ 'ਮੈਰਿਜ ਅਤੇ ਫ਼ਰੈਂਡਸ਼ਿਪ ਬੀਊਰੋ' ਦੇ ਉਹਨਾਂ ਫਾਰਮਾਂ ਨੂੰ ਸਲਾਹੁੰਦੇ ਹਨ, ਜਿਹਨਾਂ ਨੂੰ ਭਰਨ ਪਿੱਛੋਂ 30 ਪੌਂਡ ਨਾਲ ਭੇਜ ਕੇ ਕੰਪਿਊਟਰਾਂ ਰਾਹੀਂ ਢੁਕਵਾਂ ਪਾਰਟਨਰ

ਚੁਣਿਆ ਜਾਂਦਾ ਹੈ। ਨਰਸ ਚਾਨਾ ਦਸਦੀ ਹੈ ਕਿ ਇਸ ਫ਼ਾਰਮ ਨੂੰ ਮਨੋਵਿਗਿਆਨਕ ਤੌਰ 'ਤੇ ਡੀਜ਼ਾਇਨ ਕੀਤਾ ਗਿਆ ਹੈ ਤੇ ਇਸ ਵਿਚ ਏਨੇ ਕਾਲਮ ਹਨ ਕਿ ਜਿਹੋ ਜਿਹਾ ਤੁਸੀਂ ਆਪਣੇ ਲਈ ਸਾਥੀ ਲੱਭਣਾ ਚਾਹੋ ਉਹ ਸਭ ਕੁਝ ਭਰ ਦਿਓ ਤੇ ਇਸ ਫ਼ਾਰਮ ਵਿਚ ਦਿੱਤੀ ਜਾਣਕਾਰੀ ਜਦ ਕੰਪਿਊਟਰ 'ਚ ਫ਼ੀਡ ਕੀਤੀ ਜਾਂਦੀ ਹੈ ਤਾਂ ਇਕ ਦਮ ਢੁਕਵਾਂ ਪਾਰਟਨਰ ਚੁਣ ਦਿੰਦਾ ਹੈ। ਹੱਡ-ਮਾਸ ਦੇ ਬਣੇ ਮਾਪੇ, ਕੰਪਿਊਟਰ ਮਾਪਿਆਂ ਤੋਂ ਹੀਣੇ ਰਹਿ ਜਾਂਦੇ ਹਨ। ਕੋਈ ਦੱਸੇ ਕਿ ਕਿਹੜੇ ਮਾਪੇ ਠੀਕ ਹਨ ? ਇਸ ਕਹਾਣੀ ਰਾਹੀਂ ਕਹਾਣੀਕਾਰ ਇਕ ਹੋਰ ਤੱਥ ਵੀ ਪ੍ਰਕਾਸ਼ਮਾਨ ਕਰਦਾ ਹੈ ਕਿ ਬਰਤਾਨੀਆ ਦੇ ਜੱਦੀ ਗੋਰੇ ਭਾਵੇਂ ਕਿੰਨੇ ਹੀ ਚੰਗੇ ਕਿਉਂ ਨਾ ਹੋਣ ਅਤੇ ਚੰਗੇ ਗੋਰਿਆਂ ਦੀ ਕਮੀ ਵੀ ਨਹੀਂ, ਉਹ ਸਦਾ ਹੀ ਆਪਣੇ ਆਪ ਨੂੰ ਅਤੇ ਆਪਣੀਆਂ ਸਭਿਆਚਾਰਕ ਕਦਰਾਂ-ਕੀਮਤਾਂ ਨੂੰ ਚੰਗਾ ਅਤੇ ਜਾਂ 'ਸੁਪੀਰੀਅਰ' ਗਰਦਾਨਦੇ ਹਨ ਅਤੇ ਦੂਜੇ ਦੀਆਂ ਨੂੰ ਘਟੀਆ। ਇਸਦੇ ਕਾਰਨ ਲੱਭਣ ਅਤੇ ਪ੍ਰਵਾਸੀ ਸੋਚ ਨੂੰ ਵੀ ਹਲੂਣਾ ਦੇਣ ਦੀ ਲੋੜ ਹੈ।

ਬਰਤਾਨੀਆ ਇਕ ਬਹੁ-ਰੰਗੀ, ਬਹੁ-ਨਸਲੀ ਅਤੇ ਬਹੁ-ਸਭਿਆਚਾਰਕ ਮਿਸ਼ਰਣਾਂ ਦਾ ਦੇਸ਼ ਹੈ। 'ਐਸੀਮੀਲੇਸ਼ਨ' (ਸਮਸਰ ਜਾਂ ਜਜ਼ਬ) ਅਤੇ 'ਇੰਟੀਗਰੇਸ਼ਨ' (ਏਕੀਕਰਨ) ਦੇ ਯਤਨਾਂ ਦੇ ਬਾਵਜੂਦ ਸਭ ਰੰਗ, ਨਸਲ ਅਤੇ ਸਭਿਆਚਾਰ ਹਾਲਾਂ ਤਕ ਵੀ ਆਪਣੇ ਆਪਣੇ ਖੋਲਾਂ ਵਿਚ ਹੀ ਆਪਣੇ ਆਪ ਨੂੰ ਸੁਰੱਖਿਅਤ ਸਮਝ ਰਹੇ ਹਨ। ਇਥੇ ਅਸੀਂ ਨਾ ਤਾਂ ਯਹੂਦੀਆਂ ਦੀ ਹੀ ਗੱਲ ਕਰ ਰਹੇ ਹਾਂ ਅਤੇ ਨਾ ਹੀ ਐਫ਼ਰੋ-ਕੈਰੇਬੀਅਨ ਲੋਕਾਂ ਦੀ। ਬਰਤਾਨੀਆ ਵਿਚ ਹਾਲਾਂ ਵੀ ਦੋਂਹ ਰੰਗਾਂ ਜਾਂ ਨਸਲਾਂ ਦੇ ਮੇਲ ਮਿਲਾਪ ਨੂੰ ਕੋਈ ਇਤਨਾ ਚੰਗਾ ਨਹੀਂ ਸਮਝਿਆ ਜਾਂਦਾ। ਗੋਰਿਆਂ ਸਮੇਤ, ਵੱਖੋ ਵੱਖਰੇ ਰੰਗਾਂ, ਨਸਲਾਂ ਅਤੇ ਧਰਮਾਂ ਦੇ ਲੋਕੀਂ ਵਿਆਹ ਸ਼ਾਦੀ ਦੇ ਮਾਮਲਿਆਂ ਵਿਚ ਅਜੇ ਵੀ ਆਪਣੇ ਆਪਣੇ ਘੇਰਿਆਂ ਵਿਚ ਹੀ ਰਹਿਣਾ ਚਾਹੁੰਦੇ ਹਨ ਜਾਂ ਰਹਿਣਾ ਪਸੰਦ ਕਰਦੇ ਹਨ। ਇਹ ਤਾਂ ਸਮਾਂ ਹੀ ਦੱਸ ਸਕੇਗਾ ਕਿ ਪ੍ਰਵਾਸੀ ਇਸ ਮਾਮਲੇ ਵਿਚ ਕਿੰਨਾ ਕੁ ਚਿਰ ਆਪਣੇ ਆਪਣੇ ਘੇਰਿਆਂ ਵਿਚ ਹੀ ਘੁੰਮਦੇ ਰਹਿਣਗੇ। 'ਵੱਖਰੇ ਸੰਕਲਪ—ਵੱਖਰਾ ਵਿਸਮਾਦ' ਇਸੇ ਧੁਰੇ ਦੁਆਲੇ ਬੱਝੀ ਸੁੰਦਰ ਕਹਾਣੀ ਹੈ।

ਡਾ. ਗਿੱਲ ਨੂੰ ਮਨੁੱਖੀ ਮਨ ਨੂੰ ਪੜ੍ਹਨ ਦੀ ਜਾਚ ਹੈ। 'ਮੋਮ ਦਾ ਰਿਸ਼ਤਾ' ਵਿਚ ਉਹ ਸਪਸ਼ਟ ਕਰਦਾ ਹੈ ਕਿ ਬੰਦਾ ਆਪਣੇ ਚਿਹਰੇ ਉਤੇ ਝੂਠਾ ਅਤੇ ਦੰਭੀ ਮਖੌਟਾ ਪਹਿਨ ਕੇ ਕੁਝ ਸਾਲ ਤਾਂ ਜੀਅ ਸਕਦਾ ਹੈ ਪਰ ਉਹ ਸਦਾ ਲਈ ਆਪਣੀ ਰੂਹ ਜਾਂ ਆਤਮਾ ਨੂੰ ਧੋਖਾ ਨਹੀਂ ਦੇ ਸਕਦਾ। ਸੁਰਿੰਦਰ ਇਥੇ ਇਕੱਲਾ ਰਹਿ ਰਿਹਾ ਹੈ ਅਤੇ ਉਸਦੀ ਪਤਨੀ ਪਿੰਡ ਹੈ। ਸੁਰਿੰਦਰ ਆਪਣੀ ਇਕੱਲਤਾ ਦਾ ਇਲਾਜ ਸਾਂਡਰਾ ਨੂੰ ਲੱਭ-ਪਾ ਕੇ ਕਰਦਾ ਹੈ। ਪਰ ਦਰਅਸਲ ਬਰਤਾਨੀਆ ਵਿਚ ਪੱਕੇ ਤੌਰ 'ਤੇ ਟਿਕਣ ਲਈ ਸਾਂਡਰਾ ਇਕ ਰਾਹ ਹੈ। ਸਾਂਡਰਾ ਨਿਰਛਲ ਮਨ, ਸਾਦਾ, ਸੁੰਦਰ ਕਿਰਤੀ ਸੁਭਾ ਅਤੇ ਭਾਰਤੀ ਸੰਸਕ੍ਰਿਤੀ ਪ੍ਰਤੀ ਉਦਾਰ ਹੋਣ ਕਾਰਨ ਵੀ ਸੁਰਿੰਦਰ ਦੀ ਭਾਵੁਕਤਾ ਨੂੰ ਟੁੰਬਦੀ ਹੈ ਅਤੇ ਉਸਦਾ ਅੰਤਹਕਰਣ ਉਸ ਨੂੰ ਧਿਰਕਾਰਦਾ ਹੈ ਕਿ ਉਹ ਆਪਣੇ ਸਵਾਰਥ ਲਈ ਸਾਂਡਰਾ ਨੂੰ ਧੋਖਾ ਦੇ ਰਿਹਾ ਹੈ। ਇਸਦੇ ਨਾਲ ਹੀ ਜਦੋਂ ਸਾਂਡਰਾ ਨੂੰ ਇਹ ਪਤਾ ਲਗਦਾ ਹੈ ਕਿ ਸੁਰਿੰਦਰ ਸ਼ਾਦੀ-ਸ਼ੁਦਾ ਹੈ ਅਤੇ ਉਸਦੀ ਪਤਨੀ ਭਾਰਤ ਵਿਚ ਹੈ ਤਾਂ ਪਹਿਲਾਂ ਤਾਂ ਨਾਰਾਜ਼ ਹੁੰਦੀ ਹੈ ਪਰ ਫਿਰ

ਉਹ ਸੁਰਿੰਦਰ ਦੀ ਦੋਸਤੀ ਨੂੰ ਪ੍ਰਵਾਨ ਕਰ ਲੈਂਦੀ ਹੈ। ਅਸੀਂ ਡਾਕਟਰ ਸ.ਨ.ਸੇਵਕ ਦੇ ਇਸ ਕਥਨ ਨਾਲ ਸਹਿਮਤ ਹਾਂ ਕਿ ਅਜਿਹੇ ਸੰਬੰਧਾਂ ਦਾ ਆਧਾਰ ਵਪਾਰਕ ਜਾਂ ਭਾਵੁਕ ਹੁੰਦਾ ਹੈ। ਪਰ ਅਸੀਂ ਕਹਿਣਾ ਚਾਹਾਂਗੇ ਕਿ ਸੁਰਿੰਦਰ ਅਤੇ ਸਾਂਡਰਾ ਦਾ ਬੰਧਨ ਅੰਤ ਨੂੰ ਭਾਵੁਕ ਅਧਿਕ ਹੋ ਨਿਬੜਦਾ ਹੈ ਅਤੇ ਵਿਉਪਾਰਕ ਘੱਟ। ਸਾਂਡਰਾ ਨੂੰ ਜਦ ਇਹ ਪਤਾ ਲਗਦਾ ਹੈ ਕਿ ਸੁਰਿੰਦਰ ਸ਼ਾਦੀ-ਸ਼ੁਦਾ ਹੈ ਤਾਂ ਵਿਸਕੀ ਦੀ ਬੋਤਲ ਕੰਧ ਵਿਚ ਮਾਰ ਕੇ ਚੂਰ ਚੂਰ ਕਰਦੀ ਹੋਈ ਸੁਰਿੰਦਰ ਨੂੰ ਕਹਿੰਦੀ ਹੈ, "ਤੁਸੀਂ ਸਾਰੇ ਪਾਕੀ ਇੱਕੋ ਜਿਹੇ ਹੀ ਹੋ। ਸਭ ਦਗਾਬਾਜ਼।" ਪਰ ਫਿਰ ਬਲਦੀ ਅਤੇ ਪਿਘਲਦੀ ਹੋਈ ਮੋਮਬੱਤੀ ਨੂੰ ਦੇਖਦੀ ਰੋਣ ਲੱਗ ਪੈਂਦੀ ਹੈ। ਰੋ ਸੁਰਿੰਦਰ ਵੀ ਰਿਹਾ ਹੈ। ਅਤੇ ਫਿਰ ਰੋਂਦੇ ਸੁਰਿੰਦਰ ਦਾ ਹੱਥ ਫੜ ਕੇ ਕਹਿੰਦੀ ਹੈ, "ਮੇਰੇ ਸੈਂਡੀ ! ਕੀ ਸੱਚੀ-ਮੁਚੀਂ ਦੋਸਤੀ ਦਾ ਰਿਸ਼ਤਾ, ਪਤੀ-ਪਤਨੀ ਦੇ ਰਿਸ਼ਤੇ ਤੋਂ ਕੋਈ ਘੱਟ ਮਹਾਨ ਹੈ ?" ਅਤੇ ਫਿਰ ਉਹ ਇਕ ਦੂਜੇ ਦੇ ਮੋਢਿਆਂ ਉਤੇ ਸਿਰ ਰੱਖ ਬੱਚਿਆਂ ਵਾਂਗ ਰੋਣ ਲੱਗ ਪੈਂਦੇ ਹਨ। ਕਹਾਣੀਕਾਰ ਨੇ ਬਹੁਤ ਹੀ ਸਫਲਤਾ ਨਾਲ ਮਤਲਬੀ ਪ੍ਰਵਾਸੀ ਦਾ ਨਕਸ਼ਾ ਖਿੱਚ ਕੇ ਇਹ ਦੱਸਣ ਦੀ ਕੋਸ਼ਿਸ਼ ਕੀਤੀ ਹੈ ਕਿ ਆਵਾਸੀ ਇਥੇ ਪੱਕੇ ਤੌਰ 'ਤੇ ਆਬਾਦ ਹੋਣ ਲਈ ਕੀ ਕੀ ਝੂਠ ਬੋਲਦਾ ਹੈ ਅਤੇ ਫ਼ਰੇਬ ਕਰਦਾ ਹੈ। ਪਰ ਅਕਸਰ ਫ਼ਰੇਬੀ ਹੁੰਦਿਆਂ ਵੀ ਉਹ ਇਕ ਮਨੁੱਖ ਹੋਣ ਦੇ ਨਾਤੇ ਆਪਣੇ ਕੀਤੇ ਉਤੇ ਸ਼ਰਮਸਾਰ ਵੀ ਹੁੰਦਾ ਹੈ।

"ਘਾਈ ਤਾਇਆ" ਕਹਾਣੀ ਵਿਚ ਕਹਾਣੀਕਾਰ ਨੇ ਪ੍ਰਵਾਸੀ ਸੋਚ ਦਾ ਹੀ ਨਹੀਂ, ਸਗੋਂ ਮਨੁੱਖੀ ਸੁਭਾ ਦਾ ਇਕ ਹੋਰ ਪਹਿਲੂ ਵੀ ਦਰਸਾਇਆ ਹੈ। ਆਮ ਮਨੁੱਖ ਆਪਣੇ ਮਤਲਬ ਲਈ ਦੂਜੇ ਦੀਆਂ ਭੈੜੀਆਂ ਅਤੇ ਨਫ਼ਰਤ ਕਰਨਯੋਗ ਹਰਕਤਾਂ ਨੂੰ ਵੀ ਅਕਸਰ ਪ੍ਰਵਾਨ ਕਰ ਲੈਂਦਾ ਹੈ। ਸੁਰਜੀਤ ਜਾਣਦੀ ਹੈ ਕਿ ਘਾਈ ਤਾਇਆ ਕੰਮੀ ਹੈ ਅਤੇ ਸਿਗਰਟਾਂ ਪੀਂਦਾ ਹੈ। ਭਾਰਤ ਵਿਚ ਹੁੰਦੀ ਤਾਂ ਸ਼ਾਇਦ ਉਹ ਉਸਨੂੰ ਆਪਣੇ ਨਜ਼ਦੀਕ ਵੀ ਨਾ ਬੈਠਣ ਦਿੰਦੇ। ਪਰ ਇਸ ਕਹਾਣੀ ਵਿਚ ਸੁਰਜੀਤ ਆਪਣੇ ਹਿੱਤਾਂ ਅਤੇ ਪੈਸੇ ਲਈ ਦੂਜੇ ਦੀ ਘਿਰਣਾ ਕਰਨਯੋਗ ਆਦਤ ਅਤੇ ਕਰਮ ਵੀ ਕਬੂਲ ਕਰ ਲੈਂਦੀ ਹੈ। ਹੋਰ ਤਾਂ ਹੋਰ ਜਦੋਂ ਘਾਈ ਤਾਇਆ ਉਹਨਾਂ ਦੀ ਆਰਥਿਕ ਸਹਾਇਤਾ ਕਰਦਿਆਂ ਚੈੱਕ ਪੇਸ਼ ਕਰਦਾ ਹੈ ਤਾਂ ਸਿਗਰਟ ਤੋਂ ਨਫ਼ਰਤ ਹੋਣ ਦੇ ਬਾਵਜੂਦ ਵੀ, ਐਸ਼ ਟ੍ਰੇ ਨਾ ਹੋਣ ਦੀ ਹਾਲਤ ਵਿਚ, ਸਿਗਰਟ ਦੀ ਰਾਖ਼ ਸੁੱਟਣ ਲਈ ਪਲੇਟ ਪੇਸ਼ ਕਰਦੀ ਹੈ। ਘਰ ਖ਼ਰੀਦਣ ਲਈ ਦਿੱਤੇ ਪੈਸਿਆਂ ਦੇ ਸ਼ੁਕਰਾਨੇ ਵਜੋਂ ਚਾਹ ਬਣਾਉਣ ਲਈ ਰਸੋਈ ਵੱਲ ਤੁਰ ਪੈਂਦੀ ਹੈ।

'ਛੁੱਟੀ ਦਾ ਦਿਨ' ਵਿਚ ਬਰਤਾਨੀਆ ਵਿਚ ਰਹਿੰਦੇ ਬਜ਼ੁਰਗਾਂ ਦੀ ਹਾਲਤ ਦਾ ਵਰਣਨ ਹੈ। ਗਿੱਲ ਹੁਰਾਂ ਇਕ ਅਜਿਹੇ ਸਾਥ-ਵਿਹੂਣੇ ਪ੍ਰਵਾਸੀ ਬਜ਼ੁਰਗ ਦਾ ਨਕਸ਼ਾ ਖਿਚਿਆ ਹੈ, ਜਿਹੜਾ ਇਕੱਠਾ ਰਹਿ ਕੇ ਦਿਨ ਗੁਜ਼ਾਰ ਰਿਹਾ ਹੈ। ਡਾ. ਗਿੱਲ ਆਪਣੇ ਪਰਿਵੇਸ਼ ਨਾਲ ਜੁੜਿਆ ਇਸ ਕਹਾਣੀ ਰਾਹੀਂ ਪਾਠਕ ਦੀ ਭਾਵਨਾ ਨੂੰ ਟੁੰਬਦਾ ਹੈ। ਇਹ ਕਹਾਣੀ ਉਦੋਂ ਸਿਖਰ 'ਤੇ ਜਾ ਪੁੱਜਦੀ ਹੈ ਜਦ ਬੰਤਾ ਸਿੰਘ ਇਕੱਲਤਾ ਨੂੰ ਦੂਰ ਕਰਨ ਲਈ ਛੁੱਟੀ ਵਾਲੇ ਦਿਨ ਆਪਣੀ ਵਿਆਹੀ ਹੋਈ ਧੀ ਦੇ ਘਰ ਪੁੱਜਦਾ ਹੈ। ਉਹ ਬੱਚਿਆਂ ਸਮੇਤ ਕਿਤੇ ਹੋਰ ਜਾਣ ਦਾ ਪ੍ਰੋਗਰਾਮ ਬਣਾ ਚੁੱਕੇ ਹਨ ਅਤੇ ਇਸ ਲਈ ਕੋਈ ਵੀ ਉਸ ਦੀਆਂ ਭਾਵਨਾਵਾਂ ਦਾ ਖ਼ਿਆਲ ਨਹੀਂ ਕਰਦਾ ਅਤੇ ਉਸ ਨਾਲ ਪਿਆਰ ਜਾਂ ਸਤਿਕਾਰ

ਨਾਲ ਗੱਲ ਨਹੀਂ ਕਰਦਾ। ਇਥੋਂ ਤਕ ਕਿ ਉਸਦੀ ਧੀ ਚਰਨੋ ਵੀ ਇਹ ਕਹਿ ਕੇ ਉਸਨੂੰ ਨਿਰ-ਉੱਤਰ ਅਤੇ ਦੁਖੀ ਕਰ ਦਿੰਦੀ ਹੈ: "ਲੈ, ਭਾਈਆ ਭਲਾ ਓਪਰਾ। ਫੇਰ ਆਜੂ ਆਪਣਿਆਂ ਆਇਆਂ 'ਤੇ।" ਬੰਤਾ ਸਿੰਘ ਨੂੰ ਲੱਗਾ ਜਿਵੇਂ ਉਸ ਕੋਲ ਕਹਿਣ ਲਈ ਕੱਖ ਨਾ ਰਿਹਾ ਹੋਵੇ। ".....ਚੰਗਾ ਆਇਆਂ 'ਤੇ ਸਹੀ....।" ਇਹ ਕਹਿੰਦੇ ਹੋਇਆਂ ਉਸਦਾ ਗਚ ਭਰ ਆਇਆ। ਇਸ ਕਹਾਣੀ ਰਾਹੀਂ ਇਹ ਵੀ ਜਤਾ ਦਿੱਤਾ ਹੈ ਕਿ ਅੱਜ ਪ੍ਰਵਾਸੀਆਂ ਵਿਚ ਵੀ ਗੋਰਿਆਂ ਵਰਗੀ ਰਹਿਤਲ ਆਮ ਹੋ ਰਹੀ ਹੈ।

ਅੱਜ ਪ੍ਰਵਾਸੀ ਆਪਣੀ ਸੰਤਾਨ ਦੀਆਂ ਖੁਲ੍ਹਾਂ-ਡੁਲ੍ਹਾਂ ਤੋਂ ਚਿੰਤਤ ਹੈ। 'ਆਪੋ ਆਪਣੀ ਦੁਨੀਆਂ' ਰਾਹੀਂ ਕਹਾਣੀਕਾਰ ਨੇ ਦੋ ਪੀੜ੍ਹੀਆਂ ਦੀ ਸੋਚਣੀ ਵਿਚ ਟਕਰਾਅ ਤਾਂ ਦਿਖਾਇਆ ਹੀ ਹੈ ਪਰ ਇਕ ਹੋਰ ਸੱਚ ਤੋਂ ਵੀ ਪਰਦਾ ਲਾਹਿਆ ਹੈ ਕਿ ਪ੍ਰਵਾਸੀ ਬਚਪਨ ਅਤੇ ਜਵਾਨੀ ਸਮੇਂ ਦੇ ਆਪਣੇ ਸਾਰੇ ਹੀ ਕਰਮਾਂ-ਕੁਕਰਮਾਂ ਅਤੇ ਸੋਚ ਨੂੰ ਭੁੱਲ ਜਾਂਦਾ ਹੈ ਅਤੇ ਆਪਣੀ ਸੰਤਾਨ ਦੀ ਜਾਇਜ਼ ਅਤੇ ਸਮੇਂ ਅਨੁਕੂਲ ਮੰਗ ਨੂੰ ਵੀ ਪ੍ਰਵਾਨ ਕਰਨੋਂ ਇਨਕਾਰ ਕਰਦਾ ਹੈ। ਸਿੰਮੀ ਇੰਗਲੈਂਡ ਦੀ ਜੰਮ-ਪਲ ਹੈ ਅਤੇ ਮਾਂ ਸੁਰਜੀਤ ਅਤੇ ਪਿਉ ਗੁਰਬਚਨ ਸਿੰਘ ਭਾਰਤ ਦਾ। ਕਹਾਣੀ ਵਿਚ ਸਿੱਧੀ ਟੱਕਰ ਮਾਂ ਅਤੇ ਧੀ ਵਿਚ ਹੈ। ਪਿਉ ਗੁਰਬਚਨ ਸਿੰਘ ਪੁਲ ਦਾ ਕੰਮ ਕਰਦਾ ਹੈ। ਮਾਂ ਨਹੀਂ ਚਾਹੁੰਦੀ ਕਿ ਧੀ ਨਹੁੰ ਪਾਲਸ਼ ਲਾਵੇ, ਬੁਲ੍ਹ ਰੰਗੇ ਜਾਂ ਚਾਰ ਨੰਬਰ ਵਾਲਿਆਂ ਦੀਆਂ ਕੁੜੀਆਂ ਵਾਂਗ ਘੁੰਮੇ ਫਿਰੇ। ਪਰ ਜਦੋਂ ਮਾਂ ਰਾਤ ਨੂੰ ਜ਼ਰਾ ਸ਼ਾਂਤ ਮਨ ਨਾਲ ਸੋਚਦੀ ਹੈ ਤਾਂ ਆਪਣੇ ਸਬੰਧੀ ਵਿਚਾਰ ਕਰਦਿਆਂ ਪਾਣੀ ਪਾਣੀ ਹੋ ਜਾਂਦੀ ਹੈ। ਫਿਰ ਉਹ ਸੋਚਦੀ ਹੈ ਕਿ ਇਹ ਸਭ ਕੁਝ ਤਾਂ ਉਮਰ ਦਾ ਤਕਾਜ਼ਾ ਹੈ ਅਤੇ ਬਦਲਦੇ ਸਮੇਂ ਦੀ ਚਾਲ। ਇਸ ਕਹਾਣੀ ਵਿਚ ਵਰਤੀਂਦੀ ਬੋਲੀ ਤੇ ਵਾਰਤਾਲਾਪ ਧਿਆਨ ਖਿੱਚਦੇ ਹਨ ਅਤੇ ਪ੍ਰਵਾਸੀ ਦੀ ਸ਼ੰਕਾ ਨੂੰ ਵੀ ਜ਼ਾਹਿਰ ਕਰਦੇ ਹਨ। ਮਾਂ ਸੁਰਜੀਤ ਰੋਹ ਵਿਚ ਬੋਲਦਿਆਂ ਆਪਣੇ ਭਾਈਚਾਰੇ ਦੇ ਡਰ ਨੂੰ ਵੀ ਦਰਸਾਉਂਦੀ ਹੈ: 'ਜੱਧੀ ਫੇਰ ਕੀ ਹੋ ਗਿਆ ਦੀ। ਹਾਲੇ ਹੋਇਆ ਈ ਨਹੀਂ! ਕੋਈ ਜਵਾਨ ਕੁੜੀ ਬਾਹਰ ਮੁੰਡੇ ਨਾਲ ਕਾਰਾਂ 'ਚ ਘੁੰਮੇ ਫਿਰੇ ਤਾਂ ਤੈਨੂੰ ਨਹੀਂ ਪਤਾ ਕੀ ਹੁੰਦਾ ਹੈ ? ਮੇਰੇ ਵਾਂਗ ਜਿਹੜੇ ਭਾਈਚਾਰੇ ਦੇ ਹੋਰ ਲੋਕ ਵੇਖਣਗੇ ਤਾਂ ਉਹ ਕੀ ਆਖਣਗੇ ? ਏਦਾਂ ਦੀ ਗੱਲ ਤਾਂ ਰਾਤੋ-ਰਾਤ ਸਾਰੇ ਟਾਊਨ 'ਚ ਫ਼ੈਲ ਜਾਂਦੀ ਆ। ਦਾਦੀ ਫੇਰ ਕੀ ਹੋਇਆ ਦੀ।" ਗਿੱਲ ਹੁਰਾਂ ਮਾਂ ਸੁਰਜੀਤ ਦਾ ਚਿਤ੍ਰਣ ਵੀ ਕਮਾਲ ਦਾ ਕੀਤਾ ਹੈ।

ਡਾ. ਗੁਰਨਾਮ ਸਿੰਘ ਗਿੱਲ ਦੀਆਂ ਕਹਾਣੀਆਂ ਪੜ੍ਹ ਕੇ ਸਾਬਤ ਹੁੰਦਾ ਹੈ ਕਿ ਉਹ ਲਿਖਣ ਦੀ ਪ੍ਰਕਿਰਿਆ ਬੜੀ ਬਚਨ-ਬੱਧਤਾ ਨਾਲ ਨਿਭਾਉਂਦਾ ਆ ਰਿਹਾ ਹੈ। ਉਸ ਨੇ ਆਪਣੀਆਂ ਕਹਾਣੀਆਂ ਦੇ ਵਿਸ਼ਿਆਂ ਲਈ ਪੇਂਡੂ ਜੀਵਨ, ਪਿੰਡ ਦੀ ਰਹਿਣੀ-ਬਹਿਣੀ ਅਤੇ ਤੰਗੀਆਂ-ਮੰਦੀਆਂ, ਆਰਥਕ ਮੰਦਹਾਲੀ ਕਾਰਨ ਪੀੜਤ ਮਨੁੱਖਤਾ, ਕਾਮਿਆਂ/ਕਿਰਤੀਆਂ ਨਾਲ ਹੁੰਦੀ ਵਧੀਕੀ, ਨੈਤਿਕਤਾ ਦੇ ਨੰਗੇ ਨਾਚ ਅਤੇ ਸਵਾਰਥ ਕਾਰਨ ਤਿੜਕਦੇ ਰਿਸ਼ਤਿਆਂ ਦਾ ਇਸ ਲਈ ਜ਼ਿਕਰ ਕੀਤਾ ਹੈ ਕਿਉਂਕਿ ਉਹ ਬਰਤਾਨੀਆ ਵਿਚ ਪ੍ਰਵਾਸ ਧਾਰਨ ਕਰਨ 'ਤੇ ਵੀ ਆਪਣੇ ਮੂਲ ਨੂੰ ਵਿਸਾਰ ਨਹੀਂ ਸਕਿਆ। ਉਸਨੇ ਬਰਤਾਨੀਆ ਵਿਚ ਵਸਦਿਆਂ ਇੱਥੋਂ ਦੀਆਂ ਸਮੱਸਿਆਵਾਂ ਨੂੰ ਆਪਣੀਆਂ ਕਹਾਣੀਆਂ ਦਾ ਵਿਸ਼ਾ ਇਸ ਲਈ ਬਣਾਇਆ ਹੈ ਕਿਉਂਕਿ ਉਹ ਆਪਣੇ ਪਰਿਵੇਸ਼ ਨਾਲ ਪੂਰੀ ਤਰ੍ਹਾਂ

ਜੁੜਿਆ ਹੋਇਆ, ਆਪਣੇ ਪਿੰਡੇ 'ਤੇ ਇਹ ਸਭ ਕੁਝ ਹੰਢਾਉਂਦਾ ਆ ਰਿਹਾ ਹੈ। ਇਥੋਂ ਦੀਆਂ ਸਮੱਸਿਆਵਾਂ ਅਤੇ ਉਹਨਾਂ ਨੂੰ ਸੁਲਝਾਉਣ ਦੇ ਯਤਨ ਉਸ ਲਈ ਕੋਈ ਓਪਰੇ ਨਹੀਂ। ਇਸੇ ਲਈ ਹੀ ਉਸਨੇ ਨਸਲਵਾਦ, ਰੰਗ-ਭੇਦ ਕਾਰਨ ਹੁੰਦੇ ਨਸਲੀ ਵਿਤਕਰੇ, ਆਵਾਸ, ਵਿਦਿਅਕ ਅਦਾਰਿਆਂ ਅਤੇ ਵਿਦਿਅਕ ਸਿਸਟਮ ਦੀ ਅਣਗਹਿਲੀ ਕਾਰਨ ਪ੍ਰਵਾਸੀ ਸੰਤਾਨ ਦਾ ਆਪਣੇ ਹੀ ਮਾਪਿਆਂ ਤੋਂ ਓਪਰੇ ਹੋਣ ਦੀ ਪ੍ਰਵਿਰਤੀ, ਪੀੜ੍ਹੀ-ਪਾੜੇ, ਬਜ਼ੁਰਗਾਂ ਦੀ ਭੈੜੀ ਹਾਲਤ, ਭੂ-ਹੇਰਵੇ ਅਤੇ ਉਦਰੇਵੇਂ, ਪਦਾਰਥਕ ਲੋੜਾਂ-ਥੋੜਾਂ ਕਾਰਨ ਆਏ ਮਨੁੱਖੀ ਸੁਭਾ ਦੇ ਪਰਿਵਰਤਨ, ਕਾਮਿਕ ਵਾਤਾਵਰਣ, ਭਾਰਤੋਂ ਆਉਂਦੇ ਮੰਗੇਤਰਾਂ ਦੀ ਦਸ਼ਾ-ਦੁਰਦਸ਼ਾ ਅਤੇ ਇਹਨਾਂ ਕਾਰਨ ਉਪਜੀਆਂ ਸਮੱਸਿਆਵਾਂ; ਪਤੀ ਪਤਨੀ ਦੇ ਤਿੜਕਦੇ ਰਿਸ਼ਤਿਆਂ ਅਤੇ ਅਜਿਹੀ ਸਥਿਤੀ ਵਿਚ ਉਪਜੀ ਪ੍ਰਵਾਸੀ ਮਾਨਸਿਕਤਾ ਨੂੰ ਵੀ ਚਿਤ੍ਰਿਆ ਹੈ। ਸਭ ਤੋਂ ਵਧ ਕੇ ਉਸ ਨੇ ਸਥਾਨ ਦੇ ਬਦਲਣ ਅਤੇ ਸਮੇਂ ਦੇ ਗੁਜ਼ਰਨ ਨਾਲ ਪ੍ਰਵਾਸੀ ਜ਼ਹਿਨੀਅਤ ਵਿਚ ਆਏ ਬਦਲ ਦੀ ਆਕਾਸੀ ਕਰਦਿਆਂ ਮਨੁੱਖੀ ਸੁਭਾ ਨੂੰ ਸਮਝਣ, ਸਮਝਾਉਣ ਅਤੇ ਪ੍ਰਗਟ ਕਰਨ ਦੀ ਕੋਸ਼ਿਸ਼ ਕੀਤੀ ਹੈ। ਦੂਜੇ ਅਰਥਾਂ ਵਿਚ ਮਨੁੱਖੀ ਵਰਤਾਰੇ ਪਿੱਛੇ ਕੰਮ ਕਰਦੇ ਚੁੱਪ ਅਹਿਸਾਸਾਂ ਨੂੰ ਜ਼ੁਬਾਨ ਬਖ਼ਸ਼ਣ ਲਈ ਉਸਦੇ ਦਿਲ ਵਿਚ ਬੈਠ ਕੇ ਝਾਕਣ ਦੀ ਜੁਰਅਤ ਕੀਤੀ ਹੈ। 'ਹਉਕਿਆਂ ਦੀ ਮੁਸਕਾਨ' ਬਰਤਾਨੀਆ ਵਿਚ ਵਿਆਹ ਕਰਵਾਉਣ ਆਈ ਸ਼ਰਨ ਦੀ ਕਹਾਣੀ ਹੈ। ਕਹਾਣੀਕਾਰ ਨੇ ਸ਼ਰਨ ਦੇ ਮਨ ਵਿਚ ਝਾਕਦਿਆਂ ਉਸਦੇ ਵੱਡੀ ਉਮਰ ਦੇ ਪਤੀ ਦੇ ਉਤਾਰ-ਚੜ੍ਹਾਵਾਂ ਨੂੰ ਵੀ ਨੇੜੇ ਹੋ ਕੇ ਘੋਖਿਆ ਹੈ।

ਸ਼ਰਨ ਜਦ ਵਲੈਤ ਪੁੱਜ ਕੇ ਦੇਖਦੀ ਹੈ ਕਿ ਉਸਦਾ ਲਾੜਾ, ਉਸਦੇ ਬਾਪ ਦੀ ਉਮਰ ਦੇ ਹਾਣ ਦਾ ਹੈ ਅਤੇ ਉਸ ਤੋਂ ਉਮਰ ਵਿਚ 17-18 ਵਰ੍ਹੇ ਵੱਡਾ ਹੈ ਤਾਂ ਦਿਲ ਦੀਆਂ ਦਿਲ ਵਿਚ ਹੀ ਰੱਖ ਕੇ ਦੁਖੀ ਹੁੰਦੀ ਹੈ। ਕਹਾਣੀਕਾਰ ਨੇ ਦੱਸਿਆ ਹੈ ਕਿ ਕਿਵੇਂ ਵੱਡੀ ਉਮਰ ਦੇ ਵਲੈਤੀਏ, ਘੱਟ ਉਮਰ ਦੀਆਂ ਲੁਹਾਈਆਂ/ਖਿਚਾਈਆਂ ਤਸਵੀਰਾਂ ਭੇਜ ਕੇ, ਭਾਰਤ ਤੋਂ ਲਗਰ ਜਿਹੀਆਂ ਮਾਸੂਮ ਜਿੰਦਾਂ ਨੂੰ ਵਿਆਹ ਕਰਵਾਉਣ ਲਈ ਮੰਗਾਉਂਦੇ ਹਨ। ਸ਼ਰਨ ਸਮਝ ਜਾਂਦੀ ਹੈ ਕਿ ਪਾਖਰ ਸਿੰਘ ਨੂੰ ਸਿਰਫ਼ ਇਕ ਵਹੁਟੀ ਦੀ ਜ਼ਰੂਰਤ ਸੀ, ਜੋ ਘਰ ਸਾਂਭ ਸਕੇ, ਬੱਚੇ ਜਮਾਵੇ ਤੇ ਪੈਸੇ ਕਮਾਵੇ। ਪਰ ਇਸਦੇ ਉਲਟ 'ਸ਼ਰਨ' ਕੁਦਰਤੀ ਹੀ, ਚੰਦਨ ਦੀ ਗੇਲੀ ਵਰਗਾ ਗਭਰੂ ਲੋੜਦੀ ਸੀ। ਨਰੋਆ ਤੇ ਖ਼ੁਸ਼ਬੂਦਾਰ। ਮਾਨਸਿਕ ਤੇ ਸਰੀਰਕ ਪੱਖੋਂ ਭਰਪੂਰ ਹੋਂਦ ਵਾਲਾ। ਉਧਰ ਪਾਖਰ ਸਿੰਘ ਨੇ ਵਿਆਹ ਭਾਵੇਂ ਕਰਵਾ ਲਿਆ, ਪਰ ਉਸਦਾ ਅਪਰਾਧੀ ਮਨ ਉਸਨੂੰ ਅਕਸਰ ਗੁਨਾਹਗਾਰ ਸਾਬਤ ਕਰਦਾ ਹੈ। ਉਸਦੀ ਮਾਨਸਿਕਤਾ ਡੱਕੇ-ਡੋਲੇ ਖਾਂਦੀ ਉਸਨੂੰ ਅੰਦਰੋਂ ਅੰਦਰ ਸ਼ਰਮਿੰਦਾ ਕਰਦੀ ਹੈ। ਗਿੱਲ ਹੁਰਾਂ ਪਾਖਰ ਸਿੰਘ ਅਤੇ ਸ਼ਰਨ ਦਾ ਖ਼ਾਕਾ ਸੋਹਣਾ ਖਿਚਿਆ ਹੈ : ਪਾਖਰ ਸਿੰਘ ਦੀ ਦਗਦੇ ਲਹੂ ਵਾਲੀ ਡਲਕਦੀ ਜਿੰਦ, ਫ਼ਾਊਂਡਰੀ ਦੀ ਧੂੜ ਤੇ ਸੁਆਹ ਨੇ ਮੈਲੀ ਕਰ ਛੱਡੀ ਸੀ, ਜਿਸਨੂੰ ਹੁਣ ਜੀਵਨ ਦਾ ਕੋਈ ਵੀ ਪਾਣੀ ਨਿਖਾਰ ਨਹੀਂ ਸੀ ਸਕਦਾ। ਉਸਦੇ ਖ਼ੂਨ ਦਾ ਤੂਫ਼ਾਨੀ ਜੋਸ਼ ਸਾਲਾਂ ਬੱਧੀ ਚਿਮਨੀ ਦੇ ਧੂਏਂ 'ਚ ਮਿਲ ਕੇ ਖਾਰਜ ਹੁੰਦਾ ਰਿਹਾ ਸੀ। ਅਤੇ ਸ਼ਰਨ ਦੇ ਲਟ ਲਟ ਬਲਦੇ ਜਜ਼ਬਾਤ ਤੇ ਮਘਦਾ ਜਿਸਮ ਵੇਖ ਕੇ ਕਈ ਵੇਰ ਉਸਨੂੰ ਆਪਣੇ ਗੁਨਾਹਗਾਰ ਹੋਣ ਦਾ ਅਹਿਸਾਸ ਹੁੰਦਾ। ਉਸਦੇ ਮਨ 'ਚ ਪਛਤਾਵੇ ਦੇ ਬੀਜ ਪੁੰਗਰਣ

ਲੱਗਦੇ ਹਨ ਤੇ ਇਹ ਪਛਤਾਵੇ ਦੇ ਪੌਂਦ ਉਸਦੀਆਂ ਰਾਤਾਂ ਦਾ ਭੈਅ ਬਣਨ ਲੱਗੇ। ਉਸਦੇ ਅੰਦਰ ਇਕ ਫ਼ਿਕਰ ਜਿਹਾ ਵਿਕਸਤ ਹੋਣ ਲੱਗਾ।

ਕਹਾਣੀ ਦਾ ਅੰਤ ਕਹਾਣੀ ਦੀ ਮਿੱਥੀ ਵਿਉਂਤ ਅਨੁਸਾਰ ਜਿਵੇਂ ਹੋਣਾ ਚਾਹੀਦਾ ਹੈ ਤਿਵੇਂ ਹੀ ਹੁੰਦਾ ਹੈ। ਪਾਖਰ ਸਿੰਘ ਦੇ ਮਨ ਵਿਚ ਸ਼ਰਨ ਪ੍ਰਤੀ ਕੱਢ ਕੇ ਲਿਆਂਦੀ ਤੀਵੀਂ ਵਾਲਾ ਡਰ ਸੱਚਾ ਸਾਬਤ ਹੁੰਦਾ ਹੈ। ਸ਼ਰਨ, ਪਾਖਰ ਸਿੰਘ ਦੇ ਭੂਆ ਦੇ ਪੁੱਤਰ ਜਵਾਨ ਬਲਕਾਰ ਸਿੰਘ ਨਾਲ ਇਕ ਰਾਤ ਫੜੀ ਜਾਂਦੀ ਹੈ। ਕਹਾਣੀਕਾਰ, ਕਹਾਣੀ ਦਾ ਅੰਤ ਬਹੁਤ ਹੀ ਵਿਅੰਗ ਵਾਲਾ, ਸੁਝਾਊ ਅਤੇ ਪਾਖਰ ਸਿੰਘ ਦੇ ਦਿਲ 'ਚ ਝਾਕ ਕੇ ਉਸਦੇ ਚੁੱਪ ਵਿਵਹਾਰ ਨਾਲ ਦਿੰਦਾ ਹੈ। ਪਕੜੇ ਜਾਣ 'ਤੇ ਸ਼ਰਨ, ਪਾਖਰ ਸਿੰਘ ਦੇ ਪੈਰੀਂ ਸਿਰ ਸੁੱਟ ਕੇ ਭੁੱਬੀਂ ਰੋਣ ਲੱਗਦੀ ਹੈ। ਪਾਖਰ ਸਿੰਘ ਹੌਕੇ ਭਰਦੀ ਤੇ ਸਿਸਕੀਆਂ ਲੈਂਦੀ ਸ਼ਰਨ ਉਦਾਲੇ ਬਾਂਹ ਵਲਾ ਕੇ, ਉਸਨੂੰ ਆਪਣੇ ਨਾਲ ਘੁੱਟਦਿਆਂ ਉਸਦੇ ਅੱਥਰੂ ਪੂੰਝਣ ਲੱਗਦਾ ਹੈ ਅਤੇ ਸ਼ਰਨ ਉੱਚੀ ਉੱਚੀ ਲੇਰਾਂ ਮਾਰ ਕੇ ਰੋਂਦੀ ਹੋਈ ਪਾਖਰ ਸਿੰਘ ਦੀ ਹਿੱਕ ਨਾਲ ਚਿੰਬੜ ਜਾਂਦੀ ਹੈ, ਜਿਵੇਂ ਕੋਈ ਕੁੜੀ ਡੋਲੀ ਚੜ੍ਹਨ ਸਮੇਂ, ਬਾਬਲ ਦੀ ਹਿੱਕ ਨਾਲ ਲੱਗ ਕੇ ਰੋਂਦੀ ਹੈ। ਸ਼ਰਨ ਨਾਲ ਪਾਖਰ ਸਿੰਘ ਦਾ ਵਰਤਾਉ ਵਿਚਾਰਨ ਯੋਗ ਹੈ। ਸਾਡੀ ਜਾਚੇ, ਸ਼ਰਨ ਖ਼ੁਸ਼ਕਿਸਮਤ ਹੈ ਕਿ ਉਸਨੂੰ ਆਪਣੀ ਜਾਨ ਤੋਂ ਹੱਥ ਨਹੀਂ ਧੋਣੇ ਪਏ। ਕਹਾਣੀਕਾਰ ਵਲੋਂ ਪੰਜਾਬੀ ਸੁਭਾ ਵਿਚ ਲਿਆਂਦੀ ਅਤੇ ਕਹਾਣੀ ਵਿਚ ਦਿਖਾਈ ਇਹ ਤਬਦੀਲੀ ਸਮੇਂ ਦੀ ਮੰਗ ਤਾਂ ਹੈ ਪਰ ਅਸਲ ਜੀਵਨ ਵਿਚ ਹਾਲਾਂ ਤਕ ਇੰਝ ਹੋਣਾ ਆਮ ਨਹੀਂ। ਮਰਦ-ਪ੍ਰਧਾਨ ਸਮਾਜ ਵਿਚ ਮਰਦ ਤਾਂ 'ਸੌ ਚੂਹੇ ਖਾਣ ਵਾਲੀ ਬਿੱਲੀ' ਵਾਂਗ ਅਨੇਕਾਂ ਉਪੱਦਰ ਕਰਨ ਉਪਰੰਤ ਵੀ ਸਦਾ ਸੱਚਾ-ਸੁੱਚਾ ਹੀ ਰਹਿੰਦਾ ਹੈ ਅਤੇ ਇਸਤਰੀ ਦੀ ਸਾਧਾਰਨ ਅਤੇ ਸਮਝ ਆ ਸਕਣ ਯੋਗ ਕੁਦਰਤੀ ਗ਼ਲਤੀ ਨੂੰ ਕਤਲਾਂ-ਤਲਾਕਾਂ ਤਕ ਲੈ ਕੇ ਜਾਇਆ ਜਾਂਦਾ ਹੈ।

ਬਰਤਾਨੀਆ ਵਿਚ ਰਹਿੰਦੇ ਪ੍ਰਵਾਸੀ ਸਾਹਮਣੇ ਨਸਲਵਾਦ ਕਾਰਣ ਹੁੰਦੇ ਵਿਤਕਰਿਆਂ ਦਾ ਵੀ ਇਕ ਵਿਸ਼ੇਸ਼ ਸਥਾਨ ਹੈ। 'ਕੱਚ ਦੀਆਂ ਕਬਰਾਂ', 'ਕਿਊ ਗਾਰਡਿਨ ਦੇ ਰੁੱਖ' ਅਤੇ 'ਆਪੋ ਆਪਣੀ ਦੁਨੀਆ' ਤਿੰਨੇ ਕਹਾਣੀਆਂ ਵਿਚ ਬਰਤਾਨੀਆ 'ਚ ਵਰਤੀਂਦੇ ਨਸਲੀ ਵਿਤਕਰੇ, ਰੰਗ ਭੇਦ ਅਤੇ ਸੰਤਾਨ ਦੇ ਹੱਥੋਂ ਖ਼ੁੱਸਦੇ ਜਾਣ ਦੇ ਨਜ਼ਾਰੇ ਅਤੇ ਹਸ਼ਰ ਦੇਖਣ ਨੂੰ ਮਿਲਦੇ ਹਨ। 'ਕੱਚ ਦੀਆਂ ਕਬਰਾਂ' ਵਿਚ ਮਲਕੀਅਤ ਸਿੰਘ ਦੁਖੀ ਹੈ ਕਿਉਂਕਿ ਉਹ ਆਪਣੀ ਸੰਤਾਨ ਨੂੰ ਆਪਣੇ ਵਰਗੀ ਸੋਚ ਅਤੇ ਕਰਮ ਦੇਣ ਤੋਂ ਅਸਮਰਥ ਹੈ। ਇਹ ਕਹਾਣੀ ਮਲਕੀਅਤ ਸਿੰਘ, ਉਸਦੀ ਪਤਨੀ ਸੁਰਜੀਤ, ਉਸਦੇ ਬੇਟੇ ਅਤੇ ਧੀ ਅਨੀਤਾ ਦੁਆਲੇ ਘੁੰਮਦੀ ਹੈ। ਦਰਅਸਲ ਇਹ ਕਹਾਣੀ ਦੋ ਸਭਿਆਚਾਰਾਂ ਦੇ ਟਕਰਾਅ ਅਤੇ ਇਸ ਟਕਰਾਅ ਪਿੱਛੇ ਕੰਮ ਕਰ ਰਹੀ ਪੁਖ਼ਤਾ ਸੋਚ ਦੀ ਹੈ। ਗੋਰੇ ਅਤੇ ਉਹਨਾਂ ਦੀ ਸਭਿਅਤਾ ਮਲਕੀਅਤ ਸਿੰਘ ਉਤੇ ਓਲਡਫ਼ੈਸ਼ਨਡ (ਪੁਰਾਣੇ ਖ਼ਿਆਲਾਂ ਦੇ) ਹੋਣ ਦਾ ਲੇਬਲ ਚਿਪਕਾ ਰਹੀ ਹੈ। ਸਾਰਾ ਕਸੂਰ ਇਸ ਵਾਤਾਵਰਣ ਦਾ ਹੀ ਹੈ। ਮਲਕੀਅਤ ਸਿੰਘ, ਸਕੂਲ ਟੀਚਰ ਮਿਸਟਰ ਰਾਈਟ ਨੂੰ ਦਸਦਾ ਹੈ ਕਿ 'ਤੁਹਾਡੇ ਸਕੂਲ ਵਰਗੇ ਵਿਦਿਅਕ ਅਦਾਰੇ 'ਚੋਂ ਜਦੋਂ ਬੱਚੇ ਬਾਹਰ ਨਿਕਲਣ ਤਾਂ ਉਹਨਾਂ ਪਾਸ 'ਓ' ਜਾਂ 'ਏ' ਲੈਵਲਾਂ ਤੋਂ ਇਲਾਵਾ ਕੁਝ ਹੋਰ ਵੀ ਹੋਣਾ ਚਾਹੀਦਾ ਹੈ।' ਮਲਕੀਅਤ ਸਿੰਘ ਚਾਹੁੰਦਾ ਹੈ ਕਿ ਬੱਚੇ ਪੜ੍ਹ ਲਿਖ

ਕੇ ਚੰਗੇ ਸ਼ਹਿਰੀ ਬਣਨ ਅਤੇ ਚਾਅ ਨਾਲ ਆਪਣੀਆਂ ਸਭਿਆਚਾਰਕ ਕਦਰਾਂ-ਕੀਮਤਾਂ ਦੀ ਪਰਖ ਪਹਿਚਾਣ ਅਤੇ ਬਹੁ-ਨਸਲੀ ਸਮਾਜ ਦੀ ਉਸਾਰੀ ਕਰਨ। ਉਹ ਨਹੀਂ ਚਾਹੁੰਦਾ ਕਿ ਇਹ ਦੂਜੇ ਦੇ ਸਭਿਆਚਾਰ ਨੂੰ ਘਟੀਆ ਵਿਖਾਉਂਦਿਆਂ ਮਖ਼ੌਲ ਉਡਾਉਣ। ਪਰ ਅਧਿਆਪਕ ਰਾਈਟ ਖਚਰੀ ਗੋਰੀ ਸੋਚ ਤੋਂ ਇਹ ਕਹਿ ਕੇ ਪਰਦਾ ਉਠਾ ਦਿੰਦਾ ਹੈ: "ਬੱਚਿਆਂ ਦੀ ਜ਼ਿੰਦਗੀ ਉਹਨਾਂ ਦੀ ਆਪਣੀ ਹੈ। ਬਿਲਕੁਲ ਆਜ਼ਾਦ ਅਤੇ ਮਨ-ਮਰਜ਼ੀ ਦੀ....ਉਹ ਆਪਣੀ ਸੋਚ ਅਨੁਸਾਰ ਜੋ ਚਾਹੁਣ ਕਰਨ।" ਅਧਿਆਪਕ ਤਾਅਨਾ ਦਿੰਦਾ ਹੈ ਕਿ ਤੁਸੀਂ ਹੁਣ ਭਾਰਤ ਵਿਚ ਨਹੀਂ, ਇੰਗਲੈਂਡ ਵਿਚ ਰਹਿੰਦੇ ਹੋ। ਫੇਰ ਤੁਹਾਡੀ ਔਲਾਦ ਦਾ ਤਾਂ ਦੇਸ਼ ਹੀ ਏਹੋ ਹੈ।

ਪਰ ਮਲਕੀਅਤ ਸਿੰਘ, ਲਗਪਗ ਹਰ ਪੰਜਾਬੀ ਪ੍ਰਵਾਸੀ ਵਾਂਗ ਜਾਣਦਾ ਹੈ ਕਿ ਵਿਦਿਅਕ ਅਦਾਰਿਆਂ ਅਤੇ ਸਕੂਲੀ ਅਧਿਆਪਕਾਂ ਦੀ ਅਜਿਹੀ ਸੋਚ ਅਤੇ ਨੀਤੀ ਕਾਰਨ ਹੀ ਬੱਚੇ ਸਕੂਲਾਂ, ਕਾਲਜਾਂ, ਘਰ ਜਾਂ ਬਾਹਰ ਦੇ ਮਾਹੌਲ ਵਿਚ ਵੱਡੀ ਉਮਰ ਦੇ ਲੋਕਾਂ ਨਾਲ ਸਤਿਕਾਰ ਨਾਲ ਪੇਸ਼ ਨਹੀਂ ਆਉਂਦੇ, ਭੈੜੀਆਂ ਆਦਤਾਂ ਦਾ ਸ਼ਿਕਾਰ ਹੁੰਦੇ ਹਨ, ਬਿਮਾਰੀਆਂ ਸਹੇੜਦੇ ਹਨ ਅਤੇ ਕਈ ਵਾਰ ਅਪਰਾਧੀ ਵੀ ਬਣਦੇ ਹਨ। ਇਹੋ ਹੀ ਕਾਰਨ ਹੈ ਕਿ ਅੱਜ ਪ੍ਰਵਾਸੀ ਬੱਚਾ ਵੀ ਆਮ ਬਰਤਾਨਵੀ ਗੋਰੇ ਬੱਚੇ ਵਾਂਗ ਹੀ ਘਰ ਨੂੰ ਹੋਟਲ ਸਮਝਦਾ ਹੈ ਅਤੇ ਪੱਰ ਲੱਗ ਜਾਣ 'ਤੇ ਜੱਦੀ ਕਦਰਾਂ-ਕੀਮਤਾਂ ਨੂੰ ਤਿਲਾਂਜਲੀ ਦਿੰਦਾ ਹੋਇਆ ਭਟਕਦਾ ਫਿਰਦਾ ਹੈ। ਅਸੀਂ ਦੇਖਦੇ ਹਾਂ ਕਿ ਮਲਕੀਅਤ ਸਿੰਘ ਦੇ ਸਰਵਣ ਬੇਟੇ ਨੂੰ ਜਦੋਂ ਪੱਰ ਲੱਗੇ ਤਾਂ ਉਹ ਵੀ ਮਾਂ-ਬਾਪ ਦੇ ਵਿਚਾਰਾਂ ਦੇ ਉਲਟ ਗੋਰੀ ਨਾਲ ਵਿਆਹ ਕਰਵਾ ਕੇ ਬੇਗਾਨਾ ਬਣ ਜਾਂਦਾ ਹੈ। ਘਰ ਬਾਰ ਛੱਡ ਦਿੰਦਾ ਹੈ। ਕਹਾਣੀਕਾਰ ਦਰਸਾਉਂਦਾ ਹੈ: ਵਲਾਇਤ ਆ ਕੇ ਪੈਸੇ ਤਾਂ ਕਮਾ ਲਏ ਪਰ ਔਲਾਦ ਗੁਆ ਲਈ। ਮਲਕੀਅਤ ਸਿੰਘ ਦੀ ਧੀ ਅਨੀਤਾ ਵੀ ਘਰੋਂ ਗ਼ਾਇਬ ਹੋ ਜਾਂਦੀ ਹੈ। ਮਲਕੀਅਤ ਸਿੰਘ ਪੁਲਸ 'ਚ ਰੀਪੋਰਟ ਕਰਨਾ ਚਾਹੁੰਦਾ ਹੈ ਤਾਂ ਜੋ ਅਨੀਤਾ ਨੂੰ ਲੱਭਣ ਵਿਚ ਸਹਾਇਤਾ ਮਿਲ ਸਕੇ ਪਰ ਦਿਲੋਂ ਇਸ ਗੱਲੋਂ ਵੀ ਡਰਦਾ ਹੈ ਕਿ ਏਸ਼ੀਅਨ ਭਾਈਚਾਰੇ ਵਿਚ ਚਰਚਾ ਨਾ ਹੋ ਜਾਵੇ। ਇਸੇ ਲਈ ਹੀ ਵਰਦੀ ਵਿਚ ਘਰ ਆਇਆ ਪੁਲਸੀਆ ਮਲਕੀਅਤ ਸਿੰਘ ਨੂੰ ਬੁਰਾ ਲਗਦਾ ਹੈ ਪਰ ਇਸ ਤੋਂ ਵੀ ਵੱਧ ਉਸਦਾ ਰਵੱਈਆ। ਅਨੀਤਾ ਦੀਆਂ ਦੋ ਤਸਵੀਰਾਂ ਸੰਭਾਲਦਿਆਂ ਪੁਲਸ ਵਾਲਾ ਕਹਿੰਦਾ ਹੈ: "ਵੇਖ ਮਿਸਟਰ ਸਿੰਘ! ਤੈਨੂੰ ਏਨਾ ਫ਼ਿਕਰਮੰਦ ਹੋਣ ਦੀ ਕਿਹੜੀ ਲੋੜ ਹੈ? ਅਨੀਤਾ ਸੋਲਾਂ ਸਾਲਾਂ ਤੋਂ ਉੱਪਰ ਹੈ ਤੇ ਫੇਰ ਇਹ ਉਸਦੀ ਆਪਣੀ ਜ਼ਿੰਦਗੀ ਹੈ। ਆਪਣੀ ਚੋਣ ਅਤੇ ਮਨਮਰਜ਼ੀ ਅਨੁਸਾਰ ਉਹ ਜੋ ਚਾਹੇ ਕਰ ਸਕਦੀ ਹੈ।"

ਦਰਅਸਲ ਇਹ ਸਮੱਸਿਆ ਕੇਵਲ ਮਲਕੀਅਤ ਸਿੰਘ ਦੀ ਹੀ ਨਹੀਂ, ਸਗੋਂ ਸਾਰੇ ਪ੍ਰਵਾਸੀਆਂ ਦੀ ਹੈ ਕਿ ਅਜਿਹੀ ਸਥਿਤੀ ਨੂੰ ਉਹ ਕਿੰਨਾ ਕੁ ਚਿਰ ਟਾਲ ਸਕਣ ਦੀ ਸਮਰਥਾ ਰੱਖ ਸਕਣਗੇ ਅਤੇ ਕੀ ਉਹਨਾਂ ਨੂੰ ਸਮੇਂ ਨਾਲ ਸਮਝੌਤਾ ਕਰਦਿਆਂ ਰਹਿਤਲ ਵਿਚ ਆਉਣ ਵਾਲੀ ਤਬਦੀਲੀ ਨੂੰ ਜੀ ਆਇਆਂ ਕਹਿਣ ਲਈ ਤਿਆਰ ਹੋਣਾ ਚਾਹੀਦਾ ਹੈ? ਕਿਉਂਕਿ ਇਹ ਭਲੀਭਾਂਤ ਸਪਸ਼ਟ ਹੈ ਕਿ ਬਰਤਾਨਵੀ ਅਦਾਰਿਆਂ ਨੂੰ ਪੰਜਾਬੀ ਜਾਂ ਭਾਰਤੀ ਕਦਰਾਂ-ਕੀਮਤਾਂ ਦੀ ਰਖਵਾਲੀ ਕਰਨ ਦੀ ਲੋੜ ਨਹੀਂ। ਕਿਉਂਕਿ ਉਹਨਾਂ ਲਈ ਅਜਿਹੀ ਸੋਚ ਬੱਚਿਆਂ ਵਾਲੀ ਹੈ। ਪ੍ਰਵਾਸੀ ਨੂੰ ਗੰਭੀਰਤਾ ਨਾਲ ਇਹ ਸੋਚਣਾ ਪਵੇਗਾ ਕਿ ਆਪਣੀ

ਸੰਤਾਨ ਨੂੰ ਅੰਤ ਉਹ ਕਦੋਂ ਕੁ ਤਕ ਇਸ ਮਾਰੂ ਹਵਾ ਤੋਂ ਬਚਾ ਕੇ ਰੱਖ ਸਕਦਾ ਹੈ। ਇਸ ਕਹਾਣੀ ਵਿਚ ਪ੍ਰਵਾਸੀ ਮਨ ਦੀ ਆਕਾਸੀ ਬਹੁਤ ਹੀ ਬਾਰੀਕੀ ਅਤੇ ਸੁੰਦਰ ਢੰਗ ਨਾਲ ਕੀਤੀ ਗਈ ਹੈ। ਕਹਾਣੀਕਾਰ, ਮਲਕੀਅਤ ਸਿੰਘ ਦੇ ਦਿਲ 'ਚ ਬੈਠਾ, ਉਸਦੀ ਹਰ ਹਰਕਤ ਉਤੇ ਨਜ਼ਰ ਰੱਖਦਾ ਨਜ਼ਰ ਆ ਰਿਹਾ ਹੈ। ਉਹ ਵਾਤਾਵਰਣ ਨੂੰ ਬੰਨ੍ਹਣ ਵਿਚ ਵੀ ਕਮਾਲ ਦੀ ਮੁਹਾਰਤ ਰੱਖਦਾ ਹੈ। ਮਲਕੀਅਤ ਸਿੰਘ ਸਭ ਕੁਝ ਹੁੰਦਿਆਂ ਸੁੰਦਿਆਂ ਕਿਉਂ ਰੋਵੇ ? ਦੂਰ ਕਿਸੇ ਘਰੋਂ ਕੁੱਤੇ ਦੇ ਭੌਂਕਣ ਦੀ ਆਵਾਜ਼ ਆਈ। ਭੌਂਕਣ ਦੀ ਨਹੀਂ—ਇਹ ਤਾਂ ਕੁੱਤੇ ਦੇ ਰੋਣ ਦੀ ਆਵਾਜ਼ ਲਗਦੀ ਸੀ। ਪਤਾ ਨਹੀਂ ਸ਼ਾਇਦ ਉਹ ਵੀ ਠੰਡ ਦਾ ਮਾਰਾ ਹੀ ਰੋ ਰਿਹਾ ਹੋਵੇ। ਉਸਦਾ ਆਪਣਾ ਜੀਅ ਵੀ ਰੋਣ ਨੂੰ ਕੀਤਾ। ਪਰ ਉਹ ਰੋਵੇ ਤਾਂ ਕਿਵੇਂ ਰੋਵੇ ? ਡਾ. ਗਿੱਲ ਇਕ ਮਨੋਵਿਗਿਆਨੀ ਵਾਂਗ ਮਲਕੀਅਤ ਸਿੰਘ ਦੀ ਹਾਲਤ ਨੂੰ ਭਾਂਪਦਿਆਂ ਸੋਹਣਾ ਨਕਸ਼ਾ ਖਿਚਦਾ ਹੈ। ਮਲਕੀਅਤ ਸਿੰਘ ਆਪਣੀ ਉਦਾਸੀ ਤੇ ਬੇਬਸੀ ਦੇ ਬੱਦਲਾਂ ਨੂੰ ਪਾਣੀ ਦੇ ਤੁੱਪਕੇ ਬਣਨ ਤੋਂ ਰੋਕ ਰੋਕ ਕੇ ਰੱਖ ਰਿਹਾ ਹੈ। ਉਹ, ਆਪਣੀ ਪਤਨੀ ਸੁਰਜੀਤ ਵਾਂਗ ਜਾਂ ਉਸ ਕੁੱਤੇ ਵਾਂਗ ਉੱਚੀ ਉੱਚੀ ਖੁਲ੍ਹ ਕੇ ਨਹੀਂ ਸੀ ਰੋ ਸਕਦਾ। ਅਤੇ ਦੂਜੇ ਪਾਸੇ, ਉਸਨੂੰ ਆਪਣੇ ਮਰਦ ਹੋਣ ਦੇ ਸਬੂਤ ਦੇਣ ਦਾ ਸੰਸਕਾਰ ਵੀ ਤਾਂ ਘੇਰੀ ਬੈਠਾ ਹੈ। ਸਭ ਕੁਝ ਹੁੰਦੇ ਸੁੰਦੇ ਉਹ ਕਿਹੜੇ ਦੁੱਖੋਂ ਰੋਵੇ ? ਕਿਸ ਬਹਾਨੇ ? ਕੋਈ ਤੰਗੀ ਨਾ, ਗ਼ਰੀਬੀ ਨਾ। ਸੁਹਣਾ ਘਰ, ਵਧੀਆ ਕਾਰ। ਚਾਰ ਪੈਸੇ ਕੋਲ ਤੇ ਮੁਨਾਫ਼ਾ ਦਿੰਦਾ ਦੁਕਾਨ ਦਾ ਕਾਰੋਬਾਰ। ਡਾ. ਗਿੱਲ ਜੇਕਰ ਚਾਹੁੰਦਾ ਤਾਂ ਮਲਕੀਅਤ ਸਿੰਘ ਉਤੇ ਰਹਿਮ ਕਰਕੇ ਉਸਦੇ ਮਨ ਦਾ ਸੰਤੁਲਨ ਕਾਇਮ ਕਰਨ ਲਈ ਰੋਣ ਦੀ ਆਗਿਆ ਦੇ ਸਕਦਾ ਸੀ, ਪਰ ਖ਼ੈਰ! ਕਹਾਣੀਕਾਰ ਗਿੱਲ ਨੇ ਇਥੇ ਕਹਾਣੀ ਰਾਹੀਂ ਅਤੇ ਵਿਸ਼ੇਸ਼ ਕਰਕੇ ਇਸ ਸੰਵਾਦ ਰਾਹੀਂ ਪੰਜਾਬ/ਭਾਰਤ ਬੈਠੇ ਅਜਿਹੇ ਦੋਸਤਾਂ ਅਤੇ ਸੰਬੰਧੀਆਂ ਨੂੰ ਵੀ ਸੋਚਣ ਲਈ ਮੌਕਾ ਦਿੱਤਾ ਹੈ, ਜਿਹੜੇ ਅਕਸਰ ਕਹਿੰਦੇ ਹਨ : ਬਾਹਰਲਿਆਂ ਪਾਸ ਧਨ ਹੈ, ਕਾਰ ਹੈ, ਚੰਗਾ ਸੁੰਦਰ ਮਕਾਨ ਹੈ, ਘਰਾਂ ਵਿਚ ਕਾਰਪੈੱਟ ਹੈ ਅਤੇ ਹੋਰ ਵੀ ਬਹੁਤ ਕੁਝ, ਪਰ ਉਹ ਫਿਰ ਵੀ ਉਦਾਸ ਹਨ, ਉਦਰੇਵੇਂ ਦੇ ਪੀੜਤ ਹਨ। ਭਲਾ ਕਿਉਂ ? ਕਾਰਨ ਸਪਸ਼ਟ ਹੈ ਅਤੇ 'ਕਿਊ ਗਾਰਡਨ ਦੇ ਰੁੱਖ' ਵਿਚ ਸਾਨੂੰ ਆਪਣੇ ਸਵਾਲਾਂ ਦੇ ਜਵਾਬ ਕੁਝ ਹੋਰ ਸਪਸ਼ਟ ਹੋਏ ਮਿਲਦੇ ਹਨ।

'ਕਿਊ ਗਾਰਡਨ ਦੇ ਰੁੱਖ' ਵਾਲੀ ਕਹਾਣੀ ਬਹੁਤ ਹੀ ਦਿਲ-ਟੁੰਬਵੇਂ ਅੰਦਾਜ਼ ਵਿਚ ਪ੍ਰਵਾਸੀ ਦੀ ਦਸ਼ਾ ਅਤੇ ਦਿਸ਼ਾ ਦੀ ਸਹੀ ਤਸਵੀਰ ਪੇਸ਼ ਕਰ ਰਹੀ ਹੈ। ਪ੍ਰਵਾਸੀ ਭਾਵੇਂ ਵਲਾਇਤ ਵਿਚ ਕਿਤਨੇ ਹੀ ਸਮੇਂ ਤੋਂ ਰਹਿ ਰਿਹਾ ਹੋਵੇ ਪਰ ਉਸ ਦੀਆਂ ਜੜ੍ਹਾਂ ਕਿਸੇ ਵੀ ਹਾਲਤ ਵਿਚ ਇਥੇ ਨਹੀਂ ਲਗ ਸਕਦੀਆਂ। ਇਸ ਕਹਾਣੀ ਵਿਚ ਕਹਾਣੀਕਾਰ ਸਪਸ਼ਟ ਕਰਦਾ ਹੈ ਕਿ ਪੰਜਾਬ/ਭਾਰਤ ਵਿਚ ਹੀ ਨਹੀਂ, ਸਗੋਂ ਸਾਰੇ ਏਸ਼ਿਆਈ ਖਿੱਤੇ ਵਿਚ ਹੀ ਬਰਤਾਨੀਆ ਜਾਂ ਵਲਾਇਤ ਦੀ ਜ਼ਿੰਦਗੀ ਬਾਰੇ ਇਕ ਭਰਮ ਪਲ ਰਿਹਾ ਹੈ। ਵਲਾਇਤ ਨੂੰ ਸਵਰਗ ਸਮਝਿਆ ਜਾ ਰਿਹਾ ਹੈ। ਅਤੇ ਹਰ ਇਕ ਦਾ ਸਵਰਗ ਸਬੰਧੀ ਆਪਣਾ ਆਪਣਾ ਹੀ ਦ੍ਰਿਸ਼ਟੀਕੋਣ ਹੈ। ਪਰ ਪ੍ਰਵਾਸੀ ਜਾਣਦਾ ਹੈ ਕਿ ਉਹ ਬਰਤਾਨੀਆ ਵਿਚ ਰਹਿੰਦਿਆਂ ਕਿਸ ਤਰ੍ਹਾਂ ਦਾ ਸਵਰਗ ਭੋਗ ਰਿਹਾ ਹੈ। ਭਾਰਤੋਂ ਆਇਆ ਪਹਿਲੀ ਵੇਰ ਪੱਬ ਵੇਖਦਿਆਂ ਆਪਣੀ ਪ੍ਰਸੰਨਤਾ ਦਾ ਇਜ਼ਹਾਰ 'ਬੀਅਰ ਪੀਵੀ ਜਾਵਾਂ ਅਤੇ ਬਾਰਮੇਡ

ਨੂੰ ਤੱਕੀ ਜਾਵਾਂ' ਨਾਲ ਕਰਦਾ ਹੈ। ਪਰ ਸੁਭਾਸ਼ ਦੀ ਅੱਖ ਉਦੋਂ ਖੁਲ੍ਹਦੀ ਹੈ ਜਦੋਂ ਘਰੋਂ ਹੋ ਕੇ, ਮੁੜ ਇਹ ਪਾਰਕ ਵਾਲੇ ਪੱਬ ਵਿਚ ਫਿਰ ਬੈਠਦੇ ਹਨ ਤਾਂ ਸ਼ਰਾਰਤੀ ਗੋਰਿਆਂ ਦੀਆਂ ਹਰਕਤਾਂ ਤੋਂ ਤੰਗ ਪੈ ਕੇ, ਇਹ ਬੀਅਰ ਵਿਚੇ ਹੀ ਛਡ ਕੇ, ਘਰ ਨੂੰ ਆ ਜਾਂਦੇ ਹਨ।

ਕਹਾਣੀਕਾਰ, ਪ੍ਰਵਾਸੀ ਦੇ ਮਨ ਦੀ ਹਾਲਤ ਨੂੰ ਬੁੱਝਦਾ ਹੈ ਅਤੇ ਬਰਤਾਨੀਆ ਵਿਚ ਵਾਪਰਦੇ ਅਤੇ ਵਰਤੀਂਦੇ ਸੱਚ ਨੂੰ ਉਜਾਗਰ ਕਰਦਾ ਹੈ : ਬਾਰਮੇਡ ਨੇ ਮੁਸਕ੍ਰਾਂਦਿਆਂ ਭਾਵੇਂ 'ਬਾਅਏ' ਕਿਹਾ ਪਰ ਅੱਜ ਕਹਾਣੀ ਦੇ ਪਾਤਰ ਤੋਂ ਸ਼ਰਾਰਤੀ ਗੋਰਿਆਂ ਦੇ ਰਵੱਈਏ ਕਾਰਨ ਮੁਸਕ੍ਰਾਂਦੀ ਬਾਰਮੇਡ ਨੂੰ ਜਵਾਬ ਨਾ ਦੇ ਹੋਇਆ। ਅੱਜ ਉਸਨੂੰ ਅਨੁਭਵ ਹੋਇਆ ਕਿ ਅਜਿਹੀਆਂ ਮੁਸਕਾਨਾਂ ਦੇ ਕੋਈ ਅਰਥ ਨਹੀਂ। ਇਹ ਕੇਵਲ ਨਿਰੀਆਂ ਆਦਤਾਂ ਹਨ। ਪ੍ਰਵਾਸੀ ਵਲੋਂ ਭਾਰਤੋਂ ਆਇਆਂ ਨੂੰ ਭਾਵੇਂ ਚੰਗੀਆਂ ਸੈਰਾਂ ਕਰਵਾਈਆਂ ਜਾਂਦੀਆਂ ਹਨ ਪਰ ਆਪ ਉਹ ਬਰਤਾਨੀਆ ਵਿਚ ਬਿਤਾਏ ਸਾਰੇ ਜੀਵਨ ਵਿਚ ਕੇਵਲ ਦੂਜੀ ਜਾਂ ਤੀਜੀ ਵਾਰ ਹੀ ਸਮੁੰਦਰ ਦੇ ਕੰਢੇ ਸੈਰ ਲਈ ਆਉਂਦੇ ਹਨ। ਕਾਰਨ ਰੁਝੇਵੇਂ ਵੀ ਹੋ ਸਕਦੇ ਹਨ; ਪਰ ਦਰਅਸਲ ਗੱਲ ਇਹ ਹੈ ਕਿ ਸਾਰਾ ਬਰਤਾਨੀਆ ਹੀ ਇਕ 'ਕਿਊ ਗਾਰਡਨ' ਹੈ ਜਿਸ ਵਿਚ ਬਾਹਰਲੇ ਦੇਸ਼ਾਂ 'ਚੋਂ ਲਿਆਂਦੇ ਹੋਏ ਫੁੱਲ, ਬੂਟੇ, ਰੁੱਖ ਅਤੇ ਹੋਰ ਬਨਸਪਤੀ ਲਗਾਈ ਗਈ ਹੈ। ਬਰਤਾਨਵੀ ਮੌਸਮ ਉਹਨਾਂ ਲਈ ਅਨੁਕੂਲ ਨਹੀਂ ਪਰ 'ਕਿਊ ਗਾਰਡਨ' ਵਾਲਿਆਂ ਨੇ ਬਹੁਤ ਖ਼ਰਚ ਕਰਕੇ ਵੱਡੇ ਵੱਡੇ ਅੰਦਰ ਬਣਾ ਰੱਖੇ ਹਨ, ਜਿਥੇ ਮਸਨੂਈ ਧੁੱਪ ਵੀ ਪੈਂਦੀ ਹੈ ਤੇ ਸੂਰਜ ਦੀ ਗਰਮੀ ਵੀ। ਲੋਹੇ ਦੇ ਪਾਈਪਾਂ ਰਾਹੀਂ ਭਾਪ ਲੰਘਾ ਕੇ ਭਾਰਤ ਦੇ ਸਾਵਣ ਭਾਦੋਂ ਵਰਗੇ ਮੌਸਮ ਬਣਾ ਲਏ ਹਨ ਅਤੇ ਅਜਿਹੇ ਗ਼ੈਰ-ਕੁਦਰਤੀ ਮੌਸਮ ਵਿਚ ਗੰਨਾ, ਕਪਾਹ, ਮੱਕੀ, ਕੇਲਾ, ਅੰਬ ਤੇ ਜਾਮਨ ਵੀ ਲਗਾ ਰੱਖੀ ਹੈ। ਪਰ ਕਹਾਣੀਕਾਰ ਬੜੀ ਹੀ ਸਫਲਤਾ ਨਾਲ ਕਹਾਣੀ ਨੂੰ ਸਿਖਰ 'ਤੇ ਪੁਜਾਂਦਿਆਂ ਪ੍ਰਵਾਸੀ ਦੀ ਬਰਤਾਨੀਆ ਵਰਗੇ ਸਵਰਗ ਵਿਚ ਹੋਂਦ ਸਬੰਧੀ ਸੰਕੇਤ ਦਿੰਦਾ ਹੈ :

"ਬੱਲੀ! ਮੇਰੇ ਤੇ ਸੁਭਾਸ਼ ਵਾਂਗ ਤੈਨੂੰ ਹੋਰ ਵੀ ਇਥੇ ਬਹੁਤ ਸਾਰੇ ਮਿਲਣਗੇ। ਅਸੀਂ ਸਭ ਕਿਊ ਗਾਰਡਨ ਦੇ ਰੁੱਖ ਹਾਂ। ਸਾਡੀਆਂ ਜੜ੍ਹਾਂ ਓਪਰੀਆਂ ਹਨ। ਏਸ ਵਾਤਾਵਰਣ ਦੀ ਧਰਤੀ ਵਿਚ ਬੜੀਆਂ ਕੋਸ਼ਿਸ਼ਾਂ ਕੀਤੀਆਂ ਆਪਣੀਆਂ ਜੜ੍ਹਾਂ ਲਾਉਣ ਦੀਆਂ, ਪਰ ਸਾਲੀਆਂ ਲੱਗ ਨਾ ਸਕੀਆਂ। ਜਾਂ ਬਈ ਫੇਰ ਸਾਨੂੰ ਲਾਉਣੀਆਂ ਹੀ ਨਹੀਂ ਆਈਆਂ। ਕਿਊ ਗਾਰਡਨ ਵਿਚਲੇ ਅੰਬਾਂ ਦੇ ਰੁੱਖਾਂ ਦੀ ਹੋਂਦ ਜ਼ਰੂਰ ਕਾਇਮ ਹੈ, ਪਰ ਬੂਰ ਨਹੀਂ ਪੈਂਦਾ। ਬੱਸ ਇੱਥੇ ਏਹੋ ਸਾਡੀ ਹਾਲਤ ਹੈ।"

ਕਹਾਣੀਕਾਰ ਦਾ ਮੰਤਵ ਕੇਵਲ ਇਹ ਨਹੀਂ ਹੁੰਦਾ ਕਿ ਉਹ ਆਪਣੀਆਂ ਕਹਾਣੀਆਂ ਵਿਚ ਬਹੁ-ਰੰਗੀ ਅਤੇ ਬਹੁ-ਜੰਗੀ ਜੀਵਨ ਵਿਚ ਆਉਣ ਵਾਲੀਆਂ ਸਮੱਸਿਆਵਾਂ ਅਤੇ ਮਸਲਿਆਂ ਨੂੰ ਕੇਵਲ ਸੁਹਿਰਦਤਾ ਨਾਲ ਪੇਸ਼ ਹੀ ਕਰੇ, ਸਗੋਂ ਸਿੱਧੇ-ਅਸਿੱਧੇ ਢੰਗ ਨਾਲ ਉਸਨੂੰ ਸੇਧ ਵੀ ਦੇਣੀ ਚਾਹੀਦੀ ਹੈ। ਨਸਲਵਾਦ ਅਤੇ ਗੁੰਡਾਗਰਦੀ ਨਾਲ ਨਜਿੱਠਣ ਲਈ ਡਾ. ਗੁਰਨਾਮ ਸਿੰਘ ਗਿੱਲ ਦੀ ਕਹਾਣੀ 'ਕਤੂਰੇ ਦੀ ਭਾਲ' ਅਤੇ 'ਡੰਡਾ ਪੀਰ' ਸਾਡਾ ਧਿਆਨ ਖਿਚਦੀਆਂ ਹਨ।

ਕਹਾਣੀਕਾਰ ਨੇ ਗੁਰੂ ਗੋਬਿੰਦ ਸਿੰਘ ਜੀ ਦੇ ਹਵਾਲੇ, 'ਚੂੰਕਾਰ ਅਜ਼ ਹਮਾ ਹੀਲਤੇ ਦਰ ਗੁਜ਼ਸ਼ਤ, ਹਲਾਲ ਅਸਤ ਬੁਰਦਨ ਬਾ ਸ਼ਮਸ਼ੀਰ ਦਸਤ', ਨਾਲ ਸਮਝਾਇਆ ਹੈ ਕਿ

ਜਦੋਂ ਹਰ ਹੀਲਾ ਲਾ ਕੇ ਕੰਮ ਨਾ ਸਰੇ ਅਤੇ ਅਗਲਾ ਸਹੀ ਰਸਤੇ ਉੱਤੇ ਨਾ ਆਵੇ ਤਾਂ ਸਖ਼ਤੀ ਤੋਂ ਹੀ ਕੰਮ ਲੈਣਾ ਬਣਦਾ ਹੈ। ਇਹ ਫ਼ਾਰਮੂਲਾ ਸੰਸਾਰ ਦੇ ਹਰ ਦੇਸ਼, ਕੌਮ ਅਤੇ ਸਮੇਂ ਉੱਤੇ ਲਾਗੂ ਹੋ ਸਕਣ ਦੀ ਸਮਰਥਾ ਰੱਖਦਾ ਹੈ। ਭਾਵੇਂ ਸਾਡਾ ਮੁਕਾਬਲਾ ਬਰਤਾਨੀਆ ਵਿਚ ਵਾਪਰਦੇ ਨਸਲ ਅਤੇ ਰੰਗ ਕਾਰਨ ਹੁੰਦੇ ਵਿਤਕਰੇ ਨਾਲ ਹੋਵੇ ਜਾਂ ਭੂਤਰੇ ਹੋਏ ਸ਼ਰਾਰਤੀਆਂ ਅਤੇ ਗੁੰਡਿਆਂ ਜਾਂ ਅਪਰਾਧੀਆਂ ਨਾਲ ਹੋਵੇ, ਹਰ ਥਾਂ, ਹਰ ਹਾਲਤ ਅਤੇ ਮਾਹੌਲ ਵਿਚ, ਮਨੁੱਖੀ ਮਨ ਦਾ ਬਲਵਾਨ ਅਤੇ ਸਹੀ ਮਨੋਬਲ ਹੀ ਉਸਨੂੰ ਅਣਖ ਨਾਲ ਜੀਣ ਵਿਚ ਸਹਾਇਤਾ ਕਰ ਸਕਦਾ ਹੈ। ਰੀਟਾਇਰਡ ਕੈਪਟਨ ਗੁਰਦੇਵ ਸਿੰਘ ਨੂੰ ਕਤੂਰਾ ਖ਼ਰੀਦਣ ਲਈ ਇਸ ਕਾਰਨ ਜਾਣਾ ਪੈਂਦਾ ਹੈ ਕਿ ਉਸਦੇ ਕੁੱਤੇ ਦੀ ਅਚਾਨਕ ਮੌਤ ਕਾਰਨ, ਅਪਰਾਧੀਆਂ ਜਾਂ ਚੋਰਾਂ ਨੂੰ ਉਸਦੇ ਫ਼ਾਰਮ ਅੰਦਰ ਜਾਣ ਦੀ ਜੁਰਅੱਤ ਪੈਂਦੀ ਹੈ। ਦਰਅਸਲ ਗੱਲ ਕਤੂਰੇ ਖ਼ਰੀਦਣ ਦੀ ਨਹੀਂ ਹੈ, ਸਗੋਂ ਆਪਣੀ ਹੋਂਦ ਦੀ ਬਰਕਰਾਰੀ ਲਈ ਆਪਣੇ ਤਨ ਅਤੇ ਮਨ ਨੂੰ ਸ਼ਕਤੀਸ਼ਾਲੀ ਅਤੇ ਤਿਆਰ ਬਰ ਤਿਆਰ ਕਰਨ ਦੀ ਹੈ।

ਬਰਤਾਨੀਆ ਆ ਵਸੇ ਪ੍ਰਵਾਸੀਆਂ ਨੂੰ ਨਿਤਾ-ਪ੍ਰਤੀ ਨਸਲੀ-ਵਿਤਕਰੇ ਦੀ ਮਾਰ ਹੇਠਾਂ ਆ ਕੇ ਨੁਕਸਾਨ ਉਠਾਉਣਾ ਪੈ ਰਿਹਾ ਹੈ। ਪ੍ਰਵਾਸੀ ਦੀ ਪਹਿਲੀ ਪੀੜ੍ਹੀ ਵਧੀਕੀਆਂ ਸਹਿਣ ਦੀ ਆਦੀ ਹੋ ਚੁੱਕੀ ਹੈ। ਦੂਜੀ ਪੀੜ੍ਹੀ ਦੇ ਪ੍ਰਵਾਸੀ (ਵਾਸੀ) ਵਧੀਕੀਆਂ ਵਿਰੁੱਧ ਆਵਾਜ਼ ਉਠਾਉਂਦੇ ਨਜ਼ਰੀਂ ਪੈਂਦੇ ਹਨ। ਪਰ ਫਿਰ ਵੀ ਪਹਿਲੀ ਅਤੇ ਦੂਜੀ ਪੀੜ੍ਹੀ ਦੇ ਆਵਾਸੀਆਂ ਦੇ ਘਰਾਂ ਦੇ ਸ਼ੀਸ਼ੇ ਟੁੱਟਦੇ ਹਨ ਪਰ ਉਹ ਹਊ-ਪਰੇ ਕਰਦੇ ਹਨ। ਇਹੋ ਹੀ ਨਹੀਂ ਸਗੋਂ ਆਪਣੇ ਜੱਦੀ ਸੁਭਾ ਕਾਰਨ ਆਪਣੀ ਕਮਜ਼ੋਰੀ ਨੂੰ ਵੀ ਕਿਸੇ ਸਾਹਮਣੇ ਪੇਸ਼ ਕਰਨਾ ਆਪਣੀ ਹੱਤਕ ਸਮਝਦੇ ਹਨ। 'ਡੰਡਾ ਪੀਰ' ਵਿਚ ਕਹਾਣੀਕਾਰ ਪਾਤਰਾਂ ਦੇ ਮੂੰਹੋਂ ਕੁਝ ਤੱਥ, ਤੌਖਲੇ ਅਤੇ ਸੁਭਾ ਵਿਚ ਰਚੀ ਹੋਈ ਕਮਜ਼ੋਰੀ ਦਾ ਪ੍ਰਗਟਾਅ ਬੜੇ ਹੀ ਗੁੱਝੇ ਅਤੇ ਪ੍ਰਭਾਵਸ਼ਾਲੀ ਸ਼ਬਦਾਂ ਵਿਚ ਕਰਦਾ ਹੈ :

"ਓ ਯਾਰ! ਪੁਲੀਸ ਵਾਲੇ ਵੀ ਕੁਝ ਨਹੀਂ ਕਰਦੇ। ਖ਼ਾਸ ਕਰਕੇ ਸਾਡੇ ਲੋਕਾਂ ਲਈ। ਜਦੋਂ ਮੈਂ ਪਹਿਲਾਂ ਪਹਿਲ ਇਥੇ ਆਇਆ ਤਾਂ ਪਤਾ ਨਹੀਂ ਆਪਣੇ ਬੰਦੇ ਘੱਟ ਹੋਣ ਕਾਰਨ ਜਾਂ ਕਿਵੇਂ, ਸਾਲੇ ਆਮ ਗੋਰੇ ਵੀ ਚੰਗੇ ਹੁੰਦੇ ਸਨ ਤੇ ਪੁਲਸ ਵਾਲੇ ਵੀ। ਹੁਣ ਤਾਂ ਪਤਾ ਨਹੀਂ ਇਨ੍ਹਾਂ ਨੂੰ ਕੀ ਹੋਈ ਜਾ ਰਿਹੈ ?"

"ਨਹੀਂ ਯਾਰ! ਐਵੇਂ ਬੇ-ਇਜ਼ਤੀ ਜਿਹੀ ਹੁੰਦੀ ਏ। ਕੀ ਕਹਿਣਗੇ ਲੋਕ ਪੜ੍ਹ ਕੇ, ਫਲਾਨੇ ਇੰਡੀਅਨ ਦੇ ਘਰ ਦੇ ਸ਼ੀਸ਼ੇ ਗੋਰਿਆਂ ਨੇ ਤੋੜ ਸੁੱਟੇ। ਆਪਾਂ ਆਪ ਹੀ ਕਿਤੇ ਫੜ ਲਾਂਗੇ ਤੇ ਸਬਕ ਦਿਆਂਗੇ ਉਮਰ ਭਰ ਲਈ।"

"ਸਬਕ ਆਪਾਂ ਕਿਵੇਂ ਸਿਖਾਈਏ ? ਕੁੱਟ ਖਾਣੀ ਵੀ ਬਰਦਾਸ਼ਤ ਨਹੀਂ ਕਰ ਸਕਦੇ। ਤੇ ਜਦੋਂ ਕਦੀ ਆਪਣੀ ਹਿਫ਼ਾਜ਼ਤ ਲਈ ਕਿਸੇ ਗੋਰੇ ਦੇ ਔਖੀ ਸੱਟ ਲੱਗ ਜਾਵੇ ਤਾਂ ਨਸਲਵਾਦੀ ਜੱਜ ਸਜ਼ਾ ਇਉਂ ਦਿੰਦੇ ਹਨ ਜਿਵੇਂ ਸਾਲਾ ਕਤਲ ਹੋ ਗਿਆ ਹੋਵੇ।"

ਇਹ ਉਪਰਲੇ ਤਿੰਨੇ ਹੀ ਵਾਰਤਾਲਾਪ ਦੇ ਅੰਸ਼ ਆਪਣੇ ਆਪਣੇ ਥਾਂ ਤਿੰਨ ਵੱਡੀਆਂ ਸੱਚਾਈਆਂ ਸਮੋਈ ਬੈਠੇ ਹਨ ਅਤੇ ਪਾਠਕਾਂ ਦੀ ਸੋਚ ਲਈ ਵੰਗਾਰ ਵੀ ਹਨ। ਪਰ ਕਹਾਣੀ ਦੇ ਪਠਨ ਉਪਰੰਤ ਅਸੀਂ ਦੇਖਦੇ ਹਾਂ ਕਿ ਜਦੋਂ ਪ੍ਰਵਾਸੀ ਦੀ ਇਹ ਕਮਜ਼ੋਰੀ ਆਪਣੇ ਜੱਦੀ ਸੁਭਾ ਕਾਰਨ, ਗੁਰੂ ਗੋਬਿੰਦ ਸਿੰਘ ਦੇ ਕਥਨਾਂ ਉਤੇ ਅਮਲ ਕਰਦੀ ਹੈ ਤਾਂ ਵਾਧਾ ਕਰਦੇ

ਸ਼ਰਾਰਤੀਆਂ ਅਤੇ ਹੁੱਲੜਬਾਜ਼ ਨਸਲਵਾਦੀ ਗੋਰਿਆਂ ਨੂੰ ਨਾਨੀ ਯਾਦ ਆ ਜਾਂਦੀ ਹੈ। ਕਹਾਣੀ ਦੇ ਪਾਤਰ ਨਾਲ ਫ਼ੈਕਟਰੀ ਵਿਚ ਵੀ ਵਿਤਕਰਾ ਕੀਤਾ ਜਾਂਦਾ ਹੈ। ਸਾਲਾਂ-ਬੱਧੀ ਤੋਂ ਕੀਤੀ ਜਾ ਰਹੀ ਉਸਦੀ ਸੁਖਾਲੀ ਜੌਬ ਨੂੰ ਕਿਸੇ ਨਵੇਂ ਆਏ ਗੋਰੇ ਨੂੰ ਦੇ ਦਿੱਤਾ ਜਾਂਦਾ ਹੈ ਅਤੇ ਉਸਨੂੰ ਗੰਦਾ ਅਤੇ ਭਾਰਾ ਕੰਮ ਕਰਨ ਲਈ ਆਖਿਆ ਜਾਂਦਾ ਹੈ। ਕਹਾਣੀ ਦੇ ਪ੍ਰਵਾਸੀ ਪਾਤਰ ਨੇ ਸ਼ੌਪ-ਸਟੀਵਰਡ ਅਤੇ ਫ਼ੋਰਮੇਨ ਨਾਲ ਬਥੇਰੀ "ਯੂ.ਮੀ." ਕੀਤੀ ਪਰ ਉਹਨਾਂ ਨੇ ਉਸਦੀ ਗੱਲ ਨਾ ਸੁਣੀ। ਪਰ ਤਰਕਾਲੀਂ ਜਦ ਫ਼ੋਰਮੈਨ ਸਾਈਕਲ 'ਤੇ ਆਉਂਦਾ ਟੱਕਰ ਪਿਆ ਤਾਂ ਪ੍ਰਵਾਸੀ ਭਾਈਬੰਦ ਨੇ ਗੁੱਸੇ ਵਿਚ ਆ ਕੇ ਫ਼ੋਰਮੇਨ ਨੂੰ ਗਲੋਂ ਫੜ ਕੇ ਦੋ ਮਿੰਟ ਉਪਰ ਚੁੱਕੀ ਰੱਖਿਆ ਅਤੇ ਨਾਲ ਹੀ ਕਿਹਾ, "ਇਫ਼ ਨੋ ਮਾਈ ਜੌਬ, ਆਈ ਕਿੱਲ ਜੂ।" ਫ਼ੋਰਮੈਨ ਦੇ ਡੇਲੇ ਬਾਹਰ ਆ ਜਾਂਦੇ ਹਨ ਅਤੇ ਉਹ ਦੂਜੇ ਦਿਨ ਹੀ ਪ੍ਰਵਾਸੀ ਮਿ: ਸਿੰਘ ਨੂੰ ਉਸਦੀ ਪੁਰਾਣੀ ਜੌਬ ਦੇ ਦਿੰਦਾ ਹੈ। ਕਹਾਣੀਕਾਰ ਅਨੁਸਾਰ ਹੁਣ ਇਹ ਗੋਰਾ ਫ਼ੋਰਮੈਨ ਸਦਾ ਹੀ ਕ੍ਰਿਸਮਿਸ ਦੇ ਮੌਕੇ ਉਤੇ ਮਿ: ਸਿੰਘ ਨੂੰ ਵਿਸਕੀ ਪਿਲਾਉਂਦਾ ਹੈ ਤੇ ਸਦਾ ਸਲੂਟ ਮਾਰਦਾ ਹੈ। ਸਾਨੂੰ ਹੈਰਾਨੀ ਹੈ ਕਿ ਮਿ: ਸਿੰਘ ਨੂੰ ਆਪਣੇ ਫ਼ੋਰਮੈਨ ਨੂੰ ਧਮਕੀ ਦੇਣ ਅਤੇ ਉਸ ਨਾਲ ਹੱਥੋ ਪਾਈ ਕਰਨ 'ਤੇ ਨੌਕਰੀ ਤੋਂ ਹੀ ਜਵਾਬ ਨਹੀਂ ਦਿੱਤਾ ਗਿਆ ਅਤੇ ਨਾ ਹੀ ਪੁਲਸ ਵਿਚ ਉਸ ਵਿਰੁੱਧ ਰੀਪੋਰਟ ਹੀ ਲਿਖਾਈ ਗਈ। ਕ੍ਰਿਸਮਿਸ ਦੇ ਮੌਕੇ 'ਤੇ ਏਸ਼ੀਆਈ ਕਾਮੇ ਗੋਰਿਆਂ ਦੀ ਰੀਸੋ ਰੀਸੇ ਆਪਣੇ ਅਫ਼ਸਰਾਂ/ਫ਼ੋਰਮੈਨਾਂ ਨੂੰ ਡਾਲੀਆਂ (ਇਕ ਤਰ੍ਹਾਂ ਨਾਲ ਰਿਸ਼ਵਤਾਂ ਹੀ) ਦਿੰਦੇ ਆ ਰਹੇ ਹਨ। ਪਰ ਇਥੇ ਕਹਾਣੀ ਵਿਚ ਕਹਾਣੀਕਾਰ ਨੇ ਸ਼ਕਤੀ ਦਾ ਕ੍ਰਿਸ਼ਮਾ ਦਿਖਾਇਆ ਹੈ ਜਿਸ ਸਦਕੇ ਗੰਗਾ ਉਲਟੀ ਵਗਣ ਲੱਗ ਪੈਂਦੀ ਹੈ। ਕਹਾਣੀ ਪੜ੍ਹ ਕੇ ਸਮਝ ਲੱਗਦੀ ਹੈ ਕਿ 'ਅਣਖ ਦੀ ਕੰਡ' ਦਾ ਵੀ ਕੋਈ ਵਿਸ਼ੇਸ਼ ਅਰਥ ਹੈ, ਮਨੋਰਥ ਹੈ। ਡਾ. ਗੁਰਨਾਮ ਸਿੰਘ ਗਿੱਲ ਨੂੰ ਕਹਾਣੀ ਕਹਿਣ ਦੀ ਜਾਚ ਹੈ ਅਤੇ ਉਸਦਾ ਪ੍ਰਗਟਾਅ ਢੰਗ ਪ੍ਰੌੜ੍ਹ ਸਹਿਜ ਵਾਲਾ ਅਤੇ ਕਿਤੇ ਕਿਤੇ ਆਦਰਸ਼ਵਾਦੀ ਵੀ ਹੈ।

ਡਾ. ਗਿੱਲ ਖ਼ੁਦ ਪ੍ਰਵਾਸੀ ਹੋਣ ਦੇ ਨਾਤੇ ਪ੍ਰਵਾਸੀਆਂ ਦੀਆਂ ਵਿਉਹਾਰਕ ਅਤੇ ਮਾਨਸਿਕ ਸਮੱਸਿਆਵਾਂ ਤੋਂ ਜਾਣੂੰ ਹੈ। ਉਹ ਜਾਣਦਾ ਹੈ ਕਿ ਪ੍ਰਵਾਸੀ ਦੋਹਰੇ ਦੁਖਾਂਤ ਦਾ ਸ਼ਿਕਾਰ ਹੈ। ਹੁਣ ਇਥੇ ਬਰਤਾਨੀਆ ਵਿਚ ਵੀ ਪ੍ਰਵਾਸੀ ਦੀਆਂ ਜੜ੍ਹਾਂ ਨਹੀਂ ਲੱਗ ਪਾ ਰਹੀਆਂ ਅਤੇ ਓਧਰ ਮੂਲ ਵਾਸ (ਪੰਜਾਬ) ਵਿਚ ਵੀ ਜੜ੍ਹਾਂ ਨਹੀਂ ਲੱਗ ਪਾ ਰਹੀਆਂ। *ਖਲਾਅ 'ਚ ਲਟਕਦੇ ਸੁਪਨੇ* (1983) ਦੀ ਇਕ ਕਹਾਣੀ 'ਆਪਣਾ ਪਿੰਡ ਆਪਣਾ ਘਰ' (ਅਤੇ ਜਿਹੜੀ ਕਹਾਣੀ ਆਪਣਾ ਪਿੰਡ, ਆਪਣਾ ਘਰ ਦੇ ਨਾਂ ਥੱਲੇ *ਕੱਚ ਦੀਆਂ ਕਬਰਾਂ* ਵਿਚ ਵੀ ਦਰਜ ਹੈ) ਰਾਹੀਂ ਪ੍ਰਵਾਸੀ ਦਾ ਇਹ ਭਰਮ ਵੀ ਦੂਰ ਕਰ ਦਿੱਤਾ ਹੈ ਕਿ ਪ੍ਰਵਾਸੀ ਆਪਣੇ ਜੱਦੀ ਪਿੰਡ ਵਿਚ ਸੁੱਖ ਦਾ ਸਾਹ ਲੈ ਸਕੇਗਾ। ਰਾਮ ਸਿੰਘ ਤੇ ਉਸਦੀ ਪਤਨੀ ਚੰਨਣ ਕੌਰ ਪਰਦੇਸ ਵਿਚ ਰਹਿ ਕੇ, ਖੱਟ ਕਮਾ ਕੇ, ਪੈਨਸ਼ਨ ਲੈਣ ਉਪਰੰਤ ਆਪਣੇ ਜੱਦੀ ਪਿੰਡ ਜਾ ਕੇ ਬਾਕੀ ਦਾ ਸਮਾਂ ਸੁੱਖ-ਸਾਂਦ ਨਾਲ ਬਿਤਾਉਣਾ ਚਾਹੁੰਦੇ ਸਨ। ਖ਼ੂਨ ਪਸੀਨਾ ਇਕ ਕਰਦੇ ਨੂੰ ਦਹਾਕਾ ਹੀ ਗੁਜ਼ਰ ਚੁੱਕਾ ਸੀ। ਪਿਛਲੇ ਵੀਹ ਵਰ੍ਹੇ ਰਾਮ ਸਿੰਘ ਨੇ ਕੋਹਲੂ ਦਾ ਬਲਦ ਬਣ ਕੇ ਵਲੈਤ 'ਚ ਬਿਤਾਏ ਸਨ। ਰਾਤਾਂ ਨੂੰ ਕੰਮ ਕਰਦਾ ਸੀ ਅਤੇ ਦਿਨੇ ਬਿਸਤਰੇ ਵਿਚ ਪਿਆ ਰਹਿੰਦਾ ਸੀ। ਕਈ ਕਈ ਹਫ਼ਤੇ ਸੂਰਜ ਵੇਖੇ ਬਿਨਾ ਹੀ ਲੰਘ ਜਾਂਦੇ ਸਨ।

ਸਿੱਪੀਆਂ ਘੋਗਿਆਂ ਵਿਚ ਬੰਦ ਜੀਵਾਂ ਵਰਗਾ ਜੀਵਨ ਉਸਨੂੰ ਜੀਣਾ ਪਿਆ ਸੀ। ਖੂਹ ਦੇ ਡੱਡੂ ਵਾਂਗ ਇਕ ਸੀਮਤ ਤੇ ਨਿਸਚਤ ਦਾਇਰੇ 'ਚ ਜੀਵੀ ਜਾਣਾ ਉਹਦੀ ਵਲਾਇਤੀ ਜ਼ਿੰਦਗੀ ਸੀ। ਬੜੇ ਚਾਵਾਂ ਨਾਲ ਰਾਮ ਸਿੰਘ ਤੇ ਚੰਨਣ ਕੌਰ ਪਿੰਡ ਪੁੱਜਦੇ ਹਨ। ਦੋ ਚਾਰ ਦਿਨਾਂ ਦੀ ਪ੍ਰਾਹੁਣਚਾਰੀ ਮਗਰੋਂ ਝੱਟ ਹੀ ਉਹਨਾਂ ਨੂੰ ਦਿਨੇ ਹੀ ਤਾਰੇ ਦਿਸਣ ਲੱਗ ਪੈਂਦੇ ਹਨ। ਕਿਉਂਕਿ ਭਤੀਜਿਆਂ ਨੇ ਨਾ ਕੇਵਲ ਉਸਦੇ ਘਰ 'ਤੇ ਹੀ ਪੂਰਾ ਕਬਜ਼ਾ ਕਰ ਲਿਆ ਸੀ ਸਗੋਂ ਖੇਤਾਂ ਉਤੇ ਵੀ ਅਤੇ ਉਸ ਤੋਂ ਵੀ ਵੱਧ ਉਸਨੂੰ ਪੁੱਛੇ ਬਿਨਾ ਹੀ 'ਅਮਰੂਦ ਵਾਲੇ ਖੇਤ ਦੇ ਸੁੰਜੇ ਤੌੜ ਵਿਚ ਪੱਕੀ ਬੈਠਕ ਪਾ ਲਈ।'

ਹਰ ਚੜ੍ਹਦੇ ਦਿਨ ਨਾਲ ਰਾਮ ਸਿੰਘ ਤੇ ਚੰਨਣ ਕੌਰ ਨੂੰ ਆਪਣੇ ਫ਼ਾਲਤੂ ਅਤੇ ਬੇ-ਕਦਰੇ ਜਿਹੇ ਹੋਣ ਦਾ ਅਹਿਸਾਸ ਉਦਾਸ ਕਰਨ ਲੱਗਾ। ਕਹਾਣੀਕਾਰ ਨੇ ਪ੍ਰਵਾਸੀ ਦੀ ਦੁਖਦੀ ਰਗ ਫੜਦਿਆਂ ਸਪਸ਼ਟ ਕਰ ਦਿੱਤਾ ਹੈ ਕਿ ਪ੍ਰਵਾਸੀ ਲਈ ਸਹੀ ਅਰਥਾਂ ਵਿਚ ਉਸਦੇ ਆਪਣੇ ਜੱਦੀ ਪਿੰਡ ਵਿਚ ਵੀ ਕੋਈ ਥਾਂ ਨਹੀਂ ਅਤੇ ਰਾਮ ਸਿੰਘ ਵਾਂਗ ਅਸੀਂ ਤੁਸੀਂ ਸਭ ਜਾਣਦੇ ਹਾਂ ਕਿ ਜਦੋਂ ਵੀ ਅਸੀਂ ਆਪਣੇ ਆਪਣੇ ਘਰਾਂ ਨੂੰ ਮੁੜਾਂਗੇ ਤਾਂ ਆਪਣੇ ਹੀ ਘਰ ਵਿਚ ਸਾਨੂੰ ਕੋਈ ਢੋਈ ਨਹੀਂ ਮਿਲੇਗੀ। ਕਾਰਨ ਸਪਸ਼ਟ ਹੈ ਕਿ ਹੁਣ ਤਕ ਪਿਛਲੇ ਸਾਰੇ ਪਰਿਵਾਰ ਦੇ ਬਾਕੀ ਜੀਅ ਇਹ ਜਾਣਦੇ ਹਨ ਕਿ ਅਸੀਂ ਉਥੇ ਰਹਿ ਕੇ ਉਹਨਾਂ ਪਾਸੋਂ ਕਿਸੇ ਵੀ ਢੰਗ ਨਾਲ ਆਪਣੀ ਜਾਇਦਾਦ ਵਾਪਸ ਨਹੀਂ ਲੈ ਸਕਦੇ। ਰਾਮ ਸਿੰਘ ਆਪਣੇ ਸਾਰੇ ਹੀ ਰਿਸ਼ਤੇਦਾਰਾਂ, ਦੋਸਤਾਂ-ਮਿੱਤਰਾਂ, ਖੂਹਾਂ-ਖੇਤਾਂ ਵਾਲੇ ਗਵਾਂਢੀਆਂ ਕੋਲ ਵੀ ਜਾ ਕੇ ਆਪਣੀ ਵਿਥਿਆ ਸੁਣਾ ਆਇਆ ਪਰ ਕੋਈ ਵੀ ਉਸਦੀ ਖ਼ਾਤਰ ਭਤੀਜੇ ਹਰਪਾਲ ਸਿੰਘ ਹੁਰਾਂ ਨਾਲ ਵਿਗਾੜ ਪਾਉਣ ਨੂੰ ਤਿਆਰ ਨਾ ਹੋਇਆ। ਅਸੀਂ ਮੰਨੀਏ ਭਾਵੇਂ ਨਾ, ਪਰ ਇਹ ਇਕ ਅਸਲੀਅਤ ਹੀ ਹੈ ਕਿ ਹੁਣ ਜੱਦੀ ਦੇਸ ਵਿਚ ਪ੍ਰਵਾਸੀ ਲਈ ਕੋਈ ਥਾਂ ਨਹੀਂ। ਹਾਂ, ਇਹ ਠੀਕ ਹੈ ਕਿ ਪੰਜਾਬ ਆ ਕੇ ਰਾਮ ਸਿੰਘ ਦੇ ਗੋਡਿਆਂ ਦੀ ਤਕਲੀਫ਼ ਦੂਰ ਹੋ ਗਈ ਸੀ। ਅਤੇ ਭਾਰਤ ਦੀ ਆਬੋ-ਹਵਾ 'ਚ ਰਹਿੰਦਿਆਂ ਚੰਨਣ ਕੌਰ ਦੀ ਵੀ ਸਾਹ ਦੀ ਕਸਰ ਹਟ ਗਈ ਸੀ ਪਰ ਪਿੰਡ ਤੇ ਘਰ ਦੀ ਆਬੋ-ਹਵਾ 'ਚ ਉਨ੍ਹਾਂ ਦਾ ਦਮ ਘੁਟਣ ਲਗ ਪਿਆ ਸੀ। ਖ਼ੂਨ ਪਸੀਨੇ ਦੀ ਮਿਹਨਤ ਤੇ ਚਾਵਾਂ ਸੱਧਰਾਂ ਨਾਲ ਬਣਾਏ ਮਕਾਨ, ਉਹਨਾਂ ਲਈ ਆਸਰਾ ਬਣਨ ਦੀ ਥਾਂ, ਬੇ-ਆਸਰਾ ਬਣੇ ਹੋਏ ਸਨ। ਭਰਾਵਾਂ-ਭਤੀਜਿਆਂ ਦੇ ਰਿਸ਼ਤੇ ਨਿੱਘ-ਰਹਿਤ ਬਣੇ ਤਾਂ ਉਹਨਾਂ ਨੂੰ ਜ਼ਿੰਦਗੀ ਹੋਰ ਵੀ ਠਗੀ ਹੋਈ ਲੱਗੀ ਅਤੇ ਅੰਤ ਉਹ ਨਾ ਚਾਹੁੰਦੇ ਹੋਏ ਵੀ ਵਲੈਤ ਨੂੰ ਖ਼ਾਲੀ ਹੱਥ ਮੁੜਨ ਲਈ ਮਜਬੂਰ ਹੋਏ। ਪਰ ਯਕੀਨ ਕਰਨਾ, ਰਾਮ ਸਿੰਘ ਅਤੇ ਚੰਨਣ ਕੌਰ ਖ਼ੁਸ਼ਕਿਸਮਤ ਸਨ ਕਿ ਉਹਨਾਂ ਨੂੰ ਜਾਨੋਂ ਨਹੀਂ ਸੀ ਮਾਰਿਆ ਗਿਆ। ਅਜਿਹੀਆਂ ਮਿਸਾਲਾਂ ਆਏ ਦਿਨ ਮਿਲਦੀਆਂ ਹੀ ਰਹਿੰਦੀਆਂ ਹਨ। ਕਹਾਣੀਕਾਰ ਇਸ ਕਹਾਣੀ ਰਾਹੀਂ ਪ੍ਰਵਾਸੀ ਦੀ ਇਸ ਦੁਚਿੱਤੀ ਅਤੇ ਕਸ਼ਮਕਸ਼ ਦਾ ਨਕਸ਼ਾ ਖਿੱਚਣ ਵਿਚ ਤਾਂ ਸਫਲ ਹੋਇਆ ਹੀ ਹੈ ਪਰ ਨਾਲ ਹੀ ਪ੍ਰਵਾਸੀ ਦੀ ਸੋਚ ਨੂੰ ਵੀ ਟੁੰਬਣ ਅਤੇ ਝੰਜੋੜਨ ਵਿਚ ਸਫ਼ਲ ਰਿਹਾ ਹੈ।

'ਆਪਣਾ ਘਰ, ਆਪਣਾ ਪਿੰਡ' ਵਾਂਗ ਹੀ 'ਸੁਪਨੇ ਦਾ ਅੰਤ' ਕਹਾਣੀ ਵਿਚ ਵੀ ਪ੍ਰਵਾਸੀ ਦੇ ਸੁਪਨਿਆਂ ਦਾ ਅੰਤ ਹੁੰਦਾ ਦਿਖਾਇਆ ਗਿਆ ਹੈ। ਸੱਤਾਂ ਸਾਲਾਂ ਦੇ ਪ੍ਰਵਾਸ ਬਾਅਦ ਜਦ ਦੇਵ, ਦੇਵ ਤੋਂ ਸੁਖਦੇਵ ਬਣ ਕੇ ਪਿੰਡ ਪੁੱਜਦਾ ਹੈ ਤਾਂ ਸਭ ਕੁਝ ਬਦਲ

ਚੁੱਕਿਆ ਹੁੰਦਾ ਹੈ। ਨਾ ਉਹ ਪਹਿਲਾ ਪਿਆਰ ਅਤੇ ਨਾ ਹੀ ਰਿਸ਼ਤੇ-ਸੰਬੰਧਾਂ ਵਿਚ ਕੋਈ ਸਹਾਨਭੂਤੀ ਦਾ ਪ੍ਰਗਟਾਅ ਜਾਂ ਮੁਰੱਵਤ। ਭਰਾਵਾਂ, ਭਰਜਾਈਆਂ ਦਾ ਵਿਉਹਾਰ ਉਸਨੂੰ ਓਪਰਾ ਲਗਦਾ ਹੈ ਅਤੇ ਵੱਢ ਵੱਢ ਖਾਂਦਾ ਹੈ। ਜਿਸ ਪਿੰਡ ਅਤੇ ਜਿਸ ਘਰ ਵਿਚ ਉਹ ਸਾਲਾਂ ਬੱਧੀ ਰਹਿਣ ਦਾ ਸੁਪਨਾ ਲੈ ਕੇ ਆਇਆ ਸੀ, ਉਹ ਦੋ ਹਫ਼ਤੇ ਵਿਚ ਹੀ ਟੁੱਟ ਗਿਆ। ਉਹਦਾ ਨਾ ਖੇਤਾਂ ਵਿਚ ਦਿਲ ਲਗਦਾ ਅਤੇ ਨਾ ਹੀ ਘਰ ਵਿਚ। ਆਪਣੇ ਦਿਲ ਦਾ ਦੁਖ-ਸੁਖ ਕਿਹੜੀ ਮਾਂ ਨਾਲ ਕਰਦਾ ? ਪਿਉ ਬਚਪਨ ਵਿਚ ਗੁਜ਼ਰ ਗਿਆ ਅਤੇ ਮਾਂ ਬਦੇਸ਼ ਜਾਣ ਮਗਰੋਂ। ਅਜ ਭਰਾ, ਭਰਜਾਈਆਂ ਤੇ ਹੋਰ ਰਿਸ਼ਤੇਦਾਰ ਸਭ ਹੀ ਉਸਦੇ ਦਿਲ ਦੀ ਤਹਿ ਤਕ ਪੁੱਜਣ ਤੋਂ ਅਸਮਰਥ ਹਨ। ਡਾ. ਗਿੱਲ ਨੇ ਭਾਵੁਕ ਹੋਏ ਦੇਵ ਰਾਹੀਂ, ਉਸਦੇ ਦਿਲ ਅੰਦਰ ਹੋ ਰਹੇ ਘੋਲ ਨੂੰ ਸਹਿਨ ਕੀਤਾ ਹੈ ਅਤੇ ਜ਼ੁਬਾਨ ਦੇਣ ਦੀ ਕੋਸ਼ਿਸ਼ ਕਰਦਿਆਂ ਪ੍ਰਵਾਸੀ ਨਾਲ ਵਰਤਣ ਵਾਲੀ ਅਤੇ ਉਸਨੂੰ ਉਡੀਕਦੀ ਸੱਚੀ ਹੋਣੀ ਦਾ ਪ੍ਰਗਟਾਵਾ ਕੀਤਾ ਹੈ। ਪਰ ਇਹ ਦੇਖਣ ਅਤੇ ਵਿਚਾਰਨ ਵਾਲੀ ਗੱਲ ਹੈ ਕਿ ਪ੍ਰਵਾਸੀ ਦੀ ਇਸ ਸਥਿਤੀ ਨੇ ਕਦ ਤਕ ਕਾਇਮ ਰਹਿਣਾ ਹੈ ?

ਡਾ. ਗਿੱਲ ਹੁਰਾਂ ਦੀਆਂ ਸਾਰੀਆਂ ਹੀ ਕਹਾਣੀਆਂ ਦਾ ਪਠਨ ਮਨੋਰੰਜਕ ਤਾਂ ਹੈ ਹੀ, ਪਰ ਸੰਕੇਤਕ ਵੀ ਹੈ। ਉਹ ਪਾਠਕ ਨੂੰ ਚਿੰਤਨ ਲਈ ਪ੍ਰੇਰਦਾ ਹੈ। ਗਿੱਲ ਜੀ ਨੇ ਮਨੁੱਖੀ ਜੀਵਨ ਨਾਲ ਸਬੰਧਤ ਹਰ ਅੰਗ ਨੂੰ ਰੰਗ-ਰੂਪ ਦੇਣ ਦੀ ਕੋਸ਼ਿਸ਼ ਕੀਤੀ ਹੈ। ਪ੍ਰਵਾਸੀ ਦੋ ਦੇਸ਼ਾਂ ਨਾਲ ਸਬੰਧਤ ਹੈ, ਬਰਤਾਨੀਆ ਅਤੇ ਭਾਰਤ ਨਾਲ। ਇਸ ਲਈ ਗਿੱਲ ਹੁਰਾਂ ਪ੍ਰਵਾਸੀ ਨੂੰ ਪ੍ਰਭਾਵਿਤ ਕਰਨ ਵਾਲੀਆਂ ਦੋਹਾਂ ਹੀ ਦੇਸ਼ਾਂ ਦੀਆਂ ਸਮੱਸਿਆਵਾਂ ਨੂੰ ਆਪਣੀਆਂ ਕਹਾਣੀਆਂ ਵਿਚ ਪੇਸ਼ ਕੀਤਾ ਹੈ। ਕਹਾਣੀਆਂ ਸਪਸ਼ਟ ਕਰਦੀਆਂ ਹਨ ਕਿ ਉਸਨੂੰ ਦੇਸ਼ ਅਤੇ ਬਦੇਸ਼ ਦੀਆਂ ਕਦਰਾਂ-ਕੀਮਤਾਂ, ਰਹਿਤਲ-ਮਰਿਆਦਾ ਅਤੇ ਇਹਨਾਂ ਦੇ ਅੰਤਰ ਦਾ ਗਿਆਨ ਹੈ। ਉਹ ਨਵੀਂ ਤੇ ਪੁਰਾਣੀ ਪੀੜ੍ਹੀ ਦੀ ਸੋਚ ਵਿਚ ਪਈ ਤ੍ਰੇੜ ਨੂੰ ਸਮਝਦਾ ਹੈ। ਉਸਨੂੰ ਸੋਝੀ ਹੈ ਕਿ ਬਰਤਾਨਵੀ ਪੰਜਾਬੀ ਬੁਢੇਪਾ ਇਕ ਸੰਤਾਪ ਇਸ ਲਈ ਹੈ ਕਿ ਵਲੈਤੀਆ ਹੁਣ ਨਾ ਘਰ ਦਾ (ਪੰਜਾਬ/ਭਾਰਤ ਦਾ) ਰਿਹਾ ਹੈ ਅਤੇ ਨਾ ਹੀ ਘਾਟ ਦਾ (ਵਲੈਤ ਦਾ)। ਉਹ ਦੋ ਪੁੜਾਂ ਵਿਚ ਪਿਸਣ ਲਈ ਮਜਬੂਰ ਹੈ। ਇਹ ਸਭ ਤੱਥ ਹੀ ਉਸਦੇ ਵਿਸ਼ੇ ਅਤੇ ਆਸ਼ੇ ਹਨ। ਇਕਲਾਪਾ, ਉਦਾਸੀ, ਨਸਲ ਅਤੇ ਰੰਗ ਭੇਦ ਦਾ ਵਿਤਕਰਾ, ਸਭਿਆਚਾਰਾਂ ਅਤੇ ਸੰਸਕ੍ਰਿਤੀਆਂ ਦੇ ਦਵੰਧ ਯੁੱਧ ਵਿਚੋਂ ਉਪਜੇ ਟਕਰਾਅ ਵਾਲੇ ਦੁਖਾਂਤ, ਰਿਸ਼ਤੇ ਨਾਤਿਆਂ ਅਤੇ ਸਬੰਧਾਂ ਦੀ ਟੁੱਟ-ਭੱਜ, ਸੰਤਾਨ ਦਾ ਰਵੱਈਆ ਅਤੇ ਮਨੁੱਖੀ ਮਨ ਦੇ ਜ਼ਬਤ ਅਤੇ ਅਪੂਰਤੀ ਤੋਂ ਉਪਜੀਆਂ ਸਮੱਸਿਆਵਾਂ ਵੀ ਉਸਦੀ ਕਹਾਣੀ ਦੀ ਲਪੇਟ ਵਿਚ ਆਉਂਦੀਆਂ ਹਨ।

ਡਾ. ਗਿੱਲ ਦੇ ਤਿੰਨਾਂ ਹੀ ਕਹਾਣੀ ਸੰਗ੍ਰਹਿਾਂ ਨੂੰ ਪੜ੍ਹਦਿਆਂ ਉਸਦੀ ਵਰਤੀਂਦੀ ਬੋਲੀ ਦੇ ਕਰਿਸ਼ਮੇ ਦੇਖਣ ਨੂੰ ਮਿਲਦੇ ਹਨ। ਉਸਦੀ ਠੇਠ ਪੰਜਾਬੀ ਬੋਲੀ, ਮੁਹਾਵਰਿਆਂ ਅਤੇ ਅਖਾਣਾਂ ਨਾਲ ਭਰੀ ਪਈ ਹੈ। ਡਾ. ਗਿੱਲ ਨਿਤਾਪ੍ਰਤੀ ਦੀ ਵਰਤੋਂ ਵਿਚ ਆਉਂਦੇ ਸ਼ਬਦਾਂ ਦੇ ਜਾਦੂ ਰਾਹੀਂ, ਯਥਾਰਥ ਨੂੰ ਕਲਪਨਾ ਦੀ ਪੁੱਠ ਦਿੰਦਾ ਹੋਇਆ, ਦੇਖੇ ਅਤੇ ਅਣਦੇਖੇ ਜਗਤ ਦੇ ਜੀਵਨ ਨੂੰ ਆਪਣੇ ਤਜਰਬਿਆਂ ਦੀ ਪਿੱਠ-ਭੂਮੀ ਵਿਚ ਰੱਖਦਿਆਂ, ਆਪਣੇ ਪਰਿਵੇਸ਼ ਦਾ ਇਤਿਹਾਸ, ਮੂਲ ਪਰੰਪਰਾ ਅਤੇ ਮਰਿਆਦਾ ਦਾ ਆਦਰ ਕਰਦਿਆਂ ਆਪਣੀ

ਕਹਾਣੀ ਨੂੰ ਰੂਪ ਦਿੰਦਾ ਹੋਇਆ, ਵਿਸ਼ੇ ਚੁਣਦਾ ਹੈ, ਆਪਣੇ ਆਸ਼ੇ ਨਿਸਚਿਤ ਕਰਦਾ ਹੈ ਅਤੇ ਫਿਰ ਆਪਣੀ ਕਲਮ ਰਾਹੀਂ ਸਜੱਗ ਰਚਨਾ ਕਰਦਾ ਹੈ। ਉਸਦੀਆਂ ਕਹਾਣੀਆਂ ਵਿਸ਼ੇ-ਵਸਤੂ ਅਤੇ ਰੂਪ-ਰਚਨਾ ਵਜੋਂ ਸਫਲ ਹਨ। ਉਸਦੀਆਂ ਕਹਾਣੀਆਂ ਦਾ ਗਠਨ ਅਤੇ ਉਸਦੀ ਪਕੜ ਸਲਾਹੁਣ ਯੋਗ ਹੈ। ਉਸਨੇ ਘਟਨਾਵਾਂ ਦੇ ਸਹਾਰੇ ਪਾਤਰਾਂ ਦੀ ਸੁ-ਪਾਤਰਤਾ ਨਾਲ ਆਪਣੀਆਂ ਕਹਾਣੀਆਂ ਵਿਚ ਕਥਾ ਵਾਲਾ ਰਸ, ਸੰਖੇਪਤਾ, ਦਿਲਚਸਪੀ ਅਤੇ ਸਾਦਗੀ ਕਾਇਮ ਰੱਖੀ ਹੈ। ਉਸਦੇ ਪਾਤਰ, ਪ੍ਰਵਾਸੀਆਂ ਅਤੇ ਦੇਸ਼ ਵਾਸੀਆਂ ਦੀਆਂ ਸਮਕਾਲੀਨ ਸਮੱਸਿਆਵਾਂ ਦੀ ਸਹੀ ਤਰਜਮਾਨੀ ਕਰਨ ਦੀ ਕੋਸ਼ਿਸ਼ ਕਰਦਿਆਂ, ਮਾਨਵੀ ਕਦਰਾਂ-ਕੀਮਤਾਂ ਸਬੰਧੀ ਚੇਤੰਨ ਨਜ਼ਰੀਂ ਆਉਂਦੇ ਹਨ। ਉਸਦੀਆਂ ਕਹਾਣੀਆਂ ਦੇ ਪਾਤਰ ਮੁਖ ਰੂਪ ਵਿਚ ਏਸ਼ਿਆਈ ਭੂ-ਖੰਡ ਤੋਂ ਆਏ ਹੋਏ ਹਨ ਅਤੇ ਇਸੇ ਕਾਰੰਨ ਹੀ ਏਸ਼ਿਆਈ ਅਤੇ ਵਲੈਤੀ ਰਹਿਤਲ ਅਤੇ ਹੋਣੀ ਤੋਂ ਪ੍ਰਭਾਵਿਤ ਹਨ। ਉਸਦੀਆਂ ਕੁਝ ਇਕ ਕਹਾਣੀਆਂ ਵਿਚ ਉਸਦਾ ਆਪਣਾ ਬਹੁਤਾ ਦਖ਼ਲ ਅਤੇ ਬ੍ਰਿਤਾਂਤ ਕਹਾਣੀਆਂ ਦੇ ਪਠਨ ਅਤੇ ਮਨਨ ਵਿਚ ਖਲਲ ਪਾਉਂਦਿਆਂ ਭੁਲੇਖਾ ਪਾਉਂਦਾ ਹੈ ਕਿ ਉਸਦੇ ਪਲਾਟ ਢਿੱਲੇ ਰਹਿ ਗਏ ਹਨ। ਪਰ ਅਜਿਹੀ ਮਾੜੀ-ਮੋਟੀ ਅਤੇ ਨਿਗੂਣੀ ਖਾਮੀ ਦੇ ਬਾਵਜੂਦ ਉਸਦਾ ਪ੍ਰਗਟਾਅ ਢੰਗ ਭਾਵਪੂਰਤ, ਸੰਜਮ ਵਾਲਾ, ਸੁਝਾਊ, ਦਿਲ-ਦਿਮਾਗ਼ ਨੂੰ ਟੁੰਬਣ ਵਾਲਾ, ਮੰਤਵ ਰੱਖਦਾ, ਸਦ-ਰਹਿਣਾ, ਸਦਾਚਾਰ ਵਾਲਾ ਅਤੇ ਸਵੈ-ਪੜਚੋਲਿਆ ਹੈ। ਉਸਦੀਆਂ ਕਹਾਣੀਆਂ ਵਿਚ ਸੁਹਜ ਹੈ, ਕੁਦਰਤ ਵਰਣਨ ਹੈ, ਪਾਤਰ ਚਿਤ੍ਰਣ ਹੈ, ਜੀਵਨ ਦੇ ਹਰ ਇਕ ਪਹਿਲੂ ਦੇ ਜਜ਼ਬੇ ਹਨ, ਰੁਮਾਂਸ ਹੈ, ਯਥਾਰਥਵਾਦ ਹੈ ਅਤੇ ਆਦਰਸ਼ਵਾਦ ਹੈ। ਉਸਦੀ ਸਭ ਤੋਂ ਵੱਡੀ ਖ਼ੂਬੀ ਇਹ ਹੈ ਕਿ ਉਸਨੇ ਮਨੁੱਖੀ ਸੁਭਾ ਦੇ ਹਰ ਇਕ ਅੰਸ਼ ਨੂੰ ਸਮਝਣ ਦੀ ਕੋਸ਼ਿਸ਼ ਕਰਦਿਆਂ ਪਲਾਇਨਵਾਦ ਨੂੰ ਨੇੜੇ ਨਹੀਂ ਢੁਕਣ ਦਿੱਤਾ। ਉਹ ਆਪਣੇ ਪਾਤਰਾਂ ਦੀ ਮਾਨਸਿਕਤਾ ਵਿਚ ਪੂਰੀ ਤਰ੍ਹਾਂ ਖੁਭ-ਭਿੱਜ ਕੇ ਉਹਨਾਂ ਦੀ ਤਰਜਮਾਨੀ ਕਰਨ ਵਾਲਾ ਸਫਲ ਕਹਾਣੀਕਾਰ ਹੈ।

ਅਮਰ ਚਾਨਣ

ਕਲਮ ਦਾ ਧਨੀ ਅਤੇ ਅੱਧੀ ਸਦੀ ਤੋਂ ਪੰਜਾਬੀ ਵਿਚ ਲਿਖਦਾ ਆ ਰਿਹਾ ਗਿਆਨੀ ਮੱਖਣ ਸਿੰਘ ਮ੍ਰਿਗਿੰਦ ਪੰਜਾਬੀ ਸਾਹਿਤਕ ਜਗਤ ਲਈ ਕੋਈ ਓਪਰਾ ਨਹੀਂ ਅਤੇ ਨਾ ਹੀ ਕਿਸੇ ਜਾਣ-ਪਹਿਚਾਣ ਦਾ ਮੁਥਾਜ ਹੀ ਹੈ। ਲਿਖਤਾਂ ਦੇ ਨਾਲ ਹੀ ਨਾਲ ਉਹ ਬੋਲਾਂ ਦਾ ਵੀ ਧਨੀ ਹੈ। ਆਪਣੇ ਗੰਭੀਰ ਪਰ ਪ੍ਰਭਾਵਸ਼ਾਲੀ ਅੰਦਾਜ਼ ਵਿਚ ਜਦੋਂ ਉਹ ਸਟੇਜ 'ਤੇ ਖੜਾ ਹੋ ਕੇ ਬੋਲਦਾ ਹੈ ਤਾਂ ਕੋਈ ਵੀ ਸਰੋਤਾ ਉਸਦੇ ਚਿਹਰੇ ਤੋਂ ਇਕ ਪਲ ਲਈ ਵੀ ਆਪਣੀ ਨਜ਼ਰ ਪਰ੍ਹਾਂ ਨਹੀਂ ਹਟਾ ਸਕਦਾ। ਸਰੋਤੇ ਦੇ ਕੰਨ ਉਸ ਦੇ ਇਕ ਇਕ ਬੋਲ ਨਾਲ ਕੀਲੇ ਜਾਂਦੇ ਹਨ ਅਤੇ ਇਕ ਇਕ ਵਾਕ ਪ੍ਰਤੀ ਸਜਗ ਰਹਿੰਦੇ ਹਨ। ਪਾਠਕ ਅਤੇ ਸਰੋਤੇ ਸਹਿਜੇ ਹੀ ਗਿਆਨੀ ਮੱਖਣ ਸਿੰਘ ਮ੍ਰਿਗਿੰਦ ਵਿਚ ਖੋਜ ਕਰਨ ਦੀ ਪ੍ਰਬਲ ਰੁਚੀ ਅਤੇ ਪੰਜਾਬੀ ਸਾਹਿਤ ਪ੍ਰਤੀ ਸਿਰੜ ਦੀ ਹੱਦ ਤਕ ਕਾਇਮ ਲਗਨ ਤੋਂ ਵਾਕਫ਼ ਹੋ ਜਾਂਦੇ ਹਨ। ਗਿਆਨੀ ਮ੍ਰਿਗਿੰਦ ਹਰ ਇਕ ਗੱਲ ਨੂੰ, ਤੱਥ ਨੂੰ, ਕੇਵਲ ਉਪਰੀ ਨਜ਼ਰੇ ਹੀ ਨਹੀਂ ਤੱਕਦਾ, ਸਗੋਂ ਸੱਚ ਦੀ ਭਾਲ ਵਿਚ ਤੱਥ ਦੀ ਤਹਿ ਤਕ ਪੁੱਜਦਿਆਂ, ਜਵਾਨ ਉਤਸ਼ਾਹ ਨਾਲ, ਹੁਣ ਨਾਲੋਂ ਕੁਝ ਹੋਰ ਵੱਧ ਸਿਖਣ-ਸਿਖਾਣ ਲਈ ਸਾਰਥਕ ਯਤਨ ਕਰਦਿਆਂ ਆਪਣੀ ਲਿਖਤ ਅਤੇ ਬੋਲਾਂ ਦੀ ਪ੍ਰਮਾਣਿਕਤਾ ਨੂੰ ਚਾਰ ਚੰਨ ਲਾਉਂਦਾ ਹੈ।

ਹੱਥਲੀ ਲਿਖਤ ਦਾ ਮੰਤਵ ਗਿਆਨੀ ਮੱਖਣ ਸਿੰਘ ਮ੍ਰਿਗਿੰਦ ਦੀ ਇਕ ਪੁਸਤਕ *ਅਮਰ ਚਾਨਣ* ਉਤੇ ਬਹੁਤ ਹੀ ਸੰਖੇਪ ਵਿਚਾਰ ਕਰਨੀ ਹੈ। ਇਸ ਪੁਸਤਕ ਵਿਚ ਮ੍ਰਿਗਿੰਦ ਨੇ, ਸ੍ਰੀ ਗੁਰੂ ਅਮਰ ਦਾਸ ਜੀ ਦੀ ਸੰਖੇਪ ਜੀਵਨ ਤੇ ਫ਼ਿਲਾਸਫ਼ੀ ਨੂੰ ਲੈ ਕੇ, ਆਪਣੇ ਖੋਜੀ ਸੁਭਾ ਨੂੰ ਉਜਾਗਰ ਕਰਦਿਆਂ ਸਾਹਿਤ ਪ੍ਰੇਮੀਆਂ ਅਤੇ ਖੋਜੀਆਂ ਲਈ ਨਵੇਂ ਰਾਹ ਦਰਸਾਏ ਹਨ ਅਤੇ ਨਵੇਂ ਮੀਲ-ਪੱਥਰ ਗੱਡੇ ਹਨ।

ਅਮਰ ਚਾਨਣ ਗਿਆਰਾਂ ਖੰਡਾਂ/ਕਾਂਡਾਂ ਵਿਚ ਵੰਡੀ ਗਈ 54 ਪੰਨਿਆਂ ਦੀ ਇਕ ਸੰਖੇਪ ਪਰ ਹਰ ਪੱਖੋਂ ਸੰਪੂਰਨ ਸਾਹਿਤਕ ਖੋਜ ਹੈ। ਖੋਜ ਦਾ ਵਿਸ਼ਾ ਸਿੱਖ ਧਰਮ ਦੇ ਤੀਜੇ ਥੰਮ੍ਹ ਗੁਰੂ ਅਮਰਦਾਸ ਜੀ ਦਾ ਸਮੁੱਚਾ ਜੀਵਨ, ਜੀਵਨ ਦਰਸ਼ਨ ਅਤੇ ਉਹਨਾਂ ਵਲੋਂ ਕੀਤੇ ਗਏ ਸਮੁੱਚੇ ਕਾਰਜਾਂ ਦੀ ਮਹੱਤਤਾ ਦਿਖਾ ਕੇ, ਪਾਠਕਾਂ ਨੂੰ ਆਪਣੇ ਵਿਰਸੇ ਪ੍ਰਤੀ ਸੁਚੇਤ ਕਰਨਾ ਹੈ। ਇਸ ਪੁਸਤਕ ਦੇ ਹਰ ਕਾਂਡ ਵਿਚ ਅੱਗੋਂ ਛੋਟੇ ਛੋਟੇ ਸਿਰਲੇਖ ਦੇ ਕੇ, ਮ੍ਰਿਗਿੰਦ ਨੇ ਆਪਣੀ ਕਹੀ ਜਾਣ ਵਾਲੀ ਗੱਲ-ਖੋਜ ਨੂੰ ਪਾਠਕ ਲਈ ਬੋਝਲ ਨਹੀਂ ਬਣਨ ਦਿੱਤਾ। ਉਦਾਹਰਣ ਲਈ 'ਸਿੱਖੀ ਤੇ ਸਿੱਖੀ ਲਈ ਘਾਲ' ਵਿਚ ਗਿ. ਮ੍ਰਿਗਿੰਦ ਲਿਖਦਾ ਹੈ :

"ਸਿੱਖੀ ਅਮਰ-ਜੀਵਨ ਦਾ ਧੁਰਾ ਤੇ ਸੰਪੂਰਨਤਾ ਦੀ ਸਿਖਰ ਹੈ। ਗੁਰੂ ਨਾਨਕ

ਨੇ ਆਸਾ ਦੀ ਵਾਰ ਵਿਚ ਵਰਣਨ ਕੀਤਾ ਹੈ ਕਿ ਗੁਰੂ ਜੀ ਦੀ ਸਿੱਖਿਆ ਉਤੇ ਵਿਚਾਰ ਤੇ ਸਿਦਕ ਨਾਲ ਅਮਲ ਕਰਨ ਦਾ ਨਾਮ ਸਿੱਖੀ ਹੈ, ਜਦੋਂ ਘਾਲ ਕਰਕੇ, ਸਿੱਖ, ਸਿੱਖੀ ਅਤੇ ਸਿੱਖੀ ਦੇ ਸਿਖਰ ਉੱਤੇ ਪੁੱਜਦਾ ਹੈ।"

ਅਰਥਾਤ ਕੇਵਲ ਅਮਲਾਂ (ਕਾਰਜਾਂ) ਰਾਹੀਂ ਸਿੱਖੀ ਜਾਣੀ ਜਾਂਦੀ ਹੈ ਅਤੇ ਜਾਣੀ ਜਾਣੀ ਚਾਹੀਦੀ ਹੈ।

ਗਿ. ਮ੍ਰਿਗਿੰਦ ਨੇ ਗੁਰੂ ਅਮਰਦਾਸ ਜੀ ਦਾ ਮੁਢਲਾ ਜੀਵਨ ਅਤੇ ਉਹਨਾਂ ਦੇ ਜੀਵਨ ਉਤੇ ਪਏ ਉਸ ਸਮੇਂ ਦੇ ਪ੍ਰਭਾਵਾਂ ਨੂੰ ਅਤਿ ਸੁੰਦਰ ਢੰਗ ਨਾਲ ਅੰਕਿਤ ਕੀਤਾ ਹੈ। ਉਸ ਨੇ ਗੁਰੂ ਸਾਹਿਬ ਦੇ ਜਨਮ ਤੇ ਬੰਸਾਵਲੀ, ਗ੍ਰਿਹਸਤੀ ਜੀਵਨ, ਕਿਰਤ ਵਿਰਤ, ਧਾਰਮਿਕ ਰੁਚੀ ਤੇ ਕਠਨ ਘਾਲਣਾ, ਸਿੱਖ ਗੁਰੂਆਂ, ਸਿੱਖੀ ਸਬੰਧੀ ਜਾਣਕਾਰੀ ਅਤੇ ਉਹਨਾਂ ਦੇ ਜੀਵਨ ਉਤੇ ਸਮੇਂ ਦੇ ਰਾਜਸੀ ਵਾਤਾਵਰਣ ਦੇ ਪਏ ਪ੍ਰਭਾਵ ਅਤੇ ਗੁਰੂ ਅੰਗਦ ਦੇਵ ਜੀ ਨਾਲ, ਉਹਨਾਂ ਦਾ ਸਿੱਖ ਦੇ ਰੂਪ ਵਿਚ ਮੇਲ ਦਾ ਚਿਤਰਣ, ਬੜੀ ਸਰਲ ਅਤੇ ਸਪਸ਼ਟ ਬੋਲੀ ਵਿਚ ਕਰਦਿਆਂ, ਪਾਠਕਾਂ ਦੇ ਆਨੰਦ ਨੂੰ ਕਾਇਮ ਰੱਖਿਆ ਹੈ।

ਉਂਝ ਤਾਂ *ਅਮਰ ਚਾਨਣ* ਪੁਸਤਕ ਦੇ ਸਾਰੇ ਖੰਡ ਹੀ ਆਪਣੀ ਵਿਸ਼ੇਸ਼ ਅਤੇ ਨਵੇਕਲੀ ਥਾਂ ਰੱਖਦੇ ਹਨ ਪਰ 'ਨਵੀਆਂ ਲੀਹਾਂ ਉਤੇ ਆਦਰਸ਼ਕ ਸਿੱਖ ਸਮਾਜ ਦੀ ਉਸਾਰੀ' ਅਤੇ 'ਸ੍ਰੀ ਗੁਰੂ ਅਮਰਦਾਸ ਜੀ ਦੀ ਸਾਹਿਤਕ ਵਿਸ਼ੇਸ਼ਤਾ' ਵਿਚ ਲੇਖਕ ਦੀ ਖੋਜ-ਪ੍ਰਤਿਭਾ, ਹੱਥ ਕੰਗਣ ਨੂੰ ਆਰਸੀ ਕਿਆ ਵਾਂਗ, ਸਾਖਿਆਤ ਉਭਰ ਕੇ, ਪਾਠਕਾਂ ਸਾਹਮਣੇ ਆਉਂਦੀ ਹੈ। ਮ੍ਰਿਗਿੰਦ ਦੇ ਹੱਡ-ਮਾਸ ਵਿਚ ਖੋਜ ਰੂਪੀ ਖ਼ੂਨ ਦਾ ਹੀ ਪ੍ਰਵਾਹ ਹੈ। ਪਰ ਉਹ ਖੋਜੀ ਹੁੰਦਿਆਂ ਹੋਇਆਂ ਵੀ ਨਾਸਤਕ ਨਹੀਂ। ਇਥੇ ਇਕ ਗੱਲ ਸਪਸ਼ਟ ਕਰ ਦੇਣੀ ਬਣਦੀ ਹੈ ਕਿ ਉਸਦੀ ਆਸਤਿਕਤਾ, ਉਸਦੀ ਖੋਜੀ ਬਿਰਤੀ ਨੂੰ ਨਾ ਤਾਂ ਉਖੇੜਦੀ ਹੀ ਹੈ ਅਤੇ ਨਾ ਹੀ ਉਲਾਰ ਹੋਣ ਦਿੰਦੀ ਹੈ। ਉਹ ਹਰ ਇਕ ਗੱਲ/ਤੱਥ ਨੂੰ ਜਿਉਂ ਦਾ ਤਿਉਂ ਨਹੀਂ ਕਬੂਲਦਾ। ਮ੍ਰਿਗਿੰਦ ਦੀ ਲਿਖਤ ਬਿਨਾਂ ਸ਼ੱਕ ਗੁਰਮਤਿ ਅਨੁਕੂਲ ਤਾਂ ਹੈ ਹੀ ਪਰ ਇਸਦੇ ਨਾਲ ਹੀ ਵਰਤਮਾਨ ਵਿਗਿਆਨਕ ਖੋਜ ਦੇ ਆਧਾਰਾਂ ਉਤੇ ਪੂਰੀ ਤੁਲਦੀ ਹੋਈ, ਆਧੁਨਿਕ ਵੀ ਹੈ ਅਤੇ ਪ੍ਰਗਤੀਵਾਦੀ ਵੀ। ਮ੍ਰਿਗਿੰਦ ਦੀ ਲਿਖਤ ਤੰਗ-ਦਿਲ ਨਹੀਂ। ਅਸੀਂ ਪ੍ਰਿੰਸੀਪਲ ਸ.ਸ. ਅਮੋਲ ਦੇ ਇਸ ਕਥਨ ਨਾਲ ਸੌ ਪ੍ਰਤੀਸ਼ਤ ਸਹਿਮਤ ਹਾਂ ਕਿ ਮ੍ਰਿਗਿੰਦ ਦੀ ਲਿਖਤ "ਨਵੀਨਤਾ ਦਾ ਪੱਖ ਪੂਰਦਿਆਂ, ਸਾਹਿਤਕ ਪਰਖ-ਪੜਚੋਲ ਤੇ ਵਿਸਥਾਰ-ਵਿਚਾਰ ਨੂੰ ਅਪਣਾਉਂਦੀ ਹੈ।"

ਗੁਰੂ ਅਮਰਦਾਸ ਜੀ, ਆਪਣੇ ਸਾਰੇ ਗੁਰੂ-ਜੀਵਨ-ਕਾਲ ਵਿਚ ਧਾਰਮਿਕ, ਸਮਾਜਕ ਅਤੇ ਆਤਮਿਕ ਚਿੰਤਨ ਦੇ ਅਖੰਡ ਭੰਡਾਰ ਦੀ ਛਾਂ ਹੇਠ, ਸਿੱਖ ਸਮਾਜ ਦੀ ਉਸਾਰੀ ਨੂੰ ਆਦਰਸ਼ਕ ਲੀਹਾਂ ਉਤੇ ਲੈ ਜਾਣ ਲਈ ਸਦਾ ਯਤਨਸ਼ੀਲ ਰਹੇ ਪਰ ਇਸਦੇ ਨਾਲ ਹੀ ਉਹ ਸੰਸਾਰ ਦੇ ਕਲਿਆਣ ਦੀ ਕੁੰਜੀ ਤੇ ਚਾਨਣ-ਰਾਹ ਸਹਿਤ ਪੰਜਾਬੀ ਸਾਹਿਤ ਦੇ ਵੀ ਮੋਢੀ ਉਸਰਈਆਂ ਵਿਚੋਂ ਸਨ। ਮ੍ਰਿਗਿੰਦ ਨੇ ਹਵਾਲਿਆਂ ਨਾਲ ਸਿੱਧ ਕੀਤਾ ਹੈ ਕਿ ਗੁਰੂ ਅਮਰਦਾਸ ਜੀ ਨਾ ਕੇਵਲ ਪੰਜਾਬੀ ਸਾਹਿਤ ਦੀਆਂ ਪਹਿਲੀਆਂ ਦੋ ਪੋਥੀਆਂ ਦੇ ਹੀ ਲਿਖਾਰੀ ਸਨ, ਸਗੋਂ ਆਪ ਗੁਰੂ ਨਾਨਕ, ਗੁਰੂ ਅੰਗਦ ਤੇ ਆਪਣੀ ਬਾਣੀ ਅੰਕਤ ਕਰਨ

ਉਪਰੰਤ ਬਾਬਾ ਫ਼ਰੀਦ, ਭਗਤ ਕਬੀਰ, ਭਗਤ ਤ੍ਰਿਲੋਚਨ, ਭਗਤ ਨਾਮਦੇਵ ਤੇ ਭਗਤ ਰਵਿਦਾਸ ਦੀ ਬਾਣੀ, ਕਾਵਿ-ਸਾਹਿਤ ਨੂੰ ਸੰਗ੍ਰਹਿ-ਸੰਪਾਦਨ ਕਰਦਿਆਂ, ਪੰਜਾਬੀ ਸਾਹਿਤ ਦੇ ਮੁਢਲੇ ਵਿਰਸੇ ਦੀ ਸੰਭਾਲ ਕਰਨ ਵਾਲੇ ਵੀ ਸਨ।

ਪਰ, ਉਪਰੋਕਤ ਤੋਂ ਬਿਨਾਂ, ਗਿਆਨੀ ਮ੍ਰਿਗਿੰਦ ਨੇ, ਗੁਰੂ ਅਮਰਦਾਸ ਜੀ ਦੀ ਸਮੁੱਚੀ ਬਾਣੀ ਅਤੇ ਜੀਵਨ ਫ਼ਿਲਾਸਫ਼ੀ ਦੇ ਅਧਿਐਨ ਕਰਨ ਉਪਰੰਤ ਇਕ ਹੋਰ ਤੱਥ ਵੀ ਸਾਡੇ ਸਾਹਮਣੇ ਲਿਆਂਦਾ ਹੈ ਕਿ ਗੁਰੂ ਅਮਰਦਾਸ ਜੀ ਨੇ ਪੰਜਾਬੀ ਸਾਹਿਤ ਵਿਚ ਪੜਚੋਲ ਨੂੰ ਜਨਮ ਦੇਂਦਿਆਂ, ਸਾਹਿਤ-ਕਲਾ ਦੇ ਪੜਚੋਲ ਅੰਗ ਦੀ ਮਹੱਤਤਾ ਨੂੰ ਵੀ ਸਮਝਿਆ ਅਤੇ ਦਰਸਾਇਆ।

ਇਹ ਦਰੁਸਤ ਹੈ ਕਿ ਗੁਰੂ ਅਮਰਦਾਸ ਜੀ ਨੇ ਭਗਤ ਕਬੀਰ ਤੇ ਬਾਬਾ ਫ਼ਰੀਦ ਆਦਿ ਦੀਆਂ ਰਚਨਾਵਾਂ ਵਿਚੋਂ, ਜਿਥੇ ਸਿਧਾਂਤ ਨਾਲ ਅਸੰਮਤੀ ਜਚੀ, ਉਥੇ ਉਹਨਾਂ ਰਚਨਾਵਾਂ ਨੂੰ ਜਿਉਂ ਦਾ ਤਿਉਂ ਹੀ ਰੱਖਿਆ ਹੈ (ਦੇਖੋ ਪੰਨਾ 48) ਪਰ ਉਹਨਾਂ ਨੇ ਗੁਰਮਤਿ ਦੇ ਸਿਧਾਂਤ ਨੂੰ ਸਪਸ਼ਟ ਅਤੇ ਉਜਾਗਰ ਕਰਨ ਲਈ, ਨਾਲ ਹੀ ਅੱਗੇ ਜਾ ਕੇ ਆਪਣੇ ਨਿੱਜੀ ਤੇ ਪੜਚੋਲਵੇਂ ਵਿਚਾਰ ਵੀ ਦਿੱਤੇ। ਉਦਾਹਰਣ ਵਜੋਂ ਭਗਤ ਕਬੀਰ ਜੀ ਲਿਖਦੇ ਹਨ:

ਕਬੀਰ ਮੁਕਤਿ ਦੁਆਰਾ ਸੰਕੁੜਾ ਗਈ ਦਸਵੈ ਭਾਇ॥
ਮਨ ਤਉ ਮੈਗਲੁ ਹੋਇ ਰਹਾ, ਨਿਕਸਿਆ ਕਿਉ ਕਰਿ ਜਾਇ॥

ਅਰਥਾਤ, ਮੁਕਤੀ ਦਾ ਦੁਆਰਾ ਬਹੁਤ ਹੀ ਸੰਕੀਰਨ ਤੇ ਛੋਟਾ ਹੈ ਅਤੇ ਮਨ, ਹਾਥੀ ਵਾਂਗ ਭਾਰਾ ਅਤੇ ਪਹਾੜ ਵਾਂਗ ਵੱਡਾ ਹੋਣ ਕਾਰਨ, ਇਸ ਸੰਕੀਰਨ ਮੁਕਤੀ ਦੁਆਰ ਰਾਹੀਂ ਲੰਘ ਨਹੀਂ ਸਕਦਾ।

ਪਰ ਗੁਰੂ ਅਮਰਦਾਸ ਨੇ ਗੁਰਮਤਿ ਸਿਧਾਂਤ ਨੂੰ ਦ੍ਰਿੜਾਂਦਿਆਂ ਪੜਚੋਲਵੀਂ ਪਾਰਖੂ ਦ੍ਰਿਸ਼ਟੀ ਨਾਲ ਸਪਸ਼ਟ ਕੀਤਾ ਹੈ ਕਿ ਸ਼ਬਦ ਰੂਪੀ ਗੁਰੂ ਦੇ ਮਿਲਾਪ ਨਾਲ ਹੀ ਹਉਮੈ ਰੋਗ ਕੱਟਿਆ ਜਾਂਦਾ ਹੈ ਅਤੇ ਗਿਆਨ ਦੀ ਜੋਤ (ਪ੍ਰਕਾਸ਼ ਹੋ) ਜਗ ਪੈਂਦੀ ਹੈ। ਅਜਿਹੀ ਹਾਲਤ ਵਿਚ ਮੁਕਤੀ ਸੰਭਵ ਹੋ ਜਾਂਦੀ ਹੈ। ਉਹ ਲਿਖਦੇ ਹਨ:

ਸਤਿਗੁਰ ਮਿਲੀਐ ਹਉਮੈ ਗਈ, ਜੋਤ ਰਹੀ ਸਭ ਆਇ॥
ਇਹ ਜੀਉ ਸਦਾ ਮੁਕਤ ਹੈ, ਸਹਿਜੇ ਰਹਿਆ ਸਮਾਇ॥

ਭਗਤ ਕਬੀਰ ਦਾ ਕਥਨ ਗੁਰੂ ਗ੍ਰੰਥ ਸਾਹਿਬ ਦੇ ਪੰਨਾ 509 ਉਤੇ ਦਰਜ ਹੈ ਅਤੇ ਗੁਰੂ ਅਮਰਦਾਸ ਜੀ ਦੀ ਟਿੱਪਣੀ (ਪੜਚੋਲਵੀਂ ਸੋਧ) ਪੰਨਾ 510 ਉਤੇ ਹੈ। ਇੰਝ ਹੀ ਹੋਰ ਵੀ ਬਹੁਤ ਸਾਰੀਆਂ ਉਦਾਹਰਣਾਂ ਮਿਲਦੀਆਂ ਹਨ।

ਡਾ. ਪ੍ਰੀਤਮ ਸਿੰਘ ਕੈਂਬੋ, ਗਿ. ਮ੍ਰਿਗਿੰਦ ਸਬੰਧੀ ਇਕ ਥਾਂ ਲਿਖਦਾ ਹੈ: "ਉਸ ਕੋਲ ਡੂੰਘੀ ਖੋਜ-ਬਿਰਤੀ ਤੇ ਜੌਹਰੀ ਵਾਲੀ ਪਾਰਖੂ ਅੱਖ ਹੈ।" ਅਸੀਂ ਡਾ. ਕੈਂਬੋ ਦੇ ਕਥਨ ਨਾਲ ਸਹਿਮਤ ਹੁੰਦਿਆਂ ਕੁਝ ਹੋਰ ਵਾਧਾ ਕਰਨਾ ਚਾਹਾਂਗੇ ਕਿ ਮ੍ਰਿਗਿੰਦ ਦੀ ਪਾਰਖੂ ਅੱਖ ਦਾ ਕਮਾਲ ਇਹ ਵੀ ਹੈ ਕਿ ਉਹ ਕੇਵਲ ਇਕ 'ਤੁਰਕ-ਅੱਖ' ਦੀ ਦ੍ਰਿਸ਼ਟੀ ਨਾਲ ਹੀ ਲੋੜੀਂਦਾ 'ਸੱਚ' ਭਾਲ ਲੈਂਦਾ ਹੈ। ਮ੍ਰਿਗਿੰਦ ਨੇ ਆਪਣੀ ਛਾਣਬੀਣ ਨਾਲ ਅਜਿਹੇ ਤੱਥ ਇਕੱਤਰ

ਕੀਤੇ ਹਨ, ਜਿਹਨਾਂ ਰਾਹੀਂ ਸਪਸ਼ਟ ਹੁੰਦਾ ਹੈ ਕਿ ਕਿਵੇਂ ਗੁਰੂ ਅਮਰਦਾਸ ਜੀ ਨੇ ਨਵੀਆਂ ਲੀਹਾਂ ਉੱਤੇ ਆਦਰਸ਼ਕ ਸਿੱਖ ਸਮਾਜ, ਵਿਦਿਅਕ ਉਸਾਰੀ, ਨਰੋਏ ਸਮਾਜ ਲਈ ਜੰਮਣ ਤੋਂ ਮਰਨ ਤਕ ਦੀ ਮਰਯਾਦਾ, ਆਨੰਦ ਕਾਰਜ ਦੀ ਮਰਯਾਦਾ ਦਾ ਮੁੱਢ ਅਤੇ 1909 ਦੇ ਆਨੰਦ ਮੈਰਿਜ ਐਕਟ ਲਈ ਸੇਧ, ਪੁਨਰ ਵਿਆਹ, ਘੁੰਡ ਕੱਢਣ ਦਾ ਵਿਰੋਧ, ਇਸਤਰੀਆਂ ਦੇ ਸਨਮਾਨ ਤੇ ਅਧਿਕਾਰਾਂ ਵਿਚ ਵਾਧਾ, ਅੰਤਮ ਸੰਸਕਾਰ ਅਤੇ ਮਰਯਾਦਾ ਦਾ ਬੰਧਾਨ ਆਦਿ ਨਿਸਚਿਤ ਕਰਨ ਲਈ ਕੇਵਲ ਕੰਮ ਹੀ ਨਹੀਂ ਕੀਤਾ, ਸਗੋਂ ਸਿੱਖੀ ਦੇ ਰਾਹ ਦੀਆਂ ਹੋਰ ਵੀ ਬਹੁਤ ਸਾਰੀਆਂ ਰੁਕਾਵਟਾਂ ਨੂੰ ਦੂਰ ਕਰਨ ਦੀ ਕੋਸ਼ਿਸ਼ ਕਰਦਿਆਂ, ਸਿੱਖੀ ਦੇ ਵਿਕਾਸ ਲਈ ਰਾਹ ਮੋਕਲੇ ਕੀਤੇ। ਇਸਦੇ ਨਾਲ ਹੀ ਮ੍ਰਿਗਿੰਦ ਨੇ ਗੋਇੰਦਵਾਲ ਦੇ ਪੁਰਾਣੇ ਰੀਕਾਰਡਾਂ ਵਿਚੋਂ 'ਸੁਨਹਿਰੀ ਪੱਤਰੇ' ਅਤੇ ਸਿੱਖ ਇਤਿਹਾਸ ਅਨੁਸਾਰ ਬਾਈ ਮੰਜੀਆਂ ਅਤੇ ਬਵੰਜਾ (52) ਪੀਹੜੀਆਂ ਦਾ ਜ਼ਿਕਰ ਕਰਦਿਆਂ, ਇਸ ਸਬੰਧੀ ਹੋਰ ਖੋਜ ਲਈ ਵੀ ਰਾਹ ਖੋਲ੍ਹਿਆ ਹੈ।

ਇਸਦੇ ਨਾਲ ਹੀ ਗਿ. ਮ੍ਰਿਗਿੰਦ ਨੇ ਸਪਸ਼ਟ ਕੀਤਾ ਹੈ ਕਿ ਗੁਰੂ ਅਮਰਦਾਸ ਜੀ ਦੀ ਉਮਰ ਦੇ ਲਿਹਾਜ ਨਾਲ ਬੁਢੇਪੇ ਵਿਚ ਲਿਖਿਆ/ਸਿਰਜਿਆ ਗਿਆ ਗੁਰਬਾਣੀ ਸਾਹਿਤ—ਬੁੱਢਿਆਂ ਨੂੰ ਜਵਾਨ, ਕਾਇਰਾਂ ਨੂੰ ਬਹਾਦਰ, ਪਾਪੀਆਂ ਨੂੰ ਧਰਮੀ, ਤਿਆਗੀਆਂ ਨੂੰ ਗ੍ਰਹਿਸਤੀ ਤੇ ਪਾਖੰਡੀਆਂ ਨੂੰ ਸੰਤ ਬਣਾ ਦੇਣ ਦੀ ਸ਼ਕਤੀ ਰੱਖਦਾ ਹੈ। ਗੁਰੂ ਅਮਰਦਾਸ ਜੀ ਨੇ ਆਪਣੀ ਗੁਰਬਾਣੀ ਵਿਚ ਨਿਤ ਵਰਤੋਂ ਵਾਲੀ ਮਿੱਠੀ ਤੇ ਅਲੰਕਾਰਕ ਬੋਲੀ ਵਰਤਦਿਆਂ ਅਤਿ ਉੱਤਮ ਸਿਰਜਣਾ ਦੇ ਨਮੂਨੇ ਪੇਸ਼ ਕੀਤੇ ਹਨ।

ਇਹ ਵੀ ਦੱਸਣਾ ਕੁਥਾਂਹ ਨਹੀਂ ਹੋਵੇਗਾ ਕਿ ਮ੍ਰਿਗਿੰਦ ਨੇ ਵੀ ਗੁਰੂ ਅਮਰਦਾਸ ਜੀ ਦੇ ਸਮੁੱਚੇ ਜੀਵਨ, ਫ਼ਿਲਾਸਫ਼ੀ ਅਤੇ ਉਹਨਾਂ ਦੀ ਸਮੁੱਚੀ ਸਾਹਿਤਕ ਦੇਣ ਦਾ ਖੋਜ ਭਰਿਆ ਵੇਰਵਾ, ਇਤਨੀ ਸਰਲਤਾ, ਸੰਖੇਪਤਾ ਅਤੇ ਸਪਸ਼ਟਤਾ ਨਾਲ ਦਿੱਤਾ ਹੈ ਕਿ ਵਿਸ਼ੇ ਦੀ ਗੰਭੀਰਤਾ ਦੇ ਬਾਵਜੂਦ ਵੀ, ਪਾਠਕ ਮ੍ਰਿਗਿੰਦ ਵਲੋਂ ਵਰਤੀ ਗਈ ਬੋਲੀ, ਸ਼ਬਦ ਚੋਣ, ਵਾਕ ਬਣਤਰ ਅਤੇ ਭਾਵਾਂ ਦੀ ਏਕਤਾ ਦਾ ਆਨੰਦ ਮਾਣਨੋਂ ਨਹੀਂ ਰਹਿ ਸਕਦੇ। ਉਸ ਨੇ ਬਹੁਤ ਹੀ ਸਫਲਤਾ ਨਾਲ ਪੱਖਪਾਤੀ ਜਾਂ ਉਲਾਰ ਹੋਏ ਬਿਨਾਂ, ਕੁੱਜੇ ਵਿਚ ਸੁਮੰਦਰ ਬੰਦ ਕਰਕੇ ਵਿਖਾਂਦਿਆਂ ਵੀ, ਗੁਰੂ ਅਮਰਦਾਸ ਜੀ ਦੇ ਸਮੁੱਚੇ ਜੀਵਨ, ਫ਼ਿਲਾਸਫ਼ੀ ਅਤੇ ਸਾਰੀ ਕਾਰਗੁਜ਼ਾਰੀ ਦੇ ਇਕ ਇਕ ਅੰਗ ਨੂੰ ਪਾਠਕਾਂ ਸਾਹਮਣੇ ਲਿਆਂਦਾ ਹੈ। ਸਿੱਖ ਧਰਮ ਤੇ ਸਿੱਖ ਧਰਮ ਦਾ ਵਿਰਸਾ, ਪੰਜਾਬੀ ਬੋਲੀ ਅਤੇ ਪੰਜਾਬੀ ਸਾਹਿਤ ਦਾ ਖੋਜ ਚੜ੍ਹਿਆ ਇਸ਼ਕ, ਮ੍ਰਿਗਿੰਦ ਨਾਮੀ ਸਿੱਕੇ ਦੇ ਦੋ ਰੂਪ ਹਨ। ਉਸਦੀ ਲਿਖਤ ਵਿਚੋਂ ਉਸਦੀ ਭਾਵਨਾ ਤੇ ਮਨੋਵੇਗ ਆਪ-ਮੁਹਾਰੇ ਉਛਾਲੇ ਖਾਂਦੇ ਵੇਖੇ ਜਾ ਸਕਦੇ ਹਨ।

ਸਿੱਖ ਸਾਹਿਤ ਅਤੇ ਸਭਿਆਚਾਰ ਸਟਾਲ ਤੋਂ ਪ੍ਰਾਪਤ ਹੋ ਸਕਦੀਆਂ ਪੁਸਤਕਾਂ

ਜੰਗ ਜਾਰੀ ਹੈ	(ਕਾਵਿ-ਸੰਗ੍ਰਹਿ)	ਗਜਿੰਦਰ ਸਿੰਘ
ਨਾਨਕ ਦਾ ਪੰਜਾਬ	(ਕਾਵਿ-ਸੰਗ੍ਰਹਿ)	ਰਣਜੀਤ ਸਿੰਘ ਰਾਣਾ
ਝਨਾਂ ਦੀ ਰਾਤ	(ਕਾਵਿ-ਸੰਗ੍ਰਹਿ)	ਪ੍ਰੋ. ਹਰਿੰਦਰ ਸਿੰਘ ਮਹਿਬੂਬ
ਪੰਜਾਬਨਾਮਾ	(ਕਾਵਿ-ਸੰਗ੍ਰਹਿ)	ਬਲਦੇਵ ਬਾਵਾ
ਪਰਵਾਸੇ	(ਕਾਵਿ-ਸੰਗ੍ਰਹਿ)	ਡਾ. ਚੰਨਣ ਸਿੰਘ ਚੰਨ
ਰਮਜ਼ਾਂ	(ਕਾਵਿ-ਸੰਗ੍ਰਹਿ)	ਦਲਜੀਤ ਸਿੰਘ ਉੱਪਲ
ਮਹਾਰਾਜਾ ਦਲੀਪ ਸਿੰਘ	(ਕਾਵਿ-ਸੰਗ੍ਰਹਿ)	ਬਲਿਹਾਰ ਸਿੰਘ ਰੰਧਾਵਾ
ਮੇਰੇ ਪਰਤ ਆਉਣ ਤੱਕ	(ਕਾਵਿ-ਸੰਗ੍ਰਹਿ)	ਅਵਤਾਰ ਜੰਡਿਆਲਵੀ
ਹੱਸਦੇ ਹੰਝੂ	(ਹਾਸ-ਰਸ ਕਾਵਿ-ਸੰਗ੍ਰਹਿ)	ਤੇਜਾ ਸਿੰਘ ਤੇਜ
ਸ਼ਹਿਜ਼ਾਦੀ ਡਿਆਨਾ	(ਕਾਵਿ-ਸੰਗ੍ਰਹਿ)	ਗੁਰਦੇਵ ਸਿੰਘ ਮਠਾੜੂ
ਮੁੜ ਨਹੀਂ ਹੋਇਆ ਵਤਨਾਂ ਨੂੰ	(ਕਾਵਿ-ਸੰਗ੍ਰਹਿ)	ਸੰਪਾ: ਗੁਰਦੀਪ ਸਿੰਘ ਪੁਰੀ
ਦੂਸਰੀ ਮਾਂ	(ਕਹਾਣੀ-ਸੰਗ੍ਰਹਿ)	ਬਲਦੇਵ ਸਿੰਘ
ਕਸ਼ਮਕਸ਼	(ਕਹਾਣੀ-ਸੰਗ੍ਰਹਿ)	ਸੁਰਜੀਤ ਕੌਰ ਕਲਪਨਾ
ਬਾਰਿ ਪਰਾਇਐ	(ਕਹਾਣੀ-ਸੰਗ੍ਰਹਿ)	ਸੁਰਜੀਤ ਸਿੰਘ ਕਾਲੜਾ
ਬਦਰੰਗ	(ਕਹਾਣੀ-ਸੰਗ੍ਰਹਿ)	ਸ਼ਿਵਚਰਨ ਗਿੱਲ
ਗਾਗਰ ਭਰਿਆ ਸਾਗਰ	(ਮਿੰਨੀ ਕਹਾਣੀ ਸੰਗ੍ਰਹਿ)	ਸੰਪਾ: ਗੁਰਦੀਪ ਸਿੰਘ ਪੁਰੀ
ਵਲਾਇਤ ਵਾਪਸੀ	(ਕਹਾਣੀ-ਸੰਗ੍ਰਹਿ)	ਹਰਿੰਦਰ ਸਿੰਘ ਬਜਾਜ
ਸ਼ਹਿਰ	(ਨਾਵਲ)	ਪ੍ਰੋ. ਪਿਆਰਾ ਸਿੰਘ ਭੋਗਲ
ਗੜ੍ਹੇਮਾਰ	(ਨਾਵਲ)	ਦਲਜੀਤ ਸਿੰਘ ਉੱਪਲ
ਪਾਲੀ	(ਨਾਵਲ)	ਜਸਵੰਤ ਸਿੰਘ ਕੰਵਲ
ਸਹਿਜੇ ਰਚਿਓ ਖਾਲਸਾ	(ਇਤਿਹਾਸਕ ਖੋਜ)	ਪ੍ਰੋ. ਹਰਿੰਦਰ ਸਿੰਘ ਮਹਿਬੂਬ
ਗੁਆਚੇ ਪਲਾਂ ਦੀ ਤਲਾਸ਼	(ਨਿਬੰਧ)	ਡਾ. ਗੁਰਦਿਆਲ ਸਿੰਘ ਰਾਏ
ਬਰਤਾਨਵੀ ਪੰਜਾਬੀ ਕਲਮਾਂ	(ਸਮੀਖਿਆ)	ਡਾ. ਗੁਰਦਿਆਲ ਸਿੰਘ ਰਾਏ
ਜ਼ਬਤ-ਸ਼ੁਦਾ ਪੰਜਾਬੀ ਕਵਿਤਾ	(ਆਲੋਚਨਾਤਮਕ ਅਧਿਐਨ)	ਡਾ. ਪ੍ਰੀਤਮ ਸਿੰਘ ਕੈਂਬੋ
ਬਰਤਾਨਵੀ ਲੇਖਕਾਵਾਂ ਦੀਆਂ ਉਰਦੂ ਕਹਾਣੀਆਂ		ਸੰਪਾ: ਡਾ. ਗੁਰਦਿਆਲ ਸਿੰਘ ਰਾਏ

ਉਪਰੋਕਤ ਪੁਸਤਕਾਂ ਤੋਂ ਇਲਾਵਾ ਬੱਚਿਆਂ ਦੇ ਪੰਜਾਬੀ ਸਿੱਖਣ ਲਈ ਅਤੇ ਗੁਰਮਤ ਨਾਲ ਸੰਬੰਧਿਤ ਪੁਸਤਕਾਂ, ਕਕਾਰ ਅਤੇ ਇਤਿਹਾਸਕ ਕਿਤਾਬਾਂ ਵੀ ਮਿਲ ਸਕਦੀਆਂ ਹਨ।